AF758859

ഗ്രീൻ ബുക്സ്

മഞ്ഞിൽ ഒരുവൾ

നിർമ്മല

എറണാകുളത്തിനടുത്ത് കളമശ്ശേരിയിൽ ജനനം.
ആനുകാലികങ്ങളിൽ കഥകളും
നോവലും പ്രസിദ്ധീകരിക്കാറുണ്ട്.
കൃതികൾ: ആദ്യത്തെപ്പത്ത്, നിങ്ങളെന്നെ
ഫെമിനിസ്റ്റാക്കി, പാമ്പും കോണിയും,
മഞ്ഞമോരും ചുവന്ന മീനും.
സ്ട്രോബറികൾ പൂക്കുമ്പോൾ
ഗ്രീൻ ബുക്സ് പ്രസിദ്ധീകരിച്ചിട്ടുണ്ട്.
പോഞ്ഞിക്കര റാഫി പുരസ്കാരം, നോർക്ക പ്രവാസി
പുരസ്കാരം, 2002ലെ തകഴി പുരസ്കാരം,
അങ്കണം സാഹിത്യ അവാർഡ്, ഉത്സവ് കഥാപുരസ്കാരം,
ലാന കഥ അവാർഡ് എന്നിവ ലഭിച്ചിട്ടുണ്ട്.
'ചില തീരുമാനങ്ങൾ' എന്ന കഥ ശ്യാമപ്രസാദ്
'ഇംഗ്ലീഷ്' എന്ന ചലച്ചിത്രത്തിന് ആധാരമാക്കി.
കാനഡയിൽ ഐ.ടി. പ്രോജക്ട് മാനേജർ.
ഇപ്പോൾ കാനഡയിൽ കുടുംബത്തോടൊപ്പം താമസം.

നോവൽ

മഞ്ഞിൽ ഒരുവൾ

നിർമ്മല

ഗ്രീൻബുക്സ്

green books private limited
gb building, civil lane road, ayyanthole,
thrissur- 680 003, kerala, ph: +91 487-2381066, 2381039
website: www.greenbooksindia.com
e-mail: info@greenbooksindia.com

malayalam
manjil oruval
novel
by
nirmala

published october 2021
copyright reserved

cover design : mansoor cheruppa

branches:
thrissur 0487-2422515
thiruvananthapuram 0471-2335301
calicut 0495 4854662

isbn : 978-93-91072-56-8

---

no part of this publication may be reproduced,
or transmitted in any form or by any means,
without prior written permission of the publisher.

GBPL/1192/2021

മുഖക്കുറി

രോഗാതുരമായ ഒരു കാലഘട്ടത്തിലിരുന്നുകൊണ്ടാണ് നിർമ്മല രോഗിയുടെ അവസ്ഥാന്തരങ്ങളെ രേഖപ്പെടുത്തുന്നത്. രോഗത്തിന്റെയും ചികിത്സയുടെയും അനുഭവക്കുറിപ്പുകൾ പങ്കുവെക്കുമ്പോൾ അതൊരു സാമൂഹിക നന്മയായി മാറുന്നു. അത്തരം നന്മ ഈ പുസ്തകത്തിന്റെ ഉൾക്കനമാണ്.

എഡിറ്റർ

അർപ്പണം

അനിയത്തിയാവുക എത്ര വലിയ ഭാഗ്യമാണ്:
ലില്ലി, ശാന്ത, ബാബു, സുശീല

നന്ദി

സി.എസ്. വെങ്കിടേശ്വരൻ: ആദ്യവായനയ്ക്കും നിരീക്ഷണങ്ങൾക്കും വിലപ്പെട്ട നിർദ്ദേശങ്ങൾക്കും. ലോകം കാണുന്നതിനു മുൻപേ നോവൽ വായിച്ചതിനും എന്റെ ആത്മവിശ്വാസത്തെ ഉയർത്തിയതിന് റോസ് മേരിക്കും പ്രിയ സുഹൃത്ത് ഫെമി വടക്കനും.

അനിത പണിക്കർ: തിരക്കു പിടിച്ച അമേരിക്കൻ ജീവിതത്തിനിടയിൽ സന്തോഷത്തോടെ, ശ്രദ്ധയോടെ നോവൽ വായിച്ചു തന്ന കിടിലൻ നിർദ്ദേശങ്ങൾക്ക്.

മറ്റ് പല ജോലികളിലും മുഴുകിയിരുന്ന സമയത്തും നോവൽ വായിക്കുകയും സമ്പുഷ്ടമായ ആമുഖക്കുറിപ്പ് എഴുതുകയും ചെയ്ത ജെ. ദേവികയുടെ നല്ല മനസ്സിന്.

മഞ്ചുറാണി: രോഗത്തിന്റെയും ചികിത്സയുടെയും വിശദാംശങ്ങൾ മടികൂടാതെ പങ്കുവെച്ചതിന്. കഴിയുന്നത്ര അറിവും അനുഭവവും മറ്റുള്ളവർക്ക് ഉപകാരപ്പെടുമെങ്കിൽ ഇതാ എടുത്തോളൂ എന്നു പറഞ്ഞ വലിയ മനസ്സിന്.

അഭിപ്രായങ്ങൾക്കും പിന്തുണയ്ക്കും സക്കറിയ സർ, മോൻസി ജോസഫ്, പ്രകാശൻ കരിവെള്ളൂർ, രാജൻ കുറുന്തിൽ, ആൻസി സാജൻ.

ഇതെഴുതിയ കാലത്തു cul-de-sacകളിൽ നിരാശപ്പെട്ടു നിൽക്കുമ്പോൾ പാസഞ്ചർ സീറ്റിലിരുന്ന് പിന്നെയും പിന്നെയും ഹൈവെയിലേക്കു കയറ്റി വിടുകയും ആരെങ്കിലുമൊക്കെ എറിഞ്ഞ ചളിയിൽ മനസ്സു പൂണ്ടുപോകുമ്പോൾ കഴുകി വെടുപ്പാക്കി പുനപ്രതിഷ്ഠിക്കുകയും ചെയ്ത പ്രിയ സുഹൃത്തിന്.

ഭാഷയിൽ ചുറ്റിത്തിരിഞ്ഞു തട്ടിത്തടഞ്ഞു നിൽക്കു മ്പോൾ സഹായിച്ച ഓളം. നന്ദി കൈലാസ് നാഥ്.

പത്ത് വർഷം മുൻപ് മൂന്നാമിടത്തിനു വേണ്ടി കഥയെഴുതാൻ പ്രേരിപ്പിച്ച, അന്ന് ഇതിന്റെ ശൈലി നല്ലതാണെന്ന് പറഞ്ഞു പ്രോത്സാഹിപ്പിച്ച സർജു ചാത്തന്നൂർ, കരുണാകരൻ & കെ.വി. മണികണ്ഠൻ. നോവലാക്കി മാറ്റാൻ നിർദ്ദേശിച്ച, എഴുതാൻ എന്നെ നിരന്തരം പ്രേരിപ്പിക്കുന്ന കരുണാകരന് പ്രത്യേകിച്ചും.

ഒരു നോവലിനു മലയാളം മാത്രമേ ആകാവൂ എന്ന് ശഠിക്കാതെ, ഇംഗ്ലീഷിനെ അംഗീകരിക്കുകയും സഹകരിക്കുകയും ചെയ്ത മാതൃഭൂമി ടീം ഒ.ആർ. രാമചന്ദ്രൻ, റോസ് മരിയ വിൻസന്റ്, ബിജു രാഘവൻ, ജോയി തോമസ്, കെ.വിശ്വനാഥന്.

ഗ്രീൻബുക്സിന്, പ്രധാനമായി ഈ നോവൽ പുസ്തകമാക്കാൻ മുൻകൈയെടുത്ത കൃഷ്ണദാസ് വത്സൻ,
പുരോഗമനപരമായ മാർഗങ്ങൾക്കും മാതൃകയ്ക്കും.

And the three musketeers who protect me from the world and keep me grounded - Devin, Kieran & Cherian.

നിർമ്മല

അവതാരിക

ആദ്യമേ പറയാം, മഞ്ഞിൽ ഒരുവൾ പരിചിതമായ പ്രമേയമോ ശൈലിയോ പിൻതുടരുന്ന നോവലല്ല. എന്തൊക്കെ അല്ല എന്നു വിവരിച്ചുകൊണ്ട് മുഖവുര എഴുതേണ്ടിവരുന്നത്, സ്ത്രീകളുടെ എഴുത്തിനെ ഏതെങ്കിലും പരിചിതമായ ചട്ടക്കൂടിനുള്ളിൽ തളച്ച് നിർവീര്യമാക്കുന്ന തന്ത്രം മലയാള സാഹിത്യത്തിൽ ഇന്നും നിലനിൽക്കുന്നതുകൊണ്ടാണ്. നിർമ്മലയുടെ നോവലിലെ 'ഒരുവൾ' അസ്തിത്വപ്രതിസന്ധി അനുഭവിക്കുന്നുണ്ട്, എന്നാലത് നമുക്കു (മലയാളസാഹിത്യ വായനക്കാർക്ക്) പരിചിതമായ അസ്തിത്വവാദ ആൺ ആഖ്യാനമല്ല. നിർമ്മലയുടെ ഈ നോവലിൽ അസ്തിത്വവാദപരമായ പ്രമേയങ്ങൾ പലതും പ്രത്യക്ഷമാകുന്നുണ്ട് ഭീതി, മടുപ്പ്, അന്യവത്ക്കരണം, അർത്ഥശൂന്യത, മരണചിന്ത, മുതലായവ. അസ്തിത്വപരമായ ഏകാന്തതയെ പുണരാനുള്ള അവസരമായി അശ്വിനി എന്ന വ്യക്തിക്കു മുന്നിൽ മരണം അവതരിക്കുന്നുമുണ്ട്. മരണത്തിലേക്കു ജീവിതം കുതിച്ചുപാഞ്ഞുകൊണ്ടിരിക്കുന്നു എന്ന പൂർണബോദ്ധ്യത്തോടുകൂടിത്തന്നെ ജീവിതത്തെ സംബന്ധിച്ച് തെരഞ്ഞെടുപ്പുകൾ നടത്തുന്നതാണ് അവ്യാജമായ ജീവിതമെന്ന അസ്തിത്വവാദ പ്രമേയവും ഈ നോവലിൽ പ്രത്യക്ഷപ്പെടുന്നുണ്ട്.

എന്നാൽ ഈ ആഖ്യാനത്തിന്റെ കേന്ദ്രത്തിൽ നിൽക്കുന്നത് ഒരു സ്ത്രീയാണ്. അവൾ 'ഒരുവാളാ'യി മാറിയ പ്രക്രിയയിൽ പിതൃമേധാവിത്വസാന്നിദ്ധ്യം ഇല്ലെന്നു നടിക്കാൻ നിർമ്മല കൂട്ടാക്കുന്നുമില്ല. വിശാലമായ അർത്ഥത്തിൽ ഈ നോവൽ വ്യക്തിയുടെ തെരഞ്ഞെടുപ്പുകളെപ്പറ്റിയാണ് (അസ്തിത്വവാദ ചിന്താധാരകൾക്ക് പ്രിയപ്പെട്ട പ്രമേയം). അതായത്, മനുഷ്യജീവിതത്തിന്റെ കാതൽഭാഗത്തായി

വ്യക്തിസ്വാതന്ത്ര്യത്തെ പ്രതിഷ്ഠിക്കുകയും തനതായ മൂല്യം അതിനു കല്പിക്കുകയും മറ്റെല്ലാ മൂല്യങ്ങളുടെയും അടിസ്ഥാനമായി അതിനെ തിരിച്ചറിയുകയും ചെയ്യുന്ന ജീവിതാനുഭവത്തിന്റെ ആഖ്യാനം തന്നെയാണ് ഈ നോവൽ. നിർമ്മലയുടെ ഒരുവൾ പിന്നിടുന്ന ആൾക്കൂട്ടം വ്യക്തമായ അതിരുകളുള്ള സമുദായജീവിതത്തിലും തൊഴിലിടജീവിതത്തിലുമാണ് സ്ഥിതി ചെയ്യുന്നത്. പക്ഷേ പേരു സൂചിപ്പിക്കും പോലെ, അവൾ ആൾക്കൂട്ടത്തിൽ തനിയെ മാത്രമല്ല അവൾ മഞ്ഞിൽ ഒരുവളാണ്. ഈ നോവലിൽ മഞ്ഞ് പലപ്പോഴും പിതൃമേധാവിത്വത്തിന്റെ രൂപകമായി പ്രത്യക്ഷപ്പെടുന്നതും വെറുതേയല്ല.

ഇന്ന് ദക്ഷിണേഷ്യൻ ഇംഗ്ലിഷ് രചനയിൽ മുഖ്യസ്ഥാനം കൈയടക്കിക്കഴിഞ്ഞിരിക്കുന്ന എക്സ്പാട് (expat) അനുഭവകഥയുമല്ല നിർമ്മലയുടെ നോവൽ. കഥയുടെ പശ്ചാത്തലം കനേഡിയൻ മലയാളിസമൂഹമാണെങ്കിലും രണ്ടു സംസ്കാരങ്ങൾക്കിടയിൽ പെട്ടുപോകുന്നവരുടെ സാംസ്കാരിക രാഷ്ട്രീയപ്രതിസന്ധിയെപ്പറ്റിയല്ല നിർമ്മല പറയുന്നത്. അശ്വിനിയെന്ന മുഖ്യസ്ത്രീകഥാപാത്രം അവളുടെ സുഹൃദ്വലയത്തിലുള്ള മറ്റുള്ളവരെപ്പോലെതന്നെ പിറന്ന നാട്ടിലും കുടിയേറിയ നാട്ടിലും ഒരുപോലെ വേരിറക്കിയവളാണ്. സ്വന്തം ശരീരത്തെ കാനഡയിലെ ഒന്നാംലോകമുതലാളിത്ത വെള്ളക്കാരുടെ അച്ചടക്കമാതൃകകളനുസരിച്ചു പുതുക്കിപ്പണിഞ്ഞവളാണ് കാര്യമായ എതിർപ്പൊന്നും കൂടാതെ. അർബുദമെന്ന രോഗം അവളെ പ്രതിസന്ധിയിലാക്കും വരെ നവഉദാരവാദമുതലാളിത്തത്തിന്റെ ഒഴുക്കിനൊത്ത് ഒഴുകിയിരുന്ന വിഷയി മാത്രമായിരുന്നു അശ്വിനി. അവളെ 'ഒരുവളാ'ക്കിത്തീർത്തത് രോഗമാണ് അല്ല, നവലിബറൽകാലത്തെ സമൂഹത്തിന്റെ ചില്ലുകളിലൂടെ രൂപമെടുത്ത രോഗാനുഭവമാണ്.

എന്നാൽ രോഗാനുഭവത്തെപ്പറ്റിയുള്ള നോവലെന്നു മാത്രം, ലളിതമായ അർത്ഥത്തിൽ, നിർമ്മലയുടെ ഈ കൃതിയെ വിശേഷിപ്പിക്കാനും വയ്യ. രോഗാനുഭവത്തിലൂടെ കടന്നുപോകവേ അശ്വിനി ആദ്യം സമൂഹത്തെയും പിന്നെ പിതൃമേധാവിത്വത്തെയും നേരിടുന്നു. അർബുദമെന്ന രോഗം ഒരു മഹാരൂപകമാണെന്നും ആ രൂപകത്തിന് മനുഷ്യബന്ധങ്ങളെ മാറ്റിമറിക്കാനും അട്ടിമറിക്കാനും ശക്തിയുണ്ടെന്ന്

അവൾ അനുഭവിച്ചറിയുന്നു. നവഉദാരവാദകാലത്ത് അതായത്, മുന്നോട്ടുള്ള കുതിപ്പിനെയും സ്വയം സഹായശേഷിയെയും ഗുണാത്മകചിന്തയെയും ജീവിതവിജയത്തിന് അനിവാര്യമായി നാം എണ്ണുന്ന ഈ കാലത്ത്, ആ കുതിപ്പിനു തടസ്സമായവരെ ഒഴിവാക്കുന്നതും അതിനുതകുന്നവരെ മാത്രം സ്നേഹിക്കുന്നതുമായ ഉപകരണയുക്തി കേവലം സാമാന്യബോധമായി, തികച്ചും സ്വീകാര്യമായി, തീർന്നുകൊണ്ടിരിക്കുന്ന കാലത്ത് അർബുദം അവളുടെ മുന്നിൽ ആ കാലത്തിന്റെ യുക്തികളെയും ശരികളെയും മുഴുവനായി തൊലിയുരിച്ചു നിർത്തുന്നു. ആരോഗ്യം അധികവും വ്യക്തിയുടെ പ്രശ്നവും ഉത്തരവാദിത്വമാണെന്നും അർബുദത്തിന്മേലുള്ള വിജയത്തിന് ഗുണാത്മകമായ മനോഭാവം ഉണ്ടാക്കിയെടുക്കണമെന്നും മറ്റുമുള്ള നവലിബറൽ ആരോഗ്യ ഉപദേശങ്ങളെ അശ്വിനി ഉള്ളാലേ ചെറുക്കുന്നു. ആ വ്യവഹാരത്തിനുള്ളിൽ ചുറ്റിക്കറങ്ങി അവളോടുള്ള തങ്ങളുടെ ധാർമ്മികവും സ്നേഹപരവുമായ ഉത്തരവാദിത്വത്തെ കാണാതിരിക്കുന്ന ഉറ്റവരോട് കലഹിക്കുന്നു. ഭർത്താവിലൂടെയും മകളിലൂടെയും കൂട്ടുകാരികളിലൂടെയും നവലിബറൽ കാലത്തിന്റെ നഗ്നത അശ്വിനിക്കു മുന്നിൽ വെളിവാകുന്നു. മുതലാളിത്ത തൊഴിലിടവിജയങ്ങളുടെയും ഉപഭോക്തൃ സുഖത്തിലൂന്നിയ സാമൂഹ്യബന്ധങ്ങളുടെയും ചളിക്കാലുകൾക്കു മേൽ ഉറപ്പിക്കപ്പെട്ട സ്ത്രീശാക്തീകരണം എത്ര പൊള്ളയാണെന്ന് അവൾക്ക് തിരിച്ചറിയേണ്ടി വരുന്നു. അതിന്റെ ശൂന്യതയെ പലവിധത്തിൽ നിറയ്ക്കാൻ അവൾ പണിപ്പെടുന്നു. താൻ ഭാഗമായിരുന്ന മുതലാളിത്ത സ്ഥാപനം താനില്ലാതെയും ഭംഗിയായിത്തന്നെ മുന്നോട്ടുപോകുമെന്ന യാഥാർത്ഥ്യവും അശ്വിനിക്കു മുന്നിൽ തെളിയുന്നു. അവളുടെ അന്യവത്ക്കരണം അതോടെ പൂർണമാകുന്നു.

പക്ഷേ ഋണാത്മകപാഠങ്ങൾ മാത്രമല്ല അർബുദം അവളെ പഠിപ്പിക്കുന്നത്. അർബുദത്തിന്റെ അനുഭവത്തിൽ സാന്ത്വനമേകുന്ന മനുഷ്യർ സഹതാപദാതാക്കളല്ല, മറിച്ച് സഹനത്തിന്റെ ഭാരത്തെ ഒപ്പം നിന്നുകൊണ്ട് സ്വന്തം ചുമലുകളിൽ ഏൽക്കുന്നവരാണെന്നും അവൾ കാണുന്നു. അർബുദത്താൽ വെളിവായ സ്വന്തം ക്ഷതസാദ്ധ്യതയുടെ മുന്നിൽ പകച്ചു നിന്ന അശ്വിനിയുടെ മുൻപിൽ താൻ കടന്നുപോയ ജീവിതപ്രതിസന്ധികൾ വെളിവാക്കിക്കൊണ്ട് സ്വയം

ക്ഷതസാദ്ധ്യതയുള്ളവളായി വെളിവായ വിദ്യയും പ്രാർത്ഥനയിലൂടെ സദാ ഒപ്പം നിൽക്കുന്ന അമ്മയുമാണ് ഈ കാഴ്ചകൾ സമ്മാനിക്കുന്നത്. അവർ ഇരുവരും അർബുദത്തെ സംബന്ധിച്ചുള്ള മുഖ്യധാരാ വ്യവഹാരത്തിനു പുറത്താണുതാനും.

രോഗാനുഭവത്തെ സമൂഹാനുഭവത്തിൽ നിന്നും പിതൃമേധാവിത്വാനുഭവത്തിൽ നിന്നും വേർതിരിക്കാനാവില്ല എന്ന് തിരിച്ചറിയുന്ന നിമിഷത്തിലാണ് മഞ്ഞിനു പുറത്തേക്ക്, കാറ്റിനെ ഉള്ളിലേക്ക് ആവാഹിച്ചുകൊണ്ട്, അശ്വിനി പുതിയൊരു യാത്രയ്ക്ക് തയ്യാറാവുന്നത്. സ്വന്തം അസ്തിത്വത്തെ പുനർനിർമ്മിക്കാനുള്ള വാശിയോടെ അവൾ പുറപ്പെടുന്നു. അശ്വിനിയുടെ പ്രതിരോധം ശരീരത്തെ വീണ്ടെടുത്തുകൊണ്ടുതന്നെയാണ് തുടങ്ങുന്നത്. അർബുദചികിത്സയിൽ ശരീരം അപരിചിതമായ കാഴ്ചയാകവേ അശ്വിനി തന്റെ മുലകളെ കല്ല്യാണി, കളവാണി എന്നുതന്നെ വിളിച്ചോമനിക്കുന്നു. മുതലാളിത്ത തൊഴിൽവിപണിയിൽ ചെലവാകുന്ന കഴിവുകളുടെ കൂട്ടമായ, നിരന്തരവും വിവിധവുമായ ഉപഭോഗത്തിലൂടെ സദാ പുതുക്കപ്പെടുന്നതായ ഒന്നായി വ്യക്തിസ്വത്വത്തെ തരംതാഴ്ത്തുന്ന നവലിബറൽ സാമൂഹികതയ്ക്കെതിരെ ഉള്ളിന്റെ ഉള്ളിൽ ഉറച്ച ഒരു കാതൽ ഉണ്ടെന്ന് അവൾ പറയുന്നു. ഇലച്ചാർത്തും ഫലങ്ങളും പൂക്കളും മറ്റും മാറിമാറി വന്നാലും മാറ്റമില്ലാതെ നിൽക്കുന്ന തായ്ത്തടി പോലെ.

'...പക്ഷേ ഒരാളുടെ ഉള്ളിന്റെ ഉള്ള് എന്നുമെന്നും ഒന്നായിരിക്കും. ഓരോ സീസണിലും തളിർത്തുല്ലസിച്ച്, പൂത്തുന്മാദിച്ചു, ഇല മൂടി കൊഴിഞ്ഞടങ്ങിയ മരത്തെപ്പോലെ പുറംകാഴ്ചകൾ മാറിമാറിവന്നാലും ഉള്ളിന്റെ ഉള്ളിലെ അശ്വിനിയും മോഹനും കെട്ടുകാഴ്ചകൾ ഇല്ലാതാവുമ്പോൾ മാറുന്നില്ല.' ആ കാതൽഭാഗത്തെ ഏതുവില കൊടുത്തും സൂക്ഷിക്കണമെന്നും അവൾ ഉറയ്ക്കുന്നു. 'മഞ്ഞ് പഴയതിനെയെല്ലാം മരവിപ്പിച്ച്, മൂടിക്കളഞ്ഞിരിക്കുന്നു. ഇളംപച്ചയൊക്കെ വെള്ളവും ചണ്ടിയുമായി മാറും. കാതലുള്ളതു മാത്രം രക്ഷപ്പെടും. തണുപ്പിനെയും മരവിപ്പിനെയും അതിജീവിക്കാനുള്ള കാതൽ ഉണ്ടാവണം. ഇല്ലെങ്കിൽ കൊടുംതണുപ്പുകാലത്തും ഇളംചൂടു സൂക്ഷിക്കുന്ന മണ്ണിന്റെ ആഴത്തിലായിരിക്കണം വേരുകൾ.' ഓർമ്മകൾ അനാവശ്യ

ഭാരം മാത്രമായ നവലിബറൽ സ്വത്വത്തെ പുണരാൻ അശ്വിനിക്കു സമ്മതമല്ലാതാകുന്നു. ''ഞാനെന്നു പറഞ്ഞാൽ ഇതൊക്കെ കൂടിയതാണ്. അതിൽ മറ്റേയാൾക്ക് അൺ കംഫർട്ടബിൾ ആയ ഭാഗം മറക്കാൻ പറഞ്ഞാൽ നടപ്പില്ല.'' ഉപഭോഗലോകത്തിലെ മാറിമാറിവരുന്ന ആഘോഷങ്ങൾക്ക് വളർത്താനോ തളർത്താനോ കഴിയാത്ത, അവയ്ക്ക് അതീത മായ തായ്ത്തടി പോലൊരു സ്വത്വം തനിക്കുണ്ടെന്ന് സ്വയം പ്രഖ്യാപിച്ചുകൊണ്ടാണ് അശ്വിനി ലോകത്തേക്ക് വീണ്ടും ഇറങ്ങിച്ചെല്ലുന്നത്. ഒടുവിൽ തന്നെ ചൂഴ്ന്നുനിന്നുകൊണ്ടു തന്നെ നിരാംലബയാക്കിയ കെട്ടുപാടുകളാണ് കരിച്ചുകള യേണ്ട അർബുദമെന്ന് അവൾ തീരുമാനിക്കുന്നു. 'ജീവനു വേണ്ടി മുല പണയപ്പെടുത്താമെങ്കിൽ, ജീവിതം കാർന്നു തിന്നുന്ന എല്ലാ ക്യാൻസറുകളെയും മുറിച്ചും കരിച്ചും വിഷം കുടിച്ചും ഇല്ലാതാക്കുന്നതും തെറ്റല്ല. ചില നല്ല കോശങ്ങളും ആ കൂട്ടത്തിൽ നഷ്ടമായേക്കാം. പക്ഷേ ജീവിതമല്ലേ വലുത്? അവനവന്റേതായ ജീവിതം.'' തന്റെ ഒറ്റപ്പെടലിനു കാരണ മായ അർബുദമെന്ന രോഗത്തെ ചികിത്സയിലൂടെ മറികട ക്കുന്നതിനു പുറമേ അർബുദമെന്ന രൂപകത്തെ അശ്വിനി തനിക്കനുകൂലമായി വ്യാഖ്യാനിക്കുന്നു. ഒരുമ്പെടലിനുള്ള ചവിട്ടുപടിയായി ആ രൂപകം മാറുന്നു. ആ പോക്ക് എവി ടേക്കെന്ന് നിർമ്മല പറയുന്നില്ല. ഒരുപക്ഷേ നവലിബറൽ കാലത്തിന്റെ വെല്ലുവിളികളെ വീണ്ടുമേറ്റെടുക്കാനാവാം. എന്നാൽ പുതിയ, രാഷ്ട്രീയസ്വഭാവമുള്ള, തിരിച്ചറിവുകളോടു കൂടിത്തന്നെയാണ് ഈ യാത്ര.

അശ്വിനിയുടെ മനോഗതത്തിന്റെ ഭാഷ മിക്കവാറും കളി ചിരിയുടേതാണ്. ഇംഗ്ലീഷിനും മലയാളവാമൊഴിക്കും ഇട യിൽ ഘർഷണമറിയാതെ തെന്നിക്കളിക്കുന്ന ഭാഷ. സ്വയം ലാളന ശീലമാക്കിക്കൊണ്ടാണ് അവൾ 'ഒരുവളാ'യി ഉയരു ന്നത്, അതുകൊണ്ട് ഒരുപക്ഷേ അതാണ് അശ്വിനിയുടെ രക്ഷാകവചമായി മാറുന്നത്. സ്വയം സ്നേഹിക്കേണ്ടതിന്റെ പ്രാധാന്യത്തെ എത്ര ഊന്നിയാലും നിർമ്മലയ്ക്ക് പോരെന്നു തോന്നുന്നു! അശ്വിനിയുടേതു പോലുള്ള ലോകം അംഗീ കരിക്കുന്ന സൗന്ദര്യസങ്കല്പങ്ങളും ആരോഗ്യമാതൃകകളും അവളുടെ ശരീരത്തെ പുറത്താക്കി കതകടയ്ക്കുന്ന വേള യിൽ, പ്രത്യേകിച്ചും. ഒരുപക്ഷേ അശ്വിനിയെ ഏറ്റവും വേദനിപ്പിക്കുന്ന വെളിപാടിന്റെ വേളയിൽ ഇതു വ്യക്തിമായി

കാണാം. കുട്ടിയിൽ നിന്ന് യുവതിയായി കീർത്തന വളർന്ന തോടുകൂടി സ്പർശത്തിന്റെയും വികാരത്തിന്റെയും ഇടം പങ്കിടലിന്റെയും ഇവയിൽ നിന്നെല്ലാം ലഭിക്കുന്ന ആനന്ദ ത്തിന്റെയും വൈകാരിക സുരക്ഷാബോധത്തിന്റെയും ലോകം അശ്വിനിക്ക് നഷ്ടമാകുന്നു. നവലിബറൽ ഉപകര ണാത്മകതയിൽ നിന്നും മുതലാളിത്ത മത്സരസംസ്കാര ത്തിന്റെ സമ്മർദ്ദങ്ങളിൽ നിന്നും വിവാഹബന്ധത്തിന്റെ യാന്ത്രികതയിൽ നിന്നും അശ്വിനിയെ കാത്തുരക്ഷിച്ചിരു ന്നത് ആ അമ്മ-മകൾ ബന്ധമായിരുന്നു. അതിന്റെ നഷ്ട ത്തിൽ നിന്ന് അശ്വിനി കരകയറുന്നത് തന്റെ കളിചിരിഭാഷ യിലൂടെയാണ്. അശ്വിനിയുടെ ദേഹത്തും മനസ്സിലും വികാര ങ്ങളുടെ ഉൾക്കാമ്പിലും ഒരു തൂവലെന്നോണം ഭാഷ തലോ ടുന്നു, മുറിവുണക്കുന്നു.

ഒരുപക്ഷേ നിർമ്മലയുടെ നോവലിൽ ഉടനീളം രോഗ സംഹാരിയായി പ്രവർത്തിക്കുന്നത് ഈ ഭാരമില്ലാത്ത ആത്മ ഭാഷയാണ്. സ്വയം സംസാരിക്കാനറിയുന്നവൾക്ക് സ്വന്തം മുറിവുണക്കാനുമാകും എന്നാവാം നിർമ്മല നമ്മോടു പറയുന്നത്. അതാണ് ഈ നോവലിന്റെ ഫെമിനിസ്റ്റ് കാതൽ. ഇലയിലോ പൂവിലോ കണ്ടെന്നു വരില്ല, പക്ഷേ അതു തന്നെയാണ് ഈ ആഖ്യാനത്തിന്റെ തായ്ത്തടി.

ജെ. ദേവിക

മഞ്ഞിൽ ഒരുവൾ

Eye of the Storm

Solomon Grundy,
Born on Monday,
Christened on Tuesday,
Married on Wednesday,
Took ill on Thursday,
Worse on Friday,
Died on Saturday,
Buried on Sunday:
This is the end
Of Solomon Grundy

അശ്വിനി കീർത്തനയ്ക്ക് ചൊല്ലിക്കൊടുത്തു നോക്കിയതല്ലേ? തീരെ ലോജിക്കില്ലെന്നു പറഞ്ഞ് കീർത്തന അതിനെ തള്ളിക്കളഞ്ഞു. അവൾ സ്കൂളിൽ പഠിക്കാത്ത പാട്ടാണ്. അമ്മ പഠിച്ചിട്ടുണ്ടെങ്കിൽ അമ്മയ്ക്കു കൊള്ളാം എന്നൊരു ചുളിവുള്ള മുഖമായിരുന്നു കീർത്തനയുടെ ഉത്തരം.

''മദർഗൂസ് റൈംസിൽ ഉണ്ട്.''

അശ്വിനി സന്ധിയാക്കാൻ വീണ്ടും ശ്രമിച്ചു നോക്കി. പഞ്ചതന്ത്ര കഥകൾപോലെ, കുട്ടിപ്പാട്ടുകളുടെ പരമ്പരാഗത കലവറയാണ് മദർ ഗൂസ് റൈംസ്. പക്ഷേ വാത്തമ്മയുടെ ഈ പാട്ട് കീർത്തന അംഗീകരിച്ചില്ല. സ്കൂളാണ്, ടീച്ചറാണു അവളുടെ ശരി.

''ലോജിക്കില്ലാത്തൊരു അമ്മ...! ന്റെ മ്മേ...! അമ്മമ്മേ!!''

''ഓയ്, അതൊക്കെ പഴങ്കഥ. കീർത്തന ഇപ്പോൾ ക്യാമ്പസ് റാണിയാണ്. അമ്മക്കുട്ടൂസെന്നു വിളിച്ചു കെട്ടിപ്പിടിക്കാൻ അവധിക്കു നോക്കിയിരിക്കണം. എന്നാലും ഉറങ്ങുന്നതിനു മുൻപ് അശ്വിനി അവൾക്കൊരു മെസേജ് അയയ്ക്കും.''

''ഒറങ്ങാൻ പോണു മോളൂസ്. ഉംമ്മ.''

''ഉംമ്മ അമ്മാ. നന്നായിട്ട് ഒറങ്ങിക്കോളൂ. And happy Monday.''

''കണ്ണടച്ചു ചിരിക്കുന്ന സ്മൈലി. അവൾക്കറിയാം അമ്മയുടെ തിങ്കളാഴ്ച വിദ്വേഷം, അവധി തീർന്നുപോയതിന്റെ ചൊരുക്ക് ഞായ റാഴ്ച വൈകുന്നേരം തുടങ്ങും.''

''ഉം. ഇന്നു രാത്രി സ്നോ സ്റ്റോം വരുന്നുണ്ട്. നിങ്ങൾടവിടേം സ്നോ പറഞ്ഞിട്ടുണ്ട്.''

''എനിക്ക് യൂണിവേഴ്സിറ്റിലേക്ക് രണ്ടു മിനുട്ട് നടപ്പല്ലേയുള്ളൂ. സാരില്ലമ്മാ.''

''എന്നാലും നന്നായിട്ട് ഡ്രസ്സ് ചെയ്തേ പോകാവൂ. തണുപ്പടിച്ച് ന്യുമോണിയ പിടിക്കാതെ സൂക്ഷിക്കണം.''

''യെസ്...യെസ്.. തൊപ്പി, ഗ്ലൗസ്, ബൂട്ട്സ് എല്ലാം റെഡി. ആഷമ്മ ഒറങ്ങിക്കേ.''

ഫോൺ ചാർജ് ചെയ്യാൻ വെച്ച് അശ്വിനി ഉറങ്ങാൻ കിടന്നു.

തിങ്കളാഴ്ചയിലെ റേഡിയോയുടെ ഗുഡ്മോർണിംഗ് അലാറമാണ് ലോകത്തിലേറ്റവും അരോചകമായ ശബ്ദം. ആറുമണി വാർത്ത ഒരു തുള്ളി ദയയുമില്ലാതെയാണ് രാത്രിയിൽ തുടങ്ങിയ മഞ്ഞുമഴ വിസ്തരിച്ചത്.

The storm that began Sunday night raged across southern Ontario, fuelled by high winds that left cars buried, homes snowbound and public transportation delayed.

പിന്നെ ട്രാഫിക് റിപ്പോർട്ടായിരുന്നു. പ്രധാന റോഡുകൾ പലതും തടസ്സപ്പെട്ടിട്ടുണ്ട്. പൊലീസിനും കനേഡിയൻ ഓട്ടോമൊബൈൽ അസോസിയേഷന്റെ സഹായികൾക്കും ചെന്നെത്താൻ പറ്റുന്നതില ധികം അപകടങ്ങൾ ഉണ്ടായിട്ടുണ്ട്.

കംഫർട്ടറിനകത്തേക്ക് ഒന്നു കൂടി ചുരുണ്ട് മോഹന്റെ ചൂടൊട്ടി അഞ്ചു മിനിട്ടു കൂടി, രണ്ടു മിനിട്ടു കൂടി എന്ന് കള്ളക്കണ്ണുകൊണ്ട് റേഡിയോ ക്ലോക്കിലെ ചുവന്ന അക്കങ്ങളോട് മത്സരിക്കാൻ അശ്വി നിക്ക് ഇന്ന് പറ്റില്ല. ഇന്നാണ് സ്വീഡനിൽനിന്നും വരുന്ന പുതിയ ക്ലയന്റു മായുള്ള ആദ്യത്തെ മീറ്റിംഗ്. അശ്വിനി ചൂടുള്ള കിടക്കയിൽ നിന്നും മടുപ്പോടെ കാലുകൾ പുറത്തേക്ക് വെച്ചു. മുറിയിലെ ഇളംതണുപ്പിൽ തപ്പിതടഞ്ഞ് കുളിമുറിയിലേക്ക് നടക്കുമ്പോൾ മോഹൻ പറഞ്ഞു.

''ലൈറ്റ് ഇട്ടോളൂ. ഞാനും എഴുന്നേൽക്കാണ്. കാറു പുറത്തെടു ക്കണങ്കി ഡ്രൈവ്വേയിൽ സ്നോ കുറെ തോണ്ടാനുണ്ടാവും.''

ലൈറ്റ് ഇട്ട് ജനലിന്റെ കട്ടിയുള്ള ഇരട്ട കർട്ടൻ ഇരുവശത്തേക്കും മാറ്റുമ്പോൾ വൂളൻ പൈജാമയ്ക്കുള്ളിൽ അശ്വിനിയുടെ ശരീരം

കിടുകിടെ വിറച്ചു. വഴിവിളക്കിന്റെ വെളിച്ചത്തിൽ മിന്നുന്ന വെള്ളാര മഞ്ഞ് റോഡും നടവഴിയും ഡ്രൈവ്‌വേയും തമ്മിലുള്ള അതിരുകൾ മൂടിക്കളഞ്ഞിരിക്കുന്നു. എല്ലാം ചേർന്ന് ഒരു തൂവെള്ള മൈതാനമായി ട്ടുണ്ട്. സീഡർമരം മഞ്ഞിന്റെ ഭാരത്തിൽ ഒരു വശത്തേക്ക് ചരിഞ്ഞാണ് നിൽക്കുന്നത്. മരത്തിൽ വീണുകൂടിയ മഞ്ഞിൽ കാറ്റ് ചുറ്റിക്കറങ്ങു ന്നുണ്ട്. ഡഗ്ളസിന്റെ കാർഗരാജിനു മുന്നിലെ ക്രിസ്തുമസ് ലൈറ്റു കളിൽ ഐസ് പൊതിഞ്ഞിരിക്കുന്നു. മഞ്ഞിനകത്തായിപ്പോയ ചില ബൾബുകളുടെ വെട്ടം മിന്നാമിനുങ്ങുകൾപോലെ തിളങ്ങി. ക്രിസ്തു മസ് കഴിഞ്ഞിട്ട് ആഴ്ചകളായിരുന്നു. തണുപ്പൊന്നു കുറഞ്ഞിട്ടു പുറത്തെ അലങ്കാരങ്ങൾ മാറ്റാൻ കാത്തിരിക്കുകയാണ് ആളുകൾ.

മഞ്ഞും തെന്നലും കാരണം ഡ്രൈവിംഗ് മോശമായിരിക്കും എന്നോർത്ത് അശ്വിനി നേരത്തെ ജോലിക്കു പുറപ്പെടാൻ ഒരുങ്ങി. അശ്വിനി ആൻക്ലേൻ സൂട്ട് പുറത്തെടുത്തു നോക്കി. പാന്റ്സ് സൂട്ടാണ് തണുപ്പുകാലത്ത് നല്ലത്. തണുപ്പു തടയാൻ അടിപ്പാന്റും സോക്സും പാന്റീഹൗസ്നേക്കാൾ നല്ലതാണ്. സൂട്ടിനടിയിലെ ബ്ലൗസ് വെളുത്തതു വേണോ നീലയോ എന്ന് കുറച്ചു നേരം അവൾ തിരഞ്ഞു. സമയം കളയാൻ പറ്റില്ല. യൂറോപ്പിൽനിന്നും വരുന്ന ക്ലയന്റിനെ ആദ്യമായി നേരിട്ടു കാണുകയാണ്. മീറ്റിംഗിൽ വൈകിച്ചെന്നു ആദ്യാഭിപ്രായം മഞ്ഞാക്കിക്കളയരുത്. വെള്ള ബ്ലൗസ് എടുത്ത്, സോക്സും മാറ്റിവെച്ച് അശ്വിനി തിങ്കളാഴ്ച്ചയെ നേരിടാൻ തയ്യാറായി. അവസാന നിമിഷ ത്തിൽ കാര്യങ്ങൾ ഒപ്പിച്ചെടുക്കലുകാരിയാണ് അശ്വിനി. മോഹന് എല്ലാം നേരത്തെ നിശ്ചയിച്ചുറപ്പിച്ച് ചെയ്യുന്നതാണിഷ്ടം. പ്ലാൻ വരയ്ക്കാതെ, ലിസ്റ്റ് എഴുതാതെ മോഹന് ഒന്നും ചെയ്യാനാവില്ല.

സൂട്ടും, തേച്ച് ഹാങ്ങറിൽ തൂക്കിയ ബ്ലൗസുമായി അശ്വിനി കുളി മുറിയിൽ കയറി. സിങ്കിനു മുകളിലെ ഭിത്തി നിറഞ്ഞു നിൽക്കുന്ന കണ്ണാ ടിയിലെ വെളുത്ത കുത്തുകൾ അവൾ ടോയ്‌ലറ്റ് പേപ്പറുകൊണ്ട് തുടച്ചു കളഞ്ഞു. മോഹന്റെ പല്ലുതേപ്പിന്റെയും ഷേവിംഗിന്റെയും അശ്വിനി ക്കുള്ള പങ്കാണത്. കുളി കഴിഞ്ഞിട്ടും ഷവറിനടിയിൽ അശ്വിനി വെറുതെ നിന്നു. തണുപ്പുകാലത്ത് ഷവറിന്റെ ചൂടുവെള്ളത്തിൽ എത്ര നിന്നാലും മതിയാവില്ല. ഇന്ന് അങ്ങനെ ആഡംബരമായി കുളിക്കാൻ സമയം തികയില്ല, അശ്വിനിക്ക് കാലത്ത് ഒന്നിനും സമയം തികയില്ല. പെട്ടെ ന്ന്, വേഗം.. വേഗം...

ടിവി സ്ക്രീനിലെ വാർത്തയിൽ മേഘങ്ങൾ ചുഴലിയായി മാറുന്നതും സ്ക്രീനിന്റെ വലത്തേക്ക് പോകുന്ന മേഘങ്ങളും നോക്കി അശ്വിനി കാപ്പി തെർമസ് കപ്പിൽ നിറച്ചു. മോഹൻ ഫിൽട്ടർ കാപ്പിയുണ്ടാക്കി ഒരു കപ്പുമായാണ് പുറത്തെ മഞ്ഞു മാറ്റാൻ പോയിരിക്കുന്നത്. വാർത്തക്കാരൻ ചറുപിറുന്ന് അമേരിക്കയിൽ നിന്നും വരുന്ന കാറ്റിന്റെ ഗതിയും വേഗ തയും അന്തരീക്ഷത്തിലെ മർദ്ദവ്യത്യാസവും പ്രസംഗിക്കുന്നുണ്ടായിരുന്നു.

അടുത്തുള്ള പ്രദേശങ്ങളെല്ലാം മുന്നറിയിപ്പിന്റെ ചുവന്ന വരയ്ക്കുള്ളിലാണ്. കാലത്തെ ഡ്രൈവിംഗ് കഴിയുമെങ്കിൽ ഒഴിവാക്കുക. അല്ലെങ്കിൽ ധാരാളം സമയമെടുത്ത് സാവധാനം പോവുക. സ്ക്രീനിന്റെ അടിയിലും ചുവന്ന നാടയായി അറിയിപ്പു ഇഴഞ്ഞുപോയി.

യൂറോപ്പുകാരേയും കൊണ്ട് ഉച്ചയ്ക്ക് ലഞ്ചിനു പുറത്തു പോകേണ്ടി വരും. അതുകൊണ്ട് ഉച്ചഭക്ഷണം പൊതിഞ്ഞെടുക്കേണ്ട. ആ പണി ഒഴിവായികിട്ടിയതിൽ സന്തോഷിച്ച് കരിഞ്ചുവപ്പിൽ കറുത്ത വരകളുള്ള സ്കാർഫു കഴുത്തിൽ ചുറ്റിയിട്ട് കണങ്കാല് വരെ എത്തുന്ന പക്ഷിത്തൂവൽ നിറച്ച കോട്ട് അശ്വിനിയിട്ടു. മഞ്ഞ് രണ്ടടിയോളം വീണിട്ടുണ്ട്. ഷൂസ് മഞ്ഞിൽ പൂന്തിപ്പോവും. വെള്ളം കയറാത്ത അടിവശം ട്രക്കിന്റെ ടയറുപോലെ തെന്നാതെയുള്ള, മുട്ടോളമെത്തുന്ന ബൂട്ട്സിട്ട്, ഓഫീസിനുള്ളിൽ ഇടാനുള്ള ഷൂസ് മറ്റൊരു ബാഗിലാക്കി. ലാപ്ടോപ് ബാഗും പേഴ്സും തോളിൽ തൂക്കിയിട്ടിട്ടു ഏറ്റവും ഒടുക്കം അവൾ തുകൽ കൈയുറകൾ ഇട്ടു.

ഡ്രൈവ്‌വേയിലേയും പുറത്തു പാർക്ക് ചെയ്തിരുന്ന കാറിന്റെ പുറത്തെയും മഞ്ഞു മാറ്റി വന്ന മോഹൻ അശ്വിനിയെ കളിയാക്കി.

''എന്തോരം ലഗേജാണ്.''

''കൂലി, ഇതൊന്ന് കാറിൽ വെക്കൂ.''

തിരിച്ചടിക്കാൻ അശ്വിനിയും മറന്നില്ല. ലാപ്ടോപ് ബാഗും ഷൂസിന്റെ ബാഗും കാപ്പിയും മോഹൻ തന്നെ കാറിൽ വെച്ചു കൊടുത്തു. ഡ്രൈവ്‌വേയുടെ ഇരുവശത്തേക്കും മോഹൻ മാറ്റിയിട്ട മഞ്ഞ്, മൈതാനത്തിനെ മലയാക്കി മാറ്റിയിരിക്കുന്നു. തുരങ്കം പോലെ ഡ്രൈവ്‌വേയും അതിൽ കാറും.

അശ്വിനി കാറിന്റെ വാതിലടച്ചതും മോഹൻ ഒരു കൈ മഞ്ഞു പന്താക്കി കാറിന്റെ ജനലിലേക്ക് എറിഞ്ഞു. കാറിന്റെ ചൂടും റേഡിയോ നോബും തിരിച്ചു കൊണ്ടിരുന്ന അശ്വിനി ഞെട്ടിപ്പോയി. അവൾക്ക് ജനലിന്റെ ചില്ലു താഴ്ത്തി എന്തെങ്കിലും പറയാൻ പറ്റുന്നതിനു മുൻപേ മോഹൻ വീടിനകത്ത് പോയിരുന്നു. അയാൾക്കും വൈകാതെ പോകണം. ഇന്ന് ജോലിക്കെത്താൻ സാധാരണയിലും വളരെക്കൂടുതൽ സമയമെടുക്കും. മഞ്ഞിന്റെ വെൺസമുദ്രത്തിലേക്ക് അശ്വിനിയുടെ കാർ പതിയെ പിന്നോക്കം ഇറങ്ങി.

മര്യാദകെട്ട കാറ്റ് മഞ്ഞിനെ വാരിച്ചുഴറ്റി എറിഞ്ഞുകൊണ്ടിരുന്നു. അത് കാറിന്റെ ജനലിൽ പറ്റിപ്പിടിച്ചിരിക്കുന്നത് വൈപ്പറിനു തള്ളി നീക്കാൻ പറ്റുന്നില്ല. കാറിന്റെ ജനലുകളിൽ മഞ്ഞു ഉറഞ്ഞുകൂടിക്കൊണ്ടിരുന്നു. ഡിഫോഗ് ഓണാക്കിയിട്ടും അശ്വിനിക്ക് റോഡും ചുറ്റുപാടുകളും നന്നായി കാണാൻ സാധിച്ചില്ല. ഏഴര മണിക്കും പുറത്ത് ഇരുട്ടായിരുന്നു, മങ്ങിയ ആകാശത്തിലെവിടെയോ സൂര്യൻ പതിയെ ഉദിക്കാൻ

ശ്രമിക്കുന്നതേയുള്ളൂ. ചെറിയ റോഡുകളിൽ നിന്നും മഞ്ഞു മാറ്റിയിട്ടു ണ്ടായിരുന്നില്ല. ഐസിന്റെ നേർത്ത പാളിയിൽ തെന്നലുള്ള റോഡിന് അശ്വിനി പൂർണശ്രദ്ധയും കൊടുത്തു. റോഡിനരികിലെ ചാലിലേക്ക് തെന്നിപ്പോവാതെ എങ്ങനെയെങ്കിലും ഓഫീസിലെത്തിയാൽ മതിയെന്ന ലക്ഷ്യത്തോടെ.

പ്രധാന റോഡിൽ മഞ്ഞു കുറവായിരുന്നു. മഞ്ഞുമാറ്റാനായി നഗര സഭയുടെ മഞ്ഞുകലപ്പകൾ രാത്രിമുഴുവൻ റോന്തു ചുറ്റിയിരിക്കും. നീലയും മഞ്ഞയും ലൈറ്റുകൾ കറങ്ങുന്ന ഉപ്പുവണ്ടി സാവധാനത്തിൽ പോകുന്നുണ്ട്. അതിന്റെ അടിയിൽ നിന്നും റോഡിലേക്ക് ചിതറി വീഴുന്ന ഉപ്പുനോക്കി അശ്വിനി റേഡിയോ വാർത്ത കേട്ടു. അശ്വിനിയെ ആശ്വസിപ്പിച്ചുകൊണ്ട് കീർത്തനയുടെ യൂണിവേഴ്സിറ്റിയിലെ ക്ലാസു കൾ റദ്ദാക്കിയതായി റേഡിയോ റിപ്പോർട്ടു ചെയ്തു. റേഡിയോ ക്യാൻസ ലേഷൻ ലിസ്റ്റുകൾ പറഞ്ഞുകൊണ്ടിരുന്നു. സ്കൂളുകൾക്കെല്ലാം അവധി യാണ്. ഉപ്പുവണ്ടിയുടെ പിന്നിൽപ്പെട്ടുപോയാൽ ഹൈവേയിൽ കയറു ന്നതു വരെ സാവധാനത്തിലേ പോകാൻ പറ്റൂ. പക്ഷേ തെന്നുമെന്ന പേടിവേണ്ട.

ഓഫീസിന്റെ അരികിലെത്തിയപ്പോൾ അശ്വിനി ദീർഘനിശ്വാസം വിട്ടു. പാർക്കിംഗ് ഇടത്തിൽ കാറുകൾ കുറവാണ്. ഓഫീസിന്റെ വാതി ലിനോട് ഏറ്റവും അടുത്ത കള്ളിയിൽ കാറു പാർക്ക് ചെയ്ത്, തൊപ്പിയും ഗ്ലൗസും സ്കാർഫും ഭദ്രമാക്കി ലാപ്ടോപ് ബാഗും പേഴ്സുമായി ഇറങ്ങുമ്പോൾ അശ്വിനി മോഹന്റെ ലഗേജ് കമന്റ് ഓർത്തു ചിരിച്ചു. തെന്നാതെ വളരെ സൂക്ഷ്മതയോടെ, ഒരു യുദ്ധം കഴിഞ്ഞ ആശ്വാസ ത്തിൽ മുൻവാതിൽ കടന്നതും ഓഫീസിന്റെ ഉമ്മറം സൂക്ഷിപ്പുകാരൻ ഇലായസ് അശ്വിനിക്ക് ഗുഡ്മോർണിംഗ് പറഞ്ഞു.

"Ah, good morning Elias, how was your drive this morning?"

ആറുമണിക്ക് തുടങ്ങുന്നതാണ് ഇലായസിന്റെ ഷിഫ്റ്റ്. ആ സമ യത്ത് ഇങ്ങോട്ടുള്ള റോഡുകൾ വൃത്തിയാക്കിയിരുന്നില്ലെന്നു അയാൾ പറഞ്ഞു. പലപ്രാവശ്യം വണ്ടി നിയന്ത്രണം വിട്ട് തെന്നിപ്പോയി.

"എന്റെ ട്രക്ക് ഫോർവീൽ ഡ്രൈവ് ആയതുകൊണ്ട് കഷ്ടിച്ചു രക്ഷപ്പെട്ടു."

അപ്പോഴേക്കും ലിഫ്റ്റ് എത്തിയിരുന്നു. തുറന്ന വാതിലിലേക്ക് കട ക്കുമ്പോൾ തലചെരിച്ച് അശ്വിനി ഇലായസിനു നല്ല ദിവസം നേർന്നു.

"You too Mam, don't work too hard!"

ലിഫ്റ്റിൽ മുകളിലേക്കു പോവുമ്പോൾ ഫോർവീൽ ഡ്രൈവ് വണ്ടി കൾ മഞ്ഞിലും ഐസിലും ഓടിക്കാൻ കൂടുതൽ സുരക്ഷിതമാണെന്ന ഇലായസിന്റെ ഉപസംഹാരം ഓർത്ത് അശ്വിനി ചിരിച്ചു. മോഹൻ കൂടെ

ഇല്ലാതിരുന്നത് നന്നായി. ഇല്ലെങ്കിൽ അതൊരു വെറും മിത്താണെന്നും ഫോർവീൽ ഡ്രൈവ് വണ്ടികളെക്കാൻ ഫ്രണ്ട് വീൽഡ്രൈവാണ് മഞ്ഞിൽ നല്ലതെന്നും നിങ്ങളുടേത് ഓൾവീൽ ആണോ അതോ ഫോർവീൽ ഡ്രൈവാണോ? ഇത് രണ്ടും തമ്മിൽ വ്യത്യാസമുണ്ട്, എന്നൊക്കെ അവിടെ നിന്ന് പത്തു മിനിറ്റിൽ കുറയാതെ വാദിച്ച് ആ മനുഷ്യനെ നിലംപരിശാക്കിയേനേ. പാവം, ഇലായസ് രക്ഷപ്പെട്ടു.

ഗ്ലൗസ് ഊരി താക്കോൽ തിരഞ്ഞു പിടിച്ച് ഓഫീസ് തുറക്കുമ്പോൾ അശ്വിനി വരാനിരിക്കുന്ന വേനലിനെപ്പറ്റി ആലോചിച്ചു. കോട്ടും സ്വെറ്ററും ബൂട്ട്സും വേണ്ടാത്ത സമ്മർ. പാവാടയും ചെരുപ്പുമിട്ട് നടക്കാവുന്ന സമ്മർ. കാറ്റ് പൂക്കളിൽ തിമിർക്കുന്ന സമ്മർ. കീർത്തനയെ അവധിയിൽ മുഴുവനായിക്കിട്ടുന്ന സമ്മർ. അശ്വിനി കാത്തുകാത്തിരിക്കുന്ന സമ്മർ.

ഫോണിൽ വോയ്സ് മെസേജുണ്ടെന്ന ചുവന്ന അറിയിപ്പിലേക്ക് നോക്കി അവൾ കോട്ടൂരി ഹാങ്ങറിൽ തൂക്കി. കസേരയിലിരുന്ന് മുട്ടോളം എത്തുന്ന ബൂട്സിന്റെ സിപ്പഴിച്ചു ബൂട്ട് ട്രേയിൽ വെച്ചു. ബൂട്ട്സിൽ നിന്നും അലിയുന്ന മഞ്ഞും ഊറിവരുന്ന വെള്ളവും ട്രേയിൽ സുരക്ഷിതമായിരിക്കും, നിലത്തു പടർന്നു കാർപ്പെറ്റ് വൃത്തികേടാക്കില്ല. അശ്വിനി ബാഗിൽ നിന്നും കടുംനീല ഷൂസെടുത്തിട്ടു, ബാഗ് ഭദ്രമായി ഡെസ്ക്കിനരികിലെ നീണ്ടലമാരയിൽവെച്ചു ജോലിദിവസത്തിനു തയ്യാറായി. ലാപ്ടോപ് ഓണാക്കി കഴിഞ്ഞാണ് അശ്വിനി ഫോണിലെ വോയ്സ് മെസേജ് കേട്ടത്.

ഒൻപതു മണിയുടെ മീറ്റിംഗ് റദ്ദു ചെയ്തിരിക്കുന്നു. വീട്ടിൽ നിന്നും പുറപ്പെട്ടു കഴിഞ്ഞ് ഇമെയിൽ ഫോണിലും വന്നിട്ടുണ്ട്. തിങ്കളാഴ്ച രാത്രി എത്തേണ്ട വിമാനം മഞ്ഞു കാരണം എത്തിയിട്ടില്ല. ടൊറന്റോ എയർപോട്ട് സ്തംഭനാവസ്ഥയിലാണെന്ന് പറയാം.

ആശ്വാസമാണോ നിരാശയാണോ കൂടുതൽ എന്നുറപ്പാക്കാൻ മിനക്കെടാതെ അശ്വിനി ഊണുമുറിയിലേക്ക് പോയി. ഒരു കാപ്പിയിലാണ് പ്രവൃത്തി ദിവസം തുടങ്ങേണ്ടത്. വീട്ടിൽ നിന്നും എടുത്ത കാപ്പി ഡ്രൈവിംഗിനിടയിൽ തീർന്നിരുന്നു.

''ഗുഡ് മോർണിംഗ് ആഷ്.''

''ഗുഡ് മോർണിംഗ്''

''How was the drive?''

''Yikes, hectic!''

സുപ്രഭാതങ്ങളുടെയും കുശാലാന്വേഷണങ്ങളുടെയും നിരകടന്ന് കാപ്പിസാമ്രാജ്യത്തിൽ എത്തുമ്പോൾ ഇട്ടിരിക്കുന്ന സൂട്ടിനെ ഓർത്തും അശ്വിനി നിരാശപ്പെട്ടു.

ഇനി നാളെ പിന്നേം ആദ്യാഭിപ്രായം പിടിക്കാൻ ഒരുങ്ങണമല്ലോ.

ഓഫീസിൽ ജോലിക്കാർ കുറവാണ്. മഞ്ഞിലെ അപകടം പിടിച്ച ഡ്രൈവിംഗ് ഒഴിവാക്കാൻ പലരും വീട്ടിലിരുന്നാണ് ജോലിചെയ്യുന്നത്. യൂറോപ്പുകാർ വന്നാലേ പുതിയ പ്രോജക്റ്റ് മുൻപോട്ടു കൊണ്ടു പോകാൻ പറ്റൂ. അശ്വിനിയുടെ മറ്റു ജോലികളൊക്കെ ഈ പ്രധാന പണി കാരണം മാറ്റിവെച്ചതാണ്, മറ്റൊന്നിലേക്ക് ശ്രദ്ധ തിരിയാതെ.

പത്തുമണിയോടെ മഞ്ഞുവീഴുന്നത് നിന്നു. മഞ്ഞിന്റെ വെള്ള ലേസിട്ട മരക്കൊമ്പുകൾ ആട്ടിയാട്ടി കാറ്റ് അശ്വിനിയെ വിളിച്ചു. ബോറടിക്കുന്നില്ലേ? പുറത്തിറങ്ങി വരൂ. ലഞ്ചു കഴിക്കാൻ പോവാം.

സ്കൂളുകളും മറ്റു പല സ്ഥാപനങ്ങളും അടച്ചിരിക്കുന്നതുകൊണ്ട് റോഡിൽ കാറുകളും ആളുകളും കുറവായിരുന്നു. പണി തീർത്ത് നഗര സഭയുടെ മഞ്ഞുകലപ്പകളും ലോറികളും ഉപ്പുവണ്ടികളും നിരനിരയായി ഗ്യാരേജിലേക്ക് പോകുന്നുണ്ട്. റോഡുകളിൽനിന്നും നടപ്പുവഴികളിൽ നിന്നും വാരിക്കൂട്ടിയ മഞ്ഞ് പലയിടത്തും കുന്നായിക്കിടക്കുന്നു. അതിൽ തട്ടി വെയിൽ വെളുക്കെ ചിരിച്ചു. തണുപ്പുകാലത്തിന്റെ വെയിലിനു കണ്ണിൽ കുത്തുന്ന തെളിച്ചമാണ്. കൂളിങ്ഗ്ലാസ് ഇല്ലാതെ ഒന്നും വ്യക്തമായി കാണാൻ കഴിയാത്തത്ര വെളിച്ചം.

ഭക്ഷണം കഴിഞ്ഞുവന്ന അശ്വിനി ഫയലുകളും റിപ്പോർട്ടുകളും ഇമെയിലുകളും തട്ടിക്കളിച്ചു സമയം കളഞ്ഞു. പുതിയതെന്തെങ്കിലും തുടങ്ങാനും മാറ്റിവെച്ച പണികൾ ചെയ്യാനുമുള്ള മൂഡില്ലാതെ. വെറുതെ ചീറ്റിപ്പോയ തിങ്കളാഴ്ച്ചയെ ഒന്നുണർത്താൻ വേണ്ടിയാണ് അശ്വിനി ഗേൾപവർ ഗ്രൂപ്പിലേക്ക് മെസേജ് അയച്ചത്,

''ഷോപ്പിംഗിനു കൂടുന്നോ?''

അശ്വിനിയുടെ മെസേജു കിട്ടിയതും ഗേൾപവറിൽ മറുപടികൾ വന്നു കൂടി. മിത്ര, മെറിൻ, ശാന്തി പതിവുകാരികൾ. തമാശകളും പര ദൂഷണവും കൂടിയ ഷോപ്പിംഗ് സ്ത്രീകൾക്ക് മനസ്സിനുള്ള ചികിത്സ യാണ്. രണ്ടു മണിക്കൂർ നടന്നു മടുത്തപ്പോൾ ഫുഡ്കോർട്ടിലെ കാപ്പി യിലേക്ക് തിരിഞ്ഞു പവർകാരികൾ. ചുരുളൻ മുടി ഒതുക്കിവെയ്ക്കാൻ ബുദ്ധിമുട്ടി മെറിൻ പറഞ്ഞു.

''കഴിഞ്ഞയാഴ്ച ഞാൻ സുംബയ്ക്കു പോയപ്പോഴുണ്ടല്ലോ, കുറച്ചു പ്രായമുള്ള ഒരു സ്ത്രീ വന്നിട്ടുണ്ടായിരുന്നു. ആദ്യായിട്ടുള്ള അവതാ രാണ്. സുംബ ഇൻസ്ട്രക്ടർ സ്റ്റെപ്പു മാറ്റാൻ കൈ കൊട്ടോ തുടയി ലടിക്കോ ചെയ്യുമ്പോ അവരും അതുപോലെ കൊട്ടും. ഞാൻ ചിരിയ ടക്കാൻ പാടു പെട്ടുപോയി.''

''അയ്യോ, എനിക്കും പറ്റിയിട്ടുണ്ട് അതുപോലെ ഒന്ന്. പള്ളിയിൽ വെച്ച്.''

ശാന്തി, അവളുടെ മൈക്കിൾകോർസ് ബാഗ് കസേരയിൽ തൂക്കി പള്ളിക്കഥളിൽ ഒന്നു പറയാൻ തുടങ്ങി.

''ഈ ആരാധനേടെ എടേല് എടക്ക് എടക്ക് കുരിശു വരക്കണ്ടേ? ജേക്കബു കാണിച്ചു തന്നിട്ടിണ്ട് എങ്ങന്യാ വരക്കെണ്ടേന്ന്. പക്ഷേ എവിടെ എപ്പഴാന്നു എനിക്കൊരു പിടീം ഇല്ലാട്ടാ. അതോണ്ട് ഞാൻ മുമ്പില് നിന്നിരുന്ന പരമഭക്ത സാലിയാന്റീനെ കോപ്പി ചെയ്തു ഡീസന്റായി ആരാധിക്കേരുന്നു. ആന്റീടെ കൈ അനങ്ങുമ്പോ എന്റെ കുരിശു റെഡി. പക്ഷേ ഒരു മുന്നറിയിപ്പില്ലാണ്ടെ ആന്റി സാരീടെ തുമ്പു പിടിക്കാൻ കൈ പൊക്കീതും ദേ, കെടക്കണു എന്റെ വക ഒരു ഫ്രീ കുരിശ്.''

ചിരി കപ്പിൽനിന്നും ചൂടു ചായ അശ്വിനിയുടെ ബ്ലൗസിലേക്ക് തെറിപ്പിച്ചു. ഛെ...ഛെ... കാൽവിൻ ക്ലെയിനിന്റെ പുന്നാരബ്ലൗസിൽ ചായപ്പാടു വീഴുന്നതിനു മുൻപ് തുടച്ചു കളയുമ്പോഴാണ് എന്തോ കൈയിൽ തടഞ്ഞത്. ഡ്രയറിൽ നിന്നും എന്തെങ്കിലും ബ്ലൗസിൽ പിടിച്ചിരിക്കുന്നോ?

അശ്വിനി തുടച്ചു നോക്കി

പിന്നെയും പിന്നെയും അമർത്തി തുടച്ചു നോക്കി.

അത് സ്ഥാനം മാറാതെ അവിടെത്തന്നെയിരുന്നു.

ങ്..ഹേ.. എന്താണ്?

ചായ വീണതാണെങ്കിലും സ്വന്തം മുലയിൽ എത്ര പ്രാവശ്യം ഒരു സ്ത്രീക്ക് തടവാൻ പറ്റും? വാഷ്റൂമിൽപോയി പരിശോധിക്കാതെ ഇരിപ്പുറക്കില്ല. അശ്വിനി വാഷ്റൂമിൽ പോകാനെഴുന്നേറ്റപ്പോൾ മിത്രയും ഒപ്പം എഴുന്നേറ്റു. ഒരാളെ തനിച്ച് ഒരിടത്തേക്കും വിടില്ല, അതാണ് പെൺകൂട്ടുകളുടെ പ്രത്യേകത. അശ്വിനി വാഷ്റൂമിന്റെ വാതിലടച്ച് ബ്ലൗസുതുറന്ന് പതിയെ തടവി നോക്കി. കുരുവായി പുറത്തേക്ക് കാണാനില്ല, പക്ഷേ ഒന്നമർത്തിയാൽ അരിമണി വലിപ്പത്തിൽ എന്തോ ഉണ്ടെന്നറിയാം. പബ്ലിക് വാഷ്റൂമിൽ മുല പരിശോധന നടത്തുന്നത് മോശമല്ലേ? ബ്ലൗസിലെ ചായപ്പാട് വെള്ളം നനച്ച പേപ്പറുകൾ കൊണ്ടു വൃത്തിയാക്കി അശ്വിനിയും മിത്രയും മടങ്ങി വരുമ്പോൾ മെറിനും ശാന്തിയും ഫാക്ടറി ഔട്ട്ലെറ്റ് മാളിൽ ഷോപ്പിംഗിനു പോകുന്നത് ചർച്ച ചെയ്യാൻ തുടങ്ങിയിരുന്നു.

''സ്പ്രിംഗ് സെയിലിനു പോവണ്ടേ? വിന്റർ സാധനങ്ങൾക്കെല്ലാം നല്ല സെയിൽ ഉണ്ടാവും.''

''അതേയ്, മാർച്ച് ഫസ്റ്റ് വീക്ക് നമുക്ക് പോവാട്ടോ.''

പിന്നെയവർ അശ്വിനിയുടെ നഖത്തിന്റെ നിറം ചർച്ച ചെയ്തു. ഷോപ്പിംഗ് തീർത്ത് വീട്ടിൽ പോവാൻ അശ്വിനിക്കു മാത്രം ധൃതിയായി.

''മിത്രാ, നിന്റെ കോട്ടുവാ എന്നാണു തീരുന്നത്?''

''ഈ വീക്കെൻഡിൽ ഓൺകോൾ ആയിരുന്നു. ഇന്നലെ രാത്രി രണ്ടു മണിവരെ ഇരുന്നു ഒരു പ്രോബ്ലം സോൾവ് ചെയ്യാൻ.''

''പോവാം, നാളെ ജോലിയുള്ളതല്ലേ?''

അശ്വിനി കാറിന്റെ താക്കോൽ കൈയിലെടുത്ത് എഴുന്നേറ്റു. പിന്നെ ഓരോരുത്തരായി മടിച്ചു മടിച്ചു എഴുന്നേറ്റു.

വീട്ടിലേക്ക് ഡ്രൈവ് ചെയ്യുമ്പോൾ അശ്വിനിയുടെ വിരലുകൾ ബ്ലൗസിനുള്ളിലൂടെ വലത്തെ മുലയിലേക്ക് നീണ്ടു. വേണ്ടാന്നു വെച്ചിട്ടും ട്രാഫിക്ക് ലൈറ്റിൽ ക്യാമറയുണ്ടാവുമെന്നും അടുത്ത കാറിലുള്ളവർ കാണുമെന്നും സ്വയം ഭീഷണിപ്പെടുത്തിയിട്ടും വഴിപിഴച്ച വിരലുകൾ വലിഞ്ഞു വലിഞ്ഞു അവളുടെ ബ്രായ്ക്കുള്ളിലേക്ക് പോയി. സ്ഥാനം മാറാതെയിരിക്കുന്ന അരിമണിയന്വേഷിച്ച്.

അശ്വിനി വീട്ടിലെത്തുമ്പോൾ മോഹൻ ഓഫീസ് മുറിയിൽ തകർത്ത പണിയിലായിരുന്നു. അശ്വിനി ഷോപ്പിംഗിനു പോകുന്ന കാര്യം പറഞ്ഞപ്പോഴേ മോഹൻ പറഞ്ഞതാണ്.

''നല്ല കാര്യം. എനിക്ക് ഇന്നു പാതിരാവരെ ചെയ്താലും തീരാത്ത പണിയുണ്ട്. അമീർ ചെയ്തു വെച്ച പ്രസന്റേഷൻ കിന്റർ ഗാർഡൻ കുട്ടികൾക്ക് പോലും പറ്റില്ല. വെരി അൺപ്രൊഫഷണൽ.''

വീട്ടിലെ കുളിമുറിയുടെ കാവലിൽ ആൻ ക്ലെയിനിനെയും കാൽവിൻ ക്ലെയിനിനെയും പറിച്ചെറിഞ്ഞു അശ്വിനി പരിശോധകയായി. അമർത്തുമ്പോൾ തടിപ്പൊരു പൊടിപ്പായിട്ടു കണ്ണാടിയിൽ കാണാം. ടവ്വലെടുത്ത് വിയർപ്പു തുടച്ചുകൊണ്ട് അവൾ സാവധാനത്തിൽ ടബ്ബിന്റെ അരികിൽ ഇരുന്നു. കൈവിരലുകൾ കൊണ്ട് രണ്ടു മുലകളിലും അവൾ അമർത്തി നോക്കി. അരിമണികൾ ചിതറിയിട്ടുണ്ടോ? ഒറ്റയൊന്നു മാത്രമേ അശ്വിനിയുടെ കൈയിൽ തടഞ്ഞുള്ളൂ.

ചിലപ്പോൾ വെറും തോന്നലാവും. ഒന്നും ഉണ്ടാവണമെന്നില്ല. സ്വയം സമാധാനിപ്പിക്കാൻ ശ്രമിച്ച് അശ്വിനി കീർത്തനയുടെ മെസേജുകൾ നോക്കി. വെള്ളിയാഴ്ച വീട്ടിലേക്ക് വരാനുള്ള പുറപ്പാടിലാണ് കീർത്തന.

''ഇന്നത്തെ സ്നോഡേ വ്യാഴാഴ്ച ആയിരുന്നെങ്കിൽ എനിക്ക് വീട്ടിൽ ഒരു ദിവസം കൂടി നിൽക്കാമായിരുന്നു.''

കീർത്തന പരിഭവിക്കുന്നു.

''ശരിയാണ്. ഒരു സ്നോഡേ കൂടി ഓർഡർ ചെയ്യ് പെണ്ണേ.''

പരിഭ്രമങ്ങൾ ഒളിപ്പിക്കാൻ ശ്രമിച്ച് അശ്വിനി മേസ്സേജയച്ചു.

''മമ്മൂസ്, be nice to your one and only.''

കീർത്തനയ്ക്ക് ഉമ്മയും സ്നേഹവും ശുഭരാത്രിയും എഴുതി ഒപ്പിച്ച് ഫോൺ ചാർജു ചെയ്യാൻവെച്ച് അശ്വിനി കിടന്നു. മുഴയാണോ, തോന്നലാണോ?

വെറുതെ, ഒന്നുമുണ്ടാവില്ല. ഒരു മുഖക്കുരുവിന്റെ വലിപ്പം പോലുമില്ല.

ശ്ശ്... നാളെ ഫാമിലി ഡോക്ടറെ വിളിക്കാം. അവരു തീരുമാനിക്കട്ടെ!

അശ്വിനി തലച്ചോറിനെ ശാസിച്ച് ഉറങ്ങാൻ ഓർഡർ കൊടുത്തു കംഫർട്ടർ മുഖത്തോളം പുതച്ചു. മോഹന്റെ വരവിനു ചെവിയോർത്ത് കിടക്കുമ്പോൾ കാറ്റ് ജനലിൽ തട്ടിത്തട്ടി വിളിച്ചുകൊണ്ടിരുന്നു.

മോഹൻ വരാൻ വൈകി, വളരെ വളരെ വൈകി.

അങ്ങനെയായിരുന്നു, ഒരു തിങ്കളാഴ്ചയിൽ തുടങ്ങിയതായിരുന്നു. ഒരു തമാശയിൽ. During a snowstorm.

* * *

(Eye of the storm: A period of time during a storm when things are calm. However, this doesn't mean it's over. Things just get worse. Can be literal or figurative. (Urban dictionary)

Beginning of the end

കാപ്പിക്കപ്പിൽ വിരൽചുറ്റിപ്പിടിച്ച് അശ്വിനി മോഹനെ നോക്കി. സീരിയൽ കഴിക്കുന്ന മോഹന്റെ കണ്ണ് പ്രിന്റു ചെയ്തെടുത്ത കടലാസുകളിൽ തറഞ്ഞിരിക്കുകയാണ്.

''പ്രസന്റേഷൻ കംപ്ലീറ്റ് ആയോ?''

''ഉം... എത്ര നേരമെടുത്തെന്നോ? ടെക്നിക്കൽ നോളജില്ലാത്ത ആളുകളെ ഹയർ ചെയ്താൽ ഇതാണ് പ്രശ്നം. ഒരാൾക്ക് വിവരമില്ല. അപ്രൂവ് ചെയ്യാൻ തന്നത് ഡിച്ച് ചെയ്തിട്ടു ഞാൻ തന്നെ പുതിയതുണ്ടാക്കി.''

''ഇതൊരു ഫൈവ് മിനിറ്റ് പ്രസന്റേഷൻ അല്ലേ?''

സീരിയൽ ഒരു സ്പൂൺ കോരിയെടുത്ത് മോഹൻ അശ്വിനിയെ തറപ്പിച്ചു നോക്കി.

''അഞ്ചു മിനിറ്റായാലും അഞ്ചു മണിക്കൂറായാലും ആക്വറസി ഉണ്ടാവണം. ഇന്ററസ്റ്റിംഗ് ആയിരിക്കണം. വെറുതെ എന്തെങ്കിലും കാണിച്ചാൽ പോരാ.''

സീരിയൽ പാത്രത്തിനടുത്ത് ചരിഞ്ഞിരിക്കുന്ന കടലാസുകളിലെ കാർട്ടൂൺചിത്രങ്ങളിൽ നോക്കി അശ്വിനിയിരുന്നു. മോഹന്റെ പ്രസന്റേഷൻ തമാശയിലായിരിക്കും തുടങ്ങുന്നത്. ആ തമാശ ഒരു തുടർക്കഥ പോലെ കഴിയുന്നതുവരെ ഉണ്ടാവും. മീറ്റിംഗ് കഴിയുമ്പോൾ കൈയടിയും അഭിനന്ദനവും കിട്ടിയില്ലെങ്കിൽ അതൊരു വമ്പൻ പരാജയമായി മോഹൻ കരുതും.

''ഞാനിറങ്ങുന്നു. ഇന്നലെ ക്യാൻസലായ മീറ്റിംഗ് ഇന്നുണ്ട്.''

''ഉം.''

''സ്വിഡൻകാരുടെ ഫ്ളൈറ്റ് ഇന്നലെ ഉച്ചകഴിഞ്ഞാണ് വന്നത്.''

അതിനു പ്രതികരിക്കാഞ്ഞ മോഹനെ അശ്വിനി ഒന്നുകൂടി നോക്കി, പിന്നെ കാപ്പിക്കപ്പ് കൈയിലെടുത്തു യാത്രയായി.

വെറുങ്ങലിച്ചു നിൽക്കുന്ന വീടുകൾക്ക് നടുവിലൂടെ വെളുത്ത നാട പോലെ കിടക്കുന്ന റോഡിലെ ഐസിലും മഞ്ഞിലും കാറിന്റെ ടയർ കിരുകിരു ശബ്ദമുണ്ടാക്കി. ഇലയുപേക്ഷിച്ചുപോയ ശുഷ്കിച്ച മരക്കൊമ്പുകൾക്ക് കൈകൊടുത്തു വിറപ്പിച്ചുകൊണ്ടു കാറ്റ് ആടിയാടി നടന്നു.

ഷെയ്ക്ക്... ഷെയ്ക്ക്... ഷെയ്ക്കി... ഹാൻഡ് മമ്മൂസ്.

ചെടികൾക്കിടയിൽ തുള്ളിക്കളിച്ചു കീർത്തന പാടുന്നതാണത്.

ഒൻപതു മണിയുടെ മീറ്റിംഗിനു പതിവുപോലെ അശ്വിനി അഞ്ചു മിനിട്ടു മുൻപേ എത്തി. ട്രാവിസ് വിരുന്നുകാരെ പരിചയപ്പെടുത്തി. സ്വർണമുടിയും നീലക്കണ്ണുകളും ഉള്ള ഒക്ലേവിയൻ ആണ് നേതാവ്. ഒപ്പം വന്നിരിക്കുന്ന എഞ്ചിനീയറാണ് റിക്ക്. കറുത്ത മുടി. മുഖത്ത് പാടുകൾ.

അസിസ്റ്റന്റ് ഡയറക്ടർ അഷീനീ റാം. ആഷ് എന്നു അറിയപ്പെടുന്നു.

''ബ്യൂട്ടിഫുൾ, നിങ്ങളുടെ ഇന്ത്യൻ സുന്ദരിയെപ്പോലെ.''

''ഓ, ഞങ്ങളുടെ ഇന്ത്യൻ സുന്ദരി. ഞാൻ മൊറോക്കക്കാരിയാണ്.'' ആദ്യത്തെ പരിചയപ്പെടലാണ്. ഉള്ളിലെ കലമ്പലിനെ അടക്കി അശ്വിനി കൈ കൊടുത്തു.

''She is not just a pretty face. She is a brilliant engineer with excellent governing capabilities.''

ട്രാവിസിന്റെ മുന്നറിയിപ്പ്, ''don't jump into conclusions! കണ്ണു കെട്ടി കുളത്തിച്ചാടല്ലേന്ന്.'' സൗന്ദര്യത്തിന്റെയും ബുദ്ധിയുടെയും ഭരണശേഷിയുടെയും പരിമിതികളെപ്പറ്റി അശ്വിനിക്ക് കൃത്യമായി അറിയാം. അശ്വിനിയെ സുഖിപ്പിക്കാനല്ല. ഇതൊക്കെ അമേരിക്കൻ മര്യാദകളാണ്.

Go with the flow girl! (തെന്നിത്തെന്നി ഒഴുകെടീ ചിരുതേ...)

റിക്കിന്റേത് അയഞ്ഞ ഷെയ്ക്ക് ഹാൻഡ് ആയിരുന്നു. മുഖത്തു നിന്നും കണ്ണുകൾ പെട്ടെന്നു പിൻവലിച്ച് അയാൾ മുന്നിലെ നോട്ട് പാഡിലേക്ക് തിരിഞ്ഞു. കുറിച്ച് വെക്കാൻ മാത്രം ഒന്നും പറഞ്ഞില്ലല്ലോ റിക്ക്. അന്തർമുഖരായിട്ടുള്ളവർ പൊതുവേ സത്യസന്ധരായിരിക്കും. അവർക്ക് വാക്കുകൾ കൊണ്ടു കപടനാടകം കെട്ടാൻ ബുദ്ധിമുട്ടാണ്. അറിയുന്നത് പറയുന്നതു തന്നെ ക്ലേശകരം, പിന്നെയെങ്ങനെ നിനച്ചുണ്ടാക്കി പറയും?

അന്തർമുഖനായ റിക്ക് ഭാവിയിൽ ഉപകാരപ്പെടും, പ്രൊജക്ടിൽ സഹായങ്ങൾ വേണമെങ്കിൽ റിക്കിനെ സമീപിച്ചാൽ മതിയാവും, നേരിട്ടറിയാത്ത കാര്യങ്ങൾ റിക്കിലൂടെ അറിയാൻ കഴിയും. അശ്വിനി മനസ്സിൽ അളവെടുത്തു.

കോൺഫറൻസ് റൂമിലെ ഈട്ടി നിറമുള്ള മേശയ്ക്കരികിൽ ഇരുന്ന് വിശദാംശങ്ങൾ നുള്ളിപ്പെറുക്കുമ്പോൾ അശ്വിനിയുടെ കാലിനു ചുറ്റും ഒരു പൂച്ച പമ്മിപ്പതുങ്ങി നിന്നു. ഒരു മണിക്കൂർ മീറ്റിംഗിനിടയ്ക്ക് മുപ്പതു പ്രാവശ്യം സമയം നോക്കുന്നത് ശരിയല്ലെന്ന് ഭിത്തിയിലെ ക്ലോക്ക് അശ്വിനിയെ ശാസിച്ചു.

മീറ്റിംഗ് തീർന്നതും സാധാരണ പോലെ കുറച്ചൊന്നു സംസാരിച്ചു നിൽക്കാതെ പിന്നെ കാണാം, എന്ന് പറഞ്ഞ് അശ്വിനി അവളുടെ ഓഫീസിലേക്ക് പോയി. ഓഫീസിന്റെ വാതിൽ അടച്ചിട്ടാണ് അശ്വിനി ഡോക്ടറുടെ ക്ലിനിക്കിലേക്ക് വിളിച്ചത്. ഒൻപതു മണിക്കു തുറന്ന ക്ലിനിക്കിൽ അപ്പോൾ നല്ല തിരക്കായിരുന്നിരിക്കണം. ഫോണിലെ ഫാർമസ്യൂട്ടിക്കൽ പരസ്യങ്ങൾ കേട്ടുകാത്തിരുന്ന ആ അഞ്ചു മിനിറ്റിനു ഏകദേശം രണ്ടുമണിക്കൂർ നീളമുണ്ടായിരുന്നെന്ന് അശ്വിനി കണക്കുകൂട്ടി. ഒടുക്കം ഡോക്ടറുടെ സെക്രട്ടറി മലിസ ഫോണിൽ വന്നു.

''എന്തിനാണ് നിങ്ങൾക്ക് അപ്പോയ്മെന്റ് വേണ്ടത്?''

വെറുതെ ഒരു രസത്തിനു ചോദിക്കുന്നതല്ല എന്നറിഞ്ഞിട്ടും ചോദ്യം അശ്വിനിക്ക് പിടിച്ചില്ല. കാരണമറിഞ്ഞിട്ടു വേണം സെക്രട്ടറിക്ക് ഡോക്ടറെ കാണാനുള്ള സമയത്തിന്റെ നീളം നിശ്ചയിക്കാൻ.

''ഡോക്ടർ അശ്വിനിയെ കാണട്ടെ, അരിമണിയോളമുള്ള തടിപ്പ് കാണട്ടെ. ബാക്കിയൊക്കെ പിന്നെ തീരുമാനിക്കാം.'' മലിസ പറഞ്ഞു.

''ബുധനും വെള്ളിയും ക്ലിനിക്ക് അവധിയാണ്. വ്യാഴാഴ്ച പത്തു മണിക്ക് അല്ലെങ്കിൽ അടുത്തയാഴ്ച വരൂ.''

സ്വീഡിഷ് ക്ലയന്റ്സ്, ഒരാഴ്ചത്തേക്കു വന്നിരിക്കുന്നതാണ്. വ്യാഴാഴ്ച അശ്വിനിക്ക് അവരുടെ കൂടെ സൈറ്റിൽ പോകണം. നഗരസഭയുടെ പ്രതിനിധികളും വിദ്യുച്ഛക്തി വിഭാഗത്തിലെ എഞ്ചിനീയറും ഉണ്ടാവും. കെട്ടിടം പണിയാൻ നഗരസഭയിൽ നിന്നും അനുവാദം വേണം. അതിനു മുൻപ് വിദ്യുച്ഛക്തി വിഭാഗം സാധ്യതകളും പോരായ്മകളും നിർണയിക്കും. നേരത്തെ തീരുമാനിച്ച സമയമാണ്. അത് മാറ്റാൻ പറ്റില്ല. അശ്വിനി ഫോണിലെ കലണ്ടർ നോക്കി ചോദിച്ചു,

''അടുത്ത ചൊവ്വാഴ്ച ഉച്ചതിരിഞ്ഞ് പറ്റുമോ?''

അശ്വിനിയുടെ ആവശ്യം സെക്രട്ടറി സമ്മതിച്ചു.

അവധിയെടുത്തു കളിക്കാത്തവളാണ് അശ്വിനി. ഒരു അവധിയല്ല പ്രശ്നം. പുറത്തുനിന്നും വന്നിരിക്കുന്ന ക്ലയ്ൻസിന്റെ ആവശ്യങ്ങൾ മുടങ്ങരുത്. തുടക്കത്തിലാണ് കൂടുതൽ ശ്രദ്ധ വേണ്ടത്. അവരുടെ ആവശ്യങ്ങൾ, കമ്പനിയുടെ നിബന്ധനകൾ എല്ലാം കൃത്യമായി ഉറപ്പിക്കണം. അതെല്ലാം സൂക്ഷ്മമായി രേഖപ്പെടുത്തി പ്രമാണം തയ്യാറാക്കി

വക്കീലോഫീസിലേക്ക് അയയ്ക്കണം. രണ്ടു കൂട്ടരുടേയും വക്കീലും പ്രമാണിമാരും ഒപ്പിട്ടു കഴിഞ്ഞാൽ പിന്നെ പ്രോജക്ട് പണിക്കാർക്കു കൈമാറാം. പറഞ്ഞ പ്രകാരം കാര്യങ്ങൾ നടക്കുന്നുണ്ടെന്ന് ഉറപ്പാക്കിയാൽ മാത്രം മതി. പക്ഷേ പ്രമാണം തയ്യാറാക്കുന്നതിൽ പിഴവു വന്നാൽ കോടികളുടെ നഷ്ടം ഉണ്ടാവാം. ഓഫീസ് പ്രമാണികൾക്ക് ഓരോ വരിയും നിബന്ധനയും വായിച്ചു പതിരു തിരിക്കാൻ സാധിക്കില്ല. അവരുടെ കണ്ണും കാതും അറിവും ബുദ്ധിയുമായി അശ്വിനി പ്രവർത്തിക്കണം. അവിടെയാണ് വിജയം.

"Meticulous work, very detail oriented."

പെർഫോമൻസ് റിവ്യൂവിലെ വിവരണങ്ങൾ മുന്നറിയിപ്പുകളും നിബന്ധനകളും കൂടിയാണെന്ന് അശ്വിനിക്ക് അറിയാം.

അതിസൂക്ഷ്മതയോടെ അശ്വിനി തയ്യാറാക്കിയ രേഖയിൽ പിന്നെ തെറ്റുകൾക്ക് പഴുതുണ്ടാവാറില്ല. അശ്വിനി ഓരോ വരിയും ഓരോ വാക്കും അപഗ്രഥിക്കും. തിരിച്ചും മറിച്ചും ചോദ്യം ചെയ്യും. വിശദമായ നോട്ടുകൾ ഉണ്ടാക്കും. അതുകൊണ്ട് പ്രധാനപ്പെട്ട പ്രോജക്ടുകളുടെ കരാർ തയ്യാറാക്കാൻ ഡയറക്ടറും വൈസ് പ്രസിഡണ്ടും അശ്വിനിയെ വിളിക്കുന്നു. സാധാരണ പ്രോജക്ടുകൾ മാനേജർമാർ പൂർണമായും നിയന്ത്രിക്കും.

ഒക്ടേവിയനും റിക്കും വെള്ളിയാഴ്ച മടങ്ങിപ്പോകുന്നതിനു മുൻപ് അശ്വിനിക്ക് കുറെയേറെക്കാര്യങ്ങൾ വിശദമാക്കാനുണ്ട്. ഒത്തുതീർപ്പുകൾ മുഖാമുഖം ചെയ്യുന്നതാണ് നല്ലത്. പഴുതുകൾ എല്ലാം അടച്ചു കഴിഞ്ഞാൽ പണി തുടങ്ങാം, പറഞ്ഞ സമയത്ത് താക്കോൽ കൈമാറാം. വേനൽക്കാലത്ത് തീർക്കേണ്ട പണികളുണ്ട്. പണി പൂർത്തിയാക്കി ഒക്ടോബറിൽ വമ്പൻ ഉൽഘാടനം നടത്താനാണ് സ്വീഡനിൽ നിന്നുമുള്ള ബിസിനസ്സുകാരുടെ ആവശ്യം. മഞ്ഞുകാലത്തെ വിശ്വസിക്കാൻ പറ്റില്ല. എത്ര മഞ്ഞ്, എത്ര തണുപ്പ് എന്നറിയാതെ പുറംപണികൾ നിശ്ചയിക്കാൻ പറ്റില്ല. ഭിത്തികൾ പൊങ്ങിക്കഴിഞ്ഞാൽ കുറെ പണികൾ ഉള്ളിൽ ചെയ്യാനാവും. കെട്ടിടത്തിന്റെ പ്ലാൻ, പ്രോജക്ടിന്റെ പ്ലാൻ....

പ്ലാൻ ചെയ്യാത്ത ഒരരിമണി അശ്വിനിയെ തോൽപ്പിച്ച് ഇടയ്ക്കിടെ പ്ലാനുകൾക്ക് പുറത്തേക്ക് ചാടുന്നു.

ഒക്ടേവിയൻ സ്വീഡിഷ് സ്വരഭാരത്തിൽ സംസാരിച്ചു. വാക്കുകൾക്കിടയ്ക്ക് ഏ... എന്നു കൂട്ടിച്ചേർത്താണ് ഒക്ടേവിയൻ സംസാരിക്കുന്നത്.

"യൂ ക്യേൻ ഏ.. ബ്രിംഗ് ദ ഡ്രാഫ്റ്റ് ഏ..ഏ.. ഇൻ ദ ഏ.."

ഹോ..ഹോ... പെണ്ണുങ്ങൾക്കതങ്ങു രസിച്ചു. അവർ കാമത്തോടെ കൊഞ്ചി.

''ഹൂ..ഹൂ... ഓ.. ഒക്ടേവിയൻ...''

ജിരി...ജിരി... കിരി..കിരി... ഇളി..ഇളി...

പെണ്ണുങ്ങൾക്കു കുളിർത്തു.

അയാൾ കൺഫർമേഷനെ കൊൺഫർമേഷൻ എന്നു വിളിച്ചു.

പെണ്ണുങ്ങൾ കൊഞ്ചിപ്പറഞ്ഞു:

കൊൺഫർമേഷൻ...ഹീ..ഹി...

സ്വർണമുടി, നീലക്കണ്ണ്. പെണ്ണുങ്ങൾക്ക് കടയുന്നു.

''ഓ... ഒക്ടേവിയൻ...''

''We need details of the entrance area.''

അശ്രദ്ധയല്ലെന്നു കാണിക്കാൻ അശ്വിനി ചിലയ്ക്കുന്നു. ചത്ത വാക്കുകൾ അന്തരീക്ഷത്തിൽ അലിയാതെ നിന്നു. എല്ലാ കണ്ണുകളും അശ്വിനിയിലാണ്. ഓരോ ഇഷ്ടികയും കമ്പിയും ഡോളറും അവളുടെ രൂപരേഖ അനുസരിക്കണം.

ഒക്ടേവിയൻ അശ്വിനിയുടെ കണ്ണിലേക്ക് സൂക്ഷിച്ചു നോക്കി. ചിരിക്കാത്ത പെണ്ണ്, കുഴയാത്ത പെണ്ണ്. സ്വർണമുടി നീലക്കണ്ണ്, അഴകുഴ ഇംഗ്ലീഷിൽ വഴു വഴു വഴുകാത്തൊരു പെണ്ണ്.

ഇവളുടെ ബുദ്ധി ഒളിച്ചിരിക്കുന്നത് കണ്ണിലൂടെ കാണാൻ പറ്റുമോ? ഡയറക്ടർക്കു തെറ്റിയതാവുമോ? വിശ്വസിക്കാൻ വിഷമമുണ്ട്.

''മിണ്ടാപ്പൂച്ച കുട്ടകം ഉടയ്ക്കുമോ മുങ്ങിച്ചാവുമോ?''

ഒക്ടേവിയന്റെ ഒപ്പം വന്ന റിക്കിനെ കണ്ടിട്ട് പെണ്ണുങ്ങൾക്ക് കുളിർന്നില്ല. അവർ കിരി...കിരി...ജിരി..ജിരി...ചിരിച്ചില്ല. കറുത്ത മുടി, തവിട്ടു നിറമുള്ള കണ്ണുകൾ. റിക്ക് ഒരു അമേരിക്കക്കാരനപ്പുറം ആ പേരിൽപ്പോലും ഒന്നുമില്ല.

നിർദ്ദേശങ്ങൾ, ചർച്ചകൾ, സന്ധിസംഭാഷണം, ചിട്ടപ്പെടുത്തൽ, ഉറപ്പാക്കൽ, സമ്മതിപ്പിക്കൽ, ഒത്തു തീർപ്പുകൾ.... എല്ലാം സഹിച്ച് ഊട്ടിമേശ നാലു കാലിൽ നിന്നു. ഭാവങ്ങൾ പുറത്ത് കാണിക്കാതെ. ഭാരം ചുമന്ന്. കേൾക്കുന്ന രഹസ്യങ്ങൾ ഉള്ളിൽ സൂക്ഷിച്ച്. മേശയ്ക്കടിയിൽ അശ്വിനിയുടെ കാലിലുരുമ്മിയുരുമ്മി നിൽക്കുന്ന പൂച്ചയെ അശ്വിനി ശകാരിച്ചു മാറ്റാൻ ശ്രമിച്ചു.

''പൂച്ചകളെ എനിക്ക് പണ്ടേ ഇഷ്ടമല്ല.''

''ഒരവധി വേണം സർ!''

ദുഃഖങ്ങൾക്കവധി കൊടുത്ത്

സ്വർഗത്തിൽ മുറിയെടുത്ത്

മദ്യത്തോടു സല്ലപിക്കാനല്ല.

അതും അത്ര മോശമല്ലാത്തൊരു സങ്കൽപ്പമാണ്.

അപ്പോയ്ന്റ്മെന്റ് ഉണ്ട്. ചില പ്രശ്നങ്ങളും ഞാനുമായിട്ടൊരു appointment.

വൈകുന്നേരം അഞ്ചുമണിക്കു തന്നെ അശ്വിനി ജോലിയിൽ നിന്നും ഇറങ്ങി. കീർത്തന യൂണിവേഴ്സിറ്റിയിലായതോടെ വീട്ടിൽ കൃത്യസമയത്തെത്താൻ അവൾക്ക് തിരക്കില്ല. അഞ്ചുമണി കഴിഞ്ഞ് മീറ്റിംഗുകൾ ഇല്ലാത്ത സമയം, ഓഫീസിൽ ആളുകളും കുറവായിരിക്കുന്ന സമയത്താണ് അശ്വിനി ആ ദിവസത്തെ ജോലികളിൽ കൂടുതലും തീർക്കുന്നത്. മോഹൻ ആറരയോടെയേ എത്തൂ. സാധാരണ ഒരു പ്രോജക്ടിന്റെ ആരംഭത്തിലാണ് അശ്വിനിക്ക് കൂടുതൽ ജോലി ചെയ്യേണ്ടത്. ഇടപാടുകാരൻ പോകുന്നതിനു മുമ്പ് ഒന്നും വിട്ടുപോകാതെ നോക്കി മനസ്സിലാക്കി ധാരണയിലെത്തിയാൽ പിന്നെ എളുപ്പമാവും. എഴുതിയെടുത്ത നോട്ടുകളും കുറിപ്പുകളും അശ്വിനിയെ വല്ലാതെ മടുപ്പിച്ചു. എങ്ങനെയെങ്കിലും വീടെത്തണം എന്നൊരു ചിന്ത മാത്രമേ അവൾക്കുണ്ടായുള്ളൂ.

അഞ്ചു മണിക്കേ സൂര്യൻ അസ്തമിച്ചിരുന്നു. ഇരുട്ടിൽ മഞ്ഞിന്റെ വെള്ളിത്തിളക്കത്തിൽ കാറ്റ് തലകുത്തി മറിഞ്ഞു.

തലകുത്തി... തലകുത്തി... തലകുത്തി...

വീടെത്തിയതും അശ്വിനി ഫ്രിഡ്ജിൽ നിന്നും ഞായറാഴ്ച ബാക്കി വെച്ച ഷബ്ലിസിന്റെ കുപ്പി തുറന്നു. വൈറ്റ് വൈൻ മോഹന്റെ ഇഷ്ടമാണ്. റെഡ് വൈൻ മോഹനു തലവേദനയുണ്ടാക്കും. വാർത്തകളിൽ നിന്നും വാർത്തകളിലേക്കും ഷബ്ലിസിലേക്കും വിരലുകൾ നീങ്ങുമ്പോൾ സ്വീഡിഷ് പ്രോജക്ട് എങ്ങനെ ചെയ്യണമെന്ന് പതിവുപോലെ അശ്വിനി ആലോചിച്ചില്ല.

ഏഴുമണിയും കഴിഞ്ഞ് മോഹൻ വന്നപ്പോഴേക്കും അശ്വിനി ടി.വി.ക്കു മുന്നിൽ സോഫയിൽ ഉറക്കമായിരുന്നു.

‘‘എന്തേ ഇത്ര ക്ഷീണം?’’

‘‘ആവോ, മീറ്റിംഗ് തന്നെ മീറ്റിംഗ്. മടുത്തു.’’

കുശലം പറഞ്ഞു തീരുന്നതിനു മുൻപേ മോഹന്റെ ഫോൺ ചിലച്ചു. ഫോണിലും ലാപ്ടോപ്പിനു മുന്നിലുമായി തീരുന്ന ഒരു ഐ.ടി.ക്കാരന്റെ വൈകുന്നേരത്തിലേക്ക് അശ്വിനി വലിഞ്ഞു കയറിയില്ല. ഉറങ്ങുന്നതിനു തൊട്ടുമുൻപ് മോഹൻ കിടക്കയിൽ വന്നപ്പോൾ അറച്ചറച്ച് അശ്വിനി അടുത്തയാഴ്ചത്തെ അപ്പോയിന്റ്മെന്റിന്റെ കാര്യം അവതരിപ്പിച്ചു.

‘‘ഓക്കേ, ചെക്ക് ഇറ്റ് ഔട്ട്. കൊഴപ്പൊന്നും ഒണ്ടാവില്ല.’’

മോഹൻ അരിമണി കാണട്ടെയെന്നു പറഞ്ഞില്ല. തൊട്ടു നോക്കിയില്ല. കുഴപ്പമൊന്നും ഇല്ലെന്ന് കാണാപ്പാഠം രോഗനിർണയം നടത്തിയിരിക്കുന്നു

ഡോക്ടർ മോഹൻ. ഇങ്ങനെയാണെങ്കിൽ പാവം ഡോക്ടർമാർ, പണിയില്ലാതെ പട്ടിണിയാവും.

സന്ധ്യയിലെ ഉറക്കത്തിൽ അശ്വിനിയുടെ ക്ഷീണം പോയിരുന്നു. തിരിഞ്ഞും മറിഞ്ഞും കിടന്ന് ഉറങ്ങുന്ന മോഹനെ ശല്യപ്പെടുത്തുന്നതിനു പകരം അശ്വിനി കമ്പ്യൂട്ടറിനു മുമ്പിലിരുന്നു. ഗൂഗിൾ ഡോക്ടറോട് ചോദിക്കാം. അത്രയും അറിവും വിവരവും ജീവിച്ചിരിക്കുന്ന ഒരു ഡോക്ടർക്കും ഇല്ല.

ഓഫീസിലെ കമ്പ്യൂട്ടറിൽ തിരയുന്നതെല്ലാം ഐ.റ്റി.ക്കാർക്ക് അറിയാൻ പറ്റും. അശ്വിനിയുടെ ഡിപ്പാർട്ട്മെന്റിലെ ജീവനക്കാർ ഇന്റർനെറ്റിൽ കറങ്ങിയ സമയവും പോയ വഴികളും തുറന്ന വാതിലുകളും റിപ്പോർട്ടായി എത്താറുള്ളതാണ്. അത് നോക്കിയാണ് അശ്വിനി ജോലിക്കാരുടെ വർക്ക് ലോഡ് അറിയുന്നതും തീരുമാനിക്കുന്നതും. മോഹൻ അവളോട് പണ്ടേ പറഞ്ഞിട്ടുണ്ട്, നിങ്ങളു കൊട്ടുന്ന ഓരോ കീയും ഞങ്ങൾക്ക് എണ്ണിപ്പറയാം. നിങ്ങളെന്ന നോൺ ഐ.റ്റി.ക്കാർ, ഞങ്ങളെന്ന സർവ്വജ്ഞാരായ ഐ.റ്റി.ക്കാർ.

ഗൂഗിളിൽ മനസ്സിലുള്ളത് തിരയാം, നിയമങ്ങളില്ല, I feel something on my b എന്നെഴുതിയപ്പോഴേ breast എന്ന്. ഗൂഗിൾ അശ്വിനിക്ക് പൂർത്തിയാക്കിക്കൊടുത്തു. അപ്പോഴിത് ആദ്യമായി അന്വേഷിക്കുന്നയാൾ അശ്വിനിയല്ല. എന്റർ കീയിൽ കൈയമർത്തിയതും സ്ക്രീൻ ബ്രെസ്റ്റ് കാൻസറിനെക്കുറിച്ചുള്ള സൈറ്റുകൾ കൊണ്ടുനിറഞ്ഞു.

What does breast cancer feel like,

Warning signs of breast cancer,

Understanding benign and cancerous breast lumps,

What does breast cancer lump feel like?

Breast cancer symptoms.

ഒരു സൈറ്റു പോലും നോക്കാൻ ധൈര്യപ്പെടാതെ അശ്വിനി ഊക്കിൽ ലാപ്ടോപ് അടച്ചു. ഒരിക്കലും കണ്ടിട്ടില്ലാത്ത രാധിക്കുഞ്ഞമ്മയെ അശ്വിനിയോർത്തു.

കല്യാണ ദിവസം രാധിക്കുഞ്ഞമ്മയുടെ ഭർത്താവിനെ മോഹൻ കാണിച്ചു കൊടുത്തിരുന്നു. ഒരു വിശേഷ വസ്തുപോലെ. അയാളുടെ പുതിയ ഭാര്യ കല്യാണത്തിനു വന്നിരുന്നില്ല. അല്ല, അങ്ങനെയല്ല, മോഹന്റെ അമ്മ അശ്വിനിയോടു പറഞ്ഞത്.

''അവനെന്തായാലും അവളെ കൊണ്ടോന്നില്ലല്ലോ. അത്രേം സമാധാനം.''

മരിച്ചുപോയ ഭാര്യയുടെ വീട്ടിലെ കല്യാണത്തിനു നീ വരേണ്ട എന്ന് അയാൾ ഉത്തരവിട്ടതാവുമോ? അതോ എനിക്കു വരാൻ മൂഡില്ല,

നിങ്ങളു പൊയ്ക്കോളൂന്ന്. അവർ അനുവദിച്ചതായിരിക്കുമോ എന്ന് അശ്വിനി ആലോചിച്ചു. അശ്വിനിയുടെ മനസ്സപ്പോൾ അന്നേ ക്രിയാത്മക മായിരുന്നു. വ്യാകരണം കർത്താവ്, കർമ്മം, ക്രിയ.

തടിച്ച് പൊക്കം കുറഞ്ഞ രാധിക്കുഞ്ഞമ്മയുടെ ആരാധകനായിരുന്നു മോഹൻ. നീണ്ടനീണ്ട മുടിയുള്ള, വെളുവെളുത്ത തുളുമ്പുന്ന വയറുള്ള, മത്തങ്ങമുലകളുള്ള, പാട്ടുപാടുന്ന രാധിക്കുഞ്ഞമ്മ.

മോഹനു പാട്ട്സ്നേഹം വന്നത് കുഞ്ഞമ്മയിൽ നിന്നാണ്. മോഹന്റെ മുടിസ്നേഹം പോയതും രാധിക്കുഞ്ഞമ്മയുടെ നീണ്ട മുടി കൊഴിഞ്ഞു കൊഴിഞ്ഞു മൊട്ടയായി മാറിയപ്പോഴാണ്. മോഹന്റെ കൗമാരം നിർവ്വ ചിച്ചത് അമ്മയുടെ ഇളയ അനിയത്തി രാധികയാവും.

അത്രത്തോളം ആഴത്തിലേക്ക് പോവേണ്ട അശ്വിനി.

Thank God It's Friday! TGIF

ഓഫീസ് ജോലിക്കാരെല്ലാം ജീവിക്കുന്നത് വെള്ളിയാഴ്ച വൈകുന്നേരത്തിനു വേണ്ടിയാണ്. ആഴ്ച മുഴവൻ കണക്കു കൂട്ടിക്കൂട്ടിയിരിക്കും ഇനി നാലു ദിവസം... ഇനി രണ്ടു ദിവസം.... ഫെബ്രുവരിയിലെ മൂന്നാം തിങ്കളാഴ്ച കാനഡയുടെ ഫാമിലി ഡേ അവധിയാണ്. മൂന്നുദിവസം നീണ്ട വാരാന്ത്യത്തിനു മധുരം കൂടും. പ്രത്യേകിച്ചും കീർത്തന വീട്ടിൽ വരുന്ന വെള്ളിയാഴ്ചയോളം സുന്ദരമായി അശ്വിനിക്കൊന്നുമില്ല. മതിയാവോളം ഉറങ്ങാനും ഉണ്ണാനും സ്നേഹിക്കാനുമായി മൂന്നു ദിവസങ്ങൾ നീണ്ടു നിവർന്നു കിടക്കുന്നു. അതിനുള്ളിലേക്ക് ഒരു മുലയും ആശങ്കയും കുത്തിത്തിരുകേണ്ടെന്ന് അശ്വിനി ഓർഡർ കൊടുത്തു.

രാത്രി എട്ടുമണിക്കാണ് കീർത്തനയുടെ ട്രെയിൻ എത്തിയത്. കെട്ടിപ്പിടിച്ച് ഞെക്കിയമർത്തി കീർത്തനയെ അശ്വിനി ഉമ്മവെച്ചു.

‘‘മമ്മൂസ്, പെരുമ്പാമ്പേ, എന്നെ കൊല്ലല്ലേ.’’

‘‘എന്താ രെന്നാ ഇത്രക്കും സാധനങ്ങള്? നിനക്ക് വീക്കെൻഡും റിലാക്സ് ചെയ്യാൻ പറ്റില്ലേ?’’

‘‘ഒരു അസൈൻമെന്റ് ട്യൂസ്ഡേ ഡ്യൂ ആണമ്മ. എന്നെ ഷോപ്പിംഗിനു വിളിച്ചേക്കല്ലേ.’’

ആ മുന്നറിയിപ്പ് അശ്വിനിക്ക് ഇഷ്ടമായില്ല. വിസ്തരിച്ച ഊണും വർത്തമാനവും കഴിഞ്ഞു പോയ കീർത്തനയുടെ മുറിയിലെ ലൈറ്റ് പാതിരാത്രി കഴിഞ്ഞിട്ടും ഓഫായിരുന്നില്ല. അതുകൊണ്ട് കാലത്തേ അവളെ ഉണർത്താൻ അശ്വിനി ശ്രമിച്ചില്ല.

പ്രണയദിനത്തിനെയും കുടുംബദിനത്തിനെയും മൈനസ് ഇരുപത്തിനാലു ഡിഗ്രി തണുപ്പിലേക്ക് തള്ളിയിട്ടിരിക്കുകയായിരുന്നു. പുറത്തെ തണുപ്പ് വീടിനുള്ളിലും അറിയാം. അനുരാഗച്ചൂട് ഐസ്കട്ടയാവില്ലേ? അനുരാഗച്ചുവപ്പ് ഉറഞ്ഞുപോവില്ലേ? അടുക്കളസാധനങ്ങൾക്ക് പ്രത്യേകമായുള്ള കടയിൽ നിന്നും വാങ്ങിയ ഹൃദയാകൃതിയിലുള്ള അച്ചുകൊണ്ട് ഒറ്റക്കുട്ടിക്കുവേണ്ടി അശ്വിനി പാൻകേക്കുകൾ ചുട്ടു. അശ്വിനിക്ക് വീടു

നിറയെ കുട്ടികൾ വേണമെന്നുണ്ടായിരുന്നു. അഞ്ചു കുട്ടികൾ. കീർത്തനയെ കിട്ടിക്കഴിഞ്ഞപ്പോൾ അശ്വിനിക്ക് തൈറോയ്ഡും കിട്ടി. ഗുളികകൾ, രക്തപരിശോധന, പിന്നെയും ഗുളികകൾ.... ബാക്കി നാലു കുട്ടികളെയും മരുന്നുകൾ നിഷേധിച്ചു കളഞ്ഞു.

പാടില്ല... പാടില്ല!...ടില്ല..ടില്ല..ല്ല..ല്ല.. ലല്ലല്ല...

ഹൃദയാകൃതിയിലുള്ള പാൻ കേക്കുകൾ നിരത്തി വെച്ച് അതിനിടയ്ക്ക് സ്ട്രോബറികൊണ്ട് അലങ്കരിച്ച് അറ്റത്ത് ചോക്ലേറ്റുമായി സുമുഖൻപ്രാതൽ മേശപ്പുറത്തു കണ്ട് വൈകി ഉണർന്നുവന്ന കീർത്തനയ്ക്ക് അമ്മസ്നേഹം വന്നു.

''മമ്മൂസ്, ഹാപ്പി വാലന്റൈൻസ് ഡേ.''

''ഉവ്വ, ഈ പാൻ കേക്ക് കണ്ടിട്ടല്ലേ നീ ഓർത്തത്? ഇല്ലെങ്കിൽ യൂണിവേഴ്സിറ്റിയിൽ ചെന്ന് വല്ല ചെക്കന്മാരേം കാണുമ്പഴേ അവൾ ഓർക്കൂ.''

മോഹൻ ഏറ്റെടുത്തു അങ്കം.

''ഉവ്വ, എന്നിട്ട് അച്ഛ, എന്താ നിന്റെ ലവ്വിനു കൊടുത്തത്?''

മോഹൻ ഗരാജിലേക്ക് പോയി. ചുവപ്പും പിങ്കും റോസപ്പൂവുകൾ നിറഞ്ഞ പൂക്കൂടയുമായി തിരികെ വന്നു.

''Happy Valentine's Day to my sweet girls.''

ഉറക്കെ വായിച്ചിട്ട് കീർത്തന കാർഡ് മേശപ്പുറത്തു നടുവിലായി വെച്ചു.

''നീയ് ഒന്നും കഴിക്കുന്നില്ലേ കീർത്തന, മെലിഞ്ഞു. നോക്ക് മൊഖൊക്കെ കരുവാളിച്ചിരിക്കുന്നു.''

കീർത്തനയെ ചേർത്തുപിടിച്ച് അശ്വിനി കണക്കെടുപ്പ് നടത്തിയത് അവൾക്കിഷ്ടപ്പെട്ടില്ല.

''പ്ലീസ് അമ്മാ!''

''നിനക്കെന്താ വേണ്ടേ? സാമ്പാറും കൊണ്ടാട്ടവും ഉണ്ട്. ഒരു ട്രേ ബിരിയാണിയും ഉണ്ടാക്കാം. വേറെ എന്തെങ്കിലും വേണോ കൊണ്ടോവാൻ?''

''ഹും, എന്തായാലും മതി. Whatever we have.''

കൈ വിടുവിച്ച് കീർത്തന മുകളിലേക്ക് പോകാനൊരുങ്ങി.

''അമ്മാ, എന്റെ പിരികം ശരിയാക്കണം. ഞാൻ കുറച്ചുനേരം അസൈൻമെന്റിൽ വർക്ക് ചെയ്തിട്ടു വരാം. ന്നട്ട് നമുക്ക് ദീപികയുടെ സലോണിൽ പോവാം.''

''തിങ്കളാഴ്ചയാവട്ടെ കീർത്തനാ. നിനക്ക് കൊണ്ടോവാൻ എന്തെങ്കിലുമൊക്കെ കുക്ക് ചെയ്യേണ്ടേ? ഇന്നേ പോളീഷ് ഇട്ടാൽ എന്റെ നഖം മുഴുവൻ നാശമാകും.''

''ഓക്കെ, മിസ് ഓർഗനൈസർ. തിങ്കളാഴ്ച ഇറ്റ് ഈസ്.''

കാപ്പിയും പത്രവുമായി ടിവിക്കു മുന്നിലിരുന്ന് മോഹൻ അറിയിച്ചു.

''അടുത്ത സ്റ്റോം വെസ്റ്റ്ന്നു പുറപ്പെട്ടിട്ടുണ്ട്. ഇന്നു വൈകുന്നേരം സ്നോ തുടങ്ങും. എട്ടു സെന്റിമീറ്റർ സ്നോയാണ് പ്രെഡിക്റ്റ് ചെയ്തിരിക്കണേ.''

''ഇനിയും എട്ടു സെന്റീമീറ്ററും കൂടിയോ? ഇപ്പൊത്തന്നെ കുന്നുപോലെയായി കൂട്ടിയിട്ടിരിക്കുന്നത്. ഇതിനി എവിടെക്കൊണ്ടോയിടും?''

''വിന്റർ സോൾട്ട് തീർന്നു പോയി. ഞാൻ വാങ്ങീട്ടു വരാം. വേറെ ഗ്രോസറി എന്തെങ്കിലും വേണോ?''

മോഹൻ അടുത്ത കൊടുങ്കാറ്റിനു തയ്യാറെടുക്കാൻ തുടങ്ങിക്കഴിഞ്ഞു.

''സോൾട്ട് ഇപ്പോ ഇട്ടിട്ടുണ്ടോ? ആരെങ്കിലും തെന്നിവീണാൽ കേസാവും.''

മഞ്ഞുകാലമായാൽ കല്ലുപ്പിന്റെ ചാക്ക് ഒഴിയാതെ വേണം. കല്ലുപ്പ് മഞ്ഞിനേയും ഐസിനേയും വേഗം ഉരുക്കാൻ സഹായിക്കും. ഐസ് മഴ എപ്പോൾ വേണമെങ്കിലും വീഴാം. സ്വന്തം ഡ്രൈവ്-വേയും മുന്നിലെ നടവഴിയും മഞ്ഞുമാറ്റി നടക്കാൻ പാകത്തിലാക്കി ഇടേണ്ടത് വീടുടമയുടെ ഉത്തരവാദിത്തമാണ്. മഞ്ഞുവീണ് ഇരുപത്തിനാല് മണിക്കൂറിനകം വൃത്തിയാക്കിയിരിക്കണം. വീട്ടുവളപ്പിലോ മുന്നിലെ വഴിയിലോ ആരെങ്കിലും തെന്നി വീണാൽ കേസും പുകിലുമാവും.

മഞ്ഞില്ലാത്ത കാലമാണെങ്കിലും വീടും ചുറ്റുപാടുകളും വൃത്തിയായി ഇടാൻ ഉടമസ്ഥർ ബാധ്യസ്ഥരാണ്. പുല്ലു സമയത്തിനു വെട്ടാതെ ക്രമത്തിലധികം നീണ്ടു കിടക്കുന്നതും നിറയെ കളകയറി വഷളായി കിടക്കുന്നതുമൊന്നും സിറ്റിക്കു പിടിക്കില്ല. നഗരസഭയുടെ മുന്നറിയിപ്പു കത്തുവരും.

ഉപ്പു വാങ്ങാൻ പോയ മോഹൻ സിനിമയുടെ സി.ഡി.യും പിന്നെ അശ്വിനിയുടെ പലചരക്കു പട്ടികയിൽ ഇല്ലാത്ത കുറെയേറെ സാധനങ്ങളുമായിട്ടാണ് മടങ്ങി വന്നത്.

''ദേ, കീർത്തനാ, അച്ഛയ്ക്കു സ്റ്റോം ബാധ കേറീട്ടോ.''

മോഹനു മഞ്ഞുകാലം ഇഷ്ടമാണ്. മഞ്ഞു കൊടുങ്കാറ്റിൽ മോഹൻ ദുർമന്ത്രവാദിയെപ്പോലെ ഉന്മത്തനാകും. അപ്പോഴാണ് മോഹൻ നല്ലൊരു പാചകക്കാരനാവുന്നത്.

''കീർത്തനാ, നിനക്ക് ചിക്കൻ വിംഗ്സ് എക്സ്ട്ര സ്പൈസി വേണോ?''

''യേസ്....യേസ്..... സ്പൈസി ആയിക്കോട്ടെ. ഉം...ഗാർലിക് ബ്രെഡ് ആൻഡ് ചിക്കൻ വിംഗ്സ്. നല്ല ചോയ്സ് അച്ചൂസ്.''

''ഹോട്ട് ആൻഡ് സവർ സൂപ്പും ഉണ്ട്.''

മോഹനെ അടുക്കളയിലെ ആഭിചാരത്തിനു വിട്ടിട്ട് അശ്വിനി കിടപ്പ് മുറിയിലേക്കു പോയി. അശ്വിനിയുടെ അമ്മയ്ക്ക് രാത്രി ഒൻപതരമണി ആയിട്ടുണ്ടാവും. ശനിയാഴ്ച രാത്രി അശ്വിനിയുടെ വിളി വന്നില്ലെങ്കിൽ അമ്മയ്ക്ക് ഉറക്കം കിട്ടില്ലെന്ന് അവൾക്കറിയാം.

''നീയെന്താ വിളിക്കാൻ വൈകിയേ അച്ചൂ?''

''അതിവിടെ നല്ല മഞ്ഞാണമ്മേ. മോഹൻ പുറത്തൊക്കെ പോയി വന്നിട്ടു സമാധാനമായിട്ടൊന്നു വിളിക്കാൻ കാത്തിരുന്നതാ. അമ്മയ്ക്ക് ഒറക്കം വരുന്നുണ്ടോ?''

''എവിടെ? എനിക്ക് പാതിര ആയാലും ഒറക്കം ഇല്ലെടീ. ഒമ്പതര കഴിഞ്ഞ് ഫോണടിക്കുന്നത് കേട്ടാ പപ്പയ്ക്ക് ദേഷ്യം വരൂന്ന് നിനക്കറിയില്ലേ?''

''ഉവ്വുവ്വ്. ജഡ്ജി ഒറങ്ങിയോ?''

''ഓ, കൃത്യം ഒൻപതരയ്ക്ക് തന്നെ. കിടക്കുന്നതും കൂർക്കം വലിക്കുന്നതും ഒന്നിച്ചാ.''

അമ്മയുടെ ചിരി ഫോണിൽ കേൾക്കാൻ അശ്വിനിക്കിഷ്ടമാണ്.

''അമ്മൂമ്മയോ?''

''അമ്മയ്ക്ക് നല്ല വലിവുണ്ട്. അതോണ്ട് ഒന്നു മയങ്ങും പിന്നെ ഉണരും. പാവത്തിനു നല്ല ഒറക്കം കിട്ടുന്നില്ല.''

''കാവലിരിക്കുന്ന അമ്മയ്ക്ക് അത്രയും കൂടി ഒറക്കമില്ലല്ലേ?''

''അദൊന്നും കാര്യല്ല. എല്ലാരേം നോക്കാനുള്ള ആരോഗ്യണ്ടായാ മതി. പിന്നെ കെടക്കാതെ പോണം. അത്രേള്ളൂ.''

''അക്കു ഈയാഴ്ച വന്നില്ലേമ്മേ?''

അശ്വിനി വിഷയം മാറ്റി.

''അവള് തിരുവനന്തപുരത്തിനു പോയിരിക്കാ. അപ്പൂന്റെ കുട്ടീടെ അഡ്മിഷൻ കാര്യത്തിനെന്തോ.''

''പാവം, ആ പെണ്ണിനിരിക്കാൻ നേരോല്ല. ചേട്ടന് വരാൻ പറ്റില്ലേ?''

''അവനങ്ങനെ ഗൾഫ്ന്ന് എപ്പഴും ഓടി വരാൻ പറ്റ്വോ? അഡ്മിഷൻ ആവുമ്പഴയ്ക്കും അവനും കാർത്തികേം എത്തും.''

അമ്മയുടെ ന്യൂസ് അപ്ഡേറ്റ് കഴിഞ്ഞ് അശ്വിനി ഇമെയിലുകൾക്ക് മറുപടി അയയ്ക്കാനിരുന്നു, ഫേസ്ബുക്ക് പോസ്റ്റു നോക്കണം എന്ന സ്വയംപ്രഭയുടെ മെസേജിൽ നിന്നും അശ്വിനി ഫേസ്ബുക്കിലേക്ക് പോയി. നോക്കണമെന്നു പ്രഭ ആവശ്യപ്പെട്ടാൽ അതിനർത്ഥം നല്ലതു പറയണമെന്നാണ്. ലൈക്ക് കൊടുക്കണം, നല്ല പളപളാന്നുള്ള അഭിപ്രായം ചുവട്ടിലെഴുതുകയും വേണം. ആരൊക്കെ, ആർക്കൊക്കെ ലൈക്ക് ഇട്ടു. എന്റെ പോസ്റ്റിനെ അവൻ അവഗണിച്ചു, അവളുടെതിനു

കമന്റും ഇട്ടു. മറ്റവൾ ഇവനെ അവന്റെ പോസ്റ്റിൽ പരിഹസിച്ചു. സ്വയംപ്രഭയുടെ പരാതികളിൽ പകുതിയും അശ്വിനിയുടെ ചെവിക്കു പുറത്തേക്ക് ഒഴുകിപ്പോവും. വഴുക്കലുള്ള സ്വഭാവമാണ് സ്വയംപ്രഭയുടേത്. എപ്പോഴാണ് വഴുതിപ്പോവുക എന്നറിയില്ല. ഇപ്പോൾ അവളുടെ ശരിപ്പേരുതന്നെ മറന്നിരിക്കുന്നു. രാമഭക്തയായിട്ടല്ല, അവളെ അശ്വിനി സ്വയംപ്രഭയെന്നു വിളിക്കുന്നത്, പെരുമാറ്റം കണ്ടപ്പോൾ വന്നുപോയ പേരാണ്.

ഒരു പോസ്റ്റിൽ നിന്നും മറ്റൊന്നിലേക്ക് ചാടിച്ചാടി ഫേസ്ബുക്കിലിരുന്നാൽ സമയം പോകുന്നത് അറിയില്ല. ആരെങ്കിലും ആവശ്യപ്പെട്ടാൽ മാത്രമേ അശ്വിനി ആ വഴി പോകാറുള്ളൂ. ഉച്ചവരെ സമയം കളഞ്ഞല്ലോന്നു സ്വയംപ്രഭയെ പഴിച്ച് അശ്വിനി ലാപ്ടോപ് അടച്ചുവെച്ചു.

മോഹന്റെ സൂപ്പിൽ എത്തിനോക്കി അശ്വിനി ചോദിച്ചു.

''വിച്ചസ് ബ്രൂ റെഡിയായോ?''

അശ്വനിയുടെ അരയിൽ കൈചുറ്റി തോളത്ത് മൂക്ക്കൊണ്ട് ഉരസി മോഹൻ പറഞ്ഞു.

''ഉവ്വല്ലോ, വിച്ചുകൾ രണ്ടും വന്നാൽ മതി.''

''കുട്ടിരാക്ഷസീടെ ഹോംവർക്ക് എവിടെ എത്തിയോ?''

അശ്വിനി കർട്ടൻ മാറ്റി കുറച്ചുസമയം വീടിന്റെ പുറകുവശം കണ്ടുനിന്നു. പറമ്പും പടിയും വേലിയുമെല്ലാം മഞ്ഞിന്റെ ഉടുപ്പിട്ടു നിൽക്കുന്നു. ഉജാലപ്പരസ്യം പോലെയുള്ള വെണ്മ. അന്തരീക്ഷം പക്ഷേ നരച്ചു മുഷിഞ്ഞിരുന്നു. മഞ്ഞിന്റെ പെയ്ത്ത് എപ്പോൾ വേണമെങ്കിലും തുടങ്ങാം. താഴേക്കു വീഴാനുള്ള മഞ്ഞ് കാറ്റിന്റെ വിസിലുകാത്ത് ഭൂമിക്കും ആകാശത്തിനുമിടയ്ക്ക് വീർപ്പടക്കിപ്പിടിച്ചു നിൽക്കുകയാണ്. കാറ്റ് മുന്നറിയിപ്പുകൊടുക്കാതെ ഒളിച്ചിരിക്കുന്നു.

ധ്ട് പിട്ന്നു ശബ്ദം വെച്ച് കോണിയിറങ്ങി കീർത്തന വന്നു. കീർത്തന വീട്ടിലുള്ളപ്പോഴേ ഭക്ഷണമേശ പൂർത്തിയാവൂ.

''ഫ്സൂം...ഉം... നല്ല ഹോട്ട് സൂപ്പ് അച്ഛാ.''

ഷെഫിന്റെ അഭിമാനം കണ്ണുകളിൽ തെളിയുന്നത് അശ്വിനി കണ്ടു.

''മമ്മയ്ക്കും മോൾക്കും എരിവല്ലേ വേണ്ടത്?''

''തണുപ്പിന് ഇതാണ് ഏറ്റവും നല്ലത്.''

ഭക്ഷണം കഴിഞ്ഞതും കീർത്തന മുറിയിലേക്കുതന്നെ പോയി. പിന്നെയവൾ അത്താഴത്തിനേ താഴേക്കു വന്നുള്ളൂ.

''You old people enjoy the wine and movie. I have work to finish.''

അത്താഴം കഴിഞ്ഞതും പഠിപ്പിസ്റ്റ് പിരിഞ്ഞു പോയി.

മോഹൻ ഒഴിച്ചുവെച്ച വൈൻ കൈയിലെടുത്ത് അശ്വിനി സോഫയിലിരുന്നു. മഞ്ഞു വീഴാൻ തുടങ്ങിയിട്ട് കുറെ നേരമായിരുന്നു. നിലാവുപോലെ മഞ്ഞ് ഭൂമിയെ ഭോഗിക്കുന്ന രാത്രിയാണത്. മോഹനോടു ചേർന്നിരുന്ന് സിനിമ കാണുമ്പോൾ അശ്വിനി അഖിലയെ ഓർത്തു. തിരുവനന്തപുരത്തെ ഏതൊക്കെയോ ഓഫീസുകൾ കയറിയിറങ്ങി ക്ഷീണിച്ചു നടക്കുകയാവും പാവം അഖില.

വൈകി ഉറങ്ങുക, വൈകി ഉണരുക, അവധിദിവസത്തിന്റെ സുഖാലസ്യത്തിലും കീർത്തന മടങ്ങിപ്പോകുമല്ലോ എന്നൊരു സങ്കടം അശ്വിനിയെ ചുറ്റിനിന്നു. ദീപികയുടെ സാലോണിലേക്കുള്ള വഴി മുഴുവൻ അശ്വിനി കീർത്തനയോട് വിശേഷങ്ങൾ പറഞ്ഞു നോക്കി. ഇടയ്ക്കൊക്കെ മൂളി ഫോണിന്റെ സ്ക്രീനിൽ ശ്രദ്ധിച്ചിരിക്കുന്ന കേൾവിക്കാരിയോട് അരിമണി രഹസ്യം മാത്രം അശ്വിനി പറഞ്ഞില്ല.

ഇളംചൂടുള്ള വാക്സ് പുരികത്തിനു ചുറ്റും പുരട്ടി ദീപിക സംസാരം തുടങ്ങി. അവളുടെ ചുവന്ന സ്വെറ്ററിന്റെ ബട്ടൻസ് ഒരെണ്ണം പോയിരിക്കുന്നു. അവിടെ ഒരു പിന്നു കുത്തിവെച്ചിട്ടുണ്ട്. അമേരിക്കയിൽ കാണാത്ത കാഴ്ചയാണത്. ബട്ടൻസ് പോയാൽ പിന്നെ ആ സ്വെറ്റർ കളയുകയാണ് അമേരിക്കൻ രീതി. ദീപികയുടെ കൈയിലെ കടുത്ത മൈലാഞ്ചി ചിത്രങ്ങൾ കണ്ട് അശ്വിനി ചോദിച്ചു.

''എന്തായിരുന്നു വിശേഷം? നീ ഹെന്നയിട്ട് മൊഞ്ചത്തി ആയിട്ടുണ്ടല്ലോ?''

നുണക്കുഴി കാട്ടി ചിരിച്ച് ദീപിക പറഞ്ഞു.

''അനിയത്തിയുടെ വിവാഹനിശ്ചയമായിരുന്നു കഴിഞ്ഞ ശനിയാഴ്ച. ഞാൻ സലോൺ പൂട്ടി. എത്ര പേരാണെന്നോ വിളിച്ചു പരാതി പറഞ്ഞത്?''

ദീപികയുടെ സലോൺ ദേശികളുടെ ഇടയിൽ പ്രസിദ്ധമാണ്. വെയിറ്റിംഗ് മുറിയിലെ പലഭാഷകൾക്കിടയിൽ ദീപിക അശ്വിനിയോടു ഇംഗ്ലീഷിൽ വിവാഹനിശ്ചയത്തിന്റെ വിശേഷങ്ങൾ പറഞ്ഞു. നിരയായിരിക്കുന്ന നെയിൽ പോളീഷിൽ നിന്നും വയലറ്റ് സൂട്ടിനു ചേരുന്ന മോവ് നിറം അശ്വിനി തിരഞ്ഞെടുത്തു. നഖം ഇളംചൂടുവെള്ളത്തിൽ മുങ്ങി ചത്തകോശങ്ങളെ മാറ്റി നീലയിൽ മുങ്ങി വന്നിരിക്കുന്നു. അപ്പോഴും കീർത്തന ഫോണിൽ കുമ്പിട്ടിരിക്കുകയായിരുന്നു. അശ്വിനി വീണ്ടും അവളെ ചേർത്തുപിടിക്കാൻ ശ്രമിച്ചു.

ഉച്ചയൂണു കഴിഞ്ഞുടൻ കീർത്തന മടങ്ങിപ്പോവാൻ തയ്യാറായി. തിരികെ യൂണിവേഴ്സിറ്റിയിൽ എത്തിയാലേ ബാക്കി പണി തീർക്കാൻ പറ്റൂ. മഞ്ഞുവീഴാൻ തുടങ്ങിയാൽപ്പിന്നെ വൈകും. കാലാവസ്ഥയാണ്

ഭഗവാൻ. ഭാവി നിശ്ചയിക്കുന്നത് കാറ്റും മഞ്ഞുമാണ്. മുപ്പതു മിനിറ്റെടുക്കും റെയിൽവേ സ്റ്റേഷനിലെത്താൻ. അശ്വിനിയുടെ നാവിൽ ചോദ്യങ്ങളും സ്നേഹങ്ങളും ഉപദേശങ്ങളും നിറഞ്ഞു കവിഞ്ഞു. കീർത്തന പൂർണ്ണമായും ഫോണിലാണ്.

തണുപ്പ് അധികമില്ല. ഒരു കൊടുങ്കാറ്റ് കഴിഞ്ഞതിന്റെ ശാന്തത വായുവിലുണ്ട്. ചൂടില്ലാത്ത വെറും വെളിച്ചമായി സൂര്യൻ ജ്വലിച്ചു നിൽക്കുന്നു. കള്ളത്തരം പിടിച്ച പൊള്ളവെയിൽ പുറംകാഴ്ചയെ കബളിപ്പിക്കുന്നുണ്ട്. മഞ്ഞിൽത്തട്ടി തിളങ്ങുന്ന വെളിച്ചത്തെ ചെറുക്കാൻ കൂളിംഗ് ഗ്ലാസ് വെച്ച് കീർത്തനയുടെ ചെവിയിലെ ഹെഡ്ഫോണിൽ നോക്കി അശ്വിനിയിരുന്നു. കീർത്തനയെ വിഴുങ്ങിയിരിക്കുന്ന ഫോണിനുള്ളിൽ ആരായിരിക്കും എന്ന ചോദ്യത്തെ അമർത്തി, അശ്വിനി നാവിനെയും മനസ്സിനെയും അടക്കിവെച്ചു.

യൂണിവേഴ്സിറ്റിയിൽ പഠിക്കുന്ന കാലത്താണ് അശ്വിനി മോഹനെ പരിചയപ്പെടുന്നത്. അശ്വിനി മോഹനോട് അച്ചടക്കമില്ലാതെ ആദ്യം സംസാരിച്ചത് ഇടിച്ചാണ്ടിയുടെ വീട്ടിലെ ഒരു വിരുന്നിലായിരുന്നു. ലിവിംഗ് റൂമിലെ മടുപ്പിൽ നിന്നും മെല്ലെ എഴുന്നേറ്റ് ഊണുമുറി കടന്ന് താഴേക്ക് പോകാൻ തുടങ്ങിയതായിരുന്നു അശ്വിനി. കോണിക്ക് മുന്നിലെ വരാന്തയിൽ നിന്ന് മോഹൻ സൗഹൃദത്തിൽ പുഞ്ചിരിച്ചു. മോഹന്റെ ചിരിയിൽ വെറും കുശലത്തിൽ കവിഞ്ഞ സൗഹൃദത്തിന്റെ ആത്മാർത്ഥത തോന്നി.

''എന്തൊക്കെ വിശേഷം അശ്വിനി?''

ആൾക്കൂട്ടത്തിൽ നിന്നും രക്ഷപ്പെടാനൊരു വഴി. കിട്ടിയ തുരുമ്പിൽ പിടിച്ച അങ്ങോട്ടു നടന്നു.

''പ്രത്യേകിച്ചൊന്നൂല്ല.''

''എന്താ അവിടുത്തെ ഡൽഹിബഡായി കേട്ടു മടുത്തോ?''

പരിഹാസച്ചിരിയുടെ രഹസ്യത്തിൽ അശ്വിനി ആശ്വാസത്തോടെ പങ്കുപറ്റി.

''ഹോ, ഞാനോർത്തു എനിക്കു മാത്രമേ അങ്ങനെ തോന്നിയുള്ളൂന്ന്. എത്ര നേരാ ഒരാളിങ്ങനെ ആത്മപ്രശംസ നടത്തുന്നത് കേട്ടുകൊണ്ടിരിക്കാ?''

''ആളു വളരെ ഇൻസേക്യുറാണ്. അതുകൊണ്ടാണ് എല്ലാവരുടേയും മുന്നിൽ ഞാൻ മിടുക്കനാണേ, മിടുക്കനാണേന്നു വിളിച്ചു കൂവിക്കൊണ്ട് നടക്കുന്നത്.''

അശ്വിനി അങ്ങനെ ചിന്തിച്ചിട്ടില്ല.

''അഹങ്കാരം തലയിൽ കയറിയിട്ടാണെന്നാ ഞാനെപ്പോഴും വിചാരിച്ചിരുന്നത്.''

''നമ്മളാരും പിച്ചക്കാരുടെ മുൻപിൽ ചെന്നുനിന്ന് നല്ല ഉടുപ്പും കാറുമൊന്നും ഷോ ഓഫ് ചെയ്യാറില്ലല്ലോ. നമ്മളേക്കാൾ കൂടുതലുള്ള വരുടെ അടുത്ത് പോകുമ്പോഴല്ലേ കൂടുതൽ എടുത്തു കാണിക്കാൻ ശ്രമിക്കുന്നത്. പക്ഷേ സെൽഫ്കോൺഫിഡൻസ് ഉള്ളവർക്ക് അതിന്റെ ആവശ്യമില്ല. പട്ടുസാരികൾക്കിടയിൽ കോട്ടൻ ചുരിദാറിന്റെ ആവശ്യ മേയുള്ളൂന്ന് അവർക്കറിയാം.''

''മോഹൻ വിചാരിച്ചതിലും ഒബ്സേർവന്റ് ആണല്ലോ. പ്രൊഫഷൻ മാറ്റണം. സൈക്യാട്രിസ്റ്റുകൾക്ക് ഇപ്പോൾ നല്ല മാർക്കറ്റ് അല്ലേ?''

അയാൾ ഉറക്കെ ചിരിച്ചു.

''മുഴുക്കിറുക്കൻ എങ്ങനെയാ അരക്കിറുക്കന്മാരെ ചികിത്സിക്കു ന്നത്?''

ചിരിക്ക് ശബ്ദം കൂടിപ്പോയോ? സ്വീകരണ മുറിയിൽ നിന്നും പട്ടു സാരിച്ചെവികൾ നീണ്ടു നീണ്ടു വരുന്നത് അശ്വിനിയറിഞ്ഞു.

''ശരി, കാണാം.''

അതു പറഞ്ഞ് അവൾ കുട്ടികൾ കളിക്കുന്ന താഴത്തെ നിലയി ലേക്ക് പോയി. ഷാൾ നേരെയിട്ടുകൊണ്ട് അവൾ മനസ്സിൽ പറഞ്ഞു.

''പട്ടുസാരികൾക്കിടയിലെ കോട്ടൻ ചുരിദാർ? ഹമ്പട.''

അന്നത്തെ അത്താഴവിരുന്നു തീരുന്നതുവരെ മോഹനിൽ നിന്നും കഴിയുന്നത്ര അകലമിടാനുള്ള വ്യാജമര്യാദ അശ്വിനി എന്ന മലയാളി പെൺകുട്ടി പ്രത്യേകം പാലിച്ചു.

മനഃപൂർവ്വം മോഹൻ അടുത്തു വന്നതുമില്ല. അതിൽ ആശ്വാസ മാണോ നിരാശയാണോ എന്നവൾ സ്വയം ചോദിച്ചു. അങ്ങനെ അയാൾ വന്നിരുന്നെങ്കിൽ ആ നിമിഷം അയാളോടുള്ള ബഹുമാനം തീർന്നേനേ എന്നവൾ തിരിച്ചറിഞ്ഞു.

''മനഃശാസ്ത്രജ്ഞന് എന്റെ മനസ്സ് അത്രയ്ക്കു നന്നായിട്ടറിയുമോ?''

മടക്കത്തിൽ രമണിയുടെ കമന്റുകൾ ഒന്നും അവളെ അലോസര പ്പെടുത്തിയില്ല. പാതിയും അവൾ കേട്ടില്ല എന്നതാണ് സത്യം. ഉറങ്ങാൻ കിടന്നപ്പോൾ അശ്വിനി മോഹനെപ്പറ്റിയോർത്തു.

അയാളുടെ ചിരിയിലെ സൗഹൃദത്തിനു മറ്റൊരു അർത്ഥം ഉണ്ടാ യിരിക്കുമോ? അത് തനിക്കിഷ്ടമാണോ ഇഷ്ടക്കേടാണോ എന്നൊക്കെ യാലോചിച്ച് അവൾ തിരിഞ്ഞും മറിഞ്ഞും കിടന്നു.

മോഹൻ മറ്റു മലയാളികളിൽ നിന്നും വ്യത്യസ്തനാണ്. സത്യം തിരിച്ചറിയാൻ കഴിവുള്ളവനാണ്. അതോ തന്റെ മുഖത്തെ മടുപ്പ് കണ്ട് ആലോചിച്ചുറപ്പിച്ചു പറഞ്ഞതായിരിക്കുമോ? കുറ്റപത്രവും വിചാര ണയും സാക്ഷിപറച്ചിലും അശ്വിനിയുടെ കട്ടിലിനെ ചുറ്റിയടിച്ചു.

മോഹന്റെ പൊട്ടിച്ചിരി, സംസാരം, അതിനു പ്രത്യേകത ഉണ്ടോ, ഇനി പ്രത്യേകത ഉണ്ടാക്കിയെടുക്കണോ എന്നൊക്കെ അശ്വിനിയും ഉറക്കവും തമ്മിൽത്തല്ലിലായി.

അശ്വിനി കാനഡയിൽ പഠിക്കാൻ വന്നപ്പോൾ അമ്മ ഏൽപ്പിച്ച രക്ഷകർത്താക്കളാണ് സോമനും രമണിയും. അകന്ന ബന്ധുക്കളാണ്. പഠിക്കാൻ വന്ന കുട്ടിയാണ്, ഒരു ശ്രദ്ധയുണ്ടാവണം എന്ന് അശ്വിനിയുടെ അമ്മ അവരെ പറഞ്ഞേല്പിച്ചു. ഇടയ്ക്കൊരു അവധി ദിവസം അശ്വിനി അവരുടെ വീട്ടിൽ പോയതായിരുന്നു.

അന്ന് മോഹനെയും ഉറക്കം വിചാരണ ചെയ്തിരുന്നു. ചുരിദാറിനെപ്പറ്റി പറഞ്ഞ കമന്റ് അധികമായിപ്പോയോ? അത്രയ്ക്ക് പരിചയമൊന്നും ഇല്ലാത്തൊരാളോടു അങ്ങനെ പറയാമായിരുന്നോ? ഇഷ്ടപ്പെടാഞ്ഞിട്ടാവുമോ വേഗം താഴേക്ക് പൊയ്ക്കളഞ്ഞത്?

''അലവലാതി, കൊളമാക്കി.''

എന്തു ചെയ്യാൻ, കമന്റ് കണക്കുകൂട്ടി പറഞ്ഞതൊന്നുമല്ല. വന്നുപോയി. മാപ്പാക്കണം.

അശ്വിനിയെ ചേർത്തുപിടിച്ചു പഴങ്കാല കഥകൾ പറയുമ്പോൾ മോഹന്റെ കണ്ണിനു ചുറ്റും നേർത്ത വരകൾ വിരിയും. ചിരിയോ കുസൃതിയോ എന്ന് അശ്വിനിക്ക് ചികഞ്ഞെടുക്കാനുള്ള ചാലുകൾ. ഇരുപതു മഞ്ഞുകാലങ്ങൾ എത്രയേറെ തണുപ്പും മരവിപ്പും അതിനുമുകളിൽ ചൊരിഞ്ഞിട്ടുണ്ട്.

Nest is filled with emptiness

ഡോക്ടർ കാത്തലീൻ ഗാർനെറ്റിന്റെ ക്ലിനിക്ക് അറുനൂറു വർഷം പ്രായം തോന്നിക്കുന്ന കെട്ടിടത്തിലായിരുന്നു. മിനുക്കുപണികളെന്തെങ്കിലും ചെയ്തിട്ട് കാലങ്ങളോളമായിട്ടുണ്ടാവും. പുറത്ത് പെയിന്റ് അടർന്നു പോയ പാടുകളുണ്ട്. ടാറിട്ട പാർക്കിംഗ് ലോട്ടിൽ കാറുകൾ കുറവായിരുന്നു.

തോളൊപ്പം എത്തുന്ന ഭിത്തിക്ക് അപ്പുറത്തിരിക്കുന്ന മെലിസ അശ്വിനിയുടെ ഹെൽത്ത് കാർഡ് വാങ്ങി, മെഷീനിലുരച്ചിട്ട് തിരിച്ചു കൊടുത്തു.

''ഇരിക്കൂ മിസ്സിസ്. റാം. ഡോക്ടർ രണ്ടു മിനിറ്റിനുള്ളിൽ വരും.''

മുറിയുടെ നടുവിലെ ചെറിയ മേശയിൽ മാസികകൾ തലങ്ങനെയും വിലങ്ങനെയും കിടന്നു. TIME, People, Living, Better Homes and Gardens, Food and wine... ചിലതിന്റെ ആദ്യപേജുകൾ കീറിയത്. പുറത്തിറങ്ങുമ്പോൾ മിനുങ്ങിത്തിളങ്ങി വശീകരിപ്പിക്കുന്ന പ്രസിദ്ധീകണങ്ങൾ കൂടുതലും പഴകിയതും ചുളിഞ്ഞുമിരുന്നു. അശ്വിനി ഒന്നിലും തൊടാതെ, രോഗാണുക്കളുടെ സംഘത്തെ ഒഴിവാക്കി ഫോണിൽ കണ്ണുറപ്പിച്ചിരുന്നു. നരച്ച കസേരയിൽ കീർത്തനയേയും കെട്ടിപ്പിടിച്ചിരുന്ന നാളുകൾ കഴിഞ്ഞയാഴ്ചപോലെ തോന്നി അശ്വിനിക്ക്. ഇവിടെ വരുമ്പോഴെല്ലാം കീർത്തനയെ ഓർത്തുള്ള വെപ്രാളമായിരുന്നു. സ്വന്തം ആരോഗ്യത്തെപ്പറ്റി ഇന്നുവരെ ആകാംക്ഷപ്പെട്ടിട്ടില്ലല്ലോന്നു അശ്വിനിയോർത്തു.

ഡോക്ടർ ഗാർനെറ്റ് അശ്വിനിയുടെ അരിമണിയെ തൊട്ടുനോക്കി. അമർത്തി നോക്കി. വേദനയുണ്ടോ എന്ന് ചോദിച്ചു നോക്കി.

''ശരിയാണ്. എന്തോ ഒന്ന് അവിടെയുണ്ട്. പ്രത്യേകിച്ചൊന്നും പറയാൻ പറ്റില്ല, നമുക്ക് മാമോഗ്രാം ചെയ്തു നോക്കാം.''

ഫയൽ നോക്കി ഡോക്ടർ വീണ്ടും പറഞ്ഞു.

''നിനക്ക് ബ്രെസ്റ്റ് ക്യാൻസർ പാരമ്പര്യമില്ല. സാധ്യതകളൊന്നും കാണുന്നില്ല. എന്നാലും നമുക്ക് ഒന്ന് ഒറപ്പാക്കിയേക്കാം. നാല്പത് കഴിഞ്ഞാൽ പലരും പതിവായി മാമോഗ്രാം ചെയ്യാറുണ്ട്.''

ഒന്റേരിയോ സംസ്ഥാനത്തിന്റെ ആരോഗ്യവകുപ്പ് അമ്പതുകഴിഞ്ഞ സ്ത്രീകളെ മാമോഗ്രാമിനു പ്രേരിപ്പിക്കും. അൻപതാം പിറന്നാൾ എത്തുമ്പോൾ സ്തനാർബുദവും മാമോഗ്രാം ചെയ്യേണ്ടതിന്റെ ആവശ്യകതയും വിശദീകരിക്കുന്ന കത്ത് ആരോഗ്യവകുപ്പ് നേരിട്ട് സ്ത്രീകൾക്ക് അയയ്ക്കും. അതിൽ അടുത്തുള്ള ആശുപത്രിയിലോ ക്ലിനിക്കിലോ പോയി മാമോഗ്രാം ചെയ്യാൻ നിർദ്ദേശമുണ്ടാവും. സ്തനാർബുദം നേരത്തെ കണ്ടുപിടിച്ചാൽ ചികിത്സയും അതിജീവനവും എളുപ്പമാവുമെന്ന നിഗമനത്തിൽ നിന്നാണിത്. ഭാഗ്യവതിയായ അശ്വിനിക്ക് അതുവരെ കാത്തിരിക്കേണ്ടി വന്നില്ല.

ആശുപത്രിയിൽ വിളിച്ച് മാമോഗ്രാം ഏർപ്പാടാക്കാൻ ഡോക്ടർ മലിസയെ ഏൽപ്പിച്ചു. ഡോക്ടർ ഗാർനെറ്റ് കീർത്തനയുടെ കാര്യവും അന്വേഷിക്കാൻ മറന്നില്ല.

ഡോക്ടറുടെ മുറിയിൽ നിന്നും ഇറങ്ങുമ്പോൾ മലിസ പിടിച്ചു നിർത്തി.

''മിസ്സിസ് റാം, ഏതു സമയമാണ് മാമോഗ്രാം അപ്പോയ്ന്റ്മെന്റിനു സൗകര്യം? കാലത്തോ, അല്ലെങ്കിൽ ഉച്ചകഴിഞ്ഞോ?''

''കാലത്ത്, ആദ്യത്തെ അപ്പൊയിന്റ്മെന്റ് തരൂ.''

കഴിയുന്നതും അവധി എടുക്കാതിരിക്കാനായി അശ്വിനി പറഞ്ഞു.

''ശരി, ആശുപത്രിയിൽ വിളിച്ച് സമയം എടുത്തിട്ട് ഞാൻ വിളിക്കാം. ഇതാ, ഇതിൽ മാമോഗ്രാമിനെപ്പറ്റി അത്യാവശ്യം വിവരങ്ങളുണ്ട്.''

ഡോക്ടറുടെ സെക്രട്ടറി കൊടുത്ത ലഘുലേഖ അശ്വിനി ബാഗിന്റെ സിപ്പറുള്ള ഉള്ളറയിലേക്ക് വെച്ചു.

പതിനൊന്നു മണിയുടെ മീറ്റിംഗിനെത്താൻ അവൾ വൈകിയില്ല. പശയൊട്ടിച്ച ചിരിയുമായി അശ്വിനി ചുറ്റും നോക്കി. ബ്രൗൺ നിറമുള്ള ജനലുകളും വമ്പൻ കസേരകളുമുള്ള കോൺഫറൻസ് റൂം. ഗ്രേ കാർപ്പറ്റ്, അതിൽ ഛർദ്ദി പടർന്നതുപോലെ ഇളം മഞ്ഞഡിസൈൻ. മഞ്ഞ ഭിത്തി. പ്രധാനപ്പെട്ടതൊക്കെ എത്ര പെട്ടെന്നാണ് അപ്രധാനമാകുന്നത്.

ഒരു ചുഴലി, അത് മറ്റാർക്കും കാണാനാവില്ല. കൈകാലിട്ടടിച്ച്, തന്നത്താനെടുത്തെറിഞ്ഞും വട്ടംചുറ്റിച്ചും പതയും നുരയും ഒലിപ്പിച്ച് അശ്വിനിയുടെ ഉള്ളിൽ ചുഴലി തുള്ളുന്നു. ഒരാൾ തനിച്ച് എങ്ങനെയാണ് ഒരു ചുഴലിയെ ഉള്ളിലൊതുക്കുന്നത്?

മോഹനെ വിളിക്കാൻ അശ്വിനി ഫോണെടുത്തു. ആളെ കിട്ടാനില്ല. മോഹൻ ഒന്നു തിരിച്ചു വിളിക്കൂ എന്ന് മെസേജിട്ട് അശ്വിനി സമയം നോക്കി.

രണ്ടുമണി... മൂന്നു മണി...നാലുമണി, അഞ്ചു മണി....

ഒരു മണിക്കൂറിന്റെ ദൈർഘ്യം അഞ്ചൂറു മിനിറ്റാക്കി മാറ്റിയത് ആരാണ്? ഒടുക്കം കാറിന്റെ പിന്നിൽ ഗമയോടെ കിടക്കുന്ന ജിം-ബാഗിനെ ഗൗനിക്കാതെ അശ്വിനി വീട്ടിലേക്ക് പോയി. ഗരാജിന്റെ വാതിൽ തുറന്ന് കാർ അകത്തു കയറ്റിയിട്ടു, വീടിനുള്ളിലേക്കുള്ള വാതിലിന്റെ താക്കോൽ തിരയുമ്പോൾ അവൾ പല്ലുകടിച്ചു.

''എത്ര വാതിലുകൾ കടക്കണം സ്വന്തം വീടിനുള്ളിൽ കയറാൻ. ഗരാജിൽ നിന്നും കയറിവരുന്ന ഇടനാഴിയിലെ പ്ലാസ്റ്റിക് ട്രേയിൽ മോഹന്റെ ബൂട്ട്സ് വായ പൊളിച്ച് ഇര കാത്തിരിക്കുന്നു. മോഹൻ ഒന്നും അങ്ങനെ ഇട്ടു പോവാറില്ല. ബൂട്ട്സിൽ പട്ടിപ്പിടിച്ചിരുന്ന മഞ്ഞൊക്കെ ഉരുകി ഉണങ്ങിയിട്ടേ മാറ്റി വെയ്ക്കാൻ പറ്റൂ. അതുകൊണ്ടാവും അത വിടെ ഇരിക്കുന്നത്. അല്ലെങ്കിൽ ഷൂസലമാരയിലെ ഷെൽഫിൽ അതി നായി നിശ്ചയിച്ച കള്ളിയിൽ അച്ചടക്കത്തോടെയിരിക്കും ബൂട്ട്സുകളും ഷൂസുകളും.

മുൻവശത്തെ വിസ്താരമുള്ള ഇടനാഴിയിലാണ് അലങ്കോലപ്പെട്ടു കിടക്കുന്ന അശ്വിനിയുടെ കോട്ടലമാര. ഭിത്തിയോട് ചേർത്തിട്ടിരിക്കുന്ന നീളംകൂടി വീതികുറഞ്ഞ് ഉയരമുള്ള കറുത്ത മേശയുടെ പുറത്തെ നടരാജനും പൂപ്പാത്രത്തിനും നടുവിലെ താലത്തിൽ അശ്വിനി താക്കോൽ കൂട്ടം വെച്ചു. മേശയ്ക്കു തൊട്ടുമുകളിലായി തൂക്കിയിരുന്ന വീതികൂടിയ കറുത്ത ഫ്രെയിമുള്ള വലിയ വട്ടക്കണ്ണാടി ഗാംഭീര്യത്തോടെ അശ്വിനി യുടെ മുഖം ദ്വിമാനചിത്രമായിക്കാണിച്ചു.

മോഹനെ വീണ്ടും വിളിക്കാൻ മടിച്ച് അശിനി കീർത്തനയെ വിളിച്ചു.

''യെസ് മമ്മാ, എന്താണ് എമർജൻസി?''

''എമർജൻസി ആയിട്ടൊന്നില്ല. വെറുതെ നിന്നോടൊന്നു സംസാരി ക്കണംന്ന് തോന്നി.''

''ഹോ, ടെക്സ്റ്റ് ചെയ്തൂടെ? ഞാനിപ്പോ ലൈബ്രറിയിലാണ്. അസൈൻമെന്റ് തീർക്കാൻ പാടുപെടുന്നു. ഞാനിന്നലെ ഇങ്ങോട്ട് വന്നിട്ടല്ലേ ഉള്ളൂ അമ്മാ.''

''ഓകെ... ഓകെ... നീ പൊയ്ക്കോ.''

കീർത്തന അസ്വസ്ഥതയോടെ കൃഷ്ണമണികൾ മുകളിലേക്കുരുട്ടു ന്നുണ്ടാവും.

കീർത്തനയ്ക്ക് അമ്മക്കൂട്ടു വേണ്ട, അമ്മപ്പലഹാരം വേണ്ട, അമ്മ ക്കൊഞ്ചൽ വേണ്ട. വാത്സല്യം, കരുതൽ, കൂട്ടുകൂടൽ, വെടിപറച്ചിൽ, പിന്തുണ... ഒന്നും വേണ്ട! ദേ, അമ്മാന്നു പറയുന്നതിപ്പോ ബോധോം വിവരോം ഇല്ലാത്ത ഒരു സ്ത്രീ. ചിലച്ചു സ്വൈര്യം കെടുത്തും, ലൈബ്രറി യിലിരിക്കുമ്പോൾ വിളിച്ചു മാനോം കളയും. എന്താ ചെയ്യാ, പാവം പാവം കീർത്തന.

സ്തനാർബുദനിർണയ പരിശോധനയ്ക്കുള്ള ലഘുലേഖ അശ്വിനി ആർത്തിപിടിച്ച് ആദ്യന്തം വായിച്ചു. സ്റ്റേറ്റ്മെന്റ് ഓഫ് വർക്കും സർവീസ് ലെവൽ എഗ്രിമെന്റും ഇടപാടുകാരുമായുള്ള ഉടമ്പടിയും വായിക്കുന്ന ശ്രദ്ധയോടെ. പ്രായം കൂടുംതോറും സ്തനാർബുദം വരാനുള്ള സാധ്യത കൂടുന്നു. മാമോഗ്രാമിന് പോവുമ്പോൾ ബ്ലൗസ് ഊരി മാറ്റേണ്ട സൗകര്യത്തിനു രണ്ടു പീസ് വസ്ത്രം വേണം ഇടാൻ. ഒറ്റയുടുപ്പ്, ഓവറോൾ ഇതൊന്നുമല്ല വേണ്ടത്. ഡിയോഡറന്റ്, വിയർപ്പുനാശിനി, ലോഷൻ, ക്രീം, പൗഡർ ഇതൊന്നും ഇടാൻ പാടില്ല. ഇതിലൊക്കെ ലോഹാംശം ഉള്ളത് ചിലപ്പോൾ എക്സറേ മെഷീൻ പിടിച്ചെടുക്കും. രോഗനിർണയത്തിൽ കൈകടത്തും, തെറ്റിക്കും.

മോഹൻ വന്നയുടനെ സ്തനാർബുദനിർണയ പരിശോധനയ്ക്കുള്ള ലഘുലേഖ മോഹന്റെ മുമ്പിൽ വെച്ചു അശ്വിനി. പിങ്കിൽ വെള്ള കുത്തുകളുള്ള ഒരു ബ്രാ ഹാങ്ങറിൽ തൂങ്ങിക്കിടക്കുന്ന ചിത്രമായിരുന്നു ലഘുലേഖയുടെ പുറത്തേത്.

''ഓ, ഇത് ലേറ്റായ വാലന്റൈൻ ഗിഫ്റ്റ് റിക്വസ്റ്റ് ആണോ പ്രിയതമേ? എംറ്റി നെസ്റ്റ് എൻജോയ് ചെയ്യാനാണോ പരിപാടി?''

''അതേ, ക്യാൻസറാണോ മോയുടെ ഗിഫ്റ്റ്?''

മോഹൻ വാക്കുകൾക്ക് വേണ്ടി പെട്ടെന്ന് തപ്പിത്തടഞ്ഞു. ലഘുലേഖ തിരിച്ചും മറിച്ചും നോക്കുന്ന മോഹനെ അശ്വിനി കണ്ണീരിൽ തോൽപ്പിച്ചു.

''ആരു പറഞ്ഞു, ഡോക്ടർ പറഞ്ഞോ, ഉണ്ടെന്ന്?''

''ഉണ്ടെന്നല്ല, ടെസ്റ്റ് ചെയ്യാൻ പോകണം. അതിനുള്ള പ്രിപ്പറേഷൻ ആണ്.''

''ഓ, ടെസ്റ്റ് ചെയ്യാൻ പോണേന് ഇത്രയ്ക്കു സ്ട്രെസ്സടിക്കുന്നതെന്തിനാ, എന്തോ ചെറിയ കുരു വല്ലതും ആവും.''

''ഞാൻ മെസേജ് ഇട്ടിട്ട് എന്താണ് തിരിച്ചു വിളിക്കാതിരുന്നത്?''

''ഇന്ന് മുഴുവൻ മീറ്റിംഗിൽ ആയിരുന്നു.''

മോഹൻ ലഘുലേഖ മേശപ്പുറത്തു തിരികെ വെച്ചു കിടപ്പുമുറിയിലേക്ക് പോയി. അശ്വിനി എന്തിനായിരിക്കും വിളിച്ചതെന്നു മോഹന് അറിയേണ്ട. പേടിക്കേണ്ട എന്ന് പറയാൻ പോലും മോഹനറിയില്ല.

അറിയാവുന്ന കാര്യം മോഹൻ ചെയ്തു. ഭക്ഷണം കഴിച്ച് കമ്പ്യൂട്ടറിനു മുന്നിൽ തപസ്സിരുന്നു. ഫോണിലെ മറ്റുള്ളവരുടെ മെസേജുകൾക്ക് കൃത്യമായി മറുപടി അയച്ചു. പിന്നെ ടി.വിയിലെ വാർത്തകൾ കണ്ടു. പല ചാനലുകളിലായി.

എംപ്റ്റി നെസ്റ്റിനെ അശ്വിനി തിരിച്ചും മറിച്ചുമിട്ടു. കോളേജു ഫീസൊന്നു തീർത്തുകൊടുത്താൽ കിളിക്കുഞ്ഞിനു പറന്നു പോകുന്നതു കാത്തിരിക്കുകയാണോ മോഹൻ?

പോസിറ്റീവ് ആറ്റിട്യൂഡ് വേണം, കുട്ടി വീട്ടിലില്ലാത്തതുകൊണ്ട് പാചകം കുറച്ചു ചെയ്താൽ മതിയല്ലോ എന്നർമാദിക്കണം. വയസ്സക്കിളികൾക്ക് എകാന്തതയും സ്വാതന്ത്ര്യവും സമയവും ധാരാളമാവില്ലേ? ഒറ്റപ്പെടലിനെ പഴിക്കാതെ മിച്ചമുള്ള സമയവും പണവും കൊണ്ടു കളിക്കാം, രസിക്കാം, യാത്ര പോവാം. പക്ഷേ, കൂടിന്റെ ശൂന്യതയെ എന്തെടുത്താണ് അശ്വിനി നിറയ്ക്കേണ്ടത്? ടി.വി.യുടെ ശബ്ദമോ?

ആദ്യത്തെ യൂറോപ്യൻ പ്രോജക്ട് അംഗീകരിച്ചതിൽ ഓഫീസിൽ ആഘോഷമായിരുന്നു. യൂക്ക എന്ന പുതിയ പ്രോഗ്രാമിലാണ് അശ്വിനിയുടെ പ്രോജക്ടിനെ ഉൾപ്പെടുത്തിയത്. കൂടുതൽ പ്രോജക്ടുകൾ യൂറോപ്പിൽ നിന്നും വരുമെന്ന പ്രതീക്ഷയിലാണ് അപ്പർ മാനേജ്മെന്റ്. കേക്ക് മുറിക്കാനും പ്രോജക്ട് ഔപചാരികമായി ഉദ്ഘാടനം ചെയ്യാനും കമ്പനിയുടെ പ്രസിഡന്റും സി.ഇ.ഒ.യും. എത്തി. രണ്ടുപേരും അശ്വിനിയെ പ്രത്യേകം അഭിനന്ദിക്കാൻ മറന്നില്ല.

''Octavian told me that you are very sharp, didn't miss even a tiny detail.''

പ്രസിഡന്റ് എന്നു പറഞ്ഞപ്പോൾ അശ്വിനിക്ക് അഭിമാനം തോന്നി. അഭിനന്ദിക്കുന്നതിലും അർഹിക്കുന്ന അംഗീകാരം കൊടുക്കുന്നതിലും പിശുക്കനല്ല ട്രാവിസ്. എന്നാലും ക്ലയന്റ് നേരെ പ്രസിഡന്റിനോട് പറഞ്ഞത് അഭിമാനിക്കാനുള്ള വക തന്നെയാണ്.

തിരികെ ഓഫീസിൽ വന്നിരിക്കുമ്പോൾ അശ്വിനിക്ക് മോഹനെ വിളിക്കാൻ തോന്നിയില്ല. ഇത്തരം അഭിനന്ദനങ്ങൾ കൂട്ടുകാരോട് പറയാൻ കൊള്ളില്ല. ഒരുതരം അഹങ്കാരമായി മാറും അത്. ഗേൾപവർ ഗ്രൂപ്പിൽ വിശേഷങ്ങൾ കുന്നുകൂടുന്നുണ്ട്.

ശാന്തിയുടെ മെസേജ്: ഔട്ട്ലെറ്റ് മാളിൽ ഷോപ്പിംഗിനു എന്നാണു പോകേണ്ടത്?

മിത്രയും മെറിയും ഉടനെ മറുപടി അയച്ചിട്ടുണ്ട്.

''വെള്ളിയാഴ്ച വൈകുന്നേരം അല്ലെങ്കിൽ ശനിയാഴ്ച ഉച്ചതിരിഞ്ഞ് ആയാലോ?''

അശ്വിനിക്ക് ഉത്തരങ്ങളൊന്നും വരുന്നില്ല. എന്നിട്ടും ഒരുത്തരം അശ്വിനി അയച്ചു.

''ഓഫീസിൽ പ്രോജക്ടിന്റെ തിരക്കാണ്. ഈ ആഴ്ച പറ്റില്ല.''

അശ്വിനി വെറുതെ കുറച്ചു സമയത്തേക്ക് ഒരു ഡ്രൈവിനിറങ്ങി.

ചാഞ്ഞു നിന്ന മേപ്പിൾ മരത്തിൽ തട്ടിത്തടഞ്ഞ് ഒരു കാറ്റ് ഒന്റേരിയോ തടാകത്തിലേക്ക് പോയി. അശ്വിനിയും മോഹനും തടാകത്തിന്റെ തീരത്ത് കൈകോർത്തു നിൽക്കുകയായിരുന്നു. കാറ്റിൽ കുനുകുനെ വിറയ്ക്കുന്ന 45 കിലോ ഭാരമുള്ള അശ്വിനിയുടെ ശരീരം മോഹൻ

ചേർത്തുപിടിച്ചു. ശരീരത്തിൽ നിന്നും ശരീരത്തിലേക്ക് വൈദ്യുതിച്ചൂടു പടർന്നു. അത് ഇരുപത്തിയഞ്ചു വർഷം മുമ്പായിരുന്നു. മറ്റാരോടും പറയാൻ കഴിയാതെ അശ്വിനിയെ വീർപ്പുമുട്ടിച്ച ഒരു ചൊവ്വാഴ്ച വൈകുന്നേരം. ജോലികഴിഞ്ഞ് പോകുംവഴി തടാകം കാണാൻ വെറുതെ ഇറങ്ങിയ ഒരു വൈകുന്നേരം. കടലുപോലൊരു തടാകം. കനലുപോലെ പ്രണയം.

ഡോക്ടർ ഗാർനെറ്റിന്റെ ക്ലിനിക്കിൽ നിന്നും വെള്ളിയാഴ്ചയാണ് മെലിസ അശ്വിനിയെ വിളിച്ചത്. രണ്ടാഴ്ച കഴിഞ്ഞാൽ രാവിലെ എട്ടു മണിക്ക് ആശുപത്രിയിലെത്തണം. മാമോഗ്രാം ചെയ്യുന്ന ആശുപത്രിയുടെ അഡ്രസും ഫോൺനമ്പറും അശ്വിനി ശ്രദ്ധയോടെ എഴുതിയെടുത്തു.

ഒരു ചൊവാഴ്ച രാവിലെ അശ്വിനി കുറച്ചു വൈകി എത്തുന്നതിൽ ട്രാവിസിനു പ്രശ്നമില്ല. എന്താണ് കാരണം എന്നു തന്നെ ചോദിച്ചില്ല. അത് അശ്വിനിയിഷ്ടപ്പെടുന്ന അമേരിക്കൻ മര്യാദയാണ്. എന്തിനാണ്, എവിടെപ്പോകുന്നു, എത്രമണിക്ക് പോവും, ആരാണ് കൂടെവരുന്നത് എന്നൊക്കെയുള്ള ഇന്ത്യൻ ഔൽസുക്യമില്ല.

‘‘ഒരു പ്രശ്നവുമില്ല. അന്ന് ഞാനിവിടെ ഉള്ള ദിവസമാണ്. നിന്റെ ആവശ്യങ്ങൾ തീർത്തിട്ടു വന്നാൽ മതി.’’

സമയം കഴിഞ്ഞും അശ്വിനി ജോലി ചെയ്യുന്നത് ട്രാവിസിനു നന്നായറിയാം. അപ്പോൾ ഒരു ദിവസം ഒന്നോ രണ്ടോ മണിക്കൂറിൽ അയാൾ പിശുക്കു കാണിക്കില്ല.

ഡോക്ടറുടെ ഓഫീസിൽ നിന്നും കിട്ടിയ ലഘുലേഖ അശ്വിനി പിന്നെയും വായിച്ചു. ഡിയോഡറന്റ് പാടില്ല. ക്രീം, ലോഷൻ, പൗഡർ ഒന്നും പാടില്ല.

‘‘Wear two piece dress.’’

ലഘുലേഖ അശ്വിനിയെ ശാസിച്ചു. ഉറങ്ങാൻ കിടന്ന അശ്വിനിക്ക് മാമോഗ്രാം കണ്ണുപൂട്ടാതെ കാവലിരുന്നു. ഒന്നു കണ്ണടച്ചാൽ അപ്പോൾ തട്ടി വിളിക്കും.

‘‘ഒണർന്നെ.. മണി ഒന്നായി. നാളെ, നാളെ രാവിലെ പോവണ്ടേ?’’

‘‘ദേ, നോക്ക് നോക്കൂ. മണി രണ്ടു പതിനേഴ്. ആ വഴിക്ക് ട്രാഫിക്ക് കാണുമോ?’’

ഉറക്കത്തെ ഒന്നു പിടിച്ചുകെട്ടാൻ അശ്വിനി കാപ്പികുടിച്ചും എക്സർസൈസുചെയ്തും നോക്കിയിട്ടുണ്ട്. അപ്പോഴൊക്കെ ഉറക്കം അശ്വിനിയെ ഇറുകെ കെട്ടിപ്പിടിച്ചു.

മാമോഗ്രാം പിന്നെയും പറഞ്ഞു

‘‘കണ്ടോ, രണ്ടു മുപ്പത്തിയെട്ട് ആയിട്ടേ ഉള്ളൂ.’’

''ഇപ്പൊ രണ്ടു അൻപത്തിനാല്.''

അശ്വിനി ചരിഞ്ഞു കിടന്ന് മോഹന്റെ പ്രൊഫൈൽ പഠിച്ചു. മോഹന്റെ ശ്വാസം എണ്ണിയാലോ? ഒരു മിനിറ്റിൽ ഒരാൾ എത്ര ശ്വാസം വിടുന്നതാണ് നോർമൽ. അധികം ആലോചിക്കാനില്ല. മോഹൻ ഒരു മിനിറ്റിൽ എത്ര ശ്വാസമെടുക്കുന്നുവോ അതാണ് ശരി. അത് മാത്രമാണ് ശരി.

സമയം നാലു പത്ത്. ഒടുക്കത്തെ ഒറക്കം, വേറെ എവിടെയോ ചുറ്റിക്കളിക്കയാണ്.

അശ്വിനി അമ്മയെ ഓർത്തു. ആനപ്പിണ്ടം മുലകൾ ബോഡീസിൽ കെട്ടിമുറുക്കി നടന്നിരുന്ന അമ്മൂമ്മയെ ഓർത്തു.

അമ്മയെ വിളിച്ചാലോ? അമ്മ സമയം കണക്കു കൂട്ടും. ഉറങ്ങാത്തതെന്താണെന്നു ചോദിക്കും. അമ്മയോട് കളവു പറയാൻ പറ്റില്ല. ഒന്നും പറയാറായിട്ടില്ല. എന്നാലും അമ്മ മണത്തറിയും.

അലക്കാനിട്ട അമ്മയുടെ ബ്രാ എടുത്തിട്ട് വിലാസിനിയുടെ കൂടെ സർക്കസുകാരി കളിച്ചപ്പോൾ അമ്മ വഴക്ക് പറഞ്ഞില്ല. ചിരിച്ചു ചിരിച്ച് കണ്ണിൽ വെള്ളം നിറച്ച അമ്മ. അമ്മക്കണ്ണിൽ ഇല്ലാത്ത കാര്യത്തിനു വെള്ളം നിറയ്ക്കേണ്ട.

കിടന്നു കിടന്നു മടുത്തപ്പോൾ അശ്വിനി ഇന്റർനെറ്റിൽ കറങ്ങി നോക്കി. മാമോഗ്രാമിനെപ്പറ്റി ആകെ അൻപതു സൈറ്റുകളല്ലേ നോക്കിയുള്ളൂ, ഇനിയും വല്ലതും ഉണ്ടെങ്കിലോ?

''അഡിക്ഷൻ. അപ്പോയ്ന്റ്മെന്റ് ഉള്ള ദിവസമല്ലേ?''

''ഒറങ്ങാതെ ഈ ചീപ്പ് സാധനത്തിന്റെ മുമ്പിലിരിക്കണോ?''

ഉറങ്ങാനും ഉറങ്ങാതിരിക്കാനും ഒരു മാമോഗ്രാം അവളെ അനുവദിച്ചില്ല. അശ്വിനി പിന്നെയും കണ്ണടച്ചു കിടന്നു.

''അഞ്ചു പതിമൂന്ന്. ഛെ, പതിമൂന്നൊരു ചീത്ത നമ്പറാണ്. കണ്ണടയ്ക്ക്, ഇറുക്കിയടയ്ക്ക്.''

''എണ്ണൂ: വൺ മിസ്സിസ്സിപ്പി, ടൂ മിസ്സിസ്സിപ്പി, ത്രീ മിസ്സിസ്സിപ്പി.''

അത് സെക്കൻഡുകൾ എണ്ണാനുള്ള തന്ത്രമാണ്. ഉറങ്ങാൻ ആടിനെ എണ്ണാനാണ് സെസമിസ്ട്രീറ്റ് കീർത്തനയെയും അശ്വിനിയെയും പഠിപ്പിച്ചത്. ആട്ടിൻകുട്ടികളെ എണ്ണിയെണ്ണി ബോറടിച്ചുറങ്ങാനുള്ള തന്ത്രം.

ഒന്ന്... രണ്ട്... മൂന്ന്... നാല്... അഞ്ച്... ആറ്... ഏഴ്... എട്ട്.... ഒൻപത്... പത്ത്... ആട്ടിൻകുട്ടികൾ കിടക്കയ്ക്കു ചുറ്റും നിന്ന് ബേ... ബേ...ന്നു കരഞ്ഞിട്ട് ഉറങ്ങാൻ പറ്റാത്ത സെസമിസ്ട്രീറ്റിലെ ഏണിയെയും ബേർട്ടിനേയുംപോലെ അശ്വിനി തിരിഞ്ഞും മറിഞ്ഞും കിടന്നു. അതിൽ രസിച്ച് താടിക്ക് കൈകൊടുത്ത് ഒരു മാമോഗ്രാം അവൾക്ക് കാവലിരുന്നു.

Can Sir?

ഡിയോഡറന്റ് പാടില്ല.

ക്രീം, ലോഷൻ, പൗഡർ - ഒന്നും പാടില്ല.

Wear two piece dress.

ഉറങ്ങാത്ത അശ്വിനി ക്രീം പുരട്ടാതെ, രണ്ട്പീസ് ഡ്രസ്സ് തിരയുന്നു. പാന്റ്? പാവാട? ഷർട്ട്? സ്വെറ്റർ?

''രാത്രി മുഴുവൻ ഉറങ്ങാതെ കിടന്നപ്പോൾ ഇതൊന്നു തീരുമാനിക്കായിരുന്നില്ലേ?''

ലോജിക്ക് അതികാലത്തെ അശ്വിനിയോടു ചോദ്യം ചോദിക്കുന്നു. അത് മോഹന്റെ ലോജിക്കാണ്.

സ്വെറ്റർ തലയിലൂടെ ഊരുകയും ഇടുകയും ചെയ്യുമ്പോൾ മുടിയുടെ അച്ചടക്കം പോവും. ഹീറ്ററുകൾ പ്രവർത്തിക്കുന്ന തണുപ്പുകാലത്ത് ചെറിയ മുടികൾ സ്വെറ്ററിലുരസി ഘർഷണവൈദ്യുതിയിൽ (സ്റ്റാറ്റിക്ക് ഇലക്ട്രിസിറ്റിയിൽ) ആവേശംകൊണ്ട് കൈ പൊക്കി എഴുന്നേറ്റ് നിൽക്കും. ഷർട്ടാണെങ്കിൽ എളുപ്പമാവും. അതിനു മുകളിൽ മുൻവശം തുറന്ന കാർഡിഗൻ(സ്വെറ്റർ) ഇട്ട് അശ്വിനി തയ്യാറായി.

ആശുപത്രിക്കു മുന്നിലൊരു നെടുങ്കൻ ദേവദാരുമരം ഇലചേർത്തുപിടിച്ച് മേത്തേക്ക് വീണ മഞ്ഞിനെ തട്ടിമാറ്റാതെ അചഞ്ചലയായി നിന്നിരുന്നു. മുള്ളു വീണാൽ മുറിപ്പെടാത്ത ദേവദാരുവിന്റെ ഇലകൾക്ക് ശരത്തിലും വേനലിലും ശൈത്യത്തിലും വ്യത്യാസമില്ല. മഞ്ഞുമേടയ്ക്കു മുകളിൽ മലർന്നു കിടന്നു വെയിൽ ചതിയൻ ചിരി ചിരിച്ചു. കണ്ടാൽ ചുട്ടുപൊള്ളിക്കും എന്ന് തോന്നിപ്പിക്കും. അതിൽ മയങ്ങി പുറത്തിറങ്ങിയാൽ തണുത്തുറഞ്ഞുപോവും. തണുപ്പിന്റെ നിശ്ചലതയിൽ അന്തരീക്ഷം വായുവില്ലാത്തതുപോലെ നിന്നു. ഒരില അനങ്ങിയില്ല. കാറ്റ് എവിടെപ്പോയി? ഭൂമിക്കടിയിൽ ഒളിച്ചിരിക്കുമോ? ആകാശത്തേക്ക് പറന്നുപോയോ?

ആശുപത്രിയിലെ ഓരോ മുറിക്കും ഓരോ ഫോറം വീതമുണ്ട്. അതിൽ പേര്, വീട്ടുപേര്, വയസ്സ്, പൊക്കം, തൂക്കം, ഹെൽത്ത് കാർഡ് നമ്പർ എല്ലാം ചേർക്കണം.

''നിങ്ങളിപ്പോഴും ആ വീട്ടിൽ തന്നെയല്ലേ?''

ഡെസ്കിനു പിന്നിലെ കുഞ്ഞമ്മ അശ്വിനിയോട് അന്വേഷിച്ചു. സൗജന്യചികിത്സാ സംവിധാനത്തിന്റെ മറുവശമാണിത്. സൗജന്യം കാനഡയുടെ പൗരന്മാർക്കുള്ളതാണ്. വിനോദയാത്രക്കാർക്കും അതിക്രമിച്ചു കടന്നിട്ടുള്ളവർക്കും ചികിത്സ സൗജന്യമല്ല. എന്നിട്ടും അവരൊക്കെ ചികിത്സാ പദ്ധതിയിലേക്ക് നൂഴ്ന്നു കടക്കുന്നു, കാനഡസർക്കാരിനെ മുടിപ്പിക്കുന്നു. അതുകൊണ്ട് ആശുപത്രിയിലെ ഓരോ മുറിക്കും ഓരോ ഫോറം വീതം കൊടുത്തിരിക്കുന്നു. അതു ശരിയാണോന്നു നോക്കാൻ ഓരോ കുഞ്ഞമ്മമാരു വീതം. അതുമാത്രമല്ല, ആളു തെറ്റിപ്പോവരുത്, ശസ്ത്രക്രിയയിൽ കാല്, കൈ ആയി മാറരുത്.

കാര്യങ്ങൾ മാറ്റിപ്പറയുന്നുണ്ടോ? നാലാം നിലയിലെ രണ്ടാമത്തെ മുറിയിലെ ഫോറത്തിൽ കുടുംബത്താർക്കും ക്യാൻസർ വന്നിട്ടില്ല എന്നെഴുതി. എന്നിട്ട് ആറാം നിലയിലെ ഒൻപതാം മുറിയിലെ ഫോമിൽ ഗ്രാൻഡ്ഫാദറിനു കൊളസ്ട്രോൾ ഉണ്ടായിരുന്നു എന്നെഴുതിയിരിക്കുന്നു. കുഞ്ഞമ്മമാർ വട്ടമിട്ടിരുന്ന് ഫോമുകൾ തമ്മിൽ ചേർത്തു വായിച്ചു നോക്കുന്നു. പൊരുത്തക്കേടുകൾ ചുവന്ന മഷികൊണ്ട് അടയാളപ്പെടുത്തുന്നു.

ശമ്പളത്തിൽനിന്നും പിടിക്കുന്ന നാൽപതു ശതമാനം നികുതിയുടെ ഒരു പങ്ക് ഇങ്ങനെയാണ് പോകുന്നത്. സൗജന്യ ചികിത്സ ഒരു വരമാണ്. അതിനെ ചോദ്യം ചെയ്യരുത്. ഇ–ഹെൽത്ത് വരുന്നുണ്ട്. എല്ലാം ഇലക്ട്രോണിക് ആവുന്ന കാലം ആസന്നമാവുന്നതേയുള്ളൂ. ധൃതി കൂട്ടരുത്, അതുവരെ കടലാസ്, മഷി, എഴുത്ത്, ചേർത്തു വായന. അശ്വിനിയുടെ ഓഫീസിലെപ്പോലെ ഏതുപ്രവർത്തിയും കാര്യക്ഷമമാക്കാൻ ഇത് പ്രൈവറ്റ് കമ്പനിയല്ല. സമയനഷ്ടവും പണനഷ്ടവും ആരും കൃത്യതയോടെ നിരീക്ഷിച്ചുകൊണ്ടിരിക്കുന്നില്ല.

കാത്തിരുപ്പു മുറിയിൽ ഫോണിലെ ഇമെയിലുകൾ വായിച്ചുകൊണ്ടിരുന്ന അശ്വിനിയെ നേഴ്സ് വിളിച്ചു. അകത്തെ ചെറിയ ഒരു മുറിയിലേക്കാണ് നേഴ്സ് അശ്വിനിയെ കൊണ്ടുപോയത്. മുറിയുടെ ഭിത്തിയിലെ ഹുക്കിൽ ആശുപത്രി ഗൗൺ തൂങ്ങിക്കിടക്കുന്നുണ്ടായിരുന്നു. കോട്ടും സ്വെറ്ററും ഷർട്ടും മാറ്റി ഗൗണിട്ട വരാൻ നിർദ്ദേശിച്ചു വാതിൽ പിന്നിൽ നിന്നുമടച്ചിനട്ട് നേഴ്സ് പോയി. പിൻവശം തുറന്ന ഗൗണിട്ടപ്പോൾ അശ്വിനിക്ക് തണുത്തു. മുറിയിൽ നിന്നും പുറത്തിറങ്ങിയ അശ്വിനിയെ റേഡിയോളജിസ്റ്റ് മാമോഗ്രാം മെഷീനുകളുള്ള അടുത്ത മുറിയിലേക്ക് കൂട്ടിക്കൊണ്ടു പോയി. വലതുകൈ വലതുതോളിൽ വെച്ച് അവർ അശ്വിനിയുടെ വലതുമുല തണുത്ത പ്രതലത്തിലേക്ക് ചേർത്തുവെച്ചു. മുകളിൽ നിന്നും മറ്റൊരു പ്രതലം താണുവന്ന് ആരും വേദനിപ്പിച്ചിട്ടില്ലാത്ത കോശങ്ങളെ ഞെരിച്ചമർത്തി.

''ഇനി ഇടത്തേത്.''

മാമോഗ്രാം മെഷീനിന്റെ തണുപ്പിൽ അശ്വിനിയുടെ മുലകൾ ചേർന്നിരുന്നു. ആരൊക്കെയോ കട്ടു നോക്കിയ മുലകൾ, പലരേയും കൊതിപ്പിച്ച മുലകൾ. തണുപ്പിൽ ചതയുമ്പോൾ അശ്വിനിക്ക് വേദന തോന്നി. തണുത്ത ലോഹത്തിനിടയിൽ ചതയുന്ന മാംസം. വെറും മാംസം.

"ഇല്ല, ചതവൊന്നും പറ്റില്ല. വളരെ കുറച്ചു സമയത്തേക്ക് ഒരു അസ്വസ്ഥത. അത്രതന്നെ."

റേഡിയോളജിസ്റ്റ് അശ്വിനിയെ വിശ്വസിപ്പിക്കാൻ ശ്രമിച്ചു. പിന്നെ അവർ ഓരോ മുലയും ഇരുവശത്തും ചേർത്തു വെച്ച് എക്സ്-റെ എടുത്തു. അന്യവസ്തു പോലെ മുലകൾ അശ്വിനിയുടെ ശരീരത്തിൽ നിന്നും വേർപെട്ടു നിന്നു. വെറും മാംസം.

തണുപ്പും വേദനയും കൂടിച്ചേർന്നിട്ട് അശ്വിനിയുടെ ശരീരം വിറയ്ക്കാൻ തുടങ്ങി. എത്രയും പെട്ടെന്നു സ്വന്തം വസ്ത്രത്തിലേക്ക് മാറാൻ അവൾ തിടുക്കത്തോടെ ചെറിയ മുറിയിലേക്ക് നടന്നു.

ബ്രായിടുന്നതിനു മുമ്പ് അവൾ മുലകളിലേക്കുനോക്കി. വലത്തേത് ഉള്ളിലൊരു ബോംബ് ഒളിപ്പിച്ചു വെച്ചിട്ടുണ്ടോ? കണ്ണിൽ നിന്നും അടർന്നു വീഴുന്ന പാഴ്വെള്ളത്തെ തട്ടിക്കളഞ്ഞ് അവൾ ബാഗിൽ നിന്നും ഡിയോഡറന്റ് പുറത്തെടുത്തു കക്ഷങ്ങളിൽ പുരട്ടി ചിരിയോടെ പുറത്തിറങ്ങി.

നന്ദിപറയണം, യാത്ര പറയണം. കാനഡയുടെ മര്യാദയാണത്. വിടപറയാതെ ഒരിടത്തു നിന്നും യാത്രയാകരുത്. ബസ്സിൽനിന്നും ഇറങ്ങുമ്പോൾ പോലും ഡ്രൈവറോട് നന്ദിയും യാത്രയും പറയണം.

"താങ്ക്യൂ, ബൈ ബൈ."

മേശയ്ക്കു പിന്നിലെ ചാർട്ടുകാരി കുഞ്ഞമ്മയോടു ഉപചാരയാത്ര പറഞ്ഞു അശ്വിനി.

"ഹാവ് എ നൈസ് ഡേ, ഡിയർ."

"താങ്ക്യൂ."

അതിസുന്ദരമായ ഒരു ദിവസത്തിന്റെ ബാക്കിക്ക് അശ്വിനി അവർക്കു നന്ദി പറഞ്ഞു.

ഓഫീസിലെത്തിയപ്പോഴാണ് അശ്വിനി തിരിച്ചറിഞ്ഞതു, മനസ്സ് മാമോഗ്രാം മിഷീനടുത്ത് വെച്ചു മറന്നുപോയെന്ന്! ആശുപത്രിമുതൽ ഓഫീസുവരെ എങ്ങനെയെത്തിയെന്ന് ഓർമ്മ കിട്ടുന്നില്ല, ഏതു വഴിയാണ് കാറോടിച്ചത്? ഏതെങ്കിലും ട്രാഫിക് ലൈറ്റിൽ നിർത്തിയിരുന്നോ?

അശ്വിനിക്ക് യൂക്ക പ്രോജക്ടിലേക്ക് മുങ്ങാനും കഴിഞ്ഞില്ല. ശരിക്കൊന്നു ശ്വാസംവിടാൻ തന്നെ മനസ്സിന്റെ അനുവാദം ആവശ്യമുണ്ടെന്ന് അന്നാണ് അശ്വിനി അറിഞ്ഞത്.

ദിവസത്തിനു പെട്ടെന്നു നീളം വെച്ചുപോയി. അന്ന് മൂന്നുമണിയാവാൻ എൺപത് മണിക്കൂർ എടുത്തു. മണിക്കൂറുകൾ എണ്ണിയിട്ടും കാര്യമില്ല. ആഴ്ചകൾ കഴിഞ്ഞാലേ ഒരു ഉത്തരം കിട്ടൂ എന്ന് അശ്വിനിക്കറിയാം. ഈ ആഴ്ചകളിൽ ദിവസങ്ങൾക്ക് നീളം ഇരുനൂറ്റി അൻപത്തിയെട്ടു മണിക്കൂർ വീതമുണ്ടാവും. ഓടിയോടിപ്പോയിരുന്ന സമയമെന്തിനാണ് ഇങ്ങനെ നിരങ്ങി നീങ്ങുന്നത്?

''എന്താ, എന്താണു പ്രശ്നം ആശ?''

മോഹൻ ചോദിക്കുന്നു.

''പ്രത്യേകിച്ചൊന്നുമില്ല, ഇവിടെ ഇരുന്നിട്ട് സമയം പോകുന്നില്ല. രണ്ടാഴ്ച എങ്ങനെ കടത്തിവിടും മോഹൻ? ക്യാൻസർ എങ്ങാനും ആണെങ്കിൽ...''

''ഒന്ന് നിർത്തുന്നുണ്ടോ? വെറുതെ ഇല്ലാത്തതു നെനച്ചുണ്ടാക്കി സമയം കളയാതെ. നിനക്കവിടെ പണിയൊന്നും ഇല്ലാത്തോണ്ടാണ്. എനിക്ക് ശ്വാസംവിടാൻ സമയമില്ലാത്ത നേരമാണ്.''

മോഹന്റെ കണ്ണ് കോർപ്പറേറ്റ് കോണിക്ക് മുകളിൽ തറഞ്ഞിരിക്കുകയാണ്. ഏകാഗ്രത ഇല്ലാതാക്കുന്നതൊന്നും മോഹന് കേൾക്കുകയേ വേണ്ട. പ്രത്യേകിച്ച് ഇല്ലാത്ത രോഗത്തെപ്പറ്റി. കണ്ടുപിടിക്കാത്തതല്ല, അശ്വിനി പറഞ്ഞുണ്ടാക്കുന്ന അശ്വിനിക്ക് ഇല്ലാത്ത രോഗത്തെപ്പറ്റി!

മോഹൻ അശ്വിനിയെ 'ആശാ'ന്നു വിളിച്ചിട്ടു പറഞ്ഞത്

''നീയെന്റെ ആശയാണ്. പ്രതീക്ഷയാണ്.''

ഛെ, മോഹൻ വെറുമൊരു കാമുകനായിരുന്നു.

അശ്വിനിയുടെ കഴുത്തിനു തൊട്ടു താഴെ നെഞ്ചിൽ നടുനടുക്കായി കിടന്നാവാക്ക് കബഡി കളിച്ചു.

ക്യാൻസർ

ഖാൻസർ

കാൻ...സാർ

ഗാൻസോർ

ക്യാനസോർ

ക്യാ...സാർ?

കോൻ സേർ?

വിഴുങ്ങാൻ വയ്യ. തുപ്പാൻ വയ്യ...

എന്തു ചെയ്യും. എന്തു ചെയ്യും?

''ആരോടു പറയും... ആരോടു പറയും... കേൾക്കാൻ പോലും ആരുമില്ലല്ലോ.

പണി തീരാത്ത പകലുകളും ഉറക്കം തീരാത്ത രാത്രികളും കടന്ന് അശ്വിനിയുടെ സങ്കടങ്ങൾ ഉറഞ്ഞു നിന്നു.

''കണ്ട്രോൾ യുവർ എമിഗ്ഡാല വുമൺ.''

കീർത്തന അശ്വിനിക്ക് വിശദീകരിച്ചുകൊടുത്തതാണ്. ഭയം ഉണ്ടാവുന്നത് തലച്ചോറിലെ എമിഗ്ഡാലയിലാണ്.

സ്കൂളിൽ പഠിച്ച ബയോളജി വെള്ളം കൂട്ടാതെ കീർത്തന വീട്ടിൽ പ്രയോഗിക്കും. കഴിച്ച് കൊണ്ടിരിക്കുമ്പോൾ ഭക്ഷണം വിക്കിയ ചുമ അടക്കി, മാറിയ ശബ്ദത്തിൽ കീർത്തന പറഞ്ഞു.

''എന്റെ എപ്പിഗ്ലോട്ടിസ് മാല്ഫങ്ഷൻ ചെയ്തു.''

മോഹൻ എല്ലാ ഉത്സാഹത്തോടെയും കീർത്തനയുടെ ബയോളജി സ്നേഹത്തിൽ എണ്ണയൊഴിച്ച് തീകൂട്ടിക്കൊടുത്തു. ഒരു അനാറ്റമി പോസ്റ്ററാണ് എപ്പിഗ്ലോട്ടിസുകാരിക്ക് മോഹൻ സമ്മാനം കൊടുത്തത്. പേശികളും എല്ലുകളും അക്കമിട്ട് അടയാളപ്പെടുത്തിയ പോസ്റ്റർ. പെട്ടെന്നാണ് കീർത്തന പേശികളുടേയും എല്ലുകളുടേയും പേരുകൾ പഠിച്ചെടുത്തത്. കീർത്തനയുടെ സയൻസ് ഫെയറുകളിൽ മോഹൻ അതിരുവിട്ടു സഹായിക്കുന്നുവെന്ന് അശ്വിനി പരാതിപ്പെട്ടു. നിരാശ്രയനായി വളർന്ന ഒരു കുട്ടിയുടെ പിടച്ചിൽ മോഹന്റെ അത്യുത്സാഹം കൂടിയ പിന്തുണയിൽ അശ്വിനി കണ്ടെടുക്കാൻ ശ്രമിച്ചു.

കീർത്തനയ്ക്ക് ഡോക്ടറാവണം. ഡോക്ടറാവാൻ പഠിക്കാൻ ഏതു ഡിഗ്രിയും മതിയാവും. പക്ഷേ എൻട്രൻസ് കടന്നു കിട്ടാനും പിന്നെ അഡ്മിഷൻ കിട്ടിയാൽ പഠിത്തം എളുപ്പമാവാനും ഹെൽത്ത് സയൻസിൽ ഡിഗ്രി എടുക്കുന്നതാണ് നല്ലത്. ആരോഗ്യ സംരക്ഷണത്തിന്റെ ആദിപാഠങ്ങൾ ഹെൽത്ത്സയൻസിൽ പഠിച്ചെടുക്കാം. അഡ്മിഷൻ കിട്ടാൻ എളുപ്പമല്ലാത്ത വിഷയമാണ് ഹെൽത്ത് സയൻസ്. അതിന് റാങ്കുകാരി മാർക്ക് വേണം. അഡ്മിഷന് മാർക്കും മാത്രം പോരാ. സേവനസന്നദ്ധത പൂർത്തിയാക്കിയ സർട്ടിഫിക്കറ്റ് വേണം ഹൈസ്കൂൾ കടക്കാൻ. അതുകൊണ്ട് ഹൈസ്കൂൾ കുട്ടികൾ വോളണ്ടറി ജോലി ചെയ്യുന്നു. സമൂഹത്തിനു പ്രയോജനമുള്ള പൗരരായി വളരാനുള്ള അടിത്തറയാണത്. അച്ഛനും അമ്മയും അധ്വാനിച്ച പണം ചിലവാക്കുകയല്ല വിദ്യാഭ്യാസം എന്നറിഞ്ഞു വേണം കുട്ടികൾ വളരാൻ.

പന്ത്രണ്ടാം ക്ലാസ് കഴിഞ്ഞ് ഹെൽത്ത് സയൻസ് എടുക്കാൻ വേണ്ടി പഠിത്തക്കാരി കീർത്തന തലകുത്തി മറിഞ്ഞു. കീർത്തന ആഴ്ചയിൽ മൂന്നു ദിവസം വോളണ്ടറി ജോലി ചെയ്തു. തിങ്കളും ചൊവ്വയും ആശുപത്രിയിൽ രോഗികൾക്ക് ഭക്ഷണം വിതരണം ചെയ്യുന്ന പണി. വ്യാഴാഴ്ച ലൈബ്രറിയിൽ കുട്ടികൾക്ക് ഗൃഹപാഠം ചെയ്യാൻ സഹായിക്കും. നഗരത്തിന്റെ പരാധീനതപ്പെട്ട ഇടങ്ങളിൽ നിന്നുള്ള സ്കൂൾ കുട്ടികളാണ് അധികവും അവിടെ വരുന്നത്. അവർക്ക് കണക്കും സയൻസും

ഫ്രഞ്ചും പറഞ്ഞു കൊടുക്കുന്നത് കീർത്തനയ്ക്ക് ഇഷ്ടമുള്ള കാര്യമാണ്. സമൃദ്ധി കുറഞ്ഞ ജീവിതങ്ങൾ നേരിട്ടു കാണുന്നത് കുട്ടികളുടെ വ്യക്തിത്വവികസനത്തിനെ സഹായിക്കുകയും ചെയ്യും.

സ്കൂളിലെ സോക്കർ ടീമിനെ കീർത്തന ഉപേക്ഷിച്ചു. വൈകുന്നേരങ്ങളെ പ്രാക്ടീസും ശനി-ഞായറുകളെ മത്സരങ്ങളും കൈയടക്കാൻ തുടങ്ങിയപ്പോൾ പഠിപ്പിസ്റ്റു തന്നെയാണ് അതു വേണ്ടെന്നു പറഞ്ഞു ഭരതനാട്യത്തിലേക്ക് തിരിഞ്ഞത്.

ശനിയാഴ്ച ഉച്ചകഴിഞ്ഞായിരുന്നു ഭരതനാട്യത്തിന്റെ ക്ലാസ്. കീർത്തനയ്ക്ക് ഡാൻസ് ഇഷ്ടമാണ്. പഠിത്തത്തിനിടയിൽ അവൾ സമയം കിട്ടുന്നതുപോലെ പ്രാക്ടീസ് ചെയ്തു.

സ്കൂൾവിഷയങ്ങൾക്ക് മാർക്ക് തൊണ്ണൂറ്റഞ്ചു ശതമാനത്തിൽ കുറയാൻ പാടില്ല. കീർത്തനയ്ക്ക് കഴിക്കാൻ സമയമില്ല. ഉറങ്ങാൻ നേരമില്ല. കുളിക്കാൻ കൂടി സമയം കിട്ടാതെയായി. ടി.വി. കാണുന്നത് അങ്ങേയറ്റം കുറ്റബോധത്തോടെയായി. സോക്കർ ക്ലീറ്റ്സ് ഊരിമാറ്റി ചിലങ്കകെട്ടുന്നതിനെ അശ്വിനി എങ്ങനെ എതിർക്കും?

''എന്തിനാണ് കുട്ടീ ഈ പാടുപെടുന്നത്? പഠിത്തം കഴിഞ്ഞ് ജോലി കിട്ട്യാലും ഈ സ്ട്രെസ്സ്തന്നെയല്ലേ? നിനക്ക് ടീച്ചിംഗ് ചെയ്തൂടെ? നീ ആ കുട്ടികളെ ഹെൽപ്പ് ചെയ്യുന്നത് നന്നായി എൻജോയ് ചെയ്യുന്നുണ്ടല്ലോ. പിന്നെ എന്തോരം അവധിയുണ്ട്?''

''അയ്യേ, അത് മമ്മു ചെയ്തോട്ടോ.''

അങ്ങനെയാണ് കീർത്തന ഹെൽത്ത് സയൻസിനു അഡ്മിഷൻ നേടിയെടുത്തത്. ഇപ്പോഴും യൂണിവേഴ്സിറ്റി വിഷയങ്ങളും എൻട്രൻസിനു പഠിത്തവുമായി കീർത്തന സമയത്തോട് മത്സരിച്ചോടുന്നു. ശനിയാഴ്ച വീട്ടിൽ വരാൻ സമയമില്ല. വെറുതെ വിളിച്ച് വിശേഷമൊന്നും ഇല്ലെന്നു പറഞ്ഞുതുടങ്ങി അരമണിക്കൂർ നിർത്താതെ സംസാരിക്കുന്നത് കീർത്തനയുടെ ലോകത്ത് മഹാപാപമാണ്.

അശ്വിനിക്കു മാത്രമേ ഇപ്പോൾ സമയം അധികമുള്ളൂ. അവൾക്കിപ്പോൾ ഒളിമ്പിക്സ് സ്റ്റേഡിയം പണിയാനുള്ള സമയം ഉണ്ട്. സമയം വിൽക്കാനുണ്ട്.

''ആർക്കെങ്കിലും കുറച്ചു സമയം വേണോ? ആകാംക്ഷയിൽ പൊതിഞ്ഞ കുറച്ചു ഷോപ്പിംഗ് സമയം. ഒരു അരിമണി മുലയിൽ പൊതിഞ്ഞ സമയം. നല്ല വാത്സല്യമുണ്ടാവും. കുറച്ചു അശ്ലീലമാവാനും മതി.''

വ്യാഴാഴ്ച വൈകുന്നേരം കൃത്യമായി വീടിനു മുൻപിൽ വന്നു വീഴുന്ന പരസ്യപ്പത്രങ്ങളുടെ ബാഗ് അശ്വിനി തുറന്നു നോക്കി. പരസ്യക്കുട്ടികളെ കാണാൻ എന്തു ചേലാണ്. പത്തുവയസ്സുകാരികളുടെ അമ്മമാർ ഇപ്പോൾ ഒന്നും നോക്കാൻ നേരമില്ലാതെ നെട്ടോട്ടം ഓടുന്നുണ്ടാവും.

കീർത്തനയ്ക്ക് പത്തു വയസായിരിക്കണം. അവൾക്കു നല്ല ഒരു ഉടുപ്പു വാങ്ങണം. കുഞ്ഞിപ്പാവാടയും ടൈറ്റ്സും ഇട്ടു, മുടിയിൽ മിന്നുന്ന പൂമ്പാറ്റ സ്ലൈഡ് കുത്തി, നല്ല ചുള്ളൻ ഷൂസിട്ട്..

''എനിക്കിപ്പോ പത്തുവയസ്സുകാരി മകളെ വേണമല്ലോ. അതിനി തിരിച്ചു വരില്ലെന്ന് എന്താണ് മുന്നറിയിപ്പു തരാതിരുന്നത്?''

ആർക്കെതിരെയാണ് അശ്വിനി കേസുകൊടുക്കേണ്ടത്?

There were no warning signs or fences Your Honour.

''മമ്മൂ, ഡഗ് വിളിച്ചു. ഞാൻ കൂപ്പറിനു കൂട്ടു പൊയ്ക്കോട്ടെ?''

ഡഗ്ളസ് കൂപ്പറിനേയും കൂട്ടി നടക്കാൻ പോവുമ്പോൾ ഇടയ്ക്ക് കീർത്തനെയെയും കൂട്ടും. കീർത്തനയ്ക്ക് പട്ടിയെ ഇഷ്ടമാണ്. ചില പ്പോൾ അമ്മയെക്കാളും ഇഷ്ടം കൂപ്പറിനോടാവും.

''പ്ലീസ്... അമ്മാ.... പ്ലീസ് മമ്മൂ പ്ലീസ്..പ്ലീസ്..പ്രെറ്റി പ്ലീസ്.''

പട്ടിപ്രേമി കാൽനിലത്തു തൊടാതെ കൈയിളക്കി നൃത്തച്ചുവടു കളിൽ കെഞ്ചും. ഏഴുവയസ്സുകാരി കീർത്തനയുടെ കൊഞ്ചുന്ന ഡാൻ സാണ് ലോകത്തിലേക്കും ക്രിയേറ്റീവായ കൈക്കൂലി.

ആദ്യം അശ്വിനിക്ക് പേടിയുണ്ടായിരുന്നു. ഈ ജർമ്മൻകാരനെ വിശ്വസിക്കാമോ? അശ്വിനിയുടെ മോഹന്റെയും ചങ്കും മത്തങ്ങയുമാണ്. ഒരേ ഒരു കരളാണ്, ലങ്സാണ്, തലച്ചോറും ഹൃദയവുമാണ്, വൃക്കയും സ്പ്ലീനും പിറ്റ്യൂറ്ററി ഗ്ലാൻഡുമാണ്. കീർത്തന പോയാൽ മമ്മൂനെന്താ നഷ്ടം എന്ന് ചോദിക്കുന്ന കീർത്തനയോട് പറഞ്ഞിട്ടുള്ളതാണ് ഇതൊക്കെ. കീർത്തന ഡിക്ഷണറി തിരഞ്ഞ് ഓരോ അവയവവും കണ്ടുപിടിക്കും.

''അയ്യേ, രന്ന പോയാൽ മമ്മൂനും അച്ഛന്ക്കും ശ്വാസം വിടാൻ പറ്റാണ്ട് വരും. ബ്ലഡ് ക്ലീൻ ആവാതെ പോവും. തലയ്ക്കകത്ത് ഒന്നു ണ്ടാവില്ല.''

ഇരിപ്പുറയ്ക്കാത്ത അശ്വിനി അവർ പാർക്കിലേക്ക് പോകുന്നത് നോക്കി നിന്നു. മുന്നിൽ ഇടയ്ക്കിടെ നടപ്പാതയെ മണത്തുമണത്ത് കൂപ്പർ, പിന്നാലെ തൊട്ടു തൊട്ട് കീർത്തന, അവൾക്കു പിന്നിൽ ശ്രദ്ധ യോടെ ഡഗ്ളസ്. വാത്സല്യജാഥനോക്കി ജനൽക്കർട്ടനു പിന്നിൽ ഡിറ്റക്ടീവ് അശ്വിനി.

അഞ്ചു മിനിറ്റ്, പത്തു മിനിറ്റ്, പതിനഞ്ചു മിനിറ്റ്... അശ്വിനിയുടെ നാഡിയിടിപ്പ് കൊഴുത്തു. മേളം...ചെണ്ടമേളം.. പാർക്കിൽ മറ്റാരും ഇല്ലെ ങ്കിലോ? കീർത്തനയും ഡഗും മാത്രം. കീർത്തന ഉറക്കെ കരഞ്ഞാലും ആരും കേൾക്കാനില്ല. ചിലപ്പോൾ അയാൾ അവളെ കരയാൻ സമ്മതി ക്കില്ലായിരിക്കും.

''കരഞ്ഞാൽ കൊന്നുകളയും.''

‘‘ആരോടും മിണ്ടിപ്പോകരുത്. നിന്റെ അമ്മേടെ കഴുത്തറക്കും ഞാൻ.’’

‘‘ഇത് നമ്മൾടെ സീക്രട്ടാണ്. പുറത്തറിഞ്ഞാൽ നിന്റെ അപ്പൻ ഇരുപത്തിനാലു മണിക്കൂറിനകം മരിക്കും.’’

‘‘ഇതറിഞ്ഞാൽ നിന്റെ അപ്പനും അമ്മയ്ക്കും നിന്നോട് വെറുപ്പാകും. നീയൊരു ചീത്തകുട്ടിയാണെന്ന് അറിഞ്ഞാൽ അവർ നിന്നെ ഉപേക്ഷിച്ചു പോവും.’’

ഡഗ്ഗിന്റെ കത്തിവേഷം അശ്വിനിയുടെ എമിഗ്ഡാലയിൽ സോക്കർ കളിച്ചു. കോട്ടിട്ട്, ബൂട്ട്സിട്ട്, തൊപ്പിവെച്ച്, കൈയുറയിട്ട്, വീടുപൂട്ടി, കറുത്ത കണ്ണട ചൂടി ചാരത്തി അശ്വിനി ജാഥപോയ വഴിയെ പോയി. കള്ളക്കണ്ണുകൊണ്ട് ചുറ്റും പരതിപ്പരതിയൊരു ചാരത്തി. പാർക്കിൽ കുറച്ചു പേരുണ്ടായിരുന്നു പട്ടികളുമായി നടക്കാനിറങ്ങിയവർ.

ദൂരെ കീർത്തന കൂപ്പറിനെ കെട്ടിപ്പിടിക്കുന്നു. മഞ്ഞിൽ കളിക്കുന്നു. മൂന്നടി അകലത്തിൽ ഡഗ്ളസ്. തൊപ്പിവെച്ച് കറുത്ത കണ്ണട ചൂടിയ ചാരത്തി പാർക്കിന്റെ ഇങ്ങേ അറ്റത്ത്, അവർക്ക് കാണാത്ത ഇടത്തിൽ കളികണ്ടു നിന്നു. കൂപ്പർ മഞ്ഞിൽ മൂക്കിട്ടിളക്കി മാന്തിക്കളിച്ചു കഴിഞ്ഞ് ശക്തിയിൽ കുടഞ്ഞു. പെട്ടെന്ന് ഡഗ് കീർത്തനയെ അയാളുടെ പിന്നിലേക്ക് മാറ്റി നിർത്തി. കൂപ്പറിന്റെ രോമത്തിൽ നിന്നും മഞ്ഞും ഐസും ശക്തിയിൽ ചുറ്റും ചിതറി വീണു. അത് കീർത്തനയുടെ മുഖത്തു വീഴാതിരിക്കാനാണ് ഡഗ് അവളെ പിന്നിലേക്ക് മാറ്റിയത്. കുടയൽ കഴിഞ്ഞപ്പോൾ കീർത്തനയെ കൂപ്പറിനൊപ്പം കളിക്കാൻ ഡഗ് അനുവദിച്ചു.

വാനില ഐസ്ക്രീംപോലെ മഞ്ഞ് അപ്പോഴും വീണുകൊണ്ടിരുന്നു. തണുപ്പ് അധികമില്ലാത്തതുകൊണ്ട് താഴെ വീഴുമ്പോൾ കുറച്ചൊന്ന ലിഞ്ഞു കോട്ടിലും തൊപ്പിയിലും പറ്റിപ്പിടിച്ചിരിക്കുന്ന നനവുള്ള ഐസ് ക്രീംമഞ്ഞ്. ഐസ്ക്രീമിൽ തലോടി കീർത്തനയുടെ മുടിയിൽ ഉമ്മ വെച്ച് വാത്സല്യക്കാറ്റ് അവിടെ ചുറ്റിത്തിരിയുന്നുണ്ടായിരുന്നു. അവർ മഞ്ഞിൽ കളിക്കുന്നത് അശ്വിനി കണ്ടു നിന്നു.

‘‘ജഡ്ജിക്ക് ഇതൊന്നും വശണ്ടാവില്ല. ജഡ്ജിക്ക് പ്ലെയിനിൽ കയ റാൻ വയ്യ, പിന്നേല്ലേ!’’

കളിനിർത്തി വാത്സല്യജാഥ തിരിച്ചു പുറപ്പെടുന്നതിനു മുൻപേ ചാരത്തി നല്ലൊരു സൂപ്പുണ്ടാക്കാൻ തീരുമാനിച്ച് വീട്ടിലേക്ക് മടങ്ങി.

തൊപ്പിയിലും നീളൻ കോട്ടിലും മഞ്ഞു ചാർത്തിയ കീർത്തന ക്രിസ്തുമസ് കാർഡിലെ മഞ്ഞുപിടിച്ച സ്തൂപികാഗ്രവൃക്ഷം പോലെ ഹാൾവേയിൽ അറ്റൻഷനായി നിന്നു. കോട്ടിലും തൊപ്പിയിലും മഞ്ഞ് കുറെയുണ്ട് അന്ന്. അനങ്ങിയാൽ അത് നിലത്തേക്ക് ചിതറി വീണ് വെള്ളമായി ഒഴുകും. അവൾക്കറിയാം. അച്ഛ വെടിപ്പുകാരനാണ്. മുറി താറുമാറായി കിടക്കുന്നത് ഇഷ്ടപ്പെടില്ല.

അവളെക്കണ്ട് അശ്വിനി മധുരമായി ചിരിച്ചു. കീർത്തനയ്ക്ക് സംശയമായി. ഇവിടുന്ന് അനങ്ങാവോ? തൊപ്പി ഊരുമ്പോൾ മഞ്ഞെല്ലാം ലിവിംഗ് റൂമിലെ കാർപ്പെറ്റിലേക്ക് തെറിക്കോ? അശ്വിനി തൊപ്പിയൂരിക്കൊടുത്തു, ശ്രദ്ധയോടെ കോട്ട് മാറ്റിക്കൊടുത്തു. നിലത്തുവീണ വെള്ളം തുടച്ചു മാറ്റി. ഇതെല്ലാം തനിയെ ചെയ്യാൻ കീർത്തനയെ പഠിപ്പിച്ചിട്ടുണ്ട് അവളുടെ അച്ഛൻ. അങ്ങനെ ചെയ്യണമെന്ന് നിർബ്ബന്ധവുമുണ്ട്.

ലാളിച്ചു വഷളാക്കരുത് കുട്ടികളെ. മോഹൻ കണ്ടിട്ടുണ്ട് ലാളിച്ചു വഷളായിപ്പോയ വിദ്യാർത്ഥികളെ. മോഹന്റെ യൂണിവേഴ്സിറ്റിക്കാലത്ത് കാനഡയിൽ ജനിച്ചുവളർന്ന ഇന്ത്യൻ കുട്ടികൾക്ക് ഫീസും പോക്കറ്റ് മണിയും അച്ഛനും അമ്മയുമാണ് കൊടുത്തിരുന്നത്. ഭക്ഷണം കൊണ്ടുവന്നു കൊടുക്കും. ചിലർ അവർ താമസിക്കുന്ന അപ്പാർട്ടുമെന്റ് വൃത്തിയാക്കി കൊടുക്കും. തുണി അലക്കി തേച്ചു മടക്കി കൊണ്ടുവരും. ആ കുട്ടികൾ ഷൂസ് കയറിവരുന്നിടത്ത് വലിച്ചൂരിയിടും. എടുക്കുന്ന സാധനങ്ങളൊന്നും തിരികെ വെക്കില്ല. പേസ്റ്റിന്റെ ട്യൂബ് അടക്കില്ല. പേസ്റ്റ് മുഴുവൻ തീരുന്നതിനു മുൻപ് ചവറ്റുകുട്ടയിലിട്ട് വീട്ടിൽ നിന്നും കൊണ്ടുവന്ന അടുത്ത പാക്കറ്റ് തുറക്കും. പാത്രം കഴുകിവെക്കില്ല. ഒന്നിനും വിലയില്ല. ഒന്നിലും ശ്രദ്ധയില്ല. അച്ചടക്കമില്ല. ഒന്നല്ല രണ്ടു വിഷയത്തിൽ തോറ്റാലും പ്രശ്നമില്ല.

മോഹനാണെങ്കിൽ പഠിത്തം, പാർടൈം ജോലി, ഭക്ഷണം, തുണിയലക്ക്, പഠിക്കാനെടുത്ത കടം - ഇതിനൊക്കെ നടുവിലൂടെ ഒറ്റക്കാലോട്ടം.

''കീർത്തന അങ്ങനെ മടിച്ചിയാവരുത്. അലസത നല്ലതല്ല. അവളുടെ കാര്യങ്ങൾ അവൾ തന്നെ ചെയ്യട്ടെ.''

മോഹൻ ശഠിച്ചു. മോഹൻ വീട്ടിലില്ലാതിരുന്ന സമയമായതുകൊണ്ട് അന്നു കീർത്തന രക്ഷപ്പെട്ടു.

അശ്വിനി ചിക്കൻ നൂഡിൽ സൂപ്പ് ഡഗ്ഗിന്റെ വീട്ടിലേക്ക് കീർത്തനയുടെ കൈയിൽ കൊടുത്തു വിട്ടു. കീർത്തന മടങ്ങി വന്നതും ഫോൺ ബെല്ലടിച്ചു.

''ഓ, നന്ദി എന്റെ കുട്ടീ.''

മാർഷ പനിശബ്ദത്തിൽ പറഞ്ഞു. ''ടോസ്റ്റ് തിന്ന് മടുത്തിരിക്കുകയായിരുന്നു, പനികാരണം ഒന്നിനും രുചിയില്ല.''

ഇടയ്ക്ക് കയറി ഡഗ്ളസ് അന്വേഷിക്കുന്നു.

''കുട്ടി വീട്ടിൽ തിരിച്ചെത്തിയോ? അവൾ ഇവിടെ നിന്നും ഇറങ്ങി. എത്തിയിട്ടില്ലെങ്കിൽ നായയോടൊപ്പം കളിച്ചിരിക്കുകയാണെന്ന് തെറ്റിദ്ധരിക്കരുത്. കുട്ടികളല്ലേ, എപ്പോഴും ശ്രദ്ധ വേണം.''

പഴങ്കഥകളിൽ മുങ്ങാങ്കുഴിയിട്ട് പുറത്തിറങ്ങാൻ മടിപിടിച്ച് അശ്വിനി യിരുന്നു. തിങ്കളാഴ്ചയ്ക്കു വേണ്ടി നഖത്തിൽ ചായമിട്ടിട്ടില്ല. മുടി കറു പ്പിച്ചിട്ടില്ല. അശ്വനി വെറുമൊരു കുടിയേറ്റക്കാരി വല്യമ്മയായി പരി ണമിക്കുകയാണ്. മദാമ്മപ്പെണ്ണിനു പുച്ഛം. സായിപ്പൻ കുട്ട്യോൾക്ക് പുച്ഛം...പുച്ഛം... പുച്ഛം...

അപ്പൊ പ്രോജക്ടോ? ഒപ്പിടാനുള്ള ഡോക്യുമെന്റുകളോ?

എല്ലാം കൂടി ഒരു കലത്തിലിട്ടു നിറച്ചും വെള്ളമൊഴിച്ച് അടുപ്പത്തു വച്ച് തീകൂട്ടാം. തിളയ്ക്കുമ്പോ കുറച്ച് ഉപ്പു കൂടിയിട്ടിട്ട് നല്ല സൂപ്പു ണ്ടാക്കാം.

പ്രോജക്റ്റ് സൂപ്പ് ആർക്കാണ് വേണ്ടത്?

ഓസ്‌ലനോ? റിക്കിനോ? അതോ സി.ഇ.ഒ.ക്കു തന്നെ കൊടുത്താലോ?

എല്ലാരും വന്നോളി, കൈയിങ്ങാ നീട്ടിപ്പിടിച്ചോളീ...

''പ്രോജക്ട് സൂപ്പും ബജറ്റ് ചമ്മന്തീം വയറു നെറച്ചങ്ങാട് തിന്നോട്ടാ.''

അശ്വിനി പിന്നെയും ദിവസങ്ങളുടെ കണക്കെടുത്തു - തിങ്കൾ കഴിഞ്ഞാൽ Fat Tuesdayയാണ്. അതിനടുത്ത ദിവസമാണ് ക്രിസ്ത്യാനി കൾ നൊയമ്പ് തുടങ്ങുന്നത്. തിന്നു കുടിച്ചാഘോഷമാക്കാൻ തുടങ്ങി യതാണ് മാർഡി ഗ്രാ ഉത്സവം എന്ന് ഓഗ പറഞ്ഞു. മർദ്ദി ഗ്രാസെന്നല്ല, മാർഡി ഗ്രാ എന്നാണ് ഉച്ചരിക്കേണ്ടതെന്ന് പഠിപ്പിച്ചത് ഓഗയാണ്. ഓഗയെന്ന പേരിനെ ഓൾഗ എന്നാണ് മലയാളത്തിൽ എഴുതുന്നതെന്ന് പകരം അശ്വിനി പറഞ്ഞുകൊടുത്തു.

അശ്വിനി മാർഡിഗ്രായിലെ പേൾ മാലകളുടെയും മാസ്കിന്റെയും ഭംഗി വർണിച്ചപ്പോൾ ഓഗ മാർഡിഗ്രായിൽ സ്ത്രീകൾ ബ്ലൗസുയർത്തി മാലകൾ മാറ്റി മാറു കാണിക്കുന്ന കഥ പറഞ്ഞത്.

''അത് നിന്നെപ്പോലൊരു പെണ്ണിനു പറ്റിയതല്ല. ക്ലീവേജ് കാണി ക്കുന്ന ഒരു ബ്ലൗസുപോലുമിടാത്തവൾ.''

അശ്വിനിക്ക് ഇനി മാർഡിഗ്രാക്കു പോവാൻ പറ്റുമോ?

Can Sir?

March In like a lamb, out like a lion*

അശ്വിനിയുടെ കാറ് നാനൂറ്റിരണ്ടാം ഹൈവേയിൽ നിന്നും ഇറങ്ങി വാംക്ലിഫ് റോഡിലേക്ക് തിരിയുമ്പോഴാണ് ഫോണടിച്ചത്. ഓഫീസ് ഫോണിലെ പേരുവിവരങ്ങൾ കാറിന്റെ ഡയറക്ടറിയിൽ ഇല്ലാത്തതു കൊണ്ട് അവൾക്ക് നമ്പർ മാത്രമേ കാണാൻ കഴിഞ്ഞുള്ളൂ. ആരാണെന്നറിയാതെ അഷിനീ റാം എന്നു ഗൗരവത്തിൽ പറഞ്ഞു ഫോൺ കണക്ടു ചെയ്യുമ്പോൾ അവളുടെ ശ്രദ്ധ റോഡിലെ ശീതകാലക്കുഴി ഒഴിവാക്കുന്നതിലായിലായിരുന്നു. മരവിപ്പിക്കുന്ന തണുപ്പു കുറഞ്ഞതോടെ റോഡുകളിൽ വിള്ളലും കുഴികളും പ്രത്യക്ഷപ്പെട്ടു തുടങ്ങിയിരിക്കുന്നു. പോട്ട്-ഹോൾസ് കാറിനെ നശിപ്പിക്കാതെ സൂക്ഷിച്ചു വേണം തണുപ്പു കുറയുന്ന സമയത്തെ ഡ്രൈവിംഗ്. അതുകൊണ്ട് ഇത് ഡോക്ടർ ഗാർനെറ്റിന്റെ ഓഫീസിൽ നിന്നും മെലിസ എന്ന അഭിവാദ്യം കാറിന്റെ സ്പീക്കറിലൂടെ കേട്ടപ്പോൾ ഞെട്ടാനും അപായ സൂചന ഉൾക്കൊള്ളാനും അശ്വിനിക്ക് സമയം കിട്ടിയില്ല.

മാമോഗ്രാം റിസൾട്ട് ചർച്ച ചെയ്യാൻ ഡോക്ടർ ജബ്ബാറിനു അശ്വിനിയെ കാണണം.

റെഡ് അലർട്ട്!

കാറ് അരികിലേക്ക് ചേർത്തു നിർത്തി പുതിയ ഡോക്ടറിന്റെ പേരും സമയവും അഡ്രസ്സും ഫോൺ നമ്പറും കുറിച്ചെടുക്കുമ്പോൾ സംയമനം പാലിക്കാൻ അശ്വിനി പ്രത്യേകം ശ്രദ്ധിച്ചു. മാർച്ച് അവസാനത്തെ ആഴ്ചയാണ് കൂടിക്കാഴ്ച. എന്താണിത്ര ചർച്ച ചെയ്യാൻ എന്ന് ചോദിക്കാനുള്ള സാവകാശം കിട്ടുന്നതിനു മുൻപേ മെലിസ വിടപറഞ്ഞ് ഫോൺ വെച്ചിരുന്നു.

---

* In the 19th century it was used as a prediction contingent on a year's early March weather: If March comes in like a lion, it will go out like a lamb. (Weather lore, Wikipedia) It is reversed here.

അശ്വിനിയിപ്പോൾ ഫയർപ്ലേസിൽ അടുക്കിവെച്ചിരിക്കുന്ന വിറകു കൊള്ളികളിൽ ഒന്നാണ്. അവളുടെ ഹൃദയം ഒറ്റയടിക്കു ഇരുനൂറു ലിറ്റർ ചോര തലയിലേക്ക് പമ്പുചെയ്തു വിട്ടു. ചെവിയുടെ തുമ്പുകൾ ചുട്ടുപൊള്ളി ചുവന്ന നിറമായി. കവിളത്ത് ചോളത്തിനെ പൊരിയാക്കി യെടുക്കാം, മാഷ്മെല്ലോ മൊരിച്ചെടുക്കാം. ചോരയായ ചോരയെല്ലാം വാർന്നുപോയ അശ്വിനിയുടെ ശരീരം മൈനസ് പതിനേഴു ഡിഗ്രി തണു പ്പുള്ള ഒരു ഐസുകട്ടയായി പരിണമിച്ചു. ഒരൊറ്റക്കട്ട! അതിനെ വെള്ള മായി ഒഴുകിയൊലിച്ചു പോവാതെ അടക്കിവെക്കുന്നതെങ്ങനെയാണ്. തുണ്ടുതുണ്ടായി ഛിന്നഭിന്നമാക്കാതെ എങ്ങനെയാണ് കാറിൽ നിന്നും പുറത്തേക്കിറക്കുന്നത്? കത്തുന്ന വിറകുതലയും ഐസുകട്ടശരീരവു മായി അശ്വിനി ഡ്രൈവർസീറ്റിൽ ഇരുന്നു.

സീറ്റിൽ ചരിഞ്ഞിരുന്ന ഫോൺ ചെറിയ ശബ്ദത്തോടെ വിറച്ചു സീറ്റിലേക്ക് ലംബമായി വീണു. പതിനൊന്നു മണിക്ക് തുടങ്ങുന്ന ഹ്യൂമൺ റിസോഴ്സസ് മീറ്റിംഗിന്റെ മുന്നറിയിപ്പായിരുന്നു അത്. കമ്പനി യിലെ എല്ലാ ജോലിക്കാരെയുമുൾപ്പെടുത്തി വരാൻ പോകുന്ന ചില ഭരണ വ്യത്യാസങ്ങൾ വിശദമാക്കാനുള്ള മീറ്റിംഗാണ്. ഉള്ളടക്കം വി.പി.കളും ഡയറക്ടർമാരും അടങ്ങിയ മീറ്റിംഗിൽനിന്നും അശ്വിനി അറിഞ്ഞതാണ്. എന്നാലും അശ്വിനിയുടെ വിഭാഗത്തിലെ ജോലിക്കാർക്ക് അവൾ മാതൃകയാവണം. വൈകാതെ എത്തണം.

അശ്വിനി നഗരസഭയിലെ കൂടിക്കാഴ്ച കഴിഞ്ഞു വരുന്ന വഴിയാ യിരുന്നു. പേനയും പേപ്പറും ബാഗിൽവെച്ച് അശ്വിനി പുറത്തേക്ക് നോക്കി. റോഡിന്റെ വലതുവശത്തായി മഞ്ഞു സമൃദ്ധമായി വിളഞ്ഞു കിടക്കുന്ന പാടങ്ങളാണ്. അതിനു അതിരു നിൽക്കുന്ന കറുത്ത മര ക്കോലങ്ങളുടെ ഇലയില്ലാച്ചില്ലകളെ ഉലച്ചു പരിഹസിക്കുന്ന ദുഷ്ട ക്കാറ്റ്. വസന്തത്തിൽ ഏതു വിത്തായിരിക്കും ഇവിടെ വിതയ്ക്കുന്നത്? വർഷങ്ങളായി അശ്വിനി ഈ വഴി കാറോടിച്ചു പോവുന്നതാണ്. വിതയും നനയ്ക്കലും വിളവെടുപ്പും കാണാറുള്ളതാണ്. ഒരിക്കലും ശ്രദ്ധിച്ചി ട്ടില്ല. മഞ്ഞുകൃഷിയും കാറ്റും ഉപേക്ഷിച്ചു അശ്വിനി മഞ്ഞുകട്ട വിറയ ലോടെ വണ്ടിയെടുത്തു.

കോൺഫറൻസ് ഹാളിൽ അശ്വിനി മിഴിച്ചിരുന്നു. തേച്ചു പിടിപ്പിച്ച ചിരിയുമായി ആദ്യം മാഡിസൺ സംസാരിച്ചു. വെള്ള ബ്ലൗസ്, കറുത്ത പാന്റ്സ്, സ്വർണബട്ടണുകൾ പിടിപ്പിച്ച ചുവന്ന ജാക്കറ്റ്, കഴുത്തിൽ കറുപ്പും ചുവപ്പും കലർന്ന നേർത്ത സ്കാർഫ് അറ്റം കെട്ടി മാലപോലെ തൂക്കിയിട്ടിരുന്നു. ജാക്കറ്റിൽ ഒരു ബ്രോച്ചു കുത്തിയിട്ടുണ്ട്. സ്വർണവും ചുവപ്പും ഇടകലർന്നത്. ആകെക്കൂടി ഫാഷൻ ലോകം ഇരുപതുവർഷം പിന്നോട്ടു പോയതുപോലെ.

പിന്നെ ഹ്യൂമൻറിസോഴ്സസിന്റെ വൈസ് പ്രസിഡന്റ് ഹേലിയുടെ ഊഴമായിരുന്നു. ഹേലിയുടെ ശരീരം കറുത്ത പാന്റും കറുത്ത ടോപ്പും ഇരുണ്ട പച്ച നിറമുള്ള ജാക്കറ്റിനും പുറത്തേക്കൊഴുകി. ഒരോ നിസ്സാര കാര്യവും കടുപ്പമുള്ള വാക്കുകളിൽ നീളൻ വാചകമായി ഹേലി ചവച്ചു തുപ്പി. അവർ ആത്മവിശ്വാസത്തോടെ, അധിപ എന്നൊരു മുദ്രയോടെ യായിരുന്നു സംസാരിച്ചത്. മാഡിസന്റെ മുഖത്ത് ആശങ്ക മുന്നിട്ടു നിന്നു. വന്നുപോയേക്കാവുന്ന തെറ്റുകളെക്കുറിച്ച്, തന്റെ ആശയങ്ങൾ കേൾവി ക്കാർ തെറ്റിദ്ധരിക്കുമോ എന്നതിനെക്കുറിച്ച്, കേൾവിക്കാരുടെ ചോദ്യ ങ്ങൾക്ക് ഉത്തരം പറയാൻ കഴിയാതെ വരുമോ എന്നൊക്കെയുള്ള വേവലാതി അശ്വിനി വായിച്ചെടുത്തു.

അശ്വിനി തറയിലേക്ക് നോക്കി. തറയിലെ കമ്പളത്തിൽ ഇരുപതു കാലുകളുള്ള ഒരു ജീവിയുടെ പടം ക്രമത്തിൽ കാണാം. പെട്ടെന്നു ണർന്നു ഇരുപതുകാലുകളും തുഴഞ്ഞു നേരെ വന്നു വിഷം ചീറ്റുന്ന ഓർമ്മയിൽ അശ്വിനി കൺമുന്നിലെ അവതരണം ഉപേക്ഷിച്ചു.

മീറ്റിംഗ് കഴിഞ്ഞയുടനെ റയൻ ചോദ്യങ്ങളുമായി അശ്വിനിയുടെ ഓഫീസിലെത്തി. റയനെ കാണുന്നതേ അശ്വിനിക്കിഷ്ടമില്ലാതായിട്ടുണ്ട്. പക്ഷേ അയാളാണ് അവളുടെ പ്രോജക്ട് മാനേജർ. ഇഷ്ടക്കേടു കാണി ക്കാൻ പാടില്ല. റയൻ കരുതലോടെ അശ്വിനിക്ക് സഹായങ്ങൾ ചെയ്തു കൊടുക്കുന്നുണ്ടായിരുന്നു. പ്രോജക്ട് കഴിയുമ്പോൾ ഓരോരുത്തരു ടെയും കഴിവുകൾ വിലയിരുത്തേണ്ടത് അശ്വിനിയാണ്. അതുകൊണ്ടാവും. എഴുതിക്കൊണ്ടു വന്നിരുന്ന നോട്ടു നോക്കി പ്രോജക്ട് പ്ലാനിൽ വിട്ടു പോയ ചില കാര്യങ്ങളെപ്പറ്റി അശ്വിനി അന്വേഷിച്ചു.

‘‘ഓ, ചേർക്കാം... ചേർക്കാം.’’

പത്തുവർഷം പ്രവൃത്തി പരിചയം ഉള്ളയാൾ എങ്ങനെ ഇത്രയും പ്രധാനപ്പെട്ട കാര്യങ്ങൾ മറക്കുന്നു എന്ന ചോദ്യം അശ്വിനിക്ക് സ്വയം ചോദിക്കാനേ പറ്റൂ. ആദ്യമായല്ല റയൻ ഇത്തരം തെറ്റുകൾ വരുത്തു ന്നത്.

എത്രയൊക്കെ ശ്രമിച്ചിട്ടും മനസ്സ് പ്രോജക്ടിലും ഓഫീസിലും നിൽക്കാതായപ്പോഴാണ് അശ്വിനി മോഹനെ വിളിച്ചത്.

‘‘മോഹൻ ഒന്നു വരുമോ?’’

‘‘ഇപ്പോൾ ഇവിടെ പ്രശ്നത്തിലാണല്ലോ.’’

‘‘ഇവിടെയും പ്രശ്നമാണ്.’’

‘‘എന്താ... എന്താ കാര്യം പറയൂ.’’

‘‘വരൂ... ഞാൻ പീസ പ്ലാസയിലുണ്ടാവും.’’

ബ്രില്യന്റ് എഞ്ചിനീയർ കരയുന്നതെന്തിന്? ഛെ... നാണക്കേട്. മോഹനും പറഞ്ഞത് അതുതന്നെ.

‘‘ഇത്ര നിസ്സാര കാര്യത്തിനാണോ? എനിക്കവിടെ നൂറു പ്രശ്നങ്ങളുണ്ട്.’’

‘‘നിസ്സാരകാര്യമോ? കുഴപ്പം എന്തെങ്കിലും ഉണ്ടെങ്കിലോ?’’

‘‘കുഴപ്പം. അവരു വിളിച്ചപ്പഴക്കും നീ വെറുതെ നെനച്ചുണ്ടാക്കാക്കി മെലോഡ്രമാറ്റിക്ക് ആവേണ്ട ആവശ്യം ഇല്ല.’’

അശ്വിനിയുടെ കണ്ണിലെ നീരൊക്കെ അഗ്നിയിൽ ആവിയായിപ്പോയി. സഹതപിച്ചില്ലെങ്കിലും അധിക്ഷേപിക്കരുത്. മോഹൻ വാച്ചിലേക്കും ഫോണിലേക്കും നോക്കുന്നതുകണ്ട് അശ്വിനി ചോദിച്ചു.

‘‘എന്താ ഫോണിലെ ക്ലോക്ക് വർക്ക് ചെയ്യുന്നില്ലേ?’’

അശ്വിനിക്ക് മൊട്ടുസൂചികൊണ്ടെങ്കിലും കുത്തിവേദനിപ്പിക്കണം. പീസ തിന്നുതീരുന്നതിനു മുമ്പ് ബില്ലുകൊടുക്കാൻ മോഹൻ ധൃതിപ്പെടുമ്പോൾ അശ്വിനി ബാഗെടുത്ത് പുറത്തേക്കിറങ്ങി. ട്രേയിൽ ബാക്കിയിരിക്കുന്ന പീസയെനോക്കി മോഹൻ പരിഭ്രമിച്ചു.

‘‘ഞാൻ... ഞാൻ കൊണ്ടുവിടണോ?’’

അതിനു ചെവി കൊടുക്കാതെ അശ്വിനി കാറു പിന്നോട്ടെടുത്ത് പാഞ്ഞു പൊയ്ക്കളഞ്ഞു.

മോഹൻ, നീ എവിടെയാണെന്നെ കൊണ്ടുവിടാൻ ഉദ്ദേശിക്കുന്നത്? കേടുവന്ന സാധനങ്ങൾ ഉപേക്ഷിക്കുന്ന ചവറ്റുകൂനയിലോ? അതോ റീ-സൈക്കളിംഗ് തൊട്ടിയിലോ? നിൽക്ക്, അതുവരെ ആയിട്ടില്ല. ഇപ്പോഴും അശ്വിനി ഒരു ബ്രില്യന്റ് എഞ്ചിനീയറും ഗവേർണസും ആണ്. ചർച്ച ചെയ്യണമെന്നേ ഡോക്ടർ പറഞ്ഞിട്ടുള്ളൂ. ചർച്ചയിൽ അശ്വിനി സമർത്ഥയാണ്. മോഹനെപ്പോലെ സ്വന്തം അറിവും വിശ്വാസവും അടിച്ചേല്പ്പിക്കലല്ല ചർച്ച. രോഗമല്ല, അഭിനയമാണെന്ന മോഹന്റെ അടിച്ചേല്പിക്കൽ അശ്വിനിക്കാവശ്യമില്ല.

കുഴപ്പമാണോ അല്ലേന്ന് ഉറപ്പിക്കാൻ ക്ഷമവേണം. കാത്തിരിക്കണം. ഓരോന്നിനും അതിന്റെ സമയമുണ്ട്. കാത്തിരിപ്പാണ് അശ്വിനിക്ക് പിടിക്കാത്തത്.

ഡോക്ടറെ കാണാൻ രണ്ടാഴ്ച കാത്തിരിപ്പ്. അതുകഴിഞ്ഞ് ഡോക്ടറുടെ നിർദ്ദേശമനുസരിച്ച് ടെസ്റ്റുകൾ ചെയ്യാൻ കാത്തിരിപ്പ്. പിന്നെ അതിന്റെ ഫലം വരാനുള്ള കാത്തിരിപ്പ്. ഫലം നോക്കി അടുത്തപടി അറിയാനുള്ള കാത്തിരിപ്പ്. ചികിത്സ തുടങ്ങാൻ കാത്തിരിപ്പ്. പിന്നെ അത് ഫലിച്ചോ ഇല്ലയോന്നറിയാനുള്ള കാത്തിരിപ്പ്.

അശ്വിനിക്ക് കാത്തിരിക്കാൻ പറ്റില്ല.

ഇന്നത്തെ കാര്യം ഇന്നലെ അറിയേണ്ട ആളാണ് അശ്വിനി. അപ്പോഴല്ലേ ഒടുക്കത്തെ കാത്തിരിപ്പു ജാഥ?

ഓഫീസിലെത്തിയ അശ്വിനി മറുപടി കാത്തു കിടക്കുന്ന ഇമെയിലുകളിലേക്ക് തിരിഞ്ഞു. ഗേൾപവർ ഗ്രൂപ്പിൽ മിത്രയുടെ മേസേജുണ്ട്.

''ഞാൻ നാട്ടിൽ പോവുകയാണ്. അതിനു മുൻപ് നമുക്ക് കാണേണ്ടേ? എന്തെങ്കിലും കൊണ്ടു പോവാനുണ്ടോ? എന്താണ് കൊണ്ടുവരേണ്ടത്? ബ്ലൗസ് തുന്നാനുണ്ടെങ്കിൽ നിർദ്ദേശങ്ങൾ കൃത്യമായി എഴുതി അളവു ബ്ലൗസിൽ പിന്നു കുത്തിവെയ്ക്കാൻ മറക്കരുത്. അവിടെയെത്തി പെട്ടി തുറന്നു കഴിയുമ്പോ ഞാൻ എന്റെ ബ്ലൗസ് ഏതാണ്ന്ന് തന്നെ മറക്കും.''

അതിനു മറുപടികളും മറുപടികൾക്ക് മറുപടികളും തമാശകളും പരിഹാസങ്ങളും വന്നിട്ടുണ്ട്.

''പ്രത്യേകിച്ചൊന്നും വേണ്ട, നല്ല യാത്ര, അർമാദിക്കുക.''

കൂടുതൽ ചോദ്യങ്ങൾ ഒഴിവാക്കി അശ്വിനി ഒറ്റവാചകത്തിൽ മറുപടി അയച്ചു. ആരേയും മുഖം കാണിക്കുന്നില്ല. അശ്വിനിക്ക് ഒളിച്ചു കളിക്കണം. അരിമണി എന്താവുമെന്നറിയുന്നതു വരെ അശ്വിനിക്കു ചോദ്യങ്ങൾ വേണ്ട, ഉത്തരങ്ങൾ കൈവശമില്ല.

കീർത്തന സെമസ്റ്റർ കഴിയാറായതിന്റെ പീഡയിലായിരുന്നു. മാർച്ച് അവസാനത്തോടെ ക്ലാസുകൾ കഴിയും. ആകെ നാലുമാസമുള്ള സെമസ്റ്ററിൽ മുഖ്യ പ്രോജക്ടുകൾ, അസൈൻമെന്റുകൾ, പേപ്പറുകൾ എല്ലാം പൂർത്തിയാക്കണം. ഏപ്രിൽ വല്യപരീക്ഷയ്ക്കുള്ളതാണ്. അതു കഴിഞ്ഞാലുടൻ കീർത്തനയ്ക്ക് അവധിക്കാല ജോലിയിലേക്കു പോവണം. ആശിച്ചു കിട്ടിയ ജോലിയെപ്പറ്റി കീർത്തന വിശദമായി എഴുതിയിട്ടുണ്ടായിരുന്നു. മെയ് മുതൽ ആഗസ്റ്റ് അവസാനം വരെ റിസർച്ച് അസിസ്റ്റന്റ് ആയി ടോറന്റോയിലെ മെഡിക്കൽകോളേജിലെ ജോലി. യൂണിവേഴ്സിറ്റിയിലെ നാലുമാസയവധി ജോലി ചെയ്യാനുള്ളതാണ്. പ്രവൃത്തി പരിചയവും ഫീസിനുള്ള പണവും ഈ സമയംകൊണ്ടാണ് വിദ്യാർത്ഥികൾക്ക് കിട്ടുന്നത്.

''ചിലർക്കൊക്കെ ഒരു ചെക്കനേയും.''

കൂട്ടുകാരികൾ ആർത്തു ചിരിക്കുന്നു. യൂണിവേഴ്സിറ്റിക്കാലം അശ്വിനിയെ മോഹിപ്പിച്ചു. മോഹന്റെ കമ്പനിയിലായിരുന്നു അശ്വിനിയുടെ രണ്ടാംവർഷത്തെ സമ്മർ ജോലി. നാടെല്ലാം പൂത്തുലഞ്ഞു കായ വിളഞ്ഞു മൂക്കുന്ന നാലു ചൂടുമാസങ്ങൾ. ഐ.ടി.ക്കാരൻ എഞ്ചിനീയറിംഗിലെ സ്റ്റുഡന്റിനെ കമ്പ്യൂട്ടർ പ്രോഗ്രാമിംഗിന്റെ ബാലപാഠങ്ങൾ പഠിപ്പിച്ചു.

''പ്രോഗ്രാമിംഗ് വളരെ എളുപ്പമാണ്. സാധാരണ ചോദ്യങ്ങൾക്ക് ലോജിക്കലായിട്ടുള്ള ഉത്തരം പറയുക. അത്രയുള്ളൂ. ഇതാ, യൂണിവേഴ്സിറ്റിലെ മാർക്ക് നോക്കി, പാസ്സായോ ഇല്ലേന്നു സ്ക്രീനിൽ കാണിക്കുന്നതിന്റെ ലോജിക് ഇതാണ്.''

Is final mark over or equal to 60?

അതിന് അതെ എന്നോ അല്ല എന്നോ രണ്ടേ രണ്ടു ഉത്തരമേയുള്ളൂ. അതെ എന്നാണെങ്കിൽ പാസ്സായി. അല്ല എന്നാണെങ്കിൽ തോറ്റു.

''ഓ, ഇങ്ങനെ സിമ്പിൾ ആയി കംപ്യൂട്ടറിനോട് പറയാൻ പറ്റുമോ?

''ഹ..ഹ... കംപ്യൂട്ടറിനോട് പറയാൻ അതിന്റെ ഭാഷ പഠിക്കണം. പ്രോഗ്രാമിംഗ് ലാംഗ്വേജസ്. പക്ഷേ ബേസിക്കായിട്ടുള്ള ലോജിക് ഒന്നാണ്. സ്യൂഡോ കോഡ് ഇംഗ്ലീഷിലെഴുതാം.''

If mark is greater than or equal to 60

then display "Passed"

Else display "Failed".

പുതിയ അറിവിൽ കണ്ണുമിഴിച്ചു നിന്ന വിദ്യാർത്ഥിനി അടുത്ത സ്യൂഡോകോഡിൽ പൂത്തുലയുന്നു.

If you are free this evening

then we can have dinner at china-chalet,

otherwise Mohan will eat alone.

If Ashwini's evening programs = 0

then Mohan's dinner = wonderful

Else Mohan's dinner = dull

പ്രണയത്തിന്റെ സ്യൂഡോ കോഡുകളിൽ ചുട്ടുപഴുത്ത കാലം അശ്വിനിയെങ്ങനെ മറക്കും?

അരിമണി വെറും തോന്നലാണെന്നു മോഹന് ഉറപ്പുണ്ടെങ്കിലും അശ്വിനിക്ക് അതില്ലല്ലോ. എന്തായിരിക്കും ഡോക്ടർ ജബ്ബാറിന് അശ്വിനിയോടു ഇത്ര കാര്യമായി പറയാനുണ്ടായിരിക്കുക?

''ചർച്ച ചെയ്ത് പരിഹാരം കാണാൻ അശ്വിനിയുടെ മുലയിലെ അരിമണി ഒരു അന്താരാഷ്ട്ര പ്രശ്നമാണോ?''

ഈ ഡോക്ടർ ജബ്ബാറെന്നു പറയുന്നവനെ വിശ്വസിക്കാമോ? ദേശികൾ അത്ര ശരിയല്ല. പ്രത്യേകിച്ചും ഒരു പെണ്ണുവന്ന് ബ്ലൗസ് ഊരി കാണിച്ചാൽ ജബ്ബാർ എന്താവും കാണുക? എനിക്ക് ദേശിയെ വേണ്ട, യൂറോപ്യൻ സായിപ്പിനെ മതിയെന്ന് പറയാന്നു വെച്ചാൽ, ആവാം. ആറുമാസം, ചിലപ്പോ അതിലും കൂടുതൽ കാത്തിരിക്കണം. ഡോക്ടർ സ്മിത്തോ, മക്കോ, സിക്കിയോ കിട്ടും. പക്ഷേ അതുവരെ കാത്തിരിക്കുന്നത് ശരിയാണോ? എന്തെങ്കിലും പ്രശ്നം ഉണ്ടെങ്കിലല്ലേ, ഉണ്ടെങ്കിലോ? ഇല്ലെങ്കിൽ വിളിക്കില്ലല്ലോ.

അശ്വിനിയോടു തർക്കിച്ച് അശ്വിനി ക്ഷീണിച്ചുപോയിരുന്നു. അത്രയും പ്രസംഗിച്ചു കഴിഞ്ഞിട്ടും മണി രണ്ടിൽ തന്നെ നിൽക്കുന്നതുകണ്ട് അശ്വിനിക്ക് നിരാശയായി. കുറുകാലും മന്തൻതലയും പെരുത്തു പോയ ശരീരവും താങ്ങി മടിയൻ സമയം തത്തോം തികതോം തത്തോം തികതോംന്ന് രണ്ടരവർഷത്തിന്റെ സമയമെടുത്താണ് അശ്വിനിക്ക് കാത്തിരിപ്പിന്റെ രണ്ടാഴ്ച തീർത്തുകൊടുത്തത്.

ഡോക്ടറുടെ മുറിയിലെ രോഗിക്കായുള്ള പരിശോധന മേശ അടഞ്ഞ പച്ചയും തവിട്ടും നിറങ്ങൾ കലർന്നതായിരുന്നു. അതിനു മുകളിൽ ബസിന്റെ സീറ്റു പോലെ മെത്ത. മെത്തയ്ക്ക് പുറത്ത് നേർത്ത പേപ്പർ വിരിച്ചിട്ടുണ്ട്. ഓരോ രോഗി പോയിക്കഴിയുമ്പോഴും പേപ്പർ മാറ്റുന്നു. ഇത് പരിശോധന മേശ ശുചിയായി സൂക്ഷിക്കും, ഒരു രോഗിയിൽ നിന്നും മറ്റൊരു രോഗിയിലേക്ക് രോഗാണുക്കൾ പടരാതെ കാക്കും.

കടലാസുടുപ്പ്, ചെറിയ കിടക്കയിൽ കടലാസുവിരി, ഡോക്ടറുടെ ഓഫീസ് ഒരു കളിമുറിയാണ്. ഇതൊന്നും യഥാർത്ഥമല്ല.

''Just a pretending game.''

പാവാടയും ബ്ലൗസും ജാക്കറ്റും ഷൂസും ഇട്ടു പുറത്തിറങ്ങിക്കഴിയുമ്പോൾ ഇതെല്ലാം മാഞ്ഞുപോവും, തടിപ്പും. ഡോക്ടർ ജബ്ബാറിനു വേണ്ടി കാത്തിരിക്കുമ്പോൾ അശ്വിനി കണക്കുകൂട്ടി.

ഡോക്ടറുടെ ടൈ അല്പം ചരിഞ്ഞാണ് കിടന്നിരുന്നത്. അശ്വിനി അതിലെ ചിത്രങ്ങൾ നോക്കിയിരുന്നു. പച്ചയ്ക്ക് മുന്നിൽ നീലയും വെള്ളയും നേർത്ത ഇലകൾ പരത്തിയ ചില്ലകൾ. നീലാകാശത്തിനു മുന്നിൽ പച്ചയിലകളും വെള്ളപ്പൂക്കളും പ്രതീക്ഷിക്കാം. പക്ഷേ അപ്രതീക്ഷിതത്തിലാണല്ലോ സൗന്ദര്യം.

ചിരട്ടയിൽ ചുട്ട മണ്ണപ്പത്തിന്റെ ബ്ലാക്ക് ആൻഡ് വൈറ്റ് ചിത്രം ഡോക്ടർ ജബ്ബാർ അശ്വിനിയെ കാണിച്ചു. അതിലെ ഒരു അപ്പത്തിൽ പ്രകാശം പരത്തുന്ന ഒരു ഭാഗം കാണാം. ക്ഷീരപഥത്തിൽ ഉൽക്കപോലെ.

''ക്ഷീരസഞ്ചിയിലൊരു ധൂമകേതു എന്ന് തിരുത്തിപ്പറയാമോ ഡോക്?''

മാമോഗ്രാമിൽ കാണുന്നത് അത്ര ശുഭകരമായ കാഴ്ചയല്ല. ഡോക്ടർ ജബ്ബാർ പറഞ്ഞതിൽ അതു മാത്രമേ അശ്വിനിക്ക് മനസ്സിലായുള്ളൂ.

''അശ്വിനിയുടെ വലത്തെ മുലയ്ക്കുള്ളിൽ ഒരു വളർച്ച കാണാനുണ്ട്. അത് അപകടകാരിയാണോ അല്ലേ എന്ന് കുത്തിത്തുരന്നു കുറച്ചു ടിഷ്യു എടുത്ത് പരിശോധിച്ചാലേ ബോധ്യമാവൂ.''

''Question of the day : Benign or malignant?''

എനിക്ക് കരുണാമയനായ ബിനയനെ മതിയെന്ന് പറയാൻ പറ്റ്വോ?

അശ്വിനി തിരികെ ഓഫീസിലേക്ക് തന്നെ പോയി. ലിയോണിന്റെ ഓഫീസിനു മുൻപിൽ നിന്നു റയൻ സംസാരിക്കുന്നത് അശ്വിനി അവഗണിച്ചു. റയൻ ഒരു കാൽ ചെറുതായി മടക്കി മറ്റേക്കാലിനു മുൻപിൽ വച്ച് നിൽക്കുന്നത് കാണുമ്പോൾ കീർത്തനയുടെ കൃഷ്ണനെ ഓർമ്മ വരും. മയിൽപ്പീലി ചൂടി, മഞ്ഞസാരി മടക്കിയുടുത്ത് കണ്ണനായി സ്റ്റേജിൽ കീർത്തന. രാധയായി മെറിന്റെ മകൾ ആതിര. അമ്മമാർ ചിരിയോടെ ചങ്കിടിപ്പോടെ കർട്ടനു പിന്നിൽ. കൈയ്യടി കഴിഞ്ഞ് കർട്ടൻ വീണു കഴിയുമ്പോൾ കെട്ടിപ്പിടിച്ച് 'ഹൗ വോസ് ഇറ്റ് മമ്മൂ'ന്നു ചോദിക്കുന്ന കീർത്തനയെ അശ്വിനിക്ക് വീണ്ടും വേണം.

റയന്റെ സംസാരം കഴിഞ്ഞിട്ടില്ല. ലിയോണിനോട് തലയാട്ടിയും കൈയാംഗ്യം കാണിച്ചും റയൻ പറയുന്നത് പരാതിയാണെന്ന് കണ്ണാടിച്ചില്ലിലൂടെ അശ്വിനിക്ക് കണ്ടറിയാം. എന്റെ ദിവസം, എന്റെ ഐഡിയ, എന്റെ പണി. ഒന്നും ആരും വിലവെക്കുന്നില്ല എന്നാവും. When I did, I said, I changed, I demanded, I was the one.... I ഹോർമോൺ കൂടിയ കൂട്ടത്തിലാണ് റയനെ അശ്വിനി ഉൾപ്പെടുത്തിയിരുന്നത്.

ഇല്ലാസംശയങ്ങളുമായി ഇടയ്ക്കിടെവന്ന റയൻ, ചെറിയ കുട്ടികളെപ്പോലെ, അറ്റൻഷൻ സീക്കിംഗ് ആണെന്നവൾ മനസ്സിൽ ആക്ഷേപിച്ചു. സൈറ്റു കാണാൻ അശ്വിനി പോകുമ്പോൾ റയനും ഒപ്പമുണ്ടായിരുന്നു. ഇയാൾക്ക് എങ്ങനെയാവും എഞ്ചിനീയറിംഗ് കിട്ടിയതെന്ന് ഓരോ വിഡ്ഢി ചോദ്യത്തിലും അശ്വിനി അരിശമടക്കാൻ ബുദ്ധിമുട്ടി.

ബയോപ്സിയെന്ന വാക്ക് പുളിച്ചു തികട്ടി അശ്വിനിയുടെ തൊണ്ടയിൽ കുടുങ്ങിയിരുന്നു കളഞ്ഞു. കൂട്ടിന് ആമാശയവും തൊണ്ടക്കുഴിയിൽ വളഞ്ഞു കിടന്നു. ശ്വാസം കിട്ടാൻ ബുദ്ധിമുട്ട്. വയറ്റിനുള്ളിൽ ശൂന്യതയുടെ ഭാരം നിറഞ്ഞു കവിയുന്നു. ഭാരം കൂടിയപ്പോൾ അശ്വിനി ബാത്ത്റൂമിലേക്കോടി.

താഴെ നിന്നും കുന്നു കയറുന്ന കമ്പിമണിയെ അമ്മൂമ്മ മുകളിൽ നിന്നേ കണ്ടു. കാക്കി ഷർട്ടും പാന്റുമിട്ട് സൈക്കിൾ ഉന്തിവരുന്നയാൾ മുന്നിലെ വീട്ടിലന്വേഷിച്ചു.

''ജഡ്ജീടെ വീടേതാ?''

അമ്മൂമ്മ തൊട്ടിയുമായി കിണറ്റുകരയിലേക്കോടി. കഷ്ടിച്ചൊരു തൊട്ടി വെള്ളം കോരിയെടുത്ത് കക്കൂസിലേക്കും. അടിവയറ്റിൽ നിന്നും പരിഭ്രമം വേദനയായി പുളഞ്ഞു. അതിനിടയ്ക്ക് അമ്മൂമ്മ മുറ്റത്തെ വർത്തമാനം ശ്രദ്ധിക്കാൻ ശ്രമിച്ചു. പക്ഷേ പേടി തൂറ്റലായി ശബ്ദം വെച്ചു പുറത്തു ചാടുകയാണ്. വേദന ഒന്നടങ്ങിയപ്പോൾ അമ്മൂമ്മ കക്കൂസിൽ നിന്നും വിളിച്ചു ചോദിച്ചു.

''ആരാടീ അത്?''

''എന്തിനാടീ സൈക്കിളുകാരൻ വന്നത്?''

മുറ്റത്തെ സംസാരത്തിൽ ആരുമതു കേട്ടില്ല. അമ്മൂമ്മ കൈകഴുകി തുടച്ചു വന്നപ്പോൾ കുട്ടികൾ ആർത്തു.

''കുഞ്ഞമ്മാവൻ അടുത്തയാഴ്ച വരുമെന്ന്.''

''ഹോ, അതങ്ങു പറയായിരുന്നില്ലേ!''

പിറുപിറുത്തുകൊണ്ട് അമ്മൂമ്മ അടുക്കളയിലേക്ക് പോയി. അടുക്കള ഭിത്തിയിൽ ചാരിനിന്ന് കൈ തൊഴുത് പ്രാർത്ഥിച്ചു ഭഗവാനു നന്ദി പറഞ്ഞു. അമ്മൂമ്മയുടെ പേടിയുടെ വേദനയും വയറിളക്കവുമാണ് അശ്വിനിക്ക് കിട്ടിയിരിക്കുന്നത്.

മോഹൻ അതേവരെ വിളിച്ചില്ലല്ലോന്നു അപ്പോഴാണവൾ ഓർത്തത്. അപ്പോയന്റ്മെന്റിനു വരാൻ സമയം കിട്ടാത്തതു സമ്മതിച്ചു കൊടുത്താലും ഫലം അറിയാൻ ഒരു ആകാംക്ഷയും ഇല്ലേ മോഹന്? മോഹനോട് ഫോണിൽക്കൂടി പറയുന്നില്ലെന്ന് അശ്വിനി തീരുമാനിച്ചു.

ഇത് അശ്വിനിയുടെ യുദ്ധമാണോ, അശ്വിനിയുടെ മാത്രം? ട്രാവിസിനോട് എന്താണ് പറയേണ്ടത്? ബയോപ്സിക്കു വേണ്ടി രണ്ടു ദിവസമെങ്കിലും അവധിയെടുക്കാതെ പറ്റില്ല. വലത്തെ മുലയിൽ നിന്നാണ് സാമ്പിൾ ചുരണ്ടിയെടുക്കുന്നത്. വലതുകൈകൊണ്ട് മൗസിനെ നീക്കാൻ ബുദ്ധിമുട്ടു വന്നേക്കും.

പോസിറ്റീവ്?

ബിനയൻ?

മലിഗ്നന്റ്?

പുക തിങ്ങിയ തല കുടഞ്ഞ് അശ്വിനി പുറത്തേക്ക് നോക്കി. കുടുകുടെ സ്നോ ഫ്ളെയ്ക്കുകൾ വീണുകൊണ്ടിരുന്നു. മാർച്ചു മാസത്തിലെ കൊടുങ്കാറ്റിന്റെ വരവാണ്. കുറെയേറെ മഞ്ഞുപ്രതീക്ഷിക്കാം. ഇതാവും ഈ വർഷത്തെ അവസാനത്തെ മഞ്ഞുമഴ. ജോലി മതിയാക്കി അശ്വിനി പുറത്തിറങ്ങി.

എയ്ഞ്ചൽ കേക്ക് മിക്സു പോലെയുള്ള മഞ്ഞിൽ തണുപ്പുകാറ്റ് ചൂളം കുത്തിമറിയുന്നുണ്ടായിരുന്നു. മരത്തിന്റെ ചില്ലകൾ ഐസിംഗിൽ മുക്കിയതു വെളുത്ത നിറത്തിൽ കാണപ്പെട്ടു.

''മമ്മാ ഈ പാർക്ക് ഒരു കേക്കാണ്. ദേ, ഐസിംഗ് കൊണ്ട് ഡെക്കറേറ്റ് ചെയ്ത ട്രീ കണ്ടോ?''

മൃദുവായ മഞ്ഞ് കൈകൊണ്ടു വാരിയെറിഞ്ഞു കളിച്ചു കീർത്തന ഉപമിക്കുന്നു. കീർത്തനയുടെ രോമത്തൊപ്പിക്ക് മുയൽച്ചെവികളുണ്ടായിരുന്നു. ഡഗ്ളസും മാർത്തയും ക്രിസ്തുമസ്സിനു കൊടുത്തതാണ് മുയൽച്ചെവികളുള്ള തൊപ്പി. കുട്ടി ഓടുമ്പോൾ തലയ്ക്കിരുവശവും തുള്ളിക്കളിക്കുന്ന നീളൻ ചെവികൾ.

ഹൈവേയിൽ ഇഴഞ്ഞിഴഞ്ഞു നീങ്ങുന്ന വണ്ടികളുടെ നിരയിലേക്ക് അശ്വിനിയുടെ കാറും ചേർന്നു. കുറെ മുന്നിലായി മഞ്ഞനിറമുള്ള വമ്പൻ മഞ്ഞുലോറി കാണാം. ലോറിയുടെ മുൻപിൽ റോഡിന്റെ പാതി വീതിയുള്ള മഞ്ഞുകലപ്പ പിടിപ്പിച്ചിട്ടുണ്ട്. വലതു വശത്തേക്ക് ചരിഞ്ഞിരിക്കുന്ന വലിയ കോരിക ഹൈവേയിലെ മഞ്ഞിനെ വശത്തേക്ക് തള്ളി മാറ്റും. അതിനു തൊട്ടു പിന്നിലായി ഉപ്പുവണ്ടിയുമുണ്ട്. ഈ മന്ദജാഥ പോയിക്കഴിഞ്ഞാൽ റോഡ് വൃത്തിയാവും. ഡ്രൈവിംഗ് എളുപ്പമാവും.

അമ്മയെ വിളിച്ചിട്ടില്ല, മൃദുലവികാരങ്ങളൊന്നുമില്ലാത്ത മനസ്സാക്ഷി അശ്വിനിയെ കുത്തിപ്പറിച്ചുകൊണ്ടിരുന്നു.

നിങ്ങൾക്ക് മറ്റൊരാളുടെ ദൈവമാകാൻ കഴിയും. നിങ്ങളുടെ പ്രവൃത്തി, സംസാരം ഇതൊക്കെ ഒരാളെ സന്തോഷിപ്പിക്കുവാനോ സങ്കടപ്പെടുത്തുവാനോ പറ്റുമെങ്കിൽ നിങ്ങളും ദൈവമാണ്.

ശരിയാണ്, അമ്മ അവിടെയിരുന്ന് ഭഗവാനെ എന്റെ മോൾ വിളിക്കണേ എന്ന് പ്രാർത്ഥിക്കുന്നു.

അശ്വിനി മടി പിടിച്ച് ഇവിടെ ഇരിക്കുന്നു. ദൈവമെന്താ എന്റെ പ്രാർത്ഥന കേൾക്കാത്തത് എന്ന് അമ്മ സങ്കടപ്പെടുന്നു. അശ്വിനി വിളിക്കുമ്പോൾ അമ്മ ദേവിക്ക് വിളക്ക് വെക്കുന്നുണ്ടാവും. എന്തിനാണ് ദൈവത്തെ പഴിക്കുന്നത്. ജീവിതം ദുരിതമാക്കുന്നത് മനുഷ്യർ തന്നെയല്ലേ?

‘‘നീയെന്തിനാണ് അവധിയെടുത്തത്? എന്താണ് ജോലിക്കു പോവാത്തത്? നിന്റെ ജോലി പോയോ മോളേ?’’

അമ്മയ്ക്കു ചോദിക്കാൻ കുറെയേറെ സംശയങ്ങൾ ഉണ്ടാവും. സത്യവും നുണയും പറയാൻ പറ്റാതെ അശ്വിനി കുഴയും.

‘‘ഞാനിവിടെ അശ്വിനിയെ ഉരുക്കിപ്പണിയാണമ്മേ. അശ്വിനിയുടെ പുനർനിർമാണം.’’

വൈകുന്നേരം അശ്വിനി അമ്മയെ വിളിച്ചു.

The day Vishu changed

ബയോപ്സിക്കു മുൻപ് അശ്വിനിക്ക് കീർത്തനയെ കാണണം. അത് മോഹന് തീരെയും മനസ്സിലായില്ല. സെമസ്റ്റർ കഴിയുന്നതിന്റെ തിരക്കിലും വെപ്രാളത്തിലുമായിരുന്നു കീർത്തന. അസൈൻമെന്റുകളും വല്യപരീക്ഷയുടെ പരിഭ്രമവും കൂട്ടി ഏപ്രിലിൽ വീട്ടിലേക്ക് വരുന്നില്ല, ഇനി പരീക്ഷ കഴിഞ്ഞിട്ടേ ഉള്ളൂന്ന് അവൾ തീർത്തു പറഞ്ഞതാണ്.

''അവളോട് പറഞ്ഞൂടെ?''

''വേണ്ട കുട്ടിടെ പരീക്ഷ കഴിയട്ടെ. അവള് ആകെ നെർവസാണ്. ഇനി ഇതും കൂടി പറഞ്ഞു ടെൻഷൻ അടിപ്പിക്കേണ്ട.''

''എങ്കിപ്പിന്നെ പോയി കാണ്ണത് എന്തിനാണ്? പരീക്ഷ കഴിഞ്ഞ് അവൾടെ സാധനങ്ങൾ എടുക്കാൻ പോവണ്ടേ?''

''എനിക്ക് അവളെ ഒന്നു കാണണം. ഇത് അവൾക്ക് വേണ്ടിയല്ല, This is for me.''

മര്യാദയ്ക്കു പറഞ്ഞാൽ മനസ്സിലാവില്ലെങ്കിൽ മര്യാദവിട്ട് ആക്രോശിച്ചേ പറ്റൂ.

അശ്വിനി കീർത്തനയ്ക്ക് പലഹാരങ്ങൾ പൊതിഞ്ഞുകെട്ടി. യൂണിവേഴ്സിറ്റിയിൽ ചേർന്ന സമയത്തു കിട്ടിയ ലഘുലേഖയിലെ മാതാപിതാക്കൾക്കുള്ള നിർദ്ദേശങ്ങൾ അവൾ ഒന്നുകൂടി വായിച്ചു നോക്കി. അതിൽ കുട്ടികൾക്ക് കെയർ പാക്കുകൾ കൊടുക്കുന്നത് നല്ലതാണെന്ന് പറഞ്ഞിട്ടുണ്ട്. ഇനി പൊതികെട്ടുന്നതിനു മോഹൻ പ്രതിഷേധിച്ചാൽ തെളിവും ഡാറ്റയും വേണം അശ്വിനിക്ക്.

യൂണിവേഴ്സിറ്റിയിലേക്കുള്ള നീണ്ട ഡ്രൈവിൽ ബോബ് മാർലിയും ആവ്ര ലവീനും മാത്രമേ കാറിൽ ശബ്ദിച്ചുള്ളൂ. മോഹനു പറയാൻ ഒരു വാക്കു പോലും ഉണ്ടായിരുന്നില്ല. ഏപ്രിൽ അപ്പോൾ തണുത്തു കുഞ്ഞിയ മഴയായി മരത്തിൽ പിണഞ്ഞു കിടന്നു മോങ്ങുകയായിരുന്നു. കൂടിക്കിടന്നിരുന്ന മഞ്ഞുമലകളെ മഴ കഴുകിക്കഴുകി ഇല്ലാതാക്കിക്കൊണ്ടിരുന്നു. വഴിയരികിൽ ചിലയിടത്ത് കുന്നായി കൂടിക്കിടന്നതിന്റെ ശേഷിപ്പ്

കുറച്ചുണ്ടായിരുന്നു. ചുളിഞ്ഞു പാതിയൊലിച്ചുപോയി ചുറ്റുമുള്ള മണ്ണും ചളിയും പടർന്ന് മരണം കാത്തു കിടക്കുന്ന രോഗിയെപ്പോലെ.

''ഒന്നും ഉറച്ചു നിൽക്കുന്നില്ല.''

നേരിയ തണുപ്പത്ത് നിറയെ മുകുളങ്ങൾ നിറഞ്ഞ ചില്ല കുലുക്കി മരങ്ങളേയും ചെടികളേയുംകൊണ്ട് കാറ്റ് അതു ശരിവെപ്പിച്ചു. വേരുകൾ ആകാശത്തേക്കു പടർത്തി മരം കാത്തിരിക്കുന്നു. വസന്തമേ വരൂ... ഇളംമുകുളം പൂവായി, ഇലയായി, ചെടിയായി, കാടായി, ഫോട്ടോകൾക്ക് പിന്നണിയായി. അങ്ങനെ ചിലച്ചും ചാലിച്ചും വസന്തത്തിന്റെ പിന്നാലെ ചൂടുകാലം ചൂടറിയിക്കാതെ കടന്നു കളയും.

ക്യാമ്പസിനു മുന്നിൽ പോപ്ലാർ മരങ്ങളുടെ നിര യോദ്ധാക്കളെപ്പോലെ അറ്റൻഷനായി അസംബ്ലി നിൽക്കുന്നത് അശ്വിനി ശ്രദ്ധിച്ചു. ഡൺഡേൺ കാസിലിന്റെ ഗേറ്റിനടുത്ത് നെടുങ്കൻ പോപ്ലാർ മരങ്ങളുണ്ട്. അതിൽ ഇലകൾ ഉണങ്ങി തവിട്ടുനിറമായിപ്പോയ ഒന്നിനെ ചൂണ്ടിക്കാണിച്ച് കീർത്തന പറഞ്ഞതാണ്.

''നോക്ക് മമ്മൂസ്, ഒരു ജയന്റെ കോൺഡോഗ്.''

നാടൻ ഉത്സവങ്ങളിൽ കിട്ടുന്ന കോൺഡോഗ് കൊതിച്ചിയാണ് കീർത്തന. കമ്പിൽ തറച്ച് ചോളപ്പൊടി മാവിൽ മുക്കിപ്പൊരിച്ച ബഗണ്ടൻ ഹോട്ട്ഡോഗാണ് കോൺഡോഗ്. ആരോഗ്യത്തിനു നന്നല്ലെന്നു പറഞ്ഞ് ഉത്സവത്തിനു മാത്രം കിട്ടുന്ന സൽക്കാരം. ക്യാമ്പസിനു മുന്നിൽ ചില്ലകൾ അടക്കിപ്പിടിച്ചു നിൽക്കുന്ന ഈ കോൺഡോഗുകളെ ഭാവനക്കാരി കണ്ടിട്ടുണ്ടാവുമോ? അതോ ഭാവനകളെല്ലാം ബയോളജി ബ്രെയിനിൽ മുങ്ങിച്ചത്തിരിക്കുമോ?

അശ്വിനി കീർത്തനയ്ക്കൊരു പുതിയ ടീ ഷർട്ട് വാങ്ങിയിട്ടുണ്ട്. കടുംചുവപ്പു ചെമ്പരത്തിപ്പൂവിതളുകൾ വിതറിയ ടീ-ഷർട്ട് അശ്വിനി വിടർത്തിക്കാണിച്ചു.

''സ്പ്രിംഗ്ന്റെ സ്പെഷ്യൽ ആണെടീ.''

കീർത്തന അമ്മയെ തുറിച്ചുനോക്കി.

''അമ്മ ഇവിടെ ഫാഷൻ പരേഡോന്നും ല്ല, ലേറ്റസ്റ്റ് ഇറക്കാൻ.''

കീർത്തനയുടെ കണ്ണുകൾക്കു ചുറ്റും കറുത്ത വളയങ്ങൾ കാണാനുണ്ട്. മുഖത്തൊന്നു തലോടി അശ്വിനി പറഞ്ഞു.

''പേടിക്കേണ്ട രന്ന. നീ പരീക്ഷയൊക്കെ നന്നായി ചെയ്യും.''

''ഉവ്വ, അമ്മേം അച്ഛേം ഇങ്ങനെ വന്ന് പുന്നാരം അടിച്ചോണ്ടിരിന്നാ അത് നടക്കൂന്ന് തോന്നണില്ല.''

ഭക്ഷണപ്പൊതികളിൽ കീർത്തനയ്ക്കു കൗതുകമില്ല. യാത്രപറയാൻ മുറുക്കെ കെട്ടിപ്പിടിക്കുമ്പോഴും പിടിവിട്ടുമാറാനുള്ള അവളുടെ തിടുക്കം

അശ്വിനി അറിഞ്ഞു. അവസാനം ബൈ രണ്ടാന്നു പറയുമ്പോഴും അശ്വിനി ഭയത്തോടെ കീർത്തനയുടെ മുലകളിലേക്കാണ് നോക്കിയത്. ഡോർമിറ്ററിയുടെ വരാന്തയിൽ നിന്നും പുറത്തു കടക്കുന്നതിനു മുൻപേ ധുംന്ന് കീർത്തനയുടെ വാതിലടഞ്ഞു.

കാമ്പസിന്റെ മുന്നിലെ കോൺഡോഗു മരങ്ങളുടെ കാര്യം അവളോട് പറഞ്ഞില്ലല്ലോ എന്ന് അശ്വിനിയോർത്തു. പറഞ്ഞിട്ടും കാര്യമില്ല, അവൾ കണ്ണുരുട്ടും. കീർത്തനയുടെ തലയിൽ സയൻസ് മാത്രമേയുള്ളൂ.

തിരികെ വീട്ടിലേക്കുള്ള യാത്രയിൽ മഞ്ഞുരുകിയ വയലുകൾ നിരുത്സാഹപ്പെട്ടു കിടന്നു. മഴമേഘങ്ങളെ ഊതിയൂതിയൊരു കാറ്റ് വസന്തകാലത്തിന്റെ നനവുമണവുമായി സൂര്യപ്രകാശമന്വേഷിച്ച് അവിടെ ചുറ്റിത്തിരിയുന്നുണ്ടായിരുന്നു. റോഡിനരികിലെ ടെലിഫോൺ വയറുകളിൽ വെള്ളം ഇറ്റുനിൽക്കുന്നു. അതിലൂടെ എത്രലക്ഷം സന്ദേശങ്ങളാണ് കടന്നുപോകുന്നത്. ഉറുമ്പുകളുടെ അസംബ്ലിപോലെ ഫോണിൽ തൂങ്ങി തൂവി പോകുന്ന രഹസ്യങ്ങൾ. ഫോൺവയറിൽ കടിച്ചു തൂങ്ങി സഞ്ചരിക്കാത്ത പല രഹസ്യങ്ങളുമുണ്ട്.

കാർ റേഡിയോ ഈസ്റ്റർ വിശേഷങ്ങൾ പറഞ്ഞുകൊണ്ടിരുന്നു.

"Drive to grandma'c cottage looks quiet great at this moment."

(വെള്ളിയാഴ്ച പൂക്കൾ വാങ്ങാൻ മറക്കരുത്. അമ്മവീട്ടിലെ ടർക്കിയുണ്.)

ഈസ്റ്ററിന് എല്ലാവരും തിരക്കിലാവും. കഴിഞ്ഞ വർഷം ഗേൾ-പവറുകാരികൾ കുടുംബസമേതം അശ്വിനിയുടെ വീട്ടിലായിരുന്നു ലഞ്ചു കഴിച്ചത്. ഈ വർഷം മെറിൻ അമ്മയുടെ അടുത്ത്, മിത്ര കസിന്റെ വീട്ടിൽ. ഒന്നിച്ചുകൂടാമെന്നു പറഞ്ഞപ്പോൾ അശ്വിനി തന്നെയാണ് തിരക്കാണെന്നു പറഞ്ഞുഴപ്പിയത്.

തിരിച്ചെത്തി വീടിനുള്ളിലേക്ക് കയറുന്നതിനിടയിൽ ഭൂമിക്കടിയിൽ നിന്നും കൂമ്പി വരുന്ന ഉള്ളിച്ചെടികളെ അശ്വിനി കണ്ടു. ചീഞ്ഞും അഴുകിയും കിടക്കുന്ന ഇലകൾക്കും നിറംകെട്ട മരപ്പൂളുകൾക്കുമിടയിൽ പച്ചനിറത്തിന് എന്തൊരു സൗന്ദര്യമാണ്. ഉള്ളിയിലയുള്ള ഡാഫൊഡൈലും ടൂലിപ്പും അശ്വിനി തിരിച്ചറിഞ്ഞു. പെട്ടെന്നു പൂത്ത് ഇലകരിഞ്ഞ് തീർന്നു പോകുന്ന ജീവിതമാണെങ്കിലും വസന്തത്തിനു ഉദ്ഘാടനം നടത്തുന്ന ചെടികളാണത്. ഉള്ളിന്റെയുള്ളിൽ കടും നിറത്തിലുള്ള പൂക്കളെ ഒളിപ്പിച്ചു വെച്ച ഹരിതാഞ്ജലികളിൽ അശ്വിനി വാത്സല്യത്തോടെ തലോടി.

വീടിനുള്ളിലെ ആകാശത്തോളം പെരുകുന്ന മൗനം അവളെ ശ്വാസം മുട്ടിക്കുകയാണ്. മോഹനു ചോദിക്കാനൊന്നും ഇല്ല. അശ്വിനിക്കു പറയാൻ ധാരാളമുണ്ട്. കീർത്തനയുടെ കരുവാളിച്ച മുഖം, കുഴഞ്ഞ കണ്ണുകൾ,

വെട്ടാത്ത നഖം, മുലകളിൽ ഒളിച്ചിരിക്കുന്ന ടൈംബോംബുകൾ... പക്ഷേ കേൾക്കാനിഷ്ടമില്ലാത്തവരോടു പറയുന്നതെങ്ങിനെയാണ്? പിന്നാലെ നടന്ന് ഞാൻ പറയുന്നത് കേൾക്കൂ, ഞാൻ പറയുന്നത് കേൾക്കൂന്ന് കെഞ്ചാൻ അശ്വിനിയെ കിട്ടില്ല.

ഇങ്ങോട്ട് തരാത്തതൊന്നും അശ്വിനി അങ്ങോട്ടും തരില്ല.

ഇല്ലാ... ഇല്ല.. ഇല്ല..

അശ്വിനി അടുക്കളയിലേക്ക് തിരിഞ്ഞു. പാത്രങ്ങൾ അവളോട് കിന്നാരം പറഞ്ഞില്ല. അരിയുന്ന പലകയിൽ പാവയ്ക്കയും പടവല ങ്ങയും വട്ടത്തിൽ ചിരിച്ചു.

പപ്പ..പ്പ

കോവക്കയും മുരിങ്ങക്കയും നീളത്തിൽ ചിരിച്ചു.

ക..ക്ക...ക്ക..

ഉരുണ്ടു പെരുത്ത കാബേജ്. കണ്ടം തുണ്ടമാക്കണം. പിശു പിശെ ന്നരിഞ്ഞു തകർക്കണം. മൂർച്ച കുറഞ്ഞ കത്തിക്ക് വഴങ്ങാതെ ഉരുണ്ടു കളിക്കുന്ന കാബേജു കണ്ട് അശ്വിനി അഞ്ചിരട്ടി അരിശപ്പെട്ടു.

കണ്ടം.. തുണ്ടം.... ആനപ്പിണ്ടം.

പിണ്ടം... തുണ്ടം.... ണ്ടം!

ആനപ്പിണ്ടം പോലെ ഉരുണ്ടുരുണ്ട കാബേജുകളെ അശ്വിനി വെറുത്തു.

ഉരുണ്ടു വെറുത്തു.

വെറുതെ വെറു വെറുത്തു.

മോഹനു നിർദ്ദേശങ്ങളുണ്ട്.

എണ്ണയരുത്.... തേങ്ങയരുത്....അരുതരുത്.

ആരോഗ്യം...രോഗ്യം...ഗ്യം!

നിറം പോകരുത്. വെന്തു പോകരുത്. ഗുണം പോകരുത്... അരു തരുത്..ത്.

രുചിവേണം... വേണം...വേണം

അതിരുചി...രുചി..ചി!

അശ്വിനി കാബേജിനെ, നെടുകെയും കുറുകെയും വെട്ടി നുറുക്കി ഫുഡ്പ്രോസസറിൽ ഇട്ടു.

ടക്ക്..ടക്ക്..ടക്ക്.....

ഫുഡ്പ്രോസസ്സറിലെ ബ്ലേഡിന്റെ വായ്ത്തലയിൽ കാബേജ് കുനു കുനൂന്ന് മുറിഞ്ഞു വീണു. പിശുപിശെന്നരിഞ്ഞ സൗന്ദര്യം ഇല്ലാത്ത

കാബേജിലകൾക്ക് എണ്ണയില്ലാത്ത പാത്രത്തിൽ ബ്രൗൺ നിറമായി പ്പോയി. അതുകൂട്ടി ഊണുകഴിക്കുന്ന മോഹന്റെ മുഖത്തിന് ചുവന്ന നിറമായി. മുറിക്കാത്ത കാബേജു പോലെ വീർത്ത് വട്ടത്തിൽ ആന പ്പിണ്ടം മോറു.

കണ്ടം..തുണ്ടം... ആനപ്പിണ്ടം!

പിണ്ടം..തുണ്ടം..ണ്ടം!

അശ്വിനിക്ക് ആനപ്പിണ്ടം കാബേജു വേണ്ട, അശ്വിനിയുടെ നെഞ്ചിൽ ഒരു സൂചി തറയ്ക്കുന്നുണ്ട്.

''നീഡിൽ ബയോപ്സി. അതുമതി, കുത്തിതുറന്ന് വെച്ചുകെട്ടേണ്ട.''

ഡോക്ടർ ജബ്ബാർ കരുതലോലെ പറഞ്ഞിരുന്നു. നീഡിൽ ബയോ പ്സിയാണെങ്കിൽ ആ ഇടം മാത്രം മരവിപ്പിച്ചിട്ട് വേഗം കഴിയും. സർ ജിക്കൽ ബയോപ്സിക്ക് ബോധം കെടുത്തും. ഒരു നീളൻ മുറിവും കുത്തിക്കെട്ടുമുണ്ടാവും. അതിന്റെ വടു ഉണ്ടാവും. കൈ പൊക്കുമ്പോൾ കുറച്ചു ദിവസത്തേക്ക് വേദനയും കാണും. ഒരാഴ്ചയോ അതിൽ കൂടു തലോ എടുക്കും പൂർണമായും സുഖപ്പെടാൻ.

ബയോപ്സി ചെയ്യുന്നത് റേഡിയോളജിസ്റ്റും ഡോക്ടർ ജബ്ബാറും കൂടിയാണ്.

''എന്തോ ഒന്ന് അവിടെ ഉണ്ടെന്നറിയാം. തുറന്നു നോക്കിയാലേ കൂടുതൽ അറിയാൻ പറ്റൂ.''

''എന്തു കൂടുതൽ?''

''ഏതു സ്റ്റേജ്? മറ്റെവിടെയെങ്കിലും പടർന്നിട്ടുണ്ടോ എന്നൊക്കെ.''

''അപ്പോൾ എനിക്ക് ക്യാൻസറാണെന്ന് നിങ്ങൾ ഉറപ്പിച്ചുകഴിഞ്ഞോ?'

''അങ്ങനെയല്ല, നീയൊരു എഞ്ചിനീയറല്ലേ? ഒരു ഹെയർലൈൻ ക്രാക്ക് കണ്ടാലും അത് കുഴപ്പമില്ലാത്തതാണെന്നും അകത്ത് വേറെ പ്രശ്നങ്ങളുണ്ടോ എന്നും അപകടമുണ്ടാവുമോ എന്നൊക്കെ ഉറപ്പാ ക്കാൻ സമയം ചിലവാക്കില്ലേ, അതുപോലെ.''

ഡോക്ടർ ജബ്ബാറിന് കാര്യങ്ങൾ കാരണം പറഞ്ഞു വിശദീകരി ക്കാനറിയാം.

''ബയോപ്സി കഴിയുമ്പോൾ ചിലപ്പോൾ വേദനയും അസ്വസ്ഥ തയും ഉണ്ടാവും. അന്നത്തെ ദിവസം വിശ്രമിക്കുന്നതായിരിക്കും നല്ലത്.''

ഡോക്ടറിന്റെ ഉപദേശത്തെ മാനിച്ച് അശ്വിനി അവധിയെടുത്തു.

''ഉച്ചയ്ക്ക് ശേഷം ഞാൻ വീട്ടിലുണ്ടാവും. എന്താവശ്യം ഉണ്ടെങ്കിലും വിളിച്ചോളൂ.''

തലേന്ന് അശ്വിനി വിഷുക്കണി ഒരുക്കിയില്ല, കീർത്തനയെ ഫോണിൽ വിളിച്ച് വിഷുവിനെപ്പറ്റി പ്രസംഗിച്ചില്ല. മോഹന്റെ കാപ്പി മേശപ്പുറത്തു കാത്തു വെച്ചില്ല.

''മത്തങ്ങപോലെ വീർത്ത മുഖം കണികാണട്ടെ. അതുമതി ഈ വർഷത്തെ ഐശ്വര്യത്തിന്.''

ആശുപത്രിയിലേക്ക് വണ്ടിയോടിക്കുമ്പോൾ അനുവാദവും മുന്നറിയിപ്പുമില്ലാതെ മഴ വന്നു. ആശുപത്രിക്കുഞ്ഞമ്മ പണ്ടു പറഞ്ഞ കഥകളെല്ലാം മറന്നുപോയിരിക്കുന്നു. വീണ്ടും ചോദ്യങ്ങളുടെ ഘോഷയാത്രയാണ്. അലർജി എന്തെങ്കിലുമുണ്ടോ? പേസ് മേക്കറുണ്ടോ? ചങ്കിലെന്തെങ്കിലും ഒളിപ്പിച്ചിട്ടുണ്ടോ? കഴിഞ്ഞ ഏഴു ദിവസത്തിനിടയിൽ ആസ്പിരിൻ കഴിച്ചിട്ടുണ്ടോ? ആസ്പിരിൻ രക്തം നേർപ്പിക്കും, മുറിവുണ്ടായാൽ രക്തം കട്ടപിടിക്കാതെ വരാം.

നേഴ്സുകൊടുത്ത പിസ്റ്റഷിയൊ നിറമുള്ള ഗൗണിട്ട് അശ്വിനി മച്ചു നോക്കി മലർന്നു കിടന്നു.

''ദേ, മരവിപ്പിക്കാൻ ചെറിയ സൂചികൊണ്ടു കുത്താൻ പോവ്വാണ്.''

ഡോക്ടർ ജബ്ബാർ തമാശ പറയാൻ ശ്രമിച്ചു. മരവിപ്പു വന്നുകഴിഞ്ഞപ്പോൾ ചെറിയൊരു പൊട്ടിന്റെ വണ്ണമുള്ള കമ്പിസിറിഞ്ചാണ് ഡോക്ടർ അശ്വിനിയുടെ ടാറ്റയിലേക്ക് കുത്തിയിറക്കിയത്. ബൂബ്സെന്നു മാത്രമല്ല മുലയ്ക്ക് ടാറ്റ എന്നും പുന്നാരപ്പേരുണ്ട്.

ലൈറ്റിന്റെ കത്തുന്ന വെളിച്ചം കണ്ണിനെ ശല്യപ്പെടുത്തിയതുകൊണ്ട് അശ്വിനി കണ്ണടച്ചു.

''കുറച്ച് പ്രഷർ തോന്നും. വേദനയൊന്നും ഉണ്ടാവില്ല.''

''സാമ്പിൾ ടിഷ്യു എടുക്കുകയാണ്.''

ഡോക്ടർ ജബ്ബാറിന്റെ റണ്ണിംഗ് കമന്ററി കേട്ട് അശ്വിനി കിടന്നു. അതിനു പശ്ചാത്തലമായി ഉപകരണങ്ങളുടെ ക്ലിക്ക്, ക്ലാക്ക് ശബ്ദങ്ങൾ, ഇരമ്പം മൂളക്കം.

''എല്ലാം കഴിഞ്ഞു. സാവധാനത്തിൽ എഴുന്നേറ്റ് നിനക്ക് ഡ്രസ്സ് ചെയ്യാം. വാലറി സഹായിക്കും.''

അതു പറഞ്ഞു ഡോക്ടർമാർ രണ്ടുപേരും മുറിക്കു പുറത്തുപോയി. നേഴ്സ് വാലറി അശ്വിനിയുടെ കൈപിടിച്ച് എഴുന്നേല്ക്കാൻ സഹായിച്ചു. വലത്തെ മുലയിൽ ബാൻഡേജ് ഒട്ടിച്ചു വെച്ചിരിക്കുകയാണ്. മുലയ്ക്ക് കൂട്ടിനു ഐസ്പാക്കും കൊടുത്തു വാലറി നേഴ്സ്. പാവം ഇടത്തെ മുല അവഗണിക്കപ്പെട്ട കുട്ടിയെപ്പോലെ മിണ്ടാതെയിരുന്നു.

''വേദനയുണ്ടെങ്കിൽ ടൈലനോൾ കഴിക്കാം. ആസ്പിരിൻ ഒഴിവാക്കുക.''

''ഇരുപത്തിനാലു മണിക്കൂർ നേരത്തേക്ക് കഠിനമായിട്ടൊന്നും ചെയ്യേണ്ട. വ്യായാമം, ഭാരമുള്ള സാധനങ്ങൾ കൈകൊണ്ടു പൊക്കിയെടുക്കുക അങ്ങനെയൊക്കെ.''

''ചിലപ്പോ കുറച്ചു നിറവ്യത്യാസം ഉണ്ടാവും. ചെറിയ ചതവ് ഉണ്ടാവാനും മതി. മൃദുവായ സ്ഥലമല്ലേ?''

''ഇതൊക്കെ അല്ലാതെ എന്തെങ്കിലും അസ്വസ്ഥതയോ, രക്തസ്രാവമോ, പനിയോ, നീരോ ഉണ്ടായാൽ അറിയിക്കണം. ഈ നമ്പറിൽ വിളിക്കണം.''

വാലറിയുടെ നിർദ്ദേശവലയിൽ നിന്നൂരി പുറത്തു കടക്കാൻ ധൃതി പിടിച്ചു അശ്വിനി. ഐസ്-പാക്ക് അവളെ കിടുകിടെ തണുപ്പിച്ചു. വീട്ടിലെത്തി തുണിമാറിയുടുത്ത് അശ്വിനി കിടക്കയിലേക്ക് വീണു.

''പ്രശ്നം എന്തെങ്കിലും ഉണ്ടോ, ഞാൻ നിക്കണോ?''

''ഒരു പ്രശ്നവും ഇല്ല, വേഗം പൊയ്ക്കോളൂ.''

മോഹൻ തിരക്കുകൾ വിശദീകരിക്കുന്നതിനു മുൻപേ അശ്വിനി അയാൾക്ക് പരോൾ അനുവദിച്ചു. കീർത്തനയ്ക്ക് ഒരു മെസേജ് അയയ്ക്കണമെന്ന് അശ്വിനിക്ക് തോന്നി. വേണ്ട, അവളെ ശല്യപ്പെടുത്തേണ്ട. കീർത്തനയിപ്പോൾ ധും എന്നടഞ്ഞു പോയ ഒരു വാതിലാണ്.

ധും! കാറിന്റെ വാതിൽ വലിച്ചടച്ച് മോഹൻ പറക്കുന്നു. പറ പറക്കുന്നു. രോഗത്തിൽ നിന്ന്, പ്രത്യേകിച്ച് രോഗിയിൽ നിന്ന്!

തലേരാത്രി ഉറങ്ങാത്ത ക്ഷീണത്തിൽ അശ്വിനി സോഫയിൽ തന്നെ ഉറങ്ങി. ഉണർന്നപ്പോൾ അവൾ ഇടത്തെ മുലയെ ആശ്വസിപ്പിച്ചു.

''സാരോല്ലടാ.''

ടി.വിയിൽ എല്ലെൻ ദിജെനറസ് ജോർജ് ക്ലൂണിയോടു സംസാരിക്കുകയായിരുന്നു. എല്ലനെ ചിരിയില്ലാതെ കണ്ടിട്ടില്ല. അശ്വിനി സോഫയിൽ കിടന്നു തന്നെ ഫോണിൽ ഇമെയിലുകൾ നോക്കി. അൻപത്തിമൂന്ന് മെസേജുകൾ വന്നിട്ടുണ്ട്. ഉണർന്നു തീരുന്നതിനു മുൻപേ പിന്നെയും ഉറക്കത്തിലേക്ക് മറിഞ്ഞുപോയി. മൂന്നു മണിക്ക് സോഫയിൽ നിന്നും അശ്വിനി എഴുന്നേറ്റു. ഊണുമേശയിൽ ലാപ്ടോപ് വെച്ചു ജോലിയിലേക്ക് തിരിഞ്ഞു. മൗസ് നീക്കുമ്പോൾ നെഞ്ചത്ത് നല്ല വേദന തോന്നി.

ബോറടിച്ചു കറങ്ങിക്കറങ്ങി അശ്വിനി ഫേസ്ബുക്കിൽ ചെന്നെത്തി. പിറന്നാളുകാർക്ക് ആശംസകൾ, മോശം വാർത്തകൾക്ക് താഴെ കരച്ചിൽ മുഖം, അങ്ങനെയൊക്കെ അവൾ ചുറ്റിക്കറങ്ങി. സെലീനയുടെ പോസ്റ്റിൽ യദു മറുത്ത് അഭിപ്രായം പറഞ്ഞത് പ്രശ്നമായിട്ടുണ്ട്. രണ്ടു പക്ഷവും ചേർന്ന ആളുകൾ കമന്റോടു കമന്റ്. കാടുകയറി തുടങ്ങിയ വിഷയം എന്താണെന്ന് തന്നെ ആളുകൾ മറന്നിരിക്കുന്നു. സെലീന എന്തു പോസ്റ്റിട്ടാലും ലൈക്ക്മഴ പെയ്യുന്നത് എന്താണെന്ന് തനിക്കറിയാം എന്നാണു യദുവിന്റെ ഒരു ആരാധകൻ വാദിക്കുന്നത്.

''ഈശ്വരാ, അതും സെലീനയുടെ പോസ്റ്റും തമ്മിൽ എന്തു ബന്ധ മാണാവോ?''

കുറച്ചു ഫ്രണ്ട് റിക്വസ്റ്റുകൾ വന്നു കിടന്നതിലൂടെ അശ്വിനി കണ്ണോ ടിച്ചു. സാധാരണ പരിചയമില്ലാത്ത ആരേയും അശ്വിനി ഫേസ്ബുക്ക് സുഹൃത്തുക്കളാക്കാറില്ല. മിത്രയുടെയും മെറിന്റെയും ശാന്തിയുടെയും പേജുകൾ നോക്കി. മിത്ര നാട്ടിൽ പോകുന്ന കാര്യം ലോകത്തോടു പറഞ്ഞിട്ടുണ്ട്. വീടു കൊള്ളയടിക്കാൻ എളുപ്പമായല്ലോ എന്ന് ഒരു അഭിപ്രായം ഇടാൻ അശ്വിനിക്ക് തോന്നി. ഇല്ല, അവൾക്കെന്നല്ല, ആർക്കും ഇഷ്ടമാവില്ല അശ്വിനിയുടെ പിന്തിരിപ്പൻ തമാശ.

കീർത്തന കൂപ്പറിനെ കെട്ടിപ്പിടിച്ചു നിലത്തിരിക്കുന്ന പടം അവൾ പോസ്റ്റു ചെയ്തു. പത്തു വർഷം പഴയതാണ്. പോസ്റ്റിട്ട് കൈയെടുക്കും മുൻപേ അതിനൊരു ലൈക്ക് വീണിരിക്കുന്നു. ഹോ, ആരാണ് ഫേസ് ബുക്കിൽ അശ്വിനിയുടെ നീക്കങ്ങൾ നോക്കിയിരിക്കുന്നത്? സ്വയംപ്രഭ തന്നെ! അശ്വിനി പടം ഒന്നു കൂടിനോക്കി. കീർത്തനയുടെ മുഖം നന്നായി കാണാൻ പറ്റില്ല. ങാ, കിടക്കട്ടെ.

അശ്വിനി ഫേസ്ബുക്കിന്റെ ആരാധികയായിരുന്നില്ല. അത് ഒരു മാതിരി സീക്വിൻസ് വെച്ചു പിടിപ്പിച്ച ചുരിദാറു പോലെയെന്നാണ് അവൾ വിശേഷിപ്പിച്ചത്. ഗിൽറ്റും പളപളപ്പും കൂടുതലാണെങ്കിലും കാലത്തിനൊത്ത് കോലം കെട്ടണ്ടെ? ഔട്ട് ഡേറ്റഡ് ആയിപ്പോവാതെ നോക്കണം.

''ഞാൻ വിളിച്ചപ്പോൾ നീ ഫോണെടുത്തില്ല. തിരക്കുകാരിക്ക് എഫ്.ബി. യിൽ കറങ്ങാൻ സമയമുണ്ടല്ലേ?

സ്വയംപ്രഭയുടെ പരാതി മെസ്സേജ് ബോക്സിൽ വന്നു. ഒന്നു സ്വൈര്യം കിട്ടാൻ എങ്ങോട്ടു പോകണം?

''ഒരു അപ്പോയിന്റ്മെന്റ് ഉണ്ടായിരുന്നു.''

പ്രഭ അതിനു മറുപടി അയച്ചില്ല. സ്വയംപ്രഭ വീണ്ടും പിണങ്ങിയി രിക്കുന്നു. അല്ല, ഈ കുട്ടി പിണങ്ങാതിരിക്കുമ്പോ സംശയിച്ചാൽ മതി, പ്രശ്നം എന്തോ ഉണ്ടല്ലോന്ന്. അപ്പോൾ കണക്കാക്കാം, എന്തോ ആവശ്യം ഉണ്ടെന്നു. അല്ലാത്തപ്പോഴൊക്കെ എന്തോ തെറ്റ് ദേ, അശ്വിനി ചെയ്തി ട്ടുണ്ടെന്ന് ബോധ്യപ്പെടുത്തിക്കൊണ്ടിരിക്കും.

പ്രഭയുടെ കടയുടെ പ്ലാൻ വരച്ചു കൊടുത്തത് അശ്വിനിയാണ്. സിറ്റി യിൽ നിന്നും അനുമതി കിട്ടാനുള്ള അപേക്ഷയ്ക്കും അശ്വിനി സഹായങ്ങൾ ചെയ്തു കൊടുത്തിരുന്നു. ആ കാലത്തു സ്വയംപ്രഭ ദാസീഭാവത്തിൽ താണുവീണു, അശ്വിനിയെ സിംഹാസനത്തിൽ പ്രതിഷ്ഠിച്ചു. അമിതാ രാധനയിൽ അശ്വിനിക്ക് അന്നേ അസ്വസ്ഥത തോന്നിയിരുന്നു. ഇപ്പോൾ

സ്വയംപ്രഭയ്ക്ക് പരാതികളേ ഉള്ളൂ. അവൾ വിളിക്കുമ്പോൾ വിളിപ്പുറത്തുണ്ടാവണം. ഇല്ലെങ്കിൽ അതിനർത്ഥം അശ്വിനി ദുഷ്ടയും സ്നേഹമില്ലാത്തവളും ആണെന്നാണ്.

ഇൻബോക്സിൽ പിന്നെയും പ്രഭയുടെ മെസേജുകൾ വന്നുകൊണ്ടിരുന്നു. അശ്വിനി ഒന്നുകൂടി ഫോൺ എടുക്കാത്തത് മനഃപൂർവ്വമല്ല, വീട്ടിലുണ്ടായിരുന്നില്ല എന്ന് സത്യം പറയാൻ ശ്രമിച്ചു നോക്കി.

"വെറുതെ, നുണ. കല്ലുവെച്ച നുണ."

ഇമോജികളുടെ പ്രളയം, തലയിൽ പേൻ കയറിയ രാവണനെപ്പോലെ സ്വയംപ്രഭ പെരുകുകയാണ്. പത്തു തലയും തല നിറയെ നാവും നാവു നിറയെ കണക്കുകളും അശ്വിനിക്കെതിരായ തെളിവുകളും പതഞ്ഞു പരക്കുകയാണ്.

ഫേസ്ബുക്കിൽ നിന്നുപുറത്തു ചാടി, ലാപ്ടോപ് ശക്തിയിലൊന്നടച്ച് അശ്വിനി ആശ്വസിക്കാൻ ശ്രമിച്ചു.

Positive is negative

കൊടുങ്കാറ്റുകൾ കഴിഞ്ഞിട്ടില്ലെന്നു തെളിയിച്ചുകൊണ്ട് ഏപ്രിലിൽ പിന്നെയും മഞ്ഞു പെയ്തു. പൊങ്ങിവന്ന ചെറുചെടികളുടെ കൂമ്പുകളിലേക്കു തലകുത്തിവീണ് മഞ്ഞ് സർക്കസ് കളിച്ചു. വയലറ്റു നിറമുള്ള ക്രോക്കസ് പൂക്കളുടെ ഇളംഇതളിൽ നിന്നും അശ്വിനി ഭാരമുള്ള നനഞ്ഞ മഞ്ഞ് എടുത്തു മാറ്റി. ആറിതൾ കൈയും മഞ്ഞപ്പല്ലും കൊണ്ട് പൂവുകൾ അശ്വിനിയോടു നന്ദി പറഞ്ഞു.

മിത്ര അവധികഴിഞ്ഞ് ഇന്ത്യയിൽ നിന്നും മടങ്ങിയെത്തിയതും ഗേൾ-പവർ ഗ്രൂപ്പിൽ മെസേജ് വന്നു

“എല്ലാരും വായോ.”

മിത്രയെ കാണാൻ പോവുന്നത് കൂട്ടുകാരെല്ലാംകൂടി ഒന്നിച്ച് ആഘോഷമായിട്ടു വേണം. ഏപ്രിലിലെ മഞ്ഞ് രണ്ടു ദിവസം കൊണ്ടു മാറി. പിന്നെ മഴ പെയ്യാൻ തുടങ്ങി. മഴ തുടങ്ങിയിട്ട് മണിക്കൂറുകൾ കഴിഞ്ഞിരുന്നു. ടെലിവിഷനിലെ വാർത്തയും മഴയിൽ മുങ്ങി. നാനൂറ്റി ഒന്നാം ഹൈവേയുടെ ചിലയിടങ്ങൾ വെള്ളത്തിൽ മുങ്ങി ഗതാഗതം തടഞ്ഞിരിക്കുന്നു. മുഖ്യപാതയാണ് നാനൂറ്റി ഒന്ന്. ഡോൺവാലിയുടെ ചിലയിടങ്ങളും വെള്ളത്തിനടിയിലായി. റോഡിൽ വഴുക്കലുണ്ട്.

മോഹനും അശ്വിനിയും മിത്രയുടെ വീട്ടിലേക്ക് പുറപ്പെടുമ്പോൾ മഴയങ്ങനെ പെയ്യുകയായിരുന്നു. തിടുക്കത്തിൽ. നേരിയ നാരുകളായും ഇടയ്ക്കിടെ കനമുള്ള തുള്ളികളായും. സാവധാനത്തിൽ പോകുന്ന കാറുകളോട് മോഹൻ പല്ലുകടിച്ചു.

“എന്തു പേടിച്ചിട്ടാ ഇങ്ങനെ പോണത്? ഒന്നു വേഗം പൊയ്ക്കൂടെ ഇവർക്ക്?”

ആരോടോ വാശി തീർക്കുന്നതുപോലെ മോഹൻ കാറിലെ റേഡിയോ സ്റ്റേഷൻ മാറ്റിക്കൊണ്ടിരുന്നു. വാർത്ത വന്ന സ്റ്റേഷനിൽ കുറച്ചുനേരത്തേക്ക് മോഹൻ ഉറച്ചു. കനേഡിയൻ ഡോളറിന്റെ വില വീണ്ടും കുറയുന്നു. അമേരിക്കൻ ഡോളറിനൊപ്പം എത്തിയിട്ട് കുറച്ചൊന്നു കൂടിയിട്ടു പിന്നെയും കുറയാൻ തുടങ്ങിയതാണ്.

‘‘കുറച്ചായല്ലോ ഈ കളി തുടങ്ങിയിട്ട്?’’

അതും മോഹനെ ചൊടിപ്പിക്കുന്നുണ്ട്. രണ്ടു ദിവസം മുൻപ് ബ്ലാക്ക് ബെറി സർവ്വീസ് ഇല്ലാതിരുന്നതിലേക്ക് വാർത്ത തിരിഞ്ഞു. റിസേർച്ച് -ഇൻ-മോഷൻ കമ്പനിയുടെ വിശദീകരണം കേട്ടപ്പോൾ മോഹന്റെ അരിശം കൂടുതലായി.

‘‘ഇവർ ആരെയാണ് വിഡ്ഢിയാക്കാൻ ശ്രമിക്കുന്നത്?’’

തെറ്റുപറ്റി എന്ന് സമ്മതിക്കുന്നത് എന്നുമുതലാണ് തെറ്റായി മാറി യത്? മരങ്ങൾക്കിടയിലൂടെ മഴനനഞ്ഞോടുന്ന കാറ്റിനോടാണ് അശ്വിനി അതു ചോദിച്ചത്.

‘‘ഏപ്രിൽ മഴയല്ലേ, വെയിൽ പിന്നാലെയുണ്ട്.’’

കാറ്റ് ഗണിച്ചു പറഞ്ഞു. മഞ്ഞുമുഴുവനും ഉരുകിയിരുന്നു. മരക്കൊമ്പു കളിൽ മുകുളങ്ങൾ പൊട്ടാൻ തുടങ്ങിയതു കാണാറായി. റോഡിനരി കിലെ കുറ്റിച്ചെടികളുടെ തണ്ടുകൾ ചുവന്നു നിന്നു. ചെടികളുടെയും മരങ്ങളുടെയും നരച്ച അവശിഷ്ടങ്ങളിൽ നിന്നും ആഴ്ചകൾക്കകം നിറങ്ങൾ ഉദിച്ചുവരും.

‘‘നീയൊരു മരമായിരുന്നെങ്കിൽ എന്തു തരം മരമാകുമായിരുന്നു?’’

പഴയൊരു ഹ്യൂമൻ റിസോഴ്സസ് ചോദ്യമോർത്ത് അശ്വിനിക്ക് ചിരിവന്നു. മരമായിരുന്നെങ്കിൽ മുലയുണ്ടാവുമായിരുന്നില്ല, ഭർത്താവും മകളും ഉണ്ടാവുമായിരുന്നില്ല. തടികൂടിപ്പോവും എന്ന് പേടിച്ച് ഓടിയും വളഞ്ഞും എക്സർസൈസ് ചെയ്യേണ്ടിയിരുന്നില്ല. മടിപിടിച്ചങ്ങനെ ഒരു സ്ഥലത്തുതന്നെ നിന്നാൽ മതിയായിരുന്നു! പൂത്തും കായ്ച്ചും പിന്നെ അതെല്ലാം ഉപേക്ഷിച്ചും ശീതകാലത്തുറങ്ങിയും പിന്നെയും പൂത്തും കായ്ച്ചും ഉപേക്ഷിച്ചും മഞ്ഞിലും വേനലിലും ഒരേമണ്ണിൽ ഒരേ നിൽപ്പ്.

മിത്രയുടെ വീടിന്റെ പടികയറുമ്പോൾ അശ്വിനി മുഖത്തിനു പ്രത്യേക നിർദ്ദേശം കൊടുത്തു.

‘‘ആശങ്കകൾ പുറത്തു കാണിക്കേണ്ട.’’

ലിവിംഗ് റൂമിലെ സോഫയിൽ വട്ടമിട്ടിരുന്നു ചായ കുടിക്കുമ്പോൾ മിത്രയും രമേശനും കല്യാണവിശേഷങ്ങൾ പറഞ്ഞു

‘‘എന്തായാലും എല്ലാരടേം പ്രാർത്ഥന ഫലിച്ചു. കല്യാണ ദിവസം ബന്ദും ഹർത്താലും ഒന്നുണ്ടായില്ല.’’

‘‘ഞങ്ങളു ലാൻഡ് ചെയ്യുന്ന ദിവസോ പോരണ ദിവസോം ഒന്നു മുണ്ടായില്ല. ഭാഗ്യം.’’

രമേശൻ ചിരിയോടെ പറഞ്ഞു.

‘‘ഗുരുവായൂരപ്പന് ഈ വകയിൽ ക്യാഷ് കൊറെ കിട്ടീട്ടുണ്ടാവും. എല്ലാവരും പ്രാർത്ഥനയോട് പ്രാർത്ഥനയായിരുന്നു. കല്യാണത്തിനു പലരും പൊറത്ത്ന്നു വരുന്നതല്ലേ.’’

''രാഷ്ട്രീയക്കാരെക്കൊണ്ട് അദ്ദേഹത്തിനെങ്കിലും ഗുണണ്ടാവട്ടെ.''

''കുട്ടികൾക്ക് നല്ലൊരു ദാമ്പത്യത്തിനു വേണ്ടി പ്രാർത്ഥിക്കുന്നതിലും വേവലാതിയോടെയാണ് കല്യാണദിവസം രാഷ്ട്രീയക്കാർ നശിപ്പിക്കാതിരിക്കാൻ കണ്ണീരോടെ ഭഗവാനോടഭ്യർത്ഥിക്കുന്നത്.''

എട്ടു വലിയ പെട്ടി നിറയെ സാധനങ്ങളാണ് നാലാൾ കുടുംബം കൊണ്ടുവന്നിരിക്കുന്നത്.

''മൂന്നു പെട്ടി നിറയെ മിത്രേടെ തുണികളാണ്.''

രമേശ് ആദ്യമേ പ്രഖ്യാപിച്ചു.

''അയ്യേ, ഈ എട്ടു പെട്ടീണ്ടായിട്ടു വെറും മൂന്നു പെട്ടീലെള്ള ഇവൾടെ തുണി. രമേശേ, എവിടെപ്പോയാലും ഏതു കാലാവസ്ഥ ആയാലും നിങ്ങൾക്ക് പാൻസും ഷർട്ടും. അതിനപ്പുറം ഒന്നും ഇല്ലല്ലോ? ഓണം വന്നാൽ ആ ജീൻസിന്റെ മുകളിലേക്ക് ഒരു ജുപ്പ പിടിപ്പിക്കും. കഴിഞ്ഞു ഔട്ട്ഫിറ്റ് വെറൈറ്റി. ഈ മിത്രയ്ക്കോ? ചുരിദാര് വേണം സാരി വേണം, അത് തന്നെ കോട്ടൺ, പിന്നെ സിൽക്ക്, ഓണത്തിനു വേറെ കസവ്.''

മെറിൻ തിരിച്ചടിച്ചു.

''ഇതൊന്നും തിങ്കൾ, വെള്ളി ജോലിയിൽ പറ്റേമില്ല. അവിടേം പാവാട, പാന്റ്, ലോംഗ് സ്ലീവ്, സ്ലീവ്ലെസ് വേറെ കൊറേ വെറൈറ്റി? എത്ര വിധം കോസ്റ്റ്യൂംസ് വേണമെന്നറിയുമോ ഞങ്ങൾക്ക്?''

ശാന്തി ചക്കയുപ്പേരി കൊറിച്ചു കൊണ്ട് ബാക്കി പറഞ്ഞു.

''ശാന്തീ, നീ കഴിക്കണതെന്താന്നു നിനക്കറിയോ? മൈൻഡ് ഫുൾനെസ്സ് വേണോഡി. വെറുതെ തിന്നാതെ.''

മിത്ര ആ ചക്കയുടെയും ഒരു പ്ലാവിന്റെയും കഥ പറഞ്ഞു. അവൾ കുട്ടിയായിരുന്നപ്പോൾ നട്ട ഒരു കുരുവാണ് പ്ലാവായി ഇപ്പോൾ ചക്ക കായ്ക്കുന്നത്. മൂന്ന് വയസ്സുകാരി ചക്കക്കുരു കുഴിച്ചിടുന്ന ഫോട്ടോ അവരുടെ വീട്ടിലുണ്ട്. ന്റെ ചക്കമരമെന്നു വിളിച്ചോമനിച്ചു വളർത്തിയ പ്ലാവിലുണ്ടാകുന്ന ചക്ക മുഴുവൻ തനിക്കവകാശപ്പെട്ടതാണെന്ന് മിത്ര വിശ്വസിക്കുന്നു.

''അതല്ലേ പറയുന്നത്, തിന്നുമ്പോ വെറുതേ വിഴുങ്ങാതെ പൂർണമായി ഉൾക്കൊണ്ടു ആസ്വദിച്ചു ചെയ്യണമെന്ന്.''

കഴിക്കുമ്പോൾ ഓരോ ഭക്ഷണത്തിന്റെയും ജീവിതചക്രം ഓർമ്മിക്കണം, അത് വന്നവഴികൾ, അതിൽ അധ്വാനിച്ചവരുടെ ജീവിതങ്ങൾ ഒന്നും മറന്നുകളയരുത്. ഒരു പ്ലാവിലെ ചക്കകൾ എത്ര കൈകളിലൂടെ എത്രയോ രാജ്യങ്ങളിൽ, എത്രയോ ശരീരങ്ങളിൽ എത്തപ്പെടുന്നു. ഒരേ മണ്ണിൽ, ഒരേ വെയിലും ഒരേ മഴയും കൊണ്ടുനിൽക്കുന്ന പ്ലാവറിയുന്നോ ഈ ചക്കസഞ്ചാരങ്ങൾ?

“Mind full of Chakka!”

“ഒരു ചക്കയിൽ ആവറേജ് എത്ര കുരു ഉണ്ടാവും?”

“അതൊക്കെ ആരെങ്കിലും എണ്ണുന്നുണ്ടാവുമോ?”

“പിന്നില്ലേ, ചക്ക ഗവേഷണക്കാർക്ക് കൃത്യമായി അറിയുമായിരിക്കും.”

“ഈ ചക്ക അമേരിക്കൻ ഫ്രൂട്ട് ആയിരുന്നെങ്കിൽ സായിപ്പ് ഇതിനെ കുരുവില്ലാത്തതും ചകണിയില്ലാത്തതും ഒട്ടലില്ലാത്തതുമാക്കി പണ്ടേ മാറ്റിയേനേ.”

“അതേയതെ, പഴം വെറുതെ കമ്പിൽ തൂങ്ങി കിടക്കും. ചുമ്മാ പറിച്ചു തിന്നാൽ മതി.”

മിത്ര ചിരിക്കുമ്പോൾ അവളുടെ ചുരുണ്ട മുടിക്കഷണങ്ങൾ തുള്ളിക്കളിക്കും. തക്കാളി പോലെയാണ് മുഖം. അതിനു നടുക്ക് കള്ളച്ചുഴിയും. നുണക്കുഴിക്കാരി കണ്ണട വെച്ചാൽ ട്രിവാൻഡ്രം ലോഡ്ജിലെ ഹണി റോസിനെപ്പോലെയാവുമെന്ന് അശ്വിനിക്ക് തോന്നി. ഹണി റോസിനു കുറച്ചു പ്രായമായതുപോലെ. അവൾ ഉറപ്പിച്ചു.

ചിരിക്കും സല്ലാപത്തിനുമിടയിലേക്കാണ് അനുവാദം ചോദിക്കാതെ അശ്വിനിയുടെ മുല വാക്കുതർക്കത്തിനു പുറപ്പെട്ടത്.

“ഇവരോടെല്ലാം പറയേണ്ടേ?”

“എന്തിനാണ് ഇപ്പൊ പറയുന്നത്?”

“കുഴപ്പമാണെങ്കിലോ?”

“ആണെങ്കിലല്ലേ, അപ്പൊ ആലോചിക്കാം.”

“എന്നാലും എങ്ങനെ പറയും?”

“വഴിയുണ്ടാക്കാം.”

“ഇമെയിലോ അതോ നേരിട്ടു പറയ്യോ?”

“ഒന്നു മിണ്ടാണ്ടിരിക്കുന്നുണ്ടോ?”

“എത്ര ദിവസം കൂടി മിണ്ടാണ്ടിരിക്കാൻ പറ്റും?”

“ഓഫീസിൽ പറയേണ്ടേ?”

“രണ്ടും ഒന്നിച്ചു പറയുന്നതാണോ നല്ലത്?”

“മുല പറിച്ചു നിലത്തടിച്ചീ... അശ്വിനി യൂത്ത് ഫെസ്റ്റിവലിൽ കേട്ട കവിതാ പാരായണം ഓർത്തെടുക്കാൻ നോക്കി.

മിത്ര പുതിയ സാരിബ്ലൗസുകൾ കൂട്ടുകാർക്കു മുന്നിലവതരിപ്പിച്ചു.

“നെറ്റ് വെക്കുന്നതാണ് ലേറ്റസ്റ്റ്.”

കഴുത്തു മുതൽ താഴെവരെ നെറ്റ്. അതിൽ പിങ്കു നിറമുള്ള കല്ലുകൾ കൊണ്ടൊരു പൂവ്. സാരിയിലെ പൂവിന്റെ പതിപ്പ്. നീളൻ കൈയും

നെറ്റ്. കൈയുടെയും കഴുത്തിന്റെയും അറ്റത്ത് സാരിയുടെ അരികു വാളം.

''ഇതാന്റെ ഫേവറിറ്റ്.''

മിത്ര മഞ്ഞ നിറമുള്ള ബ്ലൗസ് കാണിച്ചു പറഞ്ഞു. അതിന്റെ പിന്നിലെ അണ്ഡാകാരത്തിലുള്ള തുളയിലൂടെ മെറിൻ തല കടത്തിക്കാണിച്ചു. അതിന്റെ മുകളിൽ പിടിപ്പിച്ചിരുന്ന കെട്ടിനെ തൊട്ടുകൊണ്ട് ശാന്തി പറഞ്ഞു;

''ദേ, ഇതൊക്കെ ഇളക്കിക്കളയും നിന്റെ കൊട്ടത്തല.''

തുളയ്ക്കു ചുറ്റും ചിത്രപ്പിന്നൽക്കരയുണ്ട്. മുട്ടിറങ്ങി നിൽക്കുന്ന കൈയിൽ അലങ്കാരത്തുന്നലുണ്ട്. തൊങ്ങലുകൾ പിടിപ്പിച്ച നീല ബ്ലൗസ് കൈയിലെടുത്ത് അശ്വിനിയോർത്തു. സാരിയുടുത്തിട്ടു കുറെക്കാലമായല്ലോ.

''ഈ ചാരത്തിനെന്തു പറ്റി? ഇപ്പൊ ഇവളെ കിട്ടാനേ ഇല്ല.''

''തിരക്കായിരുന്നു, പുതിയൊരു പ്രോജക്ട് തുടങ്ങിയിട്ടുണ്ട്.''

''വീക്കെൻഡിലും ജോലിയുണ്ടോ? ഒരു ഇമെയിൽ അയച്ചാൽ അര വരിയിലാണ് ഇപ്പൊ മറുപടി കിട്ടുന്നത്.''

''അതേ, ശരിക്കും. ഇവൾടെ സർക്കാസ്മിക് മറുപടിക്ക് ഞാൻ നോക്കിയിരിക്കാറുണ്ടായിരുന്നു. ചിരിക്കാൻ.''

''നീയെന്താ ഒളിച്ചു കളിക്കുന്നത് ആഷ്?''

''അഫയർ വല്ലതും ഉണ്ടോടിയെ? ഹെൽപ്പ് വേണോങ്കി പറഞ്ഞോട്ടോ.''

കൂട്ടച്ചിരിക്കിടയിൽ അശ്വിനി പിടിച്ചുനിൽക്കാൻ ശ്രമിച്ചു.

''അയ്യോ, പുതിയ പ്രോജക്ട്, യൂറോപ്പിൽ നിന്നുമുള്ള ക്ലയന്റിനു വേണ്ടിയാണ്. കുറെ ഗവണ്മെന്റ് പെർമിഷനുകളും ലോയറിന്റെ ഓഫീസും ഒക്കെയായി നല്ല തിരക്കായിരുന്നു.''

''എത്ര കാലം ഇവരുടെയിടയിൽ തിരക്കിട്ട് കളിക്കും. എങ്ങനെ പുറത്തു വരാൻ പറ്റും.''

മുലച്ചില സഹിക്കാതെ അശ്വിനി പോകാനെഴുന്നേറ്റു.

ചൊവ്വാഴ്ച വൈകുന്നേരം എന്തുകൊണ്ടായിരിക്കും മോഹൻ നേരത്തെ ജോലിയിൽ നിന്നും വന്നതെന്ന് അശ്വിനിക്ക് ആലോചിച്ചെടുക്കാൻ പറ്റുന്നില്ല. ചായ കുടിച്ച് മേശയ്ക്കരികിൽ വെറുതെ ഇരിക്കുമ്പോഴായിരുന്നു ഫോണടിച്ചത്. ചായമൊത്തി എതിർവശത്തിരിക്കുന്ന മോഹന്റെ മുഖം ഒഴിവാക്കാൻ അശ്വിനി ശ്രമിച്ചുനോക്കിയതാണ്. ഒരു കൈകൊണ്ടു കണ്ണാടി മേശപ്പുറത്തു വ്യക്തമല്ലാതെ വരയ്ക്കുന്ന മോഹൻ മറ്റേക്കൈ വിരലുകൊണ്ട് ചായക്കപ്പിൽ മെല്ലെ താളം പിടിച്ചാണിരുന്നത്.

''ആരാണ്?''

''ഡോക്ടേഴ്സ് ഓഫീസിന്ന്.''

താളം പിടിക്കൽ നിർത്തി മോഹൻ ചോദിച്ചു.

''എന്താണ് വാർത്ത?''

''പോസിറ്റീവ്.''

''ഓ, നല്ല കാര്യം. എനിക്കറിയായിരുന്നു വെറുതെ വെപ്രാളം കാട്ടാണെന്ന്.''

ഊണുമേശയ്ക്കു നടുവിലിരിക്കുന്ന നാപ്കിൻ ഹോൾഡർ അടുത്തേക്ക് നീക്കിവെച്ച് അശ്വിനി അതിലെ പേപ്പർ നാപ്കിനുകൾ നേരെയാക്കുന്നതിൽ ശ്രദ്ധിച്ചു. ഒന്ന്...രണ്ട്...മൂന്ന്... പ്രതികരിക്കുന്നതിനു മുമ്പ് മുപ്പത് സെക്കന്റ് എടുക്കണം.

''ക്യാൻസർ ടെസ്റ്റ് പോസിറ്റീവ് ആണ്. വാർത്ത നെഗറ്റീവും.''

മോഹന് അപ്പോൾ ഒന്നും പറയാനില്ലാതായി. അയ്യോ എന്നു പോലും വായിൽ നിന്നും വീഴാതെ സൂക്ഷിച്ചു, ചായ ഉപേക്ഷിച്ച് മോഹൻ മുകളിലെ നിലയിലേക്ക് പൊയ്ക്കളഞ്ഞു. കുളിമുറിയിലെ വെള്ളം വീഴുന്ന ശബ്ദം കേട്ട് അശ്വിനി കുറച്ചിരുന്നു. പിന്നെ മോഹന്റെ ചായക്കപ്പ് ശക്തിയായി സിങ്കിലേക്ക് എറിഞ്ഞ് അവൾ നിശ്ശബ്ദതയില്ലാതാക്കി.

മിസ്റ്റർ പോസിറ്റീവ് ആറ്റിറ്റ്യൂഡിന് എന്താണ് ഇപ്പോൾ പറയാനുള്ളത്? രോഗമില്ല, ഞാൻ പരിപൂർണ ആരോഗ്യവതിയാണെന്ന് കണ്ണുമടച്ചു വിശ്വസിച്ചു മാർച്ച് ചെയ്യാനല്ലേ പറഞ്ഞിരുന്നത്. മാർച്ചു ചെയ്തു വലിയ കുഴിയുടെ മുന്നിലെത്തുമ്പോൾ ഹേയ്, ഇതു കുഴിയല്ലെന്നു കരുതി അടുത്ത കാലു ഗർത്തത്തിലേക്ക് വച്ചോളൂ എന്നാണോ? മുൻപിൽ കുഴി ഉണ്ടായേക്കാം. ഉണ്ടെങ്കിൽ അതിലിറങ്ങിക്കയറാൻ ഒരു ഏണി എങ്ങനെ സംഘടിപ്പിക്കണം എന്നതല്ലേ പ്രാക്ടിക്കൽ?

അശ്വിനി ആരോടാണ് തർക്കിക്കേണ്ടത്?

ഡോക്ടർ ജബ്ബാർ ഇതൊക്കെ സാധാരണമെന്ന മട്ടിലാണ് അശ്വിനിയെ സാവധാനത്തിൽ തിളച്ച വെള്ളത്തിലേക്ക് മുക്കുന്നത്.

ഗുളും ഗുളു ഗുളു

ആവി, ചൂട്, പൊള്ളൽ

ഡോക്ടർ ഭിത്തിയിൽ നിഴൽ നാടകം കാണിച്ചു.

''ഇതാ, ഇത് അശ്വിനിയുടെ മുലച്ചിത്രമാണ്.''

കുറച്ചു വെളുപ്പ്. പിന്നെ ചാരനിറം. അതിനുമുകളിൽ വരകൾ. കടലിൽനിന്നും കാറ്റടിച്ചു വരുന്ന മേഘങ്ങളെ വിസ്തരിക്കുന്ന കാലാവസ്ഥക്കാരനെപ്പോലെ ഡോക്ടർ സംസാരിക്കുന്നു. ജീവിതം വിഴുങ്ങാൻ പുറപ്പെട്ട ഒരു ചുഴലിക്കാറ്റിന്റെ അറിയിപ്പാണിത്. വരകളും പാടുകളും

വടുക്കളും ഏതോ പുരാതന ലിപിപോലെ അശ്വിനിയുടെ ഗ്രഹണ ശക്തിക്കു വഴങ്ങാതെ കിടന്നു. അതിനിടയിൽ നിന്നും സാധ്യതകളും സംഭവിക്കാവുന്നതും എണ്ണിപ്പെറുക്കാൻ ഡോക്ടർ ജാഫർ ശ്രമപ്പെട്ടു.

‘‘ഇത് ഉൾക്കൊള്ളാൻ വിഷമമുണ്ടെന്ന് അറിയാം.’’

പഠിച്ച പാഠങ്ങൾ ഉരുവിടുന്നത് പോലെ ഡോക്ടർ പറഞ്ഞു. അശ്വിനിക്കറിയാം ഇത്തരം സംസാരത്തിനുള്ള ഒരുക്കങ്ങൾ. ഹ്യൂമൻ റിസോഴ്സ് അതിനുള്ള ട്രെയിനിംഗ് അവൾക്കും കൊടുത്തിട്ടുണ്ട്. ഒരാളെ പിരിച്ചു വിടുമ്പോൾ, ജോലിക്കാർക്കെതിരെ നടപടികൾ എടുക്കേണ്ടി വരുമ്പോൾ, ആരുടെങ്കിലും വീട്ടിൽ മരണമോ അപകടമോ നടക്കുമ്പോൾ, അശ്വിനിയും പരിശീലിച്ചിട്ടുള്ളതാണ് ഇതൊക്കെ.

നിന്റെ വിഷമം എനിക്ക് മനസ്സിലാക്കാം, എന്നു പറയരുത്. കാരണം അവർ നടന്ന വഴിയെ നടന്നിട്ടില്ലാത്ത ഒരാൾക്ക് ആ വിഷമം മനസ്സിലാക്കാൻ പറ്റില്ല. അതുകൊണ്ട് കഴിയുന്നത്ര പിന്തുണ കൊടുക്കുക, എന്നാൽ ഉറച്ച നിലപാട് ഉണ്ടായിരിക്കണം. വികാരങ്ങൾ പുറത്തു കാണിക്കരുത്. സംസാരത്തിലും പെരുമാറ്റത്തിലും വികാരങ്ങളെ മാറ്റി നിർത്തി വിവേകത്തോടെ പെരുമാറണം. ആ ഉപായങ്ങൾ അശ്വിനി ഡോക്ടറിൽ കണ്ടെടുത്തു. ഇവിടെ അശ്വിനിയാണ് ഉപഭോക്താവ്.

‘‘ഒരു ബയോപ്സി കൂടി ചെയ്യണം.’’

‘‘ഓ?’’

‘‘ഇത് അൾട്രാസൗണ്ട് ഉപയോഗിച്ചിട്ടാണ് ചെയ്യുന്നത്. ഈ വളർച്ചയുടെ പല സ്ഥലത്തു നിന്നും സാമ്പിൾ ടിഷ്യു എടുക്കാൻ വേണ്ടിയാണ്.’’

‘‘അതു കഴിഞ്ഞിട്ടോ? രണ്ടു ബയോപ്സികൊണ്ട് ഇതിനെയങ്ങു കുത്തിയെടുത്തു കളയാമ്പാടില്ലേ ഡോക്?’’

‘‘അത് കഴിഞ്ഞാൽ സർജറിയുടെ വിശദാംശങ്ങൾ അറിയാം. പിന്നെ തുടർന്ന് എന്ത് ചികിത്സകളാണ് വേണ്ടതെന്നും.’’

സർജറി, തുടർന്നുള്ള ചികിത്സ... ഈ അന്യഭാഷ എങ്ങനെയാണ് അശ്വിനി പഠിച്ചെടുക്കുക?

‘‘അടുത്ത ബയോപ്സിയുടെ തീയതി സ്കെഡ്യൂൾ നോക്കിയിട്ട് അറിയിക്കാം.’’

ക്ഷമയില്ലാത്ത രോഗിക്കു പിന്നെയും കാത്തിരിപ്പു വിധിച്ച് ഡോക്ടർ പറഞ്ഞു നിർത്തി. ഇത് ഡോക്ടറുടെ തൊഴിലാണ്. അവിടെ സൗഹാർദ്ദവും ആർദ്രതയുമല്ല പ്രധാനം. ശരീരതന്ത്രം, സയൻസ്, കണ്ടുപിടിത്തങ്ങൾ, പഠനങ്ങൾ, പഠനഫലങ്ങൾ, കോശങ്ങൾ, ചാർട്ടുകൾ, സ്ഥിതി വിവരക്കണക്കുകൾ. അതെല്ലാമാണു സുഖപ്പെടുത്തുന്നത്, കൊച്ചുവർത്തമാനമല്ല.

''വീണ്ടും അവധി വേണമല്ലോ സർ. ഹോയ്, ഒന്നല്ല, കുറച്ചേറെ വേണം. കേട്ടില്ലേ ജബ്ബാർ പറഞ്ഞത്? സർജറി, തുടർന്നുള്ള ചികിത്സ....''

സർജറി

സർ, ജറി...

സർ, തുടരുന്ന ചികിത്സ

ചികി..ചികി... ചികിത്സ

ഇതൊരു സോപ്പ്ഓപ്രയാണ്, അതേ, പല സീസണുകളിലായി നീളുന്ന സീരിയൽ. കാണികളെ ആകാംക്ഷയുടെ മുൾമുനയിൽ നിർത്തുന്ന വെറുമൊരു നാടകം അശ്വിനി, റിലാക്സ്.

ഓഫീസ് മേശപ്പുറത്തെ ചിത്രത്തിലേക്ക് അശ്വിനി നോക്കിയിരുന്നു. കീർത്തന സ്നോ-വുമണിന്റെയടുത്ത് നിറഞ്ഞു ചിരിച്ച് കൈയുയർത്തിപ്പിടിച്ചു നിൽക്കുന്ന ഫോട്ടോ. ഐവറി പ്രോജക്ട് കൈവിട്ടു പോയ ദിവസമായിരുന്നു അത്. കടുത്ത മഞ്ഞുമഴ വീണ ദിവസം പണിതുകൊണ്ടിരുന്ന കെട്ടിടത്തിന്റെ ഒരു വശം ഇടിഞ്ഞു പോയി. ജോലിക്കാർ ഇല്ലാതിരുന്ന സമയത്തായിരുന്നുതുകൊണ്ട് ആർക്കും ഹാനിയുണ്ടായില്ല. ആകസ്മിക സംഭവത്തിന്റെ പ്രഥമ റിപ്പോർട്ട് തയ്യാറാക്കാൻ അശ്വിനിക്ക് ശനിയും ഞായറും ഓഫീസിൽത്തന്നെ ഇരിക്കേണ്ടിവന്നു. അളവെടുക്കലുകൾ, പഴയ റിപ്പോർട്ടുകളും അനുമതിപ്പത്രങ്ങളും തിരയൽ. അന്വേഷണങ്ങൾ... എന്തുകൊണ്ട് ഇത് സംഭവിച്ചു? മേലിൽ ഇങ്ങനെയൊന്ന് ഉണ്ടാവാതിരിക്കാൻ എന്താണ് ചെയ്യേണ്ടത്? ചോദ്യങ്ങൾ... ഉത്തരങ്ങൾ... വിശദീകരണങ്ങൾ... പ്രതിവിധി... തടയാനുള്ള മാർഗങ്ങൾ... മുന്നറിയിപ്പുകൾ...

കീർത്തനയ്ക്കൊപ്പം മഞ്ഞുകോലമുണ്ടാക്കി കളിക്കാനുള്ള വാരാന്ത്യമാണ് ഐവറി തട്ടിക്കൊണ്ടുപോയത്. മഞ്ഞുമനുഷ്യരെ ഉണ്ടാക്കാൻ വെളുവെളുത്ത അല്പം നനവുള്ള മഞ്ഞു ഉരുട്ടിയുരുട്ടി ഒരു വലിയ പന്താക്കണം. അതിനു മുകളിൽ കുറച്ചുകൂടി ചെറിയ ഒരു മഞ്ഞു പന്തു വെച്ച്, അതിനും മുകളിൽ തലയുടെ വലിപ്പമുള്ള ഒരു മഞ്ഞുപന്തുകൂടി വെച്ച് സ്നോ-മാനെ ഉണ്ടാക്കുന്നത് എല്ലാവരും കൂടിയാണ്. നനവുള്ള മഞ്ഞ് വലിയ പന്താക്കികഴിയുമ്പോൾ നല്ല ഭാരമുണ്ടാവും.

മഞ്ഞുകോലത്തിനെ അലങ്കരിക്കാൻ കീർത്തനയ്ക്ക് ആവേശമാണ്. കോലത്തിന്റെ കഴുത്തിൽ കീർത്തന സ്കാർഫു ചുറ്റും, കാരറ്റ് കൊണ്ട് മൂക്ക് പിടിപ്പിക്കും, കണ്ണിന്റെ സ്ഥാനത്ത് ഓക്കിൻ കായകൾ കുത്തി വെയ്ക്കും. കീർത്തനയ്ക്ക് ഓക്കുകായകളുടെ ശേഖരമുണ്ട്. ശരത്ക്കാലത്ത് അണ്ണാറക്കണ്ണന്റെ ഉത്സാഹമാണ് കീർത്തനയ്ക്ക് കായ പെറുക്കി കൂട്ടാൻ. ബട്ടർകുക്കിയുടെ പാട്ടതുറന്ന് ശ്രദ്ധയോടെ തിരഞ്ഞ് കീർത്തന. രണ്ടു കായകൾ അശ്വിനിക്ക് നീട്ടും.

''മമ്മു കണ്ണു വെച്ചോളൂ.''

പിന്നെ ബട്ടനുകളുടെ സ്ഥാനത്ത് നിരനിരയായി ഓക്കുകായകൾ കീർത്തന കുത്തിവെയ്ക്കും. വെളുത്ത ഒരു കുടവയറനാണ് സാധാരണ മഞ്ഞു മനുഷ്യൻ. കീർത്തനയ്ക്ക് മണിക്കൂറുകൾ മഞ്ഞുകോലത്തിനു ചുറ്റും കളിക്കാനിഷ്ടമാണ്. അന്നു പക്ഷേ, കുട്ടിക്കൊത്ത് കുട്ടിയാവാൻ അശ്വിനിക്ക് അനുവാദമില്ലാത്ത വാരാന്ത്യമായിരുന്നു. മോഹനും കീർത്തനയും മഞ്ഞിൽ കളിച്ചു.

''നമുക്കേ സ്നോമാൻ വേണ്ട, സ്നോവുമൺ മതി.''

കണ്ണും പുരികവും മുലയുമുള്ള ഒരു വലിയ മഞ്ഞു മനുഷ്യത്തിയെ മോഹനും കീർത്തനയും ഉണ്ടാക്കി.

''മമ്മൂ എപ്പോ എത്തും?''

അഞ്ചു മിനിറ്റ് ഇടവിട്ട് ഫോണിൽ കീർത്തന കുത്തിമറിഞ്ഞു. വൈകുന്നേരം അശ്വിനി വരുമ്പോൾ വീടിനുമുന്നിൽ വർണാഭയായൊരു മഞ്ഞുകോലം കാത്തുനിൽപ്പുണ്ടായിരുന്നു. ചെവിക്കു മുകളിൽ പ്ലാസ്റ്റിക് ചെമ്പരത്തി പൂവു ചൂടിയ മഞ്ഞുപെണ്ണ്! കമ്പുകൊണ്ടുള്ള കൈയിൽ വളകൾക്കു പകരം ചുവന്ന റിബ്ബൺ ചുറ്റിയിരിക്കുന്നു. ഉയർന്നു നിൽക്കുന്ന മുലകൾക്കു മുകളിലൂടെ ചുരിദാറിന്റെ ഷാളുകൊണ്ട് സാരിയുമുണ്ട്. മിസ്സിസ് പൊട്ടറ്റോ ഹെഡിന്റെ ചുവന്ന ചുണ്ട് പറിച്ചുചേർത്തുവെച്ചിട്ടുണ്ട്. അമ്മയെ കണ്ടപ്പോൾ കീർത്തനയുടെ ചിരി കുടംകുടമായിട്ടാണ് പൊട്ടി ഒഴുകിയത്.

അന്നു രാത്രി മോഹൻ പറഞ്ഞു.

''ഞാനൊരു ഫെമിനിസ്റ്റാണു ഭാര്യേ. ഒരു വർഷം ലക്ഷക്കണക്കിന് സ്നോമാന്മാരെ ഉണ്ടാക്കുന്ന രാജ്യത്ത് ഒരു സ്നോവുമണിനെ എങ്കിലും ഉണ്ടാക്കുന്നുണ്ടോ?''

അശ്വിനിയുടെ ചെവിയിൽ ഉമ്മവെയ്ക്കുമ്പോൾ മോഹൻ അവകാശപ്പെട്ടു.

''Best man feminist of the year award എനിക്ക് തരപ്പെടേണ്ടതാണ്.''

മഴ പെയ്യുന്ന ഏപ്രിലിൽ മഞ്ഞുപാടങ്ങളിൽ വെള്ളം കെട്ടിക്കിടക്കുകയാണെന്നു അശ്വിനിയറിഞ്ഞു പ്രകൃതിമാറിപ്പോയ മഞ്ഞ് മനുഷ്നും മനുഷ്ത്തിയും മുലയും ആവാതെ ആകൃതി നഷ്ടപ്പെട്ട് തളം കെട്ടിക്കിടക്കുന്നു. അതിലേക്ക് കാലുവെച്ചാൽ പാടങ്ങൾ പശ്ക്കം... പശ്..പ്ശ്ശ്സെന്നു പിറുപിറുക്കും.

Life is a computer programme

മോഹൻ വീട്ടിൽ മൗനാവകാശം പരിശീലിക്കുകയാണ്. ഇത് അമേരിക്കൻ ഭൂഖണ്ഡമാണ്, കാനഡയാണ്. ചോദ്യങ്ങൾക്ക് ഉത്തരം പറയേണ്ട ആവശ്യമില്ല. മിറാൻഡ അവകാശം എല്ലാ പൗരനുമുണ്ട്. ഒരാളെ അറസ്റ്റു ചെയ്യുമ്പോൾ നിർബ്ബന്ധിതമായി പറഞ്ഞു കേൾപ്പിക്കുന്നത്.

You have the right to remain silent. Anything you say can and will be used against you in a court of law.

മുണ്ടാണ്ടിരിക്കടാ, ശൈത്താനെ. നീ പറയുന്ന ഓരോന്നും നുള്ളിപ്പെറുക്കിയെടുത്ത് നിനക്കിട്ടു തന്നെ വെയ്ക്കും, നോക്കിക്കോ.

The right to remain silent അതിന്റെ വിശദീകരണം പോലും അവനെ സംരക്ഷിക്കാനുള്ളതാണ്. 'no man is bound to accuse himself' ഒരു പുരുഷനും സ്വയം കുറ്റാരോപണം കഴിക്കേണ്ട. വെറുതെ നടന്നങ്ങു പോയാൽ മതി, നിഷ്ക്രമിക്കുക.

മൗനാവകാശം എത്ര ദിവസത്തേക്ക് വേണമെങ്കിലും ആവാം. ഏതു നേരത്തും ആവാം. തിരക്കുണ്ട്, അല്ലെങ്കിൽ എന്തോ വാങ്ങാനുണ്ട്, അതുമല്ലെങ്കിൽ ടി.വിയിൽ ഒഴിവാക്കാൻ കഴിയാത്ത ഷോകളുണ്ട്. നിശ്ശബ്ദതകൊണ്ട് മോഹനു ദിവസങ്ങളെ കുത്തിക്കീറാം. കുറ്റപ്പെടുത്താൻ അശ്വിനിക്ക് അവകാശമില്ല.

രോഗം വന്നുപോയ ഒരാളോട് നിങ്ങൾ സംസാരിക്കേണ്ട ആവശ്യമില്ല. ഹൃദയം കുത്തിയെടുത്ത് പാത്രത്തിൽ വെച്ച് നോക്കൂന്ന് പറയുമ്പോഴും മിറാൻഡ അവകാശം നിങ്ങളെ രക്ഷിക്കും.

You have the right to remain silent.

അശ്വിനിക്ക് സംസാരിക്കണം - ശബ്ദം വേണം, ചോദ്യങ്ങളും ഉത്തരങ്ങളും തർക്കുത്തരങ്ങളും വിശദീകരങ്ങളും വേണം! ഗേൾ-പവറിൽ അറിയിക്കാൻ സമയമായിട്ടില്ലെന്നു അവൾ ഉറപ്പിച്ചു. ബയോപ്സി കഴിഞ്ഞു സർജറിയുടെ തീയതിയും അറിഞ്ഞിട്ടു മതിയെന്ന് അശ്വിനി തീരുമാനിച്ചു. അന്തമില്ലാത്ത, ഉത്തരമില്ലാചോദ്യങ്ങൾ അവളെ കൊന്നുകളയും. അമ്മയും അഖിലയും ചേട്ടനും.

എന്നിട്ടും വീട്ടിൽ വന്നു കഴിഞ്ഞ് അശ്വിനി അഖിലയെ വിളിച്ചു. ഫോൺ വെച്ചുകഴിഞ്ഞ് ഈശ്വരാന്നു വിളിച്ചു കരഞ്ഞു.

ആ പാതിരാത്രിയിലാണ് ഉറക്കമില്ലാത്ത അശ്വിനിയോടു റാണ പ്രതാപ് സിംഗ് മറുചോദ്യം ചോദിച്ചത്.

''എന്റെ ഈശ്വരാ, എന്നു വിളിച്ചാൽ ഈശ്വരൻ നിന്റേതാണോ?''

''ആർക്കാണഡേയ് അറിയേണ്ടത്? ഭഗവാനോ?''

രജപുത്രനായ റാണക്കവൾ ധീരമായ വിശദീകരണം കൊടുത്തു.

''കെട്ടിയവന്മാർ അഞ്ചുള്ളവൾ പോലും സാരിക്ക് നീളം കൂട്ടാൻ വിളിക്കുന്നത് കൃഷ്ണനെ. പതിനാറായിരത്തി ഒൻപതാമത്തെ സ്ഥാനം. ആർക്കു വേണമത്?''

''So, you see Krish, I am not going to call you. Don't get offended man.''

അല്ലെങ്കിൽത്തന്നെ അശ്വിനീ നീയൊരു കേമത്തിയല്ലേ? വെറും കുടിയേറ്റക്കാരി എഞ്ചിനീയറിൽ നിന്നും കെട്ടിടംപണിയുടെ അസിസ്റ്റന്റ് ഡയറക്ടർ എന്ന കൊമ്പിലേക്ക് ചാടിയ കേമത്തി. ഒരു രോഗം വരുമ്പോൾ സാധാരണക്കാരിയെപ്പോലെ കൃഷ്ണ... കൃഷ്ണ... മുകുന്ദാ... എന്നൊക്കെ വിളിച്ച് ആഘോഷിക്കുന്നതു മാനക്കേടല്ലേ മാൻപേടേ?

അശ്വിനി അപ്പോൾത്തന്നെ റാണാപ്രതാപ് സിംഗിന്റെ നോൺ-ഡിസ്ക്ലോഷർ എഗ്രിമെന്റിൽ ഒപ്പുവച്ചു.

വേലിയിൽ മഞ്ഞപ്പൂക്കൾ മാത്രമായി ഫോർസൈത്യച്ചെടി പൂക്കാലത്തിനു ഉൽഘാടനം നടത്തിയിരുന്നത് അശ്വിനി കണ്ടു നിന്നു. പോക്കോലം പോലെ എല്ലാ ദിക്കിലേക്കും പല നീട്ടത്തിൽ പോകുന്നുണ്ട് ചെടിയുടെ കൊമ്പുകൾ. മഞ്ഞുകാലത്തിനു മുൻപ് ചില്ലകൾ കോതിഒതുക്കിയിരുന്നില്ല. ഫോർസൈത്യയ്ക്കു പരാതിയില്ല, വളം ചോദിക്കുന്നില്ല. വന്ന മഴ ധാരാളം, ഈ വെയിൽ മതിയെനിക്ക് എന്നങ്ങു പൂത്തു തിമിർക്കുന്ന പ്രസാധനം. വിഷുക്കണിക്കു വേണ്ടി അശ്വിനി വെച്ചു പിടിപ്പിച്ച ചെടിയാണ്. ഈ വർഷം ഫോർസൈത്യ പൂക്കളിൽ കണ്ണനെ പ്രസാദിപ്പിച്ചില്ല. പ്രത്യാശയുടെതാണ് മഞ്ഞനിറം.

ഫോണിൽ കീർത്തനയുടെ ടെക്സ്റ്റ് വന്നത് അശ്വിനി നോക്കി.

''അമ്മ, പരീക്ഷ വിഷമമായിരുന്നു. തോറ്റു പോകുമോന്നറിയില്ല.''

ഫൈനൽ പരീക്ഷയുടെ തിളപ്പിലാണ് കീർത്തന.

''അയ്യോ മോളൂ, സമയം കിട്ടിയില്ലേ? അതോ അറിയാൻ പാടില്ലാത്ത ഭാഗങ്ങളായിരുന്നോ വന്നത്?''

''രണ്ടും കൂടി എന്നെ കൊന്നമ്മ. ചില ചോദ്യങ്ങൾ ക്ലിയർ ആയിരുന്നില്ല. മനസ്സിലാക്കാൻ കുറച്ചു സമയമെടുത്തു.''

''ഉവ്വോടാ?''

''ഉം, പിന്നെ ആലോചിച്ചു പിടിച്ച് എഴുതി വന്നപ്പോഴേക്കും ഫിഫ്റ്റീൻ മിനിറ്റ് വാണിംഗ് വന്നു. പിന്നത്തെക്കെ ചാടിപ്പിടിച്ച് എഴുതി വെച്ചു.''

''അത് കഷ്ടാണല്ലോ. വിഷമിക്കേണ്ട, നീ തോക്കില്ല.''

''ഉറപ്പില്ലമ്മ.''

''എനിക്കുറപ്പുണ്ട്. കഴിഞ്ഞ എക്സാമിന് ഇനീപ്പോ നമുക്ക് ഒന്നും ചെയ്യാൻ പറ്റില്ല. You tried your best. അമ്മയല്ലെടാ പറയുന്നത്.''

''thanks mamoos.''

''നീ ധൈര്യമായി അടുത്തതിനു തയ്യാറായിക്കോളൂ.''

മെസേജുകൾ പറന്നു കളിക്കുന്നു.

''എന്റെ അവസാനത്തെ പരീക്ഷ കഴിഞ്ഞ് മൂന്നു ദിവസത്തിനകം ജോലിക്ക് ചേരണം. ഒന്നിനും നേരമുണ്ടാവില്ല.''

''ഒക്കെ ശരിയാവും രന്നാ. ഒരുസമയത്ത് ഒന്നിൽ മാത്രം ശ്രദ്ധിക്ക് മോളൂ.''

പരീക്ഷകൾ എല്ലാം കഴിഞ്ഞിട്ടു കുട്ടിയോടു പറഞ്ഞാൽ മതിയെന്ന് മോഹനെ സമ്മതിപ്പിച്ചിട്ടുണ്ട് അശ്വിനി.

അടുത്ത അവധി ആവശ്യപ്പെട്ടപ്പോൾ ട്രാവിസ് എന്തോ ചോദിക്കാൻ തുനിഞ്ഞു. പിന്നെ പെട്ടെന്ന് നിർത്തി. അശ്വിനിക്കും പറയണമെന്നുണ്ട്. പക്ഷേ, സർജറിയുടെ തീയതിയും തുടർന്നുള്ള ചികിത്സകളെപ്പറ്റി ഒരു ധാരണയായിട്ടു പറയുന്നതാണു നല്ലതെന്നു അവൾ തീരുമാനിച്ചതാണ്. അശ്വിനി ഭാവമാറ്റമില്ലാതെ ട്രാവിസിന്റെ മുറിയിൽ നിന്നും യാത്ര പറഞ്ഞിറങ്ങി.

സർജന്റെ ഓഫീസിൽ ആദ്യം അശ്വിനിയുടെ കണ്ണിൽപ്പെട്ടത് ഭിത്തിയിൽ തൂക്കിയിട്ടിരുന്ന സർട്ടിഫിക്കറ്റാണ്. ആയിരത്തി തൊള്ളായിരത്തി എൺപത്തിരണ്ടിൽ ബിരുദമെടുത്തതാണ് ഡോക്ടർ.

ആയിരത്തി തൊള്ളായിരത്തി എൺപത്തിരണ്ടിൽ, നന്ദി പറഞ്ഞു ചിരിച്ചു പിരിയുന്ന രോഗികളെ മാത്രമായിരിക്കുമോ കുട്ടി ഡോക്ടർ സ്വപ്നം കണ്ടിരുന്നത്. ഒരായിരം പേരുടെ ജീവിതം പിനിയാട്ട പോലെ അടിച്ചു തകർക്കാനുള്ള ശിക്ഷണവും സ്പെഷ്യലൈസിംഗിന്റെ ഭാഗമാണല്ലേ റാണാ?

''ഈ ഡോക്ടറുടെ റെസ്യുമെ എത്ര ഗംഭീരമായിരിക്കും!''

റാണാ അശ്വിനിയോടു പറഞ്ഞു.

ഇത്രയും വർഷത്തിനിടയ്ക്ക് എത്ര മുലയെടുത്തിട്ടുണ്ട് ഡോക്ടർ?

ഒരു വർഷം മുന്നൂറു സർജറികൾ? ആയിരം മുലകൾ എത്തുമ്പോൾ ആഘോഷം ഉണ്ടാവുമോ?

ഡോക്ടർക്ക് ഒരു ഫേസ്ബുക്ക് ആഘോഷം ആവാം.

''എന്റെ ആയിരാമത്തെ മുലവെട്ടലിലേക്ക് ലൈക്കുകൾ ക്ഷണിക്കുന്നു.''

പിന്നെ അതിനു താഴെ കമന്റു മഴയായിരിക്കും. നിങ്ങൾ മറ്റുള്ളവരുടെ മുലയല്ലേ എടുക്കുന്നത്, സ്വന്തമല്ലല്ലോ, ഞാൻ നടത്തുന്ന ആയിരാമത്തെ മുലനിർമ്മാർജ്ജനം എന്നു വേണം എഴുതാൻ, കാരണം നിങ്ങളുടെ ആയിരാമത്തെ മുലയല്ല. എന്തുകൊണ്ടു നിർമ്മാർജ്ജനം, വെട്ട് എന്ന സാധാരണ മലയാളത്തെ ഒഴിവാക്കി കഠിനപദങ്ങൾക്കു പിന്നാലെ പോകുന്ന മലയാളിയുടെ വരേണ്യാരാധന എന്നൊക്കെ കോലാഹലമായി നല്ല പെരുന്നാളാവും.

മുലയാകൃതിയിലുള്ള ഇമോട്ടിക്കോണുകളുമായി ആഘോഷ ബഹളമായിരിക്കും ഫേസ്ബുക്കിൽ. ഷെയറുകൾ ലൈക്കുകൾ. ഹോ, അടിപൊളി കമൻറുകൾ.

ഫേസ്ബുക്കിൽ ആരുമാവാം. ആരെങ്കിലുമായാൽ പിന്നെ എന്തുമാവാമല്ലോ.

ആശുപത്രിയും ബയോപ്സിയും അശ്വിനിക്കിപ്പോൾ പരിചിതമായിരിക്കുന്നു. ആഭരണങ്ങളെല്ലാം അഴിച്ചു വെച്ചിട്ടു വേണം പോവാൻ. പെട്ടെന്ന് ഊരുകയും ഇടുകയും ചെയ്യാവുന്ന വസ്ത്രങ്ങൾ വേണമിടാൻ. ആശുപത്രിയിലെത്തിയാൽ പിസ്റ്റാഷ്യോ പച്ച നിറമുള്ള ആശുപത്രി ഗൗൺ ഇടണം. മറവിക്കാരിയായ ആശുപത്രിക്കുഞ്ഞമ്മയുടെ പഴയ ചോദ്യങ്ങൾക്ക് പിന്നെയും ഉത്തരം പറയണം. അഡ്രസ്, പ്രായം, ഫോൺനമ്പർ, അലർജികൾ, പേസ്മേക്കർ, ആസ്പിരിൻ... അശ്വിനി കോട്ടുവായിട്ടു. പിന്നെ ആശുപത്രിഗൗണിട്ട് കിടക്കയിൽ പിസ്റ്റാഷിയൊ ഐസ്ക്രീമായി കിടന്നു.

''Scoop it up!''

ഇത്തവണ ഡോക്ടർക്ക് കൂട്ടായി അൾട്രാസൗണ്ട് ടെക്നീഷ്യനുമുണ്ടായിരുന്നു. സ്ക്രീനിലെ നിഴലുനോക്കി ഡോക്ടർ അങ്ങോട്ട്, ഇങ്ങോട്ട് അവിടെത്തന്നെ ഇടത്ത്, വലത്ത് എന്നൊക്കെ ആവശ്യപ്പെടുന്നതനുസരിച്ച് ടെക്നീഷ്യന്റെ ഉപകരണം നീങ്ങിക്കൊണ്ടിരുന്നു. പല സ്ഥലത്തു നിന്നായി സാമ്പിൾ കുത്തിയെടുത്ത് ഡോക്ടർ ജോലി അവസാനിപ്പിച്ചു.

കുറഞ്ഞത് രണ്ടാഴ്ചയെടുക്കും റിസൾട്ട് വരാൻ. അതുകൊണ്ട് അശ്വിനി ഡോക്ടറെ ചോദ്യങ്ങൾ ചോദിച്ച് ബുദ്ധിമുട്ടിച്ചില്ല.

അനർത്ഥം നിറഞ്ഞ ജീവിതത്തിന്റെ അർത്ഥം എന്താവും?

അശ്വിനിക്ക് കരയണം. പാടില്ല. അശ്വിനി കരയാൻ പാടില്ല.

''പക്ഷേ, ഇപ്പോൾ കരഞ്ഞേ പറ്റൂ.''

ഛെ, അതൊക്കെ പഴഞ്ചൻ പെർഫോർമൻസ്. ഇത് പോസിറ്റീവ് ആറ്റിറ്റ്യൂഡിന്റെ കാലമാണ്. ഇതൊന്നും പ്രശ്നമേയല്ല എന്നു നടിക്കണം. നടനം മാത്രം മതി. രോഗം മാറിക്കോളും. എല്ലാം, ഈ ആറ്റിറ്റ്യൂഡിൽ അഥവാ നടനത്തിലാണിരിക്കുന്നത്. കരഞ്ഞാൽ സത്യസന്ധമായി വികാരങ്ങളെ അംഗീകരിച്ചാൽ-കഴിഞ്ഞു. പിന്നെ മരുന്നു പോലും ഫലിക്കില്ല അശ്വിനി.

സങ്കടമുണ്ട്, പേടിയുണ്ട് എന്നൊന്നും ആരോടും പറയാൻ പാടില്ല. പ്രത്യേകിച്ചും കീർത്തനയോട്. അവൾക്ക് ധൈര്യം കൊടുക്കേണ്ടത് അവൾടെ അമ്മയാണ്.

കീർത്തന പാഞ്ഞെത്തി. മമ്മൂസ്ന്നു വിളിച്ച് അമ്മയെ കെട്ടിപ്പിടിച്ചു.

''ന്താ എന്നോട് നേരത്തെ പറയാതിരുന്നത്?''

''നിനക്ക് പരീക്ഷേടെ സ്ട്രെസ്സ് പോരെ. വെറുതെ ക്ലാസുകൾ കള യേണ്ട.''

''ഞാൻ ഒരു വർഷം ബ്രേക്ക് എടുക്കാം. A lot of kids do that.''

No way. Don't even think about it.

''ബട്ട് മമ്മൂ.''

കുട്ടി ചിണുങ്ങുന്നു. അമ്മയെ ചുറ്റിപ്പിടിച്ചു സങ്കടപ്പെട്ട് കീർത്തന കുട്ടിയാവുന്നത് അശ്വിനി ഇഷ്ടപ്പെടുന്നുണ്ടല്ലോ.

''ഞാൻ സമ്മർ ജോബ് വേണ്ടെന്നു വെയ്ക്കാം. I will be here with you Mammus.''

''വെർതെ ഇരിക്ക് പെണ്ണെ. നിനക്കു കിട്ടിയിരിക്കുന്ന സമ്മർ ജോബ് കിട്ടാത്ത ഓപ്പർച്യൂണിറ്റ്യല്ലേ? നീയ് പഠിത്തം വെറുതെ ഉഴപ്പാൻ നോക്കേണ്ട.''

അശ്വിനി കീർത്തനയെ തള്ളിപ്പറഞ്ഞു.

''ന്നാലും മമ്മൂനു വയ്യാത്തപ്പോ. എനിക്ക് കോൺസെൻട്രേറ്റ് ചെയ്യാൻ പറ്റില്ല.''

''ഇതത്ര വല്യ വയ്യായ്ക ഒന്നുമല്ല. ബ്രെസ്റ്റ് ക്യാൻസറൊക്കെ ഇപ്പൊ സാധാരണ.''

സാധാരണ മട്ടിലാണ് പറഞ്ഞതെങ്കിലും അശ്വിനി നടുങ്ങി. ആദ്യ മായിട്ടാണ് അശ്വിനിയുടെ നാവിൽ നിന്നും ബ്രെസ്റ്റ് ക്യാൻസർ എന്നൊരു സാധനം ഉരുണ്ടുവീഴുന്നത്. അത് നൂറു കഷണങ്ങളായി നുറുങ്ങി ച്ചിൽ..

ചില്ലെന്നു തറയിൽ വീണു. പല നിറത്തിലുള്ള സ്റ്റെയിൻഡ് ഗ്ലാസ് ചിത്രങ്ങൾ നിലത്ത് പടർത്തിക്കൊണ്ട്. ഓരോരുത്തരുടെയും കണ്ണിന് ഇണങ്ങിയ രൂപത്തിൽ.

കീർത്തന അമ്മയെ കെട്ടിപ്പിടിച്ച് ഉമ്മവെച്ചു. അശ്വിനിയുടെ കണ്ണുകൾ ഇടയ്ക്കിടെ കീർത്തനയുടെ നെഞ്ചിൽ തറഞ്ഞു പോയി. ഓരോ നോട്ടത്തിലും അശ്വിനിയുടെ നട്ടെല്ലിലൂടെ പഴുതാരകൾ പിടഞ്ഞോടുകയും ചെയ്യുന്നു.

ചുണ്ടിൽ തേനൊലിപ്പിച്ചു രന്ന എന്നു തന്നെത്താൻ സംബോധന ചെയ്തിരുന്ന ഉണ്ണിയായി കീർത്തന അശ്വിനിയെ ചുറ്റിപ്പിടിച്ചു കിടന്നുറങ്ങി. കീർത്തനയെന്നു പേരു പഠിപ്പിക്കാൻ അശ്വിനിയും മോഹനും കുറെയേറെ പാടുപെട്ടതാണ്.

‘‘കീർത്തന.’’

‘‘..രന്ന...’’

തല മുൻപോട്ടാക്കി കീർത്തന ഏറ്റു പറഞ്ഞപ്പോൾ ആദ്യം അശ്വിനി ചിരിച്ചു. പിന്നെ കുട്ടിക്ക് സംസാരിക്കാൻ കഴിവില്ലായിരിക്കുമോ, കേൾവിക്കുറവുണ്ടോ, ബുദ്ധിമാന്ദ്യമുണ്ടോ എന്നൊക്കെ പരിഭ്രമിച്ചു ദിവസം മുഴുവൻ അവളെക്കൊണ്ട് കീർത്തന എന്നു പറയിപ്പിക്കാൻ അശ്വിനി ശ്രമിച്ചു നോക്കി.

‘‘കീ..ർ.ത്ത.ന’’

ഉറക്കെ ഉച്ഛ്വസിച്ച്, തല മുൻപോട്ടു ആക്കി കീർത്തന ഏറ്റുപറഞ്ഞു.

‘‘ഹ..രന്ന’’

സ്ലോമോഷനിൽ വീണ്ടും പയറ്റിനോക്കി അശ്വിനി.

‘‘കീ...’’

‘‘ക്രീ...’’

‘‘ർ...ർ...’’

‘‘ട്ട്ർ.ർ.ർ...’’

‘‘ത്താ...’’

‘‘ധ...’’

‘‘ന...’’

‘‘ന്നാ..’’

ചുണ്ടിൽ തുപ്പൽ പതപ്പിച്ച് ഓരോ അക്ഷരങ്ങളും കീർത്തന അവളുടെ രൂപത്തിൽ തിരിച്ചു കൊടുത്തു. അശ്വിനി വീണ്ടും കൂട്ടിപ്പറഞ്ഞു നോക്കി.

‘‘കീർത്തന.’’

‘‘രന്നാ...’’

വിജയഭാവത്തിൽ ചിരിക്കുന്ന കുട്ടിയെ കെട്ടിപ്പിടിച്ച് അശ്വിനി കരഞ്ഞും പിഴിഞ്ഞും കുറച്ചു ദിവസങ്ങൾ കൊണ്ട് നടന്നു. കീർത്തന കൃത്യമായി മറ്റു വാക്കുകൾ പറയാൻ തുടങ്ങിയിട്ടും അവൾ പേര് രന്ന എന്നു തന്നെ പറഞ്ഞു. അവളുടെ ചെല്ലപ്പേരു രന്നയായി തന്നെ നിന്നു.

കീർത്തനയെ ജോലിസ്ഥലത്ത് കൊണ്ടാക്കിവന്നു കഴിഞ്ഞ് അശ്വിനി പബ്ലിക് ലൈബ്രറിയിൽ പോയി. കീർത്തനയേയും കൊണ്ട് കുറെയേറെ വർഷങ്ങൾ അവിടെ കയറിയിറങ്ങിയിട്ടുണ്ട്. ലൈബ്രറിയിൽ നിന്നും എത്ര പുസ്തകങ്ങൾ വേണമെങ്കിലും എടുക്കാം. മെമ്പർഷിപ്പ് സൗജന്യവുമാണ്. യൂണിവേഴ്സിറ്റിയിലെ ലൈബ്രറി അല്ലാതെയൊന്നും അശ്വിനിയെ ബാധിച്ചിട്ടില്ലായിരുന്നു. ഒന്നാം ക്ലാസിൽ പഠിക്കുന്ന കീർത്തനയാണ് മൊബൈൽ ലൈബ്രറിയിൽ നിന്നും പുസ്തകവുമായി വീട്ടിൽ വന്ന് ലൈബ്രറിയിൽ പോകാൻ ലഹള കൂട്ടിയത്. അന്നു തുടങ്ങി പിന്നെ പത്തു വർഷങ്ങൾ അശ്വിനി കീർത്തനയുടെ കൂടെ ലൈബ്രറിയിൽ പോയി. സ്കൂളവധിക്ക് ഏറ്റവും കൂടുതൽ പുസ്തകങ്ങൾ വായിച്ച് സമ്മാനം വാങ്ങാൻ പ്രാന്തായിരുന്നു കീർത്തനയ്ക്ക്. മത്സരക്കാരി!

ഇപ്പോൾ ലൈബ്രറിയിൽ പുസ്തകങ്ങൾ തിരഞ്ഞു പിടിച്ച് നടക്കേണ്ട. ഓൺലൈനിൽ കാറ്റലോഗ് നോക്കാം. ബ്രെസ്റ്റ് കാൻസർ എന്നു തിരച്ചിൽ കോളത്തിൽ ടൈപ്പ് ചെയ്തപ്പോൾ സിനിമയും പുസ്തകങ്ങളും കൂടി വന്ന ആദ്യത്തെ ഇരുപതിൽ ഏതാണ് എടുക്കേണ്ടത് എന്നേ പ്രശ്നമേ അശ്വിനിക്കുണ്ടായിരുന്നുള്ളൂ. രണ്ടു സിനിമയും ഒരു പുസ്തകവും അശ്വിനി ബുക്ക് ചെയ്തു. പിറ്റേദിവസം തന്നെ ലൈബ്രറിയിൽ നിന്നും ഫോൺവിളി വന്നു. നിങ്ങൾ ആവശ്യപ്പെട്ട സാധനങ്ങൾ തയ്യാറായിട്ടുണ്ട്. ഒരാഴ്ചയ്ക്കുള്ളിൽ വന്ന് കൈപ്പറ്റിയില്ലെങ്കിൽ അത് തിരികെ ഷെൽഫുകളിലേക്ക് പോവും.

ലൈബ്രറിയുടെ രണ്ടാം നിലയിലാണ് റിസർവ്വ് ചെയ്ത പുസ്തകങ്ങളുടെ അലമാര. റാം എന്ന പേരിനുതാഴെ ഒരു സിനിമയുടെ സിഡിയും ഒരു പുസ്തകവും ക്യാൻസർകാരിയെ കാത്തിരിപ്പുണ്ടായിരുന്നു. ലൈബ്രറി കാർഡും പുസ്തകങ്ങളും ഇലക്ട്രോണിക്കായി അടയാളപ്പെടുത്തിയിട്ടുണ്ട്. അതുകൊണ്ട് തന്നത്താൻ സ്കാൻ ചെയ്ത് സാധനങ്ങൾ ചെക്ക്ഔട്ട് ചെയ്യാം. കാവലിരിക്കുന്ന ജോലിക്കാരുടെ സഹതാപം കാണേണ്ട. സ്കാനിംഗ് യന്ത്രം ചോദ്യങ്ങൾ ചോദിക്കില്ല. അയ്യോ പാവം എന്ന് കണ്ണുകൊണ്ട് ഉഴിയില്ല. ഏതു സ്റ്റേജ് എന്ന് ജിജ്ഞാസപ്പെടില്ല. ഉപദേശത്തിന്റെയും അനുഭവസാക്ഷ്യത്തിന്റെയും ബോറൻ കഥകൾ പുനഃപ്രക്ഷേപണം ചെയ്തുകൊണ്ടിരിക്കില്ല.

പുസ്തകങ്ങൾ മറ്റാരും കാണാതെ സ്കാൻ ചെയ്തെടുക്കുമ്പോൾ റിസപ്ഷനിൽ പ്രായമുള്ള ഒരാൾ എന്തോ സംശയം ചോദിച്ചു ചെല്ലുന്നുണ്ടായിരുന്നു. വളരെ ഉച്ചത്തിലാണ് ലൈബ്രറി ജോലിക്കാർ മറുപടി

പറയുന്നത്. സംശയം ചോദിച്ചു എന്ന് കരുതി അയാൾക്ക് ചെവികേൾക്കില്ലെന്ന് അവർ ധരിച്ചിരിക്കുമോ? പ്രായമുള്ളവരെല്ലാം കേൾവിക്ക് പ്രശ്നമുള്ളവരും കാര്യങ്ങൾ മനസ്സിലാക്കാൻ ബുദ്ധിമുട്ടുള്ളവരും ആണെന്നാണോ? അവരും കുറച്ചുകാലം മുൻപ് യുവാക്കളും ഇതേപോലുള്ള ജോലി ചെയ്തിരുന്ന വരുമാണെന്ന് മറന്നുപോകുന്നു.

അശ്വിനി ലൈബ്രറിയിൽ നിന്നുമിറങ്ങി അഞ്ചുമിനിട്ടു കഴിഞ്ഞതും ഫോണടിച്ചു. ഫോണിൽ സ്വയംപ്രഭ മാറത്തടിച്ചു നിലവിളിച്ചു.

''നീയിതെവിടെയാണ്? എത്ര നേരമായി ഞാൻ വിളിക്കുന്നു.''

''ഞാൻ ഡ്രൈവ് ചെയ്യുന്നു.''

''വീട്ടിലു വിളിച്ചപ്പോ ആൻസറിംഗ് മെഷീൻ എടുത്തു. എന്റെ കോൾ ആയതോണ്ട് എടുക്കാത്തതാവും അല്ലേ?''

''ഉം, അതു പിന്നെ റോഡിലായിരിക്കുമ്പോ വീട്ടിലെ ഫോണെടുക്കുന്നത് ബുദ്ധിമുട്ടുള്ള കാര്യമല്ലേ?''

അശ്വിനി കോമാളിയാകുന്നത് സ്വയംപ്രഭ കേട്ട ഭാവമില്ല. അല്ലെങ്കിൽ തന്നെ അവൾക്ക് കേൾക്കാനഭിരുചിയില്ല. പറയാനേ ശുഷ്കാന്തിയുള്ളൂ. എന്തൊക്കെയോ പറഞ്ഞു പറഞ്ഞ് സ്വയം ജ്വലിച്ചു പ്രകാശിക്കുന്നു.

''നീയൊക്കെ വലിയ ഉദ്യോഗസ്ഥയല്ലേ, നമ്മളെയൊന്നും മൈൻഡ് ചെയ്യേണ്ട ആവശ്യം ഇല്ലല്ലോ!''

നാടകരാജ്ഞിയുടെ മുഷിഞ്ഞു തുടങ്ങിയ നടനം തന്നെ. ചിലതൊക്കെ ഹൈ മെയിന്റനൻസ് റിലേഷൻഷിപ്പുകളാണെന്ന് അശ്വിനി സിംഗിനോടു പരാതി പറഞ്ഞു. വിശ്രമത്തിനു പഴുത് തരാത്ത സ്നേഹം. സ്നേഹംകൊണ്ടു കഴുത്തു ഞെരിക്കുന്ന സ്നേഹം. എന്റെ സ്നേഹാധിക്യംകൊണ്ട് ഞാൻ ആവശ്യപ്പെടുന്നതു പോലെയേ നീ പെരുമാറാവൂ എന്ന് ദുശ്ശാഠ്യമുള്ള സ്നേഹം.

നഗ്നമരങ്ങൾക്കിടയിലൂടെ ചൂളമടിച്ചുരുമ്മുന്ന വഷളൻ കാറ്റു പറഞ്ഞു.

''ചിലരങ്ങനെയാണ്. തടുത്താലും തോളിൽ കയറിയി ഇരിപ്പുറപ്പിക്കും. കൈകൊണ്ടു കഴുത്തിൽ കെട്ടിപ്പിടിക്കും. കാലുകൾ വാരിയെല്ലുകൾക്കിടയിലൂടെയിട്ട് അമർത്തിപ്പിടിച്ചിരിക്കും. ഇരിപ്പ് സുരക്ഷിതമാണെന്ന് ഉറപ്പായി കഴിയുമ്പോൾ കൈ രണ്ടും കൊണ്ടു തലയിലും അമർത്തിപ്പിടിച്ചിരിക്കുന്ന കാലുകൾകൊണ്ടു നെഞ്ചിലും താളം പിടിച്ചു, അടിയും തൊഴിയുമായി അവർക്കിഷ്ടമുള്ള വഴികളിലൂടെ നടത്തും. കലപ്പക്കാളയെപ്പോലെ അവരുടെ വയൽ ഉഴുതെടുപ്പിക്കും. അതാണ് സാമർത്ഥ്യം.

ജീവിതത്തിനൊരു കമ്പ്യൂട്ടർ പ്രോഗ്രാം എഴുതിത്തരാമെന്ന് റാണ പ്രതാപ് സിംഗ് അവളോട് പറഞ്ഞു. പണ്ടു പണ്ട് അശ്വിനിയൊരു

വിദ്യാർത്ഥിയായിരുന്ന കാലത്ത്, അവധിക്കാല ജോലിചെയ്തിരുന്ന ഓഫീസിലെ ഒരു ഐ.ടി.ക്കാരൻ പഠിപ്പിച്ചുകൊടുത്ത കോഡിംഗ് അശ്വിനി ഓർത്തെടുത്തു.

Define your variables first: ലക്ഷ്യത്തിലേക്ക് എത്താനുള്ള ഉപകരണങ്ങളാണ് variables

ബന്ധുക്കൾ, സുഹൃത്തുക്കൾ, ജോലി

ആദ്യം ചെയ്യേണ്ടത് അന്തിമമായി എന്താണ് വേണ്ടത് എന്നുറപ്പിക്കണം. ഏറ്റവും ചെറിയ കാര്യങ്ങളിൽ പോലും ശ്രദ്ധ വേണം. കാരണം ആദ്യമേ വിചാരിച്ചാൽ നിസ്സാരമായി സാധിക്കുന്നതാവും ഒടുക്കം തലവേദന സൃഷ്ടിക്കുന്നത്.

അതുകൊണ്ട് ആലോചിച്ചു തീരുമാനിക്കുക.

പിന്നെ

If friend >= liability

Then old_friend = friend

എന്നെഴുതാനുള്ള കരുത്തു വേണം ജീവിത വിജയത്തിന്. സുഹൃത്തെന്ന പേരിൽ ജീവിതത്തിൽ കയറിപ്പറ്റിയിട്ടു ബാധ്യതയാവാനാണ് ശ്രമമെങ്കിൽ, അവരെ പഴയ സുഹൃത്ത് എന്ന കോളത്തിലേക്ക് മാറ്റിയെഴുതണം അശ്വിനി.

ആ അവധിക്കാലജോലിയിൽ അശ്വിനി കുറെയേറെ ജീവിത പാഠങ്ങൾ പഠിച്ചെടുത്തു. വെള്ളക്കാരുടെയിടയിൽ കൂട്ടംകൂടിയിരുന്നു സംസാരിക്കുമ്പോൾ അശ്വിനിക്ക് വാക്കുകളില്ലാതെ പോയി. തെറ്റരുത്, ശരിയായിരിക്കണം. കുറിക്കു കൊള്ളണം. അങ്ങനെയങ്ങനെ ശരിയായ വാക്കുകൾ, ശരിയായ വാചകങ്ങൾ, ശരിയായ പ്രയോഗം തപ്പിത്തപ്പി അശ്വിനിയുടെ നാവ് സംസാരത്തിനിടയിൽ തലച്ചോറിലൂടെ ചുറ്റിത്തിരിയും. അപ്പോഴേക്കും സംസാരം അടുത്ത രണ്ടു കിലോമീറ്റർ കടന്നിട്ടുണ്ടാവും. അങ്ങനെയൊരു മിണ്ടാക്കുട്ടിയാവരുതെന്നു മോഹൻ അപ്രന്റീസിനെ പഠിപ്പിച്ചു.

"Culturally challenged ആവരുത്. പലപ്പോഴും ബുദ്ധിശൂന്യമായ ഒരുത്തരം പറയുന്നതാണ്. മിണ്ടാതിരിക്കുന്നതിനേക്കാൾ നല്ലത്."

What is in a name?

മുഴ മാറ്റണോ? മുല മാറ്റണോ?

സർജറിക്ക് ഒരു ഡോക്ടർ, മരുന്നിനു വേറൊരു ഡോക്ടർ, റേഡിയേഷന് മറ്റൊരു ഡോക്ടർ, പിന്നെ അശ്വിനിയെ മൊത്തമായി നോക്കാൻ ഫാമിലി ഡോക്ടർ. എന്നിട്ടും തീരുമാനിക്കേണ്ടത് രോഗിയാണത്രേ.

''ക്യാൻസർ കൂട്ടിപ്പിടിച്ചു വെച്ചിരിക്കുന്ന കോശങ്ങൾകൂടിയ മുഴ മാത്രം മാറ്റാം. മുഴ മാത്രമെന്നാൽ അതിനു ചുറ്റുമുള്ള കുറച്ചു ടിഷ്യൂ കൂടി മാറ്റേണ്ടി വരും. ബാക്കി മുലയുടെ പകുതിയോ കാൽഭാഗമോ ശേഷിക്കുകയുള്ളൂ. ആ ടിഷ്യുകളിൽ വീണ്ടും ക്യാൻസർ വരാനുള്ള സാദ്ധ്യതയുണ്ട്. ഉറപ്പ് പറയാൻ പറ്റില്ല. ചില കേസുകളിൽ കണ്ടിട്ടുണ്ട്.

''Mastectomy or lumpectomy?''

തീരുമാനം നിന്റേതാണ് അശ്വിനി.

അശ്വിനിക്ക് അരിശം വന്നു.

''ഡോക്ടർ നിങ്ങളല്ലേ അനാറ്റമിയും സൈറ്റോളജിയും ഫിസിയോളജിയും ഫാർമക്കോളജിയും പഠിച്ചയാൾ. ഒരു പാലത്തിനു വിള്ളലോ പൊട്ടലോ ഉണ്ടാവുമ്പോൾ പാലത്തിനോട് ചോദിച്ചിട്ടല്ലല്ലോ പൊളിച്ചു പണിയാണോ, അറ്റകുറ്റപ്പണിമതിയോന്ന് തീരുമാനിക്കുന്നത്?

''നിന്റെ ശരീരത്തിലാണ് ഞങ്ങൾ പണിയുന്നത്. ശരീരം നിന്റേതാണ്. അതുകൊണ്ട് അന്തിമതീരുമാനവും നിന്റേത് തന്നെ. എഴുപതുകളിൽ ചോദ്യമോ അനുവാദം ചോദിക്കാലോ ഉണ്ടായിരുന്നില്ല.''

ഡോക്ടർ വിശദമാക്കാൻ ശ്രമിച്ചു. ബയോപ്സി ചെയ്യാൻ തുറക്കുമ്പോൾ ക്യാൻസറുണ്ടെന്നു കണ്ടാൽ മുലയും മുറിച്ചു മാറ്റും, അതായിരുന്നു അന്നത്തെ പതിവ്.

''അനസ്തേഷ്യ ലാഭം.''

അശ്വിനി മുറുമുറുത്തു.

സ്ത്രീ സംഘടനകൾതന്നെ ആവശ്യപ്പെട്ടതാണ്, തീരുമാനിക്കാനുള്ള അവകാശം രോഗിക്കു വിട്ടുകൊടുക്കണമെന്ന്. എല്ലാ രോഗത്തിലും മുല മുഴുവനായും മാറ്റണമെന്നില്ല. ചിലപ്പോൾ മുഴമാത്രം മാറ്റിയാൽ മതിയാവും. തീരുമാനത്തിൽ രോഗിക്കും പങ്കുണ്ട്. അല്ല, രോഗിക്ക് തീരുമാനിക്കാം. ഡോക്ടർക്ക് കാര്യങ്ങൾ പറഞ്ഞു മനസ്സിലാക്കികൊടുക്കാനുള്ള ചുമതലയുണ്ട്.

കാനഡയിൽ സ്ത്രീകൾക്ക് അൻപത് വയസ്സു തികഞ്ഞാൽ ക്യാൻസർ പ്രിവൻഷൻ ആൻഡ് കൺട്രോളിന്റെ വൈസ് പ്രസിഡന്റ് കത്തയയ്ക്കും, വരൂ, വന്ന് മുലപരിശോധിക്കൂന്ന്. നേരത്തെ കണ്ടുപിടിച്ചാൽ ചികിത്സയും രോഗമുക്തിയും വേഗത്തിലാവും. അശ്വിനിക്ക് ആ കത്ത് കിട്ടാൻ കാത്തിരിക്കേണ്ടി വന്നില്ല. വൈസ്പ്രസിഡണ്ടിനെ തോല്പിച്ച് ക്യാൻസർ നേരിട്ടു വന്നു അശ്വിനിയോടു പറഞ്ഞു.

''Good day, nice to meet you.''

കീർത്തന വീട്ടിൽ വരാതിരുന്ന ശനിയാഴ്ച എന്തു ചെയ്യണമെന്നറിയാതെ അശ്വിനി കുഴങ്ങി. മഴ എന്തിനാണിത്ര ബഹളം വെക്കുന്നതെന്ന് അശ്വിനി പുറത്തേക്ക് നോക്കി. പെട്ടെന്നു വന്ന മഴയ്ക്ക് വാശിയും വൈരാഗ്യവുമുണ്ട്. ദേഷ്യം തീർക്കാൻ മഴ കണ്ണാടി വാതിലിലേക്ക് ശബ്ദത്തോടെ ചരിഞ്ഞാണ് വീണിരുന്നത്. വീടിനു മുകളിലും മഴ വീഴുന്ന ശബ്ദം അശ്വിനി കേട്ടു.

ആലിപ്പഴം ചെറിയ ഐസ്കട്ടകളായി ഡെക്കിലേക്ക് വീണുകൊണ്ടിരിക്കുകയായിരുന്നു. ഹീറ്ററിന്റെ ശബ്ദം. ഫ്രിഡ്ജിന്റെ ശബ്ദം. ഫാനിന്റെ ശബദം ഇടവിട്ടുള്ള ഈ ശബ്ദങ്ങൾക്കു മുകളിലേക്കാണ് ആലിപ്പഴത്തിന്റെ കിലുകിലുപ്പ്. അതിന്റെ ഫോട്ടോയെടുത്ത് ഫേസ്ബുക്കിൽ ഇടണം. അതാണ് നാട്ടുനടപ്പ്. അതാണ് നീതി. അശ്വിനിക്ക് നീതി പാലിക്കാൻ വയ്യ. നാട്ടുനടപ്പുകൾ അനുസരിക്കാൻ വയ്യ. ഒന്നുമൊന്നുമൊന്നും ചെയ്യാൻ അവൾക്ക് തോന്നിയതേയില്ല.

വേലിയിൽ നനഞ്ഞിരിക്കുന്ന ചുവന്ന കർദ്ദിനാൾപ്പക്ഷിയെ നോക്കിയിരുന്നു അശ്വിനി. കണ്ണാടി വാതിലിൽ പറ്റിപ്പിടിച്ചിരിക്കുന്ന വെള്ളത്തിനും നേർത്ത മൂടൽമഞ്ഞിനുമിടയിൽ കൂടി ഒരു കറുത്ത അണ്ണാൻ വേലിയിൽ കൂടി ഓടിപ്പോയി.

''ഈ മഴയത്ത് അത് എവിടെയായിരിക്കും പോവുന്നത്?''

നനഞ്ഞു കുതിർന്ന കാറ്റ് വെള്ളത്തിനെ തട്ടിത്തെറിപ്പിച്ചു തർക്കുത്തരം പറഞ്ഞു.

''അണ്ണാനും ജീവിത വേവലാതികളുണ്ട്. കഴിഞ്ഞ ശരത്ക്കാലത്ത് കൂട്ടിവെച്ചിരുന്ന കായ്ക്കുരുകൾ തീർന്നു പോയിരിക്കും. അടുത്ത ഭക്ഷണം ഫ്രിഡ്ജിൽ നിന്നുമിറങ്ങി വരില്ല. ആളുകൾ ആക്രമിക്കാത്ത ഒരു കൂട് അതിനു കെട്ടിവെയ്ക്കേണ്ടേ?

മഴയുടെ വീര്യം കുറഞ്ഞുവന്നു. എന്നിട്ടും വിട്ടുപോവാൻ തയ്യാറല്ലാതെ കുത്തുകളായി മഴയും കാറ്റും ചുറ്റിക്കറങ്ങിക്കൊണ്ടിരുന്നു.

''അന്തിമമായി നിന്റെ മുല നിന്റെ തീരുമാനമാണ് അശ്വിനി.''

അശ്വിനി വട്ടത്തിൽ വട്ടത്തിൽ നീളത്തിൽ നീളത്തിൽ ചോദ്യങ്ങൾ എറിഞ്ഞു കളിച്ചു. അശ്വിനിക്ക് വർത്തമാനം വേണം. വാക്കുകളും വാചകങ്ങളും വേണം. ചിരിയും തല്ലുപിടുത്തവും വേണം. കണ്ണിൽ നിന്നും പൊട്ടിപ്പോകുന്ന ഉറവ അവൾക്ക് വേണ്ടേ, വേണ്ട.

കാപ്പി കുടിച്ചിരിക്കുന്ന മോഹന്റെ വിമ്മിഷ്ടം മേശപ്പുറത്ത് താളം പിടിക്കുന്നതിൽ നിന്നു വ്യക്തമായിരുന്നു. ക്യാൻസറിനെ നേരിടാനുള്ള കോപ്പൊന്നും മോഹനില്ല. അയാൾക്ക് പറയാൻ വർത്തമാനമില്ല. കടംങ്കഥയും കള്ളക്കഥയുമില്ല. നിശ്ശബ്ദനായിരിക്കാനുള്ള അവകാശം ഉപേക്ഷിച്ചു മോഹൻ പറഞ്ഞു.

''വേണമെങ്കിൽ മറ്റൊരു ഡോക്ടറിനെ കണ്ടു രണ്ടാമതൊരു അഭിപ്രായം ചോദിക്കാം.''

''മൂന്നോ നാലോ പേരെ കണ്ട് അഭിപ്രായം ചോദിച്ചിട്ട് അവർ വേറെ വേറെ അഭിപ്രായം പറഞ്ഞാൽ എന്തു ചെയ്യും?''

മോഹനു ദേഷ്യം പൊടിക്കുന്നത് അശ്വിനിക്ക് ഇന്ധനമാണ്. അതു തട്ടിക്കളിക്കുന്നതു മാത്രമാണ് അശ്വിനിയുടെ വിജയം.

''ന്നാ, നിനക്കിഷ്ടമുള്ളത് ചെയ്യ്.''

''എനിക്കിഷ്ടം ക്യാൻസർ വരാതിരിക്കേരുന്നു.''

മോഹന്റെ ചെയ്തികളൊക്കെ അശ്വിനി വാക്കുകൾകൊണ്ട് കണ്ടം തുണ്ടം മുറിച്ചു. സാമ്പാറുകഷണം പോലെ അയാൾ പരിപ്പിലും മുളകിലും വേവുന്നത് കണ്ട് അശ്വിനി ചിരിച്ചു കത്തി. കടുകു തൂവി, ഉള്ളിയിട്ട് കറുമുറാ വറുത്തെടുത്തപ്പോൾ ചില വാക്കുകളും ശകാരങ്ങളും കരിഞ്ഞു പോയി.

മോഹൻ എഴുന്നേറ്റ് പോയി. ഉത്തരം ആവശ്യമില്ലാത്ത ഒരു പ്രസ്താവന എന്ന വ്യംഗ്യത്തിൽ. മോഹൻ ഇപ്പോൾ അഭയം കാണുന്നത് ടി.വി.യിലാണ്. സ്ക്രീനിൽ പടങ്ങൾ നിരക്കുമ്പോൾ വീട്ടിലുള്ളയാളെ അവഗണിക്കാം. വീടിനകത്തൊരു നിഴലു മാത്രമുണ്ട്. ഉത്തരങ്ങളില്ലാതെ, ടി.വി. സ്ക്രീനിൽ നിന്നും കമ്പ്യൂട്ടർ സ്ക്രീനിൽ നിന്നും ഫോൺ സ്ക്രീനിൽ നിന്നും മാറി മാറിയൊഴുകുന്ന നിഴൽ.

മോഹനൊരു വർത്തമാനക്കാരനായിരുന്നു. മോഹിപ്പിക്കുന്ന വർത്തമാനങ്ങളുടെ കഥ അശ്വിനി നാണമില്ലാതെ റാണാ പ്രതാപ് സിംഗിനെ പറഞ്ഞു കേൾപ്പിച്ചു.

അന്ന് മിത്രയുടെ വീട്ടിലെ കൂട്ടയൂണു കഴിഞ്ഞു വീടെത്തിയപ്പോൾ പാതിരയായി. അശ്വിനി സാരിമാറി നൈറ്റി തലയിലൂടെ ഇട്ടപ്പോൾ

പൊട്ടൂർന്ന് മുലയിൽ പറ്റിയിരുന്നത് അവളറിഞ്ഞിരുന്നില്ല. കിടക്കയിൽ സ്നേഹിക്കാനൊരുമ്പട്ട മോഹൻ മുലയിലേക്ക് നോക്കി കുസൃതിയോടെ വിളിച്ചു.

''ഹായ് കല്യാണി.''

അശ്വിനി അമ്പരപ്പോടെ നോക്കിയപ്പോൾ മോഹൻ തലയറഞ്ഞു ചിരിച്ചു.

''ദേ, നോക്ക്, പൊട്ടൊക്കെ തൊട്ട് സുന്ദരിയായിട്ടൊരാൾ.''

വെയിൽ കൊള്ളാതെ വെളുത്ത മുലയ്ക്കു മുകളിലായൊരു ചുവന്ന വട്ടപ്പൊട്ട്. ശിങ്കാർ പൊട്ട്.

ചിരി..ചിരി..രി..രി...

നാണം ..നാണം.. ണം...ണം.

രി..രി..ണം..ണം... ചിണം.. നാരി...

നാരി ചിണു... ചിണു...

''അപ്പൊ ഇത് കളവാണി.''

മോഹൻ ഇടത്തേ മുലയ്ക്കും പേരിട്ടു.

അടിവയറിനെ കുഞ്ഞമ്മണിയെന്നു വിളിച്ചു. അശ്വിനി മദംകൊണ്ടു ചിരിച്ചു.

പിന്നെ താമര, അംബ അംബാലിക.

ലാത്തിരി... പൂത്തിരി.. പുളകപ്പൂത്തിരി.

നാരി ചിണു... ചിണു...

കഥ കഴിപ്പിച്ച് അശ്വിനി പരാതിപ്പെട്ടു.

''റാണാ പ്രതാപ്, ഇപ്പോൾ അശ്വിനിയുടെ മുല മോഹന്റെ പ്രശ്നമല്ല. മോഹന്റെ മുല മോഹന്റെ പ്രശ്നമാവാം. അശ്വിനിയുടെ മുല മോഹന്റേതെന്ന് അശ്വിനി തെറ്റിദ്ധരിക്കുന്നതിൽ മോഹൻ കുറ്റക്കാരനല്ല.

കഥകേട്ടു വിവശനായ റാണാ പ്രതാപ് സിംഗ് അശ്വിനിയോട് ഉറങ്ങാൻ പറഞ്ഞു. തിരിഞ്ഞും മറിഞ്ഞും ഒരുവിധത്തിൽ പിടിച്ചെടുത്ത ഉറക്കം കൃത്യം അഞ്ചുമണിക്ക് അശ്വിനിയുടെ പിടിവിട്ടോടിക്കളഞ്ഞു.

''അതികാലത്തെ എഴുന്നേൽക്കുക. ഈ എഴുന്നെള്ളിപ്പ് കേൾക്കാൻ തുടങ്ങിയിട്ട് കാലം കുറെ ആയി. ഓരോരുത്തരുടെയും ശരീരഘടനയും ശരീരധർമ്മവും വ്യത്യസ്തമല്ലേ? പിന്നെ എങ്ങനെ എല്ലാവരും അഞ്ചു മണിക്ക് എഴുന്നേൽക്കുന്നതാണ് നല്ലത് എന്ന് പറയുന്നത്?''

അശ്വിനി മോഹനോട് വാദിച്ചു വിസ്തരിച്ചിട്ടുള്ളതാണ്.

''ഈ മോർണിംഗ് പേർസണസ് ബഹിർമ്മുഖരാണ്. Extroverts,

അവരങ്ങനെ ഉറക്കെ പ്രഖ്യാപിച്ചുകൊണ്ടിരിക്കും ഞാൻ ചെയ്യുന്നതാണ് ശരി. ഞാനാണ് ശരി... ബാക്കിയൊക്കെ തെറ്റെന്ന്.

ഹഫിംഗ്ടൻ പോസ്റ്റിൽ പറയുന്നുണ്ട് നേരത്തെ എഴുന്നേൽപ്പുകാരുടെയും വൈകി ഉറക്കക്കാരുടേയും തലച്ചോറിന്റെ ഘടനയിൽ വ്യത്യാസം ഉണ്ടെന്ന്. ശരീരമാണ് ഏറ്റവും വലിയ വൈദ്യൻ എന്നപോലെ ശരീരം ആവശ്യപ്പെടുന്നത് എന്താണെന്നു നമ്മൾ ശ്രദ്ധിക്കേണ്ടേ?

ആ തത്ത്വങ്ങളും പ്രസംഗങ്ങളും മറന്നിട്ടാണ് അശ്വിനിയുടെ തലച്ചോർ അഞ്ചുമണിക്ക് ലൈറ്റ് ഓണാക്കുന്നത്.

രാത്രി മുഴുവൻ ഉണർന്നിരുന്നു ഒരു പ്ലാൻ വരയ്ക്കാൻ അശ്വിനിക്ക് കഴിയും. ഒച്ചയും ബഹളവും ഇല്ലാത്ത ആ സമയത്താണ് അശ്വിനിയുടെ സർഗ്ഗാത്മകത ഉച്ചിയിൽ എത്തുന്നത്. പണി പൂർത്തിയാക്കി മൂന്നു മണിക്ക് ഉറങ്ങാൻ കിടക്കുമ്പോൾ എന്തൊരു തൃപ്തിയാണ്. പത്തു മണി വരെ ചാരിതാർത്ഥ്യത്തോടെ ഉറങ്ങാം. പക്ഷേ അഞ്ചു മണിക്ക് ഉണരുന്ന ദിവസം മുഴുവൻ അശ്വിനി ശോച്യാവസ്ഥയിലായിരിക്കും. തീരാത്ത ക്ഷീണം, ഒന്നിലും ശ്രദ്ധിക്കാൻ തന്നെ കഴിയില്ല. എങ്ങനെയെങ്കിലും ദിവസം ഒന്നു തീർന്നു കിട്ടാൻ മനസ്സും ശരീരവും വെമ്പിക്കൊണ്ടിരിക്കും. പല പ്രാവശ്യം പല കാലാവധികളായി അവൾ ശ്രമിച്ചു നോക്കിയിട്ടുള്ളതാണ്.

ആദ്യം സ്കൂളിൽ പഠിക്കുമ്പോൾ. അഞ്ചു മണിക്ക് ഉണർന്ന് രണ്ടു മണിക്കൂർ പഠിച്ചു കഴിഞ്ഞു കുളിയും ഒരുക്കവും ഒക്കെയായി അശ്വിനി ശ്രമിച്ചു നോക്കി. സ്കൂൾ ബസിലിരുന്നു ഉറക്കം. ക്ലാസിലിരുന്നു ഉറക്കം. സ്കൂൾ വിട്ടു വന്നിട്ട് ടി.വി.ക്കു മുന്നിലും ടൂഷ്യൻ ക്ലാസിലും ഉറക്കം. ട്യൂഷ്യൻ ടീച്ചറാണ് പറഞ്ഞത് ഒടുക്കം അത് നിർത്താൻ. അശ്വിനി കണക്കില്ലാതെ കണക്കുകൾ തെറ്റിക്കാൻ തുടങ്ങിയപ്പോൾ ടീച്ചർ ക്ലാസ് കഴിഞ്ഞു നിൽക്കാൻ പറഞ്ഞു. പതിയെ കാര്യങ്ങൾ ചോദിച്ചു. ചോദിച്ചു ചോദിച്ച് രമാദേവിടീച്ചർ കാരണം പുറത്തെടുത്തു. ഇനി മുതൽ നേരത്തെ എഴുന്നേൽക്കേണ്ട എന്ന് പറഞ്ഞതു കേട്ടപ്പോൾ ലോട്ടറിയടിച്ച ആഹ്ലാദമായിരുന്നു അശ്വിനിക്ക്. വീട്ടിൽ വന്നു പറഞ്ഞപ്പോൾ അമ്മയും പറഞ്ഞു.

‘‘ഞാൻ പറയാനിരിക്കേരുന്നു. പെണ്ണു നിന്നോണ്ടും ഒറക്കമല്ലേ. പിന്നെ കാലത്തെണീക്കണേ ഐശ്വര്യമല്ലേ, എങ്ങനെ വേണ്ടാന്നു പറയുംന്നു കരുതി.’’

രാവിലെ എഴുന്നേൽക്കാൻ കീർത്തനയ്ക്കും മടിയാണ്.

‘‘കീർത്തന....രന്നാ.... എണീക്ക്.’’

കീർത്തനയുടെ ഒന്നാം അറിയിപ്പ്.

മോഹൻ അതികാലത്തെ എഴുന്നേറ്റ് ബേസ്മെന്റിലെ ജിമ്മിൽ ഓട്ടവും വെയ്റ്റ് ലിഫ്റ്റിംഗും കൃത്യമായി ചെയ്യും. പിന്നെ കുളിമുറിയിൽ നിന്നും

വെള്ളത്തിന്റെയും മോഹന്റെയും ചീറ്റലും പരിഭവിക്കലും പ്രതിഷേധങ്ങളും കേൾക്കാം. മോഹൻ വരുമ്പോൾ ഒരു വിളിയേ ഉള്ളൂ.

''ഡീ... കീർത്തന... കീറുമുത്തി... എഴിക്ക്.''

കീർത്തന പിടഞ്ഞെഴുന്നേൽക്കും. പിന്നെ തട് പിട് ധം ധാം യൈക്സ് ശബ്ദങ്ങൾ അകമ്പടിയിൽ കുളിച്ചൊരുങ്ങി അടുക്കളയിൽ പ്രസന്റാവും.

അശ്വിനിയുടെ വീട്ടിലെ ഇടനാഴി തണുത്തുറഞ്ഞ ഇരുട്ടു കെട്ടിക്കിടന്നു. ഹീറ്റർവെച്ചിട്ടും ലൈറ്റ് ഇട്ടിട്ടും ഒഴിഞ്ഞു പോകാത്ത ഇരുട്ടും തണുപ്പും വീട് തടവിലാക്കിയിരുക്കുന്നു. ബൾബിനു വോൾട്ടേജ് പോരാ. ഹീറ്ററിനു ചൂടു തികയുന്നില്ല.

വെളുപ്പിനേ അഞ്ചുമണിക്ക് ഏതെങ്കിലും കളിയിലേക്ക് തിരിയാമെന്ന് അശ്വിനി തീരുമാനിച്ചു. കാൻഡി ക്രഷ് ബോറു കളിയാണ്. അശ്വിനിക്ക് ആങ്ക്രി ബേർഡ്സിനെ എയ്തു വീഴ്ത്തണം. കിളിക്കല്ല വേടനാണ് കലി. കലികയറി കളിക്കുന്ന വേടനു ക്യാൻസർ അമ്പ് എയ്തു വീഴ്ത്തണം.

പിന്നെ അശ്വിനി ടി.വി. കാണാൻ ശ്രമിച്ചു നോക്കി. മലയാളം ചാനലുകൾ അവളെ ബോറടിപ്പിച്ചു. മനസ്സുറച്ചു നിൽക്കുന്നില്ല. പാകിസ്ഥാനിലെ സ്ത്രീകളെപ്പറ്റി, താലിബാനെപ്പറ്റി, ചിലിയിലെ രക്ഷപ്പെട്ട ഖനിത്തൊഴിലാളികളെപ്പറ്റി ചൈനയിൽ രക്ഷപ്പെടാതെപോയ ഖനിത്തൊഴിലാളികളെപ്പറ്റി ഒന്നും താൻ ഓർക്കുന്നതെയില്ലല്ലോ എന്നവൾ സങ്കടപ്പെട്ടു. അശ്വിനിക്ക് സ്വന്തമായി ഖനിഇടിയലും വെടിവെയ്പ്പും ഭൂകമ്പവും ഉണ്ടല്ലോ, മറ്റാർക്കും വാർത്തയല്ലാത്ത വിശേഷങ്ങൾ.

''ഭൂലോകത്ത് ആകെ ഒരാളെ ഉള്ളൂ, ഈ ഞാൻ മാത്രം.''

അശ്വിനിയുടെ പെർഫെക്ട് പെയർ അവളെ ഒറ്റുകൊടുത്തിരിക്കുന്നു. അവളുടെ പൂർണത ഇല്ലാതായിരിക്കുന്നു.

''എന്റെ ലോകത്ത് മുല മാത്രമേയുള്ളൂ. അറ്റുപോകുന്ന ഒരു മുല. ഒറ്റപ്പെട്ടുപോയ മറ്റൊരു മുല. ടൈംബോംബു പോലെ ഭയപ്പെടുത്തുന്ന കീർത്തനയുടെ മുലകൾ.''

അന്നും ഉറക്കച്ചടവിൽ അശ്വിനി ജോലിക്കു പോയി. യൂറോപ്പിൽ നിന്നും ഒക്ടേവിയൻ വീണ്ടും വന്നിട്ടുണ്ടായിരുന്നു. അയാൾ മീറ്റിംഗ് ഹാളിലേക്ക് കയറി വന്നതും മാഡിസൺ സൗഹൃദച്ചിരിയോടെ കസേര നീക്കിയിട്ടു. നമ്മളൊരു തെണ്ടി എന്ന മട്ടിൽ. അതു ഗൗനിക്കാതെ ഒക്ടേവിയൻ മറുവശത്തേക്ക് നടക്കുന്നതു കാണാത്ത മട്ടിൽ അശ്വിനിയിരുന്നു. എല്ലാവരും സ്വന്തം ലോകത്ത് രാജ്ഞിമാരും രാജാക്കന്മാരുമാണ്. എല്ലാവരേയും അങ്ങനെ അവരോധിക്കാൻ ഒക്ടേവിയന്നു പ്രത്യേക കഴിവുണ്ട്. മാഡിസൺ അതിലേക്ക് വല്ലാതെ വീണു പോയിരിക്കുന്നു.

മാഡിസൺ എന്തിനാണിത്ര ചിലയ്ക്കുന്നത്.

“Shut up and move on.”

കുരങ്ങനെപ്പോലെ ചാടിക്കളിക്കുന്ന മനസ്സിനെ എങ്ങനെ അശ്വിനി ഓഫീസിൽ കെട്ടിയിടും? യൂക്ക പ്രോഗ്രാം അശ്വിനിയുടെ തലയ്ക്കു ചുറ്റും കൈകോർത്തു കറങ്ങിക്കളിച്ചു.

The Merry-Go-Round goes round and round

The children laughed and laughed and laughed

So many were going round and round

That the Merry-Go-Round collapsed

അശ്വിനി, പ്ലാനിംഗ്കാരി. അവളുടെ പ്ലാനിംഗിൽ ഒരു മുല ഉണ്ടാവില്ല.

ഒരു കോപ്പ മാംസം അത്രയ്ക്കു പ്രധാനമാണോ?

പതിനൊന്നര ആയപ്പോഴേക്കും അശ്വിനി തീർന്നുപോയിരുന്നു. അവൾ ചുറ്റും നോക്കി. ഒരു പാതി സാൻഡ്‌വിച്ച് കടിച്ച് കൈകൾ രണ്ടും കൂട്ടിപ്പിടിച്ചിരിക്കുന്ന കന്യാമറിയത്തെപ്പോലെയിരിക്കുന്ന റയൻ.

“ഓഫീസ് എങ്ങനെയാണ്, എന്തിനാണ് ബ്ലാക്ക് ആൻഡ് വൈറ്റ് ചിത്രമായി മാറിപ്പോയത്? ഇതിലെ നിറങ്ങളൊക്കെ എവിടെ പോയി? ആരും ഒന്നും അനങ്ങാതെ അറ്റൻഷനായി നിൽക്കുന്നതെന്താണ്?

അഞ്ചു മണിക്കൂർ കൂടി അശ്വിനിക്ക് ഡയറക്ടർ കളിക്കാൻ വയ്യ. അശ്വിനിക്ക് കിടക്കണം. ഇറുകിയ പാൻറും ബ്രായുടെ വെച്ചുകെട്ടും അഴിച്ചു മാറ്റി മറ്റാരെങ്കിലുമായി അൺറിയലിസ്റ്റിക് സോപ്പ്ഓപ്പറ കണ്ട് ഉറങ്ങണം.

Shock Denial Anger Acceptance

അശ്വിനി നെഞ്ചിൽ മെല്ലെ തടവിനോക്കി. കീർത്തന ആശ്വാസത്തോടെ ഉറങ്ങിയ നെഞ്ച്. ആർത്തിയോടെ ചപ്പിയ മുലകൾ. റോക്കിംഗ് ചെയറിൽ കീർത്തനയെ ചേർത്തുവെച്ച് ജനലിനടുത്തിരിക്കാൻ അശ്വിനിക്കു ഭയമായിരുന്നു. ഭദ്രമായി അടച്ചിരിക്കുന്ന ജനലിലൂടെ കൈയിട്ട് ആരെങ്കിലും കീർത്തനയെ എടുത്തു കൊണ്ടുപോകും എന്ന പേടി കേട്ട് മോഹൻ തലയറഞ്ഞു ചിരിക്കും.

കുട്ടിയും പെണ്ണും ആകുന്നതിനു മുൻപേ കീർത്തന ഇല്ലാതായിപ്പോവുമെന്ന ഭയം അശ്വിനിയുടെ ഒപ്പമുണ്ടായിരുന്നു. പക്ഷേ, കീർത്തന കുടിച്ചിരുന്ന മുലകൾ ആരെങ്കിലും മുറിച്ചുമാറ്റുമെന്ന് അവൾ ഒരിക്കലും ഓർത്തതില്ല.

അശ്വിനിയുടെ പേക്കിനാവുകൾക്ക് ഇടയിലേക്കാണ് പ്രഭയുടെ ഫോൺവിളി തുളച്ചു കയറിയത്. അവളെപ്പറ്റി ആരൊക്കെയോ അപഖ്യാതി പറഞ്ഞു പരത്താൻ ശ്രമിക്കുന്നുണ്ട്. കഴിഞ്ഞയാഴ്ച മിത്രയും മെറിയും പതിവില്ലാതെ വിളിച്ചിരുന്നു. അശ്വിനി എന്തെങ്കിലും കേട്ടോ? അവളുടെ ബിസിനസ്സിനു പാരവെക്കാൻ ചിലർ ശ്രമിക്കുന്നുണ്ടെന്നൊക്കെയുള്ള പതിവു പരാതികൾ അശ്വിനി ക്ഷമയോടെ കേട്ടു.

അതേയ് ഈ കുട്ടിക്ക് അഹമ്മതി ഇത്ര കൂടുതലല്ലേ റാണാ? അവര് അങ്ങനെ പറഞ്ഞത് എന്നെ ഉദ്ദേശിച്ചാണ്. ഇയാൾ ഇത് ചെയ്തത് എനിക്കെതിരെ വരാൻ വേണ്ടിയാണ് എന്നൊക്കെ ചിന്തിക്കാൻ.

ഇത്രയ്ക്കൊക്കെ ആത്മപ്രശംസ പാടുണ്ടോ സ്വയംപ്രഭേ? ലോകം മുഴുവനും നല്ലതും ചീത്തയും ചെയ്യുന്നത് തനിക്കു വേണ്ടിയാണെന്നു നിനയ്ക്കാൻ പ്രഭ ആരാണ്? അമേരിക്കൻ പ്രസിഡന്റാ? അവനോന്റെ പഞ്ചായത്ത് പ്രസിഡന്റ് ആരാന്നറിയാൻ നേരോല്ലാത്തോരല്ലേ പ്രഭേടെ വീട്ടിൽ വിളിച്ച് ആളുണ്ടോ എന്നന്വേഷിക്കുന്നത്! മെറിനും മിത്രയ്ക്കും വേറെ പല പണികളുണ്ട് എന്നു പറയാൻ അശ്വിനി മടിച്ചു. സ്വയംപ്രഭ ഫോണിൽ കത്തി ജ്വലിച്ചു കൊണ്ടിരുന്നു.

"അല്ല അശ്വിനി, നിനക്ക് ഡയറക്ടർ കളിച്ചിരുന്നാൽ പോരേ?"

അതേ ഈ ഡയറക്ടർ എന്നൊക്കെ പറയുന്നത് ഒരുതരം കളിയല്ലേ. ഭാഗ്യവതിയായ അശ്വിനിക്ക് കളിക്കാൻ കിട്ടുന്നത്. അതൊക്കെ മാറ്റിവെച്ചിട്ടു സ്വയംപ്രഭയുടെ ആടിക്കളിക്കടോ, ചാടിക്കളിക്കടോ താളത്തിൽ കളിക്കാത്തത് അപരാധമല്ലേ?

എല്ലാ വിളിയിലും ഇതെല്ലാം തന്നെയാണ് പ്രഭ പറയാറുള്ളത്. നീയൊക്കെ വലിയ ഡയറക്ടറല്ലേ, വെറുതെ ഇരുന്നാൽപ്പോരെ? ഫോൺ കട്ടുചെയ്യാനുള്ള മര്യാദകേടു തികയാതെ, പറയാനൊന്നും വരാതെ അശ്വിനി പിറുപിറുക്കും. ഇതൊരു ത്യാഗം തന്നെ ഭഗവാനേ!

''ഞാൻ വിളിച്ചപ്പോൾ നീ എന്താണ് ഫോൺ എടുക്കാതിരുന്നത്?''

''വീട്ടിലുണ്ടായാലല്ലേ ഫോണെടുക്കാൻ പറ്റൂ.''

''ങ്ും, ഓഫീസില് വിളിച്ചപ്പോ ഔട്ട് ഓഫ് ഓഫീസ് മെസേജ് കിട്ടിയല്ലോ?''

ഓരോ ചലനവും പ്രഭയോട് അനുവാദം ചോദിച്ചിട്ടേ ആകാവൂ. പ്രഭയോട് വെറുതെ പറഞ്ഞാൽ പോരാ. ഓരോ ഇഞ്ചും സെന്റിമീറ്ററും അവൾക്ക് അളവെടുക്കണം. എവിടെയാണ് പോകുന്നത്? ആരുടെ കൂടെയാണ്? എന്നു പോവും? എന്നു വരും? ആരാണ് വിളിച്ചത്? എന്തിനാണ് വിളിച്ചത്? എന്താണ് പറഞ്ഞത്?

അതുകൊണ്ടുതന്നെ ഡൈ ടെസ്റ്റിനായിരുന്നു പോയതെന്നു അവളോട് അശ്വിനി പറഞ്ഞില്ല. മുലക്കണ്ണിലേക്ക് കുത്തിയിറക്കുന്ന സൂചിയുടെ അതേ വേദന സ്വയംപ്രഭയോടുള്ള സംസാരത്തിനുമുണ്ട്.

ലിംഫ്നോഡിലേക്ക് കാൻസർ കുടിയേറിയിട്ടുണ്ടോന്നു നോക്കാനാണ് ഡോക്ടർ കടുത്തനിറം കുത്തിവെക്കുന്നത്.

''മരവിപ്പിക്കാൻ പറ്റില്ല, അതോണ്ട് നല്ല വേദനയുണ്ടാവും.''

ക്ഷമാപണത്തോടെ ഡോക്ടർ അശ്വിനിയുടെ കൈയിൽ പിടിച്ചു. എനിക്കു മാത്രമെന്താണ് ഇങ്ങനെ കുത്തു കൊള്ളേണ്ടി വരുന്നെന്ന് കല്യാണി സങ്കടപ്പെട്ടു. സൂചിയിലൂടെ നിറം അശ്വിനിയുടെ മുലയിലേക്ക് പ്രവഹിച്ചു. നിറംപോയ വഴിനോക്കി ഡോക്ടർക്ക് ലിംഫ്നോഡുകൾ തിരയും. പത്ത്-അൻപത് ലിംഫ്നോഡുകൾ കക്ഷത്തിനടിയിൽ ഒളിപ്പിച്ചുവെച്ചാണ് സ്ത്രീകൾ നടക്കുന്നത്. കുത്തിവെച്ച നിറം നോഡുകളിൽ എത്താൻ രണ്ടുമണിക്കൂറാണെടുക്കുന്നത്. അത്രയും സമയം ഡോക്ടർ അശ്വിനിയെ സ്വതന്ത്രയാക്കി വിട്ടു.

''രണ്ടു മണിക്കൂർ കഴിഞ്ഞു വരൂ. ഇവിടെയിരുന്നു മുഷിയണമെന്നില്ല.''

നിർദ്ദേശമനുസരിച്ച് അശ്വിനി സ്റ്റാർബക്സിലെ കാപ്പികുടിച്ച് ഉച്ചവെയിൽ നോക്കിയിരുന്നു. ബസ്സ്റ്റോപ്പിൽ കോട്ടും തൊപ്പിയും ഗ്ലൗസും ഇട്ട ആളുകൾ ഫോണിലേക്ക് തലകുനിച്ചു നിന്നു. തണുപ്പ് അധികമില്ലെങ്കിലും ബസ് യാത്രക്കാർ തണുപ്പിനെ ചെറുക്കാൻ ഒരുങ്ങിയിരിക്കും.

പാർക്കിംഗ് ലോട്ടിന്റെ വേലിക്കു താഴെ നിരയായി നട്ടിരിക്കുന്ന ടൂലിപ്പുകൾ കടുത്തനിറത്തിൽ പൂത്തുതിമിർക്കുന്നുണ്ടായിരുന്നു. അതിനു ചുറ്റും അരികുവാളമായി ഇളംവയലറ്റും മഞ്ഞയും ഡാഫഡൈൽ പൂവുകൾ വെയിലിനെ എത്തിച്ചു നോക്കി. കാറ്റാണെങ്കിൽ ഓരോ ചെടിത്തലയും തിരിച്ചും മറിച്ചും നോക്കി ക്വാളിറ്റി കണ്ട്രോൾ ഇൻസ്പെക്ടർ കളിക്കുകയായിരുന്നു. വേലിക്കരികിലെ മരങ്ങളിൽ ഇലകൾ വിരിയുന്നതേയുള്ളൂ. രണ്ടാഴ്ച കഴിയുമ്പോൾ മരങ്ങളൊക്കെ ഇലകളുടെ കൊഴുപ്പിൽ മേളിച്ചു നിൽക്കുന്നത് അശ്വിനി സങ്കല്പിച്ചു. കാഴ്ചകണ്ടു കാപ്പികുടിച്ചിരുന്നു മടുത്തപ്പോൾ അശ്വിനി ഇമെയിലുകൾ നോക്കി. ഇമെയിലുകൾക്കിടയിൽ ഗേൾ-പവറിന്റെ വിശേഷക്കൂട്ടം അവൾ വായിച്ചു.

''ഡേയ്, ആഷ്, നീയിതെവിടെപ്പോയി?''

''ഹോയ് ആഷ്, എപ്പോഴാണ് താൻ ഫ്രീ ആവുന്നത്? നമുക്ക് സിനിമയ്ക്ക് പോവാം.''

''അതെ, ആദ്യം മറുപടി വരേണ്ടത് ആഷിൽ നിന്നാണല്ലോ.''

''ഞാൻ ബിസിയാണല്ലോ ഈ ആഴ്ച, കുറച്ചധികം പണി തീർക്കാനുണ്ട്. നിങ്ങൾ പൊയ്ക്കോളൂ.''

അതേയതെ, അശ്വിനിക്ക് കുറെയേറെ പണികളുണ്ട് തീർക്കാൻ. അർമാദിക്കാൻ ഇപ്പോൾ സമയമില്ല. അശ്വിനിക്ക് ആരെയും കാണേണ്ട, വിശേഷങ്ങളും വർത്തമാനങ്ങളും കേൾക്കേണ്ട.

ആശുപത്രിയിൽ തിരികെ എത്തിയപ്പോൾ അശ്വിനിയെ നേഴ്സ് സ്കാനിംഗ് മിഷീനിൽ കിടത്തി. കൈ പൊക്കിയും തിരിഞ്ഞും മറിഞ്ഞും കല്യാണിയുടെ ഫോട്ടോ സെഷൻ ഗംഭീരമായി കഴിഞ്ഞു. കുത്തു കൊണ്ടെങ്കിലെന്താ, കളവാണിക്ക് ശരിക്കും അസൂയ വരുന്നുണ്ടാവും.

''ഈ ഡൈ ശരീരത്തിൽ നിന്നു പോവാൻ ധാരാളം വെള്ളം കുടിക്കണം. മൂത്രത്തിന്റെ നിറം ക്ലിയറാവുന്നതുവരെ.''

ടെക്നീഷ്യൻ അവളുടെ ചുമതല തീർത്തിട്ടു ഡോക്ടറെ കണ്ടു പോകാൻ അശ്വിനിയോട് പറഞ്ഞു. രണ്ടാഴ്ചയ്ക്കുള്ളിൽ സർജറിയുടെ തീയതി തീരുമാനിക്കുമെന്നു ഡോക്ടർ അശ്വിനിക്ക് ഉറപ്പുകൊടുത്തു. അതിനു മനസ്സിനെയും ശരീരത്തിനെയും തയ്യാറാക്കണം. കാൻസറും ആധുനിക ചികിത്സയുമെന്നൊരു സെമിനാർ യൂണിവേഴ്സിറ്റിയിൽ നടക്കുന്നുണ്ട്. അതിൽ പുതിയ പഠനങ്ങൾ, ചികിത്സാരീതിയിലെ വ്യത്യാസങ്ങൾ തുടങ്ങിയതൊക്കെ വിഷയങ്ങളാണ്. അശ്വിനിയും മോഹനും അതിൽ സംബന്ധിക്കുന്നത് സഹായകരമാവും എന്നു ഡോക്ടർ നിർദ്ദേശിച്ചു.

അപ്പോഴാണ് കല്യാണിയും കളവാണിയും കൂടെ ക്യാൻസുവും എന്ന് അശ്വിനി ഉറപ്പിച്ചത്. ഒളിച്ചു കളിയുടെ സമയം കഴിഞ്ഞിരിക്കുന്നു. ഇനി അംഗീകാരം കൊടുത്ത് സ്വീകരിക്കാം.

''ക്യാൻസൂ, ഡിയർ നിന്നെ ഞാൻ സ്വീകരിച്ചിരിക്കുന്നു. ഇനി നമ്മൾക്കൊന്നിച്ചു ചുറ്റിക്കറങ്ങാം.''

ക്യാൻസർ വിരുന്നുകാരിയല്ല, വിളിക്കാതെ വന്നു കയറിയ സന്ദർശകയാണ്. അതുകൊണ്ട് ദേവിയായി പൂജിക്കേണ്ട. ബേസ്ബോൾ ബാറ്റുകൊണ്ട് അടിച്ചു പുറത്താക്കണം. ഇരിക്കാൻ കണ്ട ഒരു ഇടം! റാണ ഇടപെട്ടു.

വൈരാഗ്യം..രാഗ്യം..രാഗ്യം..ഗ്യം..

മലയാളി സമൂഹത്തിലേക്കുള്ള ന്യൂസ് റിലീസ് ഓർത്ത് അശ്വിനി നടുങ്ങി.

''അഹങ്കാരീ...''

''അഹംഭാവം കുറെ കൂടുതലായിരുന്നു.''

ആൾക്കൂട്ടം നിലവിളിക്കുകയാണ്. ഇതിൽ പാപമില്ലാത്തവർ ആരുമില്ലേ? നാവ് പൊങ്ങുന്നില്ല. ചോദ്യം തൊണ്ടയിൽ തടഞ്ഞു നിൽക്കുന്നു.

അശ്വിനിക്ക് അമ്മയെ വിളിക്കാൻ വയ്യ. അമ്മ മനസ്സിലോർക്കാൻ പോകുന്നത് താന്തോന്നിത്തത്തിനു കിട്ടിയ സമ്മാനം എന്നായിരിക്കുമോ?

അശ്വിനിയും അമ്മയുമായുള്ള ലഹളകൾക്കവസാനം അമ്മ കരയും.

''എല്ലാ പിള്ളേരേപ്പോലേം നിനക്ക് ഇവിടെ പി.ജി.ക്കു പഠിച്ചൂടെ? കാനഡയ്ക്കു തന്നെ പോണോ?''

''ഇത്രയും നല്ല ചാൻസ് കിട്ടില്ല അമ്മേ.''

''ന്നാലും നിന്റെ കൂട്ടുകാരികളെല്ലാം ഇവിടെയല്ലേ പഠിക്കുന്നത്?

''അമ്മയല്ലേ പറഞ്ഞത് എന്റെ കൂട്ടുകാരൊക്കെ പാലത്തേന്നു ചാടീന്നു പറഞ്ഞു ഞാനും ചാടരുതെന്ന്. അതുകൊണ്ടു അവരുപോണ സ്ഥലത്ത് എനിക്ക് പിജിക്കു പോവണ്ട.''

അപ്പോഴാണ് അമ്മ കണ്ണീർഗ്രന്ഥിയുടെ ടാപ്പു തുറക്കുന്നത്.

''എത്ര പ്രാർത്ഥന ഞാൻ കഴിച്ചതാണീശ്വരാ, എനിക്കെന്തിനാ ഈ ശിക്ഷ.''

''നൂറ്റാണ്ടു മുൻപെഴുതിയ സ്ക്രിപ്റ്റനുസരിച്ചു ജീവിക്കാൻ എന്നെ കിട്ടില്ല. പഠിക്കുക, നല്ല മാർക്കു വാങ്ങി പാസ്സാവുക, കേരളത്തിലൊരു ജോലി കിട്ടുക, ചായേം പലഹാരോം കഴിക്കണത് ഒന്നു കൊഴുപ്പിക്കാൻ കാണാൻ നിന്ന് കൊടുക്കുക, കല്യാണം കഴിക്കുക, പിന്നെ ഭർത്താവിന്റെ വീടിനടുത്തേക്ക് സ്ഥലംമാറ്റം വാങ്ങുക, ആ വീട്ടിലെ പണിയും കൂടി ചെയ്യാൻ സമയം തികയാതെ വരുമ്പോ ജോലി രാജിവെക്കുക. പ്രസവിക്കുക എടക്കെടെയ്ക്ക് കരയുക, ചത്തു പോവുക.''

''ഉവ്വെടീ, എനിക്കിനി ചത്തുപോവാനുംകൂട്യേ ബാക്കിയുള്ളൂ. എങ്ങനെയെങ്കിലും ചത്തുകിട്ട്യാ മതിയായിരുന്നു.''

അമ്മ അങ്ങനെ പ്രാകും എന്നു കരുതിയില്ല. സത്യത്തിൽ അമ്മയുടെ ജീവിതമല്ല റാണാ ഞാൻ പറഞ്ഞത്. ഈ പെണ്ണുങ്ങടെ കണ്ണീരു കാണുന്നതു തന്നെ എനിക്കു കലിയാണ് റാണാ.

അമ്മയെ വിളിക്കുന്നതിനു പകരം അശ്വിനി അഖിലയെ വിളിച്ചു. ചെറിയൊരു സംശയംന്ന് നുണ പറഞ്ഞു.

''എന്റെ കൃഷ്ണാ...''

അഖില നിലവിളിക്കുമെന്നു അശ്വിനി ഭയപ്പെട്ടു.

''മിണ്ടാണ്ടിരിക്കൂ അക്കൂ. ഇതൊന്നും ഇക്കാലത്ത് വല്യ കാര്യല്ല.''

''ചേച്ചീ, ഞാൻ വരട്ടെ?''

''ഇതാണ് തമാശ. നീയെങ്ങനെ വരും കുട്ടീ? നീയവിടെ രണ്ടു വീടു നോക്കുന്നത് പോരെ? അമ്മടെ കൂടെ നാനാദിക്കിലെക്കും ഓടാൻ പിന്നെ ആരുണ്ടാവും? പപ്പയെ ഹോസ്പിറ്റലിൽ കൊണ്ടോവാനും അമ്മൂമ്മയ്ക്ക് മരുന്നു വാങ്ങാനും ഗ്യാസ് ഏർപ്പാടാക്കാനുംക്കെ അവിടെ ആളുവേണ്ടേ?''

''ന്നാലും ചേച്ചീ, ഞാൻ അപ്പുച്ചേട്ടനോട് വരാൻ പറയാം. ഒരു മാസത്തേക്ക്.''

''അതൊന്നും നടക്കില്ല. നിന്റെ വീട്ടിലെ കാര്യങ്ങളോ? നിന്റെ പ്ലസ് ടൂകാരിയെ ഇട്ടിട്ട് എങ്ങോട്ടും പോവണ്ടാ. എൻട്രൻസ് ക്ലാസും മത്തങ്ങേം ആയിട്ട് നിങ്ങളൊരു ടൂറു പോയിട്ടുതന്നെ എത്ര കാലായി?''

''ടൂറു പോലെല്ലല്ലോ ഇദ്. ചേച്ചീ...''

''നീയൊന്നു അടങ്ങ് മോളെ, ആവശ്യണ്ടെങ്കി ഞാൻ പറയാം. തൽക്കാലം നീയാ എൻട്രൻസ്കാര്യേം അവൾടെ അച്ഛനേം നോക്ക്.''

''അദൊന്നും ഒരു പ്രശ്നോം ല്ല ചേച്ചീ.''

''ഉവ്വ്, നിനക്ക് നമ്മൾടെ വീട്ടിലെ കാര്യങ്ങളും ജോലീം കഴിഞ്ഞിട്ട് അവരെ നോക്കാൻ നേരോല്ലല്ലോ.''

അഖിലവക്കീൽ പിന്നെയും രേഖകളും വാദങ്ങളും നിരത്തിക്കൊണ്ടിരുന്നു. അഖിലയുടെ ഉറക്കം കളഞ്ഞ വിഷമത്തിൽ അശ്വിനി ഉറങ്ങാൻ കിടന്നതാണ്.

നട്ടപ്പാതിരയ്ക്ക് അമ്മയുടെ ഫോൺ വന്നു.

''മോളൂട്ടി ഒന്നോണ്ടും പേടിക്കേണ്ട. അമ്മ മലർപ്പറ വെയ്ക്കുന്നുണ്ട്. ഒക്കെ ഭേദായിക്കോളും.''

ഉറക്കച്ചടവിൽ കുറച്ചു സമയമെടുത്തു അശ്വിനിക്ക് അമ്മയെന്താണ് പറയുന്നതെന്നു തിരിച്ചറിയാൻ.

''അക്കു പറഞ്ഞോ? ആ പെണ്ണിന് ഇതെന്തിന്റെ കേടാണ്?''

''പാവാണെടീ, അവള് കരഞ്ഞോാടി വന്നു ഇങ്ങോട്ടയ്ക്ക്. എനിക്ക്

പോകാനും പറ്റൂല്ലല്ലോ മ്മേന്നും പറഞ്ഞു. അവൾടെ നാത്തൂന് നടു വെട്ടിയിരിക്കാ. അതോണ്ട് ചന്ദ്രന്റെ അമ്മയിപ്പൊ അവിടേന്.''

അഖില പണ്ടേ തൊട്ടാവാടിയാണ്. അവൾക്ക് ആരുടേയും സങ്കടം കാണാൻ വയ്യ. അശ്വിനി പുറപ്പെട്ടുപോയ സങ്കടം തീർക്കാൻ അമ്മയ്ക്ക് ഇഷ്ടമുള്ളത് ഞാൻ പഠിച്ചോളാന്നു ഏറ്റുപറഞ്ഞവളാണ്.

യൂണിവേഴ്സിറ്റിയിലെ സെമിനാറിലെ ഒരാളുടെ രോഗപ്രതിരോധ വ്യൂഹം എങ്ങനെയാണ് പ്രവർത്തിക്കുന്നത് എന്ന തുടക്കം തന്നെ അശ്വിനിക്ക് ബോറടിച്ചു. ശരീരത്തിനു ഹാനികരമായവയിൽ നിന്നും അതിനെ രക്ഷിക്കുന്ന പട്ടാളക്കാരായാണ് ഇമ്യൂൺ കോശങ്ങളെ വിശേഷിപ്പിച്ചത്. ക്യാൻസർ കോശങ്ങൾ ഈ പട്ടാളക്കാരെ പറ്റിക്കുന്നു. DNA മാറിപ്പോയ കോശം ശത്രുവല്ല ഞങ്ങൾ സാധാരണ കോശങ്ങൾ എന്ന മട്ടിൽ അത്രയും നാളത്തെ സത്സ്വഭാവം വിട്ടു തകൃതിയായി വിഭജിച്ചു കൊണ്ടിരിക്കും. ഒന്ന്, രണ്ട്, നാല്, എട്ട്, പതിനാറ് - പെരുകിപ്പെരുകി ഏകദേശം ഒരു സെന്റിമീറ്റർ വലിപ്പം ആകുമ്പോഴേക്കും അതിനുള്ളിൽ നൂറുകോടി കോശങ്ങളായിക്കഴിയും. കാൻസർ കോശങ്ങൾ വർഷങ്ങളോളം ശരീരത്തിൽ ഉണ്ടായിരുന്നിരിക്കാം. പ്രതിരോധശക്തിക്ക് പരാജയപ്പെടുത്താൻ കഴിയാത്ത ഒരു നിലയിൽ എത്തിക്കഴിയുമ്പോഴാണ് അത് പുറത്ത് അറിയുന്നത്. അതുകൊണ്ട് പുതിയ ചികിത്സാരീതി നിർദ്ദേശിച്ചത് പ്രത്യേതരം പ്രതിരോധചികിത്സകളായിരുന്നു.

അശ്വിനി എങ്ങനെയൊരു ക്യാൻസർ കാൻഡിഡേറ്റ് ആയി? കൃത്യമായി എക്സർസൈസ് ചെയ്യും. ഭക്ഷണകാര്യത്തിൽ വളരെ നിഷ്കർഷതയുണ്ട്. പഴങ്ങൾ, പച്ചക്കറി, വിറ്റാമിനുകൾ... കോളകൾ കുടിക്കാറില്ല. അശ്വിനി റിസേർച്ചിനോട് തർക്കിച്ചു നോക്കി.

പിന്നെ അടുത്തയാൾ പ്രതിരോധമരുന്നുകളുടെ പേരുകൾ സ്ക്രീനിൽ കാണിക്കുവാൻ തുടങ്ങി. ഇപ്പിലിമുമാബ്, നിവോലുമാബ്, ഐബ്രൂറ്റിനുബ്... ഇതൊക്കെ എങ്ങനെ ഉച്ചരിക്കുമെന്നു അശ്വിനി ആശങ്കപ്പെട്ടപ്പെടുമ്പോൾ അടുത്തിരിക്കുന്ന ചിലർ കുറിപ്പുകൾ എഴുതിയെടുക്കുന്നുണ്ടായിരുന്നു.

അശ്വിനി ഫോണിൽ മെസേജുകൾ നോക്കി. മോഹൻ ചോദിച്ചു

''ഇത് നോട്ട് ചെയ്തൂടെ? ഡോക്ടറോട് ചോദിക്കാലോ.''

''ഡോക്ടറുടെ ജോലിയാണ് ഈ മരുന്നിന്റെ ഡീടൈൽസും എന്റെ ക്യാൻസറിന്റെ ഡീടൈൽസും നോക്കി ഇതു പറ്റുമോ ഇല്ലേന്നു തീരുമാനിക്കേണ്ടത്. അല്ലാതെ രോഗികളെല്ലാം ഫാർമക്കോളജിയും പതോളജിയും അനാറ്റമിയും പഠിക്കാൻ പറ്റ്വോ?''

''അറിഞ്ഞിരിക്കുന്നത് നല്ലതല്ലേ?''

''ഉം..ഹും... ഒട്ടും നല്ലതല്ല. അവനോന് ആവശ്യമുള്ളത് മാത്രം അറിയുന്നതാണ് നല്ലത്. ഒരു മനുഷ്യായുസ്സ് കൊണ്ട് കിട്ടിയിരുന്ന

അറിവ് ഇപ്പൊ ഒരു ദിവസംകൊണ്ട് ടിവിയും ഇന്റർനെറ്റുമായി കിട്ടും. ഇൻഫോർമേഷൻ ഓവർലോഡ് നല്ലതല്ല.

മടങ്ങിപ്പോകുന്ന വഴി അശ്വിനി പുതിയ കാലത്തിന്റെ അധ്വാനവർദ്ധനവ് മോഹനു വിശദീകരിച്ചു കൊടുത്തു.

''പണ്ടൊക്കെ ഇവിടെ എല്ലാ ഗ്യാസ് സ്റ്റേഷനുകളിലും ഗ്യാസ് പമ്പു ചെയ്യാൻ ആളുണ്ടായിരുന്നു. പിന്നെ നമ്മളു തന്നെ ഗ്യാസടിക്കുന്നത് ചീപ്പറാക്കി തന്നു. അങ്ങനെ നമ്മളെ ട്രെയിൻ ചെയ്യിച്ചു. ഇപ്പൊ സർവ്വീസ് എന്നൊരു കാര്യം ഗ്യാസ് സ്റ്റേഷനുകളിൽ ഇല്ല. ബാങ്കിംഗ് മെഷീനിൽ കൂടി ക്യാഷ്യറു പണിക്ക് നമ്മളെ ട്രെയിൻ ചെയ്യിച്ചു. ഇപ്പൊ കണ്ടിട്ടില്ലേ കടകളിൽ സെൽഫ് സെർവ് ബൂത്തുകള്. നമ്മളെ കാഷ്യർ പണി പഠിപ്പിച്ചെടുക്കുകയാണ്. പതിയെ ക്യാഷേഴ്സിന്റെ എണ്ണം കുറയും.''

ഓഫീസുകളിലും ഇതു തന്നെ. തന്നത്താനെ പർച്ചേസ് ഓർഡർ ഉണ്ടാക്കണം. ഏതൊക്കെ അക്കൗണ്ടിൽ നിന്നുമാണ് ഇതിന്റെ പണം വരേണ്ടതെന്ന് സാധനം ആവശ്യമുള്ളയാൾ നിശ്ചയിക്കണം. സാധനം വന്നു കഴിഞ്ഞാൽ വന്നുവെന്ന് കണുക്ക് ബോധിപ്പിക്കേണ്ടതും ഉപഭോക്താവുതന്നെ. പർച്ചേസിംഗ് ഡിപ്പാർട്ട്മെന്റ്, റിസീവിംഗ് ഡിപ്പാർട്ട്മെന്റ്, അക്കൗണ്ടിംഗ് എന്നിവരൊക്കെ ചെയ്തിരുന്ന ജോലികളെല്ലാം ഇപ്പോൾ എല്ലാവരുമായി ചെയ്യുന്നു. ജീവനക്കാരന്റെ ജോലിയിലുള്ള കഴിവ് വിലയിരുത്തേണ്ടത് ആദ്യം അയാൾ തന്നെയാണ്. ബോസ് അതു നോക്കി യോജിക്കുന്നുണ്ടോ ഇല്ലയോ എന്ന് പറയാം. മറ്റു അഭിപ്രായങ്ങൾ എഴുതിചേർക്കാം.

ജോലി ചെയ്ത സമയം, അവധിയെടുത്ത ദിവസങ്ങൾ, അസുഖം കാരണം നഷ്ടപ്പെട്ട സമയം എല്ലാം രേഖപ്പെടുത്തുന്നതും ജീവനക്കാർ തന്നെ. ഹ്യൂമൻ റിസോഴ്സിന്റെ പണികളായിരുന്നു അതൊക്കെ. ഇപ്പോൾ എല്ലാവരും എല്ലാ ജോലിയും ചെയ്ത് ആർക്കും ഒന്നിനും സമയമില്ലാതായിരിക്കുന്നു. അവനവന്റെ കാര്യങ്ങൾ ഭംഗിയായി ചെയ്താൽ പോരെ? അതോണ്ട് ഡോക്ടർ ഡോക്ടർപണി നോക്കട്ടെ. അശ്വിനി കെട്ടിടം പണി നോക്കാം. വിള്ളലുകൾ, ചോർച്ച, സങ്കലനം, എല്ലാം എഞ്ചിനീയർ ഏറ്റെടുക്കാം.

ആധുനിക ചികിത്സ സെമിനാറും ചെന്നുനിന്നത് പോസിറ്റീവ് തിങ്കിംഗിലായിരുന്നു. മോഹൻ അതിലേക്ക് കടക്കാൻ ശ്രമിച്ചു

മനസ്സിനെ പ്ലാസ്റ്റിക് കടലാസ്സുപോലെയാക്കണം. Don't take anything personal.

എല്ലാ മനസ്സും പ്ലാസ്റ്റിക്ക് അല്ല, എത്രതരം മനസ്സുകളുണ്ട്. ചില മനസ്സുകൾ ബ്ലോട്ടിംഗ് പേപ്പറുപോലെ, മറ്റു ചിലത് ന്യൂസ് പേപ്പർ

പോലെ, ചിലത് ചൈന പേപ്പർ പോലെ, എല്ലാത്തിനേം ഒരേ നിരയിൽ പെടുത്താൻ പറ്റില്ല. എല്ലാ മനസ്സുകളും കൂടി എടുത്ത് പ്ലാസ്റ്റിക് ആക്കാൻ പറഞ്ഞാൽ നടക്കില്ല!

''ഒക്കെ ഒരു ചെവിയിൽകൂടി കേട്ട് മറുചെവിയിൽ കൂടി കളയണം.''

''എന്തു ചെയ്യാൻ, ചിലർക്ക് കേൾക്കുന്നതൊക്കെ രണ്ടു ചെവിയിൽ കൂടിയും നേരെയിറങ്ങി ഹൃദയത്തിൽ പറ്റിപ്പിടിച്ചങ്ങിരിക്കും.''

ഓരോ നിർദ്ദേശങ്ങൾക്കും അശ്വിനി മോഹനോടു തർക്കുത്തരം പറഞ്ഞുകൊണ്ടിരുന്നു.

അന്തമില്ലാത്ത ശുഭപ്രതീക്ഷയാണ് ജീവിതത്തിന്റെ വിജയരഹസ്യം. എത്രയേറെ പുസ്തകങ്ങളും വീഡിയോകളുമാണ് ഈ വിഷയത്തിൽ. Who moved my cheese? എന്ന പുസ്തകത്തിന്റെ ലക്ഷക്കണക്കിനു കോപ്പികളാണ് അമേരിക്കയിൽ വിറ്റുപോയത്. ഒരു സ്ഥാപനത്തിലെ ജോലിക്കാരുടെ എണ്ണം കുറയ്ക്കാനുള്ള പ്രചാരണ പ്രസ്ഥാനത്തോടു ഓഫീസ് ജോലിക്കാരെ അനുനയിപ്പിക്കാൻ പറ്റിയ പുസ്തകമാണ് ''ന്റെ പാലട ആരേ മാറ്റീത്?'' എന്ന പുസ്തകം.

എന്നും പാലട തിന്നിരുന്ന രണ്ടു കൂട്ടുകാർ ഒരുദിവസം കാലത്ത് അവരുടെ പാലട സങ്കേതത്തിൽ എത്തുമ്പോൾ സ്ഥലം കാലി. പരിഭ്രമിച്ച് എന്താ ചെയ്യണ്ടേന്നറിയാതെ അവർ പ്രതിഷേധിച്ച് തൊള്ളയിടുന്നതാണ് ''ന്റെ പാലട ആരേ മാറ്റീത്?''ന്ന്. അവരങ്ങനെ കുറ്റപ്പെടുത്തിയും അന്യായമാണെന്നും പറഞ്ഞും സമയം കളയുമ്പോൾ അത്രയ്ക്കൊന്നും ബുദ്ധിയില്ലാത്ത എലികൾ തനിയെ പുതിയ പാലട ശേഖരിപ്പു സ്ഥലം കണ്ടുപിടിച്ചു. അതുകണ്ടപ്പോ മനുഷ്യന്മാർക്കും ബുദ്ധിവെച്ചു, വെറുതെ പ്രതിഷേധിക്കാതെ പോസിറ്റീവ് ആറ്റിറ്റ്യൂഡ് പുതച്ച് മുന്നോട്ട്... മുന്നോട്ട്... മുന്നോട്ടുപാഞ്ഞു ചെന്നാൽ ദേ, കെടക്കണൂ മുമ്പത്തേക്കാളും മെച്ചപ്പെട്ട പാലട.

തൊഴിലാളികളെ മാനസാന്തരപ്പെടുത്താൻ ഈ പുസ്തകം എല്ലാ ഓഫീസുകളിലും വാരിക്കോരി കൊടുത്തിരുന്നു. നിങ്ങളുടെ ജോലി നഷ്ടപ്പെട്ടാൽ അടുത്ത ജോലി കണ്ടുപിടിക്കുകയാണ് നല്ലത്. വെറുതെ മാനേജ്മെന്റിനെ ചീത്ത പറഞ്ഞിട്ട് കാര്യമില്ല. ബുദ്ധിയില്ലാത്ത എലികളെ കണ്ടുപഠിക്കൂ.

''പോസിറ്റീവ് തിങ്കിംഗ് ആനപ്പിണ്ടം.''

അശ്വിനിക്കു കിട്ടിയിരിക്കുന്നത് മുഖമടച്ചൊരു ഇടിയാണ്. കൺകഷൻ - അത് തലച്ചോറിനുള്ളിലാണ്, പുറത്ത് പാടുകളൊന്നും കാണാനില്ല. കാഴ്ച മങ്ങുന്നു, അല്ലെങ്കിൽ ഇരട്ടക്കാഴ്ച ഡബിൾ വിഷൻ. എല്ലാ കാഴ്ചകളും പെരുപ്പിച്ചു പെരുപ്പിച്ച് കണ്ണുനിറക്കുന്നു.

അശ്വിനി അടുത്ത ദിവസം റാണയോട് തന്നെ പരാതി പറഞ്ഞു.

പതുപതുത്ത ആ ചങ്കുണ്ടല്ലോ, പണ്ടു നമ്മൾ കാവലിരുന്നു കളിച്ചില്ലേ?

''എന്താണ് വേണ്ടത്?''

''അമ്മൂമ്മേടെ ചങ്കും മത്തങ്ങേം.''

അദു തന്നെ. അതിന്റെ മുകളിലൂടെ ഒരു ട്രെയിൻ കയറിയിറങ്ങിപ്പോയ ഒരു അനുഭൂതി. അടിച്ചുവാരി ഒരു കൊട്ടയിലാക്കി ഇപ്പൊ തലേല് വെച്ചോണ്ട് നടക്കാണേ. കണ്ടോ തലേടെ മോളിൽ കൊട്ടയ്ക്കകത്ത് ചല്ലം ചില്ലം ചങ്കു പീസ്?

മീറ്റിംഗ് ഉണ്ട്

പ്രോജക്ട് ഉണ്ട്

കെട്ടിടമുണ്ട്

കോൺട്രാക്റ്റുണ്ട്

പെർമിറ്റ് കിട്ടാനുണ്ട്.

ചാർട്ടർ, സ്കോപ്പ്

കീർത്തന...

കീർത്തന..

കീർത്തന...

വീട്

വിരുന്നുകാർ

സിനിമ

ട്രിപ്പ്, വെക്കേഷൻ

അമ്പലം

നാട്, അമ്മ, ജഡ്ജി

അതിനിടയ്ക്ക് എവിടെയാണ് അശ്വിനി ക്യാൻസറിനെ തിരുകേണ്ടത്?

The Attitude Game

അശ്വിനിക്ക് വെറും സാദാ, സർവ്വസാധാരണ ക്യാൻസറാണ്. പാൽ കുഴലുകളിൽ തുടങ്ങി പുറത്തേക്ക് നുഴഞ്ഞു കടന്നത് - ഇന്വേസീവ് ക്യാൻസർ എന്നു ഡോക്ടർ വിശദമാക്കി.

അശ്വിനി മുഖം പൊത്തിയിരുന്നു. കണ്ണുനീർ ഇറ്റുവീഴുന്നതു കണ്ട പ്പോൾ ഡോക്ടർ അവളുടെ ചുമലിൽ കൈവെച്ചു. അച്ഛാന്നു വിളിച്ച് ജബ്ബാറിന്റെ കൈപിടിച്ചങ്ങു പോകാൻ പറ്റിയിരുന്നെങ്കിൽ എന്ന് റാണാ പ്രതാപ് സിംഗിനോടവൾ ആഗ്രഹം പറഞ്ഞു. അശ്വിനിക്കിഷ്ടപ്പെട്ടത് ഡോക്ടർ ജബ്ബാറിന്റെ കുടവയറൻ ശരീരമാണ്. പപ്പയെപ്പോലെ കുട വർ കുലുക്കിയാണയാൾ ചിരിക്കുന്നത്. ഡോക്ടർ ജബ്ബാറിനു രണ്ടു പെണ്മക്കളാണ്. മരക്കൊമ്പിലിരുന്ന് കൊഞ്ഞനം കുത്തുന്ന കുസൃതി കളുടെ ഫോട്ടോ അലമാരയ്ക്കു മുകളിൽ കണ്ട് അശ്വിനി ആഭിജാത്യം വെടിഞ്ഞു ചോദിച്ചിട്ടുണ്ട് മക്കളെപ്പറ്റി.

''അറ്റൻഷനായി നിൽക്കുന്ന ഫോട്ടോയ്ക്ക് എന്തു രസം. ഇതാണ് അവരുടെ തനിനിറം.''

ഡോക്ടർ വാത്സല്യത്തോടെ വിശദീകരിച്ചു. ഫോട്ടോ ഫ്രെയ്മിൽ ഒതുങ്ങാതെ അവരുടെ ചിരി അലമാരപ്പുറത്തേക്ക് ചിതറുന്നത് അശ്വിനി നോക്കിയിരിക്കാറുണ്ട്. ഒരാൾക്ക് ഒതുങ്ങാത്ത ചുരുളൻ മുടി, സ്വഭാവം പോലെ unruly! ഇളയ കുട്ടിക്ക് കോലൻ മുടിയാണ്, പക്ഷേ കണ്ണിലും കവിളിലുമെല്ലാം കുസൃതി കുത്തിതിരികിയിരിക്കുന്നത് കാണാം. ഡോക്ടർ ഇടയ്ക്കൊക്കെ തന്റെ പുന്നാരമക്കളെപ്പറ്റി അശ്വിനിയോടു പറയുകയും ചെയ്തു.

സ്തനാർബുദത്തെ അഭിമുഖീകരിക്കേണ്ടത് എങ്ങനെയെന്ന വിഷയ ത്തിൽ ഒരു സെമിനാർ ആശുപത്രിയുടെ താഴത്തെ നിലയിൽ നടക്കു ന്നുണ്ടായിരുന്നു. ഡോക്ടർ ജബ്ബാർ അശ്വിനിയെ അതിനു പറഞ്ഞയച്ചു.

സെമിനാർ ഹാളിനുമുന്നിലെ വരാന്തയിൽ പിങ്കു റിബ്ബണുകളുടെ ആഘോഷമായിരുന്നു. പിങ്ക് പെൺകുട്ടികൾക്കായി പണ്ടുപണ്ടേ നീക്കി വെച്ചിരുന്ന നിറമാണ്. ഇപ്പോൾ ബ്രെസ്റ്റ് ക്യാൻസറിന്റെ അടയാളം

പിങ്ക് റിബ്ബണാണ്. പ്രോസ്റ്റേറ്റ് ഗ്രന്ഥിക്കുണ്ടാകുന്ന ക്യാൻസറിന്റേത് നീല റിബ്ബണാണ്.

''പ്രൊസ്റ്റേറ്റ് ക്യാൻസറിന്റെ സിംബൽ ബ്ലൂ ടൈ ആക്കാത്തതെന്താണ്? പുരുഷന്മാർക്കെന്താ റിബൺ? എല്ലാ നാടകളും അറുത്തു മുറിച്ച് സ്വതന്ത്രരാകാൻ ശ്രമിക്കുകയല്ലേ പുരുഷന്മാർ ചെയ്യുന്നത്?''

അശ്വിനി ചോദിക്കുന്നതിനു മോഹൻ ഉത്തരം പറയുന്നില്ല. ഉത്തരം കിട്ടാത്ത ചോദ്യങ്ങൾ മഹാബോറാണെന്നു അശ്വിനി ഇതിനു മുൻപും പരാതി ബോധിപ്പിച്ചിട്ടുള്ളതാണ്.

വരാന്തയിൽ പലയിടത്തായി കാൻസറിനെ പിങ്കു റിബ്ബണിൽ പൊതിഞ്ഞലങ്കരിച്ചു വ്യാപാരം ചെയ്യുന്നുണ്ടായിരുന്നു. പിങ്കു റിബ്ബൺ കഴുത്തിൽ കെട്ടിയ കരടി. റോസ് നിറത്തിലുള്ള കല്ലുപതിച്ച മാലാഖ പിന്നുകൾ, വരാനിരിക്കുന്ന പണപ്പിരിവിനുള്ള ആഹ്വാനം, പോയ വർഷങ്ങളിലെ നടപ്പുത്സവങ്ങളുടെ ഫോട്ടോകൾ, അറിയിപ്പുകൾ, വിവരണങ്ങൾ, സഹായസങ്കേതങ്ങൾ...

അശ്വിനി കേട്ടും വായിച്ചും അറിഞ്ഞ കാര്യങ്ങൾ പിന്നെയും കേട്ടു. ക്യാൻസർ തുടങ്ങുന്നത് മുലയ്ക്കകത്തെ വഴിതെറ്റിപ്പോയ സൂക്ഷ്മമായ ഒരൊറ്റ കോശത്തിലാണ്. പാരമ്പര്യമാണോ, ചുറ്റുപാടുകളാണോ രണ്ടും കൂടി കൂടിട്ടാണോന്നു ഉറപ്പിച്ചങ്ങു പറയാൻ പറ്റില്ല ഈ വിപ്ലവത്തിനു കാരണം. വഴിപിഴച്ച കോശം രണ്ടാവും, അത് നാലാവും, എട്ടാവും. ഒരു അരിമണി വലിപ്പത്തിനുള്ളിൽ കോടിക്കണക്കിനു ഈ കോശങ്ങളുണ്ടാവും.

ഓർമ്മയില്ലേ നമ്മുടെ പഴയ കഥ, ചതുരംഗപ്പലകയുടെ ഒന്നാമത്തെ കളത്തിൽ ഒരു മണി അരി, അടുത്ത കളത്തിൽ രണ്ടു മണി അരി, അടുത്തതിൽ അതിന്റെ ഇരട്ടി. അടുത്തതിൽ അതിന്റെയും ഇരട്ടി. അങ്ങനെയങ്ങനെ എല്ലാ കളങ്ങളും നിറയ്ക്കാനാവശ്യപ്പെട്ട കൗശലം. നിസ്സാരംന്ന് കരുതിയ രാജാവിന്റെ കലവറ ഒരു ചതുരംഗപ്പലകയിൽ അരിവെച്ചു കാലിയായിപ്പോയി. അറുപത്തിനാല് കളങ്ങൾ നിറയ്ക്കാൻ അരി തികയാതെ രാജാവ് പരാജയപ്പെട്ടു.

വെള്ളക്കോട്ടുകാരുടെ നിരകണ്ട് കീർത്തനയോട് ഐകമത്യം പ്രഖ്യാപിച്ച് അശ്വിനി ഒരു ബൂത്തിൽ കയറി. Lymphocytes represent your cancer fighting army എന്നാണ് അവിടുത്തെ ബോർഡ്. അതിനു ചുവട്ടില വിശദാംശങ്ങൾ അശ്വിനി വായിച്ചു മനസ്സിലാക്കാൻ ശ്രമിച്ചു നോക്കി. ചില ഇമ്യൂൺ കോശങ്ങൾ മുളയിലെ ക്യാൻസറിനെ കൂട്ടുകയും ചെയ്യും. ലിംഫോസൈറ്റ്സ് സ്തനാർബുദം കൂടാൻ സഹായിക്കുന്നു. കോശങ്ങളിലുമുണ്ട് കൂട്ടിക്കൊടുപ്പുകരും ചേരിമാറ്റക്കാരും. വിശ്വാസവഞ്ചന, ചതി, ഒറ്റുകൊടുപ്പ്.

Look good, Feel better!

മറ്റൊരു ബൂത്തിലെ ബാനർ വിളിച്ചു കൂവി. നിർത്തിയിട്ടിരുന്ന സ്കാർഫുകൾ, വിഗ്ഗിന്റെ സാമ്പിളുകൾ, അലോവേര അടങ്ങിയ ക്രീമുകൾ എന്നിവയിൽ തൊട്ടു തലോടി അശ്വിനി നടന്നു. അവിടെ എല്ലാവർക്കും നിറഞ്ഞ ചിരിയുണ്ടായിരുന്നത് അശ്വിനി ശ്രദ്ധിച്ചു. ആരുടെയും മുഖത്തു നിരാശയോ സങ്കടമോ വിദ്വേഷമോ കണ്ടില്ല. സ്തനാർബുദത്തെ ഒരു അത്യാഹിതമായി കാണരുത്, അത് ജീവിതത്തിലെ ഒരു സംഭവം മാത്രമാണ്. അതിനെ ആഘോഷിക്കുക! ജീവിതം ആത്മതാപത്തിൽ ചുട്ടുകളയാനുള്ളതല്ല!

അവിടെയും പോസിറ്റീവ് ആറ്റിറ്റ്യൂഡ് മൊത്തമായും ചില്ലറയായും വിൽക്കാൻ വെച്ചതുകണ്ടു അശ്വിനി നിന്നു.

''നമ്മുടെ മനോഭാവമാണ് പ്രധാനം, ചിലപ്പോൾ ചികിത്സയേക്കാൾ.''

ദേഷ്യം, ശുണ്ഠി, പേടി, സംശയം, ഉൽക്കണ്ഠ തുടങ്ങിയ സ്വാഭാവിക വികാരങ്ങൾ തികച്ചും തെറ്റാണ്. അതിനെയെല്ലാം അടക്കിവെച്ചു അതിനു മുകളിൽ ചിരിയുടെ സന്തോഷത്തിന്റെ, തൃപ്തിയുടെ ചമയങ്ങളിട്ടൊരു പൊയ്മുഖം വെച്ചാൽ രോഗം പമ്പയല്ല ഗംഗയും കടക്കും.

രോഗം ഭേദമാവും, എനിക്ക് ഒരു കുഴപ്പവും ഇല്ല എന്ന് ഉറച്ചു വിശ്വസിക്കുക. നിന്റെ വിശ്വാസം നിന്നെ രക്ഷിക്കും. വിശ്വാസം മാത്രം മതി. അപ്പോൾ രോഗം ഭേദമാവാതെ മരിക്കുന്നവർക്ക് വിശ്വാസം കുറവാണെന്നാണോ ന്യായം? അശ്വിനീ, നിന്റെ രോഗം ഭേദമാവുന്നില്ലെങ്കിൽ അത് നിന്റെ മനോഭാവത്തിലുള്ള ദോഷമാണ്. ഡോക്ടർമാർക്കും വൈദ്യശാസ്ത്രത്തിനും രോഗത്തിനും അതിൽ പങ്കൊന്നുമില്ല.

''ശ്ശോ മനസ്സിനു കുറെ സ്ട്രെസ്സ് കൊടുക്കുന്ന പരിപാടിയാണല്ലോ ഇത്! ഇതെങ്ങാനും ഭേദമായില്ലെങ്കിൽ എന്റെ ആറ്റിറ്റ്യൂഡ് നന്നാവാത്തോണ്ടാന്നു പറഞ്ഞു എന്നെ പൊരിക്കുമല്ലോ ഈ കൂട്ടർ ക്യാൻസൂ.''

ഉള്ളിലെ ദുരവസ്ഥ തികച്ചും രഹസ്യമാക്കി വെക്കണം. അത് തികച്ചും ശരിയാണോ? നമ്മുടെ യഥാർത്ഥ വികാരങ്ങൾ പൂർണമായും അടക്കി വെക്കുന്നത് ആരോഗ്യകരമാണോ? നീരാവി കുറച്ചൊക്കെ പുറത്തേക്കു വിടുന്നതല്ലേ നല്ലത്?

ചീഞ്ഞ മീൻകൂട്ടത്തിന്റെ മുകളിലിരുന്ന് റോസാപ്പൂവാണ് ചുറ്റുമെന്ന് നടിച്ചാൽ നാറ്റത്തെ ഇഷ്ടപ്പെടാനോ ഇല്ലാതാക്കാനോ പറ്റുമോ? ഒരാൾക്ക് താങ്ങാവുന്നതിലധികം ഭാരം തലയിൽ കയറ്റി വെച്ചിട്ട് ഹേയ്, തലയിൽ ഒന്നുമില്ലെന്ന് കരുതിയങ്ങ് നടന്നാൽ മതി എന്നു പറഞ്ഞാൽ അയാൾക്ക് നടക്കാൻ പറ്റുമോ? മനസ്സിന്റെ ശക്തിക്ക് പരിമിതികളില്ലേ? അത് പലരിലും പലതരത്തിലാവില്ലേ? പ്രായോഗികതയും യാഥാർത്ഥ്യവും തികച്ചും ഒഴിവാക്കുന്നത് ശരിയാവുമോ? നല്ലതാണോ?

ഞാൻ ആളത്ര ശരിയല്ലാത്തോണ്ടണ് ഇങ്ങനെയൊക്കെ തോന്നുന്നത് എന്നല്ലേ വരുത്തി തീർക്കുന്നത്? ഒരു വ്യക്തിയുടെ സങ്കടം,

പേടി, ദേഷ്യം, പരിഭ്രമം ഒക്കെ സ്വാഭാവികമാണെന്ന് അംഗീകരിച്ചു കൊടുക്കുന്നത് ന്യായമല്ലേ?

ഈ വികാരങ്ങൾ എനിക്ക് അവകാശപ്പെട്ടതല്ല എന്ന് പറയാമോ? സ്വയമേ വരുന്ന ഇവയൊക്കെയാണ് എന്നെ കൊല്ലാൻ പോവുന്നത് എന്ന് പറയുന്നത് ശരിയാണോ? റാണ പ്രതാപ് സിംഗിനോട് പ്രസംഗിച്ചു ക്ഷീണിച്ച അശ്വിനി ഒടുവിൽ ഉപസംഹരിച്ചു.

''ഈ പോസിറ്റീവ് ആറ്റിറ്റ്യൂഡിന്റെ നിഷ്ഠുരവാഴ്ച എന്നെ ഭയപ്പെടുത്തുന്നു റാണാ! എഴുന്നൂറ്റിമുപ്പത്തിയാറു കിലോ പോസിറ്റീവ് ആറ്റി ഉടൻ വേണം.''

ഗൂഗിളിലും സ്തനാർബുദത്തേക്കാൾ കൂടുതൽ സൈറ്റുകൾ പോസിറ്റീവ് ആറ്റിറ്റ്യൂഡിനുണ്ടായിരുന്നു. ആറ്റിറ്റ്യൂഡ് ശരിയല്ലാത്തവരെ ജീവിതത്തിൽ നിന്നും ഒഴിവാക്കുക. നിങ്ങളുടെ ബോസ്, കുടുംബത്തിലുള്ളവർ തുടങ്ങി ഒഴിവാക്കാൻ പറ്റാത്തവരാണെങ്കിൽ, അവരുമായുള്ള സംസർഗ്ഗം കഴിയുന്നത്ര കുറയ്ക്കുക. നമുക്ക് ലാഭമില്ലാത്തവരിൽ നിന്നും വിട്ടു നടക്കാനാണ് പോസിറ്റീവ് ആറ്റി ഉപദേശിച്ചത്.

ക്യാൻസർ വന്നത് ഭാഗ്യമായി കരുതുന്നവരുടെ അനുഭവ കഥകൾ അശ്വിനി ആകാംക്ഷയോടെ വായിച്ചു.

''ഞാൻ പുതിയൊരു വ്യക്തിയായി. എന്റെ ജീവിതവീക്ഷണം പാടേ മാറിപ്പോയി.''

അശ്വിനിക്ക് പുതിയ വ്യക്തി ആവേണ്ട, ജീവിത വീക്ഷണം ഒള്ളതൊക്കെ മതി. അത്തരം അത്യാഗ്രഹങ്ങൾ ഇല്ലാത്തതുകൊണ്ട് ക്യാൻസർ തിരിച്ചെടുക്കാമോ?

ധീരരായിരിക്കുക. ചെയ്ത കാര്യങ്ങളോർത്തല്ല, ചെയ്യാതെ വിട്ട കാര്യങ്ങളോർത്താവും മരണക്കിടക്കയിൽ നിങ്ങൾ പശ്ചാത്തപിക്കുന്നത്. ശുഭാപ്തിവിശ്വാസം വിളമ്പുന്ന പുസ്തകങ്ങൾ അശ്വിനിയോട് ആണയിട്ടു പറഞ്ഞു.

ലോകത്തുനിന്നും പോകുന്നതിനു മുമ്പ് ചെയ്തു തീർക്കേണ്ടത് എന്താണ്? ചുമ്മാ, വെറുതേ, തമാശയ്ക്ക്. ജീവിതം തീരാൻ ക്യാൻസർ വേണമെന്നില്ല. ഇപ്പോൾ വേണമെങ്കിൽ ബസ്സിടിച്ചു മരിക്കാം. ഇടിവെട്ടി മരിക്കാം. എന്താവും അശ്വിനിയുടെ ബക്കറ്റ് ലിസ്റ്റ്?

Kick the bucket! ആത്മഹത്യ ചെയ്യാൻ കഴുത്തിൽ കുരുക്കിട്ട് തൊട്ടിയിൽ കയറിനിൽക്കുന്ന ഭാഗ്യവാൻ അതിനെ തൊഴിച്ചു മാറ്റുന്നതോടെ ജീവിതക്ലേശങ്ങൾ തീർന്നു പോകുന്നു. അങ്ങനെ വന്നതാവാം മരണത്തിനു കിക്ക് ദി ബക്കറ്റ് എന്ന പര്യായം. ആ പ്രയോഗത്തിന്റെ ഉത്ഭവത്തെപ്പറ്റി പല നിഗമനങ്ങളും വ്യാഖ്യാനങ്ങളും അശ്വിനി ഇന്റർനെറ്റിൽ വായിച്ചെടുത്തു. വിക്കിപീഡിയയിൽ മരണം സൂചിപ്പിക്കുന്ന പ്രയോഗങ്ങൾ നൂറോളമുണ്ടായിരുന്നു.

തൊട്ടി തൊഴിച്ചിടുന്നതിനു മുൻപ് എന്തൊക്കെ ചെയ്തു തീർക്കണം അശ്വിനിക്ക്? അർത്ഥസമ്പുഷ്ടമായ ജീവിതം ഹ! എന്ന് മരിക്കുന്നതിനു തൊട്ടുമുൻപ് നിർവൃതിയടയാൻ എന്തൊക്കെയാണ് ബാക്കിയിരിക്കുന്നത്? ഹിമാലയം കയറണോ? പാരീസിൽ പോവണോ? നൈലിൽ കുളിക്കണോ? തെംസ്പുഴയുടെ തീരത്തുകൂടിയുള്ള മുന്നൂറു കിലോമീറ്റർ നടപ്പാത നടന്നെത്തിക്കണോ?

അമേരിക്കൻ പ്രസിഡന്റിനോട് സംസാരിച്ചാലോ? കീർത്തനയുടെ കല്യാണം കാണണം, അമ്മയെ രാമേശ്വരത്തു കൊണ്ടുപോകണം എന്നൊക്കെയുള്ള നാടൻ ആശകൾ അഭിലാഷപ്പട്ടികയിൽ ചേർക്കാൻ പാടുണ്ടോ? അതേയതെ, ഇതൊക്കെ ഫേസ്ബുക്കിൽ ഇടാനുള്ളതാണ്. കാഴ്ചക്കാർക്ക്, ഹ..ആഹ! എന്ന് അഭിനന്ദിക്കാനുള്ളതാണ്. ചുമ്മാ കുനുകുനാ ഇഷ്ടങ്ങളും ആഗ്രഹങ്ങളും കുത്തിവരയ്ക്കാനുള്ളതല്ല ബക്കറ്റ് ലിസ്റ്റ്. അഭിലാഷങ്ങൾക്ക് ഗുരുത്വം വേണം, ആർഭാടം വേണം. മാഹാത്മ്യം വേണം. കൈയ്യടി കിട്ടണം. ലൈക്ക് കിട്ടണം. ലവ്വും ഹഗ്ഗും കിസ്സും വിതറണം. ഇല്ലേ റാണാ?

''നിന്റെ ജീവിതം നിനക്കിഷ്ടമുള്ളത് ചെയ്യാനല്ലേ?''

റാണ പ്രതാപ് സിംഗിനോട് തർക്കിച്ചുകൊണ്ട് അശ്വിനി ലക്ഷ്യമില്ലാതെ കാറോടിച്ചു പോയി. അശ്വിനിക്ക് ജോലിയിൽ കൃത്യനേരത്ത് എത്തണമെന്ന വേവലാതിയില്ല. വീട്ടിൽ ആരും കാത്തിരുന്നു മുഷിയുന്നില്ല. മമ്മൂസ് എന്ന് വിളിച്ചോടി വരാനുമില്ല ഒരു മധുരക്കനി.

''തൊട്ടുമുൻപിൽ മറ്റൊരു ടാസ്ക് ഉണ്ടല്ലോ.''

ക്യാൻസു അശ്വിനിയെ ഓർമ്മിപ്പിച്ചു.

''എന്നാണ് എങ്ങനെയാണ് ഇത് വാർത്തയാക്കുന്നത്?''

ആദ്യം പറയേണ്ടത് ശാന്തി, മെറിൻ, മിത്രമാരോടു തന്നെയാണ്, പിന്നെ ആരോടും പറയേണ്ട ആവശ്യമില്ല. ഡൈ ടെസ്റ്റ്പോലെ അത് പകർന്നു പകർന്ന് മൂത്രംവരെ പടരുന്നത് അശ്വിനിക്ക് കണ്മുന്നിൽ കാണാം.

''പാവം അശ്വിനി.''

''ഛെ, കഷ്ടമായിപ്പോയി.''

''സർജറികൊണ്ടു ഭേദമാവുമോ ആവോ?''

''ഈ ക്യാൻസറൊക്കെ വന്നാപ്പിന്നെ ജീവിതം പോക്കാ.''

അങ്ങനെ കുറച്ചു പ്രാഥമിക പ്രതികരണങ്ങൾ തീർത്തു കഴിഞ്ഞാൽ, പിന്നെ രോഗിയേയും അവരുടെ നിർഭാഗ്യത്തെയും ഉപേക്ഷിക്കാം. അല്ലെങ്കിൽത്തന്നെ ജീവിതം മെച്ചപ്പെടണമെങ്കിൽ നല്ലകാര്യങ്ങളിൽ മുഴുകണം. പോസിറ്റീവ് ആറ്റി പറഞ്ഞുതരുന്നത് അതല്ലേ, സങ്കടപ്പെടുത്തുന്ന, നിങ്ങളിലെ സന്തോഷത്തെ ഇല്ലാതാക്കുന്നവരിൽ നിന്നും

അകന്നു നിൽക്കുക. പ്രതികരണപ്രകടനം കഴിഞ്ഞാൽ സുന്ദരൻ വിശേഷങ്ങൾ പുറത്തെടുക്കാം, സുന്ദരൻ ജീവിതത്തിലേക്ക് വേഗം മുങ്ങാങ്കുഴിയിടാം.

എന്തായാലും വാർത്ത വിളംബരം ചെയ്യണം, ചെയ്തേ പറ്റൂ.

ക്യാൻസർ, അത് ഇലമുളച്ചി പോലെയാണ്. കേൾക്കുന്നയാളുടെ ചെവിയിൽ വളർന്നു പടർന്ന് അടുത്ത ചെവിയിലേക്ക് പകരുന്നതൊരു മരമായിട്ടാണ്. ആ ചെവിയിലും അടുത്ത ചെവിയിലും അതു വീണ്ടും മരമായി വളരുന്നു. ആരുടെ കൈയിലാണ് മുലമുളച്ചിയുള്ളത്? ഒരു കൊമ്പോ തൈയ്യോ അശ്വിനിക്കു കിട്ടുമോ?

ക്യാൻസർ എന്ന് പറയുന്നതിനേക്കാൾ ബുദ്ധിമുട്ട് മുല എന്നു പറയാനാണ്. ബ്രെസ്റ്റ് തന്നെ ബെസ്റ്റ്! രോഗം വന്നാലും ചീഞ്ഞുപൊട്ടിയൊഴുകിയാലും മുല അശ്ലീലമാണ്. മുലയെന്നാൽ കാമോപാധി മാത്രമാണ്. സ്തനാർബുദം എന്ന അച്ചടിവാക്കായാലോ?

''എനിക്ക് സ്തനാർബുദമാണ് തോഴിമാരേ.''

''അയ്യോ അശ്വിനിക്ക് ക്യാൻസറോ? എവിടെ?''

''ബ്രെസ്റ്റിൽ.''

''ഓ!''

കേൾക്കുന്നയാൾ പരുങ്ങുന്നു. മോഹന് അശ്വിനിയെക്കാൾ ബുദ്ധിമുട്ടായിരിക്കുമോ അത്?

മോഹന്റെ കലണ്ടറിൽ ഏപ്രിൽ വളം വാങ്ങണം, സ്നോ ബ്ലോവർ മാറ്റിവെക്കണം, ലോൺ-മോവർ ട്യൂൺ ചെയ്യണം. സെപ്റ്റംബറിൽ കരിയില നൂക്കണം, ഒക്ടോബറിൽ പുറത്തെ പൈപ്പുകൾ അടക്കണം, ഹീറ്റർ നോക്കണം എന്നൊക്കെ എഴുതി വെച്ചിട്ടുണ്ട്. അയാൾക്ക് അതനുസരിച്ചേ പ്രവർത്തിക്കാൻ പറ്റൂ. കലണ്ടറിലില്ലാത്ത ക്യാൻസറും ചികിത്സയും മോഹനു കൈകാര്യം ചെയ്യാൻ പറ്റുന്നവയല്ല.

അശ്വിനി പിന്നെ റാണയോട് ഈശ്വരവിശ്വാസത്തെ ചോദ്യം ചെയ്തു.

''ഇതെന്താണീ ദൈവം ചോദിക്കുന്നതൊന്നും തരാതെ ചോദിക്കാത്തതു തരുന്നത്? കീർത്തനയ്ക്ക് നല്ല ജീവിതം, ആരോഗ്യം, സമാധാനം അങ്ങനെയൊക്കെ വളരെ സാധാരണമായ കാര്യങ്ങളേ അശ്വിനിയുടെ റിക്വെസ്റ്റ് ലിസ്റ്റിൽ ഉണ്ടായിരുന്നുള്ളൂ. പിന്നെ ക്യാൻസറിനെ പൊതികെട്ടി അയക്കേണ്ട ആവശ്യം ഉണ്ടായിരുന്നോ?

''സർപ്രൈസ്.''

അതുകൊണ്ടാണ് ചില സംസ്ക്കാരങ്ങളിലെ പ്രാർത്ഥന, ഈശ്വരാ, എനിക്കൊരു ബോറിംഗ് ദിവസം തരൂ എന്നാണെന്ന് റാണ പറഞ്ഞു.

ഇത്തരം സർപ്രൈസുകൾ അവിടെ സൂക്ഷിച്ചിട്ട് ലോട്ടറി ഒരെണ്ണം ഉണ്ടെങ്കിൽ ഇങ്ങോട്ടയയ്ക്ക്.

ദുഃഖാചരണം മാത്രമല്ല. ദുഃഖ പ്രകടനവും ദേശത്തിനനുസരിച്ചാണ്. സുനാമി ടോക്കിയോയെ തരിപ്പണമാക്കിയപ്പോൾ അവർ ബഹളം വെച്ചില്ല. മറ്റു ലോകരാജ്യങ്ങളെ പഴിപറഞ്ഞില്ല. തികഞ്ഞ അച്ചടക്കത്തോടെ ശബ്ദമടക്കി അവരതിനെ നേരിട്ടു.

ദക്ഷിണ കൊറിയയിലെ ഫെറി അപകടം നേരെ മറിച്ചായിരുന്നു. കേരളത്തിലെപോലെ പൊട്ടിക്കരയുകയും അമിത വികാരം പ്രകടിപ്പിക്കുകയും ചെയ്യുന്ന നാട്ടുകാർ, വീട്ടുകാർ, കുട്ടികളുടെ അച്ഛനമ്മമാർ. അവർ പകയോടെ ഫെറിയുടെ ക്യാപ്ടനു നേരെ പായുന്നതും വാർത്തയായിരുന്നു.

''ഇതൊക്കെ അമിതവികാരങ്ങളാണോ?''

താളവും സംഗീതവും ആഫ്രിക്കൻ വംശജരുടെ രക്തത്തിന്റെ ഭാഗമാണ്. സന്തോഷത്തിലും ഭക്തിയിലും മാത്രമല്ല, സങ്കടത്തിലും അവർ താളത്തിൽ ചുവടുവെയ്ക്കുന്നത് കാണാം.

അശ്വനിക്ക് ജപ്പാനാവാണോ, അമേരിക്കയാവാണോ അതോ പാട്ടു പാടി ചുവടുവെച്ചു ഒരല്പം ആഫ്രിക്കൻ താളം വേണോ?

വേണ്ടത് എഴുന്നൂറ്റിമുപ്പത്തിയാറു കിലോ പോസിറ്റീവ് ആറ്റിയാണ്. ക്യാൻസർ പോവാൻ അതേ മാർഗമുള്ളൂ റാണാ. സർജറിയും കീമോയും ഹോൾഡ് ചെയ്താലും വിരോധമില്ല.

''എഴുന്നൂറ്റിമുപ്പത്തിയാറു കിലോ പോസിറ്റീവ് ആറ്റി ഉടൻ വേണം. ഉടൻ വേണംന്ന്.''

ചെറിമരങ്ങളും ആപ്പിൾമരങ്ങളും പൂമരങ്ങളായി തിമിർക്കുന്ന റോഡിലൂടെയുള്ള ഡ്രൈവിംഗ് അശ്വിനിക്കിഷ്ടമാണ്. ഇലകളിൽ നിന്നും മഴനീരിനെ ഉതിർത്തു കളയുന്ന സഹതാപക്കാറ്റ് അവിടെയുമിവിടെയുമായി ചുറ്റിക്കളിക്കുന്നുണ്ടായിരുന്നു. എത്രതരം കാറ്റുകളാണ് ഒരു മരത്തെ, കാടിനെ കെട്ടിപ്പിണയുന്നത്. പട്ടണത്തിനു പുറത്തു കടന്ന് വീടുകളുടെ കാട്ടിലേക്കുള്ള യാത്രയിൽ അശ്വിനിയുടെ കാർ റേഡിയോ മിണ്ടിയില്ല.

The Magic Word

ഒടുക്കം വിരലുകളെ അനുനയിപ്പിച്ച് അശ്വിനി ട്രാവിസിനു മെസേജയച്ചു.

''നാളെ രാവിലെ എപ്പോഴാണ് കാണാൻ സൗകര്യപ്പെടുന്നത്? നീട്ടിവെക്കാനാവാത്ത ചില കാര്യങ്ങൾ സംസാരിക്കാനുണ്ട്.''

പതിനഞ്ചു മിനിറ്റിനകം അശ്വിനിക്ക് ട്രാവിസിന്റെ മറുപടികിട്ടി. ''ഒൻപതു മണിക്കാണ് എന്റെ ആദ്യത്തെ മീറ്റിംഗ്. എട്ടുമണിക്ക് ഞാൻ ഓഫീസിൽ എത്താം. നാല്പത്-നാല്പത്തിയഞ്ചു മിനിറ്റ് നമുക്ക് സംസാരിക്കാം. ശേഷമുള്ളത് അഞ്ചുമണി കഴിഞ്ഞു തീരുമാനിക്കാം.''

അശ്വിനി ട്രാവിസിന്റെ വാചകങ്ങൾ വീണ്ടും വീണ്ടും പഠിച്ചു. സംയമനം വിടാത്ത പെരുമാറ്റമാണ് അയാളുടേത്. എന്താണ്, എന്തിനാണ്, വ്യക്തിപരമാണോ, സ്വീഡിഷ് പ്രോജക്ടിനു പ്രശ്നമുണ്ടോ തുടങ്ങിയ ചോദ്യങ്ങളൊന്നും ഇല്ല. ശരി, നാളെ കാണാം എന്നൊരു ഒഴുക്കൻ മറുപടിയുമല്ല. ഇത്തരം മീറ്റിംഗുകൾ അശ്വിനി അധികം ആവശ്യപ്പെടാറില്ലാത്തതാണ്. അതുകൊണ്ട് ഗൗരവമുള്ള വിഷയമാണെന്ന് ട്രാവിസ് മനസ്സിലാക്കിയിട്ടുണ്ട്. നാല്പത്-നാല്പത്തിയഞ്ചു മിനിറ്റ് സംസാരം. അതിനു ശേഷം അടുത്ത മീറ്റിംഗിലേക്ക് പോവുന്നതിനു മുൻപ് പതിനഞ്ച്-ഇരുപതു മിനിറ്റ് ഇടവേളയുണ്ടാവും. വിഷയം ഉൾക്കൊള്ളാനുള്ള സമയമാണത്. അടുത്ത മീറ്റിംഗിൽ എത്തുമ്പോൾ ട്രാവിസ് പൂർണമായും സമചിത്തനായിരിക്കും. പ്രശ്നങ്ങൾ അറിഞ്ഞിട്ടു പകൽ തിരക്കുകൾക്കു ശേഷം വൈകുന്നേരം ശാന്തമായി ആലോചിച്ചു തീരുമാനിക്കാം എന്നാണെഴുതിയിരിക്കുന്നത്.

പതിവില്ലാത്തപോലെ ഞായറാഴ്ച രാത്രി തന്നെ അശ്വിനി പിറ്റേന്നു ജോലിക്കു പോവാനുള്ള തയ്യാറെടുപ്പുകൾ നടത്തി. ഉറങ്ങാൻ കിടക്കുന്നതിനു മുൻപ് ഒന്നുകൂടി നോക്കി. ഇനിയെന്തെങ്കിലും ചെയ്യാനുണ്ടോ? ഉച്ചയ്ക്കു കഴിക്കാൻ പുറത്തുപോവാം, മുഴുവൻ സമയവും ഓഫീസിൽ ഇരിക്കാതെ കുറച്ചു സമയം പുറത്തിറങ്ങുന്നതാവും നല്ലത് എന്നവൾ തീരുമാനിച്ചു.

പറയാനുള്ളതൊക്കെ അശ്വിനി ആവർത്തിച്ച് ഉരുവിട്ടു നോക്കി. ഒരിക്കലും മതിയാകാതെ കൂടെ കെട്ടിപ്പിടിച്ചു നിന്നിരുന്ന ഉറക്കം, അശ്വിനിയെ ഉപേക്ഷിച്ചു പൊയ്ക്കളഞ്ഞിരുന്നു.

''റാണാ, help me.''

''നിന്റെ മുറിയിലേക്ക് ജോലിക്കാരിലൊരാൾ വന്ന് ക്യാൻസറാണെന്നു പറയുമ്പോൾ എന്തൊക്കെയാവും നിന്റെ ചിന്ത?''

ജോലിയിലെ ദുർഘടസന്ദർഭങ്ങൾ നേരിടാനുള്ള പരിശീലനം എന്താണ് പഠിപ്പിച്ചിരിക്കുന്നത്? സാദ്ധ്യതകളെ പഠിക്കുക, അതിനെ നേരിടാൻ തയ്യാറാവുക. മറ്റൊരാൾക്ക് ഈ അവസരത്തിൽ നിങ്ങൾ എന്തുപദേശം കൊടുക്കും എന്നു ചിന്തിക്കുക. അത്, പ്രശ്നത്തെ പുറത്തു നിന്ന് കാണാൻ അവസരം നൽകും. ട്രാവിസിന്റെ പ്രതികരണം? അത് അശ്വിനിയുടെ പ്രശ്നമല്ല. അത് ട്രാവിസിന്റെ പ്രശ്നമാണ്. കാര്യങ്ങൾ പറയുക, കൃത്യമായി, അതു മാത്രമാണ് അശ്വിനിയുടെ ജോലി.

സ്വീഡിഷ് പ്രോജക്റ്റിന്റെ വ്യക്തമായ രൂപരേഖ അശ്വിനി തയ്യാറാക്കിയിട്ടുണ്ട്. സൂക്ഷ്മമായ മേൽനോട്ടം ഉണ്ടായാൽ മതി. ശ്രദ്ധിക്കേണ്ട ഇടങ്ങൾ, കൃത്യമായി അടയാളപ്പെടുത്താം. ചുമതല ഏറ്റെടുക്കുന്ന ആൾക്ക് എളുപ്പമാവും.

ഓഫീസിലേക്ക് പോകുന്ന വഴി അശ്വിനി രണ്ടു കാപ്പി വാങ്ങി. അമിത വികാരങ്ങളെ ഒളിപ്പിക്കാൻ കാപ്പി നല്ലൊരു കവചമായിരിക്കും. അശ്വിനിക്ക് മാത്രമല്ല, ട്രാവിസിനും.

ട്രാവിസ് ഇരുകൈകളുടെയും ചൂണ്ടുവിരലുകൾ നീട്ടി ചേർത്തു പിടിച്ചു മറ്റുവിരലുകളെല്ലാം മടക്കി തോക്കു പിടിക്കുന്നതുപോലെയിരുന്നാണ് കഥ കേട്ടത്. അയാളുടെ മുഖത്തെ രക്തം ഇല്ലാതായിപ്പോകുന്നത് കണ്ടപ്പോൾ അശ്വിനി അസ്വസ്ഥയായി.

''But I will make sure that the project won't suffer.''

''പിന്നെ ഞാൻ കഴിയുന്നത്ര ഇവിടെ വന്നോ വീട്ടിൽ നിന്നോ പുരോഗതി പരിശോധിക്കുകയും ചെയ്യാം.''

പറഞ്ഞു തീർക്കാൻ അനുവദിക്കാതെ ട്രാവിസ് ഡെസ്ക്കുചുറ്റി അശ്വിനിയുടെ അരികിൽ വന്നു അവളെ കെട്ടിപ്പിടിച്ചു.

''That is the last thing you should be concerned about at the moment.''

അശ്വിനി ഓർത്തു വെച്ച വാക്കുകളും വാചകങ്ങളും എങ്ങോട്ടാണ് മാർച്ച് ചെയ്തു പോയത്. കവാത്തു മറക്കരുതെന്നു പറഞ്ഞു, മുഴുത്ത കടുത്ത വാചകങ്ങളായിരുന്നില്ലേ അശ്വിനി പ്രത്യേകമായി സ്വരുക്കൂട്ടി വെച്ചിരുന്നത്?! അതെല്ലാം എങ്ങോട്ടാണ് ഓടിക്കളഞ്ഞത്?

എന്താണ് പറയേണ്ടത് എന്നറിയില്ല എന്ന സത്യസന്ധതയോടെ ട്രാവിസ് പറഞ്ഞു. എത്ര സമയം വേണമെങ്കിലും അവധിയെടുക്കാം. ഹ്യൂമൻ റിസോഴ്സസ് ഡിപ്പാർട്ടുമെന്റിൽ ട്രാവിസ് തന്നെ വിളിച്ചു പറഞ്ഞു എല്ലാം ക്രമീകരിക്കും.

"I will make sure that they will do it discreetly."

ഓഫീസിലെ ജോലി ഓർത്ത് വിചാരപ്പെടെണ്ട. ആരോഗ്യം വീണ്ടെടുക്കുക മാത്രമാണ് അശ്വിനിയുടെ ജോലി.

നാല്പത്-നാല്പത്തിയഞ്ചു മിനിറ്റ് പറന്നുപോയി. തണുത്തു മലച്ചിരുന്ന കാപ്പി ട്രാവിസിന്റെ വട്ടമേശയിൽ ഉപേക്ഷിച്ച് അശ്വിനി സ്വന്തം ഓഫീസിലേക്ക് പോയി. ജീവിതത്തിൽ ആദ്യമായി ഇനിയെന്താണ് ചെയ്യേണ്ടതെന്ന് അറിയാതെ അസിസ്റ്റന്റ് ഡയറക്ടർ കൈയിൽ മുഖം താങ്ങിയിരുന്നു. സ്ക്രീനിൽ നിന്നും പ്രോജക്ട് ചാർട്ടർ അവളെ തുറിച്ചു നോക്കി. പ്രോജക്ട് പ്ലാനിൽ ഇല്ലാത്ത ടാസ്കുകൾ അശ്വിനിയെ വെല്ലുവിളിച്ചു.

സ്വീഡിഷ് പ്രോജക്റ്റ് ടീമിനോട് താൻ തന്നെ നേരിട്ടു പറയാം എന്ന് അശ്വിനി പറഞ്ഞിരുന്നു. കേട്ടുകേൾവിയും ഊഹാപോഹങ്ങളും ഒഴിവാക്കാം. ടീമിലെ അംഗങ്ങൾക്ക് എന്തെങ്കിലും ചോദിക്കാനുണ്ടെങ്കിൽ അശ്വിനി തന്നെ മറുപടി പറയുകയും ചെയ്യും. ഹ്യൂമൻ റിസോഴ്സിൽ നിന്നും ഹേലി സഹായത്തിനു വന്നു. എങ്ങനെയൊക്കെ അവതരിപ്പിക്കാം, ചോദ്യങ്ങളെ എങ്ങനെ നേരിടാം, ടീമിലുള്ള ആരെങ്കിലും കരഞ്ഞാൽ എന്തു ചെയ്യണം എന്നൊക്കെയുള്ള തയ്യാറെടുപ്പുകളിലൂടെ ഹേലി ക്ഷമയോടെ കടന്നുപോയി.

ലാപ്ടോപിന്റെ കീ ബോർഡ് കൈത്തണ്ടയിൽ താങ്ങി, അറ്റം നെഞ്ചോട് ചേർത്ത് അല്പം തുറന്ന പാളികളുമായിട്ടാണ് മീറ്റിംഗുകളിൽ എല്ലാവരും എത്തുന്നത്.

'ഇന്ന് ഇതൊന്നും ആവശ്യമില്ല ടീം മേറ്റ്സ് എന്നു പറഞ്ഞു സംയമനത്തോടെ അശ്വിനി ജോലിക്കാരെ അഭിമുഖീകരിച്ചു. ധൃതരാഷ്ട്രരുടെ കെട്ടിപ്പിടുത്തങ്ങൾ, യൂദായുടെ ചുംബനങ്ങൾ, ആശ്വാസവാക്കുകൾ, നന്മാശംസകൾ. അശ്വിനി ചിരിച്ചുകൊണ്ട് തന്നെ എല്ലാവർക്കും നന്ദി പറഞ്ഞു.

"ശരി റാണ, ലഞ്ച് പുറത്തു തന്നെ."

ഉച്ചയൊഴിവു കഴിഞ്ഞ് അശ്വിനി വരുമ്പോൾ മേശപ്പുറത്ത് ഒരു കുട്ട പൂവ് കാത്തിരുപ്പുണ്ടായിരുന്നു. അതിനു മുകളിൽ പൂമ്പാറ്റ പോലെ അരുമയോടെ ചരിഞ്ഞിരിക്കുന്ന കാർഡ് അശ്വിനി തുറന്നു. എഞ്ചനീയറിംഗ് ടെക്നോളജിസ്റ്റ് സ്കൈലറിന്റെ വടിവുള്ള അക്ഷരങ്ങൾ, പെട്ടെന്നുതന്നെ രോഗം ഭേദമാവട്ടെ എന്ന് ആശംസിച്ചിരിക്കുന്നു.

അടുത്ത വരിയിൽ പതിവു കുസൃതിയുമുണ്ട്: നീ വീണ്ടും ഈ പുരുഷന്മാരെ തോല്പിച്ചിരിക്കുന്നു. അവന്മാർക്കു സാധിക്കാത്തതല്ലേ?

മോഹൻ ഇതു കണ്ടാൽ വാദിക്കും, പുരുഷന്മാർക്കും സ്തനാർബുദം വരുന്നുണ്ട്. അതിന്റെ എണ്ണം കൂടിക്കൊണ്ടിരിക്കുന്നു. പിന്നെ സ്ഥിതിവിവരശാസ്ത്രം, തെളിവുകൾ, പഠനങ്ങൾ, നിഗമനങ്ങൾ എല്ലാം നിരത്തി വിശദമാക്കും. ഒരാളുടെ ലളിതമായ നിർദ്ദേശത്തേയോ തമാശയേയോ മോഹൻ വെറുതെ വിടില്ല. കീറിമുറിച്ച് തുണ്ടും തുണ്ടമാക്കി പുഴയിലെറിഞ്ഞു കളയുമ്പോൾ മോഹനൊരു പ്രത്യേക സുഖം കിട്ടുന്നുണ്ടാവും.

നന്ദി പറയാൻ സ്കൈലറിനെ വിളിക്കുന്നതിനു മുമ്പ് മേശയുടെ മൂലയിലിരുന്ന ക്ലീനക്സ് ബോക്സ് അശ്വിനി അടുത്തേക്ക് നീക്കി വെച്ചു. മോണിറ്ററിനോട് ചേർന്ന്, കൈയെത്താവുന്ന ദൂരത്തിൽ. അശ്വിനിയുടെ ചങ്ക് വാരിയെല്ലു തകർത്ത് ഉടനെ പുറത്തു ചാടുമെന്ന് ഭീഷണിപ്പെടുത്തിക്കൊണ്ടിരുന്നു.

''ഒക്കെ പ്രകടനം. ഈ ഉമ്മവെക്കുന്നവർക്കൊക്കെ സ്നേഹമുണ്ടായിട്ടാ?''

മോഹൻ ഒരു ഇറ്റാലിയൻ കല്യാണത്തിനു പോയപ്പോൾ പറഞ്ഞ കമന്റ് അശ്വിനി ചവച്ചരച്ചു.

''അനുഭവത്തോളം വലിയ ഗുരു ഇല്ലല്ലോ റാണാ.''

അശ്വനിയുടെ കണ്ണിൽ നിന്നും അനുഭവഗുരു പൊട്ടിയൊഴുകും എന്ന് ഭയന്ന് വീട്ടിലേക്കുള്ള വഴിയിൽ റാണാപ്രതാപ് സിംഗ് മൗനം പാലിച്ചു.

വീടിനു മുന്നിൽ കാറ് പാർക്ക് ചെയ്തു, ബാഗുകളും താക്കോലുമായി പുറത്തിറങ്ങുമ്പോൾ അശ്വിനി കണ്ണുയർത്തി മുറ്റത്തേക്ക് നോക്കി. പുല്ല് പച്ചപിടിച്ചു വരുന്നു. നടപ്പാതയോട് ചേർന്നു നിൽക്കുന്ന മരത്തിനു ചുറ്റുമായി ഡേ ലില്ലിയും സീഡവും അതിരുവിട്ടു പടർന്നിട്ടുണ്ട്. മഞ്ഞും തണുപ്പും വെറും ഓർമ്മ മാത്രമായിരിക്കുന്നു. ടൂലിപ്പ് പൂവുകൾ കൊഴിഞ്ഞും നിറംകെട്ടും നിൽക്കുന്നു. ആർത്തലച്ചു വരുന്ന പൂവുകൾക്കെല്ലാം ആഴ്ചകളുടെ ആയുസ്സേയുള്ളൂ.

നീളൻ തൂണുകൾ കാവൽ നിൽക്കുന്ന പടികൾ കയറി, വാതിൽ തുറന്ന് അകത്തേക്കു കാൽ വെക്കുന്നതായിരുന്നു അശ്വിനിയുടെ ദിവസത്തിലെ ഏറ്റവും ആഹ്ലാദകരമായ നിമിഷം. ഹൈഹീൽ ഷൂസ് ഊരിമാറ്റുമ്പോൾ കാലുകൾ ഹാവൂന്ന് പറയുന്നത് അവൾക്ക് കേൾക്കാം. ടൈലിന്റെ തണുപ്പിൽ പ്രണയപരവശമാകുന്ന പാദങ്ങൾ ഉച്ചത്തിൽ ധൃതികൂട്ടി കോണി കയറും. ഒരു ദിവസത്തിന്റെ വിയർപ്പും ക്ഷീണവും വിമുഖതകളും സ്ട്രെസ്സും അഭിനന്ദനങ്ങളും സൗഹൃദങ്ങളും പരിചയങ്ങളും സംയമനവും ആവേശവും മര്യാദകളും കുറുമ്പും കുരുത്തക്കേടും

വികൃതിയും ദ്രോഹവും ക്ഷതിയും ശല്യങ്ങളും കുഴപ്പങ്ങളും നന്മയും കണ്ടറിഞ്ഞ വസ്ത്രങ്ങളെ പൂർണമായും ഉപേക്ഷിച്ച് അയഞ്ഞ പൈജാമ യിലേക്ക് മാറുമ്പോൾ അശ്വിനിയുടെ അടുത്ത അവതാരം ആട്ടം തുട ങ്ങുകയായി.

''കീർത്തനാ, നീ സ്കൂളീന്ന് വന്നിട്ട് എന്താ കഴിച്ചത്? ഫ്രൂട്ട്സ് എന്തെങ്കിലും കഴിച്ചോ?

മോഹനു മെസേജയയ്ക്കണം, എത്ര മണിക്കെത്തും എന്നറിയണം. തണുപ്പ് അധികമില്ലാത്ത ദിവസങ്ങളിൽ കീർത്തനയ്ക്കും മമ്മുവിനും മുറ്റത്ത് കളിക്കാം. ചൂടുകാലത്ത് പുറത്തെ ഊഞ്ഞാൽ സോഫയിലി രുന്ന് ചിലപ്പോൾ ജോലിയിൽ നിന്നും കൊണ്ടുവന്ന റിപ്പോർട്ടുകൾ നോക്കും അശ്വിനി. അതൊന്നു തീരുന്നതിനു മുൻപേ അത്താഴസമയ മാവും.

കാലഹരണപ്പെട്ട ശീലങ്ങൾ.

വീടിനകത്ത് കെട്ടിക്കിടക്കുന്ന വായുവിൽ നിന്നും ഒരു ഗ്ലാസ് വൈനു മായി അശ്വിനി പുറത്തെ ചാരുകസേരയിലിരുന്നു. ലൈലാക്ക് നിറയെ വയലറ്റുപൂക്കളാണ്. പൂക്കുല ചാരുകസേരയിൽ ചാഞ്ഞു തൊടുന്നുണ്ട്. പുത്തനിലകളിൽ ഇക്കിളിയിട്ടുല്ലസിച്ച് കൂട്ടുകാരിക്കാറ്റു വന്നു. ലൈലാ ക്കിന്റെ മണം.... വസന്തത്തിന്റെ മണം...

അശ്വിനി സ്വെറ്റർ ഒന്നുകൂടി ചേർത്തു പുതച്ചു. വൈൻ ഗ്ലാസ് നിലത്ത് വെച്ചിട്ട് മര്യാദയില്ലാത്ത അശ്വിനി ശബ്ദം വെച്ചു.

''നട്ടെല്ലില്ലാത്ത നാണം കേട്ട ക്യാൻസർ. ചടുപിടുന്നു പെരുകുന്ന നിനക്ക് അശ്വിനിയുടെ മുന്നിൽ വരാനുള്ള ധൈര്യമില്ല. മോഹനെ പ്പോലെ തന്നെ. തൊലിക്കകത്ത്, പേശിക്കുള്ളിൽ മുഖം പുറത്തു കാണി ക്കാതെ പെറ്റുപെരുകാൻ നാണമില്ലാത്ത ചങ്കൂറ്റമില്ലാത്ത കൂത്തിച്ചി മഠൾ.''

''അതൊരു ഫെമിനിസ്റ്റിനു ചേർന്ന പ്രയോഗമല്ല.''

''ഫെമിനിസ്റ്റ് നിന്റെ അമ്മായമ്മ. പോയേ റാണാ.''

''ടാസ്ക് ലിസ്റ്റിൽ ഒന്നു കഴിഞ്ഞു. ഇനി ക്യാൻസർ സഹായികൾ തന്നുവിട്ട ലിസ്റ്റിലെ ബാക്കി കാര്യങ്ങൾ കൂടി തീർക്കാനുണ്ട്.''

റാണ വിഷയം മാറ്റാൻ ശ്രമിച്ചു നോക്കി.

''നമുക്കൊരു സഹതാപാഘോഷം നടത്തിയാലോ റാണാ? എല്ലാരേം വിളിച്ചു കൂട്ടി നെലോളീം നെഞ്ചത്തടിയും ഒക്യായിട്ട്.''

''ഒരു pity partyയുടെ ആവശ്യമുണ്ടോ?''

മറച്ചും ഒളിച്ചും മതിയായിട്ടല്ല അശ്വിനിക്ക്. എന്നാലും സർജറിക്കു മുൻപ് കൂട്ടുകാരികളെ അറിയിക്കാതെ പറ്റില്ല എന്നവൾക്കറിയാം. പറ യുന്നതെങ്ങിനെയാണ്? പറയാതിരിക്കുന്നതെങ്ങനെയാണ്? ലാപ്ടോപ്പ്

തുറന്നുവെച്ചിട്ടും കുറെയേറെനേരം അശ്വിനിയുടെ വിരലുകൾ പതുങ്ങി നിന്നു. വിഷയത്തിന്റെ കോളത്തിൽ എന്താണെഴുതേണ്ടത്? ക്യാൻസർ എന്നു എന്തായാലും വേണ്ട. എന്റെ പുതിയ സുഹൃത്ത് എന്നായാലോ? സുഹൃത്ത് എന്നു വിളിക്കുന്നത് ശരിയാവുമോ? ഒടുക്കം ന്യൂസ് അപ്പ് ഡേറ്റ് എന്ന ബോറൻ തലക്കെട്ടാണ് അശ്വിനി തിരഞ്ഞെടുത്തത്.

പ്രിയ സ്നേഹിതകളെ,

ഈയിടെയുള്ള പല കൂട്ടുചേരലിലും എനിക്കു വരാൻ പറ്റിയില്ല. നിങ്ങൾ സംശയിക്കുന്നതുപോലെ എനിക്ക് പുതിയൊരാളെ കൂട്ടു കിട്ടി യതുകൊണ്ടുതന്നെ. പരിഭവിക്കേണ്ട, എന്റെ പുതിയ കൂട്ടാളിന്റെ പേര് ക്യാൻസർ എന്നാണ്.

വായടച്ചു പിടിക്ക്, ഇത് അന്താരാഷ്ട്ര ദുരന്തമൊന്നുമല്ല, വെറും ഒരു മുപ്പത്തിയാറു സി കപ്പിനുള്ളിലെ കൊടുങ്കാറ്റ്. 24-നു സർജറി യാണ്, പിന്നെ കീമോ തുടങ്ങിയ ശേഷാഘോഷങ്ങളുമുണ്ടാവും. എല്ലാ വരേയും നേരിട്ടു വന്നു അറിയിക്കാൻ സാധിക്കാത്തതിൽ ഖേദിക്കുന്നു.

....

ഫോൺ നിർത്താതെ ബഹളം വെക്കാൻ തുടങ്ങി.

ഒന്നു തീർത്ത് തിരികെ വെച്ചാലുടൻ ഫോൺ പിന്നെയും നില വിളിക്കും.

കൂട്ടുകാർ... സഹതാപം... താപം..പം.

സഹതാപക്കെട്ടുകൾ ഒഴുകിയൊഴുകി റിസീവറിൽ പതച്ചു പൊങ്ങുന്നു.

മോഹനുമാത്രം ഒന്നും പറയാനില്ല, ഒന്നും ചോദിക്കാനില്ല, ഒന്നു തൊടാൻ തന്നെ മനസ്സില്ല. പിങ്കുനിറമുള്ള ഒരാന വീടിനകത്ത് കുടി പാർക്കുന്നത് അശ്വിനിയെ കൊല്ലുന്നു. അത് വീർത്ത്, പെരുത്ത് ശ്വാസം മുട്ടിക്കുന്നു.

ആനവളർത്തൽ കേന്ദ്രത്തിൽ നിന്നും വന്നവർക്ക് ഫീൽ അറ്റ് ഹോം.

ഫോണടിക്കുന്നത് എടുക്കാതെ അശ്വിനി ഫ്രിഡ്ജിൽ തല പൂഴ്ത്തി. മോഹൻ ഫോണിൽ സംസാരിക്കുന്നത് അശ്വിനി ആർത്തിപിടിച്ചു കേട്ടു. പറയുന്നുണ്ടോ? എന്താണ് പറയുന്നത്? എങ്ങനെയാണ് പറയുന്നത്.

‘‘ങാ...’’

‘‘അതേ...’’

മോഹന്റെ ചത്തുമലച്ച ശബ്ദം. കൂടുതൽ പറയാൻ ഇഷ്ടമില്ലാത്ത വിമ്മിഷ്ടം. അശ്വിനി എല്ലാം ഒപ്പിയെടുക്കുന്നുണ്ട്. ഒന്നും വിട്ടുകളയു ന്നില്ല.

സംസാരത്തിന്റെ മൂലം അശ്വിനിയും അശ്വിനിയുടെ മുലയുമായി

മാറുന്നു. മുല... ഛെ, അതു പാടില്ലാത്ത വാക്കല്ലേ, അശ്ലീലം. ബ്രെസ്റ്റ്. ബ്രെസ്റ്റ് എന്നാൽ അപമാനപ്പെടേണ്ടതല്ലാത്ത ഒരു അവയവമായി മാറും.

അയ്യേ, എനിക്കു മുലയൊന്നുമില്ല, ങാ, ബ്രെസ്റ്റുണ്ട്. ഈ അശ്ലീല മൊക്കെ അശ്ലീലം പിടിച്ച സായ്പ്പിന്റെ പാഷേല് പറയാം. അവർക്കൊക്കെ എന്തും ആവാമല്ലോ.

മുലയെന്ന പേരുമാറ്റി പാൽസഞ്ചിക്കു കേടുവന്നൂന്നു പറഞ്ഞാലോ?

അമ്മിഞ്ഞക്കാൻസർ എന്നായാലോ, കുറച്ചു സെന്റിയൊക്കെ തേച്ച്. കീർത്തനയുടെ ശബ്ദകോശത്തിൽ മമ്മൂസിന്റെ മമ്മിഞ്ഞക്യാൻസർ.

''രന്നെടെ മമ്മിഞ്ഞ എന്നാ മമ്മൂ മൂത്തു പഴുക്കുന്നത്?''

പൂവിൽ നിന്നും തുടുത്ത പഴമായ ആപ്പിൾ മരത്തെ നോക്കി കീർത്തന വളരാൻ തിടുക്കം കൂട്ടുന്നു.

''കീർത്തന മമ്മൂന്റെത്രേം വണ്ണോം പൊണ്ണോം ആവട്ടെ.''

''ഓക്കെ, വന്നോം പൊന്നും ആവട്ടെ.''

''പെണ്ണിന്റെ നോട്ടം പൊന്നിലാ.''

മോഹൻ ഊറിച്ചിരിച്ചു രസിക്കുന്നു.

മൂത്തു പഴുക്കാതെ നോക്കണം. അശ്വിനി നാലു തവണയായി ഡോക്ടറോടു ചോദിക്കുന്നു. രോഗം പരമ്പരാഗതമായി കിട്ടാനുള്ള സാധ്യതകളെപ്പറ്റി. എത്രയും നേരത്തെ പരിശോധിക്കുക എന്നാണു ഡോക്ടർ പറഞ്ഞത്.

''Early detection is the best remedy.''

ഡിറ്റെക്ഷൻ ഇല്ലാതാക്കാൻ എന്താ മാർഗ്ഗം?

ഗൂഗിളിൽ വായിച്ചെത്തിക്കാൻ കഴിയുന്നതിലധികം വൃത്താന്തമുണ്ട്. ആവേശത്തോടെ അശ്വിനി അവ ആദ്യന്തം വായിക്കാൻ ശ്രമിച്ചു. ഓപ്പറേഷന് മുൻപ് എന്തൊക്കെ പന്തികേടുകൾ ഉണ്ടാവാം എന്നു വീണ്ടും വീണ്ടും അന്വേഷിച്ചു. വെപ്രാളം പിടിച്ചാണ് ദൗർഭാഗ്യക്കഥകൾ വായിക്കുന്നത്. ദുർവാർത്തകളോട് എന്തൊരു അഭിനിവേശമാണ്.

എല്ലാം ഇപ്പോൾ ശരിയായാൽ തന്നെ ക്യാൻസർ ശരീരത്തിന്റെ പല സ്ഥലങ്ങളിലേക്കും പടരാം. ശ്വാസകോശത്തിൽ, നട്ടെല്ലിൽ, കരളിൽ, എല്ലുകളിൽ... മെറ്റാസ്റ്റേസസ് - അശ്വിനിയുടെ വൊക്കാബുലറി വലുതായി വലുതായി വരികയാണ്. കീർത്തനയോടു ചോദിച്ചാൽ കൂടുതൽ വിവരങ്ങളറിയാം. വേണ്ട, കുട്ടിയെ ഭയപ്പെടുത്തേണ്ട. റിപ്പോർട്ടുകളും ചാർട്ടുകളും ഗവേഷണവുമായി കീർത്തനയുടെ ജോലി പ്രാരബ്ധം പിടിച്ചതാണ്. അതിനിടയിൽ അവൾ മെഡിസിന്റെ എൻട്രൻസ് പരീക്ഷയ്ക്കു പഠിക്കുന്നു. ശനിയും ഞായറും ചിലയാഴ്ചകളിൽ ജോലി ചെയ്യുന്നുണ്ട്.

''യൂണിവേഴ്സിറ്റിയിലാണെങ്കിൽ സ്ട്രെസും വർക്കും ഷെയറ് കൂട്ടില്ല.''

അവൾ ജോലി ചെയ്യുന്ന ഡിപ്പാർട്ടുമെന്റിൽ എല്ലാം പ്രായമുള്ള ഗവേഷകരാണ്. അരസികർ.

''അവരടെ ലാംഗ്വേജ് തന്നെ വേറെയാണ്. സോ ബോറിംഗ് മമ്മൂ.''

പുറത്തൊരു കാറ്റ് വട്ടംചുറ്റി നിന്നു, തണുപ്പിനേയും ചൂടിനെയും ഉത്തേജിപ്പിക്കാതെ. പൂമ്പൊടി ആവാഹിച്ചു അലർജിപടർത്തിയൊരു മിണ്ടാക്കാറ്റ്. ആരും അതിനെ ശ്രദ്ധിച്ചില്ല, ആ കാറ്റ് വാർത്തയായില്ല.

സഹതാപാഘോഷഫോണിനെ ഓഫാക്കി അശ്വിനി ഉറങ്ങാൻ കിടന്നു. വ്രണം പൊട്ടിയ മുല അവളുടെ ഉറക്കത്തിൽ കൂട്ടു വന്നു. പഴുത്ത മുലകൾ, അളിഞ്ഞ് ഈച്ചയാർക്കുന്ന മുലകൾ അവളെ ഉറക്കത്തിൽ പേടിപ്പിച്ചു. ഇൻട്രാ വീനസിലെ വെള്ളംകെട്ടി വീർത്തു മഞ്ഞ നിറത്തിൽ, ചിലയിടത്തൊക്കെ കുമിള വിരിഞ്ഞും അത് കറുപ്പും വയലറ്റും പാണ്ടായി പടർന്നും ചീഞ്ഞു തുടങ്ങിയ മാമ്പഴം പോലെ, ഇനിയൊരിക്കലും ചെനച്ചു പുളിക്കില്ലെന്നൊരു മുന്നറിയിപ്പുപോലെയൊരു ശരീരം ഐ.സി.യു.വിൽ കിടന്നു. മതിയുദ്ധം, മടങ്ങിക്കോളൂന്നു പറഞ്ഞു നോക്കി. എന്നിട്ടും തിരിഞ്ഞും മറിഞ്ഞും വിജയമെന്നോ പരാജയമെന്നോ അറിയാതെ പിന്നെയും ജീവിതത്തിലേക്കും മരണത്തിലേക്കും തകിടം മറിഞ്ഞൊരു രോഗി അവളുടെ കിടക്കയെ നനച്ചു.

The pity party

കീർത്തന സമ്മർ ജോലിയിൽ കുഴഞ്ഞുമറിയുകയായിരുന്നു. എന്നിട്ടും കാലത്തും വൈകുന്നേരവും അവൾ അശ്വിനിക്ക് മുടങ്ങാതെ മെസേജ് അയച്ചു.

''മമ്മൂസ് കഴിച്ചോ?''

''എന്താണ് കഴിച്ചത്?''

''ഫ്രൂട്ട്സ് എത്രയെണ്ണം കഴിച്ചു?''

''വെള്ളം കുടിക്കുന്നുണ്ടോ?''

''ടൊമാറ്റോ സാലഡ് കഴിക്കൂ. ക്യാൻസർ ഫൈറ്റ്ചെയ്യാൻ ബെസ്റ്റാണ്.''

കീർത്തനയുടെ അമ്മ റോൾ ആസ്വദിച്ച് അശ്വിനി ശാസിക്കും.

''നീയ് അവിടെ ഗവേഷണം ചെയ്താൽ മതി രന്ന.''

''ഹും, അനുസരണക്കേട് കാണിച്ചാൽ ഞാൻ ജോലി നിർത്തി അങ്ങോട്ടു വരും.''

ആ ഭീഷണിയിൽ അശ്വിനിയുടെ നാവ് അടിയറവുപറയും. കുട്ടിയുടെ ഏകാഗ്രത കളയേണ്ട. ലോങ്ങ് വീക്കെൻഡിനു വരാൻ പറ്റാത്ത സങ്കടം കീർത്തനയുടെ മെസേജുകളിൽ നിറഞ്ഞു.

തിങ്കളാഴ്ച വിക്ടോറിയ തമ്പുരാട്ടിയുടെ പിറന്നാളവധിയാണ്. പടം വരയ്ക്കാരി വിക്ടോറിയ പതിനെട്ടാം വയസ്സിൽ ഭരണം തുടങ്ങിയതാണ്, ഹമ്പടി ആള് അത്ര മിടുക്കി ആയോണ്ട് ആരും രാജ്ഞി ആക്കിയതൊന്നും അല്ല. അച്ഛൻ രാജാവ് സ്കൂട്ടായപ്പോൾ വരിയിൽ മുന്നിൽ നിന്ന വിക്കിക്കുട്ടാവിനു ഭരണം കിട്ടി. കാനഡയ്ക്ക് ഇന്നും ബ്രിട്ടനോട് കൂറുണ്ട്. വിക്ടോറിയ തിരുന്നാൾ കാനഡ മുഴുവൻ അവധിയാഘോഷിക്കും. പടക്കം പൊട്ടിച്ചും പൂത്തിരി കത്തിച്ചുമുള്ള ആഘോഷം. അശ്വിനി റാണയ്ക്ക് കാനഡ വിശേഷങ്ങൾ പറഞ്ഞുകൊടുത്തു.

ചെടികൾ പുറത്തു നടാൻ വിധിച്ചിരിക്കുന്ന ദിവസം വിക്ടോറിയ ഡേ ആണ്. മെയ് മാസത്തിലെ മൂന്നാമത്തെ ആഴ്ചയ്ക്കുശേഷം തണുപ്പ് പൂജ്യത്തിനു താഴെ പോകാൻ പാടില്ല. ചെടികൾ ഐസുകട്ടയായി

മാറില്ല. വെള്ളിയാഴ്ചമുതലേ നല്ല ചുടുചൂടൻ ദിവസങ്ങളായിരുന്നു. വെയിൽ പിശുക്കിപ്പിടിക്കാതെ ഭൂമിയിലേക്കൊഴുകിയിറങ്ങി.

അശ്വിനി ചെല്ലുമ്പോൾ ലിക്വർ കടയിൽ നല്ല തിരക്കായിരുന്നു. വാരാന്ത്യത്തിനുള്ള തയ്യാറെടുപ്പിലാണ് എല്ലാവരും. അവധിക്കു മുൻപേ കലവറ കാലിയായി പോവാതെ അത്യാവശ്യസാധനങ്ങൾ കരുതി വെക്കണം.

ലാസ്യം... ലഹരി...

ലഹ..ലഹ..ലഹരി...

ലഹരി...ഹരി..ഹരി..രി!

ശനിയാഴ്ച രാവിലെ അശ്വിനിയുടെ മുഖത്തേക്ക് നോക്കാതെ മോഹൻ മുന്നറിയിപ്പു കൊടുത്തു.

''കാഴ്ചക്കാർ വരുന്നുണ്ട്.''

ഓപ്പറേഷന് മുൻപേ രോഗിയെ കാണാൻ പോവണം. സഹതാപം പൊതിഞ്ഞു കെട്ടി. പ്രാർത്ഥിക്കാം എന്ന ആശ്വാസവാക്കുമായിട്ടാണ് പോവേണ്ടത്. അത് നാട്ടുനടപ്പാണ്.

ക്യാൻസർ ആ വാക്ക് പെരുത്തു പെരുകി മുറി നിറഞ്ഞു.

ക്യാ...സാർ

കോൻ സേർ

ഇത് വെറുമൊരു രോഗമല്ല, ഒരു സംഭവമാണ്, ചരിത്ര സംഭവം. അതുള്ളവരെ അടയാളപ്പെടുത്തേണ്ടതുണ്ട്. അറുത്തുകീറി മുറിച്ച് കണ്ടം തുണ്ടമാക്കി സൂക്ഷ്മനിരീക്ഷണം ചെയ്യേണ്ടതുണ്ട്. ഘോഷിക്കേണ്ടതു മുണ്ട്!

ശവദാഹത്തിനു പോകുന്ന മുഖമായിരുന്നു കാഴ്ച കാണാൻ എത്തി യവർക്ക്. എന്തു പറയണം, എന്തു പറയാതിരിക്കണം എന്നു കുഴങ്ങുന്ന കുറെ മുഖങ്ങൾക്കു മുൻപിൽ അശ്വിനി ചിരിച്ചിരുന്നു.

''ഛെ, റാണ വല്ല വാലിലോ കാലിലോ വന്നാൽ മതിയായിരുന്നു ക്യാൻസർ. ന്നാലും നമ്മുടെ കൂട്ടരോട് ഇതെങ്ങനെ പറയും റാണ? കണ്ടില്ലേ, മോന്തയ്ക്കത്തെ ചമ്മലും പരിഭ്രവും.''

അശ്വിനിയും ഇങ്ങനെ കാഴ്ച കാണാൻ പോയിട്ടുണ്ട്. സഹതാപം ചവച്ചുതുപ്പിയിട്ടുണ്ട്. വാക്കുകൾ വഴിവിട്ടുപോവാതെ സൂക്ഷിച്ചിട്ടുണ്ട്. തിളങ്ങുന്ന കൃത്രിമത്വം, ചില്ലറ നുണകൾ, അങ്ങനെയൊക്കെ അശ്വി നിയും അഭിനയിച്ചിട്ടുണ്ട് ഈ റോളുകളിൽ.

നാട്ടു ചികിത്സ...വീട്ടു ചികിത്സ... പലപല കിംവദന്തികൾ. കാഴ്ച ക്കാർക്ക് പ്രതിവിധികൾ പലതുണ്ടായിരുന്നു. ഷിക്കാഗോയിൽ ഒരാൾക്ക്... കൽക്കത്തയിലെ എന്റെ കസിന്....... ക്യാൻസറിന്റെ ഉടമ ക്ഷമയോടെ എല്ലാത്തിനും ചെവി കൊടുത്തേ പറ്റൂ.

ക്യാൻസർ ഉണ്ടാകുന്നത് എന്തുകൊണ്ടാണെന്ന് എല്ലാവർക്കും അറിയുമായിരുന്നു. എണ്ണ വീണ്ടും വീണ്ടും തിളപ്പിച്ചു ഉപയോഗിക്കുന്നതുകൊണ്ട്. രാഗിണിയും കൂട്ടുകാരികളും പറഞ്ഞതതാണ്.

''അമ്മേം മോളും ഒരാത്മാവും രണ്ടു ശരീരവുമായിരുന്നില്ലേ. മോളു പോയേന്റെ സങ്കടമാവും.''

''ശരിയാ, സ്ട്രെസ് ആണ് അസുഖങ്ങളുടെ എല്ലാം കാരണം. അത് ശരിക്കു മാനേജ് ചെയ്താൽ മതി.''

ഹാവൂ. സ്ട്രെസ്സിനെ കാലത്തെ മുതൽ വൈകുന്നേരം വരെ മാനേജ് ചെയ്തു ജീവിക്കുന്ന പ്രിയയ്ക്ക് ജീവിതത്തിൽ ഇന്നേവരെ അസുഖങ്ങളൊന്നും വന്നിട്ടില്ല, എന്നതിന്റെ പരസ്യപ്രസ്താവനയല്ലേ ഇത് റാണാ?

''ഈ ആന്റി പ്രെസ്പറന്റ ഒക്കെ ഉപയോഗിക്കുന്നേന്റെയാ.''

പിന്നെ പ്ലാസ്റ്റിക്ക് കപ്പുകൾ, പേപ്പർ, പുതിയ പഞ്ചസാര, ഉപ്പു തൊട്ടു കർപ്പൂരം വരെ ക്യാൻസറിന്റെ പ്രതിയായി.

''രമണ മഹർഷിക്ക് കുപ്പിവെള്ളം കുടിച്ചാവുമോ ക്യാൻസർ വന്നു പെട്ടത്?''

ജീൻസിട്ടാലും ക്യാൻസർ വരാൻ സാദ്ധ്യതയുണ്ടാവുമെന്നു വിജയന്റെ മകന്റെ പുതിയ ലീവായ് നോക്കി പറയാനൊരാഗ്രഹം അശ്വിനിക്കുണ്ടായി. വിജയൻ നയിച്ച ചർച്ചയിൽ മൈക്രോവേവ് ഓവനായിരുന്നു അപരാധി.

''ഈ എളുപ്പവഴിയൊക്കെ പെണ്ണുങ്ങള് തുടങ്ങിയേപ്പിന്നാ ക്യാൻസറൊക്കെ വരാൻ തുടങ്ങിയത്.''

''ശ്രീരാമ പരമ ഹംസർക്ക് ശാരദാദേവി മൈക്രോ വേവിലാണോ എഗ് മഫിൻ ഉണ്ടാക്കി കൊടുത്തിരുന്നത് വിജൂ?''

അശ്വിനി ചോദിക്കാൻ വന്നപ്പോൾ റാണാ പ്രതാപ്സിംഗ് വായ പൊത്തിക്കളഞ്ഞു. അക്ബറിനെ ചെറുത്ത നിനക്കീ സദാ പടം പൊഴിക്കുന്ന മലയാളിക്കൂട്ടങ്ങളെ പേടിയോ റാണാ, എന്ന് അശ്വിനി അയാളെ കളിയാക്കി.

''Breast cancer is the best cancer.''

സൂസന്നയുടെ ആശ്വസിപ്പിക്കൽ ഏറെ കേമമായി അശ്വിനിക്ക് തോന്നി.

''ഓക്സീമോറോനായിരിക്കും എന്നാലും വരാവുന്നതിൽ വച്ച് ഏറ്റവും നല്ല ക്യാൻസർ ബ്രെസ്റ്റ് ക്യാൻസർ ആണെടോ.''

''ഓ, അതുവ്വോ?''

ആ മറുചോദ്യത്തിന്റെ തീക്ഷ്ണതയിൽ ഒന്നയഞ്ഞു സൂസന്ന വിശദമാക്കി.

''പാൻക്രിയാറ്റിക്ക് ക്യാൻസറൊക്കെ വന്നാൽ ഓപ്പറേഷൻ ചെയ്യാൻ പോലും പറ്റീന്നു വരില്ല. വയറ്റിന്റെ ഉള്ളില് എല്ലാ ഓർഗൻസിന്റെ നടുക്കായിട്ടല്ലേ. കീമോ തന്നെ ഫലാവൂല്ല ചെലപ്പോ. survival rate കൂടുതൽ breast കാൻസറിനു തന്നെയാണ്.

സൂന്നയുടെ അനാറ്റമി ലക്ചറിൽ അശ്വിനിയുടെ തല തരിച്ചുപോയി. മനസ്സിലായത് അശ്വിനി റാണയോടു വിസ്തരിച്ചു.

അശ്വിനി ഭാഗ്യവതിയാണ്. സുഖപ്പെടുത്താൻ ഏറ്റവും എളുപ്പമുള്ള ക്യാൻസറാണ് കിട്ടിയിരിക്കുന്നത്. അശ്വിനിയുടെ ക്യാൻസർ കോശങ്ങളെ മർമ്മപ്രധാനമായ അവയവങ്ങളിൽ നിന്നും മാറ്റി കീറിമുറിക്കാൻ പാകത്തിൽ ശരീരത്തിനു പുറത്തേക്ക് ഉന്തി നിൽക്കുന്ന ഒരു പീഠത്തിൽ പ്രതിഷ്ഠിച്ചിരിക്കുകയല്ലേ? മറ്റു അവയവങ്ങൾക്ക് ഇടയിൽ തിരുകിക്കയറ്റിയിട്ടില്ല. ശ്വാസകോശവും സ്പ്ലീനും കൊടൽമാലയും ഒന്നുമല്ലാതെ, പല്ലിവാലുപോലെ മുറിച്ചിട്ടാലും ശേഷം ശരീരത്തിനു ചേതം വരാത്ത അവയവമല്ലേ അടിസ്ഥാനം. എടുത്തുമാറ്റാം, മുറിച്ചു കളയാം, കരിക്കാം, പൊരിക്കാം. ഭാഗ്യവതി!

''നന്ദിയുണ്ട് ക്യാൻസൂ, നന്ദി.''

മെറിൻ പള്ളിയിൽ നിന്നും മടങ്ങുന്ന വഴിയാണ് അശ്വിനിയെ കാണാൻ വന്നത്. അശ്വിനി അവളുടെ പുതിയ സാരിയെ കമന്റടിച്ചു. മെറിൻ ചോദ്യങ്ങൾ കൊണ്ടു അശ്വിനിയെ ശല്യപ്പെടുത്തിയില്ല, പകരം പള്ളിയിൽ നിന്നും സാരിക്കു കിട്ടിയ അഭിനന്ദനങ്ങളെപ്പറ്റി വിസ്തരിച്ചു. അടുത്തു കേട്ട് നിന്നവരും അവൾ സുന്ദരിയാണെന്ന് വിചാരിച്ചിട്ടുണ്ടാവും എന്നു പറഞ്ഞു. കേൾക്കുന്നതെല്ലാം അതേപടി വിഴുങ്ങുന്ന പാവം മെറിൻ.

ഗ്ലും ഗ്ലം ഗ്ലം

മധുരം! ...ധുരം രം....!

സഹനം, ക്ഷമ, പ്രാർത്ഥന, സത്വിചാരങ്ങൾ, എല്ലാം പാക്ക് ചെയ്ത് പല സൂട്ട്കേസുകൾക്കകത്താക്കി കൊണ്ടുവന്നത് എല്ലാംകൂടി മുറിയുടെ നടുക്ക് ഇറക്കിവെച്ചിട്ട് കാഴ്ചക്കാർ പിരിഞ്ഞുപോയി.

വിശന്നിട്ടും പുളിച്ചുപോയ സഹതാപം കൂട്ടി ഭക്ഷണം കഴിക്കാൻ തോന്നാതെ അശ്വിനി പുറംകസേരയിലിരുന്നു. ഓഫീസിലിരിക്കുന്നതാണ് സമയം പോവാൻ എളുപ്പമെന്നവൾക്ക് മനസ്സിലായി.

അസൂയക്കാറ്റ് ബാർബിക്യൂവിന്റെ കരിഞ്ഞ മണമെടുത്തു പട്ടം പറത്തിക്കളിച്ചു. തൊട്ടടുത്ത് ഏതോ ഒരുവീട്ടിൽ ആളുകൾ സ്നേഹത്തോടെ ഭക്ഷണം ചുട്ടെടുക്കുന്നു. ബിയറും വൈനും മൊത്തി മൊത്തി വിശേഷങ്ങൾ പറഞ്ഞു ചിരിക്കുന്നു. വയറു നിറഞ്ഞിട്ടും സ്നേഹനിർബ്ബന്ധംകൊണ്ടു അല്ലെങ്കിൽ സ്വാദുകൊണ്ട് വീണ്ടും കഴിക്കുന്നു. തിങ്കളാഴ്ചയെ വെറുക്കുന്നു.

Happy families are all alike.*

മോഹൻ വീടിനുള്ളിൽ തന്നെ ചടഞ്ഞിരുന്നു. പുല്ലിൽ വളർന്നു നിൽക്കുന്ന ഡാന്റലൈനുകൾ അശ്വിനിയെ അസ്വസ്ഥയാക്കി. അശ്വിനി ആയുധങ്ങളുമായി പുറത്തിറങ്ങി.

അത്തപ്പൂവിടാൻ പൂക്കൾ ചോദിച്ചാണ് വിദ്യ ആദ്യം അശ്വിനിയുടെ വീട്ടിൽ വരുന്നത്.

''അശ്വിനിടെ മുറ്റം ഒരു ഉത്സവം പോലെയാണ്. പുല്ലിനകത്ത് ഒരു കളയില്ല. ചെടീല് ഒരു ഒണക്കെലയില്ല. പിക്ചർ പെർഫെക്ട്!''

പിക്ചർ പെർഫെക്ട് ആയില്ലെങ്കിലും മുറ്റത്തിനു ക്യാൻസർ പിടിക്കാൻ പാടില്ല. കീർത്തനയുടെ സ്കൂളിൽ നിന്നും വളവു തിരിഞ്ഞാൽ നാലാമത്തെ വീടാണ് സോയിയുടേത്. സോയീടെ അമ്മയ്ക്ക് സുഖമില്ല, പിന്നെ കീമോ എന്നൊക്കെ കീർത്തന വാർത്തകൾ കൈമാറുമ്പോൾ സങ്കോചമില്ലാതെ ആ വീട്ടിലേക്ക് അശ്വിനി കിഴിച്ചുനോക്കിയിട്ടുണ്ട്. ദിവസവും സ്കൂളിലേക്കും തിരികേയുമുള്ള യാത്രയിലും. വെട്ടാൻ നേരം കഴിഞ്ഞു പോയ പുല്ലു പല വലിപ്പത്തിൽ. ഇടയ്ക്കിടെ ഉണങ്ങിയ തവിട്ടു നിറത്തിൽ നിന്നിരുന്നതു കണ്ടു അത് നന്നാക്കിയെടുക്കണമെന്നു അന്നു അശ്വിനിക്ക് തോന്നിയിരുന്നു. പക്ഷേ, ഒരിക്കൽപ്പോലും ഒരു സഹായവും അവർക്ക് വാഗ്ദാനം ചെയ്തില്ല.

അതൊക്കെയോർത്ത് അശ്വിനി കാറ്റടിച്ചിട്ട കരിയിലകൾ ചെടികൾക്കിടയിൽ നിന്നും മാറ്റി. ടൂലിപ്പിന്റെ വീണു തുടങ്ങിയ ഇലകൾ മുറിച്ചു കളഞ്ഞു. ഫോർസൈെത്യയെ കോതി അച്ചടക്കത്തിലാക്കി. ആർത്തു വരുന്ന കളകൾ പറിച്ചു മാറ്റി. ഡേ ലില്ലിയുടെ കരിഞ്ഞ ഇലകളെല്ലാം പറിച്ചുമാറ്റി.

മോഹൻ പുറത്തിറങ്ങി കൈകൾ കണ്ണിനു മറപിടിച്ച് ചോദിച്ചു

''ഇതാരെ ഇമ്പ്രസ്സ് ചെയ്യാൻ വേണ്ടീട്ടാ?''

മോഹന് ഇമ്പ്രസ്സ് ചെയ്യുന്നതിൽ മാത്രമേ വിശ്വാസമുള്ളൂ!

''എന്നെ, എന്നെ ഇമ്പ്രസ്സ് ചെയ്യാൻ വേണ്ടീട്ട്.''

ഹല്ല പിന്നെ എന്റെ ജീവിതത്തിൽ എനിക്ക് പ്രസക്തിയില്ലേ?

ഞായറാഴ്ച ഉച്ചപ്പടം വന്നിട്ടുണ്ട്. ഹിന്ദി സിനിമകൾ ഇടയ്ക്കൊക്കെയെ വരാറുള്ളൂ. അതു പറയാൻ വന്നതായിരുന്നു മോഹൻ.

''നല്ല സിനിമേണെന്ന് ഫേസ്ബുക്കിൽ കമന്റു കണ്ടു. പോവാം.''

മോഹൻ ഉത്സാഹിപ്പിച്ചു. അത്രയും സമയം സ്ക്രീനിൽ മനസ്സുറപ്പിക്കാം എന്ന ആശ്വാസത്തിൽ അശ്വിനി പുറപ്പെട്ടു.

---

* medium.com
from Anna Karenina by Tolsto

സിനിമ കഴിഞ്ഞിറങ്ങുമ്പോൾ മെറിനും ശാന്തിയും മിത്രയും വിദ്യയോടു സംസാരിച്ചു നിൽക്കുന്നതു കണ്ട് ആദ്യം കാണാത്ത മട്ടിൽ പോവാൻ അശ്വിനി ഒരുമ്പെട്ടു.

''ഓ ആഷ്!''

''അശ്വിനി വരില്ലാന്ന് കരുതി.''

''ന്താ, ഞാനേത് സിനിമയാണ് വിട്ടിട്ടുള്ളത്?''

''അല്ല, വയ്യാണ്ടിരിക്കുമ്പോ. അതുകൊണ്ടാ ഞങ്ങള് വിളിക്കാതിരുന്നെ.''

''ഉം, കിടപ്പായിപോയിട്ടില്ല. സർജറിവരെ ഞാൻ ഫ്രീയാണ്.''

''വാ, പോവ്വാം.''

മോഹൻ അശ്വിനിയുടെ കൈമുട്ടിൽ ബലമായി പിടിച്ചു പറഞ്ഞു. തിയറ്ററിനു പുറത്തിറങ്ങി സംസാരിച്ചു നിൽക്കുന്നവരെ വകഞ്ഞുമാറ്റി മോഹൻ തിരക്കിട്ട് കാറിടത്തിലേക്ക് നടക്കുകയാണ്.

''എന്തു കോപ്പു സിനിമ? ഈ ചവറൊക്കെ നല്ലതാണെന്ന് പറഞ്ഞവരെ തല്ലണം.''

അശ്വിനി പല്ലുകടിച്ചു.

''വോള്യം ഇത്തിരി കുറച്ചു സംസാരിച്ചൂടെ?''

കാറിന്റെ വാതിലടച്ചതും മോഹന്റെ ചോദ്യവും ഒന്നിച്ചായിരുന്നു.

''ങേ, ഞാൻ ഒച്ചത്തിലാ സംസാരിച്ചത്?''

''ഇല്ലാ പിന്നെ, നാട്ടുകാര് മുഴുവൻ തല തിരിച്ചു നോക്കണ കണ്ടില്ലേ?''

കുറച്ചൊന്നു കഴിഞ്ഞ് അശ്വിനി പറഞ്ഞു.

''മെറിനും ശാന്തിയും മിത്രയും സിനിമയ്ക്ക് വരുന്ന കാര്യം എന്നോട് പറഞ്ഞില്ല.''

''ഉം...''

''ഇന്നലെയും നമ്മൾ കണ്ടതല്ലേ അവരെ?''

''അവര് ഇന്നായിരിക്കും തീരുമാനിച്ചത്.''

ആ ഉത്തരം തെറ്റാണ്. അശ്വിനിക്ക് കുറ്റക്കാരനെ ബെഞ്ചിൽ കയറ്റി നിർത്തി ചൂരലുകൊണ്ടടിക്കണമെന്നു തോന്നി. വിഷയത്തിൽ ശ്രദ്ധയില്ലാത്ത കുട്ടി. വിശദാംശങ്ങൾ പഠിക്കാതെ ഉത്തരം പറയുന്നു.

ഇന്നു തീരുമാനിച്ചതല്ല. അത് അശ്വിനിക്ക് കൃത്യമായി അറിയാം. ഇന്നാണ് തീരുമാനിച്ചതെങ്കിൽ തന്നെ അവർക്ക് അശ്വിനിയെയും വിളിച്ചുകൂടെ? ചിലപ്പോൾ അവർ ഉച്ചയൂണ് ഒന്നിച്ചു കഴിച്ചിട്ടായിരിക്കും വന്നിരിക്കുന്നത്. ഹോട്ട് ഗ്രിൽ റെസ്റ്റോറന്റിൽ നിന്നും ബിരിയാണിയും

ലസ്സിയും കഴിച്ചിട്ടുണ്ടാവും. അല്ലെങ്കിൽ സിനിമ കഴിഞ്ഞ് ഒന്നിച്ചു കൂടാനുള്ള പരിപാടിയിട്ടിട്ടുണ്ടാവും. പഴയതു പോലെ. എല്ലാം പഴയതു പോലെ, അശ്വിനിയുടെ ജീവിതം ഒഴികെ. അത് ക്യാൻസർ പേപ്പറിൽ പൊതിഞ്ഞു മാറ്റി സൂക്ഷിച്ചിരിക്കുന്നു. ഇന്നത്തെ ചർച്ചാവിഷയത്തിൽ പ്രധാനം അശ്വിനിയും അവളുടെ മുലയും ആയിരിക്കും.

അശ്വിനിയുടെ ചങ്ക് ക്രിക്കറ്റ് മൈതാനം പോലെ കിടന്നു. വാശിയും ആരവവും ഒഴിഞ്ഞ്, നിരപ്പായി. ചെറിയൊരു ഒച്ചയും പ്രതിധ്വനിപ്പിക്കുമെന്ന് ഭയപ്പെടുത്തിക്കൊണ്ട്. വിലാസവതികളായ ചിയർ ലീഡേഴ്സ് ഏതു കളത്തിലാണ് ഇപ്പോൾ പ്രകടനം നടത്തുന്നത്?

അശ്വിനി തിരിഞ്ഞിരുന്നു. മറിഞ്ഞിരുന്നു. തോൽപ്പിക്കപ്പെട്ടവളെപ്പോലെ. മോഹന് ഒന്നും പറയാനില്ല, അറിയാനില്ല. മോഹൻ ജോലിത്തിരക്കിലാണ്. ഞായറാഴ്ച വൈകുന്നേരത്തിനു ഇത്രയ്ക്ക് ദൈർഘ്യം വെച്ചത് എങ്ങനെയാണ്?

മനസ്സിനെ മറ്റെവിടെയെങ്കിലും കെട്ടിയിടാൻ അശ്വിനി പണിപ്പെട്ടു. ഒടുക്കം അവൾ ഗൂഗിളിനോടു ചോദിച്ചു, ഗൂഗിൾ പറഞ്ഞുകൊടുത്ത പ്രതിവിധി ഒരു പുതിയ ഹോബി തുടങ്ങാനാണ്. പെട്ടെന്നു ഫലം കാണുന്ന എന്തെങ്കിലുമാണ് ഏറ്റവും നല്ലത്. അവരുടെ ഉദാഹരണത്തിലെ പച്ചക്കറിത്തോട്ടം അശ്വിനിക്ക് ഇഷ്ടപ്പെട്ടു. കാനഡയിൽ മെയ് മാസത്തിൽ നടുന്ന പച്ചക്കറികൾ കഷ്ടിച്ചു നാലുമാസംകൊണ്ടു വളർന്നു പൂത്തുകായ്ച്ചു ജീവിതം തീർക്കുന്നതു കണ്മുന്നിൽ കാണാൻ പറ്റും. അങ്ങനെ ആ ഹോബിയിൽ മനസ്സു വെക്കാൻ അശ്വിനി തീരുമാനിച്ചു. അശ്വിനി എല്ലാവർഷവും തക്കാളി നടും. ഇടയ്ക്ക് ബോറടിക്കാൻ സമയം കിട്ടിയാൽ അതിനു വെള്ളമൊഴിക്കും. തക്കാളിക്കായ പറിക്കും.

ഇടത്തേ കൈയിൽ വൈൻ ഗ്ലാസും വലംകൈയിൽ ഓസുമായി ചെടികൾക്കു വെള്ളമൊഴിക്കുന്നതാണ് അശ്വിനിയുടെ വൈകുന്നേരത്തെ മൾട്ടി ടാസ്ക്കിംഗ്. പൂച്ചെടികളെല്ലാം കഴിഞ്ഞു സമയം അധികം വന്നാലേ പാവം തക്കാളിച്ചെടികൾക്ക് വെള്ളം കിട്ടാറുള്ളൂ. അധികം ചൂടു വരുന്ന വർഷങ്ങളിൽ അതൊക്കെ ഉണങ്ങിപ്പോവും അല്ലെങ്കിൽ ശുഷ്കിച്ച കായകളുമായി വാടി നിൽക്കും.

ഈ വർഷം കൂടുതൽ പച്ചക്കറിത്തൈകൾ വാങ്ങണമെന്നു കരുതിയാണ് അശ്വിനി പുറപ്പെട്ടത്. കടയുടെ പുറത്തായി ഒരു കാടുണ്ടാക്കാനുള്ളത്രയും ചെടികൾ നിരത്തിവെച്ചിട്ടുണ്ടായിരുന്നു. പച്ചക്കറിച്ചെടികൾ നിരന്നിരിക്കുന്ന ഷെൽഫിലേക്ക് അശ്വിനി തിരിഞ്ഞു. പാവൽ, വെള്ളരി, വെണ്ട, വഴുതന, തക്കാളി, മുളക്... ഇതിൽ ഏതൊക്കെ വാങ്ങണം?

പെട്ടെന്നാണ് സൗദാമിനി മുന്നിൽ വന്നു പെട്ടത്. അശ്വിനി ഉപചാരപൂർവ്വം ചിരിച്ചു.

''അശ്വിനി മോളെ എങ്ങനെയിരിക്കുന്നു?''

''സുഖമായിരിക്കുന്നു ചേച്ചീ.''

സൗദാമിനിയുടെ മുടിയിൽ കാറ്റ് കുരുക്കിട്ടു രസിക്കുന്നത് നോക്കി അശ്വിനി പറഞ്ഞു.

ചെടികളുടെ പേരും അതിന്റെ സംരക്ഷണക്രമങ്ങളും വായിച്ച് അശ്വിനി പിന്നെയും ചുറ്റി നടന്നു. വെള്ളരിക്ക് പടർന്നു കയറാൻ ഇടം വേണം. മുളകുകൾ രണ്ടടി അകലത്തിൽ നടണം.

സൗദാമിനി വീണ്ടും കുറുകെ വന്നു.

''നല്ലായിട്ട് വള്ളി വീശിയതെടുക്കണം. ദേ, ഈ സൈടി ഒണ്ട്. ഇന്നാ.''

വെള്ളരിവള്ളികൾ അശ്വിനിക്ക് നേരെ കൈ നിട്ടി. എന്നെ എടുക്ക് എന്നാവശ്യപ്പെടുന്ന കുട്ടിയെപ്പോലെ.

''മോക്ക് സുഖമില്ലാരുന്നു അല്ല്യോ.''

വൈകുന്നേരത്തെ സൂര്യന്റെ വെളിച്ചം അവരുടെ മുഖത്തിന്റെ വിളർപ്പ് കൂട്ടിയിട്ടുണ്ടെന്നു അശ്വിനിക്കു തോന്നി. കാറ്റിൽ ചൂട് കുറയുന്നില്ല.

''ഉം...''

മൂളലിനൊന്നു പുറത്തേക്കു വരാൻ എന്തൊരു ഗമയാണ്.

''ക്യാൻസറാന്നു കൺഫേം ചെയ്താരുന്നോ?''

''ഉവ്വ.''

തലയാട്ടണം, തലയാട്ടൽ മറക്കരുത്.

അവരുടെ മുഖത്തെ പെരിഫറൽ ക്യാപ്പില്ലറികളിൽ രക്തം നിറയുന്നത് അശ്വിനിക്ക് അറിയാം. കണ്ണുകൾ കുറച്ചൊന്നു കൂമ്പുന്നു.

ഛെ, ഈ സൂര്യന് അസ്തമിച്ചു കൂടെ? പെട്രോമാക്സ് കത്തിച്ചു പിടിച്ച് നിൽക്കേണ്ട വല്ല ആവശ്യവുമുണ്ടോ?

ഒന്നുകൂടി അടുത്തേക്ക് ചേർന്നു നിന്ന് ശബ്ദം താഴ്ത്തി, വായ്നാറ്റം പകർന്ന് സൗദാമിനി മന്ത്രിച്ചു

''ബ്രെസ്റ്റിനാ അല്ലേ?''

''ങാ, അതേ.''

''ഏതാ ലെഫ്റ്റ് ആണോ റൈറ്റ് ആണോ?''

ഇവരുടെ കൈയിൽ ഓരോന്നിനും പ്രത്യേക ഒറ്റമൂലികൾ ഉണ്ടാവുമോ?

''സർജറി ഉടനെ ഉണ്ടാവും. ഞാൻ പോവട്ടെ. മോഹൻ പുറത്ത് കാത്തു നിൽപ്പുണ്ട്.''

അശ്വിനി കാറിൽ കയറി ഓടിച്ചു പോവുമ്പോൾ അവർ നോക്കി നിൽപ്പുണ്ടാവും എന്ന് വേവലാതിപ്പെട്ടില്ല. പകരം അവൾ കാറിലെ റേഡിയോയെ, റോഡിലെ ചുവന്നു പോയ ട്രാഫിക് ലൈറ്റിനെ, കണ്ണി ലേക്ക് അടിച്ച് കാഴ്ച മറയ്ക്കുന്ന സൂര്യനെ, പിന്നെ വഴിയിൽ കണ്ട തിനെയൊക്കെ ഉച്ചത്തിൽ വഴക്കു പറഞ്ഞു.

അപ്പോഴാണ് അഷർ പാട്ടു തുടങ്ങിയത്...

I'm os, caught up

Got me feeling it, caught up

ഊഹ....

സ്പീക്കറിനെ തൊള്ള തുറക്കാൻ വിട്ടുകൊടുത്ത് അശ്വിനിയും കാറും നിഴൽമരങ്ങൾക്ക് നടുവിലൂടെ സരിഗമപധനി. സ..സ..സ..

Ready, set go...

കാനഡയുടെ വായു തണുപ്പിന്റെ ഒരു പുതപ്പാണ്. അതിൽ നിന്നും ഷവറിന്റെ ചൂടുവെള്ളത്തിൽ സ്വയം മറന്നു നിൽക്കുമ്പോൾ കുളിയൊരു ലഹരിയായി മാറും. അശ്വിനി കല്യാണിയെ ഒന്നുകൂടി അമർത്തി നോക്കി. കുളിച്ചു തോർത്തി ബ്രായും സ്വെറ്ററുമിട്ടു കഴിഞ്ഞപ്പോൾ അവൾക്ക് പിരിഞ്ഞുപോകുന്ന മുലയോട് യാത്ര പറയണമെന്നു തോന്നി. സ്വെറ്റർ ഊരിമാറ്റി അവൾ കല്യാണിയെ വീണ്ടും തടവി.

ഫോൺ കളഞ്ഞു പോയാലോ? സെൽഫി കമ്പ്യൂട്ടറിലേക്ക് മാറ്റാൻ സമയമില്ല. ഫോട്ടോകൾ ഇമെയിൽ വഴി അയയ്ക്കുന്നത് അപകടമാണ്, ഒന്നും രഹസ്യമല്ല. മോഹൻ പറയന്നത്, പോസ്റ്റു കാർഡിൽ എഴുതുന്ന എഴുത്തിന്റെ പ്രൈവസിയേ ഉള്ളൂ ഇമെയിൽ മെസേജുകൾക്കെന്നാണ്.

കൈവിട്ടു പോയാൽ?

''പോയാൽ കണ്ടവരുണ്ടോ കാണാത്തവരുണ്ടോ എന്നൊരു പരസ്യം കൊടുക്കാം. ഇനി കാണാൻ കിട്ടില്ലല്ലോ.''

കളവാണി അശ്വിനിയെ ആശ്വസിപ്പിച്ചു. അവൾ മുന്നിൽ ബട്ടനുള്ള ബ്ലൗസ് ഇട്ടുതയ്യാറായി.

വെള്ളിയാഴ്ച കീർത്തന വരുമ്പോൾ മമ്മിഞ്ഞയിൽ ഒന്നുണ്ടാവില്ല. അരുത്...

നീരൊഴുക്ക് അരുത്! ഇത് നീയല്ല, നിന്റെ ശരീരമല്ല.

If thought = unpleasant

then

Exit loop.

അമ്മയെപ്പോലെ ഇൻഫിനിറ്റ് ലൂപ്പിൽ കിടന്നു കറങ്ങാതെ Exit കടക്ക് പുറത്ത്...

മാർച്ച് -

ലെഫ്റ്റ്... റൈറ്റ്...

ലെഫ്റ്റ്... റൈറ്റ്...

ലെഫ്റ്റ്... റൈറ്റ്...

ലെഫ്റ്റ്... റൈറ്റ്...

ലെഫ്റ്റ്!

But right is not right sir!

ആശുപത്രിയിലേക്കുള്ള യാത്രയിലും മോഹൻ മിറാൻഡ അവകാശം മുറുകിപ്പിടിച്ചിരുന്നു. ഒരു വാക്കുതെറ്റിപ്പറഞ്ഞു ശിക്ഷവാങ്ങാൻ മോഹൻ തയ്യാറല്ല.

നേഴ്സ് അശ്വിനിയുടെ കൈത്തണ്ടയിൽ ആശുപത്രിയുടെ അടയാളക്കെട്ട് അണിയിച്ചു. അവളുടെ പേരും റെക്കോർഡ് നമ്പരും പ്ലാസ്റ്റിക്ക് ആവരണത്തിനുള്ളിലാക്കി ലോഹക്കൊളുത്തിൽ കുടുങ്ങിക്കിടക്കുന്നത് അശ്വിനി തിരിച്ചും മറിച്ചും നോക്കി. പിന്നെ നേഴ്സ് അവളെ ഉടുപ്പു മാറാൻ മുറിയിലേക്ക് ആനയിച്ചു. ആശുപത്രിയുടുപ്പ്, പച്ചയുടുപ്പ്, പിൻവശംതുറന്ന പിസ്റ്റാ നിറമുള്ള ഉടുപ്പിട്ട കുട്ടിയായി അശ്വിനി പുറത്തു വന്നു.

ഡോക്ടർ ജബ്ബാർ മാറാത്ത ചിരിയോടെ അശ്വിനിയോടു കുശലം പറഞ്ഞു. തീയറ്ററിലുള്ള എല്ലാവരെയും ഡോക്ടർ പേരെടുത്ത് പരിചയപ്പെടുത്തി. അശ്വിനിയുടെ ചെവിയിൽ രണ്ടു പേരുകൾ മാത്രം ചുറ്റിക്കറങ്ങി. നേർത്ത ഉടുപ്പിനടിയിൽ പാവം കല്യാണി. സങ്കടപ്പെട്ട് കളവാണി. നടുവിൽ അശ്വിനി. എല്ലാത്തിനും സാക്ഷിയായി ക്യാൻസുവും.

ഡോക്ടർ അശ്വിനിയുടെ കൈയിൽ പിടിച്ചു അനുവാദം ചോദിച്ചു.

''എന്നാൽ തുടങ്ങിക്കോട്ടെ?''

''ഓ, പ്ലീസ്. എന്നിട്ട് വേഗം അവസാനിപ്പിക്കൂ.''

രോഗിയുടെ പോസിറ്റീവ് ആറ്റിറ്റ്യൂഡിൽ ചിരിയുടെ അലകൾ തീരുന്നതിനു മുൻപേ ഉറക്കം അശ്വിനിയെ കടത്തിക്കളഞ്ഞു. ഉറക്കത്തിന്റെയൊപ്പം പോകുന്നതിനു മുമ്പ് അശ്വിനിയുടെ നാവിൽ ഒരു പേര് ഒട്ടിനിന്നു. കീർത്തന, രന്ന.

''കുട്ടിയെ കാത്തോൾണേ.''

ആശുപത്രിയിലെ ഇടുങ്ങിയ മുറിയിലും അശ്വിനിയുടെ കാഴ്ചക്കാരും സ്നേഹക്കാരും നിറഞ്ഞു. ഭിത്തിയിൽ ചാരിനിന്ന്, കസേരയിൽ ചരിഞ്ഞിരുന്ന് അവർ വർത്തമാനം പറഞ്ഞു. അശ്വിനി മോർഫിന്റെ ലഹരിയിൽ എല്ലാം കണ്ടുകിടന്നു. മിത്രയും മെറിനും ഭർത്താക്കന്മാരും ഒന്നിച്ചു വന്നപ്പോൾ മോഹൻ പറഞ്ഞു.

''ഇന്ന് വേണോങ്കി പോകാന്നു ഡോക്ടർ പറഞ്ഞു.''

''ഓ, ഇത്ര വേഗോ?''

“ഉം, ഞാൻ പറഞ്ഞു രണ്ടൂസം കൂടി കഴിഞ്ഞിട്ടു മതീന്ന്. ബ്ലീഡിംഗ് എന്തെങ്കിലും ഉണ്ടായായാലോ?”

അതെയതെ, മോഹനു ശല്യാവും.

മുലപോയിട്ടും അശ്വിനിയുടെ മുറുമുറുപ്പ് മാറിയിട്ടില്ല.

“നാളെ പോവും വീട്ടില്.”

ആരും ചോദിക്കാതെ തന്നെ അശ്വിനി ഉറപ്പിച്ചു പറഞ്ഞു.

വൈകുന്നേരം കൃത്യം ആറുമണിക്ക് ഉയർത്തുകയും താഴ്ത്തുകയും ചെയ്യാവുന്ന നീണ്ട മേശയിൽ ഭക്ഷണത്തിന്റെ തട്ടം വെച്ചിട്ട് വോളണ്ടിയർ പോയി. കീർത്തനയും കുറേക്കാലം ചെയ്തിട്ടുണ്ട് ഈ വോളണ്ടിയർ ജോലി. യൂണിഫോമിട്ട് ആശുപത്രിയുടെ അടുക്കളയിൽ നിന്നും വാർഡ് അനുസരിച്ച് അടുക്കിയ ഭക്ഷണത്തട്ടങ്ങൾ വലിയ ട്രോളിയിലാണ് കൊണ്ടുപോകുന്നത്. മുറിയുടെയും കിടക്കയുടെയും നമ്പറുകൾ പ്ലാസ്റ്റിക് മൂടിയുള്ള തട്ടത്തിനു പുറത്തുണ്ടാവും. അതു നോക്കി ഓരോ കിടക്കയ്ക്ക് അരികിലുമുള്ള മേശയിൽ ഭക്ഷണം വെക്കുന്നതാണ് വോളന്റയറിന്റെ ജോലി.

മേശ അരികിലേക്ക് നീക്കിവെച്ച് അശ്വിനി മൂടി തുറന്നു നോക്കി. വിളറിയ കോഴിക്കാലും ചെറിയൊരു റൊട്ടിയും അതിലും ചെറിയ സാലഡും ആയിരുന്നു വിഭവങ്ങൾ. പിന്നെ ചെറിയൊരു പാത്രത്തിൽ ജെല്ലോയുണ്ട്. അശ്വിനിക്ക് വിശപ്പ് തോന്നിയില്ല. കഴിച്ചോ എന്ന ചോദ്യത്തിനു ഉവ്വെന്നു ഉത്തരം പറയാൻ വേണ്ടി അവൾ ജെല്ലോയുടെ പാത്രം തുറന്നു. ചുവന്ന ജെല്ലോ അശ്വിനിയുടെ വായയ്ക്കുള്ളിൽ ബ്ലിം ബ്ലോംന്ന് തകിടം മറിഞ്ഞു. ചെറിപ്പഴത്തെ അനുകരിച്ച വൃത്തികെട്ടൊരു കൃത്രിമസ്വാദിൽ അശ്വിനിയുടെ സ്വാദുമുകുളങ്ങൾ പ്രതിഷേധിച്ചു. അവൾക്കത് തുപ്പിക്കളയണമെന്നു തോന്നി. വായിലിട്ടത് ഒരുവിധത്തിൽ ഇറക്കി അശ്വിനി ജെല്ലോ തിരികെ വെച്ചു. ഭക്ഷണത്തട്ടം അടച്ച് മേശ നീക്കി വെച്ച് അവൾ കിടക്കയിൽ ചാരിയിരുന്നു. ഒരു ചൂടു ചായ കിട്ടിയെങ്കിൽ.

“ഉം... നല്ലൊരു ഏലക്കച്ചായ.”

നാവ് ശരിവെച്ചു.

അശ്വിനി ഉടനെതന്നെ വിവരം കീർത്തനയെ അറിയിച്ചു.

“ഈ ഭക്ഷണം കൊടുക്കാനാണോ നീ വോളണ്ട്യർ വർക്ക് എന്നു പറഞ്ഞു മണിക്കൂറുകൾ ആശുപത്രിലൂടെ നടന്നത് കീർത്തന? ഇതൊന്നും പുണ്യപ്രവൃത്തിയല്ല പെണ്ണേ, മഹാപാപം.”

“മമ്മൂസ് കൊതിച്ചീ, സർജറി കഴിഞ്ഞിരിക്കുന്നോർക്ക് ബിരിയാണി കിട്ടില്ലാട്ടോ.”

“ബിരിയാണിയൊന്നും വേണ്ട, ന്നാലും എഡിബിൾ ആയിട്ടുള്ള സാധങ്ങള് തന്നൂടെ?”

അശ്വിനിയുടെ വയറു പരാതി മൂളിപ്പറഞ്ഞുകൊണ്ടിരുന്നു. രാത്രി ഉറക്കത്തിനിടയിൽ അവൾക്ക് ദാഹിച്ചു. ഭക്ഷണമേശയിലിരുന്ന സ്റ്റൈറഫോം കപ്പിന് എന്തോ മണമുള്ളതുപോലെ അശ്വിനിക്ക് തോന്നി. മൂക്കിനടുത്തേക്ക് വരുമ്പോൾ അവൾക്ക് അറപ്പായി. മോഹൻ രാവിലെ വരുമ്പോൾ ഒരു കുപ്പിവെള്ളം കൊണ്ടുവരാൻ പറയാൻ അവൾ തലയണയ്ക്കടിയിൽ ഫോൺ തിരഞ്ഞു. അതിലെ ചാർജു തീർന്നിരുന്നു.

തൊണ്ടയുണങ്ങുന്ന ദാഹത്തിൽ, അശ്വിനി നേഴ്സിനോട് ഐസ് കട്ട ചോദിച്ചു. അതും അവർ ഒരു സ്റ്റൈറഫോം കപ്പിൽ നിറയെ കൊണ്ടുക്കൊടുത്തു. അശ്വിനി ദയനീയമായി ഐസ് കട്ടകളെ നോക്കി. പിന്നെ പ്ലാസ്റ്റിക് സ്പൂൺ കൊണ്ട് ഒന്ന് കോരി വായിലിട്ടു.

‘‘ഹാവൂ.’’

അശ്വിനിയുടെ തൊണ്ടയും നാവും അണ്ണാക്കും നേഴ്സിനോടും ഐസിനോടും സ്പൂണിനോടും നന്ദി പറഞ്ഞു.

മുറിവിൽ നിന്നും ഊറിവരുന്ന വെള്ളം കൂട്ടിവെയ്ക്കാനൊരു ട്യൂബ് അശ്വിനിയുടെ ശരീരത്തിൽ പിടിപ്പിച്ചിട്ടുണ്ടായിരുന്നു. നീണ്ട പ്ലാസ്റ്റിക് ട്യൂബിന്റെ അറ്റം ഗോളാകൃതിയിലുള്ള സംഭരണിയാലാണ് ചെന്നു നിൽക്കുന്നത്. അത് നിറയുമ്പോൾ എടുത്തുമാറ്റി ഒഴിച്ചു കളയണം. വീട്ടിൽ പോയിക്കഴിയുമ്പോൾ രോഗി തനിയെ ചെയ്യാനുള്ള ജോലിയാണത്. രാവിലെ വന്ന ഡ്യൂട്ടി നേഴ്സ് അശ്വിനിയെ പഠിപ്പിച്ചുകൊടുത്തു:

സ്റ്റെപ്പ് ഒന്ന് (1), കൈ സോപ്പിട്ടു കഴുകുക. മുറിവിൽ അണുക്കൾ കയറി പഴുപ്പ് ഉണ്ടാവാതെയിരിക്കാൻ.

സ്റ്റെപ്പ് രണ്ട് (2), സംഭരണിയുടെ പ്ലഗ്ഗടപ്പ് ശ്രദ്ധയോടെ തുറക്കുക

സ്റ്റെപ്പ് മൂന്ന് (3), സംഭരണിയിലെ ദ്രാവകം തന്നിരിക്കുന്ന അളവു കപ്പിലേക്ക് ഒഴിക്കുക. ദ്രാവകത്തിന്റെ അളവു ആശുപത്രിയിൽ നിന്നും തന്നിരിക്കുന്ന കടലാസ്സിൽ രേഖപ്പെടുത്തുക

രേഖാപത്രത്തിൽ ഒന്നാം ദിവസം, ഒന്നാമത്തെത്, രണ്ടാമത്തെത്, സമയം, അളവ് എന്നൊക്കെ നെടുകെയും കുറുകേയും കോളങ്ങളുണ്ട്.

സ്റ്റെപ്പ് നാല് (4), പ്ലാസ്റ്റിക് സംഭരണി ഞെക്കിയമർത്തി അതിനുള്ളിലെ വായു മുഴുവൻ കളയണം. എന്നാലേ പിന്നെയും അത് ദ്രവത്തെ വലിച്ചെടുക്കൂ. പ്ലഗ്ഗടപ്പുകൊണ്ട് സംഭരണി അടയ്ക്കുക.

സ്റ്റെപ്പ് അഞ്ച് (5): അളവു ഗ്ലാസിലെ ദ്രാവകം കക്കൂസിൽ ഒഴിച്ച് ഫ്ളഷ് ചെയ്യുക.

സ്റ്റെപ്പ് ആറ് (6): കൈ സോപ്പിട്ട് കഴുകുക

നേഴ്സിന്റെ പണിയും പാവം രോഗിയെക്കൊണ്ടു ചെയ്യിക്കുന്ന പരിപാടിയാണിത്. ഇതാണ് പുതിയ ട്രെൻഡ്. ബാങ്കിൽ ടെല്ലർപണി, പെട്രോൾപമ്പുകളിൽ ഗ്യാസലീൻ നിറയ്ക്കുന്ന ജോലി, കടകളിൽ

കാഷ്യർ ജോലി ഉപഭോക്താവിന്റെ ചുമതലകൾ കൂടിക്കൂടി വരികയാണ്.

''ഇങ്ങനെപോയാൽ കുറച്ചു കഴിയുമ്പോ കത്രികയും നൂലും കൈയിൽ തന്നു വിടുമോ റാണാ? സർജറി വീട്ടിലിരുന്നു സൗകര്യംപോലെ ചെയ്യാൻ വേണ്ടി?''

സ്വയം ശുശ്രൂഷയ്ക്കുള്ള ക്ലാസുകഴിഞ്ഞതുകൊണ്ടു എട്ടു മണിക്ക് ഡോക്ടർ വന്നാലുടൻ പോകാമെന്നു നേഴ്സ് അശ്വിനിയെ അറിയിച്ചു.

''അതിനു മുൻപ് ഭക്ഷണം കഴിക്കൂ.''

മുഷിഞ്ഞ നിറമുള്ള ഭക്ഷണത്തട്ടം തുറക്കാൻ അശ്വിനിക്ക് ഉത്സാഹം തോന്നിയില്ല. മേശ മെല്ലെ അരികിലേക്ക് മാറ്റിവെച്ച് അവൾ മൂടി തുറന്നു. ബ്രൗൺ ബ്രെഡ്കൊണ്ടുള്ള ടോസ്റ്റിന്റെ അരികുകൾ അവൾ കൈകൊണ്ടു പറിച്ചു മാറ്റി വെച്ചു. ചുവന്ന നിറമുള്ള റാസ്ബെറി ജാം അശ്വിനി തുറന്നുനോക്കി. കഴിഞ്ഞ ദിവസത്തെ ജെല്ലോയുടെ അതേ നിറമായിരുന്നു ജാമിന്. അതു നീക്കിവെച്ച് അശ്വിനി ആകൃതി നഷ്ടപ്പെട്ട റൊട്ടിയിൽ കുറച്ചു വെണ്ണ പുരട്ടി സാവധാനം കഴിക്കാൻ ശ്രമിച്ചു. മഞ്ഞ നിറത്തിൽ ചിതറിക്കിടന്ന മുട്ടയെ അവൾ പൂർണ്ണമായും അവഗണിച്ചു.

''ദോശയും ചമ്മന്തിയും കിട്ടാൻ വഴിയുണ്ടാവുമോ?''

ഭക്ഷണത്തട്ടം അടച്ചുവെച്ച് അശ്വിനി കാപ്പിക്കപ്പു ഇടംകൈയിലെടുത്ത് കിടക്കയിൽ ചാരിയിരുന്നു. കാപ്പിമണം ആവോളം അവൾ ഉള്ളിലേക്ക് വലിച്ചു. കടുപ്പവും ചൂടുമില്ലാത്ത കാപ്പി പാതി കുടിച്ച് കപ്പ് അവൾ മേശയിൽ തിരികെവെച്ചു.

മോഹൻ ജോലിക്കു പോകുംവഴി വരുമെന്നു കാത്തിരുന്ന അശ്വിനി ഒടുക്കം തന്നെത്താൻ തയ്യാറായി. പാന്റ്സ്, ഷർട്ട്, സോക്സ് എല്ലാം ഇട്ടു റെഡി. എട്ടുമണി കഴിഞ്ഞപ്പോൾ ഡോക്ടർ വന്നു. പിന്നെ നേഴ്സ് വന്നു. ചാർട്ടു തയ്യാറായി നിന്നു.

മോഹൻ വന്നപ്പോൾ പതിനൊന്നു മണികഴിഞ്ഞു. ജോലിയിൽ അത്യാവശ്യ മീറ്റിംഗ്, ഫോൺ അടിച്ചത് കേട്ടില്ല. പിന്നെ റോഡിൽ ട്രാഫിക്.

നുണകൾ മോഹനെ ഒറ്റു കൊടുക്കുന്നതറിഞ്ഞു പ്രതിഷേധവും സന്ദേഹവും ചെവിയിൽ തിരുകി അശ്വിനിയിരുന്നു.

ബാലി വന്നു സുഗ്രി വന്നു
പിന്നെ രണ്ടു കോലം വന്നു
നാലു പേരും കേറി നിന്നു
ശീലപൊക്കി ആട്ടമാടി

''ഹൌ ആർ യൂ?''

മോഹന്റെ ചോദ്യം

''പെർഫെക്ട്.''

സ്മാഷ് അടിച്ച് അശ്വിനിക്ക് ഔട്ട് ആക്കണം.

എന്തൊരു മണ്ടൻ ചോദ്യമാണത്? മിടുക്കന്മാരായ ചോദ്യങ്ങളൊന്നും മോഹന്റെ തലയിൽ കിളിർക്കുന്നില്ല.

മോഹൻ വാങ്ങിയ പൂവുകൾ മുറിക്കു പുറത്തെ ചവറ്റുകൊട്ടയിൽ തലകുത്തികിടന്നു. എട്ടു-പത്തു-പതിഞ്ചു തവണ തിരിച്ചും മറിച്ചും നോക്കി വാങ്ങിയ പൂവുകളാണ്.

പൂവ് മരിച്ചവർക്കല്ലേ?

പൂക്കളല്ലെങ്കിൽ പിന്നെ എന്താണ് വാങ്ങേണ്ടത്?

ആശുപത്രി ബാഗ് കൈയിലെടുത്ത് മോഹൻ മുന്നിൽ നടന്നു. നേഴ്സിംഗ് സ്റ്റേഷനിൽ ഒന്നു നിന്ന് ചിരിയോടെ നന്ദി പറയുന്ന മോഹനെ അശ്വിനി തുറിച്ചു നോക്കി.

ചുളിയാത്ത പാൻസ്. ഷർട്ടിന്റെ അറ്റം കോട്ടിനു പുറത്തു കാണാം. ബാഗു പിടിച്ചിരിക്കുന്ന കൈയിലെ ഞരമ്പുകൾ എഴുന്നേറ്റ് നിന്ന് സലാം വെക്കുന്നു. നേഴ്സിനോടു സംസാരിക്കുന്ന മോഹന്റെ കണ്ണിനു ചുറ്റും വരയ്ക്കുന്ന സ്നേഹം സന്തോഷം. തിളങ്ങുന്ന പല്ലുകൾ.

''Thank you so much for your all your help and support.''

''Oh, you are very welcome! Take care my dear.''

''Okay, bye now.''

''bye.. bye''

Bye now എന്നോ? എന്താണതിന്റെ അർത്ഥം? വീണ്ടും കാണാം എന്നല്ലേ? അതാണോ മോഹന്റെ പ്രതീക്ഷ?

അശ്വിനിയുടെ ചെവിക്കുള്ളിൽ ചോദ്യാവലി അണിയായി കവാത്തു നടത്തുകയാണ്. എലിവേറ്റർ വരാനെടുത്ത നാൽപ്പതു സെക്കൻഡിന് അറുപത്തിരണ്ടു മണിക്കൂർ നീളമുണ്ടായിരുന്നു. എലിവേറ്ററിൽ നിന്നും ഇറങ്ങി കാർ പാർക്കിംഗ് വാതിലിലേക്ക് തിരിയുന്നതിനു മുൻപ് മോഹൻ ചോദിച്ചു.

''നടക്കാവോ? ഇരിക്കണോ?''

''എന്റെ കാല് ആരും മുറിച്ചു കളഞ്ഞിട്ടില്ല.''

അണുനാശിനിയിട്ടു തുടച്ച ടൈലുകളിലേക്ക് ഉത്തരം ഐസുകട്ട കളായിട്ടാണ് വീണു തെറിക്കുന്നത്. മോഹൻ ഐസുകട്ട വായിൽ തിരുകി. ഏഴു മണിക്ക് വീട്ടിൽ പോകാൻ തയ്യാറായിരുന്നയാളെ

പതിനൊന്നുമണിവരെ ഇരുത്തിയതിനു ഐസ്കട്ട മതിയാവില്ല! ഐസ്-പിക്ക് അടുത്തില്ലാതെയിരുന്നത് മോഹന്റെ ഭാഗ്യം!

ഈ കാറിൽ, ഈ സീറ്റിലിരുന്നാണ് അശ്വിനി ആശുപത്രിയിലേക്ക് പോയത്. ഇപ്പോൾ മുലയില്ലാത്ത അശ്വിനി അതേ ഇരിപ്പിടത്തിൽ ഇരിക്കുന്നു. അന്നും കാറോടിച്ചത് മോഹനായിരുന്നു. ഇന്നും കാറോടിക്കുന്നത് മോഹൻ തന്നെ. പക്ഷേ അയാൾക്ക് ഒന്നും നഷ്ടമായിട്ടില്ല. കുറവുകളില്ലാതെ പൂർണനായി മോഹൻ.

പാർക്കിംഗ് ഗരാജിൽ നിന്നും സാവധാനത്തിൽ ഇറങ്ങിയ കാറ് പുറത്തേക്കുള്ള ഗേറ്റിൽ നിന്നു. മോഹൻ പാർക്കിംഗ് ചീട്ട് യന്ത്രത്തിന്റെ വായിൽ തിരുകി. തുറന്ന ജനലിൽ കൂടി തണുത്ത കാറ്റ് അകത്തേക്ക് കടന്നു. ജൂൺ ആയിട്ടും ഈ വർഷം തണുപ്പു മാറിയിട്ടില്ല. പണമടച്ചത് ശരിയാണെന്ന് ഉറപ്പു വരുത്തി ഇലക്ട്രോണിക് ഉപകരണം ഓട്ടോമാറ്റിക് ഗേറ്റ് തുറക്കാൻ കുറച്ചു സമയമെടുത്തു. കാറിനകത്തു കടന്ന കാറ്റ് അശ്വിനിയെ കിടുകിടെ വിറപ്പിച്ച് ക്രൂരമായി ചിരിച്ചു.

റേഡിയോ വളരെ നേർത്ത ശബ്ദത്തിൽ വാർത്ത പറഞ്ഞുകൊണ്ടിരുന്നു. റോഡിൽ തിരക്കു കുറവായിരുന്നു. പതിനൊന്നു മണിക്ക് എല്ലാവരും ഏതെങ്കിലും മുറികളിൽ തിരക്കിലായിരിക്കുമെന്നു അശ്വിനിക്കറിയാം. കാറ് വളരെ സാവധാനത്തിലാണ് പോകുന്നത്. മഞ്ഞലൈറ്റിൽ നിർത്തി. പച്ചയായി കഴിഞ്ഞ് പതുക്കെ നിരങ്ങി അധികം വേഗത എത്താതെ ഇഴഞ്ഞു വലിഞ്ഞു... വലിഞ്ഞ്.

റോഡിന്റെ ഇരുദിശയേയും ഭിന്നിപ്പിക്കുന്നത് കോൺക്രീറ്റിൽ കെട്ടിയുണ്ടാക്കിയ ചെറുതുരുത്തുകളാണ്. അവിടെ ചെടികളും മരങ്ങളും ഇടവിട്ട് നിൽക്കുന്നു. നഗരസഭയുടെ വണ്ടി വഴിയരികിൽ കിടപ്പുണ്ട്. ജോലിക്കാരും വേനൽക്കാല ജോലിചെയ്യുന്ന കുട്ടികളും റോഡിനു നടുവിലെ തുരുത്തിൽ പണിയെടുക്കുന്നുണ്ടായിരുന്നു. ആ ഇടങ്ങൾ പൂക്കളും ഭംഗിയുള്ള ഇലകളുംകൊണ്ട് നിറയും.

കടന്നു പോകുന്ന കാറിൽ നിന്നും പാട്ടിന്റെ താളം കേൾക്കാം. ആർക്കും ഒന്നിനും മാറ്റമില്ല. ലോകം അങ്ങനെ തന്നെ. ഈ പട്ടണത്തിലെ എല്ലാവരുടേയും മുലകൾ മുറിച്ചു ദൂരെയെറിഞ്ഞിട്ടില്ല. അശ്വിനിയുടെ മുല അവർ എന്തു ചെയ്തിരിക്കും? അത് ആശുപത്രിയിലെ ഒരു ബക്കറ്റിൽ ചോരയും വെള്ളവും കലർന്ന വൃത്തികേടിൽ കിടന്നിരിക്കും. ഗൂഗിളിന് അറിയാത്ത കാര്യങ്ങളില്ല, ചോദിച്ചു നോക്കാം. അശ്വിനി ഫോണിൽ തിരക്കിട്ടു തിരഞ്ഞു. ഗൂഗിൾ പറഞ്ഞത് ദഹിപ്പിക്കുമെന്നാണ്. അശ്വിനിയുടെ കല്യാണിയെ നീറ്റുചൂളയിലിട്ടു ഭസ്മമാക്കി മാറ്റും.

വീട്ടിലേക്കുള്ള റോഡിലേക്ക് തിരിഞ്ഞപ്പോൾ അശ്വിനി തല താഴ്ത്തിയിരുന്നു. ഡഗ്ളസ് പട്ടിയേയും കൊണ്ട് നടക്കാനിറങ്ങുന്നത്

എപ്പോഴാണെന്ന് പറയാൻ പറ്റില്ല. സാധാരണക്കാർ കാലത്തും വൈകുന്നേരവുമാണ് പട്ടികളെ നടത്താൻ കൊണ്ടു പോവുന്നത്. പക്ഷേ വീട്ടിലിരുന്നു ബോറടിക്കുമ്പോൾ ഡഗ്ളസ് കൊക്കൊയെ മാലയിട്ട് പുറത്തിറക്കും. പന്ത്രണ്ടു വയസ്സെത്തിയപ്പോൾ കൂപ്പർ ചത്തുപോയി. അതൊന്നു കീർത്തനയെ പറഞ്ഞു മനസ്സിലാക്കാൻ ഡഗും അശ്വിനിയും മോഹനും കുറെയേറെ പാടുപെട്ടു. ഒരു മാസം കഴിഞ്ഞപ്പോഴാണ് അവർ കൊക്കോയെ വാങ്ങിയത്. നോർഫോക്ക് ഇനത്തിൽപ്പെട്ട കുഞ്ഞി കൊക്കൊയെ കീർത്തന അംഗീകരിച്ചില്ല. അത് കൂപ്പറിനോടുള്ള വഞ്ചനയായി കീർത്തനയ്ക്ക് തോന്നി. ലോകത്തിൽ ഒരേയൊരു പട്ടിയെ മാത്രമേ കീർത്തനയ്ക്ക് സ്നേഹിക്കാൻ പറ്റൂ.

ഡഗ്ളസിനു മുന്നിൽ ചുറുചുറുക്കോടെ നടക്കുന്ന കൊക്കൊ ആരെ കണ്ടാലും നിൽക്കും. അവൾക്കറിയാം യജമാനൻ കുറഞ്ഞത് മൂന്നു മിനിറ്റെങ്കിലും ഓരോരുത്തരോടും സംസാരിക്കുമെന്ന്. അശ്വിനിക്കിന്ന് ഡഗ്ളസിനോട് മര്യാദക്കുശലം പറയാൻ വയ്യ. കൊക്കൊയുടെ നനഞ്ഞ മൂക്ക് കൈയിൽ തൊടുന്നത് സഹിക്കാൻ പറ്റില്ല. വേഗതയില്ലാത്ത കാറും ഡ്രൈവറും അശ്വിനിയെ ശ്വാസംമുട്ടിച്ചു.

ഒടുക്കം ആരേയും നേരിടാതെ വീടെത്തിയതിൽ അവൾക്ക് ആശ്വാസം തോന്നി. അശ്വിനിയെ സ്വീകരിക്കാൻ ചെണ്ടമേളവും മാലയും ബൊക്കെയും ഒന്നുമുണ്ടായിരുന്നില്ല. അവൾ സാവധാനത്തിൽ അകത്തു കടന്നു. വീട് മാറിപ്പോയിരിക്കുന്നു.

''എത്ര വർഷമായി ഞാൻ പോയിട്ട്?''

മോഹന്റെ സെൽഫോൺ പെട്ടെന്ന് ശബ്ദിച്ചു. അശ്വിനി കുളിമുറി വാതിൽ വലിച്ചടച്ചു. അവളുടെ കൈത്തണ്ടയിൽ ആശുപത്രിക്കാർ കെട്ടിയിട്ട പ്ലാസ്റ്റിക് കാപ്പ് പാമ്പിനെപ്പോലെ വളഞ്ഞു കിടന്നു. കത്രിക കൊണ്ട് അശ്വിനി നിഷ്ഠുരമായി അതിനെ നടുവെ മുറിച്ചു. കൈയാമം ഇല്ലാതായ കുറ്റവാളിയായി അശ്വിനിയെ കണ്ണാടി പ്രതിഫലിപ്പിച്ചു.

''ഇന്ന് മുങ്ങിക്കുളി പാടില്ല. ഷവർ പാടില്ല.''

ആശുപത്രിയിൽ നിന്നും കിട്ടിയ നിർദ്ദേശമനുസരിച്ച് ശരീരം വെള്ളം മുക്കി തുടച്ച് വസ്ത്രം മാറിയപ്പോഴേക്കും അശ്വിനി ക്ഷീണിച്ചു പോയിരുന്നു.

''അത്യാവശ്യായി എനിക്കൊരു ക്ലയന്റിനെ കാണാൻ പോവണം. അവരുടെ മീറ്റിംഗ് ഒരുമണിക്കാണ്. മാറ്റാൻ ശ്രമിച്ചിട്ടും പറ്റുന്നില്ല.''

ആശുപത്രി ബാഗ് കിടപ്പുമുറിയിൽ വെച്ച് മോഹൻ ക്ഷമാപണപ്പൊതി തുറക്കാൻ ശ്രമിച്ചു.

''സമയം കളയാതെ വേഗം പൊയ്ക്കോളൂ.''

മാറിയ തുണികളും ആശുപത്രി ബാഗിൽ നിന്നെടുത്ത തുണികളും അലക്കാനിട്ടിട്ട് അശ്വിനി സൂക്ഷ്മതയോടെ ചുറ്റും നോക്കി. വേറേതോ

യുഗത്തിൽ നിന്നും വന്നതുപോലെ അശ്വിനി ഓരോ മുറികളും പരിശോധിച്ചു. സാധനങ്ങളെല്ലാം അറിയാത്ത ഒരു പുതപ്പു പുതച്ചിരുന്നു. അടുക്കളപ്പാത്രങ്ങൾ അസ്ഫുടമായി സംസാരിച്ചു.

''നാശം എല്ലാത്തിനേയും ക്യാൻസർ ബാധിച്ചിരിക്കുന്നു.''

അശ്വിനി എന്നും കാലത്ത് കാപ്പി കുടിക്കുന്ന പൊക്കം കൂടിയ മഞ്ഞക്കപ്പിനെ സിങ്കിലേക്കെറിഞ്ഞു. കപ്പ് ഉച്ചത്തിൽ പുളിച്ച തെറി വിളിച്ചിട്ട് ഇരുപത്തിയെട്ടു കഷണങ്ങളായി സിങ്കിൽ കിടന്നു.

വിരുന്നുകാർക്ക് മാറ്റി വെച്ചിരിക്കുന്ന ചൈനാക്കപ്പിൽ കാപ്പിയുമായി അശ്വിനി സോഫയിലിരുന്നു പുറത്തേക്കു നോക്കി. പുറത്ത് ജൂണിന്റെ മഴപ്പച്ചയുണ്ട്. റോഡ് ചത്തു മലച്ചു കിടക്കുന്നു. കാറ്റും പുറപ്പെട്ടു പോയിരിക്കുന്നു. ഡഗ്ളസും കൊക്കോയും ഇന്ന് പുറത്തിറങ്ങുന്നുണ്ടാവില്ലേ?

I am home.

അശ്വിനി ഒരു നുണുങ്ങു ടെക്സ്റ്റ് കീർത്തനക്കയച്ചു. ജോലിക്കിടയിൽ അവൾ ഫോൺ നോക്കില്ലെന്നറിയാമായിരുന്നിട്ടും.

വീടിന്റെ വാകത്തിൽ അശ്വിനി ചുറ്റിക്കറങ്ങി. സാധാരണപോലെ കണ്ണാടി വാതിലിൽ തട്ടിത്തട്ടി കാറ്റ് അശ്വിനിയെ വിളിച്ചില്ല.

അശ്വിനി ഇ-മെയിലുകൾ വീണ്ടും നോക്കി. ഓഫീസിൽ നിന്നും മറുപടി വന്നിട്ടില്ല. വീട്ടിലെത്തിയ വിവരം അറിയിച്ചിട്ട് രണ്ടു മണിക്കൂറായിരിക്കുന്നു. എന്തു മീറ്റിംഗിൽ ആയിരിക്കും എല്ലാവരും? എന്തെങ്കിലും പ്രധാന പ്രശ്നങ്ങൾ ഉണ്ടായിട്ടുണ്ടാവുമോ? മിത്രയുടെയും മെറിന്റെയും മറുപടി വന്നിട്ടില്ല. അല്ലെങ്കിലും ഓഫീസ് ജോലിക്കാരോട് പകൽ ഒന്നു മിണ്ടാൻ തന്നെ പറ്റില്ല.

ഓഫീസിലിപ്പോൾ റയൻ ഒരു കാൽ മറ്റേകാലിനു മുന്നിൽ വെച്ച് കൃഷ്ണനെപ്പോലെ നിന്ന് പരാതി പറയുകയാവും. അവന്റെ ദിവസം എത്ര മോശമാണെന്ന്, അവന്റെ വമ്പൻ ആശയങ്ങളും നിർദ്ദേശങ്ങളും ആരും നടപ്പിലാക്കാത്തതിനെപ്പറ്റി. പെട്ടെന്ന് അശ്വിനിക്ക് മനസ്സിലായി ഡയറക്ടറുടെ ജോലി ചെയ്യുന്നത് അവൻ സ്വപ്നം കാണുന്നുണ്ടാവും. ചിലപ്പോൾ പ്രസിഡണ്ടിന്റെ തന്നെ ജോലി. ഒരുപക്ഷേ ഒരു സ്ഥാപനത്തിൽ ജോലി ചെയ്യുന്ന എല്ലാവരും അവിടുത്തെ പ്രസിഡണ്ടാകുന്നത് സങ്കൽപ്പിക്കുന്നുണ്ടാവും. ഇല്ലെങ്കിൽ ഇത്രയധികം പരാതിപ്പെടാനും തന്റെ ആശയങ്ങൾ ആരും കേൾക്കുന്നില്ല എന്ന് ആവലാതിപ്പെടാനും ആരും മിനക്കെടില്ല. സ്വന്തം പണിചെയ്തു തീർത്ത് സമാധാനത്തോടെ ജീവിക്കും. ഓഫീസുകളിൽ ജോലിയേക്കാൾ പരാതിയിലാണ് സമയം പോകുന്നത്.

ഓരോരുത്തരുടെ ഉള്ളിലും അവനവനേക്കാൾ വലിയ ഒരാളുണ്ട്. ചിത്രകാരൻ ഉള്ളിൽ സ്വയമൊരു പിക്കാസോ ആയിരിക്കും. പാട്ടുകാരൻ

ഒരു ചിന്ന യേശുദാസ്. എല്ലാവരും ഉള്ളിൽ ഒരു ഓസ്കാർ അക്സപ്റ്റൻസ് സ്പീച്ച് അഭ്യാസം ചെയ്യുന്നുണ്ടാവും.

''ഈ വിജയം, ഈ അംഗീകാരം ഞാൻ ഒട്ടുമേ പ്രതീക്ഷിച്ചതല്ല. എങ്ങനെയാണ് നന്ദി പറയേണ്ടത് എന്നറിയില്ല. ഞാൻ ആദ്യമായി... (വിതുമ്പൽ) നന്ദി എന്റെ അച്ഛന്, അമ്മയ്ക്ക്, അയൽക്കാരിക്ക്, അവരുടെ വീട്ടിലെ പൂച്ചയ്ക്ക്, (ഗദ്ഗദം)... പിന്നെയെന്റെ പ്ലാവിന്, മാവിന്... (മൂക്കുചീറ്റൽ..)

മോഹൻ വരുമ്പോൾ അശ്വിനി സോഫയിൽ ചരിഞ്ഞു കിടന്ന് ഉറക്കമായിരുന്നു. അമ്മയുടെ വയറ്റിൽക്കിടക്കുന്ന കുഞ്ഞിനെപ്പോലെ വളഞ്ഞ്, കൈവിരലുകൾ ചുരുട്ടിപ്പിടിച്ച്. വേദനസംഹാരികളുടെ ലഹരിയിൽ ഒന്നുമറിയാതെ മയങ്ങുന്ന നിഷ്കപടയായ രോഗി.

Tender loving Snuffy Dear

എപ്പോഴാണ് ഉറങ്ങിപ്പോയതെന്നറിയാതെ അശ്വിനി രാവിലെ ആറു മണിക്ക് ഉണർന്നു. നേരെകിടന്നും ഇടതുവശം ചരിഞ്ഞു കിടന്നും വിളിച്ചിട്ട് ഉറക്കം പിന്നെ വന്നതേയില്ല. ഒരിക്കലും തീരില്ലെന്നും പിരിഞ്ഞു പോവില്ലെന്നും വർഷങ്ങളായി അശ്വിനിയോടു ആണയിട്ടു പറഞ്ഞിരുന്ന അസത്ത് ഉറക്കമാണ് പുറപ്പെട്ടു പോയത്.

മോഹൻ അതികാലത്തെ ഉണരുന്ന സാമർത്ഥ്യക്കിളിയാണ്. അതിനും മുൻപ് ഉണർന്ന് യോഗ ചെയ്യുന്ന പുഴുക്കളെ പിടിച്ചു തിന്നാനുള്ള കൗശലമാണത്.

ജോലിക്കു പുറപ്പെടുന്നതിനു മുൻപു കീർത്തന അമ്മരോഗിയെ വിളിച്ചു.

''Mamoos does it hurt?''

''ഉവ്വെഡാ, എനിക്ക് ടൈപ്പ് ചെയ്യാനും ടെക്സ്റ്റ് അയയ്ക്കാനും വയ്യ.''

''റൈറ്റ് സൈഡ് ലെ മസിൽസ് മൂവ് ചെയ്യാണ്ട് നോക്കൂ. അമ്മ എനിക്ക് വോയ്സ് മെസേജ് അയച്ചാൽ മതി.''

''എനിക്ക് വെശക്കുമ്പോ എന്തു ചെയ്യും?''

''തൽക്കാലം പേഷ്യന്റ് ടേക്ക് ഔട്ട് കൊണ്ട് അഡ്ജസ്റ്റ് ചെയ്യൂ. ഞാൻ വീക്കെൻഡിൽ വന്ന് ചോറും സാമ്പാറും ഉണ്ടാക്കി തരാട്ടോ.''

''ഉം... ഉവ്വ്! സാമ്പാറിൽ എന്തൊക്കെയാ ഇടണ്ടേന്നു നിനക്കറിയോ?''

''Google guru and youtube will help me, don't worry. മമ്മുക്കുട്ടൻ വാവോ വെച്ചോളൂ.''

''പറ്റില്ല രന്ന, നേഴ്സു ഒൻപതു മണിക്കെത്തും. അതിനു മുൻപ് സുന്ദരിയായി താഴെ പ്രത്യക്ഷപ്പെടണം.''

ഗൂഗിളിന്റെ സാമ്പാറുകൂട്ടി ചോറുണ്ണാൻ ഇനി എത്ര സ്ലീപ്പും കൂടിയുണ്ടെന്നു ആലോചിച്ച് അശ്വിനി കുറച്ചു നേരംകൂടി കിടന്നു. കുട്ടികീർത്തന ദിവസങ്ങൾ കണക്കുകൂട്ടിയിരുന്നത് ഉറക്കം എണ്ണിയിട്ടാണ്.

"How many more sleeps to the birthday party Mamoo?"

"Two more sleeps and Acha will be home!"

അശ്വിനിക്ക് കീർത്തനയുടെ മടിയിൽ തലവെച്ചു കിടന്നുറങ്ങണം. How many more sleeps to that?

സാവധാനത്തിൽ ശരീരത്തിന്റെ മുകൾഭാഗം അനങ്ങാതെ അശ്വിനി കിടക്കയിൽ നിന്നുമെഴുന്നേറ്റു. അവൾ വേവലാതിയോടെ കണ്ണാടി നോക്കി.

"മുടി ചീവണോ?"

വലതു കൈപൊക്കി ചീവാൻ പറ്റുന്നില്ല. ആയാസപ്പെട്ട് ടാപ്പു തുറന്നു. കുറച്ചു വെള്ളം ഇടംകൈ കൊണ്ടെടുത്ത് അശ്വിനി മുടി നനച്ച് ഒതുക്കി വെച്ചു. ഇടംകൈകൊണ്ടു പല്ലു തേച്ചതിൽ തൃപ്തി യാവാഞ്ഞ് അവൾ പച്ച നിറമുള്ള മൗത്ത് വാഷ് കൊണ്ട് കുലിക്കി ത്തുപ്പി.

പൈജാമ മാറി അയഞ്ഞ പാന്റിട്ടു. ഉടുപ്പുകൾ ഊരുന്നതും ഇടു ന്നതും കല്യാണി അറിയുന്നുണ്ട്. അറിയുന്നുണ്ടെന്ന് അശ്വിനിയെ അറി യിക്കുകയും ചെയ്യുന്നുണ്ട്. മുലയൂട്ടു കാലം പോലെ തന്നെയാണ് മുലപോക്കുകാലവും. മുന്നിൽ കുടുക്കുള്ള ടോപ്പുകൾക്കാണ് ഡിമാന്റ്. അയഞ്ഞ മഞ്ഞ ടോപ്പിനു മുകളിൽ അശ്വിനി വെറുതെ ഒരു സ്വെറ്ററു മിട്ടു. ഒളിച്ചു വെയ്ക്കാനെന്തോ ഉള്ളതുപോലെ. കാനഡയിൽ തണുപ്പ് ഒരു സ്ഥായീഭാവമാണ്. ഏതു കാലാവസ്ഥയിലും സ്വെറ്ററിടാമെന്നത് അശ്വിനിക്ക് ആശ്വാസമായിതോന്നി.

ആശുപത്രിയിൽ നിന്നും നേരത്തെ യാത്രയാക്കിയതിനു പകരമാ യിട്ടാണ് നേഴ്സ് വീട്ടിലേക്ക് വരുന്നത്. മുടിയിൽ നര കയറിത്തുടങ്ങിയ മരിയ ചിരിച്ചുകൊണ്ടു ഗുഡ്മോർണിംഗ് എന്ന് ഉച്ചത്തിൽ പ്രഖ്യാപിച്ചു വീടിനകത്തേക്ക് കയറി. എവിടെ, എങ്ങനെ എന്നൊക്കെ കണക്കു കൂട്ടി നിന്ന അശ്വിനിയെ അവഗണിച്ച് ചുറ്റും നോക്കാതെ മരിയ നേരെ നടന്ന് സ്വീകരണമുറിയിലെ സോഫയിൽ ഇരുന്നു. കൂടെ കൊണ്ടുവന്ന ഫയലിന്റെ കെട്ട് അവർ സോഫയിലാണ് വെച്ചത്.

"എഴുന്നൂറ്റിപ്പത്തു കിലോഗ്രാം അണുക്കൾ ഉണ്ടാവും അതിൽ."

അശ്വിനി റാണയോടു പിറുപിറുത്തു.

"How are you honey?"

മരിയ ചിരിച്ചുകൊണ്ടു ചോദിച്ചു. തേൻമധുരത്തിൽ ചെടിച്ച് അശ്വിനി സെൽഫോൺ മാറ്റി വെച്ചു.

മരിയ കല്യാണിയുടെ ആശുപത്രിക്കെട്ടഴിച്ചു മുറിവിന്റെ നിലവാരം നോക്കി.

അംഗഭംഗം വന്ന ശരീരത്തിനെ നോക്കാതിരിക്കാൻ അശ്വിനി ശ്രദ്ധിച്ചു. മനസ്സു കൊരങ്ങനല്ലേ, നോക്കരുതെന്നു വിചാരിക്കുന്നിടത്ത് മാത്രമേ അത് നോക്കൂ. വെട്ടിക്കീറി തുന്നിക്കൂട്ടിയ ആമ്പൽമൊട്ട് ചുവന്നു ക്രുദ്ധയായി നിൽക്കുന്നു. മോഹൻ എങ്ങനെയാണ് അത് നോക്കി അശ്വിനിയെ സ്നേഹിക്കുക?

കളവാണി അവളെ ശാസിച്ചു.

''നീ എന്തിനാണ് ഇതിനു സമ്മതിച്ചു കൊടുത്തത്? കണ്ടില്ലേ കോലം, ഞായറാഴ്ചത്തെ ഇറച്ചിക്കട പോലെ.''

ഞായറാഴ്ച ക്രിസ്ത്യാനികളെല്ലാം ഇറച്ചി വാങ്ങുന്ന ദിവസമാണ്. അന്ന് അമ്മ ലോനപ്പനെ വിട്ട് വറീസുട്ടീടെ കടയിൽനിന്ന് ഇറച്ചി വാങ്ങിപ്പിക്കും. നല്ല ഇറച്ചിയായിരിക്കും.

''വരൂ വറീസുട്ടീ, അശ്വിനീടെ കരളെടുത്ത് മുട്ടീല് വെച്ചിട്ട് നല്ല മൂർച്ചയുള്ള കത്തികൊണ്ട് ചെറീതായിട്ടങ്ങ് നുറുക്കണം. ന്നട്ട് നമ്മക്ക് എണ്ണേലിട്ട് നല്ല പച്ചമൊളകും കുരുമൊളകും കൂട്ടി ചിക്കിപ്പൊരിച്ചെടുക്കാം.''

മുറിവിൽ നിന്നും ഊറിയ ചോരയും വെള്ളവും നിറഞ്ഞ ദ്രാവകസംഭരണി പാന്റിന്റെ ബെൽറ്റിലാണ് തൂക്കിയിട്ടിരിക്കുന്നത്. മരിയ ശ്രദ്ധയോടെ പതിയെ അത് അഴിച്ചു മാറ്റി. മരിയയുടെ നഖങ്ങൾ പരന്നതാണ്. കുറച്ചു വളർന്നിട്ടുമുണ്ട്. സംഭരണിയിലെ മുന്തിരിച്ചാറിന്റെ അളവു നോക്കി തിട്ടപ്പെടുത്തിയിട്ട് മരിയ അതിനെ നിർദ്ദയം കക്കൂസിലൊഴിച്ചു കളഞ്ഞു.

''എന്റെ രക്തവും വെള്ളവുമാണത്.''

കല്യാണി പരിഭവിച്ചു. മരിയ ആശുപത്രിക്കടലാസിലെ കോളങ്ങൾ അശ്വിനിയുടെ മുഖത്തിനു നേരെ പിടിച്ച് പൂരിപ്പിച്ചു.

''ഇതാ, ഈ കോളത്തിൽ സമയം എഴുതണം. ഇവിടെ അളവും.''

അതുകഴിഞ്ഞു മരിയ ട്യൂബിനെ ഒരു കൈകൊണ്ടു അമർത്തിപ്പിടിച്ചു മറ്റേകൈകൊണ്ട് നീട്ടി വലിച്ചു വൃത്തിയാക്കാൻ പഠിപ്പിച്ചു.

''On the job training.''

ചെത്തിമിനുക്കി ഒരുക്കാതെ വിട്ടിരിക്കുന്ന പരുക്കൻ നഖങ്ങളും വാക്സ് ചെയ്യാത്ത ചെറുരോമങ്ങളുമുള്ള കൈകളുംകൊണ്ട് മരിയ മുറിവു വൃത്തിയാക്കി, പുതിയ കെട്ടിൽ പൊതിഞ്ഞു.

''വേദനയുണ്ടോ?''

''ഉവ്വ്, ഈ കൈ അനക്കാൻ വയ്യാത്ത വേദനയുണ്ട്. പല്ലുതേക്കാനും മുടി ചീവാനും ടൈപ്പ് ചെയ്യാൻ പോലും പറ്റുന്നില്ല.''

''അത്രയും മസിലും നെർവുകളും രക്തക്കുഴലുകളുമൊക്കെ മുറിച്ചു മാറ്റിയതല്ലേ? വേദന ഉണ്ടാവും. നന്നായി ഉണങ്ങുന്നതുവരെ വേദനിക്കും.

കൈ അനക്കിക്കോളൂ. പക്ഷേ, അധികം ആയാസമായിട്ട് ഒന്നും ചെയ്യരുത്.''

മരിയ അശ്വിനിയുടെ കൈ നിവർത്തിയും മടക്കിയും നോക്കി. വേദനയുടെ നിലവാരം കണക്കാക്കി. അതും കുറിപ്പെഴുതി. അവരുടെ ബഗണ്ടൻ ഫയലിൽ നിന്നും കടലാസുകൾ പുറത്തേക്ക് തലയിട്ടു നാക്ക് നീട്ടി അശ്വിനിയെ കൊഞ്ഞനം കുത്തി. പപ്പടക്കെട്ടുകൾ ഇനി എന്നായിരിക്കും ഇലക്ട്രോണിക് ആയി മാറുക? മോഹന്റെ കമ്പനി മെഡിക്കൽ നോട്ട്ബുക്കുകൾ വിൽക്കാൻ ശ്രമിക്കുന്നുണ്ട്. അതിനിപ്പോൾ നല്ല മാർക്കറ്റാണത്രേ.

നേഴ്സ് പോയിക്കഴിഞ്ഞതും അശ്വിനി പാൻസും സ്വെറ്ററും ഊരി മാറ്റി പൈജാമയിലെക്കു മടങ്ങി. വേദനസംഹാരിയുടെ വരപ്രസാദത്തിൽ അവൾ പിന്നെയും സോഫയിൽ ഉറങ്ങി.

ഉണർന്നപ്പോൾ അശ്വിനിയുടെ ആമാശയം ഭക്ഷണം... ഭക്ഷണം... ഈ ക്ഷണം എന്ന് കാറിക്കൂവാൻ തുടങ്ങിയിരുന്നു.

മര്യാദയും സഹകരണവും ഇല്ലാത്ത അടുക്കള പറഞ്ഞു.

''ദേ, ഊണുപെട്ടി തുറന്നു നോക്ക്.''

അശ്വിനി ഫ്രിഡ്ജിന്റെ വാതിലിൽ പിടിച്ചൊന്നു തുറക്കാൻ നോക്കിയതും അമ്മ പറഞ്ഞു കേട്ടിട്ടുള്ള പൊന്നീച്ചകൾ അവളുടെ കണ്ണിലൂടെയിറങ്ങി തലയ്ക്കു ചുറ്റും വട്ടത്തിൽപ്പറന്നു മച്ചിലേക്ക് പൊങ്ങി. കബോർഡുകളിൽ പിടിച്ച് അശ്വിനി മെല്ലെ നിലത്തിരുന്നു. പൈജാമയുടെ ഇലാസ്റ്റിക്കിൽ ഉടക്കിയിട്ടിരുന്ന ദ്രാവക സംഭരണി ഗ്ലും എന്നൊരു ശബ്ദത്തിൽ നിലത്തു തട്ടി. അവൾ പരിഭ്രമത്തിൽ ആ പ്ലാസ്റ്റിക് ബൾബ് തിരിച്ചും മറിച്ചും നോക്കി. പൊട്ടിപ്പോയിട്ടില്ല. ടൈലിന്റെ തണുപ്പ് പൈജാമയ്ക്കിടയിലൂടെ അശ്വിനിയെ സാന്ത്വനപ്പെടുത്തി.

''It's ok dear, it's ok.''

തലകൈയിൽ താങ്ങി ഇരിക്കുമ്പോൾ ടൈലുകൾക്കിടയിൽ പറ്റിപ്പിടിച്ചിരിക്കുന്ന ചളിയും അശ്വിനിയെ പരിഹസിച്ചു.

അശ്വിനി ഇരുപ്പുമതിയാക്കി സാവധാനത്തിൽ കബോർഡുകളിൽ പിടിച്ച് എഴുന്നേറ്റു. വയറിന്റെ കാളലിൽ അവൾ ഇടതുകൈകൊണ്ടു ഫ്രിഡ്ജ് തുറന്നു. പണ്ടും ഇത്രയും ശക്തിവേണമായിരുന്നോ ഇതു തുറക്കാൻ? അതോ അശ്വിനിക്കു വേണ്ടി പോസ്റ്റ് സർജിക്കൽ സ്പെഷ്യൽ ആണോ എന്ന് റാണയോടൊന്നു ചോദിക്കാൻ മുറിഞ്ഞു പോയ നേർവുകളും മസിലും ധമനിയും അശ്വിനിയെ സമ്മതിച്ചില്ല.

പുറത്തേക്ക് വരുന്നില്ലേന്നൊരു കാവൽക്കാറ്റ് കണ്ണാടി വാതിലിൽ തട്ടി വിളിച്ചു ചോദിച്ചത് ആ നേരത്താണ്.

അശ്വിനിയുടെ ഫ്രിഡ്ജിൽ പലതരം ഭക്ഷണങ്ങളുണ്ട്. പല അടുക്കളകളിൽ നിന്നും വന്നത്. അശ്വിനി ഇടംകൈകൊണ്ടു പ്രഷർകുക്കറാന്റിയുടെ ഇഡ്ഡലിയും സാമ്പാറും പുറത്തെടുത്തു.

സീമയാന്റി ഇഡ്ഡലിയും സാമ്പാറും നാരങ്ങ അച്ചാറുമാണ് അശ്വിനിയുടെ ക്യാൻസുവിനെ കാണാൻ വന്നപ്പോൾ കൊണ്ടുവന്നത്. ഒരാഴ്ച കഴിക്കാനുള്ള ഇഡ്ഡലിയുണ്ട്. എത്ര നല്ല മനസ്സുള്ള സ്ത്രീയാണ്, എന്നാലും പ്രഷർകുക്കറാന്റി എന്നപേരേ അശ്വിനിയുടെ നാവിൽ വരൂ. സീമയാന്റി കിതച്ചുകൊണ്ട് തിരക്കിട്ടാണ് സംസാരിക്കുന്നത്. സംസാരിക്കുമ്പോൾ ശ്വാസംവിടാൻ ബുദ്ധിമുട്ടുള്ളതുപോലെ തോന്നും. പുതിയ കറികളുടെ റെസിപ്പികൾ, ഭക്ഷണം ഉണ്ടാക്കുമ്പോൾ എന്തൊക്കെ ശ്രദ്ധിക്കണം എന്നൊക്കെ ഇടതടവില്ലാതെ പറഞ്ഞുകൊണ്ടിരിക്കും. അങ്ങനെയാണ് പ്രഷർകുക്കറാന്റി എന്ന പേരു വന്നത്.

ആര് ഭക്ഷണത്തെക്കുറിച്ച് എന്തു പറഞ്ഞാലും അതിലിടപെടും. അത് എങ്ങനെ വെക്കണം, എന്തൊക്കെ ശ്രദ്ധിക്കണം എന്ന് പ്രത്യേകം പറയുമ്പോൾ പ്രഷർ കൂടുന്നുണ്ടെന്നു തോന്നും. പൊതുപരിപാടികൾക്ക് ഭക്ഷണം ഉണ്ടാക്കി കൊണ്ടുവരാൻ നല്ല ഉത്സാഹമാണ് ആന്റിക്ക്. മകനായിരിക്കും വലിയ ട്രേകൾ താങ്ങിയെടുത്ത് പിന്നാലെ വരുന്നത്. ഇന്റർനെറ്റിലും വനിതാ മാസികകളിലും വരുന്ന പാചകക്കുറിപ്പുകൾ പരീക്ഷിച്ചു നോക്കി വിസ്തരിക്കും. കേൾവിക്കാർക്ക് ഇഷ്ടപ്പെട്ടാലും ഇല്ലെങ്കിലും.

അശ്വിനി അമ്മയെ വിളിച്ചു.

''അമ്മേ, ഞാൻ ഇഡ്ഡലീം കൊല്ലം സാമ്പാറും കഴിക്കാ.''

''അതേടെക്കിട്ടി മോളൂ?''

''ഇവിടെയുള്ള ആന്റിമാരു കൊണ്ടത്തന്നതാണ്. ഈ സീമയാന്റി നേഴ്സായിട്ടു റിട്ടയർ ചെയ്തയാളാ. നല്ല സ്നേഹോണ്ടമ്മേ.''

''അവരപ്പൊ ഇതൊക്കെ വിയ്ക്കോ?''

''ഹോ, അല്ലെന്റേമ്മേ, വയ്യാണ്ടിരിക്കുമ്പോ കൊണ്ടൊന്നു തന്നതാണ്. നമ്മള് രോഗികളെ കാണാൻ പോവുമ്പോ ഓറഞ്ചും ആപ്പിളും മുന്തിരീം കൊണ്ടോവില്ലേ, അതിനു പകരം. അതിനൊന്നും ഇവിടെ ഒരു വെലേം ഇല്ല. ഇവിടുത്തെ ആന്റിമാർക്ക് ഇങ്ങനെയൊരു ഗുണമുണ്ട്. വെറുതെ വന്നു കണ്ടു കുശലം പറഞ്ഞ് ഉപദേശങ്ങളും തന്നു പോവില്ല. കൈയിൽ പൊതിയുണ്ടാവും. പലഹാരങ്ങൾ, അച്ചാറു, കറികൾ...''

''നിനക്ക് സ്വാദോള്ളതൊന്നും തിന്നാൻ കിട്ടണില്ല, ല്ലേ. പാവം, ആ ചെക്കനും പട്ടിണി ആണോടീ?''

''അസുഖം എനിക്കല്ലേ? ചെക്കനെങ്ങനെ പാവാവാണത്?''

''ന്റെ അച്ചൂ, ഇവ്ടുന്നു ജോലിക്കാരെ ആരെങ്കിലും വിടാൻ പറ്റോന്നു ഒന്ന് അന്വേഷിക്കാൻ ഞാൻ പറഞ്ഞതല്ലേ?''

''ഓ, ചെക്കനു ചോറും തീയലും വെച്ചു കൊടുക്കാനല്ലേ, വേഗം

വിടൂ. ലക്ഷ്മി നായരെ ക്രൂ സഹിതം കിട്ടോന്ന് നോക്ക്. ടിവീലിടാം. കാശിത്തിരി ആയാലെന്താ പാവം ചെക്കനല്ലേ.''

അശ്വിനി ഫോണും അമ്മയേയും ഉപേക്ഷിച്ചു ടിവിക്കു മുന്നിലേക്ക് പോയി. ടൈലനോൾ-ത്രീയുടെ ലഹരിയിൽ അവൾ വീണ്ടും ഉറങ്ങി. ഉറക്കമുണരുമ്പോൾ അരയിലെ ബൾബ് നിറയാറായിരുന്നു.

സ്റ്റെപ്പ് വൺ:

ഉറക്ക ക്ഷീണത്തിൽ അശ്വിനി കുളിമുറിയിലേക്ക് നടന്നു. അവസാനത്തെ സ്റ്റെപ്പും തീർത്തു കഴിഞ്ഞപ്പോഴേക്കും അശ്വിനി ക്ഷീണിച്ചു. തണുപ്പു കൊണ്ട് അവളാകെ വിറയ്ക്കാൻ തുടങ്ങി.

തണുത്തുറഞ്ഞു കൂനിയിരുന്നപ്പോൾ ഒരു കെട്ടിപ്പിടുത്തത്തെപ്പറ്റി മാത്രമേ അശ്വിനിക്ക് ആലോചിക്കാൻ കഴിഞ്ഞുള്ളൂ. ആരെങ്കിലും പിന്നിലൂടെ വന്ന് മുറുക്കെ കെട്ടിപ്പിടിക്കണം.

കുട്ടികളുടെ സെസമീസ്ട്രീറ്റ് പ്രോഗ്രാമിലെ മഞ്ഞത്തൂവലുള്ള ബിഗ് ബേർഡ്നെ ആയിരുന്നു കീർത്തനയ്ക്ക് ഇഷ്ടം. ബിഗ് ബേർഡ്ന്റെ കൂട്ടുകാരനാണ് സ്നഫി എന്നു പേരുള്ള സ്നഫല്ലോപ്പഗസ്. നീണ്ട രോമക്കുപ്പായമുള്ള ഒരു മാമോത്ത് ആനക്കുട്ടി. കീർത്തനയ്ക്ക് ന്യുമോണിയ പിടിച്ച് കിടന്നപ്പോൾ വാങ്ങിക്കൊടുത്തതായിരുന്നു സ്നഫല്ലോപ്പഗസിനെ. സ്നഫിയെ കെട്ടിപ്പിടിച്ചു കിടന്നാൽ തണുക്കില്ല എന്നാശ്വസിപ്പിച്ചു. പിന്നെ കീർത്തന കളിയും ഉറക്കവും സ്നഫിയുടെ കൂടെയാക്കി. അശ്വിനിയുടെ അനാവശ്യമായ വൃത്തിബോധം സ്നഫിയുടെ കണ്ണു ചൂഴ്ന്നെടുത്തു കഴിഞ്ഞ് കീർത്തന കൂടെ ഉറങ്ങാൻ ഒരു പാവയേയും കൂട്ടിയിരുന്നില്ല.

''അലോഷ്യസ് സ്നഫല്ലോപ്പഗസ്*, വന്നൊന്നു എന്നെ കെട്ടിപ്പിടിക്കൂ. ഈ തണുപ്പിനെ കുടഞ്ഞു കളയട്ടെ അശ്വിനി. രോമാക്കുപ്പായമുള്ള വലിയ കൈയും കാലും തുമ്പിക്കൈയും കൊണ്ട് അശ്വിനിയെ നിന്റെ ശരീരത്തിൽ ഒളിപ്പിക്കൂ.''

കണ്ടിട്ടില്ലേ, കുട്ടികൾ കളിക്കുന്നതിനിടയിൽ ഓടിവന്ന് അമ്മയെ ഒന്നു കെട്ടിപ്പിടിച്ച് ഉമ്മ വെച്ചിട്ട് തിരിച്ചോടിപ്പോകുന്നത്. എല്ലാവരും കുട്ടികളാണ്. എല്ലാവർക്കും ഇടക്കൊക്കെ സ്നഫല്ലോപ്പഗസ് കെട്ടിപ്പിടുത്തം വേണം.

കീർത്തന വരുമ്പോഴും അശ്വിനിയുടെ ഉറക്കം വിട്ടുമാറിയിരുന്നില്ല.

''കീർത്തനാ, നിന്റെ സ്നഫിയെ ഓർമ്മയില്ലേ? സ്നഫിയില്ലാണ്ട്

---

* Aloysius Snuffleupagus

നിനക്ക് ഊണും ഉറക്കവുമില്ലായിരുന്നു. അതുപോലെയാ നീ എനിക്കിപ്പോ."

"Oh I remember Sunffy, the one you brutally ruined, right?"

കീർത്തന ആ കഥ ഓർമ്മിച്ചു.

കീർത്തന കഴിക്കുമ്പോൾ സ്നഫിക്കും കൊടുക്കും കുറച്ചു കുറുക്കും ചോറും പാലുമൊക്കെ. ഉറങ്ങാനും കളിക്കാനും കീർത്തനയ്ക്കു സ്നഫി വേണം. ഒന്നു കഴുകാൻ പോലും അവൾ സ്നഫിയെ കൈയിൽ നിന്നും മാറ്റില്ല. ചളിപിടിച്ചു നാറ്റവും വെച്ചപ്പോഴാണ് അശ്വിനി ആ പാതകം ചെയ്തത്. ഉറങ്ങിയ കീർത്തനയുടെ കൈയിൽ നിന്നും സ്നഫിയെ അടർത്തിയെടുത്ത് വാഷിംഗ് മിഷീനിലിട്ടു. കീർത്തന ഉണർന്നു വരുമ്പോൾ സുന്ദരൻ സ്നഫിയെ കണ്ടു ചിരിക്കുന്നത് അശ്വിനി പലതവണ പ്രാക്ടീസ് ചെയ്തതാണ്.

കഴുകൽ കഴിഞ്ഞ മെഷിൻ തുറന്നു നോക്കിയ അശ്വിനിയുടെ ചങ്കിടിപ്പ് കുറച്ചു നേരത്തേക്ക് നിന്നു പോയി. യന്ത്രത്തിൽ കിടന്ന് വട്ടം കറങ്ങി കറങ്ങിത്തിരിഞ്ഞ് ആനക്കുട്ടിയുടെ ഒരു കണ്ണ് ഊർന്നുപോയിരുന്നു. അശ്വിനി വെകിളി പിടിച്ച് വാഷിംഗ് മിഷീനിൽ തപ്പിയിട്ടും കണ്ണു കണ്ടു കിട്ടിയില്ല. കീർത്തന അപ്പോഴേക്കും ഉണർന്നിരുന്നു. ഒറ്റക്കണ്ണൻ സ്നഫിയെ വലിച്ചെറിഞ്ഞ് അവൾ വിതുമ്പി വിതുമ്പി കരയുന്നത് അശ്വിനി അപരാധബോധത്തോടെ കണ്ടുനിന്നു.

അശ്വിനി പരിഭ്രമത്തിൽ മോഹനെ വിളിച്ചു. മോഹനാണ് പറഞ്ഞത് ബട്ടണുകളും ചില്ലറയും ഒളിപ്പിച്ചു വെക്കുന്ന ഒരു അറ അലക്കുയന്ത്രത്തിനുണ്ടെന്ന്. മുട്ടുമടക്കി തറയിലിരുന്നു അറ തുറന്നു അശ്വിനി സ്നഫിയുടെ കണ്ണു ബട്ടൺ വീണ്ടെടുത്തു. കറുത്ത നൂൽകൊണ്ട് കണ്ണു ബട്ടൻ തിരികെ പിടിപ്പിച്ചു. തയിച്ചു ചേർത്ത കണ്ണ് കുറച്ചൊന്നു ഉന്തി നിൽക്കുന്നത് കീർത്തന കണ്ടുപിടിച്ചു. കീർത്തന അറപ്പോടെ ഭയത്തോടെ സ്നഫിയെ മാറി നടന്നു.

ആ കുറ്റബോധം ഇനിയും ചുമക്കേണ്ട ആവശ്യമില്ലെന്ന് റാണാ പ്രതാപ് സിംഗ് അശ്വിനിയെ ആശ്വസിപ്പിച്ചു. മനഃപൂർവ്വം ചെയ്തതല്ല. നല്ലതിന് വേണ്ടി ചെയ്തതാണ്. ചുരുക്കത്തിൽ ഉദ്ദേശ്യത്തിൽ ശുദ്ധി ഉണ്ടായിരുന്നതുകൊണ്ട് അശ്വിനിയെ കോടതി വെറുതെ വിട്ടിരിക്കുന്നു. എന്നാലും കീർത്തന ഇന്നേവരെ ആ കുറ്റത്തിന് അശ്വിനിയോടു ക്ഷമിച്ചിട്ടില്ല. അശ്വിനി ഇന്നേവരെ ആ കുറ്റത്തിന് അശ്വിനിയോടു ക്ഷമിച്ചിട്ടില്ല.

കീർത്തന ടീഷർട്ടിന്റെ കൈ തെറുത്തു കയറ്റി പുതിയ ടാറ്റൂ അമ്മയെ കാണിച്ചു. പിങ്കു നിറത്തിലുള്ള ഗേർബറ ഡേസിപ്പൂവ്, അതിന്റെ തണ്ടിൽ ചുറ്റി ബ്രെസ്റ്റ്ക്യാൻസറിന്റെ പിങ്കു റിബ്ബൺ. റിബ്ബണിന്റെ ഒരറ്റത്ത് ലവ്

എന്നെഴുതിയിട്ടുണ്ട്. കീർത്തനയുടെ തോളോടു ചേർന്നു പൂവു ചേർത്തു തുന്നിയ ക്യാൻസർ സ്നേഹം.

''നിനക്കിതെന്തിന്റെ കേടാണ് രന്ന സ്ലീവ്ലെസ് ഒക്കെ ഇടുമ്പോ ഇത് കാണില്ലേ?''

''കാണാൻ വേണ്ടിയല്ലേ ഞാൻ വേദന സഹിച്ചത്?''

''പെണ്ണേ, എന്ത് വൃത്തികേടാണ്. ഡീസെന്റായിട്ടുള്ള മനുഷ്യരൊന്നും ടാറ്റൂ ചെയ്യില്ല.''

''അതൊക്കെ പണ്ടു കാലത്തായിരുന്നു. ഇപ്പൊ എല്ലാവരും ടാറ്റൂ ചെയ്യും.''

''നിനക്ക് എന്നോടൊന്നു ചോദിക്കായിരുന്നില്ലേ?''

''എന്നിട്ട് വേണ്ടാന്നു പറയാനല്ലേ. അമ്മ അമ്മൂമ്മോട് പറയാതല്ലേ ആദ്യം മുടി ഡയാന കട്ട് ചെയ്തത്?''

അതിബുദ്ധിക്കാരിയുടെ നാക്കിനു എന്തൊരു മൂർച്ചയാണ്. ഇതി നാണോ ഇവളെ സംസാരിക്കാൻ പഠിപ്പിച്ചത്? ഒരൊറ്റ വാക്ക് പോലും പറഞ്ഞു കൊടുക്കേണ്ടായിരുന്നു.

അശ്വിനി കീർത്തനയെ ഇറുകെപ്പിടിച്ചു ചേർത്തിരുത്തി. കീർത്തന യുടെ കവിളിൽ ഒരു കുരു ഭീഷണിയോടെ വീർത്തു നിൽക്കുന്നു. ആരെയാണ് പെണ്ണേ, നീ മോഹിക്കുന്നത്, നീ മോഹിപ്പിക്കുന്നത്?

Sari is the sexiest dress

കുളിമുറിയുടെ ഒരു ഭിത്തിമുഴുവൻ കണ്ണാടി നിറഞ്ഞു നിൽക്കുകയാണ്. മുറിയുടെ വലിപ്പം ഇരട്ടിയാക്കി കാണിച്ചുകൊണ്ട്. അതിനു മുന്നിൽ വച്ചിരുന്ന പച്ചനിറമുള്ള പൂപ്പാത്രം അശ്വിനി ഒരരികിലേക്ക് മാറ്റി. അതിൽ മൂന്നുതണ്ട് വെളുത്ത ഓർക്കിഡ് പൂവുകളുണ്ട്. താഴെ രണ്ടു ചെറിയ ഇലകളും. വലിയ കുപ്പിയുടെ ആകൃതിയിലുള്ള പൂപ്പാത്രത്തിന്റെ നടുവിലൊരു ദ്വാരമുണ്ട്. പാഷൻ ഫോർ ലിവിംഗ് എന്നു പേരുള്ള കടയിൽ അശ്വിനി സമയംകൊല്ലാൻ കയറിയതായിരുന്നു. ഒറ്റനോട്ടത്തിൽ പൂപ്പാത്രം അശ്വിനിയുടെ കൂടെയിറങ്ങിപ്പോന്നു.

കുളിമുറിയുടെ മൂലയിൽ വെച്ചിരുന്ന വിഴുപ്പുകൊട്ട നിറയാറായിരുന്നു. മോഹൻ കുളിച്ചു തുവർത്തിയ ടവ്വൽ ഭിത്തിയിൽ തൂങ്ങിക്കിടക്കുന്നതും കണ്ണാടിയിൽ കാണാം.

ഒന്നും ഒളിക്കാൻ പറ്റാത്ത കണ്ണാടി!

അശ്വിനി വളരെ സാവധാനത്തിൽ വസ്ത്രം മാറി. മറ്റൊരാളുടെ ശരീരം കാണുന്നതു പോലെ അശ്വിനി അവളുടെ ശരീരത്തെ കണ്ടു. കരഞ്ഞു വീർത്തുകെട്ടി മോറു ചുവപ്പിച്ചു നിൽക്കുന്ന മുലയില്ലായ്മയോട് അശ്വിനി കയർത്തു.

''എന്താ ഇത്രയ്ക്ക് മൂക്കു ചീറ്റാൻ?''

മുറിവിനു താഴെ വിങ്ങൽ മാറാൻ ഒന്നുകൂടി ചുറ്റിക്കെട്ടി വെച്ച് അശ്വിനി പുടവചുറ്റി.

ഇനി എന്തു ചെയ്യണം എന്നാലോചിച്ചു പിന്നെ അവൾ സോഫയിൽ ചാരിയിരുന്നു.

''ക്യാൻസർ വർത്തമാനം മടുത്തല്ലോ റാണാ. ആർക്കും എന്നോട് പറയാനും ചോദിക്കാനും വേറൊന്നുമില്ല.''

അശ്വിനി എവിടെ മുഖം കാണിച്ചാലും അവിടം ക്യാൻസർ കൊണ്ടങ്ങു നിറഞ്ഞു തുളുമ്പും. പരിചയത്തിലുള്ള ക്യാൻസർ രോഗികളെക്കൊണ്ട് മുറി നിറയും.

എന്റെ ഫ്രണ്ടിനു വന്ന ക്യാൻസർ...

എന്റെ കൂട്ടത്തിൽ ജോലി ചെയ്യുന്ന ആൾടെ ഭാര്യയ്ക്ക് വന്ന ക്യാൻ സർ...

ബോസിന്റെ പെങ്ങള്ടെ ഭർത്താവിനു വന്ന ക്യാൻസർ...

''ഞാനാകപ്പാടെ ഒരു ബഗണ്ടൻ ക്യാൻസർ ഗോളമായിപ്പോയില്ലേ റാണാ.''

''ക്യാൻസർ വന്നയാളോട് ക്യാൻസറിനെപ്പറ്റിയല്ലേ പറയേണ്ടത് എന്നാവും അവരുടെ വിചാരം.''

വേണ്ടല്ലോ, അശ്വിനിക്ക് മതിയായല്ലോ.

ക്യാൻസർ കഥകൾ തീർന്നു കഴിഞ്ഞാൽ പിരിമുറുക്കം തീർക്കാൻ കാലാവസ്ഥ, റോഡിലെ ട്രാഫിക് എന്നിങ്ങനെ വേദനിപ്പിക്കാത്ത, മൃദുല വികാരങ്ങളെ മാന്തിപ്പറിക്കാത്ത പഞ്ഞിക്കട്ടകൾ പുറത്തു വരും. മുറിവ് വേദനിക്കാതെ തലോടിയെടുക്കൽ. ചിലതൊക്കെ സ്പിരിറ്റിൽ മുക്കി യതും ആവും.

ശരിയായിട്ടുള്ള വിശേഷങ്ങളൊക്കെ അവർ പേഴ്സിൽ ഒളിപ്പിച്ചു വെച്ചിട്ടുണ്ട്. അശ്വിനിയുടെ ലോകം വിട്ടുകഴിയുമ്പോൾ യഥാർത്ഥ ജീവിതം പൊഴിയും. അവർക്കിടയിൽ മാത്രം കൊച്ചുവർത്തമാനങ്ങൾ അടർന്നു വീഴും.

ബ്രാ സൈസുകൾ

സൗന്ദര്യം കൂട്ടുന്ന നുറുങ്ങു വിദ്യകൾ

സ്ത്രീപുരുഷ ബന്ധത്തിലെ മിന്നാമിന്നി കടങ്കഥകൾ

ചീസ്കേക്ക് ബേക്കറിനിലെ ചെഫന്റെ കിന്നാരം

ലിപ്സ്റ്റിക്കിൽ പുതിയത്.

ചെരിപ്പിന്റെ സെയിൽ.

ഗോസിപ്പുകൾ

വാർത്തകൾ

അഭിപ്രായങ്ങൾ

വിശേഷങ്ങൾ

ങ്ങൾ...ങ്ങൾ...ൾ...ൾ...ൾ!

അശ്വിനി ഇ-മെയിൽ മെസേജുകൾ വീണ്ടും നോക്കി. ഓഫീസിൽ നിന്നും ഒന്നുമില്ല. കുറച്ചു നേരം ഫേസ്ബുക്കിൽ കറങ്ങി നോക്കി. പുതിയ പോസ്റ്റുകൾ എന്തെങ്കിലുമുണ്ടെങ്കിലോ?

അശ്വിനിയുടെ ഭിത്തിയിൽ അവിനാഷ് ലൈക്സ് അശ്വിനി എന്ന് കണ്ടു.

‘‘ഛെ വൃത്തികെട്ട ഫേസ്ബുക്ക്. മൂത്രപ്പുരയുടെ ചുവരിലെപ്പോലെയാണല്ലോ.’’

അതിനിടയിലേക്ക് സ്വയംപ്രഭ ചോദ്യവുമായി വന്നു.

‘‘എന്താണ് പരിപാടി. നിനക്ക് എന്നെ വിളിച്ചു കൂടെ?’’

ഔട്ട് ഓഫ് ഓഫീസ് നോട്ടിസ് കിട്ടിയാലും സ്വയംപ്രഭ ചോദ്യം ചെയ്യും.

‘‘ഉവ്വവ്വ... കോഴ്സാണോ അതോ ഒളിച്ചു താമസം ആണോ?’’

ഫോണെടുത്ത് എറിയാൻ ആയുമ്പോൾ റാണ തടയുന്നു.

‘‘സ്വയംപ്രഭയോട് ആണയിട്ട് ഞാൻ ക്ഷീണിച്ചിരിക്കുന്നു റാണാ.’’

‘‘ആ കുട്ടി എപ്പോഴും നുണ പറയുന്നുണ്ട്. അതുകൊണ്ടാണ് നീ പറയുന്നതൊക്കെ വിശ്വസിക്കാൻ വിഷമം. സംശയം പിറക്കുന്നത് സ്വന്തം കള്ളത്തരങ്ങളിൽ നിന്നാണ്. അവിശ്വാസികളെ വിശ്വസിക്കരുത്.’’

‘‘തല നേരെ പിടിക്കാൻ ബുദ്ധിമുട്ടുള്ളപ്പോൾ എന്തു ചെയ്യും റാണാ?’’

‘‘ഓടൂ... ഇട്ടിട്ട് ഓടിക്കോ... അതാണ് ജീവിതത്തിനു നല്ലത്. നമ്മളെ വിശ്വാസം ഇല്ലാത്തവരെ അപ്പോഴേ ഉപേക്ഷിക്കണം. ഇല്ലെങ്കിൽ അവരുടെ സംശയക്കയത്തിൽ മുക്കികൊന്നുകളയും.’’

‘‘വിശ്വാസം അതല്ലേ എല്ലാം.’’

ഇത് ജീവിതമാണ്, ജ്വല്ലറിയുടെ പരസ്യമല്ല എന്നൊക്കെപ്പറഞ്ഞ് അശ്വിനിയുടെ ഉത്തരവാദിത്തമില്ലായ്മയിൽ റാണ പ്രതിക്ഷേധിച്ചു.

ഓരോരുത്തരുടേയും കാലിലേക്ക് നൂലു നൂറ്റു കൂച്ചിക്കെട്ടി നൂറ്റു ചിലന്തി കാത്തിരിക്കുന്നു. നേരമ്പോക്കിന്. പാവക്കൂത്താണ് നൂറ്റുചിലന്തിയുടെ നേരമ്പോക്ക്. അരങ്ങു ഒരുക്കി നൂലിൽ ചുറ്റി വലിക്കുന്നു. വരൂ... വരൂ... കാലിട്ടിളക്കി... കൈയിട്ടടിച്ച് എൻറെ താളത്തിനു ചുവടു വയ്ക്ക്. എന്നെ സൽക്കരിക്കുക.

‘‘ഇപ്പൊ മനസ്സില്ല.’’

സ്വയംപ്രഭയുടെ ചോദ്യങ്ങളേയും സംശയങ്ങളേയും ഉപേക്ഷിച്ചു, ലഞ്ച് എന്ന പ്രശ്നമാണ് അതിലും നല്ലതെന്നു നിനച്ച് അശ്വിനി എഴുന്നേറ്റു. പ്രഷർകുക്കറാന്റിയുടെ ഇഡ്ഡലി-സാമ്പാർ, മെറിന്റെ കപ്പയിറച്ചി, ശാന്തിയുടെ ബിരിയാണി, മിത്രയുടെ അവിയലും ഉപ്പേരിയും - ഒക്കെക്കൂടി മോഹനു പെരുന്നാളായിരുന്നു. എല്ലാം തീർന്നിരിക്കുന്നു. രാത്രി എട്ടു മണിക്ക് വീട്ടിലെത്തുന്ന മോഹനെ അടുക്കള ഇപ്പോൾ പ്രലോഭിപ്പിക്കുന്നില്ല.

അശ്വിനിയുടെ വായിലെ രുചികളെല്ലാം പോയി. കാശിക്കുപോയി. സുഖങ്ങളൊക്കെ വെടിഞ്ഞ് കാശി രാമേശ്വരത്തേക്ക്. കല്യാണിയും

കളവാണിയും ഇല്ലാതായാൽ അശ്വിനിയും ഇല്ലാതാവുമോ എന്ന ആശങ്ക യിൽ അവൾ കുറച്ചു ദിവസം ഉണ്ണാതെയും ഉറങ്ങാതെയും ഇരുന്നു നോക്കിയതാണ്.

പക്ഷേ ഒരു ദിവസം എല്ലാം കൂടി ഭ്രാന്തെടുത്ത് മടങ്ങി വന്നു. വിശപ്പല്ല, പക്ഷേ എന്തെങ്കിലും തിന്നേ പറ്റൂ. അല്ലെങ്കിൽ ഭ്രാന്തു പിടിക്കും.

തിന്നണം... തിന്നണം...

ചവയ്ക്കണം... ചവയ്ക്കണം...

തിന്നണം... ചവയ്ക്കണം...

ചവയ്ക്കണം... തിന്നണം...

ണം...ണം...ണം...ണം!

അശ്വിനിക്ക് കടൽ പായലിൽ പൊതിഞ്ഞ, ചോറു ചേർത്ത സൂഷി, വസാബി ചേർത്തു കഴിക്കണം. മൂക്കിലേക്ക് അണ്ണാക്കിലേക്ക് തുളച്ചു കയറുന്ന പച്ച നിറത്തിലുള്ള വസാബി. സൈനസ് ക്യാവിറ്റിയിലൂടെ നൂണ്ടിറങ്ങി കണ്ണിൽ വെള്ളം നിറയ്ക്കുന്ന വസാബി. അശ്വിനി പാതാള ക്കൊതിയിൽ തലകുത്തി മറിഞ്ഞു.

അശ്വിനി വീണ്ടും ഫ്രിഡ്ജു തുറന്നു നോക്കി.

വഴുതനങ്ങ, പടവലങ്ങ, മത്തങ്ങ, കോവയ്ക്ക, വെണ്ടയ്ക്ക

''ങ..ങ്ങ..ക..ഖ....''

അശ്വിനി പച്ചക്കറികളെ പ്രാകി.

ബ്രെഡ് ടോസ്റ്റാക്കുന്ന പാചകത്തിനോട് അശ്വിനിക്ക് തീരെയും ഇഷ്ടം തോന്നിയില്ല. ദോശയും ചമ്മന്തിയും തിന്നാനുള്ള ആഗ്രഹ ത്തിൽ അവൾ നന്ദാസ് കിച്ചണിലെക്ക് ഫോൺചെയ്തു. പതിനൊന്നു മണിക്കേ തുറക്കൂ എന്ന റെക്കൊഡിംഗ് കേട്ടതോടെ അശ്വിനി ഫോൺ തിരികെവച്ച് കൊടീൻ ചേർത്ത മൂന്നാം നമ്പർ ടൈലനോൾ തിന്നു വിശപ്പുമാറ്റി.

''ഈ ദിവസം ഉറക്കത്തിനു ഉഴിഞ്ഞിടാം.''

അശ്വിനി ഒന്നാം ഉറക്കമെഴുന്നേറ്റു വരുമ്പോൾ കാറ്റ് തൊപ്പിയും സൺ സ്ക്രീനുമായി പൊരിഞ്ഞ ചിരി ചിരിക്കാൻ തുടങ്ങിയിരുന്നു. ജൂൺചൂടിന്റെ ലഹരിയിൽ ആഴ്ചയിലൊരിക്കൽ കിട്ടുന്ന പരസ്യക്കട ലാസുകെട്ടുമായി അശ്വിനി മുൻവരാന്തയിലിരുന്നു.

പരസ്യങ്ങളിൽ ചൂടുകാലം പാവാടക്കാലമായി മാറിയിരുന്നു. ഇറക്കം കുറഞ്ഞതും ഇടുങ്ങിയതുമായി പാവാടകൾ ചൂടിൽ ഉലയുകയാണ്. പരസ്യപ്പത്രത്തിലെ പടങ്ങൾ പ്രലോഭിപ്പിക്കുന്നു.

വാങ്ങൂ... അണിയൂ... സുന്ദരിയാവൂ...

വിലക്കുറവ്... ലാഭം.

ചുരുക്കും നീളവും കൂടിയ അലുത്ത ഏഷ്യൻ പാവാടകളിലേക്ക് ഫാഷൻ പടർന്നിട്ടുണ്ട്. ചാരിത്ര്യശുദ്ധി കാത്തു സൂക്ഷിക്കുന്ന മുട്ടു മറഞ്ഞു കിടക്കുന്ന പാവാടകൾ ഇന്ത്യക്കാർക്കും സ്വീകാര്യമാണ്. ആഭരണങ്ങളുടെ ഫാഷൻ, ലോഹത്തിൽ നിന്നും പ്ലാസ്റ്റിക്കിലേക്കും പ്ലാസ്റ്റിക്കിൽ നിന്ന് മുത്തുകളിലേക്കും പിന്നെയും ലോഹത്തിലേക്കും മാറി മറയുന്നു.

പടങ്ങൾ കണ്ടങ്ങനെ മതിമറന്നിരുന്നപ്പോഴാണ് ഒരു കാറ് സാവധാനത്തിൽ അശ്വിനിയുടെ ഡ്രൈവ്-വേയിലേക്ക് കയറിവന്നത്. കാറിൽ നിന്നും വെയിലിന്റെ അതേ വോൾട്ടേജിലുള്ള ചിരിയും കത്തിച്ചു പിടിച്ചു വിദ്യ ഇറങ്ങി വന്നു. തിടുക്കത്തിൽ എഴുന്നേറ്റ് വീടിനുള്ളിലേക്ക് വിദ്യയെ സ്വീകരിക്കാൻ ഒരുങ്ങിയ അശ്വിനിയെ തടഞ്ഞ് വിദ്യ പടിയിൽ അശ്വിനിക്കൊപ്പം ഇരുന്നു.

''ഇദ് കഴിക്ക്.''

ബാഗിലെ പൊതി തുറന്ന് വിദ്യ ക്ഷണിച്ചു. പൊതിയിൽ പൈനാപ്പിൾപ്പായസം, കിണ്ണത്തപ്പം, ചെമ്മീൻ വട.

അശ്വിനി അമ്പരന്നു. വിളിക്കാതെ, അപ്പോയിന്റ്മെൻറ് എടുക്കാതെ ഒരാൾ വീട്ടിൽ വരുന്ന പതിവ് അമേരിക്കൻ ഭൂഖണ്ഡത്തിൽ ഇല്ലാത്തതാണ്. വിദ്യയെ അറിയും, ഇടയ്ക്കൊക്കെ കുശലം പറഞ്ഞിട്ടുണ്ട്. പക്ഷേ, അതിക്രമിച്ചു കടന്ന് ഭക്ഷണം കഴിപ്പിക്കാൻ മാത്രം അടുപ്പമില്ല. എന്തൊരു മര്യാദകേടാണത്. വല്ല കൂടോത്രവും ആയിരിക്കുമോ?

കിണ്ണത്തപ്പത്തിന്റെ മധുരത്തിൽ അശ്വിനി കൂടോത്രഭയം മറന്നു.

''ഉം... നല്ല ടേസ്റ്റ്.''

അശ്വിനിയുടെ സ്വാദുമുകുളങ്ങൾ ഉന്മാദത്തിലായി. വിദ്യ പാചക വിദഗ്ദ്ധയാണെന്ന് അശ്വിനിക്ക് അറിയില്ലായിരുന്നു.

''വിദ്യയ്ക്കെങ്ങനെ അറിയാം എനിക്ക് വിശന്നൂന്ന്?''

''വയ്യാണ്ടാവുമ്പോ നമുക്ക് ആരും വെച്ചു തരാനുണ്ടാവില്ല. ഞാൻ കുറെ പട്ടിണി കിടന്നിട്ടുണ്ട്. എനിക്ക് രണ്ടും സിസേറിയൻ ആയിരുന്നു.''

''വിദ്യയ്ക്ക് ഫ്രണ്ട്സ് ആരും പരിചയം ആയിരുന്നില്ലേ?''

''ഉം... ഫ്രണ്ട്സ് വന്ന് കുട്ടീനെ കണ്ടു, ചായ കുടിച്ചു അവരടെ വീട്ടില് പോയി. അവർക്കും അറിയില്ലായിരിക്കും. അവർക്കൊക്കെ അമ്മേം അമ്മായമ്മേം ക്കേ ണ്ടാരുന്നു പ്രസവത്തിന്റെ നേരത്ത്. എനിക്കു മാത്രേ ആരും ഇല്ലാണ്ടിരുന്നുള്ളൂ. അന്നേ തീരുമാനിച്ചതാണ്, വയ്യാണ്ടെ വരുന്നോർക്ക് ഭക്ഷണം കൊടുക്കണോന്ന്.''

''എന്തൊരു സ്വാദാണ് മറ്റാരെങ്കിലും തരുന്ന ഭക്ഷണത്തിന്.''

''ശരീരത്തിനേക്കാളും ശ്രദ്ധിക്കേണ്ടത് മനസ്സിനെയാണ്. പക്ഷേ, ശരീരം ശ്രദ്ധിക്കാതിരുന്നാ മനസ്സും ക്ഷീണിക്കും.''

വിദ്യ ക്യാൻസറിനെപ്പറ്റി ഒന്നും ചോദിച്ചില്ല. നല്ല സ്വാദുള്ള ഭക്ഷണം കഴിക്കണം. ഡയറ്റൊന്നും അത്രയ്ക്കങ്ങു ശ്രദ്ധിക്കേണ്ട എന്നങ്ങനെ കുറച്ചു വിദ്യോപദേശങ്ങൾ കൊടുത്തു അശ്വിനിക്ക്.

''എന്തെങ്കിലും കഴിക്കാൻ തോന്നുമ്പോ പറഞ്ഞാൽ മതി. ഞാൻ കൊണ്ടൊന്നു തരാം.''

വിദ്യ യാത്ര പറയാൻ ഒരുമ്പെട്ടപ്പോൾ അശ്വിനിക്ക് ഒരു വോട്ട് ഓഫ് താങ്ക്സ് പ്രസംഗം തിങ്ങിവന്നു. പക്ഷേ വാക്കുകളൊക്കെ പള്ളയ്ക്കകത്ത് കിണ്ണത്തപ്പത്തിന്റെ അടിയിലായിപ്പോയി. അതിനെ എങ്ങനെ വലിച്ചു പുറത്തിടും. ഒടുക്കം വാക്കുകളോട് തോറ്റ് അശ്വിനിയുടെ കൈകൾ വിദ്യയ്ക്കു നേരെ നീണ്ടു.

ചേർത്ത് കെട്ടിപ്പിടിക്കുമ്പോൾ അശ്വിനിയുടെ ശ്വാസത്തിനു നൂറ്റിപ്പത്തു ഡിഗ്രി ഫാരൻഹൈറ്റിൽ കുറയാത്ത ചൂടുണ്ടായിരുന്നു.

''എന്താ പറേണ്ടെന്നറിയില്ല വിദ്യ.''

അവസാനം അശ്വിനി ചെറിയൊരു തൊണ്ട വിറയലോടെ പറഞ്ഞു.

''ഒന്നും പറയേണ്ട അശ്വിനീ. അന്ന് സിനിമയ്ക്കു കണ്ടപ്പോ തോന്നി കൊറെ സങ്കടം ഉള്ളിൽ ഒളിപ്പിച്ചിട്ടുണ്ടെന്ന്.''

ഇപ്പോൾ വാക്കുകൾ അശ്വിനിയുടെ തൊണ്ടയിൽ ശ്വാസനാളിക്കു പുറത്ത് കുത്തിയിരിക്കുകയാണ്. ശ്വാസം കടക്കാൻ സമ്മതം കൊടുക്കാതെ. എഴുന്നേറ്റു മാറാൻ പറഞ്ഞിട്ടു അനുസരിക്കാതെ.

''ഉള്ളിലൊരുപാടു സങ്കടമുള്ളവരാണ് ദേഷ്യപ്പെടണത്. അത് ദേഷ്യപ്പെടണവരോടുതന്നെ ആയിരിക്കണമെന്നില്ല.''

വിദ്യയുടെ വയലറ്റു പൂക്കളുള്ള കുർത്തിയിൽ നോക്കി അശ്വിനി മിണ്ടാതെയിരുന്നു. മുറ്റത്തെ ലൈലാക്കിന്റെ അതേ നിറം.

''വന്നു കാണണംന്ന് അന്നേരം മുതൽ വിചാരിക്കുന്നതാണ്. ഇന്ന് ഈ ഭക്ഷണം പൊതികെട്ടി മൂന്ന് പ്രാവശ്യം ഈ വീടിന്റെ ഉമ്മറത്തൂടിപ്പോയി. വണ്ടി നിർത്തി കേറാൻ മട്യായിരുന്നു. പെട്ടെന്നൊരു ദിവസം ഇടിച്ചു കേറാനുള്ള മട്യേ.''

വയലറ്റ് ദുപ്പട്ടകൊണ്ടു വിദ്യ ചിരിക്കുന്ന വായപൊത്തി.

''മൂന്നാമത്തെ തവണ അശ്വിനി പുറത്തിരിക്കുന്നത് കണ്ടപ്പോ എന്റെ വെപ്രാളം കണ്ടു ദൈവം കൊണ്ടിരുത്തീതാണെന്ന് തോന്നി. അല്ലെങ്കിൽ ഈ നാട്ടിലാരെങ്കിലും പുറത്തെ പടിയിലിരുന്നു സെയിൽ പേപ്പറ് നോക്ക്വോ?''

വിദ്യയുടെ വാക്കുകളപ്പോൾ അശ്വിനിയുടെ കണ്ണിൽ വിരലിട്ടു കുത്തി. ജീവിതത്തിന്റെ നടുവിൽ ഒറ്റപ്പെട്ടുപോയവളാണ് വിദ്യ. വിധിയാണോ,

എല്ലാമറിയുന്ന ദൈവത്തിന്റെ ക്രൂരതയോ? പ്രദീപിന്റെ അപകടം കഴിഞ്ഞ് അശ്വിനി വിദ്യയെ വിളിച്ചിട്ടില്ല. കണക്കുകൾ സൂക്ഷിക്കാത്ത വിദ്യയ്ക്ക് അതു പ്രധാനമല്ല.

ജീവിതത്തിൽ ഓരോ നാൽക്കവലയിലെത്തുമ്പോഴും കൂടെയുണ്ടായിരുന്ന കുറച്ചുപേർ വേറെ വഴിതിരിഞ്ഞു പോവും. അപ്പോൾ പോയവരെ മാത്രം ഓർത്ത് നമ്മൾ ഇച്ഛാഭംഗപ്പെടും. തലതാഴ്ത്തി നടക്കും. ആ കവലയിൽ വച്ചു തന്നെ കുറച്ചു പേർ നമ്മുടെ വഴിയിലേക്ക് ഒപ്പം തിരിഞ്ഞകാര്യം നമ്മൾ ശ്രദ്ധിക്കാറില്ല. അവർ തോളിൽ തൊട്ട് അവരുടെ സാന്നിധ്യം അറിയിക്കുന്നതുവരെ. എല്ലാവരും നഷ്ടങ്ങൾമാത്രം കണക്കുകൂട്ടി തലതാഴ്ത്തി നടന്നാൽ ചിലവഴികൾ ഒറ്റപ്പെട്ടവരുടെ കൂട്ടമായിമാറും. ഒരേസമയം വിചിത്രവും പരിചിതവുമായ ജീവിതയാത്ര.

റാണ പറഞ്ഞത് അശ്വിനി അത്രയ്ക്കങ്ങു വിശ്വസിച്ചില്ല. ഭക്ഷണം കഴിച്ച ക്ഷീണത്തിൽ അവൾ ബാക്കിയുറക്കത്തിലേക്കു പോയി. ഉറക്കം തീരുന്നതിനുമുൻപേ മുറിവു നോക്കാൻ മരിയ വന്നു.

''How are you feeling dear?''

''Sleepy.... very sleepy.''

അശ്വിനി പരിപൂർണ സത്യസന്ധയാവാൻ ശ്രമിച്ചുനോക്കി.

അരയിൽ തൂക്കിയിട്ടിരിക്കുന്ന ദ്രാവകസംഭരണി പഴയതുപോലെ പെട്ടെന്ന് നിറയുന്നില്ല.

''ശുഭ ലക്ഷണം. മുറിവ് ഉണങ്ങാൻ തുടങ്ങിയതിന്റെ ലക്ഷണമാണത്.

മരിയ ശബ്ദമുയർത്തി ചിരിച്ചു. മുന്തിരിച്ചാറു മാറി ദ്രാവകത്തിനു ചളി നിറമായിട്ടുണ്ട്. അതുനോക്കി മരിയ പ്രവചിച്ചു.

''അത് ഇനിയും തെളിയാനുണ്ട്. രണ്ടു ദിവസംകൊണ്ട് നല്ല വ്യത്യാസമാവും.''

മരിയ പോയിക്കഴിഞ്ഞു സമയം വെറുതെ കെട്ടിക്കിടന്നപ്പോൾ അശ്വിനി മലയാളം ചാനലിലൂടെ ചുറ്റിക്കറങ്ങി.

ഒരു ചാനലിൽ കാതിൽ കുടക്കമ്മലും നെറ്റിയിൽ പല നിലകളിൽ പൊട്ടുമായി പൂരം പോലെയൊരു പെൺകുട്ടി ചറുപിറ വർത്തമാനം പറഞ്ഞു തന്നത്താൻ ചിരിക്കുന്നു. സ്നേഹം കുത്തിയൊലിക്കുന്ന പ്രണയഗാനങ്ങളാണ് മറ്റൊരു ചാനലിൽ. ന്യൂസ് എന്നു പറയപ്പെടുന്ന ചാനലിൽ ഒരു ചെക്കൻ തൊണ്ടകീറി പറഞ്ഞത് തന്നെ പിന്നെയും പിന്നെയും പറയുന്നു.

''നെഞ്ചത്ത് കുടുക്കിയിട്ടിരിക്കുന്ന മൈക്രോഫോണിന്റെ ഉപയോഗം ഈ കുട്ടിക്ക് അറിഞ്ഞു കൂടായിരിക്കുമോ?''

മടുപ്പു മാറ്റാൻ അശ്വിനി മലയാളത്തിൽ നിന്നും ഇംഗ്ലീഷ് ചാനലുകളിലേക്ക് ചാടിനോക്കി. അശ്വിനിയുടെ കണ്ണുകൾ പക്ഷേ ആരുടേയും മുഖത്തുറയ്ക്കുന്നില്ല. അവളുടെ കണ്ണുകൾ സ്ത്രീകളുടെ നെഞ്ചിലേക്ക് വഴുതിപ്പോകുന്നു.

അശ്വിനിയുടെ പേരിൽ നിങ്ങൾക്ക് കേസെടുക്കാം. അശ്വിനിയൊരു തുറിച്ചു നോട്ടക്കാരിയാണ്. ലെസ്ബിയൻ അല്ലെങ്കിലും അവളുടെ നോട്ടം പെണ്ണുങ്ങളുടെ മുലയിലേക്കു തന്നെയാണ്.

രോഗമില്ലാത്ത മുലകൾ, പാൽച്ചിരി ചിരിച്ചു ബ്രായിൽ തൊട്ടിലാടി. ഭംഗിയും കൊഴുപ്പുമുള്ളവ, ആരോഗ്യമുള്ള. മുലകളെ അസൂയയും വിദ്വേഷവും കുത്തിനിറച്ചവൾ തിരികെ നോക്കി.

''ആരുടെയൊക്കെ മുലകളാണ് വെയ്പ്പുമുലകൾ?''

വെൻഡി മെസ്‌ലിയുടെ മുലകളും ക്യാൻസർ എടുത്തു പോയതാണ്. കനേഡിയൻ ബ്രോഡ്കാസ്റ്റിംഗ് കോർപ്പറേഷൻ (CBC) ടെലിവിഷനിൽ വെൻഡിയും പീറ്റർ മാൻസ്ബ്രിഡ്ജും നേരിട്ടു സംസാരിക്കുമ്പോൾ അശ്വിനിക്കു പണ്ടേ കൗതുകമായിരുന്നു. കുറച്ചുകാലം ദമ്പതികളായി കഴിഞ്ഞു പിരിഞ്ഞവരാണ് സി.ബി.സി.യുടെ ഉയർന്ന റേറ്റുള്ള വാർത്തക്കാരാണ് വെൻഡി മെസ്‌ലിയും പീറ്റർ മാൻസ്ബ്രിഡ്ജും. പരിഭവങ്ങൾ പുറത്തു കാണിക്കാതെ തമ്മിൽ കൊല്ലാനായാതെ എത്ര മര്യാദയോടെയാണ് അവർ സ്ക്രീനിൽ പ്രത്യക്ഷപ്പെടുന്നത് എന്ന് അശ്വിനി വിമർശനക്കണ്ണുകൊണ്ട് നോക്കാറുണ്ടായിരുന്നതാണ്.

ഈയിടെയായി അശ്വിനി ശ്രദ്ധിക്കുന്നത് വെൻഡി മെസ്‌ലിയുടെ വെച്ചു പിടിപ്പിച്ച മര്യാദയേക്കാൾ വെൻഡിയുടെ വെപ്പുമുലകളിലാണ്. അശ്വിനി വാർത്ത കേൾക്കുന്നില്ല. ബ്ലൗസിനിടയിലൂടെ കുറച്ചെങ്കിലും കാണാൻ പറ്റുന്നുണ്ടോ, ഇടത്തേതും വലത്തേതും തുലനത്തിലാണോ എന്ന് ചാഞ്ഞും ചരിഞ്ഞുമിരുന്ന് അശ്വിനി നോക്കുന്നു.

ഞരമ്പുരോഗി!

ടി.വി.സ്ക്രീനിലെ മാത്രമല്ല, വഴിയിൽ കാണുന്ന പെണ്ണുങ്ങളുടെയെല്ലാം മുലകളിലേക്ക് അശ്വിനി തുറിച്ചുനോക്കുന്നുണ്ട്. സ്റ്റെയർ മാസ്റ്റർ - വായ്നോട്ടക്കാരെ വിശേഷിപ്പിക്കാൻ അശ്വിനിയും മോഹനും ജിംനേഷ്യത്തിൽ നിന്നും കുത്തിയെടുത്ത ചെല്ലപ്പേരിപ്പോൾ അശ്വിനിക്ക് നന്നായി ചേരും.

റീ-കൺസ്ട്രക്ഷൻ സർജറിയെപ്പറ്റി ഡോക്ടർ പറഞ്ഞത് അശ്വിനി ശ്രദ്ധിച്ചിരുന്നില്ല. ബോറൻ അറിവുകൾ എന്നു പറഞ്ഞവളുടെ ചെവി സീലുവെച്ചു. എല്ലാം അശ്വിനിയെ ബോറടിപ്പിക്കുകയാണ്. അശ്വിനി കാറ്റിനോട് ആജ്ഞാപിച്ചു.

''ശരി, നാടകം കഴിഞ്ഞു. ഇനി ജീവിതത്തിലേക്ക് മടങ്ങാം. ഇതൊക്ക മാറ്റിവെക്കൂ. ഈ റോൾ ബോറടിച്ചു തുടങ്ങിയിരിക്കുന്നു.''

അശ്വിനിക്കിപ്പോൾ പഴയ കോസ്റ്റ്യൂമിലേക്ക് മടങ്ങണം. കീർത്തനയുടെ കൂടെ ഷോപ്പിംഗ് മാളുകളിൽ കറങ്ങിനടക്കണം, ഊണ് കൂട്ടത്തിനു സാരി ചുറ്റി മുഖം മിനുക്കി പോവണം.

മലയാളി കൂട്ടുമാണ്. ചന്തത്തിൽ ഒരുങ്ങണം. കീർത്തനയെ ഉടുപ്പിടുവിച്ചു, മുടികെട്ടി വെച്ചു, ഓമനക്കുട്ടിയാക്കി ടി.വി.ക്കു മുൻപിലിരുത്തി.

അശ്വിനി സാരിയുടുക്കുന്നു. അടിപ്പാവാട പൊക്കിളിനു താഴെ. യോനിമേഖല ഒരേ വലിപ്പമുള്ള ഞൊറികൾ നിരത്തിയലങ്കരിച്ചു. ശിഷ്ടം അരക്കെട്ടിനെ മൃദുവായി തഴുകി ഒതുങ്ങിയ ഇടുപ്പിലൂടെ പൂവള്ളിയായി ചുറ്റിപ്പടർന്നു മുലകളെ പൊതിഞ്ഞു തോളിലേക്ക് ചായുന്നു.

കയ്യിനു ഭംഗി, വയറിനു ഭംഗി, കഴുത്തിനു ഭംഗി.

ഭംഗി... ഭംഗി... അതിഭംഗി!

മോഹൻ പിന്നിലൂടെ വന്ന് കെട്ടിപ്പിടിച്ചു കളിച്ചു.

''അശ്ശേ... വിടൂ... വിട്.''

ചിരി.. ചിരി...

''തിരിച്ചു വരുമ്പോ പിടിച്ചോളാം ഞാൻ.''

മോഹന്റെ ഭീഷണി.

ചിരി... ചിരി...

കൂട്ടം, ആൾക്കൂട്ടം. ചിരി.

ആഹാരം.

ആർത്തി

ആഹാരം.

സംസാരം..

ചിരി... ചിരി...

കൂട്ടച്ചിരി.. വെപ്പു ചിരി.. വെറുപ്പു ചിരി... വ്യാജച്ചിരി.. നാട്യച്ചിരി... സൂത്രച്ചിരി.. കാമ്പില്ലാച്ചിരി കൃത്രിമച്ചിരി... മടുപ്പു ചിരി... തലയാട്ടിയാത്രച്ചിരി...

എല്ലാം തീർത്തു വീടെത്തുമ്പോൾ തലയ്ക്കു പിടിച്ച ക്ഷീണം, അതിക്ഷീണം. ഉറക്കം..ക്കം..

മോഹനൊഴികെ.

കീർത്തനയ്ക്കു പൈജാമ ഇട്ടുകൊടുത്ത് ഉറക്കാൻ കിടത്തിയിട്ട് മോഹൻ അശ്വിനിയുടെ സാരിത്തുമ്പിൽ തൂങ്ങി.

''ചെയ്ഞ്ചു ചെയ്യണ്ട, എനിക്കു സാരിയുടുത്തു വേണം.''

അശ്വിനി അങ്ങതിടുതപ്പെട്ടു. ചിരിച്ചുകൊണ്ടങ്ങതിടുതപ്പെട്ടു.

വീണ്ടും പുഞ്ചിരിച്ചത്ഭുതപ്പെട്ട് മോഹനോടു ചേർന്നിരുന്നു ടി.വി. കണ്ടു.

സാരിയുടുത്ത്... ചേർന്നിരുന്നു... ടി.വി.

ടി.വി. പക്ഷേ വെറും ശബ്ദം. സ്ക്രീനിൽ സാരിയുടുത്ത രതി ദേവതകൾ തെക്കോട്ടും വടക്കോട്ടും നടക്കുന്നു. ഇടയൊതുങ്ങി, ഞൊറി വുകൾ നിരന്ന് തോളിലൂടൊഴുകി സാരി.

ഒടുക്കം കീർത്തന ഉറക്കമായെന്ന് ഉറപ്പാക്കി.

അയാൾ സരിക്കാരിയെ അരുമയോടെ കിടക്കയിൽ വെച്ചു. പ്രണയം വഴിയുന്ന സാരി അടർത്തിയെടുത്തു.

സളു...സുള് സാരി.

അശ്വിനി സാരിയലമാരയിൽ വെറുതെ തിരഞ്ഞു. സാരിക്കെന്തൊരു രതിയാണ്. കാമസുന്ദരമാണത്. സളു..സുള് സാരികളിൽ വിരലോടിച്ചു അശ്വിനി കെഞ്ചി.

''എനിക്ക് കോസ്റ്റ്യൂം മാറ്റണം.''

എന്റെ റോൾ കഴിഞ്ഞിട്ടില്ലെന്ന് ക്യാൻസു തർക്കുത്തരം പറഞ്ഞു.

''മാറ്റിവെക്കാൻ കഴിയാത്തൊരു ജീവിതമായി ഞാൻ നിന്റെ ഉള്ളി ലല്ലേ?''

വേരോടെ പിഴുതെടുക്കണം. മുളച്ചയിടം കരിച്ചു കളയണം. വിത്തു പൊട്ടാതെ, വേരിൽ നിന്നും മുളപൊട്ടാതെ. കുത്തിക്കുഴിച്ചു കരിച്ചു പുകച്ച മുല ബാക്കി നിനക്കെടുക്കാം. അതുമായി ജീവിതത്തിന്റെ നീളം കൂട്ടിപ്പിടിക്കാം. റാണാ പ്രതാപ് സിംഗ് മധ്യസ്ഥത പറഞ്ഞു.

Anchor the moment

ഒടുവിൽ അശ്വിനിയുടെ അരയിൽ തൂങ്ങിക്കിടക്കുന്ന ദ്രാവകസംഭരണി നോക്കി മരിയ നേഴ്സ് പ്രഖ്യാപിച്ചു.

''ഇതാ, സ്ട്രോബറി നിറമായിരിക്കുന്നു. ഇനി രണ്ടു ദിവസത്തിനകം ട്യൂബ് മാറ്റാം.''

അശ്വനിക്ക് സ്ട്രോബറിപ്പഴത്തിനോട് പെട്ടെന്ന് അറപ്പുതോന്നി. കീർത്തനയുടെ പ്രിയപ്പെട്ട പഴമാണത്. ഡോക്ടറായിക്കഴിയുമ്പോൾ കീർത്തനയും രക്തം കലർന്ന ശരീരദ്രവത്തിനെ സ്ട്രോബറിയോട് ഉപമിക്കുമോ?

''ഇതൊരു മൈൽസ്റ്റോൺ ആണ്. ആഘോഷിക്കണം.''

റാണ അശ്വിനിയോടു നിർബ്ബന്ധമായിപ്പറഞ്ഞു.

കല്യാണിക്കടിയിലൂടെ കുത്തിയിറക്കിയിരിക്കുന്ന ട്യൂബു മാറ്റാൻ ആശുപത്രിമുറിയിൽ ശ്വാസമടക്കിപ്പിടിച്ച് ഇരുന്നു കൊടുത്തപ്പോൾ എങ്ങനെ ആഘോഷിക്കണം എന്നു മാത്രം അശ്വിനി ആലോചിച്ചു.

ഘോഷം ഘോഷം... ആഘോഷം!

ഒരു കൈകൊണ്ട് മുറിവായിൽ അമർത്തിപ്പിടിച്ച് മറ്റേ കൈകൊണ്ട് ഡോക്ടർ ട്യൂബ് വലിച്ചൂരുമ്പോൾ ഷട്ട്-അപ്പ്, ച്ചുപ് എന്നൊക്കെ ഉള്ളിൽ മാറി മാറിപ്പറഞ്ഞുകൊണ്ടിരുന്നിട്ടും അശ്വിനി ആവുന്ന് ഉറക്കെ ശബ്ദിച്ചു പോയി.

''Sorry dear. All done.''

വേദനയ്ക്ക് ഡോക്ടർ മാപ്പു പറഞ്ഞു. അരയടിയിലധികം നീളമുള്ള ചെറിയ കുഴലാണ് ഉള്ളിലുണ്ടായിരുന്നത്. മുറിവിൽ പഞ്ഞിത്തുണി വെച്ച് ബാൻഡേജ് ഒട്ടിച്ചു ഡോക്ടർ പണി മതിയാക്കി.

''ഡോക്ടർ എനിക്ക് മദ്യം കഴിക്കാമോ?''

മുഖവുരയോന്നും ഇല്ലാത്ത ചോദ്യം കേട്ട് ഡോക്ടർ പുഞ്ചിരിച്ചു.

''ആന്റിബയോട്ടിക് തീർന്നാലുടൻ നിനക്ക് മദ്യം കഴിക്കാം. ആദ്യം ഒരു ഗ്ലാസ് വൈൻ. അങ്ങനെ ലഘുവായി തുടങ്ങുക.''

''നിന്റെ കീമോതെറാപ്പി എന്നാണു തുടങ്ങുന്നത്?''

''ഓഗസ്റ്റിൽ, അപ്പോഴേ സർജറി കഴിഞ്ഞു എട്ടു ആഴ്ച്ചയാവുള്ളൂ.''

''കീമോ തുടങ്ങുമ്പോൾ മദ്യം ഒഴിവാക്കുന്നതാണ് നല്ലത്.''

അതുകൊണ്ട് ഇപ്പൊ കുടിച്ചു തകർക്കണോന്ന് റാണ.

ട്യൂബ് മാറ്റിയപ്പോൾ സ്വാതന്ത്ര്യം വന്നതുപോലെയായി. അശ്വിനിക്ക് കാറോടിക്കാനുള്ള ധൈര്യം വന്നു. കുറഞ്ഞത് ലിക്വർ കടവരെ പോകാനുള്ള ആത്മവിശ്വാസം മതി. ഈ ആഘോഷത്തിനു വീട്ടിലിരിക്കുന്ന വൈനൊന്നും പോരല്ലോ.

ലിക്വർ കടയിൽ ഒരമ്മയും മകളും ഒന്നിച്ചു നടന്ന് കുപ്പികൾ തിരയുന്നുണ്ടായിരുന്നു. പത്തു വയസ്സിൽ താഴെ പ്രായമുള്ള കുട്ടിക്ക് ലിക്വർ കടയിൽ എന്താണ് കാര്യം? സ്കൂളും പഠിത്തവുമില്ലേ ഈ കുട്ടിക്ക്?

കിലും.. കിലുകിലും... ഷോപ്പിംഗ് കാർട്ടിൽ കുപ്പികൾ കൂട്ടി മുട്ടുന്ന ശബ്ദത്തിനു പോലും ലഹരിയുണ്ട്. കാർട്ടിനകത്ത് ഇരിക്കുന്ന കുപ്പികളാണ് തമ്മിലുരുമ്മി ആഭാസച്ചിരി ചിരിക്കുന്നത്. കുണുങ്ങി കൂത്താടി തമ്മിത്തല്ലായി പൊട്ടല്ലേ.

വൈറ്റ് വൈനിന്റെ ഷാർഡിനെയിൽ തുടങ്ങാമെന്നു അശ്വിനി തീരുമാനിച്ചു. ലഘുവാണ്. വൈനും ചിപ്സും എടുത്ത് ആഘോഷിക്കാൻ തയ്യാറായി അശ്വിനി വീടിനു പിന്നിലേക്കിറങ്ങി.

സൂര്യൻ നല്ല ഫോമിലായിരുന്നു. പഴയ പൊള്ളച്ചിരിയല്ല. നല്ല പൊള്ളിക്കുന്ന ചിരി. അശ്വിനി വട്ടത്തിലുള്ള കണ്ണാടി മേശപ്പുറത്ത് ചിപ്സും വൈനും ഗ്ലാസുംവെച്ചു. നിലത്തുള്ള ഇരുമ്പുപീഠത്തിൽ ഉറപ്പിച്ചിരിക്കുന്ന കുട വെയിലിനെ മറയ്ക്കാൻ അല്പം ചരിച്ചുംവെച്ചു, വൈൻ കൈയിലെടുത്തു അവൾ റാണയെ ആഘോഷത്തിലേക്ക് ആനയിച്ചു.

''ചിയേഴ്സ് റാണാ.''

''Anchor the moment.''

റാണയുടെ ആപ്തവാക്യം അശ്വിനി കുടുകുടെ കുടിച്ചു.

കാലുകൾ മറ്റൊരു കസേരയിൽ കയറ്റിവെച്ച് പാറ്റിയോയിലെ ആനക്കുടക്കീഴിലിരുന്നു അശ്വിനി പ്രഖ്യാപിച്ചു.

''ഈ സന്തോഷത്തിനെ, ഈ പകലിനെ, ഈ നിമിഷത്തിനെ ഞാൻ നങ്കൂരമിട്ടു നിർത്തുന്നു. സന്തോഷം മറക്കാനും മറയ്ക്കാനും അനുവദിക്കരുത്.''

വെയിൽ ലഹരി...

ചൂടുലഹരി....

ഗ്രീഷ്മലഹരി.....

ആനന്ദലഹരി.....

ലഹരി... ഹരി... രി... രീ...

വേലിയിൽ കെട്ടിപ്പിടിച്ചു വളർന്ന ക്ലമാറ്റിസ് വള്ളികൾ വെളുത്ത പൂക്കൾ കൊണ്ട് മൂടിയിരുന്നു. അതിനു താഴെ കടുംവയലറ്റ് നിറത്തിൽ ഐറിസ്പൂവുകളാണ്. ഐറിസിന്റെ ഉള്ളിയിലയും ശംഖുപുഷ്പവും താലോലിച്ചു പൂമ്പൊടി പരത്തിയൊരു അനുരാഗക്കാറ്റ് പാറ്റിയോയിലേക്ക് വന്ന് അശ്വിനിയുടെ മുടിയിൽ ചുറ്റിക്കളിച്ചു. ഭൂമിയോടു ചേർന്നു നിൽക്കുന്ന പെറ്റൂണിയപ്പൂവുകൾ ആടിക്കുലുങ്ങി.

I'm furious!* എന്നാണ് പൂക്കളുടെ ഭാഷയിൽ പെറ്റൂണിയ പറയുന്നത് എന്ന് മോഹൻ പണ്ടു അശ്വിനിയോടു പറഞ്ഞിട്ടുണ്ട്.

''നിന്റെ കിന്നാരം പെറ്റൂണിയയ്ക്ക് ഇഷ്ടപ്പെടുന്നില്ല കാറ്റേ.''

വൈൻ ഗ്ലാസു നിറച്ചുകൊണ്ടു അശ്വിനി കളി പറഞ്ഞത് കാറ്റു വകവെച്ചില്ല.

കണ്ണാടി മേശപ്പുറത്ത് കമഴ്ന്നു കിടന്ന ഫോൺ കിണ് കിണ്ന്ന് ചിണുങ്ങി. ഷാഡിനേയ്ക്കും ചിപ്സിനും വെയിലിനും അനുരാഗത്തിനുമിടയിലേക്ക് ആരാണ് അതിക്രമിച്ചു കടക്കാൻ ശ്രമിക്കുന്നത്? അശ്വിനി ഫോൺ തിരിച്ചു നോക്കി.

കാഴ്ചക്കാരും കുശലക്കാരും കുറഞ്ഞു വരുന്ന സമയമായിരുന്നു. വിശാലം വിമല എന്നാണ് സ്ക്രീൻ കാണിച്ചത്. വിശാലമാന്റിയുടെ ഫോണിന് അശ്വിനി മര്യാദയോടെ ഉത്തരം പറയാൻ ശ്രമിച്ചു.

വിശാലത്തിനു എല്ലാവരോടും സഹതാപമാണ്.

''അയ്യോ ആ പാവം ജോമിയേ...''

എന്നങ്ങനെ തുടങ്ങും കഥ. ജോമിക്ക് ലോട്ടറി അടിച്ച കഥയാണെങ്കിലും വിശാലത്തിന്റെ വർത്തമാനത്തിന്റെ ഉൽഘാടനം അയ്യോ പാവത്തിലാണ്. ഉപകാരം ചെയ്യാനാണെങ്കിൽ അവർക്ക് അതിരു കടന്ന ആവേശമാണ്.

''അയ്യോ, ഞാൻ വന്നു പാക്കു ചെയ്തു തരാം.''

ആ ഹൃദയത്തിന്റെ വിശാലത കണ്ടിട്ടാണ് അശ്വിനി വിമലയെ വിശാലം എന്നു നാമകരണം ചെയ്തത്.

''എന്റെ അശ്വിനീ, മോളെന്നും കഴിക്കത്തില്യോ. എന്നതാ ഇങ്ങനെ ക്ഷീണിച്ചിരിക്കുന്നേ?''

---

* in the language of flowers, the petunia symbolizes "I'm furious!"

എന്റെ എന്ന് കൂട്ടിയേ വിശാലം ആരേയും സംബോധന ചെയ്യൂ. അശ്വിനി അത് ആദ്യം ശ്രദ്ധിച്ചത് അവർ പ്രദീപിനോട് സംസാരിക്കുമ്പോഴായിരുന്നു.

''എന്റെ പ്രദീപേ, നാട്ടിലൊരു വീടങ്ങു മേടിക്കണം.''

വിശാലത്തിന്റെ തോളിലേക്ക് പ്രദീപ് തലചായ്ക്കും അപ്പോൾ എന്ന് തോന്നി അശ്വിനിക്ക്. വലിയ ഒരു വീട്ടിൽ വിശാലത്തിനോടു സല്ലപിച്ചിരിക്കുന്ന പ്രദീപിനെ ഓർത്ത് അശ്വിനിയും മോഹനും ആർത്തു ചിരിച്ചിട്ടുണ്ട്. സ്വീകരണമുറിയിൽ അതിഥികൾക്കിരിക്കാൻ സോഫകളില്ലാതെ നടുക്കൊരു ആട്ടുകട്ടിലുമാത്രം. വിശാലത്തിന്റെ മടിയിൽ തലവെച്ചു കിടന്ന് രാരീരം ആടുന്ന പ്രദീപ്.

പ്രദീപ്, വിധവയായ വിദ്യയുടെ ഭർത്താവിനു നാട്ടിൽ മടങ്ങിപ്പോയി വീടുവെച്ചു താമസിക്കാനായിരുന്നു ആഗ്രഹം. അവർ അവധിക്ക് നാട്ടിൽപ്പോയി വന്നതിന്റെ പിന്നത്തെ ആഴ്ചയായിരുന്നു അപകടം. കാറോടിക്കുമ്പോൾ നേരം തെറ്റിയ ഉറക്കം ചെറിയ ഓളങ്ങളായിട്ടാണ് ആദ്യം വന്നത്.

രാരീരം... രാരീരം. കണ്ണൊന്ന് അടഞ്ഞു തുറന്ന്.

പിന്നെ കുറച്ചു നേരത്തേക്ക് മാറി നിന്ന് വീണ്ടും ഒന്ന് അടഞ്ഞു തുറന്ന്. പെട്ടെന്നൊരു തിരവന്നു പ്രദീപിനെ എടുത്തുപൊക്കി രാരീരം പാടി കാറിനെ ട്രക്കിനു മുന്നിലേക്കിട്ടു.

വിശാലാന്റിയോട് കുശലം പറഞ്ഞ മര്യാദയിൽ അശ്വിനി ക്ഷീണിച്ചു പോയിരുന്നു. വെയിലിനേയും കാറ്റിനേയും ഉപേക്ഷിച്ച് അവൾ അകത്ത് കയറി. ചിപ്സ് കുറച്ചുബാക്കിയുണ്ട്. അത് സൂക്ഷിച്ചുവെക്കണോ കളയണോ എന്നു സംശയിച്ച് അശ്വിനി ബാഗൊന്നു മടക്കി അടുക്കള മേശപ്പുറത്തു വെച്ചു. വൈൻ ഗ്ലാസ് സിങ്കിലിട്ടു.

ഷാഡിനെക്കുപ്പി ഫ്രിഡ്ജിൽ വെച്ചിട്ട് ബാക്കിയുണ്ടായിരുന്ന പൈനാപ്പിൾപ്പായസമെടുത്ത് അശ്വിനി പിന്നെയും ടിവിയുടെ മുന്നിലേക്ക് പോയി. ടി.വിയിലെ പരസ്യങ്ങൾ മുഴുവൻ ഇപ്പോൾ അശ്വിനിക്ക് കാണാതെയറിയാം. ചെകിടു പൊട്ടിക്കുന്ന ശബ്ദത്തിലാണ് കടംകയറ്റാനുള്ള ക്ഷണം.

''നിങ്ങളുടെ ലോൺ അപേക്ഷ നിരസിച്ചിട്ടുണ്ടോ?

നിങ്ങളുടെ ക്രെഡിറ്റ് കാർഡ് നിരാകരിച്ചിട്ടുണ്ടോ?

എങ്കിൽ ഞങ്ങളെ വന്നു കാണൂ

നിങ്ങൾക്ക് രണ്ടു ദിവസത്തിനകം ഞങ്ങൾ ക്രെഡിറ്റ് തരാം.''

പത്ത് സെക്കന്റു കഴിയുമ്പോൾ നൂറ്റിനൂറ്റിഅറുപതു ഡെസിബൽ ശബ്ദത്തിൽ പിന്നെയും വരുന്നു ചോദ്യങ്ങൾ.

'നിങ്ങളുടെ ലോൺ അപേക്ഷ നിരസിച്ചിട്ടുണ്ടോ?
നിങ്ങളുടെ ക്രെഡിറ്റ്കാർഡ് നിരാകരിച്ചിട്ടുണ്ടോ?
എങ്കിൽ ഞങ്ങളെ വന്നു കാണൂ
നിങ്ങൾക്ക് രണ്ടു ദിവസത്തിനകം ഞങ്ങൾ ക്രെഡിറ്റ് തരാം.'

കേട്ടു മടുത്ത് അശ്വിനി തിരുത്തിപ്പറഞ്ഞു നോക്കി.

'നിങ്ങളുടെ ലോൺ അപേക്ഷ നിരസിച്ചിട്ടുണ്ടോ?
നിങ്ങളുടെ ക്രെഡിറ്റ്കാർഡ് നിരാകരിച്ചിട്ടുണ്ടോ?
എങ്കിൽ നിങ്ങൾ ടിവി ഓഫ് ചെയ്യൂ.
ഒരു ജോലി കണ്ടുപിടിക്കൂ. കടം വീട്ടൂ.'

അശ്വിനി ചാനൽ മാറ്റി നോക്കി. എല്ലായിടത്തും സംതൃപ്ത കുടുംബങ്ങൾ മാത്രമുള്ള പരസ്യങ്ങൾ തന്നെയാണ്. പരസ്യത്തിലെല്ലാം ചിരിക്കുന്ന ആരോഗ്യമുള്ള മനുഷ്യരാണ്. സ്ക്രീനിൽ നിറയുന്ന ചിരി, ആരോഗ്യം, സ്നേഹം! പരസ്യങ്ങൾ കഴിയുന്ന നേരംകൊണ്ട് അടുക്കള സിങ്കിൽ കിടക്കുന്ന പാത്രങ്ങൾ ഡിഷ്‌വാഷറിൽ വെയ്ക്കാമായിരുന്നു. കുട്ടിയായിരുന്നപ്പോൾ ദിവസങ്ങൾ കണക്കു കൂട്ടാനറിയാത്ത കീർത്തന ചോദിക്കും.

"How many more sleeps mamma?"

കീർത്തനയുടെ കണക്കു കൂട്ടൽ പോലെ അശ്വിനിക്ക് ടി.വി. സമയങ്ങളുടെ അളവ് കൃത്യമായി അറിയാം. ചമ്മന്തിക്ക് രണ്ടു പരസ്യ ബ്രേക്ക്. ദോശമാവ് അരച്ചെടുക്കാൻ ഒരു വാർത്തയുടെ സമയം വേണം.

പൈനാപ്പിൾ പായസത്തിൽ സ്പൂൺ തിരിച്ച് അശ്വിനി സോഫയ്ക്കടുത്തുള്ള കുട്ടിമേശയിൽ വായിച്ചു പാതിയാക്കിയ റോബിൻ ശർമ്മയുടെ നീ മരിച്ചാൽ ആരു കരയും എന്ന പുസ്തകം വീണ്ടും മറിച്ചു നോക്കി.

"ഇതൊരു ഫോർഷാഡോ ആണോ റാണാ?"

"ഹേയ് വെറും പോസിറ്റീവ് തിങ്കിംഗ്."

"ഉവ്വ, ഞാൻ ചത്തുകഴിയുമ്പോ പതിനായിരം പേരു കരയും. ഞാൻ ജീവിതം മുഴുവൻ കരയുകയായിരുന്നെങ്കിലും പ്രശ്നമില്ല. ചാവുമ്പോൾ കരയാൻ ആളുണ്ടാവുമല്ലോ."

ആദ്യത്തെ കൗതുകം പോയിക്കഴിഞ്ഞപ്പോൾ പോസിറ്റീവ് തിങ്കിംഗ് വെറും വിടുവാക്കായി തോന്നി അശ്വിനിക്ക്. പള്ളയ്ക്ക് കത്തി കയറുമ്പോഴും ഹാ, ഇതൊരു അവസരമാണ്, ഇതിനെ എങ്ങനെ ഉപയുക്തമാക്കാം എന്നു ചിന്തിക്കണം.

അശ്വിനി വായിച്ചു നിർത്തിയിടത്തു നിന്നും വായന തുടങ്ങി.

Stephen Hawking, one of the greatest physicists ever, is reported to have said that we live on a minor planet of a very average star located within the outer limits of one of a hundred thousand million galaxies. How's that for a shift in perspective? Given this information, are your troubles really that big? Are the problems you have experienced or the challenges you might currently be facing really as serious as you have made them out to be? We walk this planet for such a short time. In the overall scheme of things, our lives are mere blips on the canvas of eternity. So have the wisdom to enjoy the journey and savor the process.*

പ്ലാനറ്റ് എത്ര വലുതാണെങ്കിലും ഞാൻ അതിന്റെ ഉടമ അല്ലാത്തിടത്തോളം കാലം എന്റെ ലോകം തന്നെയാണ് എനിക്കു വലുത്. ലോകത്തിൽ മൊത്തം ഉള്ള അരിയുടെ കണക്ക് വായിച്ചിട്ടു ഒരു കൊച്ചുറുമ്പിനോട് പട്ടിണി ഒരു പ്രശ്നമല്ല അതുകൊണ്ട് അരിതേടി വെയ്ക്കേണ്ട എന്ന് പറയുന്നതു പോലെയല്ലേ ശർമ്മേ ഇത്? അണ്ഡകടാഹം ഉമ്മിണി ഗമണ്ടൻ ആയിരിക്കും. പക്ഷേ എനിക്ക് എന്റെ ലോകം മാത്രമേയുള്ളൂ. അത് ബിഗ് സ്കീം ഓഫ് തിങ്ങ്സിൽ എത്ര ചെറുതാണെങ്കിലും എനിക്കത് എല്ലാത്തിലും വലുതാണ്.

പേജുകൾ മറുപടി പറയാതിരുന്നതുകൊണ്ട് അശ്വിനി റാണയോടു ചോദിച്ചു.

''പോസിറ്റീവ് തിങ്കിങ്ങിനെ യാഥാർത്ഥ്യബോധമില്ലായ്മ എന്നു വിളിക്കാമോ?''

നല്ലതു മാത്രം ചിന്തിക്കുക. നല്ലതേ വരൂ എന്ന് കരുതി പ്രയത്നിക്കുക. നല്ലതു വരാതിരിക്കുമ്പോൾ അതിനെ എങ്ങനെ നേരിടണം എന്ന് ഈ പോസിറ്റീവുകാർ പറയുന്നില്ല. ചിലപ്പോ സംശയരോഗികൾക്ക് ഇത് ഫലിക്കില്ലായിരിക്കും.

അശ്വിനി പിന്നെയും ചാനലുകൾ തിരിച്ചു നോക്കി. ടി.വി സിനിമയിലെ ഒരാൾക്ക് ചിരട്ടപോലെ കഷണ്ടി. ലിച്ചിപ്പഴം പോലെ തുറിച്ച കണ്ണ്. ബസു കാത്തു നിൽക്കുന്ന ആളുകളുടെ വരിയിൽ മുന്നിലേക്കും പിന്നിലേക്കും നടന്ന്, ഈ ബസ് ന്യൂയോർക്കിനല്ലേ പോവുന്നത് എന്ന് ചോദിച്ച് ഉറപ്പാക്കുന്ന ഇന്ത്യക്കാരന് ജഡ്ജിയുടെ ഛായയുണ്ടെന്നു അശ്വിനിക്കു തോന്നി.

കോടതിക്കു മുന്നിൽ ജഡ്ജി വിയർത്തു നിൽക്കുന്നു.

''അത്യാവശ്യമുണ്ട്, വീട്ടിലേക്ക് ഉടനെ വരണം.''

---

* from the book Who will cry when you die by Robin Sharma

അമ്മ ലോനപ്പനെ വിട്ട് വിളിപ്പിച്ചതാണ്.

ജഡ്ജി കയർക്കുന്നു.

''ഞാൻ കരുതി വല്ല അത്യാഹിതവും സംഭവിച്ചെന്ന്!''

''പുന്നാരമോൾക്ക് റാങ്കു കിട്ടുന്നത് പിന്നെ അത്യാഹിതമല്ലേ?''

അമ്മയുടെ ചിരി ചെവിമുതൽ ചെവിവരെ നീളുന്നു. അമ്മയിപ്പോൾ ചിരിക്കാതെ അമ്പലം ചുറ്റലിലാണല്ലോന്ന് അശ്വിനിയോർത്തു.

''മോളേ, കൂടിപ്പോയ രണ്ടര വർഷംകൂടിയേ നിനക്കീ കഷ്ടപ്പാടൊക്കെ ഒണ്ടാവൂ.''

''രണ്ടര വർഷോ? എന്താ അമ്മയീപ്പറേണേ?''

''ഈ ശനിയൊന്നു മാറിക്കിട്ട്യാ മതി. ഞാൻ ശാസ്താവിന്റെ അമ്പലത്തില് നെയ്‌വിളക്ക് നേർന്നിട്ടുണ്ട്. നിന്റെ പെറന്നാളിനു അന്നദാനംണ്ട്.''

മരിക്കാൻ വേണ്ടിയല്ലേ നമ്മളൊക്കെ ജീവിക്കുന്നത്? അശ്വിനിക്ക് അമ്മയോട് അതു ചോദിക്കാൻ തോന്നിയില്ല.

''മോളേ ധ്വന്വന്തരീമന്ത്രം ഔഷധപ്രയോഗ ഫലപ്രാപ്തിണ്ടാക്കും. മരുന്നു കഴിക്കുമ്പോ ചൊല്ലണേ.

അച്യുത അനന്ത ഗോവിന്ദ

വിഷ്ണോ നാരായണ അമൃത

രോഗാന്മേ നാശയാശേഷാൻ

ആശു ധന്വന്തരേ ഹരേ

ഇത് ചൊല്ലി വേണം മരുന്ന് കഴിക്കാൻ. എല്ലാം ഭേദായിക്കൊള്ളും. എന്നും ചൊല്ലണേ.''

അമ്മ അശ്വിനിയെ വീണ്ടും ഓർമ്മിപ്പിക്കുന്നു. പറഞ്ഞതു തന്നെ ആവർത്തിക്കുന്നു. പാവം അമ്മ! അവിടെ വൃദ്ധസദനം നടത്തിക്കൊണ്ടു പോകുന്നതിനിടയിലാണ് മോളെപ്പറ്റിയുള്ള വേവലാതി. അമ്മൂമ്മയുടെ നടുവ് പണിമുടക്കിലാണ്. എണീക്കാൻ വയ്യാതെ കിടക്കയിൽ തന്നെ രാവും പകലും. സഹായിക്കാൻ ആളുണ്ടായാലും അമ്മയെ ഞാൻ കുളിപ്പിച്ചോളുംന്ന് മരുമകളുടെ കടുംപിടുത്തം. രണ്ടു ഭിത്തിക്കും വലിയ ജനലുകളുള്ള മുറിയിലാണ് അമ്മൂമ്മയെ കിടത്തിയിരിക്കുന്നത്.

''അമ്മേടെ ലോകം ചെറുതായിപ്പോയെന്നു തോന്നേണ്ട.''

ഓർമ്മയില്ലാത്ത, കിടക്കുന്നത് എവിടെയാണെന്നു തന്നെ അറിയാത്ത അമ്മൂമ്മയുടെ ലോകത്തിൽ കാറ്റും സൂര്യപ്രകാശോം പക്ഷിക്കരച്ചിലും അടിച്ചുകയറ്റി അമ്മ എന്താവും പടുക്കുന്നത്?

ജഡ്ജിക്കാണെങ്കിൽ ഓർമ്മയ്ക്ക് ഒരു കുഴപ്പവുമില്ല. കുറുമ്പിനും. വീൽചെയറിലാണെന്നുമാത്രം.

''പ്രേമേ...''

''പ്രേം...''

''പ്രേമാ...''

പ്രേമാവതിയെ ഇടംവലം തിരിയാൻ വിടാതെ കിനാവള്ളിക്കൈകൾ കൊണ്ടു കെട്ടിയിടും പപ്പ. എല്ലാത്തിനും സ്നേഹത്തിന്റെ സീലു വെച്ചിട്ടുണ്ട്. അപ്പോൾ പരാതിയും വിശ്രമവും ആവശ്യമില്ല.

ഒരുമാസം അമ്മയുടെ ഒപ്പം പോയി നിൽക്കണമെന്നു അശ്വിനിക്കു തോന്നി. ആകെയുള്ള നാലാഴ്ച അവധിയിൽ അങ്ങനെയൊന്നും ആലോചിക്കാൻ തന്നെ അവൾക്ക് സമയം കിട്ടിയിരുന്നില്ല.

ടിവി സ്ക്രീനിലെ മനുഷ്യൻ ബസുകയറി പോയിരുന്നു. സ്ക്രീനിൽ നിന്നും ഒരു കരച്ചിൽ അശ്വിനിയുടെ തൊണ്ടയിലേക്കിറങ്ങി. പിന്നെയാ കരച്ചിൽ സുനാമിപോലെ അശ്വിനിയെ എടുത്തുപൊക്കി തേങ്ങലിന്റെ തിരകളിൽ മുക്കിപ്പൊക്കിയെടുത്തു. സമതുലനാവസ്ഥ നഷ്ടപ്പെട്ടു നീന്താനാവാതെ അവൾ സുനാമിക്കു കീഴ്‌വഴങ്ങി. എന്തിനാണു കര യുന്നത് എന്നു അറിയാതെ തന്നെ.

ഉച്ചത്തിലുള്ള ഹോൺ കേട്ടാണ് അശ്വിനി ഞെട്ടി ഉണർന്നത്. വീടിനു മുന്നിലെ റോഡിലൂടെ പോയ ഏതോ കാറാണ് ഹോണടിച്ചത്. എപ്പോ ഴാണ് പുറത്തേക്ക് തിരിച്ചു പോയതെന്ന് എത്ര ആലോചിച്ചിട്ടും അശ്വി നിക്ക് മനസ്സിലായില്ല. പുറത്തെ ഊഞ്ഞാലിൽ കിടന്ന് അവൾ ഉറങ്ങി പ്പോയിരുന്നു. വിയർത്തിട്ടുണ്ട്. ടോപ്പ് മേത്ത് ഒട്ടിപ്പിടിച്ചു കിടന്നു. മുഖം കാണിക്കാതെ ഒളിച്ചിരിക്കുന്ന ദയയില്ലാക്കാറ്റിനെ അശ്വിനി ചീത്ത പറഞ്ഞു.

''ഈ ഒരു കുപ്പി വൈൻ മുഴുവനും തന്ന് എന്നെ ഇവിടെ കൊണ്ടി രുത്തി ഉറക്കിയിട്ട് നീ എവിടെപ്പോയി insensitive കാറ്റേ?''

വെയിലു മാറി അന്തരീക്ഷം ആകെ മൂടിക്കെട്ടിനിന്നിരുന്നു. മഴ പെയ്യണോ വേണ്ടയോ എന്ന് വേവലാതിപ്പെട്ട് കുറച്ചു കറുത്ത മേഘ ങ്ങളെ ചക്രവാളത്തിൽ തൂക്കിയിട്ടിരിക്കുന്നത് നോക്കി അശ്വിനിയിരുന്നു. പുല്ല് മഞ്ഞയും തവിട്ടുമായി മാറുന്നുണ്ട്, മഴ നല്ലതാവുമെന്നു അശ്വിനി യോർത്തു. മഴപോലെ വെള്ളം ചീറ്റുന്ന സ്പ്രിംഗ്ളറിൽ പുല്ലു നന യ്ക്കാൻ വെക്കേണ്ടതാണ്.

ചെടികൾക്ക് ഇടയിൽ കളകൾ പടർന്നു കയറിയിരുന്നു. കിളികളും അണ്ണാനും വരാറില്ലേ ഇപ്പോൾ? നരച്ച് പഴകിയ പറമ്പിൽ അശ്വിനി നട്ടുവെച്ച പച്ചക്കറിചെടികൾ മുരടിച്ചു വാടി നിന്നു. ഏതോ പുഴു തിന്നു വെണ്ടയുടെ ഇല അരിപ്പപോലെ ആയിരുന്നു. വെള്ളം വരണ്ട ഇല കളുമായി പച്ചക്കറികൾ ചാഞ്ഞു നിന്നു.

ഒഴിഞ്ഞ കുപ്പിയും പാത്രവുമായി അശ്വിനി അകത്തേക്ക് പോയി. സമയം ഏഴര കഴിഞ്ഞിരുന്നു. മോഹനിപ്പോൾ രാത്രി പതിനൊന്നുമണി

കഴിയാതെ വീടെത്താറില്ല. വാർത്ത കണ്ടുകഴിഞ്ഞ് ഉറക്കത്തിലേക്ക് പതിയെ വീണുകൊണ്ടിരിക്കുമ്പോൾ അല്ലെങ്കിൽ അശ്വിനി ഉറക്കം പിടിച്ചു കഴിഞ്ഞാണ് മോഹന്റെ വരവ്. കൃത്യമായി നോക്കി അവൾ കിടന്നു എന്ന് ഉറപ്പാക്കിയിട്ടുള്ള വരവുപോലെ തോന്നും അശ്വിനിക്ക്. മുലപോയ അശ്വിനിക്ക് മുഖം കൊടുക്കാതെയിരിക്കാനാവണം. തട്ടലും മുട്ടലും കുളിമുറിയിലെ ഒച്ചയും ബഹളവും അശ്വിനിയുടെ ഉറക്കത്തെ കൊത്തിയെടുത്ത് കൊണ്ടുപോകും. അരമണിക്കൂറിനുള്ളിൽ എല്ലാം കഴിഞ്ഞ് മോഹൻ ഉറക്കം പിടിക്കും. അശ്വിനിക്കു വാക്കുകൾ കൊണ്ടു മുറിവേൽപ്പിക്കാൻ ഇടം കൊടുക്കാതെ അയാൾ സുഖമായുറങ്ങും.

പിറ്റേന്നു ഫ്രിഡ്ജിൽ പ്രത്യക്ഷപ്പെട്ട ആനപ്പിണ്ടം ക്യാബേജിനെ അശ്വിനി തുറിച്ചുനോക്കി. കൈപൊക്കി വെട്ടിക്കൂട്ടുന്നതാലോചിക്കാൻ മിനക്കെടാതെ അവൾ ഫ്രിഡ്ജ് ട്പംന്ന് അടച്ചു.

കഴിക്കാൻ മടിച്ച് ഉപ്പുമാവിലെ കടുകുകൾ പെറുക്കിയെടുത്ത് അശ്വിനി പുറത്തേക്ക് നോക്കിയിരിക്കുന്നു. പഴത്തിന്റെ പാതിയിൽ നിന്നും ഒരു കടിയെടുത്ത് അശ്വിനി സമയം നോക്കി. അഖിലയെ വിളിക്കാൻ പറ്റാത്ത സമയമാണ്. അവൾക്ക് വെളുപ്പിന് അഞ്ചുമണിയായിട്ടുണ്ടാവും.

ഉപ്പുമാവ് കളയുന്നതും ശരിയല്ലല്ലോ എന്ന വിചാരത്തിൽ അശ്വിനി ഉപ്പുമാവിൽ വീണ്ടും കൈയിട്ടു നോക്കി.

''ഇനിയും എത്ര കടുകിനെ എണ്ണിപ്പെറുക്കുവാൻ പറ്റും?''

ചില്ലുവാതിലിലൂടെ കടന്നു വന്ന കാറ്റു അവളെ പരിഹസിച്ചു. ചോറുണ്ണാൻ ഇഷ്ടം തോന്നാഞ്ഞതുകൊണ്ട് അശ്വനി ഉപ്പുമാവുണ്ടാക്കിയതാണ്. ഇടംകൈകൊണ്ട് ഇളക്കിയുണ്ടാക്കിയ ഉപ്പുമാവ് വെറും റവയും കടുകുമായി പ്ലേറ്റിൽ കിടന്നു.

In Wonderland

"കുളിക്കുന്നില്ലേ?"

മോഹന്റെ കുശലം അശ്വനിക്ക് ഇഷ്ടപ്പെടുന്നില്ല.

"ഉം..."

"ഇന്നലേം കുളിച്ചില്ലല്ലോ."

മോഹന്റെ വായ മൂടാൻ അശ്വിനി കുളിമുറിയിൽ കയറി വാതിലടച്ചു. വെറുതെ ഷവർ ഓണാക്കിയിട്ടു നിന്നു.

മടിയോടെ അശ്വിനി ഉടുപ്പുകൾ ഊരിമാറ്റി. വലതു വശത്ത് നെഞ്ചിനു കുറുകെ പടർന്നിരിക്കുന്ന ശതാവരിവള്ളിയിൽ അശ്വിനി തൊട്ടുനോക്കി. അത് വലതുവശത്തെ ഹൃദയത്തിനു മുകളിലൂടെ കക്ഷത്തിലേക്ക് പടർന്നിട്ടുണ്ട്.

"നീയെന്റെ ചങ്കല്ലേ രന്നാ?"

അശ്വിനി കീർത്തനയോടു കൊഞ്ചുന്നു.

"അപ്പൊ അച്ഛയോ?"

"അച്ചെം ചങ്കാണ്."

"മമ്മൂനു ടു ഹാർട്ടുസ് ണ്ടോ?"

ലോജിക്കുകാരി കീർത്തനയോടു അശ്വിനി തീരെയും ലോജിക്കില്ലാത്ത കാര്യങ്ങളാണ് പറഞ്ഞിരുന്നത്.

"ഉം, ഉണ്ടന്നേ. ഒന്ന് റൈറ്റ് സൈഡ് ലു, മറ്റേതു ലെഫ്റ്റ് സൈഡ് ലു."

അതിലൊരു ചങ്കിന്റെ മുകളിലൂടെയാണ് മുള്ളുവള്ളി കയറിപ്പോയിരിക്കുന്നത്. മുല തുരന്നെടുത്ത മുറിവിനു ചുറ്റും കുറെ തൊലിയും മാംസവും ഉരുണ്ടു കൂടി കക്ഷത്തിൽ എന്തോ വെച്ചു നടക്കുന്നത് പോലെയാണ് അശ്വിനിക്ക് തോന്നുന്നത്.

ഡോക്ടർ പറഞ്ഞത് ശരീരം മെനഞ്ഞെടുക്കുന്ന കൊഴുപ്പാണ്, സാരമില്ലെന്നാണ്.

''സാരമില്ലെന്നു പറഞ്ഞാൽ ഡോക്ടർ, നിങ്ങളുടെ കക്ഷത്തിൽ കുറച്ചു തുണി ചുരുട്ടി വെച്ചു തരട്ടേ? ഒരാഴ്ച അതും കൊണ്ടു നടന്നു നോക്കൂ.''

അശ്വിനി റാണാ പ്രതാപിനോട് കയർത്തു.

ജബ്ബാർ ഡോക്ടറുടെ ക്ഷമ ഡോക്ടർ പാറ്റെഴ്സണ് ഇല്ല. പിന്നെ, ഈ ഡോക്ടറെന്നൊക്കെ പറയുന്നത് ഒരു രോഗിയെ സംബന്ധിച്ചിടത്തോളം കാണപ്പെട്ട ദൈവമല്ലേ. ചോദ്യം ചെയ്യാൻ പാടില്ല. കിട്ടുന്ന ഔദാര്യത്തെ വണങ്ങി സ്വീകരിക്കുകയേ ആകാവൂ. ആജ്ഞകൾ നിശ്ശബ്ദം അനുസരിക്കാനേ പാടുള്ളൂ.

നോക്ക്, വേദനയിൽ പിടയുന്ന നിങ്ങൾക്കു വേണ്ടിയല്ലേ അവരുടെ ജോലി സമയം മാറ്റി വെച്ചിരിക്കുന്നത്. നിങ്ങളൊരു കൽപ്പണിക്കാരനോ എഞ്ചിനിയറോ ആണെങ്കിൽ നിങ്ങളുടെ ജോലി അത്രയ്ക്കൊന്നും പ്രധാനമല്ല. ശമ്പളം വാങ്ങുന്നതിനു പകരം ചെയ്യുന്നൊരു പണി. കാരണം കല്ലിന്റെയും മണ്ണിന്റെയും കമ്പ്യൂട്ടറിന്റെയും ഭാവിയാണ് നിങ്ങളുടെ കൈകളിലൂടെ പോകുന്നത്. ഒരു പാലം സുരക്ഷിതമായി പണിയുന്നത് അത്രയ്ക്കങ്ങു ബഹുമാനം അർഹിക്കുന്ന കാര്യമൊന്നുമല്ല എഞ്ചിനീയർ. എന്നാൽ നിങ്ങളുടെ ജീവനെ എന്തുവേണമെങ്കിലും ചെയ്യാം എന്നൊരു ദൈവികത ഒരു ഡോക്ടർക്കുണ്ട്. അത് മറന്നു പെരുമാറരുത്.

കാൻസർ കൊണ്ട് മരിച്ചില്ലെങ്കിൽ റാണയുടെ പ്രസംഗം കേട്ടു ബോറടിച്ചു മരിക്കുമെന്ന് അശ്വിനി പരാതി സമർപ്പിച്ചു. അന്ന് മുഴുവൻ പിന്നെ റാണാ പ്രതാപ്സിംഗ് മിണ്ടിയതേയില്ല.

ഭിത്തികളുടെ കാവൽ പൊളിച്ച് ആരോടും ചോദിക്കാതെ അശ്വിനി വെറുതെ ഒരു ഡ്രൈവിനു പുറത്തേക്ക് ഇറങ്ങിയതായിരുന്നു. ലൈബ്രറിയിലേക്ക് പതിനഞ്ചു മിനിറ്റകലമേയുള്ളൂ.

വലത്തോട്ടുള്ള സിഗ്നൽ ഇട്ടുകിടക്കുമ്പോൾ എതിർവശത്തെ ചെടിക്കൂട്ടത്തിൽ നിന്നും ഒരു മുയൽ സാവധാനം ഇറങ്ങിപ്പോകുന്നത് കണ്ടു. പേടിയില്ല, ധൃതിയുമില്ല.

''ദേ, ആമ പാതിവഴി എത്തിയിട്ടുണ്ടാവും.''

അശ്വിനിയുടെ കമന്റ് കാറിന്റെ അടഞ്ഞ ജനാല കടന്നു പുറത്തിറങ്ങിയില്ല. പക്ഷേ പിന്നിലെ കാറിന്റെ ഹോൺ കണ്ണാടിയെ ഭേദിച്ച് ഉള്ളിൽക്കടന്നു അശ്വിനിയെ ഞെട്ടിച്ചു. ലൈറ്റ് പച്ചയായിരുന്നു. മുയലിനു പ്രചോദന പ്രസംഗം കൊടുത്തപ്പോൾ അശ്വിനി സ്വന്തം കർത്തവ്യങ്ങൾ മറന്നു. ജീവിതവും അങ്ങനെയൊക്കെ തന്നെ!

ഹോണിന്റെ ശബ്ദത്തിൽ ഞെട്ടിയ അശ്വിനി വേഗത്തിൽ സ്റ്റിയറിംഗ് തിരിച്ചു. കക്ഷത്തിൽ നിന്നും നെഞ്ചിലേക്ക് പെട്ടെന്ന് പടർന്ന വേദനയിൽ ശ്വാസം നിലച്ചു പോവുമെന്ന് അവൾക്ക് തോന്നി. അടുത്ത ട്രാഫിക്

ലൈറ്റ് കഴിഞ്ഞുള്ള കടകളുടെ കൂട്ടത്തിലേക്ക് അശ്വിനി കാറ് കയറ്റി. വീണ്ടും വലത്തേക്ക് തിരിക്കുമ്പോൾ വേദന കൂടി വരുന്നു. ഒഴിഞ്ഞ കാറിടത്തിൽ നിർത്തിയിട്ട് കണ്ണടച്ച് ദീർഘമായി ശ്വസിച്ചു. ശ്വാസം പൂർണമായി ഉള്ളിലേക്കെടുത്തു.

ഒന്ന്... രണ്ട്... മൂന്ന്...

കാറിന്റെ ജനൽക്കണ്ണാടിയിൽ മുട്ടു കേട്ട് അവൾ കണ്ണുതുറന്നു. കറുത്ത പാന്റ്സും നീല ഷർട്ടും ധരിച്ച, കറുത്ത വീതിയുള്ള ഫ്രെയിമുള്ള കണ്ണടവെച്ച ഒരാൾ കൈയിൽ കാപ്പിയുമായി പുറത്ത് നിൽക്കുന്നു. കണ്ണാടി സാവധാനം താഴേക്കു മാറ്റി അവൾ അയാളെ നോക്കി.

''Yes?''

''എന്തു കുന്തമാണ് തനിക്കു വേണ്ടത്?''

''നിങ്ങൾ എന്റെ കാറിനോട് വളരെ ചേർത്താണ് പാർക്ക് ചെയ്തിരിക്കുന്നത്. നോക്കൂ എനിക്ക് വാതിൽ തുറക്കാൻ പറ്റുന്നില്ല.''

ജനൽക്കണ്ണാടി മുഴുവനായി തുറന്ന് എങ്കോണിച്ചു കിടക്കുന്ന കാറിനെ നോക്കി ചമ്മലോടെ അശ്വിനി ക്ഷമ പറഞ്ഞു.

''ഓ, സോറി.''

''മാം, ചോദിക്കുന്നതിൽ പരിഭവമില്ലെങ്കിൽ, നിങ്ങൾ കരയുന്നുണ്ടല്ലോ. എന്തോ പ്രശ്നമുണ്ടല്ലേ. എനിക്ക് എന്തെങ്കിലും ചെയ്തു തരാൻ പറ്റുമോ?''

''ഇല്ല കുഴപ്പമില്ല. എന്റെ കൈയിലൊരു മുറിവുണ്ട്. അത് പെട്ടെന്നു വല്ലാതെ വേദനിച്ചു. ക്ഷമിക്കണം, കാർ കോണായിട്ടാണ് പാർക്ക് ചെയ്തത് എന്ന് ഞാനറിഞ്ഞില്ല. മാപ്പ്!''

''ഹേയ്, മാപ്പ് പറയേണ്ട ആവശ്യമൊന്നും ഇല്ല. ഞാൻ വേണമെങ്കിൽ കാറ് നേരെയാക്കാം. നിങ്ങളുടെ മുറിവ് വേദനിപ്പിക്കേണ്ട.''

''ഹം... ഇല്ല സാരമില്ല. ഞാൻ തന്നെ ചെയ്തോളാം. ഒരു മിനിറ്റ്.''

''നിൽക്കൂ, ധൃതി പിടിക്കേണ്ട ആവശ്യമില്ല. എനിക്ക് ഓഫീസിലെത്താൻ ധാരാളം സമയമുണ്ട്.''

ചങ്കിൽ ധാരാളമായുള്ള സഹാനുഭൂതി സായിപ്പ് വീണ്ടും ചൊരിഞ്ഞു.

''ഓ, നന്ദി.''

''വേണമെങ്കിൽ നിങ്ങളെ ഞാൻ വീട്ടിൽ കൊണ്ടാക്കാം. പിന്നെ മറ്റാരുടെയെങ്കിലും കൂടെ വന്നു കാറ് വീട്ടിൽ കൊണ്ടുപോയാൽ മതി.''

ഞാൻ വീട്ടിൽ നിന്നും ഓടിപ്പോവുകയാണെന്ന് അശ്വിനി ആ ഔദാര്യാത്മാവിനോട് പറഞ്ഞില്ല.

''ഇപ്പോൾ ഒരു പ്രശ്നവുമില്ല. നിങ്ങളുടെ സന്മനസ്സിനു വളരെ നന്ദി.''

അങ്ങനെ പുറത്തു കേൾക്കാൻ സുഖമുള്ള വാക്കുകൾ പറഞ്ഞിട്ട് അശ്വിനി കാറ് റോഡിലേക്കിറക്കി. ഇത്രയൊക്കെ കരുതൽ വീട്ടിൽ ഭാര്യയോടും ഉണ്ടാവുമോ അതോ വഴിയാത്രക്കാരിക്കുള്ള വിശിഷ്ട സേവനമാണോ എന്നു അവൾ റാണയോട് വിമർശിച്ചു.

തിരിച്ച് വീട്ടിലേക്ക് തന്നെ പോകണം, പോവാൻ മറ്റൊരിടമില്ലാത്ത അശ്വിനിയുടെ കാർ വളവുകളും ലൈറ്റുകളും സാവധാനത്തിൽ ശ്രദ്ധയോടെ തിരിഞ്ഞു. വീട്ടിൽ തിരിച്ചെത്തിയ അശ്വിനി ചൂടൊന്നു കുറയ്ക്കാൻ ഒരു തണുത്ത ബിയർ ഫ്രിഡ്ജിൽ നിന്നുമെടുത്ത് ഇടംകൈ കൊണ്ടു തുറന്നു. ബിയർ ഓപ്പണർ തിരികെ ഡ്രോയിൽ വെച്ചില്ലെങ്കിൽ ഇന്ന് മോഹൻ വരുമ്പോൾ അതിനാവും വിസ്താരം.

''ഒരു കെയ്സ് ബിയർ തീർത്തോ ഇന്ന്?''

''മോഹന്റെ ബിയർ ഞാൻ തീർത്തിട്ടില്ല, ഞാൻ തന്നെ വാങ്ങിയതാണ്.''

മോഹന്റെ തുറിച്ചുനോട്ടത്തെ അശ്വിനിക്കിപ്പോൾ പേടിയില്ല.

''ഇത് എന്തു ഭാവിച്ചാണ്?''

മോഹന്റെ ആ ചോദ്യത്തിന് കണ്ണു ചിമ്മാതെ അശ്വിനി ഉത്തരം പറയും.

''ചൂടുള്ളപ്പോ ബിയറു കുടിക്കുന്നത് ഞാൻ മാത്രമല്ല. അതിൽ പ്രത്യേക ഭാവനയൊന്നുമില്ല.''

ബിയറുകുപ്പികൾ റീസൈക്കളിംഗിന്റെ നീലപ്പെട്ടിയിലിടുന്നതിനു പകരം അശ്വിനി അവ ബിയറിന്റെതന്നെ കാർഡ്ബോർഡ് കെയ്സിൽ തിരികെവെച്ചു. മോഹന് എണ്ണം എടുക്കാൻ അവസരം കൊടുക്കാതെ സമയംപോലെ പകൽസമയത്ത് അശ്വിനിക്ക്തന്നെ കടയിൽ തിരികെ കൊണ്ടുപോയി കൊടുക്കാം.

വിശപ്പു വന്നല്ലോ. ബിയറിനു കൂട്ടായി അശ്വിനി ചോറു വിളമ്പി, പയറുപ്പേരി മാത്രമേ ഉണ്ടായിരുന്നുള്ളൂ കറിയായി. മൈക്രോ വേവിൽ വെച്ച് ചൂടാക്കിയ ചോറിൽ കുറച്ച് തൈരൊഴിച്ചു. ഇനി അച്ചാറും കൂടിയാൽ ഊണു സുഖം. അശ്വിനി Lemon-May എന്നെഴുതിയ കുപ്പി കൈയിലെടുത്തു. സീമച്ചേച്ചി അശ്വിനിക്ക് സഹതാപത്തിന്റെ കൂടെ കൊണ്ടുവന്നു കൊടുത്ത അച്ചാറാണ്. അവർ അച്ചാറുകൾ കുറെയേറെ ഉണ്ടാക്കി വെയ്ക്കും. പേരും തീയതിയും എഴുതി വെച്ചില്ലെങ്കിൽ തെറ്റിപ്പോവും.

''ഓരോരുത്തരുടെ പ്രശ്നങ്ങൾ ക്യാൻസൂ.''

അച്ചാറുകുപ്പിയുടെ അടപ്പിൽ ബലത്തിൽ പിടിക്കുമ്പോൾ കക്ഷത്തിലും നെഞ്ചത്തും വേദനയുണ്ട്. ഒന്നു നിർത്തി അശ്വിനി വീണ്ടും ശ്രമിച്ചു നോക്കി. ഒന്നു കൂടി... ബലത്തിൽ....

ശതാവരിവള്ളികൾ ഉള്ളിലേക്ക് വലിഞ്ഞു മുള്ളുകൾ കോർത്തു വലിച്ചു. അശ്വിനി കുറച്ചു സമയം കസേരയിൽ നിശ്ചേഷ്ടമായി ഇരുന്നു. കണ്ണിനു ചുറ്റും നക്ഷത്രങ്ങൾ നൃത്തം വെയ്ക്കുന്നത് കണ്ണടച്ചാലും കാണാം. വേദന കുറെ അടങ്ങിയപ്പോൾ അവൾ ഇടംകൈ കൊണ്ട് കുപ്പി തുറക്കാൻ വീണ്ടും ശ്രമിച്ചു നോക്കി. പൂപ്പലും കാറ്റും കയറാതെ സുരക്ഷിതമായി അടച്ചകുപ്പി വെറുമൊരു ഇടംകൈയ്ക്ക് തോറ്റുകൊടുക്കില്ലെന്നു വാശിപിടിച്ചു. അച്ചാറും കുപ്പിയും ഊക്കിൽ നിലത്തെറിയാനുള്ള ഒരു ദേഷ്യം അശ്വിനിയുടെ കാലിന്റെ പെരുവിരലിൽ നിന്നും വലിഞ്ഞുകയറിവന്നു.

''ഒക്കെ നമ്മളു തന്നെ ക്ലീനാക്കേണ്ടി വരും ക്യാൻസൂ.''

അച്ചാറുകുപ്പി തിരികെ ഫ്രിഡ്ജിൽ വെച്ച് അതിന്റെ സ്വാദു മാത്രമോർത്ത് അശ്വിനി ചോറുണ്ടു.

ഇനി മോഹന്റെ കാലു പിടിക്കണം അച്ചാറുകുപ്പി തുറന്നു കിട്ടാൻ. എത്ര പ്രാവശ്യം പറഞ്ഞാൽ സമയവും കാലവും ഒത്തു വരുമെന്നറിയില്ല മോഹന്. ഇപ്പോൾ എല്ലാം പ്രശ്നമാണ് മോഹന്. പ്രശ്നങ്ങൾ ഒന്നുമേയില്ലാതെ അശ്വിനിയുണ്ട് വീടു നിറയെ. അശ്വിനിയിൽ നിറയെ വീടും. അവർക്കിടയിൽ തിക്കിത്തിരിഞ്ഞു ക്യാൻസർ നനച്ചു വളർത്തിയ ഒരു മുലയും.

എന്തൊരു വലിപ്പമാണ് ഒരു മുലയ്ക്ക്. അത് നിറഞ്ഞു തിങ്ങി സ്ഥലം മുഴുവൻ എടുക്കുന്നു. ശ്വാസം കിട്ടാൻ തന്നെ ബുദ്ധിമുട്ടിച്ചു കൊണ്ട്.

അശ്വിനി ഒന്നുകൂടി ഇ-മെയിൽ നോക്കി. ഓഫീസിൽനിന്നും ചോദ്യങ്ങളും വിശേഷങ്ങളും ഒന്നുമില്ല. യൂക്ക പ്രൊജെക്റ്റ് എവിടെയെത്തിയിട്ടുണ്ടാവും? അശ്വിനി തീർത്തു കൊടുത്ത പ്രോജക്ട് പ്ലാൻ അനുസരിച്ച് ജൂലൈയിൽ ഭിത്തി പൊങ്ങേണ്ടതാണ്. സ്കൈലറിനെ വിളിച്ചാൽ അവൾക്ക് അതൊന്നും അറിയില്ല. ഞാനിപ്പോ ട്രെവറിനോട് അന്വേഷിച്ചിട്ടു പറയാം എന്നു പറയും. വേണ്ട, ജോലിയോർത്തു വ്യഥപ്പെടാൻ മാത്രം അശ്വിനി ബോറടിച്ചകാര്യം ട്രെവറിനെ അറിയിക്കേണ്ട.

കീർത്തന വന്നപ്പോൾ അവൾ മാറിപ്പോയതുപോലെ അശ്വിനിക്കു തോന്നി. കീർത്തനയുടെ ചൊല്ലു മാറുന്നുണ്ട്. ആസക്തികൾ തിരിയുകയും മറിയുകയും ചെയ്യുന്നുണ്ട്. അന്തഃക്ഷോഭങ്ങൾ വാറ്റുന്നതിൽ തലച്ചോറും ഹൃദയവും മത്സരിക്കുന്ന കൗമാരകാലത്തിന്റേതാവും. പുളിച്ചു തികട്ടുന്ന പ്രതിഷേധം അമ്മയുടെ രോഗമോർത്ത് അടക്കി വെയ്ക്കുന്നത് അശ്വിനിക്ക് വായിക്കാൻ കഴിയുന്നുണ്ട്.

കീർത്തന സ്ത്രീയാണ്. അശ്വിനിയുടെ കുട്ടിയല്ല. സ്നഫിയുടെ കണ്ണ് അമ്മ പൊട്ടിച്ചു എന്ന് പറയുന്ന കുട്ടിയല്ല. മടിയിൽ വെച്ചു ഉമ്മുമ്മ... ഉമ്മ എന്ന് പറഞ്ഞാൽ തീരുന്ന സങ്കടങ്ങളല്ല അവളുടേത്.

നാലു ദിവസത്തെ അവധിയിൽ വന്ന കീർത്തന കീമോ തുടങ്ങുന്നതിനു മുൻപേ ഡെൻറിസ്റ്റിനെ കാണണമെന്നു അശ്വിനിയെ നിർബ്ബന്ധിച്ചു. ആറുമാസം കൂടുമ്പോഴാണ് ഡെന്റിസ്റ്റിന്റെയടുത്ത് പോകാറുള്ളത്. അവർ പല്ലും മോണയും വൃത്തിയാക്കും. ദന്തക്ഷയമോ മറ്റെന്തെങ്കിലും പ്രശ്നങ്ങളോ ഉണ്ടോന്ന് നോക്കും. രോഗം വരാൻ കാത്തിരിക്കാതെ രോഗത്തെ ഒഴിവാക്കാനാണ് പുതിയകാലത്തെ ശ്രമം. അശ്വിനിയുടെ അടുത്ത കൂടിക്കാഴ്ച ഇനി മൂന്നു മാസംകൂടി കഴിഞ്ഞിട്ടേയുള്ളൂ. പക്ഷേ കീമോതെറാപ്പി തുടങ്ങുന്നതിനു മുൻപ് ഒരു ചെക്കപ്പു നടത്തണമെന്നു കീർത്തന തീരുമാനിച്ചു.

ഡെന്റിസ്റ്റിന്റെ ഓഫീസിൽ എതിർവശത്തെ കസേരയിലിരിക്കുന്ന കീർത്തനയെ അശ്വിനി അടിമുടി നോക്കി. കുട്ടിത്തം പോയിരിക്കുന്നു. മുതിർന്നവർ ഇരിക്കുന്നതു പോലെയാണ് ഇരിപ്പും നടത്തവും. അടുത്തിരിക്കുന്ന ഒരുത്തൻ അവളോട് കരുമുരാ വർത്തമാനം പറയുന്നുണ്ട്. അവൾ അയാളോട് സംസാരിക്കുന്നതിൽ ഒരു പെണ്ണുണ്ട്. വ്യക്തിയും വ്യക്തിയും തമ്മിലുള്ള സംഭാഷണമല്ല അതെന്ന് അമ്മക്കണ്ണുകൾക്ക് അറിയാം. കണ്ണിൽ പറക്കുന്ന തേജസ്സ്, കവിളത്ത് ജ്വലിക്കുന്ന ദീപ്തി. കൈകൾ മെല്ലെ കാതിലേക്ക് നീങ്ങുന്നത്. ഒതുക്കി വെക്കുന്ന മുടി. ഹോർമോണുകൾ എരിപൊരികൊള്ളുന്ന പ്രായമാണ്. അശ്വിനിയും കടന്നു വന്ന പ്രായം.

കീർത്തന കണ്ണുകൊണ്ട് അശ്വിനിയുടെ നെഞ്ചിൽ തോണ്ടി. അശ്വിനി തിടുക്കപ്പെട്ടു കുനിഞ്ഞു നോക്കി. മുലയില്ലായ്മ മറക്കാൻ ആശുപത്രിയിൽ നിന്നും കൊടുത്ത കോട്ടൺ വെപ്പുകല്യാണി ബ്രായുടെ കപ്പിനു മുകളിലേക്ക് കയറിവന്നിരിക്കുന്നു. കാഴ്ച കാണാൻ ബ്ലൗസിന്റെ കഴുത്തിലൂടെ എത്തിവലിഞ്ഞു നോക്കുകയാണ് ഒരു ശങ്കയുമില്ലാതെ. അശ്വിനി പരിഭ്രമത്തിൽ അതിനെ ഉള്ളിലേക്ക് തിരുകിവെച്ചു. മുലയുള്ളപ്പോൾ മുലയുടെ വിലയറിയില്ല.

ഡെൻറിസ്റ്റിന്റെ കസേരയിൽ ചാഞ്ഞിരുന്നു അശ്വിനി തൊണ്ടയൊന്നു ശുദ്ധമാക്കി. ഭിത്തിയിലെ വലിയ പോസ്റ്ററിൽ ചികിത്സയ്ക്കു മുൻപും പിൻപുമുള്ള പല്ലിന്റെ ചിത്രങ്ങളാണ്. കോന്ത്രപ്പല്ലു വേലികെട്ടി നേരെയാക്കിയത്. ദന്തക്ഷയത്തിനു പണ്ടു ചെയ്തിരുന്ന വെള്ളിചേർത്ത അടപ്പു മാറ്റി പല്ലിന്റെ നിറത്തിനു യോജിച്ച പുതിയതരം പ്ലാസ്റ്റിക്കൂട്ട് ചേർത്ത് മിനുക്കിയെടുത്തത്. അതു കണ്ടാൽ പല്ലിൽ എന്തെങ്കിലും പണി ചെയ്തിട്ടുണ്ടെന്നു തന്നെ അറിയില്ല. തികച്ചും നൈസർഗ്ഗികം. പൊട്ടിപ്പോയ പല്ലിനെ അറ്റകുറ്റപ്പണിചെയ്തു നേരെയാക്കിയത്. പല്ലിന്റെ വിടവുകൾ ഇല്ലാതാക്കി പൂർണമായ ദന്തനിര.

അതിലേക്ക് തുറിച്ചുനോക്കിയിരിക്കുമ്പോൾ അശ്വിനി മറ്റൊരു പോസ്റ്റർ ഉണ്ടാക്കുന്നത് ആലോചിച്ചു. അശ്വിനിയുടെ മാറിടം ക്യാൻസുവിനു

മുൻപും പിൻപും. അവളുടെ ഭാവനയെ തടഞ്ഞുകൊണ്ട് ഡെന്റിസ്റ്റ് കയറിവന്നു. ക്രമപ്രകാരമുള്ള സുഖാന്വേഷണത്തിൽ തുടങ്ങി.

"Hello Ash, how are you?"

സ്വയമറിയാതെ അശ്വിനിയും ക്രമപ്രകാരമുള്ള മറുപടി പറഞ്ഞു.

"I am fine thank you. How are you doc?"

"I am doing well. Thank you for asking."

ക്രമപ്രകാരമുള്ള അടുത്ത മറുപടിയും വന്നു കഴിഞ്ഞപ്പോൾ അശ്വിനി വീണ്ടും തൊണ്ട ശുദ്ധമാക്കി. പിന്നെ ജീവിതം അത്രയ്ക്ക് ഉൽകൃഷ്ടമല്ല എന്നു വിക്കി വിക്കിപ്പറഞ്ഞു. അഞ്ചു വാചകത്തിൽ നീളാത്ത കഥാസംഗ്രഹം കേട്ടുകഴിഞ്ഞപ്പോൾ ഡോക്ടർ സഹതാപത്തോടെ പറഞ്ഞു.

"oh... oh... dear! Very sorry to hear that."

മോണരോഗങ്ങൾ കഴിയുന്നത്ര ഒഴിവാക്കാൻ ശ്രമിക്കാമെന്നു ഡോക്ടർ പറഞ്ഞു. പിന്നെ കരുണയോടെ തന്നെ കീമോയ്ക്കു മുൻപ്, കീമോ എടുക്കുമ്പോൾ, അതു കഴിഞ്ഞും പല്ലിനെയും മോണയേയും സംരക്ഷിക്കേണ്ട ഭവിധങ്ങൾ അക്കമിട്ടു പേപ്പറിൽ എഴുതി വിശദമാക്കി അശ്വിനിക്ക് കൊടുത്തു. വീടെത്തിയതും അശ്വിനി അത് ക്യാൻസർ ഇൻഫോർമേഷൻ സംഭരണിയിൽ നിക്ഷേപിച്ചു. ആശുപത്രിയിൽ നിന്നും അശ്വിനിക്ക് ഒരു ബാഗുനിറയെ സാധനങ്ങൾ കിട്ടിയിരുന്നു. ചികിത്സയെക്കുറിച്ചും രോഗത്തെപ്പറ്റിയും സഹായസംഘടനകളെപ്പറ്റിയുമുള്ള ലഘുലേഖകൾ.

കീർത്തന മടങ്ങിപ്പോയിക്കഴിഞ്ഞു അശ്വിനി കീമോതയ്യാറെടുപ്പിനുള്ള പുസ്തകം ഇൻഫോർമേഷൻ ഭരണിയിൽ നിന്നും പുറത്തെടുത്തു. എന്താണ് ആദ്യത്തെ കീമോതെറാപ്പി ദിവസം സംഭവിക്കുന്നത്, എന്തെല്ലാം കൊണ്ടുവരണം, പാർശ്വഫലങ്ങൾ എന്തെല്ലാം.... അവൾ പേജുകൾ മറിച്ചു മറിച്ചു നോക്കി.

മോഹന് ചോദ്യങ്ങളും ഉത്തരങ്ങളുമില്ല. ഒന്നുമറിയാൻ ആകാംക്ഷയില്ല, സമയമില്ല, ആഗ്രഹമില്ല. ഈ നാടകം നിർത്താം എന്നു മോഹനോടു പറയാൻ രാവിലെ അശ്വിനി ഒരുമ്പെടും, വൈകിട്ട് ഇങ്ങോട്ടു വരണമെന്നില്ല. അവിടെ ഒരു അപ്പാർട്ട്മെന്റ് അല്ലെങ്കിൽ കൊണ്ടോ എടുത്ത് അവിടെത്തന്നെ കൂടിക്കോളൂ.

വൈകിട്ടും അശ്വിനി ശബ്ദമില്ലാതെ ചിലയ്ക്കും.

"മിണ്ടാതെ, നോക്കാതെ, ചിരിക്കാതെ റൂംമേറ്റ്സ് ആയിട്ടുള്ള ഈ തട്ടിപ്പ് ജീവിതം എനിക്ക് വേണ്ട."

എന്നിട്ട് അവൾ കാപ്പി കപ്പ് മേശപ്പുറത്തു വെക്കും. അവളെ കാണുന്നില്ലെന്നുറപ്പിച്ചു മോഹൻ കാപ്പികുടിക്കും, അവൾ വെച്ച ചോറുകഴിക്കും.

ലാഭങ്ങൾ മാത്രമുള്ള ഒരു ശരീരത്തിനെ പ്രാപിക്കാനേ മോഹനറിയൂ. ആഭ്യന്തരകലഹ കാലത്തെ പ്രണയം ബോറനായ മോഹനു വശമില്ല.

അശ്വിനിക്കപ്പോൾ പാഞ്ചാലിയാവണം. സൗഗന്ധികപ്പൂവ് എത്തിച്ചു കൊടുക്കാൻ ഒരു ഭീമൻ വേണം. സങ്കടം വരുമ്പോൾ യുധിഷ്ഠിരൻ വേണം. അർജുനന്റെ കൂടെ വെക്കേഷനു പോവണം. ഷോപ്പിംഗിനു ചുറ്റി നടക്കാൻ നകുലൻ വേണം. സിനിമ കാണാൻ സഹദേവനെ കിട്ടണം. ഒരാളുടെ ഇഷ്ടാനിഷ്ടങ്ങൾ മാത്രം നോക്കി, ഒരേയൊരു ഭ്രമണപഥത്തിൽ കറങ്ങുന്നത് എന്തൊരു ബോറാണ്.

ഉറപ്പ് ഒരു കാര്യത്തിലെ ഉള്ളൂ മരിച്ചു പോകുമെന്ന കാര്യത്തിൽ, ക്യാൻസർ അല്ലെങ്കിൽ മറ്റെന്തെങ്കിലും. എന്നിട്ടും ഈ ജന്മത്ത് മരിക്കാൻ തീരുമാനിച്ചിട്ടില്ലാത്ത മട്ടിലല്ലേ എല്ലാവരും ജീവിക്കുന്നത്? കൂട്ടിവെയ്ക്കുന്നത്, സൂക്ഷിച്ചു വെയ്ക്കുന്നത്, പെരുപ്പിക്കാൻ ശ്രമിക്കുന്നത്, ഇല്ലാത്ത മേനി നടിക്കുന്നത്? അശ്വിനി പരാതികൾ മുഴുവനും റാണയോടു പറഞ്ഞു.

ക്രീം പുരട്ടി മിനുക്കിവെച്ചിരിക്കുന്ന തൊലിയിലൂടെ പുഴുക്കൾ അരിച്ചു കയറും, അല്ലെങ്കിൽ നിമിഷങ്ങൾകൊണ്ട് ചാരമാവും. കൂട്ടിവെച്ചിരുന്നതൊക്കെ ഒരു നിമിഷംകൊണ്ട് മരിച്ചുപോയാളുടെ, പണ്ടിവിടെ ഉണ്ടായിരുന്ന ഒരാളുടെ ചവറുകൂനയാവും. കത്തിച്ചു കളയാനുള്ള വസ്തുക്കളായി തീരും.

എല്ലാം തീയിട്ടു കഴിഞ്ഞാൽ പിന്നെ എന്താണ് സംഭവിക്കുന്നത്. മോഹന് അശ്വിനിയെക്കൊണ്ട് ആവശ്യമില്ലാതായിക്കഴിഞ്ഞിരിക്കുന്നു. കീർത്തന ഒറ്റയ്ക്ക് നാട്ടിൽ പോവുമോ? കുഞ്ഞമ്മയും മാമനും കസിൻസും എത്രകാലം കൂടി കീർത്തനയുടെ ഫോണിലെ മേൽവിലാസപ്പട്ടികയിൽ ഉണ്ടാവും? പത്തോ ഇരുപതോ വർഷം കഴിഞ്ഞാൽ കീർത്തനയെ അഖിലയോ അഖിലയെ കീർത്തനയോ അറിയുമോ? അശ്വിനിയും അഖിലയും ഒട്ടിപ്പിടിച്ചുറങ്ങിയിരുന്ന കാലവും വിശേഷങ്ങളും ഓർമ്മകളാണ്, ഓർമ്മകൾ മാത്രമാണ്. മരണത്തോടെ അല്ലെങ്കിൽ ഓർമ്മക്കേടോടെ നിന്നുപോകുന്ന വെറും ഓർമ്മകൾ. എന്തിനും അർത്ഥവും പ്രാധാന്യവും കുറച്ചു കാലത്തേക്കേ ഉള്ളൂ. ഒന്നും സൂക്ഷിച്ചു വെയ്ക്കരുത്. ഓർമ്മകളും അനുഭവങ്ങളും സൂക്ഷിച്ചു വെയ്ക്കരുത്. വെറുതെ ചുമന്നു നടക്കുന്ന ഭാരം മാത്രമാണതൊക്കെ. മോഹനെപ്പോലെ എല്ലാം അപ്പപ്പോൾ കൊഴിച്ചുകളഞ്ഞ് മുൻപോട്ട് മുൻപോട്ട് കുതിച്ചുകൊണ്ടിരിക്കുകയാണ് ജീവിതവിജയത്തിന് ആവശ്യം. റെയിൽവേയുടെ പരസ്യം അശ്വിനിയോർത്തു.

“Less luggage, more comfort; make travel a pleasure.”

ഒടുക്കം ചെന്നെത്തുന്നത് ഏതോ ഒരു ഓൾഡ് ഏജ് ഹോമിൽ

ആയിരിക്കും. അവിടെ വർഷത്തിൽ ഒന്നോ രണ്ടോ തവണ വരാൻ ബുദ്ധിമുട്ടുന്ന കീർത്തനയെ കാത്തിരിക്കാം!

ആ ലക്ഷ്യത്തിലേക്കാണ് ഓടിക്കൊണ്ടിരിക്കുന്നത്. അതിനു വേണ്ടിയാണ് ജീവിക്കുന്നത്. ഇത് കീർത്തനയുടെ ജീവിതമല്ല. അശ്വിനിയുടെ ജീവിതമാണ്. ക്യാൻസർ കടിച്ചെടുത്തുകൊണ്ടുപോയത് അശ്വിനിയുടെ മുലയാണ്. ഈ വ്യസനത്തിന് കുത്തിക്കൊല്ലുന്ന വേദനയുണ്ട്.

ആലീസിനോടു അത്ഭുതലോകത്തെ രാജ്ഞി പറയുന്നത് നിങ്ങളുടെ പിന്നോട്ടു പിന്നോട്ടുമാത്രം പോകുന്ന ഈ ഓർമ്മ എന്തൊരു ബോറാണെന്നാണ്!

*"It's a poor sort of memory that only works backwards."

നാളെ മറിച്ചുനോക്കാനിരിക്കുന്ന ഫോട്ടോയല്ലേ ഇന്ന്? അശ്വിനിയുടെ ആൽബം ബോറാവരുത്. അവൾക്ക് അതിനെ പറ്റുന്നത്രയും അലങ്കരിക്കണം.

---

* Alice in Wonderland

Too good to be true

കൃത്യം മുപ്പത്തിയെട്ട് കിലോ നൂഡിൽസ് തിന്നുകഴിഞ്ഞപ്പോൾ അശ്വിനിക്ക് ആശ്വാസം തോന്നി. അപ്പോഴാണ് അശ്വിനിയുടെ വയർ നിറഞ്ഞുവെന്നു സമ്മതിച്ചുകൊടുത്തത്. ഞായറാഴ്ച കീർത്തനയ്ക്ക് കൊടുത്തയയ്ക്കാൻ ഉണ്ടാക്കിയ നൂഡിലിന്റെ ശേഷിപ്പാണ് അശ്വിനി തട്ടിവിട്ടത്.

''മമ്മൂസ് എനിക്കൊന്നും വേണ്ട. മമ്മുക്കുട്ടി take rest.''

കീമോതെറാപ്പി തുടങ്ങുന്നതുവരെ ആരോഗ്യം നോക്കൽ മാത്രം മതിയെന്നു കീർത്തന ഉത്തരവിട്ടു. ഇല്ലാത്ത സമയമുണ്ടാക്കി വന്നതായിരുന്നു കീർത്തന.

''കീമോ ഓഗസ്റ്റ് അവസാനായിട്ടേ ഉള്ളൂ രന്നാ. അതുവരെ വെറുതെയിരുന്നാൽ എനിക്ക് ബോറടിക്കില്ലേ?''

അതു പറഞ്ഞ് അശ്വിനി നൂഡിൽസ് ഉണ്ടാക്കി. കുറെ അവൾക്കു വേണ്ടിയും. അതെല്ലാം തിന്നു തീർന്നു കഴിഞ്ഞിട്ടും തിങ്കളാഴ്ച അശ്വിനിക്കു മുന്നിൽ ചത്തു മരവിച്ചു കിടന്നു.

ആ നേരത്തു കാറ്റ് ചോളച്ചെടികൾക്കു മേലെ പിയാനോ പ്രാക്ടീസ് ചെയ്യുകയായിരുന്നു. കണ്ട ഭാവമില്ല, അറിഞ്ഞ മട്ടില്ല. തികഞ്ഞ ഏകാഗ്രത,

കാത്തിരിന്നു...കാത്തിരുന്നു...കാത്തിരുന്നു....

ഇരുന്ന്...ഇരുന്ന്...ഇരുന്ന്...

രുന്ന്...രുന്നു....രുന്നു...

ന്നു..ന്നു...ന്നു..ന്നു...

കാറ്റിനോടു പ്രതിഷേധിച്ച് അശ്വിനി സ്കൈലർക്ക് ഇമെയിലയച്ചു. അതിഭീകരമായ ബോറടികൊണ്ടു ചിലപ്പോൾ ഞാനൊരു വിശുദ്ധയാവാൻ സാധ്യതയുണ്ട്. മിനിട്ടുകൾക്കകം അശ്വിനിക്കു സ്കൈലറുടെ മറുപടി വന്നു.

“നീ വിശുദ്ധയാവുകയോ - ഓക്സീമോറോൻ! എന്തുണ്ടു വിശേഷം? നിനക്ക് സമയം അധികമുണ്ടെങ്കിൽ നമുക്ക് ഷോപ്പിംഗിനു പോവാം. അല്ലെങ്കിൽ ഒരു വൈകുന്നേരം ഡിന്നറിനു കൂടാം”

സ്കൈലറുടെ കൂടെ ഷോപ്പിംഗിനു പോവാൻ അശ്വിനി സർവ്വാത്മനാ സമ്മതിച്ചു. കീർത്തനയെക്കൂട്ടി പോകണമെന്നു അവൾക്ക് ആഗ്രഹമുണ്ടായിരുന്നു. പക്ഷേ കഷ്ടിച്ച് ഒരു ദിവസത്തേക്കു വന്നു കെട്ടിപ്പിടിച്ചിരിക്കുന്ന തിരക്കുകാരിയെ ഷോപ്പിംഗിനു വിളിച്ചിറക്കി കൊണ്ടുപോകുന്നത് അശ്വിനി വേണ്ടെന്നു വെച്ചു.

അശ്വിനി മിത്രയെ വിളിച്ചില്ല, മെറിനോടു പറഞ്ഞില്ല. ശാന്തിയോടു ചോദിച്ചില്ല. വിദ്യയെ അറിയിക്കണോ എന്ന് സംശയിച്ചില്ല. പ്രഭ പരാതിപ്പെടുമെന്നു വെറിപിടിച്ചില്ല. അവൾക്ക് പെൺകൂട്ടത്തെ കാണേണ്ട. അഭ്യുദയകാംക്ഷികളുടെ ഉപദേശം വേണ്ട. ഓരോന്നും വിശദീകരിക്കാൻ വയ്യ. സത്യസന്ധത അവർ ഉള്ളിലാക്കിക്കളയും. യോഗ്യതയുള്ള വാക്കുകളിൽ സഹതാപം മുഖത്തുവെച്ച് നയപരമായി കണ്ടു കുണ്ടു... കുണ്ടു കണ്ടു പറഞ്ഞു സങ്കടത്തെ ഉള്ളിൽനിന്നു കുത്തിയിളക്കി ട്രേയിൽ വെയ്ക്കാൻ അശ്വിനി നിർബ്ബന്ധിതയാവും.

ഷോപ്പിങ് മാളിന് മുന്നിൽ കണ്ടുമുട്ടിയപ്പോൾ സ്കൈലർ അശ്വിനിയെ കെട്ടിപ്പിടിച്ചു.

“ഒരു സോക്സ് ചുരുട്ടി ബ്രായ്ക്കകത്ത് വെച്ചാപ്പോരെ? ഡ്രയർ തിന്നുപോയ ഒറ്റ സോക്സുകൾക്ക് ഉപയോഗവുമാവും.”

സ്കൈലർ മടിയില്ലാതെ നാഗരികത കളഞ്ഞു ചോദിച്ചു. അവർ പൊട്ടിച്ചിരിച്ചുകൊണ്ട് റാണയെ പുറത്തു നിർത്തി കടയിലേക്ക് കയറിപ്പോയി.

പുഷ്അപ്പ്, സീംലെസ്, അടിയിൽ കമ്പികെട്ടിയത് സമ്പൂർണ്ണ മുലകൾക്കുള്ള അവകാശങ്ങളൊക്കെ വികലാംഗപ്പെട്ടതിനുമുണ്ട്.

“Look, there is no racism here?”

അശ്വിനി സ്കൈലറോട് വിശദീകരിച്ചു. ചിരിച്ചുകൊണ്ടു സ്കൈലർ ലിസ്റ്റു നോക്കി വായിച്ചു.

Equalizers and Enhancers, Post-Reconstructive/Surgical Bras, Post-Surgical Camiosles, Post-Mastectomy Bras

“So many choices my dear!”

കടയിലെ വില്പനക്കാരിക്ക് ഒരു ഇരുന്നൂറു ഇല്ലെങ്കിൽ ഉറപ്പായിട്ടും ഒരു നൂറ്റി എഴുപത്തിയാറു വയസ്സുണ്ടാവുമെന്നു അശ്വിനി കണക്കുകൂട്ടി. ബ്രായുടെ കടലിൽ അശ്വിനി മുങ്ങിച്ചാവാതെയിരിക്കാൻ സ്കൈലർ അവരോടു ഏറ്റുപറഞ്ഞു.

“ഇത് ഞങ്ങളുടെ ആദ്യാനുഭവമാണ്. സഹായിക്കണേ.”

അമ്മൂമ്മയ്ക്ക് സന്തോഷമായി. മുലയില്ലായ്മ മറയ്ക്കാനുള്ള പലതരം ചെറുകുന്നുകൾ അവർ നിരത്തിവെച്ചു.

“Have you checked these Triangular Shape Breast Prosthetics?”

ത്രികോണാകൃതിക്കു നടുവിൽ മുലക്കണ്ണ് എഴുന്നു നിൽക്കുന്ന തുണ്ട്. സിലിക്കയിൽ പൊതിഞ്ഞതും ജെൽനിറച്ചതുമെല്ലാം അശ്വിനി തൊട്ടുനോക്കി. ആശുപത്രിയിൽ നിന്നും കൊടുത്ത കോട്ടൺ വെയ്പ്പു മുല കല്യാണിയാവാൻ വിസമ്മതിച്ചു അശ്വിനിയുടെ നെഞ്ചിൽ നിന്നും തെന്നിമാറിയാണ് നിൽക്കുന്നത്. പ്രതിഷേധം അധികമാവുമ്പോൾ ബ്രായുടെ കപ്പിനുള്ളിൽനിന്നും ഇറങ്ങിപ്പോവുകയും ചെയ്യും.

“And here is the teardrop one with silicone. Silicone is bit more expensive.”

ഇളംപിങ്കുനിറത്തിലുള്ള മുലത്തുമ്പുകൾ നോക്കി സ്കൈലർ പറഞ്ഞു.

“The colours don’t match. These come only in one colour?”

ഹാ, മുലത്തുമ്പു വിൽക്കുന്ന ഒരു ഏഷ്യൻ അല്ലെങ്കിൽ ഈസ്റ്റ് ഇന്ത്യൻ കട നമുക്ക് തുടങ്ങിയാലോ? ഛെ, അങ്ങനെ പറയരുത്. ബ്രാസ്റ്റോർ! സ്വയം ശാസിച്ചു അശ്വിനി തിരച്ചിൽ തുടർന്നു.

ക്ലീവേജ് മറയ്ക്കാനുള്ള ലേസ് അമ്മൂമ്മ അവർക്കു മുന്നിൽ എടുത്തിട്ടു. ബ്രായിൽ ചേർത്തുവെച്ചാൽ അബദ്ധത്തിൽ കുനിയുമ്പോൾ പോലും ആരും കാണില്ല. ഇതിലൊന്ന് തട്ടിപ്പാണെന്ന് ലോകം അറിയില്ല. ലോകം അറിയാതിരുന്നാൽ മതി ഇല്ലേ?

കാനഡയിൽ സർക്കാരിന്റെ വക മുല റേഷനുമുണ്ട്. അംഗഭംഗം വന്നവർക്ക് കിട്ടുന്ന സൗജന്യം. ഒന്റാറിയോ ഗവണ്മെന്റ് നഷ്ടപ്പെട്ടു പോയ ഒരു മുലയ്ക്ക് രണ്ടു വർഷം കൂടുമ്പോൾ നൂറ്റി എൺപത് ഡോളർ വരെ കൊടുക്കും. മാനിറ്റോബയിൽ നൂറ്റി അമ്പതു ഡോളർ വീതമേയുള്ളൂ. നൂറ്റി എഴുപത്തിയാറു വയസ്സുള്ള കടക്കാരി അവരോടു വിശദീകരിച്ചു.

“ഒന്റാറിയോ മുലകൾ വിലപ്പെട്ടതാണ്.”

പ്രോസ്തെറ്റിക്സ് സാധനങ്ങളുടെ വിലവിവരപ്പട്ടിക അശ്വിനി വീണ്ടും വീണ്ടും നോക്കി. സിലിക്കോൻ ഇല്ലാത്തതിന് വില കുറവാണ്. പാമില ആൻഡേഴ്സൺ ആകർഷണം വാങ്ങണോ എന്നറിയാതെ അശ്വിനി കടയിൽ ചുറ്റിത്തിരിഞ്ഞു.

“ജെല്ലിന്റെ ഫാൾസിയാണ് പൊതുവേ ആളുകൾ ഇഷ്ടപ്പെടുന്നത്. അത് നമ്മുടെ ശരീരത്തിനോട് ചേർന്നിരിക്കും, ശരീരത്തിന്റെ ചൂട് അത് ഉൾകൊള്ളുകയും ചെയ്യും. കൂടുതൽ സ്വാഭാവികത തോന്നും.

false... falsies... തട്ടിപ്പ്...

അശ്വിനി അമ്മൂമ്മയുടെ അഭിപ്രായത്തെ മാനിച്ച് ജെല്ലിൽ പൊതിഞ്ഞ രണ്ടു ഫാള്സികൾ വാങ്ങിച്ചു. അവളതിനെ തട്ടിപ്പു കല്യാണി എന്നതിനു പകരം വെപ്പുകല്യാണിയെന്നു വിളിച്ചു.

ഒരു വർഷത്തേക്കു മതി വെപ്പുകല്യാണികൾ. അതു കഴിഞ്ഞാൽ ഒരു ഡോക്ടർ വെട്ടിമാറ്റിയ മുലയെ മറ്റൊരു ഡോക്ടർ പുനർനിർമ്മാണം ചെയ്തുകൊടുക്കും. സർജറി കഴിഞ്ഞപ്പോൾ ഡോക്ടർ അശ്വിനിയോടു വിശദീകരിച്ചിരുന്നു. ഒന്നുകിൽ വയറിൽ നിന്നും ടിഷ്യു എടുത്ത് വെയ്ക്കാം. ഇരുപത്തിരണ്ടു മണിക്കൂർ നീളമുള്ള മേജർ ഓപ്പറേഷനാണത്. വയറിന്റെ മുറിവുണങ്ങാനും സമയമെടുക്കും. വേദനയും ഉണ്ടാവും. അല്ലെങ്കിൽ ജെല്ലു വെയ്ക്കാം. പ്ലാസ്റ്റിക് സർജനാണ് ഈ അലങ്കാരപ്പണികളൊക്കെ ചെയ്യുന്നത്. അശ്വിനി ഇടയിൽ കയറി ചോദിച്ചു:

"Do I have to pay for the plastic surgery?"

"രണ്ടു മുലകളെയും ഒരേ നിരപ്പിലാക്കിയെടുക്കുന്നതും ഗ്രൂപ്പ് ഇൻഷൂറൻസിൽപെടുന്നതാണ്. 1998-ൽ Women's Health and Cancer Rights Act കൊണ്ടു വന്ന നിയമമാണത്. മുല നീക്കം ചെയ്യുന്ന സർജറിയുടെ തന്നെ ഭാഗമായിട്ടാണ് ഇതിനെയും കരുതുന്നത്."

ഡോക്ടർ ക്ഷമയോടെ വിശദീകരിച്ചു.

"ഇത് അപ്പ്ലിഫ്റ്റ്നുള്ള ഒരു നല്ല ചാൻസ് ആയി കരുതണം ആഷ്."

മുലകളെ പഴയതിലും മെച്ചപ്പെട്ടതാക്കാനും പറ്റും. ഇടിഞ്ഞു തൂങ്ങാനോങ്ങി നിൽക്കുന്ന കളവാണിയെപ്പോലെ ഒന്ന് വലത്തു വശത്തു പണിയുമ്പോൾ ചിലപ്പോൾ സന്തുലിതാവസ്ഥ വരാൻ സാധിക്കില്ല. അതിനു പകരം ഒരു ജോടി അംഗപ്പൊരുത്തത്തിൽ ഉണ്ടാക്കുക എളുപ്പമാണ്. അതുകൊണ്ട് സർജറി ചെയ്യാത്ത മുലയെയും മാച്ച് ചെയ്യാൻ രൂപപ്പെടുത്തിയെടുക്കും.

ഒരു മുലയുടെ വിയോഗത്തിൽ കരഞ്ഞു തീർക്കാനുള്ളതല്ല ജീവിതം. ക്യാൻസറിന്റെ ആനുകൂല്യങ്ങളിൽ ഒന്നാണിത് അശ്വിനി. മധ്യവയസ്സിൽ നിനക്ക് കിട്ടാൻ പോകുന്ന മദാലസ മാറിടം. പക്ഷേ, അത് കല്യാണിയോ കളവാണിയോ ആയിരിക്കില്ല.

*റോബർട്ട് മഞ്ചിന്റെ കഥ പോലെ, കീർത്തനയുടെ പ്രിയപ്പെട്ട എഴുത്തുകാരനാണ് റോബർട്ട് മഞ്ച്. ഒരു ക്രിസ്തുമസിനു അയാളെ നേരിൽ കണ്ടു കീർത്തനയുടെ പുസ്തകത്തിൽ ഒരു ഒപ്പുവാങ്ങാൻ രണ്ടു മണിക്കൂർ അശ്വിനിയും കീർത്തനയും ക്യൂവിൽ നിന്നിട്ടുണ്ട്

പെർപ്പിൾ, ഗ്രീൻ ആൻഡ് യെല്ലോ എന്ന കഥയിലെ ബ്രിജിഡിനു ഒരു പെട്ടി ചായപ്പെൻസിലുകൾ കിട്ടി. ആ ചായപ്പെൻസിലുകൾകൊണ്ട്

* Purple, Green and Yellow by Robert Munsch

ബ്രിജിഡ് നാരങ്ങയെക്കാൾ മഞ്ഞനിറമുള്ള നാരങ്ങ വരച്ചു. റോസപ്പൂവിനേക്കാൾ ചുവന്ന റോസപ്പൂവുകൾ വരച്ചു. ഓറഞ്ചിനേക്കാൾ ഓറഞ്ചുനിറമുള്ള ഓറഞ്ചുകൾ വരച്ചു.

അതു മടുത്തപ്പോൾ ബ്രിജിഡ് മണമുള്ള ചായപ്പെൻസിലുകൾ വേണമെന്നു ആവശ്യപ്പെട്ടു. ബ്രിജിഡിന്റെ അമ്മ മണമുള്ള അഞ്ഞൂറു ചായപ്പെൻസിലുകൾ വാങ്ങിക്കൊടുത്തു. അതുകൊണ്ട് അവൾ നാരങ്ങയുടെ മണമുള്ള നാരങ്ങയും, റോസപ്പൂമണമുള്ള റോസാപ്പൂവും, ഓറഞ്ചുമണക്കുന്ന ഓറഞ്ചും, ചാണകമണമുള്ള ചാണകവും വരച്ചു.

അതും മടുത്തപ്പോൾ അവൾ തേച്ചാലും ഉരച്ചാലും കഴുകിയാലും ചത്താലും അതു കഴിഞ്ഞാലും കഴുകിയാൽ പോവാത്ത, super-indelible-never-come-off-till-you're-dead-and-maybe-even-later, ചായപ്പെൻസിലുകൾ വേണമെന്നു പറഞ്ഞു. അതുകൊണ്ട് ബ്രിജിഡ് നാരങ്ങയേക്കാൾ ഭംഗിയുള്ള നാരങ്ങ വരച്ചു. റോസാപ്പൂവിനെക്കാൾ ഭംഗിയുള്ള റോസപ്പൂവുകൾ വരച്ചു. ഓറഞ്ചിനേക്കാൾ മൊഞ്ചുള്ള ഓറഞ്ചു വരച്ചു. സൂര്യാസ്തമയത്തേക്കാൾ ഭംഗിയുള്ള സൂര്യാസ്തമയം വരച്ചു.

അതെല്ലാം കഴിഞ്ഞു ബോറടിച്ചപ്പോൾ ബ്രിജിഡ ചായപ്പെൻസിൽ കൊണ്ട് മേലെല്ലാം കുത്തിവരച്ചു. ബ്രിജിഡിന്റെ ശരീരത്തിലെ ചായമിളക്കി കളയാൻ വയ്യാതെ വന്നപ്പോൾ അവളെ അമ്മ ഡോക്ടറുടെ അടുത്തുകൊണ്ടുപോയി. ഡോക്ടർ അവൾക്കൊരു ഗുളിക കൊടുത്തു. അതു കഴിച്ച് ബാത്ത് ടബ്ബിൽ കുളിച്ചിറങ്ങിയപ്പോൾ ചായം മാത്രമല്ല ബ്രിജിഡിന്റെ ശരീരവും അപ്രത്യക്ഷമായി.

''അങ്ങനെയൊരു കുടുക്കുണ്ട് ഈ ഭംഗിപിടിപ്പിക്കലിൽ.''

ബ്രിജിഡ് സ്വന്തം നിറമുള്ള ചായംകൊണ്ട് മേലും കാലും കൈയും മുഖവും വരച്ച് ജീവിക്കാനാണ് തീരുമാനിച്ചത്. വാസ്തവത്തിൽ, ചായമടിച്ച അവൾ മുൻപത്തേക്കാൾ സുന്ദരിയായിരുന്നു. സുന്ദരിയേക്കാൾ സൗന്ദര്യമുള്ള സുന്ദരി.

അതുപോലെ, കല്യാണിയേക്കാൾ ഭംഗിയുള്ള കല്യാണി, കളവാണിയേക്കാൾ ഭംഗിയുള്ള കളവാണി! അശ്വിനിയെക്കാൾ സുന്ദരിയായ, മദാലസയായ ഒരു അശ്വിനി മധ്യവയസ്സിൽ ഇറങ്ങി വരും.

സ്കൈലറിന്റെ കൂടെ ഡിന്നർ കഴിക്കുമ്പോൾ അശ്വിനി യൂക്ക പ്രോജക്ടിനെപ്പറ്റി അന്വേഷിച്ചു. സ്കൈലറിനു പ്രോജക്ടിന്റെ വിശദാംശങ്ങൾ അറിയില്ല. പ്ലാനുകളിൽ ചില മാറ്റങ്ങൾ വരുത്താൻ റയൻ ആവശ്യപ്പെട്ടിരുന്നു എന്നവൾ പറഞ്ഞത് അശ്വിനിയെ അസ്വസ്ഥയാക്കി. സ്കൈലറിന്റെ തമാശകളിൽ ശ്രദ്ധിക്കാൻ അശ്വിനി വല്ലാതെ ശ്രമപ്പെട്ടു.

അന്നു രാത്രി തന്നെ അശ്വിനി റാണയുടെ മുന്നിൽ പരാതി സമർപ്പിച്ചു.

''ഒരിക്കൽ അംഗീകരിച്ചുകഴിഞ്ഞ പ്ലാനുകൾ പിന്നെ മാറ്റാൻ പാടി ല്ലാത്തതാണ്. അല്ലെങ്കിൽ പിന്നെയും അപ്രൂവലും ഒപ്പുവെക്കലും കാര്യ കാരണങ്ങൾ വിശദമാക്കലുമെല്ലാമായി സമയവും പണവും നഷ്ടമാവും. എന്തു കുറ്റമാവും റയൻ അതിൽ കണ്ടുപിടിച്ചിട്ടുണ്ടാവുക?''

''വളരെ ഒബ്സേർവന്റ് ആണല്ലോ. സ്കൈലറിന്റെ ഒരു വാചക ത്തിൽ നിന്നും അത്രയും പിടിച്ചെടുത്തു?''

റാണയുടെ പ്രതികരണത്തിൽ അശ്വിനി അത്ഭുതപ്പെട്ടു. ഈ അഭി പ്രായം അശ്വിനി പഴയൊരു മാനേജ്മെന്റ് ട്രെയിനിംഗിലും കേട്ടതാണത്. ക്ലാസ് തുടങ്ങിയത് എന്തെങ്കിലുമൊരു സ്വഭാവവിശേഷം പറയാനാവശ്യ പ്പെട്ടുകൊണ്ടാണ്. പ്രിയ വിഷയം സയൻസാണ്, നന്നായി പെയിന്റ് ചെയ്യും തുടങ്ങിയതൊന്നുമല്ല. അവാർഡുകളും വേണ്ട. നിങ്ങളെ പ്പറ്റി ചിലപ്പോൾ മറ്റാരെങ്കിലും പറഞ്ഞിട്ടുള്ള ഒരു കാര്യമാവാം. ആദ്യത്തെ ചോദ്യം അശ്വിനിയോടായിരുന്നു.

''പറയൂ ആഷ്, നിങ്ങളുടെ ഒരു പ്രത്യേകത. അതെന്തെങ്കിലും ആയിക്കൊള്ളട്ടെ. നല്ലതാവണമെന്നില്ല. മടിക്കാതെ പറഞ്ഞോളൂ. ഗുണ നിർണയത്തിനല്ല. ഒരു ഉദാഹരണം മാത്രം.''

ആദ്യം ഒന്നു പതറിയെങ്കിലും മനസ്സിൽ വന്നത് അശ്വിനി പറഞ്ഞു.

''എന്റെ സുഹൃത്തുക്കൾ പറയും ഞാൻ അപ്രധാന കാര്യങ്ങൾ ഓർത്തിരിക്കുമെന്ന്. ഒരു ക്രിസ്തുമസ്സിന് ഒരു ഫ്രണ്ട് കേക്ക് കൊണ്ടു വന്നത് മഞ്ഞ ട്രേയിൽ ആയിരുന്നു. അവളുടെ ഔട്ട് ഫിറ്റും മഞ്ഞ ആയിരുന്നു. കോർഡിനേറ്റഡായതുകൊണ്ട് ഞാൻ ഓർത്തിരുന്നു. പക്ഷേ ആ കേക്ക് കൊണ്ടുവന്ന ആൾക്ക് പോലും പിന്നെ അത് ഓർമ്മയുണ്ടാ യിരുന്നില്ല.''

ആരൊക്കെയോ ചിരിച്ചു. എന്തെങ്കിലും പറഞ്ഞു ഒപ്പിക്കാൻ സാധിച്ച തിന്റെ സമാധാനത്തിൽ അശ്വിനിയിരുന്നു. ട്രെയിനർക്കും സമാധാനം. പണിയായുധവും റോമെറ്റീരിയലും കിട്ടിയതിൽ.

അവർ പറഞ്ഞു തുടങ്ങി.

''നീ വളരെ ഒബ്സേർവന്റ് ആണ്. മറ്റുള്ളവർ കാണുന്നതിലേറെ ഡീറ്റെയിൽസ് നിന്റെ കണ്ണു പിടിച്ചെടുക്കും. അത് രണ്ടു വസ്തുക്കളെ തമ്മിൽ ബന്ധിപ്പിച്ച് തലച്ചോറിൽ സൂക്ഷിച്ചു വെക്കും. അവിടെ ഇരുന്ന വരെല്ലാം രണ്ടു മഞ്ഞയും കണ്ടെങ്കിലും അവരുടെ മസ്തിഷ്കം അതിനെ യോജിപ്പിച്ചില്ല. അതുകൊണ്ടുതന്നെ അത് തലച്ചോറിൽ തങ്ങി നിന്നു മില്ല. പിന്നെ അവരതിന്റെ ഗുണത്തെപ്പറ്റി, എങ്ങനെ ഉപയോഗപ്പെടുത്താം എന്നൊക്കെ വിശദീകരിച്ചു.

''instead of keeping useless information in your head, use your talent for your own benefit.''

നിങ്ങൾക്ക് നിങ്ങളുടെ ബോസിനെ പഠിക്കാം. അയാളെന്താണ് പറയാൻ പോകുന്നത്, എന്താവും ചിന്തിക്കുന്നത് എന്നൊക്കെ ചില ചേഷ്ടകളിൽ നിന്നും അനുമാനിക്കാം.

ആ ക്ലാസ് കുറച്ചൊന്നുമല്ല അശ്വിനിയെ സഹായിച്ചത്. പിന്നീടുള്ള വിജയത്തിലെല്ലാം ആ അറിവുണ്ടായിരുന്നു എന്ന് അശ്വിനിക്ക് തോന്നാറുണ്ട്.

ഒരു അറിവും അനാവശ്യമല്ല. വൈസ് പ്രസിഡന്റ് കെവിനോടു സംസാരിക്കുന്നതിനു മുൻപേ കള്ളാ, കാട്ടുകള്ളാ എന്നൊരു മുഖവുര അശ്വിനിയുടെ മനസ്സിലുണ്ട്. നിന്റെ വാക്കും പ്രവൃത്തിയും തമ്മിൽ ബന്ധമൊന്നും ഇല്ലല്ലോ എന്ന് മനസ്സിൽ നിരൂപിച്ച് അടുത്ത ചോദ്യം ചോദിക്കാനും ആവശ്യമുള്ള കാര്യങ്ങൾ നേടിയെടുക്കാനും അശ്വിനി ശീലിച്ചെടുത്തു.

സന്ദർഭത്തിനു അനുസരിച്ചു വസ്ത്രം ധരിക്കാൻ, പെരുമാറാൻ, ഉരുളക്കുപ്പേരി മറുപടി പറയാനുമതവളെ സഹായിക്കുന്നുണ്ട്. കാര്യശേഷിയുള്ളവരേയും മാന്യതയുള്ളവരേയും അശ്വിനി പഠിക്കാൻ തുടങ്ങി. എന്താണവരെ മാന്യതയുള്ളവരാക്കുന്നത് എന്നവൾ ശ്രദ്ധിച്ചു. വസ്ത്രം മുടി, ഷൂസ്... മുടിക്കും ഷൂസിനും ഒരാളിൽ വരുത്താൻ കഴിയുന്ന വ്യത്യാസത്തിൽ അശ്വിനി അത്ഭുതപ്പെട്ടു. പൊട്ടിപ്പോകുന്നതുവരെ ഒരു ജോടി ചെരിപ്പെന്ന ശീലം പഴയത്. വിലയുള്ള തുണികൾ, പാവാടയ്ക്കും പാന്റിനും യോജിച്ച ഷൂസുകളും ബാഗും. നിറം മങ്ങിയ തുണികൾ മടിയില്ലാതെ അശ്വിനി ധർമ്മസ്ഥാപനങ്ങൾക്ക് ദാനം ചെയ്യാൻ തുടങ്ങി. റോമിൽ മാന്യമായി ജീവിക്കണമെങ്കിൽ റോമക്കാരനായെ പറ്റൂ എന്നവൾ മനസ്സിലാക്കി. കീറുന്നത് വരെ ഉപയോഗിക്കുക എന്നത് പഴയ കേരള മോഡൽ അശ്വിനി ഉപേക്ഷിച്ചു.

സമയത്തിനു വെട്ടാത്ത പാറിപ്പറന്നു കിടക്കുന്ന മുടിയാണ് ഇന്ത്യക്കാരുടെ ഏറ്റവും വലിയ ഒറ്റുകാരൻ എന്ന് അശ്വിനി കണ്ടു പിടിച്ചു. ഇഷ്ടമില്ലാത്തതും ചിലപ്പോൾ നല്ലതാണെന്ന് പറയേണ്ടി വരും എന്നവൾ അറിഞ്ഞു.

അമിതമായ സത്യസന്ധത അപകടകരമാണെന്ന ചാണക്യവാക്യം എത്ര സത്യമാണന്നവൾ തിരിച്ചറിഞ്ഞു. നേരെ വളരുന്ന മരങ്ങളാണ് ആദ്യം വെട്ടപ്പെടുന്നത്. ഇഷ്ടപ്പെടാത്തതും ചിലനേരത്ത് നല്ലെതെന്ന് പറയേണ്ടിവരും.

High as a kite

മടിയൻ ടി.വിയുടെ കൂട്ടുവിട്ടു എന്തെങ്കിലും വായിക്കുവാൻ റാണ അശ്വനിയെ ശാസിച്ചു. അതിനാണ് കുട്ടിമേശയിൽ കമഴ്ന്നിരിക്കുന്ന റോബിൻ ശർമ്മയെ അശ്വിനി വീണ്ടും കൂട്ടുപിടിച്ചതു. കാനഡക്കാരനായ ശർമ്മ നേതൃസ്ഥാനത്തിലേക്കുള്ള വഴികൾ കൃത്യമായി അടയാളപ്പെടുത്തി കൊടുക്കുന്ന വിദഗ്ധനാണ്. The Monk Who Sold His Ferrari എന്ന പുസ്തകത്തിലൂടെ ജനശ്രദ്ധനേടിയ റോബിൻ ശർമ്മ പ്രചോദന പ്രസംഗങ്ങൾ നടത്തുകയും ജീവിത വിജയത്തിനു സഹായിക്കുന്ന പുസ്തകങ്ങൾ പ്രസിദ്ധീകരിക്കുകയും ചെയ്യുന്നുണ്ട്. അറുപതു ലക്ഷം കോപ്പികൾ വിറ്റ ഞാൻ മരിക്കുമ്പോൾ ആരൊക്കെ കരയും എന്ന ശർമ്മയുടെ പുസ്തകത്തിലേക്ക് അശ്വിനി നീർക്കാങ്കുഴിയിട്ടു.

If you sleep seven hours a night and work eight hours every day, you still have more than sixty - three hours of free time every week to do all the things you want to do. This amount to 252 hours every month and 3,024 hours every single year to spend on life's pursuits.

അപ്പോൾ, തിന്നേണ്ടേ? തൂറണ്ടേ? കുളിക്കണ്ടേ? നനയ്ക്കേണ്ടേ? സോഷ്യൽബീയിംഗ് ആവേണ്ടേ ശർമ്മേ? അശ്വിനി പുസ്തത്തിന്റെ പുറംചട്ടയോടു ചോദിച്ചു.

എട്ടു മണിക്കൂർ ജോലിസമയം എന്നാൽ ബാക്കിയുള്ള സമയം മുഴവൻ ആർക്കാണ് സ്വന്തമായി കിട്ടുന്നത്? എട്ടു മണിക്കൂറാണ് ജോലി സമയമെങ്കിൽ, അതിനു വേണ്ടിയുള്ള ഒരുക്കം, യാത്ര എല്ലാമായിട്ട് പന്ത്രണ്ടു മണിക്കൂർ ചിലവാക്കണം.

"എന്തു നോൺസെൻസാണിത്?"

അശ്വിനി വീണ്ടും റോബിൻ ശർമ്മയെ മേശയ്ക്കടിയിലേക്ക് തിരുകി. പിന്നെ പത്രത്തിലേക്ക് കമഴ്ന്നു കിടന്നു. വാർത്തകൾ ടി.വി.യിലും റേഡിയോയിലും കൂടിമാത്രം അറിഞ്ഞിരുന്ന അശ്വിനിക്കിപ്പോൾ സമയമെടുത്ത് പത്രം വായിക്കാൻ സമയമുണ്ട്.

പത്രത്തിലെ മരണപ്പേജ് മുഴുവനും വായിച്ചു പഠിച്ചു അവൾ. വിഞ്ചെൻസോയുടെ ബന്ധുക്കളുടെ നിര ഒരു കോളം നിറയുന്നത്രയും ഉണ്ടായിരുന്നു. അൻപതു വർഷത്തെ ഭാര്യ, മൂന്നു മക്കൾ, പതിനൊന്നു പേരക്കുട്ടികൾ, നാലു സഹോദരങ്ങൾ, ഇവരുടെയെല്ലാം പേരുകളും അടയാളങ്ങളുമുണ്ട്. പിന്നെയും മരുമക്കളും, ബന്ധുക്കളുമായി എഴുപത്തിയഞ്ച് വർഷം കൊണ്ടുള്ള നേട്ടങ്ങൾ നിരന്നു കിടന്നു. വിഞ്ചെൻസോ ഇറ്റാലിയൻ പേരാണ്. നഗരം പണിതത് അവരാണെന്നു പറയാം. മരണവാർത്തയിൽ ജുറവ്ൻസ്കിയെപ്പറ്റി പറഞ്ഞിട്ടുണ്ടെങ്കിൽ, അവിടെ വെച്ച് മരിച്ചെന്നോ, അവിടുത്തെ ഡോക്ടർമാർക്കും നേഴ്സുമാർക്കും നന്ദിയെന്നോ കണ്ടാൽ, മരണകാരണം വ്യക്തമാണ്. അത് ക്യാൻസർ ആശുപത്രിയാണ്.

അപ്രതീക്ഷിതമായി, പെട്ടെന്നുള്ള വിയോഗം അതൊന്നും അശ്വിനിക്ക് ഇഷ്ടപ്പെടാറില്ല.

കാരണം...? കാരണം...

എങ്ങനെ?

എത്ര വയസ്സ്?

കുട്ടികൾ?

അശ്വിനിയുടെ കണ്ണുകൾ വയസ്സിലാണ് ഉറയ്ക്കുന്നത്. അറുപത്തിയൊമ്പത്, നാൽപ്പത്തിയെട്ട്, ഇരുപത്തി മൂന്ന്...ഇരുപത്തി മൂന്ന്? അത് അന്യായമാണെന്നു ദൈവത്തിനോടു വാദിച്ചു അശ്വിനിയതു വീണ്ടും വീണ്ടും വായിച്ചു നോക്കും.

തൊണ്ണൂറ്റിമൂന്നുകാരിയായ ഷേർളി മേരി പെട്ടെന്നു പോയി എന്നായിരുന്നു എഴുതിയിരുന്നത്. മക്കളുടെ പേരു വിവരണങ്ങളില്ല. തൊണ്ണൂറ്റിമൂന്നു വർഷം കൊണ്ട് ഒരു പടം പോലും പ്രദർശിപ്പിക്കാതെ ഷേർളി മേരി പെട്ടെന്നു പൊയ്ക്കളഞ്ഞു.

വായന മതിയാക്കി അശ്വിനി പത്രം മടക്കി റീസൈക്കിളിംഗിനു കൊടുത്തു.

ക്യാൻസറുമായുള്ള നീണ്ട അങ്കത്തിനൊടുക്കം അല്ലെങ്കിൽ ധീര പോരാട്ടത്തിനു ശേഷം... എന്തായിരിക്കും എഴുതേണ്ടതെന്ന് അശ്വിനി ആലോചിച്ചു നോക്കി. എന്തായാലും ശീതകാലത്തു മരിക്കേണ്ട എന്നവൾ തീരുമാനിച്ചു.

''ഈ ഒടുക്കത്തെ വിന്ററിൽ മരിക്കുന്നത് ഭാഗ്യം കെട്ട മരണമായിരിക്കും റാണാ. ശവദാഹത്തിനു വരുന്നവർ തണുപ്പ് തണുപ്പെന്നു പിറുപിറുത്തായിരിക്കും വരുന്നത്.''

''സമ്മറിൽ ഏതെങ്കിലും കല്യാണം അല്ലെങ്കിൽ ആഘോഷം അലങ്കോലപ്പെടുത്തണോ? കാത്തു കാത്തിരുന്നു കിട്ടുന്ന കുറച്ച് ആഴ്ചകളല്ലേ ഉള്ളൂ സമ്മറിന്?

റാണയ്ക്ക് മഞ്ഞുകാലത്ത് മരിച്ചാൽ മതിയെന്ന് പറഞ്ഞു. ബോറടിച്ചിരിക്കുന്ന മനുഷ്യർക്ക് ഒരു നേരമ്പോക്ക് ആവട്ടെ.

''ആളുകള് എന്റെ കാര്യം തന്നെ മറന്നു പോകും റാണാ. അവർ തണുപ്പിനെപ്പറ്റി മാത്രം പറഞ്ഞുകൊണ്ടിരിക്കും. എങ്ങനേങ്കിലും പണ്ടാരം തീർന്നാൽ മതീന്നു മാത്രമേ ആലോചിക്കൂ. എന്നെപ്പറ്റി ആരും ഓർക്കില്ല.''

''നല്ല വെയിലുള്ള ചൂടുള്ള ഒരു ദിവസം. ചെടികളെല്ലാം പൂത്തു നിൽക്കുന്നു. അതിൽ റൊമാന്റിക്കായി പൂമ്പാറ്റകൾ. കുറച്ചു കിളികളെയും അണ്ണാറക്കണ്ണന്മാരെയും കൂടെ ഓർഡർ ചെയ്യൂ. എന്തിനാണ് കുറക്കുന്നത്, ഒരിക്കലല്ലേ മരിക്കൂ?''

സഹതാപം വേണ്ടെന്ന് ശാഠ്യത്തിൽ അശ്വിനി പറഞ്ഞു നിർത്തി.

ഫേസ്ബുക്കിൽ അശ്വിനിയിട്ട വയലറ്റ് ക്ലമാറ്റിസ് പൂവുകൾക്കു ചുറ്റും ലൈക്ക്കളുടെയും കമന്റുകളുടെയും തിരക്കായി.

''ഹാവൂ കൊള്ളാല്ലോ.''

എല്ലാ കമന്റുകൾക്കും അശ്വിനി മറുപടി കൊടുത്തു. നേരിട്ട് പരിചയമില്ലാത്തവരുടെ സ്നേഹം, കെട്ടിപ്പിടുത്തം ഒക്കെ കണ്ടപ്പോ അശ്വിനിക്ക് ചെറിയൊരു ശ്വാസംമുട്ടൽ തോന്നി. അശ്വിനി അവരുടെ പ്രൊഫൈലുകൾ നോക്കി. ഒരാൾ സിംഗപ്പൂരിൽ നിന്നാണ് കെട്ടിപ്പിടിച്ചിരിക്കുന്നത്. ഒരു ഹൃദയസ്നേഹം വന്നിരിക്കുന്നത് ജർമ്മനിയിൽ നിന്നും.

ശാന്തിയുടെ പേജിലെ ഫോട്ടോ പെട്ടെന്നാണ് അശ്വിനിയുടെ മുന്നിലേക്ക് വീണത്. ശാന്തിയും മിത്രയും മെറിനും ഒന്നിച്ചിരുന്നു ഭക്ഷണം കഴിക്കുന്നതിനിടയിൽ എടുത്ത പടം. വൈൻഗ്ലാസുകൾ കാണാം മേശപ്പുറത്ത്. Shopping is exhausting എന്ന അടിക്കുറിപ്പിൽ കണ്ണുറപ്പിച്ചു അശ്വിനിയിരുന്നു. എവിടെയായിരിക്കും ഇത്? ഫോട്ടോ വലുതാക്കി നോക്കിയപ്പോൾ അമേരിക്കയാണെന്ന് അശ്വിനിക്കു മനസ്സിലായി. കാനഡ-യു.എസ്സ്.എ. അതിർത്തിയിലേക്ക് രണ്ടുമണിക്കൂർ ദൂരമേയുള്ളൂ. അതിർത്തി കടന്നാലുടൻ കാനഡക്കാരെ ആകർഷിക്കാനായി ഔട്ട്ലെറ്റ് മാളുകൾ ആദായവില്പന പരസ്യപ്പെടുത്തി നിൽക്കുന്നുണ്ട്. കാനഡയേക്കാൾ സാധനങ്ങൾക്ക് വിലക്കുറവു അമേരിക്കയിലാണ്. പ്രത്യേകിച്ച് ഷൂസും തുണിത്തരങ്ങളും ബാഗുകളും വാങ്ങാനായി ഇടയ്ക്കിടെ ഉള്ളതാണ് ഗേൾ-പവർകാരികളുടെ ഈ അമേരിക്കൻ ഷോപ്പിംഗ്. ജോലിക്കു പോകാതെയിരിക്കുന്ന രോഗിക്ക് എന്തിനാണ് ഷൂസും ബാഗും തുണിത്തരങ്ങളും?

''എന്നാലും അവർക്ക് പറയാമായിരുന്നില്ലേ? കുശലമെങ്കിലും!'' അശ്വിനി റാണയോടാണ് സങ്കടം പറഞ്ഞത്.

അശ്വിനിയെ ഫേസ്ബുക്കിൽ അവർ പ്രതീക്ഷിച്ചിരിക്കില്ല. അശ്വിനി ലൈക്ക് ഇട്ടവരുടെയെല്ലാം ഭിത്തി തിരഞ്ഞു പിടിച്ചു തിരിച്ചു ലൈക്ക്

കൊടുത്തു. അങ്ങോട്ട് കൊടുത്താലേ ഇനിയും ലൈക്കുകൾ കിട്ടൂ. ഇതൊക്കെ ഫേസ്ബുക്ക് പാഠങ്ങളാണ്. സൗഹൃദം ചോദിച്ചു വന്നവരെയെല്ലാം അശ്വിനി സ്വീകരിച്ചു. ഇഷ്ടപ്പെട്ട കുറച്ചു പേർക്ക് അങ്ങോട്ടു അപേക്ഷ അയച്ചു. സിംഗപ്പൂരുകാരിക്ക് കെട്ടിപ്പിടുത്തവും ഒരു ഹൃദയവും മറുപടി. ജർമ്മനിക്ക് ഒരു സ്വകാര്യ സന്ദേശമയച്ചു. ഓ, സ്നേഹത്തിനു നന്ദി!

ഫേസ്ബുക്ക് പണികൾ കഴിഞ്ഞപ്പോൾ അശ്വിനി വിദ്യയെ വിളിച്ചു.

''ഇന്ന് ജോലിയില്ലേ വിദ്യേ?''

''അവധിയാണ് അശ്വിനീ.''

''എന്തേ, കുട്ടികളേംകൊണ്ട് അപ്പോയിന്റ്മെന്റ് എന്തെങ്കിലുമാണോ?''

''ഏയ്, ഇല്യ. ഒരു മൂഡില്ലാത്തോണ്ട്... പോയില്ല.''

''ന്നാല് വേഗം വായോ. ഇന്നലെ തുറന്ന ഒരു കുപ്പി വൈൻ തീർക്കാനുണ്ട്.''

''ഉം. വേണ്ടടോ. പുറത്തേക്ക് ഇറങ്ങാൻ തോന്നുന്നില്ല.''

''അതോണ്ട് തന്നെയാ വരേണ്ടത്. ഞാൻ ഇവിടെയിരുന്നു മടുത്തു വിദ്യ. പിന്നെ വൈനൊക്കെ വേസ്റ്റു ചെയ്യുന്നത് പാപമല്ലേ. വേഗം വായോ.''

വിദ്യ വൈൻ കുടിക്കുന്നത് കണ്ടാസ്വദിച്ച് അശ്വിനിയിരുന്നു. അൽപ സമയം കവിൾ നിറച്ചു നിർത്തി, പിന്നെ സാവധാനത്തിൽ ഇറക്കി. വൈൻ വാങ്ങിയ ഓർമ്മ ലഹരിപോലെ അശ്വിനി നുണഞ്ഞു

വിദ്യയുടെ ഇരിപ്പ് കണ്ടാലറിയാം എന്തോ ശരിയല്ലെന്ന്. കടം ചോദിക്കാൻ വരുന്നവന്റെ ഒരു പരുങ്ങലുണ്ട് ആകപ്പാടെ. എന്തായിരിക്കും വിദ്യയെക്കൊണ്ട് അവധിയെടുപ്പിച്ചത്?

നാപ്കിൻ മടക്കിയും നിവർത്തിയും വിദ്യ പൊള്ളവർത്തമാനം തുടരുകയാണ്. ക്ഷമകെട്ട് അശ്വിനി ആ ചോദ്യം ചോദിച്ചു.

''എന്തണ് വിദ്യേ? എന്തുപറ്റി? എന്തു പൊതി തൊറക്കാനാണീ പാടുപെടണത്?''

വിദ്യയുടെ നോട്ടം, അത്രയും ദയനീയമായ ഒരു നോട്ടം അശ്വിനി ജീവിതത്തിൽ അതേവരെ കണ്ടിട്ടില്ല.

''ജീവിതത്തിന്റെ വമ്പൻപ്രശ്നങ്ങൾക്കുള്ള മറുപടിയൊന്നും എന്റെ കൈയില്ല. ആരുടെ കൈയിലും ഉണ്ടാവില്ല. പിന്നെ എന്താണെങ്കിലും പറഞ്ഞു കഴിയുമ്പോ ഒരാശ്വാസം കിട്ടും. മറ്റൊരാളോടും പറയില്ലാന്നു ഞാൻ ഉറപ്പു തരാം. കീർത്തനെയാണേ സത്യം. പറഞ്ഞോളൂ.''

പെട്ടുപോയ വിഷമവൃത്തം വരയ്ക്കുന്നതിനു പകരം വിദ്യ ഏങ്ങലടിക്കാൻ തുടങ്ങി. ഉപന്യാസക്കാരി അശ്വിനിയുടെ നാവ് ആ നേരത്ത് പുറപ്പെട്ടു പോയി. ക്ലീനക്സ് അരികിലേക്ക് നീക്കി വെച്ച് അശ്വിനി

വിദ്യയുടെ തോളിൽ കൈവെച്ച് തന്നോടു ചേർത്തു. വിദ്യ പൊട്ടിക്കരഞ്ഞപ്പോൾ ആശ്വാസം തോന്നിയത് അശ്വിനിക്കാണ്. പിന്നെ ശാന്തമായ സ്വരത്തിൽ അവൾ പറഞ്ഞു.

''It's ok വിദ്യ... it's ok''

''No, no... it's NOT OK!''

ഉറച്ച ശബ്ദത്തിലാണ് വിദ്യ പറഞ്ഞത്. വിദ്യയുടെ സമനില തെറ്റിയതുപോലെ ആയിരുന്നു. ചോദ്യങ്ങൾകൊണ്ടു ശ്വാസംമുട്ടിക്കാതെ അശ്വിനി അവളുടെ കൈയിൽ മെല്ലെ തലോടി. സ്കൈലർ അവൾക്കു വേണ്ടി ചെയ്തുപോലെ.

''അശ്വിനീ, പ്രദീപിനെ കൊന്നത് ഞാനാണ്.''

''ഹൂഷ്ശ്... എന്തോന്ന്?!'' അശ്വിനി ആ പ്രതികരണം ഉള്ളിലടക്കി.

ഉറക്കം തൂങ്ങി ട്രക്കിന്റെ മുന്നിലേക്ക് കാറൊഴുകിപ്പോയെന്നത് എങ്ങനെ കഥയാവും?

''എന്തുന്നാണീപ്പറേണ വിദ്യേ? ആക്സിഡന്റായിരുന്നില്ലേ. ജെറ്റ് ലാഗ് കൊണ്ട് പ്രദീപ് ഒറങ്ങിപ്പോയതല്ലേ?''

അവർ ഇന്ത്യയിൽ നിന്നും മടങ്ങിവന്നത് ശനിയാഴ്ചയായിരുന്നു. കേരളത്തിൽ പോകുന്ന അവധി വിശ്രമത്തിനുള്ളതേയല്ല. തിരക്കുകളുടെ വേലിയേറ്റം, പരാതികളുടെ കുടമാറ്റം, വിശ്രമമില്ലായ്മയുടെ പര്യായം. അതിനു പുറത്ത് അമേരിക്കയിലെ രാത്രി ഇന്ത്യയിലെ പകലും ഇന്ത്യയിലെ പകൽ അമേരിക്കയിൽ രാത്രിയുമാവുന്നതിന്റെ ഉറക്കക്ഷീണം.

ഇതൊക്കെ കൂട്ടിക്കുഴച്ച് തിങ്കളാഴ്ച രാവിലെ ജോലിക്കു പോകുമ്പോഴാണ് പ്രദീപിനു അപകടം ഉണ്ടാകുന്നത്. ട്രാഫിക് ലൈറ്റ് പച്ചയായിട്ടും കാറു പോകാത്തതുകൊണ്ട് പിന്നിലുള്ളയാൾ ഹോണടിച്ചു. അപ്പോൾ ഞെട്ടി ഉണരുന്ന പ്രദീപിനെ തൊട്ടടുത്ത വണ്ടിയിലെ ഡ്രൈവർ കണ്ടതാണ്. ട്രാഫിക് ലൈറ്റിലെ ക്യാമറയിലും അവ്യക്തമായി കാണാം മയക്കത്തിൽ ചരിയുന്ന തലയും കാർഹോണിൽ ഞെട്ടി ഉയരുന്ന തലയും. പിന്നാലെ ചെന്ന് റോഡിൽ നിന്നും മാറി ഉറങ്ങാൻ പറയാൻ അടുത്ത കാറിലെ ഡ്രൈവർ ശ്രമിച്ചതാണ്. പക്ഷേ പ്രദീപ് വളരെ വേഗത്തിൽ ഹൈവേയിലേക്ക് ഒഴുകിയിറങ്ങി എന്നാണയാൾ സാക്ഷ്യപ്പെടുത്തിയത്.

അവധികഴിഞ്ഞു വന്നാൽ ഇന്ത്യയിലെ രാത്രിയിൽ നിന്നും കാനഡയിലെ പകലിലേക്ക് തലച്ചോറിനെ മാറ്റിയെടുക്കാൻ ദിവസങ്ങളെടുക്കും. ചില നേരത്ത് പിടിച്ചാൽ കിട്ടാത്ത ഉറക്കത്തിലേക്ക് പോവുന്നത് എല്ലാവർക്കും അറിയാവുന്നതാണ്.

പിന്നെ എങ്ങനെയാണ് വിദ്യ തന്റെ ഭർത്താവിനെ കൊല്ലുന്നത്! വിദ്യ ആയിരുന്നുവോ ട്രക്കോടിച്ചിരുന്നത്?

മൂക്കുചീറ്റി ക്ലീനക്സ് ഗാർബേജിലിട്ട് വിദ്യ ഇതിവൃത്തത്തിലേക്ക് കടന്നു.

സാധാരണ ഭാര്യമാരുടെ കഥകൾ പോലെ പ്രദീപ് നല്ലവനല്ലാത്ത ഒരു ഭാർത്താവാണെന്ന കൗതുകം ജനിപ്പിക്കാത്ത തുടക്കം അശ്വിനി ക്ഷമയോടെ കേട്ടിരുന്നു. കേൾക്കുംതോറും കേൾക്കുന്നത് ശരിയോ എന്നൊരു നടുക്കവും അശ്വിനിക്കുണ്ടായി.

പ്രദീപ് ഗേ ആണെന്ന് വിദ്യ സംശയിക്കുന്നു. കല്യാണം മുതലേ സെക്സിൽ താല്പര്യം ഇല്ല. ചങ്ങാതിമാരാണ് പ്രധാനം. കഷ്ടിമുഷ്ടി ഞെങ്ങിഞ്ഞെരിഞ്ഞു രണ്ടു കുട്ടികളായി. കുട്ടികൾ ഇപ്പൊ വേണ്ട, പിന്നെ എന്നൊക്കെയൊരു ലൈനായിരുന്നു തുടക്കത്തിൽ. അത്യാവശ്യകാര്യങ്ങൾ പറഞ്ഞ് ഒപ്പിക്കാൻ ബുദ്ധിമുട്ടുള്ള വിദ്യ വിഷമിച്ചാണ് കുട്ടികളാക്കിയത്. ഒരേസമയം ഉറങ്ങാൻ പോകാതിരിക്കാൻ പ്രദീപ് പല പല കാരണങ്ങൾ കണ്ടുപിടിക്കും. വിദ്യ ഉറങ്ങീന്നു ഉറപ്പായാലേ കിടക്കാൻ ചെല്ലൂ. വിദ്യയെ തൊടാതെയാണ് കിടപ്പ്. അറിയാതെ പോലും തൊടാതെയിരിക്കാൻ പ്രത്യേകം ശ്രദ്ധിക്കുന്നുണ്ടെന്നു തോന്നും. വീട്ടുകാര്യവും പ്രശ്നങ്ങളും എല്ലാം പങ്കിടുന്നത് ചങ്ങാതിമാരുമായിട്ടാണ്. നാട്ടിൽ ചെന്നിട്ടും പഴയ കൂട്ടുകാരുമായി ചുറ്റിക്കറക്കം തന്നെയായിരുന്നു പ്രധാനം.

അന്ന് കാലത്തെ, ജെറ്റ്ലാഗ് കാരണം നേരത്തെ അവർ ഉണർന്നു. നാട്ടിൽ നിന്നും കൊണ്ടുവന്ന ബ്രൂ ഇട്ടു വിദ്യ ഉണ്ടാക്കിയ കാപ്പിയും കുടിച്ച് പ്രദീപ് ബെയ്സ്മെന്റിൽ പോയിരുന്നു നാട്ടിലുള്ള ആരോടോ വർത്തമാനം പറഞ്ഞു. ഇക്കിളി കൂട്ടിയ ആ ചിരികേൾക്കുമ്പോ കലി കയറുമെന്നു വിദ്യ പല്ലുകടിച്ചുകൊണ്ടു പറഞ്ഞു.

ബെയ്സ്മെന്റീന്നു കേറിവന്ന പ്രദീപും അടുക്കളെന്നു ശടെന്നു നടന്നു വന്ന വിദ്യേം കൂട്ടിയിടിക്കാൻ പോയപ്പോ അങ്ങേരു വേഗം മാറിക്കളഞ്ഞു.

''എങ്ങാനും തൊട്ടു പോയാലാ!''

ഇരുപതു കൊല്ലത്തിന്റെ അടപ്പു ഠപ്പേന്നു തൊറന്നു വിദ്യ കൂക്കിവിളിച്ചു.

''താൻ ആണാണോ? ഭാര്യേ തൊടുന്നത് പേടിയാണെങ്കി പോയി ചത്തു തൊലയ്. വെറുതെ എന്റെ ജീവിതം കളയാതെ.''

ദേഷ്യം തീരാൻ കൈയില് കിട്ടിയതൊക്കെ വിദ്യ എറിഞ്ഞു പൊട്ടിച്ചു നോക്കി. പ്രദീപു ഫ്രീസായി. മിണ്ടാട്ടമില്ല. വിദ്യയുടെ മുഖത്തേക്കു പോലും നോക്കിയില്ല. അയാൾ കുളിച്ചൊരുങ്ങി ജോലിക്കുപോയി, സാധാരണയിലും നേരത്തെ. പോവ്വാണെന്നു പറയാതെ.

വിദ്യ അന്തരീക്ഷത്തിൽ നോക്കി കുറെനേരം ഇരുന്നു. പിന്നെ അടുക്കള വൃത്തിയാക്കി, പൊട്ടിച്ചു നിരത്തിയതൊക്കെ അടിച്ചുവാരിക്കളഞ്ഞു. ഭാവി മാറ്റിയെഴുതാൻ വിദ്യ വക്കീലിനെ ഫോൺഡയറക്ടറിയിൽ തിരയുമ്പോഴാണ് വാതില്ക്കൽ ആരോ മണിയടിച്ചത്. രണ്ടു പോലീസുകാർ. തൊപ്പിയൂരി ആദരവോടെ അകത്തു കയറിവന്ന് പ്രദീപിന്റെ മരണവാർത്ത പറഞ്ഞപ്പോൾ വിദ്യ കരുതിയത് പ്രദീപ് ആത്മഹത്യ ചെയ്തു, അതിന് അവളെ അറസ്റ്റു ചെയ്യാൻ വന്നതാണെന്നാണ്.

വിദ്യ കുഴഞ്ഞു വീണു. പൊലീസുകാർ ആംബുലൻസ് വരുത്തി, കുട്ടികളെ വിവരം അറിയിച്ചു, അടുത്ത സുഹൃത്തുക്കളെ കണ്ടുപിടിച്ചു.

കഥയുടെ ആ ഭാഗങ്ങളൊക്കെ മലയാളികളുടെയിടയിൽ കൈമാറിയാണ്. വിദ്യ എങ്ങനെ മോഹാലസ്യപ്പെടാതെയിരിക്കും? അവധികഴിഞ്ഞ് സന്തോഷത്തോടെ വന്നതല്ലേ, ആദ്യ ദിവസം ജോലിക്കു പോയതല്ലേ? പാവം വിദ്യ. ഒറ്റയ്ക്ക് ഒന്നും ചെയ്തു ശീലമില്ലാത്ത വിദ്യ. എത്രകിന്റൽ സഹതാപം ആവഴി ഒഴുകി.

പക്ഷേ, സത്യം കേട്ടു കഴിഞ്ഞപ്പോ അശ്വിനി സ്തംഭിച്ചു പോയെന്നതാണു സത്യം. ഒരു ഉത്തമദാമ്പത്യം മാത്രമല്ല അശ്വിനിക്ക് മുന്നിൽ രൂപാന്തരപ്പെട്ടത്.

വിദ്യ ഒരു ഉത്തരം പ്രതീക്ഷിച്ച് അശ്വിനിയെ നോക്കി.

''സത്യത്തിൽ പ്രദീപു മരിച്ചു പോയിരുന്നെങ്കിലെന്നു എനിക്കന്നു തോന്നി അശ്വിനി. ഡൈവോഴ്സൊക്കെ ഓർത്തപ്പോ പേടിയായി. ആ സമയത്തായിരിക്കും പ്രദീപ് മരിച്ചത്.''

വിദ്യ അപ്പോൾ കരയുന്നുണ്ടായിരുന്നില്ല. അന്നും പ്രേതത്തെ കണ്ട പോലെ വിളറി പരിഭ്രമിച്ചിരുന്ന വിദ്യ ഒന്നു കരഞ്ഞിരുന്നെങ്കിലെന്ന് എല്ലാവരും പറഞ്ഞിരുന്നു.

''ഇന്ന് പ്രദീപിന്റെ പിറന്നാളാണ്.''

അശ്വിനിയുടെ നാവ് പിന്നെയും നാടുവിട്ടു പോയ്ക്കളഞ്ഞു.

''അശ്വിനിക്കും എന്നോടിപ്പോ ദേഷ്യം ആയിരിക്കും അല്ലേ?''

''ഞാൻ എന്തിനു ദേഷ്യം പിടിക്കണം? വല്ലാത്തൊരു ഷോക്ക് വിദ്യ. പ്രദീപിന് ഇങ്ങനെ ഒരു വശം ഉള്ളത് അറിയില്ലായിരുന്നു. നട്ടെല്ലില്ലാത്ത മനുഷ്യൻ.''

''എന്നാലും ഞാൻ അയാളെ കൊല്ലാൻ പാടില്ലായിരുന്നു.''

ഇപ്പോൾ അശ്വിനി ചിരിക്കുക തന്നെ ചെയ്തു.

''എന്താ പറഞ്ഞേ, വിദ്യ? കൊന്നെന്നോ! അതൊന്നും അത്ര എളുപ്പമല്ല. എങ്കി ഇപ്പൊ എത്ര തവണ ലോട്ടറി അടിച്ചേനേ. ദേഷ്യം വരുമ്പോ നമ്മളു പലതും പറയും. അതൊന്നും ശരിയാവാറില്ല.''

അര ലിറ്റർ വൈനും കുടിച്ചു തീർന്നപ്പോൾ വിദ്യയുടെ ചുണ്ടിൽ ചെറിയൊരു ചിരി വിരിയാൻ തുടങ്ങി.

''ഒരു സത്യം പറയട്ടേ, അശ്വിനി. ഒറ്റപ്പെട്ടെന്ന് എനിക്കു തോന്നാറില്ല. സത്യത്തിൽ പ്രദീപുള്ളപ്പോഴാണ് കൂടുതൽ ലോൺലിയായി തോന്നിയിരുന്നത്.''

വിദ്യ അശ്വിനിക്കു നന്ദി പറഞ്ഞു. ജീവിതത്തിൽ ആദ്യമായിട്ടാണ് മനസ്സ് തുറന്ന് ഒരാളോടു സംസാരിക്കുന്നത് എന്നു വിദ്യ ഏറ്റു പറഞ്ഞു. അച്ഛൻ മരിച്ചിട്ട് വളരെ ബുദ്ധിമുട്ടിയാണ് അമ്മ വിദ്യയെ പഠിപ്പിച്ച് കല്യാണം നടത്തി അയച്ചത്. ആ അമ്മയോടു സുഖമാണെന്നും ജീവിതം സന്തോഷമാണെന്നും വിദ്യ പതിവായി പറഞ്ഞു. അമ്മ കേൾക്കാനാഗ്രഹിച്ചതു മാത്രം ആ മകൾ പറഞ്ഞു.

അങ്ങനെയാണ് വിജനമായിപ്പോയ അശ്വിനിയുടെ സൗഹൃദലോകത്തേക്ക് വിദ്യ നടന്നു കയറിയത്.

ഒറ്റപ്പെട്ട ജീവിതം എങ്ങനെയിരിക്കുമെന്ന് ഇതേവരെ അശ്വിനി ആലോചിച്ചിരുന്നില്ല. എന്നും എപ്പോഴും ചുറ്റും ആളുകളായിരുന്നു. ആളുകളെ ഒന്നൊഴിവാക്കിയിട്ട് കുറച്ചു നേരം വെറുതെയിരിക്കാൻ കൊതിയായിരുന്നു അശ്വിനിക്ക്.

വാർദ്ധക്യത്തിനു വേണ്ടി എന്താണ് അശ്വിനി സമ്പാദിച്ചിട്ടുള്ളത്? വാർദ്ധക്യഫണ്ടിലേക്ക് കൃത്യമായി പണം അടയ്ക്കുന്നുണ്ട്. അറുപത്തിയഞ്ചു വയസ്സു മുതൽ പെൻഷൻ വാങ്ങി ജീവിക്കാം. അമ്മയുടെ അത്രയും ഊക്ക് പോലും ഇല്ലാത്ത മധ്യവയസ്ക അറുപതും എഴുപതും എങ്ങനെ കടത്തി വിടും? ഒരു മുറിയിൽ നിന്നും മറ്റൊരു മുറിയിലേക്ക് പോവാൻ ആരോഗ്യമില്ലാതെ, ഏന്തിയും വലിഞ്ഞും ജീവശ്വാസം കൊണ്ടുനടക്കുന്നതിൽ എന്തുകാര്യം? അന്ന് ആരുണ്ടാവും അശ്വിനിക്ക്? ഏതെങ്കിലും വൃദ്ധസദനത്തിൽ കീർത്തനയുടെ സന്ദർശനവും കാത്ത് കാത്തൊരു ജീവിതമാണോ അശ്വിനിയുടെ ഭാവി? സ്വയമുണ്ടാക്കിയ ചോദ്യപേപ്പർ അശ്വിനിയെ ഭയപ്പെടുത്തി.

മോഹൻ അപ്പോഴും കൂടെ ഉണ്ടാവുമോ? മോഹൻ മെച്ചപ്പെട്ട ഒരു ജീവിതത്തിലേക്ക് ചേക്കേറിയിരിക്കും. ഉത്തമമല്ലാത്തതൊന്നും മോഹനു വേണ്ട. പൊട്ടിയും പൊളിഞ്ഞും നീരുവറ്റിയുമുള്ള വസ്തുക്കൾക്ക് കാവലിരിക്കലല്ല മോഹന്റെ തൊഴിൽ. ആരോഗ്യമില്ലാത്തവർക്ക് കാവലിരിക്കാനുള്ളതല്ല മോഹന്റെ ജീവിതം. അയാൾക്ക് വേദനയിൽ നിന്ന്, ദുഃഖത്തിൽ നിന്ന്, രോഗത്തിൽ നിന്ന് ഓടി ഒളിക്കണം.

മിത്രയും മെറിനും ശാന്തിയും മെച്ചപ്പെട്ട മേച്ചിലിലേക്ക് ചേക്കേറും. നിന്റെ പുൽത്തകിടി പൂർണവും കേടുപാടില്ലാത്തതും ആണെങ്കിൽ മാത്രമേ അവരൊക്കെ നിന്റെയൊപ്പം ഉണ്ടാവൂ. വിദ്യ, അവലംബനാർഹമായി ആകെയുള്ള സമ്പാദ്യം വിദ്യ മാത്രമാണ്. അതും അശ്വിനി

നേടിയ സമ്പത്തല്ല. ആരുടെയോ നന്മകൊണ്ടു വന്നത്. അതോ വിദ്യ യ്ക്ക് മറ്റാരും ആശ്രയം ഇല്ലാത്തതുകൊണ്ടോ?

അശ്വിനി പണിത വീടുകൾ വിഡ്ഢി പന്നിക്കുട്ടികളുടെതുപോലെ കമ്പും വൈക്കോലും കൊണ്ടുള്ളതായിരുന്നു. ക്യാൻസു ഒന്ന് ഊതി യതും അടിസ്ഥാനവും മേൽക്കൂരയും ഇളകി മറിഞ്ഞു അശ്വിനിയുടെ വീടുകൾ കാണാമറയത്തേക്ക് പൊയ്ക്കളഞ്ഞു. എത്ര വർഷങ്ങളായി വിശ്വസിച്ചു കെട്ടിപ്പിടിച്ചിരുന്നതാണ്?

*ജീവിക്കാനിറങ്ങിപ്പുറപ്പെട്ട പന്നിക്കുട്ടികളിൽ ഒരാൾ വൈക്കോലു കൊണ്ടും, രണ്ടാമൻ കമ്പുകൾ കൊണ്ടും വീടുകെട്ടിയപ്പോൾ മൂന്നാമൻ ഇഷ്ടികകൊണ്ടാണ് വീടുണ്ടാക്കിയത്. തീറ്റതേടിവന്ന ചെന്നായ കത കിൽ മുട്ടി വിളിക്കുന്നു.

''Little pig, little pig, let me come in.''

കീർത്തനയുടെ പ്രിയപ്പെട്ട ഉത്തരം

''Not by the hair of my chinny, chin, chin!''

കുടം... കുടം... ചിരി. പറിഞ്ഞുപോയ മുൻപല്ലുകൾക്കിടയിലൂടെ ചിരി തുളിമ്പിത്തിളയ്ക്കും.

അപ്പോൾ മമ്മൂസ് പറയണം

''Then I'll huff, and I'll puff, and I'll blow your house down.''

ശ്വാസം കൂട്ടിപ്പിടിച്ച് മമ്മൂസ് ആഞ്ഞ് ആഞ്ഞ് ഊതണം.

അശ്വിനി ഊതും.

''ഫൂ... ഭൂ..ഫൂ...''

''ധ..ധും..ധുപ്..ധം!''

ആദ്യത്തെ വീട് വീണുകഴിയുമ്പോൾ ഓടുന്ന കുട്ടിപ്പന്നിക്കു പിന്നാലെ ചെന്നായയായി മമ്മു ഓടണം. രണ്ടാമത്തെ ചുള്ളിക്കമ്പ് വീടിനു മുന്നിലും ചെന്നായ മുട്ടി വിളിക്കും.

''Little pig, little pig, let me come in.''

''നോ, നോ, നോട്ട് ബൈ ദ ഹെയർ ഓൺ മൈ ചിന്നി ചിൻ ചിൻ!''

''Then I'll huff, and I'll puff, and I'll blow your house down.''

ശ്വാസം വലിച്ചെടുത്തു അശ്വിനി ഊതും. ഫൂ... ഭൂ..ഫൂ...

''ധ... ധും... ധുപ്... ധം!''

വീണുപോയ വീടുവിട്ടോടിയ പന്നിക്കുട്ടികളിപ്പോൾ സഹോദരന്റെ ഇഷ്ടിക കെട്ടിയ വീട്ടിലാണ്.

---

* The Three Little Pigs story കടപ്പാട്

“Little pig, little pig, let me come in.

നോ, നോ, നോട്ട് ബൈ ദ ഹെയർ ഓൺ മൈ ചിന്നി ചിൻ ചിൻ!”

“Then I'll huff, and I'll puff, and I'll blow your house down.”

ശ്വാസംപിടിച്ച് ഊതിയൂതി ചെന്നായ നീല നിറമായി സോഫയിലേക്ക് മറിയും.

“നോ... നോ... വൂൾഫ്... എണിക്ക്!”

കീർത്തന അശ്വിനിയുടെ കൈയിൽ പിടിച്ചു വലിക്കും.

“എന്തിനാ... എന്റെ ശ്വാസം നിന്നുപോയില്ലേ?”

“മമ്മൂ, ചിമ്മിനിയിൽക്കൂടി ഇറങ്ങി വരണം പിഗ്സ്നെ പിടിക്കാൻ.”

“ഉം... ഹും... ശ്വാസം കിട്ടുന്നില്ല ലിറ്റിൽ പിഗ്ഗി.”

“മമ്മൂസ്, നോക്ക് ചിമ്മിനിക്കടിയിൽ വെള്ളം തിളപ്പിച്ചു വെച്ചിട്ടുണ്ട്. ചെന്നായയെ വീഴിക്കാൻ.”

പുസ്തകത്തിലെ പടം കാണിച്ച് ഡയറക്ടർ കീർത്തന അഭിനേതാവിനു നിർദ്ദേശം കൊടുക്കും.

“ഹമ്പഡീ, ലിറ്റിൽ പിഗ്ഗി, നിന്റെ സൂത്രം ഞാൻ കണ്ടുപിടിച്ചു. ഞാൻ ചിമ്മിനി വഴി വരുന്നില്ല. പകരം ഇക്കിളി ബോംബിടാൻ പോകുന്നു.”

സ്ക്രിപ്റ്റ് തെറ്റിച്ച് കഥാപാത്രം നായികയെ കെട്ടിപ്പിടിച്ചുരുളാൻ തുടങ്ങും.

“Not by the hair of my chinny, chin, chin!”

കുടം... കുടം... ചിരി. പറിഞ്ഞുപോയ മുൻപല്ലുകൾക്കിടയിലൂടെ ഡയറക്ടറുടെ ചിരി തുളുമ്പി തുളുമ്പിത്തിളക്കും.

പിന്നോട്ടു പിന്നോട്ടുമാത്രം പായുന്ന വൺ-വേ ഓർമ്മകൾക്കകത്ത് അശ്വിനിയിരുന്നു. ക്യാൻസർ ധ..ധും..ധുപ്..ധം ന്നു ഊതിവീഴ്ത്തിയ ചങ്ങാത്ത വീടുകൾ അശ്വിനിയുടെ ഉള്ളിൽ കുത്തി വലിഞ്ഞു. ഒന്നിന് പിറകെ ഒന്നായി വന്ന ഏങ്ങലടിയുടെ തിരമാലകളോടു അശ്വിനി പറഞ്ഞു.

“ചിയേഴ്സ്...”

കാലത്തുണർന്നു വന്നതും കണ്ണിറുക്കിയടച്ചു നെറ്റിചുളിച്ച് അശ്വിനി മരുന്നു വെക്കുന്ന അലമാര തുറന്നു നോക്കി. തിരഞ്ഞൊതൊന്നും കൈയിൽ തടയാഞ്ഞിട്ട് അശ്വിനി മരുന്നുപെട്ടിയെ ശകാരിച്ചു.

“ആൽക്ക സെറ്റ്സ്ലർ? ടൈലനോൾ? പ്രയോജനമുള്ളതെന്തെങ്കിലും ഉണ്ടാവോ ഇവിടെ?”

Once upon a Time

ശുക്രദശ വരാൻ പോകുന്നുണ്ടെന്നു അമ്മ അശ്വിനിയോടു പറഞ്ഞു.

''വിഷമിക്കേണ്ട മോളൂ, ഈ സങ്കടങ്ങളെല്ലാം മാറും.''

പ്രേമകുമാരി ശഠിച്ചപ്പോൾ അശ്വിനി ആകാശത്തേക്ക് നോക്കി. ശുക്രൻ ശൂന്യാകാശത്തിലുണ്ടാവുമോ? ശൂന്യാകാശത്തിൽ വട്ടം കറങ്ങാൻ ശുക്രനെങ്ങനെ സാധിക്കുന്നു? അനന്തസാധ്യതകളുള്ള ആ ചോദ്യത്തിൽ വട്ടം കറങ്ങുമ്പോൾ ആകാശത്തിൽ മറ്റാരൊക്കെ കറങ്ങുന്നുണ്ടാവും എന്നവൾ കണക്കുകൂട്ടി. ജിന്നുകൾ... സാത്താൻ....

''വിദ്യാ, സാത്താനും ഞാനും ഉറ്റസുഹൃത്തുക്കളായിരുന്നു.''

''അതെങ്ങനെ സാധിച്ചു?''

''ഞങ്ങൾ രണ്ടും ഒരേ കാത്തലിക് സ്കൂളിലാണ് പോയിരുന്നത്. സാത്താൻന്ന വാക്ക് ആദ്യം കേട്ടത് അവിടെ വെച്ചാണ്. അപ്പോഴേ എനിക്കാ പേരിഷ്ടമായ കാരണം ആളെ ഞാനങ്ങെടുത്തു. അതൊന്നും അമ്മയ്ക്കറിയില്ല. കന്യാസ്ത്രീകൾക്ക് എന്നെ ഇഷ്ടായിരുന്നില്ല. കാരണം ഞാൻ തറുതല പറയും.''

''ഹ... ഹ... എനിക്ക് സങ്കൽപിക്കാൻ പറ്റുന്നുണ്ട്. അശ്വിനി നല്ല ഫോമില് അവരോടു തർക്കിക്കുന്നത്. ഒരു വഴക്ക് പറയൂ.''

വിദ്യ തൊട്ടുകൂട്ടാൻ സ്വാദ് അന്വേഷിച്ചു.

''എട്ടാംക്ലാസിൽ പഠിക്കുമ്പോൾ ഞങ്ങളെ ഗ്രൂപ്പ് തിരിച്ചു. നേതാക്കന്മാരുടെ പേരുകളായിരുന്നു ഗ്രൂപ്പിന് ഇടേണ്ടത്. മുന്നിൽത്തെ ബെഞ്ചിന്നു സാറാമ്മ പോൾ ഗാന്ധിന്നു പറഞ്ഞത് സിസ്റ്റർക്ക് ഇഷ്ടായി. പിന്നെ സെക്കൻഡ് ബെഞ്ചിന്ന് അമല വർഗീസ് നെഹ്റൂന്നു പറഞ്ഞു. അപ്പൊ ഞാനവിടെയിരുന്നു മുറുമുറുത്തു. പെണ്ണുങ്ങളാരും ഇല്ലേ നേതാക്കന്മാരായിട്ടെന്നു. ഒടനെ അടുത്ത ഗ്രൂപ്പുകാരി ബിജി പറഞ്ഞു പ്രിയദർശിന്ന്. വെരി ഗുഡ്ന്നാണ് സിസ്റ്റർ പറഞ്ഞത്.''

''ഹോ, ഈ മണിയടിക്കാരികളെ എനിക്ക് കണ്ണിന് കണ്ടൂടാ.''

‘‘അതു കഴിഞ്ഞു ഞങ്ങൾടെ ഗ്രൂപ്പിന്റെ പേരു ചോദിച്ചപ്പോ ഞാൻ ലെനിൻന്നു വിളിച്ചു പറഞ്ഞു. പറ്റൂല്ലാന്ന് സിസ്റ്റർ, എന്തുകൊണ്ടു പറ്റൂല്ലാന്ന് ഞാൻ.’’

‘‘ന്നിട്ട് ന്താ ണ്ടായേ?’’

‘‘അഭിപ്രായ സ്വാതന്ത്ര്യം വേണ്ടെന്നു ചോദിച്ചത് സിസ്റ്റർക്ക് മൂക്കിനിടി കിട്ടിയ പോലെയായി. പിന്നെ വോട്ടെടുക്കലായി.’’

‘‘എന്നിട്ട് ലെനിനു വോട്ടു കിട്ടിയോ?’’

‘‘എവിടെ? എന്റെ ഗ്രൂപ്പത്തികൾക്ക് ലെനിൻ ആരാന്നു തന്നെ അറിയൂന്ന് തോന്നുന്നില്ല. അവരെല്ലാം കൂടി ഏതോ ഒരു കോൺഗ്രസ്സുകാരന്റെ പേരിട്ടു ഗ്രൂപ്പിന്.’’

റെഡ് വൈൻ ഒരിറക്കു കൂടി കുടിച്ചിട്ടു അശ്വിനി കഥയുടെ ബാക്കി പറഞ്ഞു.

‘‘അവിടെ തുടങ്ങിയതാണ്. സാത്താന്റെ കളികൾ, എന്നിൽ നിന്നു പോവാൻ പ്രാർത്ഥിക്കാൻ പറഞ്ഞു സിസ്റ്റർ. പിന്നെയൊരിക്കൽ മതകർമ്മങ്ങൾക്ക് പ്രാധാന്യം കൊടുത്ത് ജീവിതം ഇല്ലാതാക്കുന്നവർ എന്ന എന്റെ കോമ്പോസിഷ്യൻ വാചകത്തിൽ പിടിച്ചായി യുദ്ധം.’’

‘‘അയ്യയ്യോ,എന്നിട്ടോ?’’

‘‘എന്നിട്ടെന്താ? പപ്പയെ വിളിപ്പിച്ചു. പപ്പ പറഞ്ഞു അവൾ ഹിന്ദു സന്ന്യാസിമാരെയാവും ഉദ്ദേശിച്ചതെന്ന്.’’

വിദ്യ ചിരിച്ചു ശ്വാസംമുട്ടുന്നത് കണ്ടപ്പോൾ അശ്വിനിക്കും ചിരിക്കാതിരിക്കാൻ സാധിച്ചില്ല.

‘‘അതിനവര് എന്ത് ഉത്തരമാണ് പറഞ്ഞത്?’’

‘‘മദർ സുപ്പീരിയറാണ് പപ്പയോട് സംസാരിച്ചത്. മദർ പുതിയ സ്കൂൾ ബസ്സിന് ഡോണേഷൻ ചോദിച്ചു. പപ്പ ഏറ്റോണ്ടു പോന്നു. അല്ലാണ്ടെന്താ?’’

‘‘അയ്യേ.’’

വിദ്യയുടെ മുഖം നിരാശകൊണ്ടു മൂടിപ്പോയി.

‘‘ജഡ്ജീടെ മോളാന്നും കരുതി എന്തും ആവാൻ പറ്റില്ലാന്നു സിസ്റ്റർ മദർ സുപ്പീരിയറിനോട് പറയുന്നത് ഞാൻ പുറത്തു നിന്നു കേട്ടു.’’

‘‘പപ്പ അശ്വിനിയെ ഉപദേശിച്ചോ?’’

‘‘ഹേയ്, പപ്പ ആ ടൈപ്പല്ല. അമ്മോട് പറഞ്ഞു അവളോട് റാങ്കു വാങ്ങാൻ. അത്രതന്നെ.’’

അശ്വിനിക്ക് പഴങ്കഥകൾ ബോറടിച്ചു തുടങ്ങി. വിദ്യയ്ക്ക് കഥ കേൾക്കാൻ ഇഷ്ടമാണ്. കഴിഞ്ഞ കാലത്തിൽ ചുറ്റിയടിച്ചു നടക്കാനാണ് വിദ്യയ്ക്കിഷ്ടം. ഒരു ലൂപ്പിലൂടെ നൂറുതവണ കറങ്ങിയിറങ്ങാൻ വിദ്യയ്ക്ക് മടിയില്ല.

ഏറ്റവും എളുപ്പമുള്ള ലൂപ്പാണ് ഫോർ ലൂപ്പ്. ട്രെയിനിയെ ഐടി. ക്കാരൻ പഠിപ്പിക്കുന്നു.

initialize count to zero

for count = 1 to 100

print story

അത്രയും മതി. Count-ന്റെ വില ആദ്യം പൂജ്യമാക്കി മാറ്റുന്നു. പിന്നെ countന്റെ വില ഒന്നാവും. ചോദ്യങ്ങൾ ചോദിക്കാതെ ലൂപ്പ് നൂറു തവണ കഥപറയും. കൗണ്ട് എന്ന വേരിയബിൾ ഒന്നുമുതൽ നൂറു വരെ തന്നത്താൻ എണ്ണി തീർക്കുന്നതുവരെ പറഞ്ഞതു തന്നെ പിന്നെയും പിന്നെയും പറയും. കഥ മാറണമെങ്കിൽ കൂടുതൽ നിർദ്ദേശ ങ്ങൾ എഴുതിചേർക്കണം.

for count = 1 to 100

print story(count)

എന്നു മാറ്റുമ്പോൾ കഥ(1), കഥ(2) എന്നിങ്ങനെ കൗണ്ട് വേരിയ ബിളിന്റെ വില മാറുന്നതനുസരിച്ച് കമ്പ്യൂട്ടർ കഥകളും മാറും. പക്ഷേ നൂറിൽ കുറയാത്ത കഥകളുടെ വ്യൂഹം കമ്പ്യൂട്ടറിന്റെ ഓർമ്മയിൽ സൂക്ഷിച്ചിട്ടുണ്ടായിരിക്കണം.

Array of stories, array of memories, array of experiences! കഥ കളുടെ, ഓർമകളുടെ, അനുഭവങ്ങളുടെ വ്യൂഹത്തിനു നടുവിൽ ഒറ്റപ്പെട്ടു കറങ്ങുന്ന മനസ്സിനെ വിടുവിച്ചെടുക്കുന്നത് എങ്ങനെയാണെന്ന് അശ്വിനി വേവലാതിപ്പെട്ടു. ഇന്ന് ഇന്നാണു, ഇന്നലെകളേക്കാൾ പ്രധാനം. ഇന്നലെ കളുടെ അനന്തമായ കുടുക്കിൽ നിന്നു പുറത്തു കടന്നാലേ ഒരാൾക്ക് ഇന്നിനെ പൂർണമായും ഉൾക്കൊള്ളാൻ കഴിയൂ.

മോഹൻ ഹാലിഫാക്സിലേക്കു യാത്ര പോകാനൊരുങ്ങുന്നതു കണ്ട് അശ്വിനിയിരുന്നു. കാനഡയുടെ കിഴക്കു കിഴക്കേ ഉപദ്വീപായ നോവ സ്ക്കോഷിയയുടെ തലസ്ഥാനമാണ് ഹാലിഫാക്സ്. ഐ.ടി. ആപ്ലി ക്കേഷനുകൾ വിൽക്കുന്ന കമ്പനികളിലെ ജോലിക്കാരുടെ കോൺഫ റൻസാണ്. ഡാറ്റ സെക്യൂരിറ്റിയെപ്പറ്റിയുള്ള പ്രധാന പ്രസംഗം നട ത്തുന്നത് മോഹനാണ്.

കമ്പ്യൂട്ടർ ഉപയോഗത്തിന്റെ സുരക്ഷിതത്വത്തെപ്പറ്റിയും ഇന്റർ നെറ്റിലെ തട്ടിപ്പുകളെപ്പറ്റിയും അശ്വിനിയെ പരിഹസിക്കാൻ മോഹ നെന്നും ഇഷ്ടമായിരുന്നു.

കഥ കുറെ പഴയതാണ്, അതിങ്ങനെ പോകുന്നു;

"നിങ്ങളുടെ ഇ-മെയിൽ ലിസ്റ്റിലുള്ള എല്ലാവർക്കും ഇത് അയയ്ക്കുക:

അമേരിക്കയിൽ ഈയിടെയായി അടുത്തടുത്തു സംഭവിച്ച ആകസ്മികവും അകാലവും അപ്രതീക്ഷിതവുമായ മരണങ്ങളുടെ ചുരുളഴിയുന്നു. ദി ജേർണൽ ഓഫ് ദി യുണൈറ്റഡ് മെഡിക്കൽ അസോസിയേഷനിൽ, ഡോക്ടർ ബെവേർലി ക്ലാർക്ക് പ്രസിദ്ധപ്പെടുത്തിയ ലേഖനത്തിലാണ് ഇതിന്റെ വിശദാംശങ്ങൾ ഉള്ളത്. ഇതിനോടകം നിങ്ങൾ ഇത് വാർത്തകളിൽ കണ്ടിരിക്കാം. ഇല്ലെങ്കിൽ ഇതാണ് സംഭവങ്ങളുടെ ചുരുക്കം.

അഞ്ചു ദിവസത്തിനുള്ളിൽ മൂന്നു സ്ത്രീകളാണ് ഷിക്കാഗോയിലെ വിവിധ ആശുപത്രികളിലായി ഒരേതരം രോഗലക്ഷണങ്ങളുമായി എത്തിയത്. കടുത്ത പനി, കുളിര്, ഛർദ്ദി എന്നിവയുമായി തുടങ്ങുകയും പിന്നെ പേശീക്ഷയവും പക്ഷാഘാതവുമായി ഒടുവിൽ മരണപ്പെടുകയും ചെയ്തു. ഈ സ്ത്രീകൾ പരിചയക്കാരോ ഇവർക്കു ഏതെങ്കിലും തരത്തിലുള്ള സമാനതകളോ ഉള്ളതായി കണ്ടെത്താൻ കഴിഞ്ഞില്ല.

കൂടുതൽ അന്വേഷണത്തിൽ നിന്നും മരിക്കുന്നതിന് കുറച്ചു ദിവസങ്ങൾക്കു മുമ്പ് ഇവരെല്ലാവരും ബ്ലെയർ എയർപോർട്ടിലെ ബിഗ് ചാപ്പീസ് റെസ്റ്റോറന്റിൽ നിന്നും ഭക്ഷണം കഴിച്ചതായി കണ്ടെത്തി. ആരോഗ്യവകുപ്പ് ഉടൻ തന്നെയെത്തി ഭക്ഷണശാല അടച്ചു പൂട്ടുകയും അവിടുത്തെ ഭക്ഷണം, വെള്ളം തുടങ്ങി എയർകണ്ടീഷണർവരെ സമഗ്രമായി പരിശോധിക്കുകയും ചെയ്തു. എന്നാൽ ആരോഗ്യത്തിനു ഹാനികരമായ ഒന്നും തന്നെ കണ്ടെത്താൻ കഴിഞ്ഞില്ല. കുറച്ചു ദിവസങ്ങൾക്കു ശേഷം ആ റെസ്റ്റോറന്റിലെതന്നെ ഒരു ജോലിക്കാരിയെ ഇതേ രോഗലക്ഷണങ്ങളുമായി അത്യാഹിത വിഭാഗത്തിൽ പ്രവേശിപ്പിച്ചപ്പോഴാണ് സംഭവങ്ങളുടെ ചുരുളഴിയുന്നത്. താൻ അവധിയിലായിരുന്നെന്നും ശമ്പളം വാങ്ങാൻ വേണ്ടി മാത്രമാണ് റെസ്റ്റോറന്റിൽ പോയതെന്നും അവർ ഡോക്ടർമാരോട് വെളിപ്പെടുത്തി. അവർ അവിടെനിന്നും ഒന്നും കഴിക്കുകയും കുടിക്കുകയും ചെയ്തില്ല. പക്ഷേ അവിടുത്തെ ശുചിമുറി ഉപയോഗിച്ചു. ഉടനെ തന്നെ ആശുപത്രിയിലെ വിഷചികിത്സാ വിദഗ്ദ്ധൻ റെസ്റ്റോറന്റിൽ പോയി അവിടുത്തെ കക്കൂസിന്റെ സീറ്റുകൾ ഉയർത്തി നോക്കി. സീറ്റിനടിയിലായി പെട്ടെന്നു കാണാൻ പറ്റാത്ത വിധത്തിൽ പറ്റിപ്പിടിച്ചിരിക്കുന്ന ചെറിയ ചിലന്തിയെ കണ്ടെത്തി.

ഈ ചിലന്തിയെ ലബോറട്ടറിയിൽ കൊണ്ടുവന്ന് പരിശോധിച്ചതിൽ നിന്നും ഇത് ദക്ഷിണമേരിക്കൻ ബ്ലഷ് ചിലന്തി (Arachnius gluteus), ആണെന്നു തെളിഞ്ഞു. അതിന്റെ ശരീരത്തിന്റെ ചുവന്ന നിറത്തിൽ നിന്നും ലഭ്യമായ പേരാണിത്. ഗുരുതരമായ വിഷശക്തിയുള്ള ഇതിന്റെ വിഷം ശരീരത്തിൽ പ്രവേശിച്ചു കഴിഞ്ഞ് കുറച്ചു ദിവസൾക്ക് ശേഷമേ രോഗലക്ഷണങ്ങൾ പ്രത്യക്ഷമാവൂ. ഇരുട്ടും തണുപ്പും ഈർപ്പവും ചേർന്ന ഇടങ്ങളിലാണ് ഇവ കാണപ്പെടുന്നത്. കക്കൂസിന്റെ അരികുകൾ ഇതിനു പറ്റിയ താവളമാണ്.

കുറെ ദിവസങ്ങൾക്കു ശേഷം ലോസ് ആഞ്ചലസിലെ ഒരു ആശുപത്രിയിൽ ഒരു ഡോക്ടറും ഇതേ രോഗ ലക്ഷണങ്ങളുമായി എത്തി. കുറച്ചു ദിവസങ്ങൾക്കു മുൻപ് യാത്ര ചെയ്തിരുന്ന കാര്യം മരിക്കുന്നതിനു മുൻപ് അയാൾ ഡോക്ടർമാരോടു പറഞ്ഞു. ന്യൂയോർക്കിൽ നിന്നും ഷിക്കാഗോയിൽ വന്ന് പ്ലെയിൻ മാറിയാണ് അയാൾ ലോസ് ആഞ്ചലസിൽ എത്തിയത്. പക്ഷേ അയാൾ ബിഗ് ചാപ്പീസ് റെസ്റ്റോറന്റിൽ പോയിരുന്നില്ല. മറ്റു രോഗികളെപ്പോലെ തന്നെ ഇയാളുടെ വലത്തെ ചന്തിയിലും കുത്തിയ പാടുണ്ടായിരുന്നു.

പരിശോധനയിൽ ഇയാൾ കയറിയ വിമാനം ദക്ഷിണ അമേരിക്കയിൽ നിന്നും വന്നതാണെന്നു തെളിഞ്ഞു. ഉടൻ തന്നെ, ദക്ഷിണ അമേരിക്കയിൽ നിന്നുമുള്ള എല്ലാ വിമാനങ്ങളുടേയും ടോയ്ലറ്റുകൾ പരിശോധിക്കാൻ The Civilian Aeronautics Board (CAB) ഉത്തരവിട്ടു. പരിശോധനയിൽ നാലു പ്ലെയിനുകളിൽ ബ്ലഷ് ചിലന്തിയുടെ കൂടുകൾ ഉള്ളതായി കണ്ടെത്തി. ഈ ചിലന്തികൾ ഇപ്പോൾ അമേരിക്കയുടെ ഏതു കോണിലും ഉണ്ടായിരിക്കാം എന്ന് കരുതപ്പെടുന്നു.

അതുകൊണ്ട് ദയവായി പൊതുശുചിമുറികൾ ഉപയോഗിക്കുന്നതിനു മുമ്പ് ടോയ്ലറ്റ് സീറ്റ് ഉയർത്തി ശ്രദ്ധയോടെ പരിശോധിച്ചതിനു ശേഷം മാത്രം ഉപയോഗിക്കുക. ഇ-മെയിൽ ഇല്ലാത്ത നിങ്ങളുടെ സുഹൃത്തുക്കളേയും ബന്ധുക്കളേയും എത്രയും വേഗം ഇതറിയിക്കുക.''

സത്യത്തിൽ അശ്വിനിക്ക് ചെറിയ പേടി തോന്നി. അറിയാതെ ചന്തിക്കൊരു കുത്തുകിട്ടിയാൽ? മോഹൻ തലയറഞ്ഞു ചിരിച്ചു.

''ഉവ്വുവ്വ്, മക്ഡോണല്സിലെ പ്ലേ ഏരിയയിൽ നിന്നും ഡ്രഗ് നീഡിൽ കണ്ടെത്തിയ പാർട്ടി തന്നെ ആവും ഇതും കണ്ടുപിടിച്ചത്.''

''വെറുതെ ആളുകളിൽ ഭയം ഉണ്ടാക്കുന്നത് ചിലർക്ക് ഒരു ഹരമാണ്. വിശ്വസനീയതയ്ക്ക് വേണ്ടി യഥാർത്ഥ എജൻസികളുടെയും ബിസിനസ്സുകളുടെയും പേരുകൾ ചേർക്കും. ഒരു കുടുസ്സുമുറിയിലിരുന്നു പടച്ചു വിട്ട ഒരു സങ്കല്പകഥ അങ്ങനെ നാടും രാജ്യവും കടന്നു പ്രചരിക്കുമ്പോൾ അത് തുടങ്ങിവെച്ച ആൾക്ക് ഒരു തരം അധീശതയും അധികാരബോധവും തോന്നും.''

മോഹൻ അതിന്റെ ഉത്ഭവവും അതിനു പിന്നിലെ മനഃശാസ്ത്രവും അശ്വിനിക്കു മനസ്സിലാക്കി കൊടുത്തു.

ഇമെയിലിനെ എങ്ങനെ ദുരുപയോഗപ്പെടുത്താം എന്ന വിഷയത്തിൽ മോഹൻ ധാരാളം ക്ലാസുകളും ചിത്രാവതരണങ്ങളും നടത്തിയിട്ടുണ്ട്.

ആ ചിലന്തി ഇമെയിൽ വന്നു കഴിഞ്ഞു പുറത്തു പോകുമ്പോഴും അല്ലാത്തപ്പോഴും മോഹൻ പരിഹസിച്ചുകൊണ്ടിരുന്നു.

‘‘യ്യോ ദേ, ഒരു സൗത്ത് അമേരിക്കൻ പാറ്റ കടിക്കാൻ വരുന്നു. ഓടിക്കോട്ടോ കീർത്തനാ.’’

‘‘കുണ്ടിക്കു കടിച്ചാൽ നാണക്കേടല്ലേ, നിങ്ങൾ പെണ്ണുങ്ങൾ കൈ കാണിച്ചു കൊടുക്കണേ.’’

കോൺഫറൻസുകളിൽ സംസാരിക്കാൻ മോഹനിപ്പോൾ പലയിടത്തുനിന്നും ക്ഷണം കിട്ടുന്നുണ്ട്. മോഹന്റെ പ്രസംഗങ്ങൾ തമാശയിലാണ് തുടങ്ങുന്നത്. ആ നാടിനെപ്പറ്റി അല്ലെങ്കിൽ ബിസിനസ്സിനെപ്പറ്റിയുള്ള തമാശയായിരിക്കും. സംസാരത്തിലുടനീളം ആ തമാശ തുടർന്നുകൊണ്ടുപോവുകയും ചെയ്യും. കേൾവിക്കാരുടെ ശ്രദ്ധ ഒരു മാത്രപോലും വിട്ടുപോകാതെ സൂക്ഷിക്കാൻ മോഹൻ പ്രത്യേകം ശ്രദ്ധിക്കും. അശ്വിനിയുടെ മുമ്പിലായിരുന്നു മോഹൻ പ്രാക്ടീസ് ചെയ്യാറുണ്ടായിരുന്നത്. തിരുത്തലുകളും അശ്വിനിയുടെ അഭിപ്രായവും മോഹന് മതിപ്പായിരുന്നു, അത്യാവശ്യമായിരുന്നു. ഈ കോൺഫ്രൻസിന്റെ വിശദാംശങ്ങളൊന്നും അശ്വിനിക്കറിയില്ല.

മോഹൻ ഫോണിൽ കീർത്തനയെ അനുനയിപ്പിക്കുന്നത് രസിച്ച് അശ്വിനിയിരുന്നു.

‘‘വീട്ടില് ആരെങ്കിലും ഉണ്ടാവൂലോ.’’

....

‘‘ഇല്ല പ്രശ്നമൊന്നും ഉണ്ടായിട്ടല്ലഡാ. ഒറ്റയ്ക്കാവാണ്ടേ.’’

....

‘‘നിന്റെ കോ-ഓപ്പ് കിറ്റ് ചെയ്യാനല്ല ഞാൻ പറഞ്ഞത്.’’

....

കീർത്തനയ്ക്ക് അവധിയെടുക്കാൻ പറ്റില്ലെന്ന് അശ്വിനിക്കറിയാം. പഠിത്തത്തിനിടയിലെ പരിശീലനമാണ്. കോ-ഓപ്പ് ട്രെയിനിംഗ് കാലത്ത് അവധിയില്ല, ഒരവസരം കിട്ടിയത് തന്നെ ഭാഗ്യമായി കരുതണം.

മോഹൻ ഇവിടെ ഉണ്ടായിട്ടും എന്തു പ്രയോജനം എന്ന് ചോദിക്കാൻ അശ്വനിയുടെ മര്യാദ അനുവദിച്ചില്ല.

‘‘എന്റെയീ ഒടുക്കത്തെ അച്ചടക്കമാണ് പ്രശ്നം ക്യാൻസൂ!’’

അശ്വിനി പരാതിപ്പെട്ടു.

‘‘മമ്മൂസ്, enjoy your single days.’’

കീർത്തന ഫോണിൽ അശ്വിനിയോടു കുസൃതി പറഞ്ഞു. അശ്വിനിയുടെ ആരോഗ്യത്തെപ്പറ്റി കീർത്തനയ്ക്ക് അറിയാം. അശ്വിനിയേക്കാൾ നന്നായി.

‘‘അശ്വിനിയെന്നാൽ ഇപ്പോൾ ക്യാൻസർ തിന്നുപോയ ഒരു ശരീരം മാത്രമാണ് റാണാ’’

‘‘ഈ ആത്മാനുകമ്പ വിട്ട് പുറത്തേക്കിറങ്ങൂ അശ്വിനി. ചൂടുകാലം ഇപ്പൊ തീർന്നുപോവും.’’

റാണയുടെ ഉപദേശത്തെ മാനിച്ച് അശ്വിനി തോട്ടത്തിൽ വാടി നിൽക്കുന്ന പച്ചക്കറികളെ കാണാനിറങ്ങി. പുറത്ത് ചൂടാണ്, ചൂടെന്നു പറഞ്ഞാൽ കേരളാചൂട്. സായിപ്പും മദാമ്മയും ഉരുകിപ്പോകുന്ന ചൂട്. മൈക്സ് ഹാർഡ് ലെമണെഡിനെ മൊത്തി മൊത്തി അശ്വിനി കീർത്തനയുടെ ഊഞ്ഞാലിലിരുന്നാടി. വെന്തുപോകുന്ന ചൂടിൽ വോഡ്കയുടെ തരിപ്പും തണുപ്പും ചേർന്നുള്ള സ്വാദിൽ അശ്വനി പെൻഡുലം പോലെയാടി.

‘‘നിന്നെപ്പോലെ തന്നെ സുന്ദരമാണ് നിന്റെ റിപ്പോർട്ടുകളും.’’

എറിക്ക് കൂത്താടാൻ വന്നതോർത്ത് ഊഞ്ഞാലിലിരുന്നു അശ്വിനി പൊട്ടിച്ചിരിച്ചു. സാന്ദ്ര ബുള്ളോക്കിന്റെ ശാന്തതയാണ് നിനക്കെന്ന് എറിക്ക് ജോലി തുടങ്ങിയ കാലത്ത് അവളോട് പറഞ്ഞിട്ടുണ്ട്.

എറിക്കിന്റെ കണ്ണ് കുറച്ചുനാളായി എതിർവശത്തിരിക്കുന്ന കിംബർലിയിലാണ്. വീനെക്ക് സ്വെറ്ററിന്റെ കഴുത്തിനു ചുറ്റും സ്വർണമുടി പരത്തിയിട്ടിരിക്കുന്ന കിംബർലി. അതൊന്നു തലോടാൻ അശ്വിനിക്കു തോന്നി. ഉം... നഗ്നമായ ഭംഗിയുള്ള കഴുത്ത്. നേക്കഡ്നെക്ക് രതിക്കുള്ള ക്ഷണമാണെന്ന് ആരാണ് പറഞ്ഞിട്ടുള്ളത്. കറുമുറാ... ഒഴിഞ്ഞ കഴുത്തിൽ. എറിക്കിന്റെ പുരുഷമണം ഊഞ്ഞാലാടി വന്നു.

‘‘ഷട്ട് അപ്പ്.’’

അശ്വിനി സ്വയം നിരോധിച്ചു.

‘‘പണ്ട്... പണ്ടു... പണ്ട്... ഒരിടത്തൊരിടത്ത്...’’

അശ്വിനി ഒരിക്കൽ പോയിട്ടുണ്ട് നോവസ്കോഷ്യയിൽ. അന്ന് മോഹന് അവിടെ ഒരാഴ്ചത്തെ ഒരു കോഴ്സുണ്ടായിരുന്നു. അശ്വിനി അവധിയെടുത്ത് കീർത്തനയെയുംകൂട്ടി ഒപ്പം പോയി. കോഴ്സു കഴിഞ്ഞു രണ്ടു ദിവസം നാടു കണ്ടിട്ടാണ് അവർ മടങ്ങിവന്നത്.

നോവ-സ്കോഷ്യയിലെ ഉൾക്കടലിലേക്ക് കൈനീട്ടി നിൽക്കുന്ന ഹാലിബട്ടു പാറയിൽ പണ്ടുപണ്ടൊരു കപ്പൽ തട്ടിത്തകർന്നു പോയി. കപ്പലിലെ എല്ലാരുമെല്ലാരും മരിച്ചപ്പോൾ ഒരു ചെറിയ പെൺകുട്ടി മാത്രം ജീവനോടെ കരയ്ക്കടിഞ്ഞു. പേരെന്താണെന്ന് തന്നെ പറയാനറിയാത്തത്ര ചെറിയ കുട്ടി. അവളെ ദത്തെടുത്ത നാട്ടുകാർ അവൾക്ക് കൊടുത്ത പേരാണ് പെഗി. ആയിരത്തി എണ്ണൂറിൽ നടന്ന കഥയാണ്. അങ്ങനെയാണ് അതിനു പെഗിയുടെ ഉൾക്കടലെന്ന പേരുണ്ടായത്. കഥകേട്ട കീർത്തനയ്ക്ക് ഉത്സാഹമായി.

''ഓ മമ്മൂ, Can we name this rock Keerthan's rock?''

''മമ്മൂ, This water is called Keerthan's water. Ok!''

കീർത്തന വഴിയിൽ കണ്ട പാറകൾക്കും കുളങ്ങൾക്കും നൂലുകെട്ടും പേരിടീലും നടത്തിക്കൊണ്ടിരുന്നു.

അശ്വിനിക്ക് ഇപ്പോൾ പെഗീസ് കോവിൽ പോവണം. നോവസ്കോഷ്യ യുടെ അറ്റത്തെ നിരന്നു കിടക്കുന്ന പാറക്കൂട്ടത്തിനിടയിലെ ഉൾക്കടൽ വീണ്ടും കാണണം അശ്വിനിക്ക്. വേനൽക്കാലത്ത് സൂര്യൻ താഴുമ്പോൾ ചെറുചൂടിൽ കാഞ്ഞു കിടക്കുന്ന പാറയിൽ മോഹന്റെ ഒപ്പം കൈ കോർത്ത് പഴയ ലൈറ്റ് ഹൗസ് നോക്കിയിരിക്കണം. പതിനഞ്ചു കൊല്ലം മുമ്പത്തെപ്പോലെ.

''ഒരു ചാക്ക് മലർപ്പൊടിയുണ്ട്. സെയിലാണ്, ആർക്ക് വേണം?''

താൻ കാണുന്നതെല്ലാം മലർപ്പൊടിക്കാരന്റെ സ്വപ്നങ്ങൾ പോലെ യെന്ന് അശ്വിനിക്കു തോന്നിത്തുടങ്ങി.

പെഗീസ് കോവിനടുത്തു തന്നെയാണ് സ്വിസ് എയർ നൂറ്റിപ്പതി നൊന്നിന്റെ സ്മാരകവും. ആയിരത്തിതൊള്ളായിരത്തി തൊണ്ണൂറ്റി എട്ടിലെ സെപ്റ്റംബർ വൈകുന്നേരം ന്യൂയോർക്കിൽ നിന്നും പുറപ്പെട്ട പാവം നൂറ്റിപ്പതിനൊന്ന്. കാനഡയുടെ തുമ്പത്ത് അറ്റ്ലാന്റിലേക്ക് ഇരു നൂറ്റി ഇരുപത്തിയൊൻപത് ആളുകളുമായി വീണു പോവാനായിരുന്നു വിധി. ജനീവയിൽ എത്തേണ്ടിയിരുന്ന വിമാനത്തിൽ യു.എന്നിലേക്കു പുറപ്പെട്ട പ്രമുഖരുണ്ടായിരുന്നു. സൗന്ദര്യത്തിനു ചേർന്ന് ദുരിതവും അതിന്റെ സ്മാരകവും ഉണ്ടാവുമെന്നും അശ്വിനി തിരിച്ചറിഞ്ഞു.

ആ യാത്ര കഴിഞ്ഞു തിരിച്ചു വീട്ടിലെത്തിയിട്ടും കീർത്തന പേരിടൽ നിർത്തിയില്ല. സ്നൈഡർ ചുരത്തിനു മുകളിൽ നാടു കാണാൻ പറ്റിയ ഒരിടമുണ്ട്. ജൂലൈ ഒന്നാം തീയതി കാനഡ ഡേക്ക് അവിടെയിരുന്നു വെടിക്കെട്ടു കാണാൻ കീർത്തനയ്ക്ക് ഇഷ്ടമായിരുന്നു. പൂക്കളായി ചിതറുന്ന വെളിച്ചങ്ങളുടെ നിറത്തിൽ കീർത്തന കൈകൊട്ടി തുള്ളി ച്ചാടും. കാനഡ ഡേ കഴിഞ്ഞാലും ജൂലൈ രണ്ടാം തീയതിയും മൂന്നാം തീയതിയും കീർത്തന ബഹളം കൂട്ടും.

''കുന്നില് പോവാം. രന്നക്ക് കുന്നിലു പോവണം. ഫയർ വർക്ക്സ് കാണാം.''

തീർന്നു പോയി. ഒരു ദിവസമേ ഉള്ളൂ എന്ന് പറഞ്ഞാൽ മനസ്സി ലാവാത്ത ദുശ്ശാഠ്യം. അടുത്ത രണ്ടു ദിവസങ്ങളിലും കുന്നുകയറി അശ്വിനിയും മോഹനും നാടുകാണി മലയിലിരുന്നു. കുറേ നേരം അവിടെ കളിച്ചു കഴിയുമ്പോൾ വെടിക്കെട്ടു ഇല്ലെന്നു കീർത്തന വിശ്വ സിക്കും. അങ്ങനെ സ്നൈഡർ മലയ്ക്ക് അവർ കീർത്തനക്കുന്നെന്നു പേരിട്ടു.

പഴങ്കഥകൾ... പഴങ്കഥകൾ

പണ്ടാരക്കഥകൾ... ഭൂതകാലകഥകൾ

ഭൂതകാലം... ഭൂതം... ഭൂതം... തം... താ!

അശ്വിനി അവളുടെ മലർപ്പൊടിക്കച്ചോട മോഹത്തെ ഉപേക്ഷിച്ചു. മലർപ്പൊടിക്കുടം മറ്റൊരാൾക്കു കൊടുക്കാതെ തറയിലിട്ടുടച്ച് അശ്വിനി ഒരു ഡ്രൈവിനു പോവാൻ കൂട്ടുകാരെ വിളിച്ചു.

മിത്രയ്ക്ക് അപ്പോയ്ന്റ്മെന്റുണ്ട് എന്നാലും വരാമെന്ന് സമ്മതിച്ചു.

രന്നക്കുന്നിൽ ഇറങ്ങി നിന്ന് അശ്വിനി വിസ്തരിച്ചു.

''ദേ, ഇവിടെ ഇരുന്നിട്ടാ ഞങ്ങൾ കടല തിന്ന് ഫയർവർക്സ് കണ്ടത്.''

''നിനക്ക് കീർത്തനയെ വിളിക്കായിരുന്നില്ലേ അശ്വിനീ?''

മിത്ര സന്ധിക്കു ശ്രമിക്കുകയാണെന്ന് അറിഞ്ഞു അശ്വിനി തടഞ്ഞു.

''എന്തിനാണ്? അവൾക്ക് തിരക്കല്ലേ?''

''ചിലപ്പോ, പരീക്ഷയുടെ തിരക്കാവും.''

''അതെയതെ, കോ-ഓപ്പ്നു എന്തു പരീക്ഷ? കോപ്പു പരീക്ഷകളൊക്കെ തീരട്ടെ.''

''ഇരുട്ടായില്ലേ, നമുക്ക് പോവാം.''

''എല്ലാർക്കും മടുത്തു അല്ലേ മിത്രാ?''

''അങ്ങനെയല്ല ആഷ്. ഇന്നലെ ലേറ്റായിട്ടാണ് കിടന്നത്. നന്നായി ഉറങ്ങാത്ത കാരണാവും എനിക്ക് തണുക്കുന്നത്.''

കിടുകിടുപ്പോടെ മിത്ര അശ്വിനിയുടെ കീർത്തനങ്ങൾ മുഴുവൻ മൂളിക്കേട്ടു. ഇടയ്ക്കിടെ അശ്വിനി കാണാതെ ഫോണിലെ സമയം നോക്കിക്കൊണ്ട്.

രന്നക്കുന്നിറങ്ങി വരുമ്പോൾ പത്തുമണി കഴിഞ്ഞിരുന്നു.

''അമ്മേടെ ചങ്കാട്ടോ രന്ന. അമ്മേടെ സ്പ്ലീനാണേ.''

''ഹാ... ഹ... ഹാർട്ടും സ്പ്ലീനും പോയിക്കഴിഞ്ഞാ മമ്മൂസ് ഹോളോ ആവൂലോ!''

അതേ, കീർത്തനാ, ഹോളോ. ഒരൊറ്റ മുല മാത്രമേ കാൻസറിനു കൊടുത്തുള്ളൂ. എന്നിട്ടും അമ്മേടെ സ്പ്ലീനും ശ്വാസോം ചങ്കും മത്തങ്ങേം ഒക്കെ ദേ ഒഴിഞ്ഞു കിടക്കുന്നു - empty

യഥാർത്ഥ സ്നേഹം എന്നാൽ കെട്ടുപാടുകളില്ലാത്തതല്ലേ? അതൊക്കെ വെറും സങ്കൽപം മാത്രമാണെന്ന് അശ്വിനി വിശ്വസിക്കുന്നുണ്ടോ? കീർത്തന വേദനപ്പിക്കുക മാത്രമാണ് ചെയ്യുന്നതെങ്കിൽ, കീർത്തനയെ

പൂർണമായും സ്നേഹിക്കുവാൻ അശ്വിനിക്ക് കഴിയുമോ? നിരുപാധികമായ സ്നേഹം എന്നൊന്ന് ഇല്ല എന്ന് എങ്ങനെ സമ്മതിച്ചു കൊടുക്കും? അശ്വിനി അശ്വിനിയോടു തന്നെ തർക്കിച്ചു തേഞ്ഞുപോയി.

ഫോണിന്റെ ബഹളത്തിൽ അശ്വിനി കണ്ണു തുറന്നു. രാത്രി ഒരു മണിക്ക് ആരാണ് വിളിക്കുന്നത്. വലിച്ചു തുറന്ന പോളകൾക്ക് മുന്നിൽ ഫോൺ സ്ക്രീൻ കാണിച്ചു.

അനൂപ് കോളിംഗ്...

ഫുജൈറയിൽ സമയം എത്രയായിട്ടുണ്ടാവും?

‘‘എത്രയെങ്കിലുമാവട്ടെ. നാവടക്കി കിടന്നുറങ്ങ്.’’

തലച്ചേറിൽ നിന്നൊരു ശബ്ദം അശ്വിനിയെ ശാസിച്ചു.

‘‘എന്റെ നേരാങ്ങളയാണ്. ഒരേയൊരു അപ്പുച്ചേട്ടനാണ് ക്യാൻസൂ.’’

അശ്വിനി ഫോണിനു നേരെ കൈ നീട്ടാൻ ശ്രമിച്ചു.

‘‘ഇപ്പൊ ആരോടും മിണ്ടാത്തതാണ് നല്ലത്. ഫോൺവെയ്ക്കു അശ്വിനീ.’’

‘‘മിത്ര പോയോ? എപ്പോ പോയി? അവളെന്താണ് ബൈ പറയാതെ പോയത്.’’

കാലത്തേ പിന്നെയും ഫോൺ തലതല്ലിക്കരയുന്നത് കേട്ടാണ് അശ്വിനി ഉണർന്നത്.

‘‘ഹൗ ആർ യു?’’

‘‘ഐം ആം ഫൈൻ, താങ്ക്യൂ.’’

ശബ്ദം കഴിയുന്നത്ര കഠിനമാക്കി അശ്വിനി മറുപടി പറഞ്ഞു.

‘‘കോൺഫറൻസ് ഹാളിലേക്ക് പോയിക്കഴിഞ്ഞാൽ എന്നെ കിട്ടാൻ ബുദ്ധിമുട്ടായിരിക്കും. അതോണ്ട് പോകുന്നേനു മുൻപേ വിളിച്ചേക്കാന്നു കരുതി.’’

‘‘ഉം...’’

‘‘ഓൾ ഗുഡ് ദേർ?’’

‘‘യെസ്, എവരിത്തിംഗ് ഈസ് ആബ്സല്യൂട്ട്ലി പെർഫെക്ട് ഹിയർ.’’

അനുവാദം ചോദിക്കാതെ, കൂടുതൽ വിസ്താരത്തിന് ഇടംകൊടുക്കാതെ അശ്വിനി ഫോൺ വെച്ചു.

ജോലികഴിഞ്ഞു വരുംവഴി ഗേൾ-പവർകാരികൾ അശ്വിനിയുടെ വീട്ടിലേക്ക് മുന്നറിയിപ്പില്ലാതെ വന്നു കയറി. മോഹനില്ല, അപ്പോൾ വീട്ടിൽ കയറി വരാൻ പ്രത്യേകാനുവാദമോ, അപ്പോയിന്റ്മെന്റോ ആവശ്യമില്ല.

‘‘നിന്റെ ഹാങ്ങോവർ മാറിയോ?’’

മിത്രയുടെ ചോദ്യത്തെ അശ്വിനിയൊരു മറുചോദ്യം കൊണ്ടു തടുത്തു.

‘‘മിത്രാ, എന്താ ഇന്നലെ ഒന്നും പറയാതെ പൊയ്ക്കളഞ്ഞത്?’’

പെണ്ണുങ്ങൾ കണ്ണിൽക്കണ്ണിൽ നോക്കുന്നത് അശ്വിനി കാണുന്നില്ലെന്നു കരുതരുത്. മുലയേ പോയിട്ടുള്ളൂ. അശ്വിനിയുടെ കാഴ്ച നശിച്ചിട്ടില്ല. അശ്വിനി ഉള്ളിൽ പിറുപിറുത്തു.

‘‘ഞാൻ ബൈ പറയാൻ ശ്രമിച്ചു നോക്കീതല്ലേ. നീ നല്ല ഫോമിലായിരുന്നു.’’

മിത്രയുടെ വിശദീകരണം കഴിഞ്ഞപ്പോൾ, അശ്വിനിയുടെ കാറിന്റെ ട്രങ്കിലെ കുപ്പികളെപ്പറ്റി പവർകാരികൾ ആശങ്കപ്പെട്ടു.

അശ്വിനി അപ്പോൾ കാലാവസ്ഥയെപ്പറ്റി പറഞ്ഞു.

‘‘എന്താല്ലേ ചൂട്.’’

‘‘അതേ, ഹൈഡ്രോയുടെ വാണിംഗ് ഉണ്ട്. എ.സി. ഒരു ഡിഗ്രി കൂട്ടിയിട്ട് എനർജി സേവ് ചെയ്യാൻ.’’

കാലാവസ്ഥ - സർവ്വരംഗ രക്ഷിതാവായ കാലാവസ്ഥ മധ്യസ്ഥം വഹിച്ച ആ സമ്മേളനവും പിരിഞ്ഞു. സങ്കടങ്ങൾ പരസ്യപ്പെടുത്താനുള്ളതല്ല. സന്തോഷങ്ങൾ, വിജയങ്ങൾ - അങ്ങനെയൊക്കെ അഭിനന്ദനം കിട്ടുന്നത് മാത്രമേ സൗഹൃദത്തിന്റെ നടുമുറ്റത്തു വെക്കാവൂ എന്ന നിയമത്തിൽ അശ്വിനി ഉറച്ചു നിന്നു.

കാലാവസ്ഥയിൽ കയറിയിറങ്ങി അശ്വിനിയെന്ന ദുർഘടത്തെ അവരിൽ നിന്നും അവൾ തന്നെ ഒഴിവാക്കി കൊടുത്തു. റോഡ് ബ്ലോക്കുകൾ ഒഴിവാക്കുന്നതു പോലെ.

ചൂട്, തണുപ്പ് ഈ രണ്ടവസ്ഥ എത്ര വലിയ വ്യവസായമാണ്. കാലാവസ്ഥയ്ക്കായി തന്നെ ടി.വി. ചാനലുകളുണ്ട്.

‘‘നിൽക്ക് നിൽക്ക് പോവല്ലേ കാറ്റേ... പോവല്ലേ ചൂടേ.’’

Save it, Store it

കാപ്പിമേശയുടെ അടിയിൽ അലക്ഷ്യമായി കിടന്നിരുന്ന പഴയ തടിയൻ ആൽബം അശ്വിനി മറിച്ചു നോക്കി. തൊപ്പിവെച്ച്, കൂളിംഗ് ഗ്ലാസ് വെച്ച്, കൈയിൽ ഐസ്ക്രീമുമായി കീർത്തന മോഹന്റെ മടിയിലിരിക്കുന്ന പടം അവൾ കുറച്ചുനേരം നോക്കിയിരുന്നു. ജമേക്കയിൽ വെക്കേഷൻ പോയപ്പോൾ എടുത്ത ഫോട്ടോ ആയിരുന്നു അത്.

നീലനിറമുള്ള വെള്ളവും ആകാശവും ചെടികളും ചെത്തിപ്പൂക്കുലകളും... ജമേക്ക വെക്കേഷന്റെ നിറങ്ങളിൽ മുങ്ങി അശ്വിനിയിരുന്നു. ആ നാട്ടിലെ ചുട്ടുപൊള്ളുന്ന ജീവിതത്തെ വട്ടത്തൊപ്പിയിൽ നിഴലാക്കിയും കറുത്ത കണ്ണടകൊണ്ട് പുറത്തെ യഥാർത്ഥ ജീവിതക്കാഴ്ചകൾ മറച്ചും തണുത്ത മധുരമുള്ള ലഹരിയിൽമുങ്ങി ആനന്ദത്തിന്റെ ഹൈവെയിൽ സ്പീഡ് ലിമിറ്റ് തകർക്കാൻ പെടാപാട് പെട്ടിരുന്ന സുന്ദരൻ റിസോർട്ടു ജീവിതം. ആൽബത്തിന്റെ കറുത്ത താളുകളിൽ ജീവിതം നിറം പിടിച്ചു നിൽക്കുന്നു. അതിനിടയിൽ മെലിഞ്ഞ ഒരു ജോലിക്കാരിയെ ആദ്യമായി അശ്വിനി കണ്ടു. റിസോർട്ടിലെ ജോലിക്കാർ അച്ചടക്കത്തോടെയാണ് ജോലി ചെയ്യുന്നത്. അതിഥികളുടെ സുഖം മാത്രമാണ് അവരുടെ ജീവിതലക്ഷ്യം എന്നമട്ടിൽ. അവരുടെ സങ്കടങ്ങളോ സുഖാർത്തിയോ പുറത്തു കാണിക്കാതെ. കടലിനപ്പുറത്തെ ഹാമോക്കിലാടുന്ന ജീവിതത്തെപ്പറ്റി റിസോർട്ട് ജോലിക്കാർ ഇടയ്ക്കെങ്കിലും സ്വപ്നം കാണുന്നുണ്ടാവുമോ?

അശ്വിനി ആൽബം തിരിച്ചു വെച്ചപ്പോൾ മേശയ്ക്കടിയിൽ നിന്നും കുറെ കടലാസുകൾ പുറത്തേക്ക് ചാടി. പഴയ കത്തുകളും പത്രങ്ങളും കുഴഞ്ഞുമറിഞ്ഞു കിടക്കുന്നതായിരുന്നു അത്. അവൾ വീടിനെ സൂക്ഷ്മമായിട്ടൊന്നു നോക്കി. കെട്ടിക്കിടക്കുന്ന കടലാസ്സുകൾ, ഭിത്തിയലമാരയിൽ ഷൂസിന്റെ പെട്ടികൾ, തൊപ്പികൾ സ്കാർഫുകൾ, സഞ്ചികൾ.... മോഹൻ അടുക്കലും പെറുക്കലും ഉപേക്ഷിച്ചത് എന്നാണ്? വീട് എപ്പോഴാണ് ഇങ്ങനെ ചവറുകൂമ്പാരമായി മാറിയത്?

പെട്ടെന്നാണു താറുമാറായിരിക്കുന്ന വീടിനെ തോൽപ്പിച്ച് വിശപ്പ് അശ്വിനിയെ ആക്രമിച്ചത്. കത്തിക്കാളുന്ന വിശപ്പായിരുന്നു അത്. അവൾക്കപ്പോൾ മറ്റാരെങ്കിലും വിളമ്പിക്കൊടുക്കുന്ന ഭക്ഷണം കഴിക്കണമെന്നു തോന്നി. എട്ട് ആഴ്ചയായി കാത്തിരിക്കുന്ന കീമോതെറാപ്പി തുടങ്ങിയാൽ ഛർദ്ദിയുണ്ടാവും, പിന്നെ ഇമ്യൂണിറ്റി കുറയുന്നതുകൊണ്ട് പുറത്തുനിന്നും ഭക്ഷണം കഴിക്കാൻ പറ്റില്ല, ലഘുലേഖകളിൽ വായിച്ച മുന്നറിയിപ്പുകളോർത്ത് അശ്വിനി ക്യാൻസുവിനോടു പറഞ്ഞു.

''അതിനു മുമ്പ് നമുക്ക് തിന്നു തിമിർക്കണം!''

വിദ്യയ്ക്ക് പകൽ ജോലിയുള്ള ആഴ്ചയാണ്, ആളെ നട്ടുച്ചയ്ക്ക് കിട്ടില്ലെന്ന് അശ്വിനി കണക്കുകൂട്ടി. അവൾ ഛടപടുന്ന് എഴുന്നേറ്റ് ഗ്ലാസ് കഴുകി തുടച്ച് അലമാരയിൽ ഇരുന്നിടത്തുവെച്ചു. ഗ്ലെൻഫഡിക്കിന്റെ കുപ്പി അലമാരയുടെ പിന്നിലേക്ക് തള്ളിനീക്കി വെച്ചിട്ട് അതിനു മുന്നിലേക്ക് ക്ലബ് സോഡയുടെ കുപ്പി മാറ്റിവെച്ചു.

അശ്വിനി മുഖമൊന്നു കഴുകി, പുരികത്തിൽ വളർന്നു വന്ന മൂന്നു നാലു രോമങ്ങളെ പിഴുതെടുത്തു കളഞ്ഞു. കണ്ണാടിനോക്കി. മുടിചീവി, പൈജാമ ഊരിയെറിഞ്ഞു, സമ്മറിന്റെ സ്ലീവ്ലെസ് ഉടുപ്പ് കൈയിലെടുത്തു. ബ്രായുടെ ഡ്രോയിൽ തിരഞ്ഞു. ഇളംപിങ്കു നിറമുള്ള പോസ്റ്റുസർജിക്കൽ ബ്രാ, സ്കൈലർ തിരഞ്ഞെടുത്തു കൊടുത്തത് അവൾ കൈയിലെടുത്തു.

''എല്ലാം ബോറിംഗ് വെള്ളേം കറുപ്പും ആവാതെ നേർത്ത നിറങ്ങൾ കൂടി എടുക്കൂ ആഷ്.''

''ഉവ്വ, കുന്നു തോണ്ടിയെടുത്ത കുഴിയെ പൊതിയാനല്ലേ, ശവക്കച്ച.''

സ്കൈലർ തരിമ്പും സ്നേഹം കാണിക്കാതെ അശ്വിനിയെ നുള്ളി വേദനിപ്പിച്ചു. അത്രയും കഠിനഹൃദയായി സ്കൈലറെ അശ്വിനി കണ്ടിട്ടില്ല. അവൾ ഒരിക്കൽ പോലും ക്ഷമ പറഞ്ഞില്ല. വേദനിച്ചോ എന്ന് അന്വേഷിച്ചില്ല. അത് അശ്വിനി അർഹിച്ചതുപോലെ.

''ഔച്ച്.''

''Don't even think that way. You are a beautiful woman. Do not let cancer define you.''

സ്കൈലർ ചെയ്യുന്നതൊന്നും ഉറപ്പില്ലാതെയല്ല. തിരുത്താൻ വേണ്ടിയുള്ള അസംബന്ധങ്ങളല്ല.

പിങ്ക് ബ്രായുടെ പൂമൊട്ടുകൾ ചേർത്തു തുന്നിയ വള്ളി വലത്തെ തോളിൽ നിന്നും ഉയർത്തി കപ്പിനുള്ളിലേക്ക് അശ്വിനി വെപ്പുകല്യാണിയെ മെല്ലെ തിരുകിക്കയറ്റി. ഇതൾപോലെ മൃദുവായ കപ്പിനുള്ളിൽ വെപ്പുകല്യാണി ശതാവരിവള്ളിയിൽ പറ്റിച്ചേർന്നിരുന്നു. ജെൽ-കുഷ്യൻ

അശ്വിനിയുടെ ചൂട് ഒപ്പിയെടുത്തു ഞാൻ കല്യാണിതന്നെയെന്നു വിശ്വസിപ്പിക്കാൻ ശ്രമിച്ചു. ഏതു ബ്ലൗസും സ്വെറ്ററും കുർത്തിയും ഇടാം. പഴയ പരുത്തിസാധനം പോലെ ഇടയ്ക്ക് എഴുന്നേറ്റു വന്നു ബ്ലൗസിന്റെ കഴുത്തിലൂടെ എത്തിനോക്കില്ല.

''പരുത്തിക്കല്യാണിക്ക് മര്യാദയില്ല.''

ഉടുപ്പിട്ടിട്ടു അശ്വിനി ചരിഞ്ഞും തിരിഞ്ഞും നോക്കി കണ്ണാടിയോടു പറഞ്ഞു.

''ഒരു പുതപ്പ് അല്ലെങ്കിൽ സ്വെറ്റർ വേണം. കൈയില്ലാത്ത ഉടുപ്പല്ലേ?''

കണ്ണാടി കമന്റടിച്ചു.

നീളൻ സ്കാർഫ് കഴുത്തിൽ ചുറ്റി അശ്വിനി അർബൻ റസ്റ്റോറന്റിലേക്ക് ക്യാൻസുവിന്റെ കൈപിടിച്ചങ്ങു പോയി. റസ്റ്റോറന്റിന്റെ ബാറിനുള്ളിലെ തെളിച്ചംകെട്ട വിളക്കുകൾ അവരെ വശീകരിച്ചില്ല.

''Would you like to sit on the patio mam?''

''Yes please.''

ബാറിന്റെ പുറംതിണ്ണയിൽ തിരക്കുണ്ടായിരുന്നു. ആറു വട്ടമേശകളും രണ്ടു നീണ്ട മേശകളുമാണ് പാറ്റിയോയിൽ ഉണ്ടായിരുന്നത്. അവയിൽ വെളുത്ത പ്ലാസ്റ്റിക് വിരികളും. നടുക്കായി പച്ചയും വെള്ളയും കളങ്ങളുള്ള ഒരു ചതുരം ത്രികോണമായി ഇട്ടിരുന്നു.

കൂട്ടമായിരുന്ന് ഉച്ചത്തിൽ സംസാരിക്കുകയും പൊട്ടിച്ചിരിക്കുകയും ചെയ്യുന്ന സംഘങ്ങളെ ഒഴിവാക്കി അശ്വിനി അറ്റത്തുമാറി വിസ്താരമുള്ള പച്ച വേനൽക്കുടയ്ക്ക് കീഴെ ഇരുന്നു. അവിടെയിരുന്നാൽ ചോളപ്പാടങ്ങൾക്ക് മുകളിലൂടെ ദൂരെയുള്ള റോഡുകാണാം. അതിലെ പാഞ്ഞുപോകുന്ന കാറുകളും ലോറികളും കാണാം. അശ്വിനി കാറ്റത്തു കുഴഞ്ഞാടുന്ന ചോളച്ചെടികളെ നോക്കിയിരുന്നു.

റോഡിന്റെ മറുവശത്ത് നീലയും ഗ്രേയും നിറത്തിൽ പെയിന്റ് ചെയ്ത സെൽഫ് സ്റ്റോറേജ് കെട്ടിടങ്ങളായിരുന്നു. പുറന്തള്ളിയിട്ടിരുന്ന നീലനിറം വീണ്ടും ഫാഷനിലേക്ക് വന്നിരിക്കുന്നു. സെൽഫ് സ്റ്റോറേജിന്റെ ഷട്ടർ തുറന്നാൽ അഞ്ചടി, പത്തടി, അല്ലെങ്കിൽ ഇരുപതടി നീളത്തിലും വീതിയിലുമുള്ള മുറികളാണ്. അവ വാടകയ്ക്ക് എടുക്കാം. വാഹനങ്ങൾ അതിന്റെ വാതിലോളം എത്തുന്നതുകൊണ്ട് സാധനങ്ങൾ വെക്കാനും എടുക്കാനും എളുപ്പമാവുന്നു. അല്പം കുറഞ്ഞ വിലയ്ക്ക് ഉള്ളിലുള്ള യൂണിറ്റുകൾ എടുക്കാം. ഒരു വരാന്തയ്ക്ക് ഇരുവശവും അല്ലെങ്കിൽ എലിവേറ്റർ കയറി മുകളിലുള്ള നിലകളിലായിരിക്കും ഉള്ളിലെ യൂണിറ്റുകൾ. സെക്യൂരിറ്റി കോഡ് ഉപയോഗിച്ച് അലാറം നിയന്ത്രിക്കാം. ഈ സംവിധാനത്തിലൂടെ ആരെങ്കിലും നിങ്ങളുടെ

സംഭരണ മുറിയിൽ കയറിയാൽ ഉടൻ അറിയാനും പറ്റും. ഇരുപത്തി നാലു മണിക്കൂറും പ്രവേശനം ആവാം.

സ്വന്തമായി ഒരു പാണ്ടികശാല. അധികമുള്ള വസ്തുക്കൾ, വീട്ടിൽ വെക്കാൻ സ്ഥലമില്ലാത്ത സാധനങ്ങൾ കൂട്ടി വെക്കാൻ ഒരു ഇടം. കാനഡയിൽ വീടുകൾക്ക്, മുറികൾക്ക്, ജനലുകൾക്ക് എല്ലാത്തിനും വലിപ്പം കൂടിക്കൂടി വരികയാണ്. അതിലൊന്നും കൊള്ളാത്തത്ര ജംഗമ സ്വത്തുക്കളുമുണ്ട്. ടിവി വലുത്, ഫ്രിഡ്ജ് വലുത്. ഭക്ഷണം സൂക്ഷിച്ചു വെക്കാൻ ഫ്രീസറുകൾ. വീടുകളിൽ ആളുകളുടെ എണ്ണം മാത്രമാണ് കുറഞ്ഞു വരുന്നത്. ഒരു വീടിനു മൂന്ന് അല്ലെങ്കിൽ നാലു കുളിമുറികൾ. അശ്വിനിയുടെ കുളിമുറിക്ക് ആദ്യം താമസിച്ചിരുന്ന ഫ്ളാറ്റിനേക്കാൾ വലിപ്പമുണ്ട്. വീടിനുള്ളിൽ കുറഞ്ഞത് രണ്ടു വ്യായാമോപകരണങ്ങളു ണ്ടാവും. എന്നിട്ടും എല്ലാവരും ജിം മെമ്പർഷിപ്പ് എടുക്കുന്നു. ജിംനേഷ്യ ത്തിൽ പോവുന്നു. പോവാൻ കഴിയാത്തതിൽ കുറ്റബോധപ്പെട്ട് ജീവി ക്കുന്നു.

More... more...

പിടിച്ചടക്കണം, കൂട്ടിവെയ്ക്കണം. ചെയ്തു തീർക്കണം. സ്വന്തമാ ക്കണം. അതാണ് ഈ കാലത്തിന്റെ മുദ്രാവാക്യം.

വീടിന്റെ ഭാഗമായിട്ടുള്ള കാർഷെഡ്ഡിനു രണ്ടു കിടപ്പുമുറികളുടെ വലിപ്പമുണ്ട്. അതിനുള്ളിൽ മഞ്ഞു നീക്കാനുപയോഗിക്കുന്ന സ്നോ ബ്ലോവർ, ചൂടുകാലത്ത് പുല്ലുവെട്ടാനുള്ള ലോൺ മോവർ തുടങ്ങി തോട്ടപ്പണിയായുധങ്ങളും അലമാരകളുമുണ്ട്. സാധനങ്ങൾ സൂക്ഷി ക്കാനുള്ള വീടിനു പിന്നിലെ ഷെഡിനും വലിപ്പം കൂടിക്കൂടി വരുന്നു. അതിലും കവിയുന്ന സാധങ്ങൾ. പുറത്തിരിക്കാൻ മടക്കുകസേരകൾക്ക് പകരം ചൂടും വെയിലും മഴയും താങ്ങുന്ന സോഫകളായി മാറി ഫാഷൻ. ഒരു റെസ്റ്റോറന്റിന് ഉപയോഗിക്കാൻ വേണ്ട വലിപ്പമുള്ള ബാർബിക്യൂ അടുപ്പുകൾ. പാതകവും ബാർയൂണിറ്റും കൂടിച്ചേർന്നത്. നാലു മാസത്തെ ചൂടുകാലം കഴിഞ്ഞാൽ മഞ്ഞിൽ നശിച്ചുപോകാതെ, ഇതൊക്കെ എവിടെയാണ് സൂക്ഷിക്കുക?

"Store it."

പുതിയ സാധനങ്ങൾ മാർക്കറ്റിൽ വരുന്നത് വാങ്ങുക. എല്ലാം കൂട്ടി ക്കൂട്ടി വെയ്ക്കുക.

രണ്ടാമത്തെ ബുക്കേഴ്സ്-നീറ്റ്ന്* ഓർഡർ കൊടുക്കുമ്പോൾ അടുത്ത മേശയിലെ പെണ്ണുങ്ങളെ അശ്വിനി കള്ളക്കണ്ണുകൊണ്ടു നോക്കി. അവർ കൂട്ടത്തോടെ ചിരിക്കുന്നുണ്ട്. മിഠായി നിറത്തിലുള്ള സമ്മർ ഡ്രിങ്കുകൾ

* Booker's bourbon - neat

കുടിച്ചിരുന്ന അവരുടെ ഇടവിടാതെയുള്ള കൂട്ടച്ചിരി അശ്വിനിയെ അസ്വ സ്ഥയാക്കി. ഐസ്ക്രീമും വെള്ളവും പേരിനു മദ്യവും ചേർന്ന കാണാൻ ചേലുള്ള അവരുടെ മധുരപാനീയങ്ങളെ അശ്വിനി പുച്ഛത്തോടെ നോക്കി.

കീമോതയ്യാറെടുപ്പിന്റെ ഉദ്ഘാടനമായി, മേശപ്പുറത്ത് മടക്കിവെച്ചി രുന്ന നാപ്കിൻ ഒന്നു കുടഞ്ഞു നിവർത്തി മടിയിലിട്ടിട്ട് അശ്വിനി സീസർ സാലഡ് കഴിക്കാൻ തുടങ്ങി. ചീസിന്റെ തരുതരുപ്പും ലൈറ്റിസിന്റെയും സാലഡിനു മുകളിൽ വിതറിയിരുന്ന ക്രൂട്ടൺസിന്റെയും കറുമുറുപ്പും അവളുടെ രസമുകുളങ്ങളെ ആനന്ദിപ്പിച്ചു. സാലഡ് തീർന്നു ഒരിറക്ക് ബെർബൻ കുടിച്ചപ്പോഴേക്കും ലസാനിയയുടെ നീളൻ പാത്രം വെയിറ്റർ അശ്വിനിക്കു മുന്നിൽ വെച്ചു.

''പാത്രത്തിനു നല്ല ചൂടുണ്ട്, ഓവനിൽ നിന്നും വന്നതാണ്. സൂക്ഷി ക്കണേ.''

''കണ്ടിട്ടു തന്നെ നല്ല സ്വാദുണ്ട്. നന്ദി.''

അശ്വിനിയുടെ അഭിനന്ദനത്തിൽ ചിരിച്ചുകൊണ്ടു വെയിറ്റർ ചോദിച്ചു,

''ഒരു ഡ്രിങ്ക് കൂടി കൊണ്ടുവരട്ടെ?''

''ഓ തീർച്ചയായും.''

വെയിറ്ററിന്റെ മുന്നറിയിപ്പിനെ മാനിച്ച് ലസാനിയ പാത്രത്തിൽ തൊടാതെ അശ്വിനി ഗാർലിക് ബ്രെഡിലേക്കു തിരിഞ്ഞു. ചെറിയ ചൂടുള്ള റൊട്ടിയിൽനിന്നും പരന്നൊഴുകിയ വെളുത്തുള്ളി കലർന്ന വെണ്ണ അശ്വിനിയുടെ വിരൽത്തുമ്പിലായി. അതു നാപ്കിൻ കൊണ്ടു തുടച്ചു മാറ്റിയിട്ട് അശ്വിനി ഗാർലിക് ബ്രെഡിന്റെ അടരുകൾ ശ്രദ്ധയോടെ കഴിച്ചു.

''ബെർബന് ഗാർലിക് ബ്രെഡോളം നല്ലൊരു കൂട്ടില്ല ക്യാൻസൂ.''

അശ്വിനിയുടെ കമന്ററി കേട്ടിട്ടു ക്യാൻസു മറുപടി പറഞ്ഞില്ല. ചെറു തരിയായി നുറുക്കിയ ഇറച്ചി ചേർത്ത തക്കാളി സോസ്, അതിനു മുക ളിൽ പാസ്റ്റയുടെ ഒരു അടുക്ക്, പിന്നെയും തക്കാളി സോസ്, പിന്നെ ചീസിന്റെ മിശ്രതം, അതിനു മുകളിൽ വീണ്ടും ഇറച്ചി ചേർത്ത തക്കാളി സോസ്, പാസ്റ്റ, ചീസ്... അടുക്കടുക്കായി പണിത ആറുനില ലസാ നിയയുടെ മുകളിൽ ചിതറിയ പാർമസാൻ ചീസിലൂടെ നൂണ്ടിറങ്ങിവന്ന ചുവന്ന സോസ് ചിലയിടങ്ങളിൽ തവിട്ടുനിറമായിരുന്നു.

ലസാനിയ തീർന്നു കഴിഞ്ഞപ്പോൾ വെയിറ്റർ മധുരങ്ങളുടെ മെനു കൊണ്ടു അശ്വിനിക്കു കൊടുത്തു. ഐസ്ക്രീമിനെ തള്ളി അവൾ ചീസ് കേക്ക് ഓർഡർ ചെയ്തു.

ഒരു സമ്പൂർണ ഇറ്റാലിയൻ ഭക്ഷണം കഴിഞ്ഞു വീട്ടിലെത്തിയ പ്പോൾ അശ്വിനിയുടെ ശരീരം ഉറങ്ങണമെന്നു പറഞ്ഞു. അവൾ വീടിനു

പിന്നിലെ ഊഞ്ഞാലിൽ മലർന്നുകിടന്നു. അതുകണ്ട് ഒരു ഉപകാരി ക്കാറ്റ് തുള്ളുന്ന പാൻസിപ്പൂവുകളിൽ നിന്നും ഓടിവന്നു.

രാ..രീ... രാ...രാ..രോ...

രാരീരം... രാരീരം... രാരാരോ....

റാണയാണ് അശ്വിനിയെ നാലുമണിക്ക് വിളിച്ചുണർത്തിയത്.

''നാളത്തേക്ക് റെഡിയാണോ?''

''കീമോതെറാപ്പി, ഓ, അത് കുത്തിവെപ്പാണ്.''

''കുത്തിവെപ്പല്ല. ഇൻട്രാവീനസ്.''

റാണയും അശ്വിനിക്ക് ക്ലാസെടുത്തു. തുടങ്ങിയാൽ പിന്നെ നിർ ത്താൻ പറ്റാതെ വിഭജിച്ചു വിഭജിച്ചു വലുതാവുന്ന കോശങ്ങളാണ് കാൻസർ. ഇങ്ങനെ പെരുകിക്കൊണ്ടിരിക്കുന്ന കോശങ്ങൾക്ക് സഡൻ ബ്രേക്കിടാനുള്ള രാസവസ്തുക്കളുടെ ഒരു കോക്ടെയിലാണ് കീമോ മരുന്ന്.

പക്ഷേ, ഈ ചുള്ളൻ, ശരീരത്തിലെ വിഭജിച്ചുകൊണ്ടിരിക്കുന്ന എല്ലാ കോശങ്ങളെയും അടിച്ചു നിരപ്പാക്കിക്കളയും. രോമകൂപങ്ങളെ നശിപ്പിക്കുമ്പോൾ എല്ലായിടത്തെയും രോമങ്ങൾ ഇല്ലാതാവും. കുട ലിന്റെ ഉൾഭാഗത്തെ കോശങ്ങളെ ബാധിക്കുമ്പോൾ ഛർദ്ദി വരും. മജ്ജയെ ഇല്ലാതാക്കിക്കളയും. അപ്പോൾ രോഗാണുക്കളെ ടിഷ്യൂംന്ന് ടിഷ്യൂംന്ന് ഇടിച്ചോടിക്കാനുള്ള പ്രതിരോധശക്തി ഇല്ലാതാവും.

റാണയുടെ ക്ലാസ് കഴിഞ്ഞ് അകത്തു കയറി വന്ന അശ്വിനി കാലത്തേ പുറത്തെടുത്ത ആൽബവും കടലാസ്സുകളും ഫാമിലി മുറിയിൽ ചിതറി ക്കിടന്നത് കണ്ടു കയർത്തു.

''ഇതൊക്കെ ഞാൻ തിരിച്ചു വെച്ചിട്ടാണ് പോയത്. എനിക്ക് ഒറപ്പാ.''

''ആരാ...ആരാ... ക്യാൻസു ഇതൊക്കെ പിന്നെയും വലിച്ചിളക്കി യത്?''

അന്നു രാത്രി ഉറങ്ങാൻ പറ്റാതെ അശ്വിനി ലൈബ്രറിയിൽ നിന്നു മെടുത്ത പുസ്തകങ്ങളും ആശുപത്രിയിൽ നിന്നു കിട്ടിയ ലഘുലേഖ കളും മുന്നറിയിപ്പുകളും പോരാത്തതിന് ഗൂഗിൾ കൊടുത്ത ഒരുലക്ഷം പേജുകളും ഒന്നുകൂടി അരിച്ചുപെറുക്കി നോക്കി. അതിൽ കീമോ ബ്രെയിൻ എന്നൊരു പ്രശ്നം അശ്വിനിയെ പിടിച്ചു കുലുക്കി. കീമോ തെറാപ്പി ചിലപ്പോൾ തലച്ചോറിന്റെ പ്രവർത്തനത്തെ തകരാറിലാക്കും. സാവധാനം തലച്ചോറിന്റെ പ്രവർത്തനം നിലച്ചുപോകാം!

നെടുംപാതിരയ്ക്ക് ഉറങ്ങുന്ന മോഹനെ അശ്വനിക്ക് തീരെയും ഇഷ്ടമായില്ല. അവൾക്കപ്പോൾ കീമോ ബ്രെയിനും മെറ്റാസ്റ്റേസസും നാഡീക്ഷതവും ചർച്ച ചെയ്തേ മതിയാവൂ.

മോഹന് കീമോയെപ്പറ്റി വേവലാതിയില്ല. മോഹന്റെ ജോലിയെപ്പറ്റി മാത്രമേ ഇപ്പോൾ മോഹന് വേവലാതിയുള്ളൂ. കോർപ്പറേറ്റ് കോണിക്ക് മുകളിലെ അറ്റത്ത് ഉറപ്പിക്കാൻ മോഹൻ തീരുമാനിച്ചിരിക്കുന്ന കസേര മാത്രമാണ് മോഹന്റെ വേവലാതി.

കിടപ്പുമുറിയിൽ നിന്നും പുറത്തു കടന്ന് അശ്വിനി റാണാ പ്രതാപ് സിംഗിനോട് പരിഭ്രമം പറഞ്ഞു. റാണ ക്ഷമയോടെ കേട്ടിട്ട് അശ്വിനിയെ പ്രോബബിലിറ്റി പഠിപ്പിക്കാൻ ശ്രമിച്ചു.

''എത്ര കെട്ടിടങ്ങൾ ഇടിഞ്ഞു വീഴുന്നുണ്ട്? എത്ര പാലങ്ങൾ വെള്ളത്തിലേക്ക് വീണു പോവുന്നുണ്ട് എന്നു കരുതി പാലങ്ങളെല്ലാം ഒഴിവാക്കുന്നത് ലോജിക്കലാണോ?''

''ഓഹോ, എന്റെ പ്രൊഫഷനിൽ പിടിച്ചാണല്ലേ പ്രതികാരം?''

''പ്രതികാരോന്നല്ല, റിയാലിറ്റി ചെക്ക് എന്ന് പറയാം.''

അശ്വിനി പിന്നെ ഫേസ്ബുക്ക് പോസ്റ്റിൽ നോക്കി. ഉച്ചകഴിഞ്ഞിട്ടിരുന്ന സ്റ്റാറ്റസിനു തൊണ്ണൂറ്റിരണ്ടു ലൈക്കുകളേ വന്നിട്ടുള്ളൂ എന്നു കണക്കെടുത്തു.

''മൂവായിരം ഫേസ്ബുക്ക് സുഹൃത്തുക്കളിൽ തൊണ്ണൂറ്റിരണ്ടു പേരേ ഇത് കണ്ടിട്ടുള്ളോ? കണ്ടിട്ടും ലൈക്ക് അടിക്കാതെ പോയത് ആരൊക്കെയാണ്? ആരെല്ലാം നാലുമണി കഴിഞ്ഞു പോസ്റ്റുകളിടുകയും മറ്റുള്ളവരെ പോസ്റ്റുകൾക്ക് കമന്റിടുകയും ചെയ്തിട്ടുണ്ട്?''

അശ്വിനി കൃത്യതയോടെ എല്ലാം നോക്കി കണക്കു വെച്ചു.

അശ്വിനി മിത്രയുടെയും മെറിന്റെയും ശാന്തിയുടെയും പേജുകൾ നോക്കി. കുറച്ചു ദിവസമായി അപ്ഡേറ്റ്കൾ ഒന്നുമുണ്ടായിരുന്നില്ല. അവരെല്ലാവരും കൂടി എവിടെയെങ്കിലും യാത്രപോയിരിക്കുമെന്നോർത്ത് അശ്വിനിയുടെ ഉറക്കം പിന്നെയും പിണങ്ങിനിന്നു.

Thy Cocktail

കീമോ തുടങ്ങുന്നതിനുമുൻപ് ഡെന്റിസ്റ്റിനെ കണ്ടു പല്ലിന്റെയും മോണയുടെയും ആരോഗ്യം ഉറപ്പാക്കിയതുപോലെ ഹൃദയത്തിന്റെ ആരോഗ്യവും പരിശോധിക്കണമെന്നു ഡോക്ടർ അശ്വിനിയോടു പറഞ്ഞു.

''കീമോ കിട്ടണമെങ്കിൽ ചങ്കൊറപ്പുണ്ടെന്നു തെളിവുവേണം റാണാ.''

ആശുപത്രിയിൽ നിന്നും കിട്ടിയ, കീമോയിക്ക് തയ്യാറാകേണ്ടത് എങ്ങനെയെന്ന ലഘുലേഖയിലെ പടം അശ്വിനി ശ്രദ്ധയോടെ നോക്കി. തുടക്കം ഒരു വീടിന്റെ പടമാണ്. വീടു വൃത്തിയാക്കുക, തുണി കഴുകുക എന്ന നിർദ്ദേശമാണ് ആദ്യത്തേത്. അടുത്തത് തലേദിവസം പല വ്യഞ്ജനങ്ങളും പച്ചക്കറിയും വാങ്ങുക. അടുത്ത പടി ഒന്നോ രണ്ടോ തരം ഭക്ഷണമുണ്ടാക്കി കുറച്ചു ഫ്രീസറിലും വെക്കാനുള്ള നിർദ്ദേശമാണ്.

''ഇത് സ്തനാർബുദത്തിനു മാത്രമായിട്ടുള്ള നിർദ്ദേശങ്ങളാവും! പ്രോസ്റ്റേറ്റ് കാൻസറിന്റെ കീമോ തയ്യാറെടുപ്പു ലിസ്റ്റിൽ എന്താവും ഉണ്ടായിരിക്കുക? ബിയർ വാങ്ങുക, സോഫയ്ക്ക് അടുത്ത് കൈയെത്തുന്ന ദൂരത്തിൽ ഒരു ബിയർ ഫ്രിഡ്ജ് വാങ്ങി വെയ്ക്കുക, റിമോട്ടിന്റെ ബാറ്ററി മാറ്റിയിടുക എന്നൊക്കെ ആവുമോ?''

അശ്വിനി വീണ്ടും റാണയോടു കലഹിച്ചു.

''ഓരോരുത്തരും അടുത്ത ഒന്നു രണ്ടാഴ്ചയ്ക്ക് അത്യാവശ്യമായ സാധനങ്ങൾ റെഡിയാക്കി വെക്കാ. അത്രേയുള്ളൂ.''

റാണ സമാധാനം സൃഷ്ടിക്കാൻ ശ്രമിച്ചു.

അശ്വിനി ലിസ്റ്റ് നോക്കി തന്നെ കീമോയ്ക്ക് ആശുപത്രിയിലേക്ക് കൊണ്ടുപോവാനുള്ള സാധനങ്ങൾ എടുത്തുവെച്ചു. തലയിണ, പുസ്തകങ്ങൾ, ഹെഡ്ഫോൺ, ഫോൺ നിറയെ പാട്ട്, ഐപാഡ്, കുടിക്കാൻ ജൂസ്, രണ്ടു കുപ്പി വെള്ളം, കൊറിക്കാൻ പൊട്ടറ്റോ ചിപ്സ്, മിക്ചർ.... ഇതെല്ലാം വെച്ച വലിയ സഞ്ചിക്കു മുകളിലായി ചെറിയൊരു കമ്പിളിയും അശ്വിനി എടുത്തു വച്ചു. ആശുപത്രിയിലിരിക്കുമ്പോൾ തണുപ്പു

തോന്നിയാൽ ഉപയോഗിക്കാൻ കീർത്തനവാവയുടെ മഞ്ഞക്കമ്പിളിപ്പുതപ്പായിരുന്നു അത്.

''My lellow blanky.''

എന്നാണു കീർത്തന ലെല്ലോമാറ്റി യെല്ലോ എന്നു പറയാൻ തുടങ്ങിയത്?

എന്നാണു കീർത്തന അവസാനമായി മടിയിലിരുന്നത്?

എന്നാണു അവസാനമായി കീർത്തനയെ തോളിലെടുത്തു നടന്നത്?

അശ്വിനി അങ്കലാപ്പോടെ തലച്ചോറിൽ ചരിത്രവും രേഖകളും തെളിവും തിരഞ്ഞു.

അശ്വിനിയും മോഹനും ആശുപത്രിയിലെ പാർക്കിംഗ് ലോട്ടിലിറങ്ങി കാറിന്റെ പിൻവശം തുറന്നപ്പോൾ സാധങ്ങൾവെച്ച സഞ്ചി ചരിഞ്ഞു കിടന്നുറങ്ങുകയായിരുന്നു. ലെല്ലോ-ബ്ലാങ്കി ട്രങ്കിന്റെ ഒരറ്റത്തേക്ക് മാറിക്കിടന്നത് അശ്വിനി വേഗത്തിലെടുത്ത് കുടഞ്ഞു. രെന്ന വാവയെ പുതപ്പിക്കാനുള്ള പഞ്ഞിക്കമ്പിളിയിൽ പൊടിയും ചളിയും പറ്റിയ മട്ടിൽ. ചിതറിക്കിടന്ന സാധനങ്ങൾ തിരികെ ബാഗിലാക്കുന്ന അശ്വിനിയെ നോക്കിനിന്ന് മോഹൻ ദേഷ്യപ്പെട്ടു.

''സ്നാക്സ് ഇങ്ങോട്ടും കൊണ്ടുവന്നിട്ടുണ്ടോ? ഇങ്ങനെ നിർത്താതെ കൊറിച്ചുകൊണ്ടിരുന്നിട്ടാണ് ഇങ്ങനെ വണ്ണം വെയ്ക്കുന്നത്. ആശുപത്രിലേക്കു ഇത് കെട്ടിപ്പൊതിഞ്ഞെടുക്കണ്ട ആവശ്യോണ്ടാരുന്നോ?''

അന്നേവരെ കഴിച്ച സകല സ്നാകുകളും രാവിലെ കഴിച്ച ബ്രേക്ക്ഫാസ്റ്റും അശ്വിനിയുടെ രക്തത്തിൽ ഉറഞ്ഞുതുള്ളി.

ഗ്ലും...ഗ്ല..ഗ്ലീ..ഗ്ലും..സ്സ്സ്...

''മിണ്ടിപ്പോവരുത്.''

അശ്വിനി രക്തത്തിനോടും പിത്തത്തിനോടും മലത്തോടും മൂത്രത്തോടും ഉത്തരവിട്ടു. ഒരാളെ അവഗണിക്കുന്നതാണ് അവഹേളനത്തിനുള്ള ഏറ്റവും എളുപ്പവഴി.

ഓങ്കോളജിസ്റ്റ് കരുണയോടെയാണ് അവരോടു വിശദീകരിച്ചത്.

''പലപല മരുന്നുകളുടെ മിശ്രമാണ് കീമോ എന്ന പേരിൽ ഞരമ്പു തുളച്ച് രക്തത്തിലേക്ക് കലരുന്നത്.''

''നിങ്ങൾക്ക് ഇനി കുട്ടികളുണ്ടാവാൻ പ്ലാൻ ഉണ്ടോ?''

വരുംവരായ്മകളെപ്പറ്റി രോഗിയെ പറഞ്ഞു മനസ്സിലാക്കുന്നത് ഡോക്ടറുടെ കടമയാണ്. കീമോതെറാപ്പിയുടെ പാർശ്വഫലങ്ങൾ വിവരിക്കുന്ന പേപ്പറിൽ അനുവാദം ഒപ്പിട്ടുകൊടുക്കാൻ അവർ അശ്വിനിയോട് ആവശ്യപ്പെട്ടു.

കീമോ ബ്രെയിൻ

നാഡീക്ഷതം... മെറ്റാസ്റ്റേസസ്

നാഡീ മെറ്റാ കീമോ

ക്ഷതം...നാഡി...നാതം

തം..തം.. ഡി..ഡി..ഡി.. ക്ഷ!

മരണത്തെ തടുക്കാൻ ആർക്കും കഴിയില്ല. ഒപ്പിടൂ, മരിച്ചാലും പരാതി പറയില്ലെന്നു, ആശുപത്രിക്കെതിരെ കേസെടുക്കില്ലെന്ന് ഒരൊപ്പിൽ തീർപ്പു കൊടുക്കൂ. ഇടത്തെ കാലിലെ മന്ത് വലത്തെ കാലിലേക്കാക്കി തരുന്ന ഡോക്ടർ ദൈവമാണ്.

ഫോം ഒപ്പിട്ടുകൊടുക്കാൻ അശ്വിനിക്ക് സ്വന്തം തലച്ചോറിനോടും പേന പിടിച്ച കൈയോടും പല ന്യായങ്ങളും പറയേണ്ടി വന്നു.

ഒരേ പ്രിന്റുള്ള പാന്റും ടോപ്പുംധരിച്ച നേഴ്സ് പേര് ജെസിക്കയെന്നു പറഞ്ഞ് അശ്വിനിയെ പരിചയപ്പെട്ടു. ജെസിക്ക മാലാഖ അശ്വിനിയുടെ കൈത്തണ്ടയിലെ നാഡിപിടിച്ച് ആദ്യം ജീവനുണ്ടോന്നു നോക്കി. സംശയം തോന്നീട്ടു ഉറപ്പാക്കാനായി സ്റ്റെതസ്കോപ്പുവെച്ച് പുറത്തും നെഞ്ചത്തും ശ്വാസം കിട്ടുന്നുണ്ടെന്നു ഉറപ്പാക്കി.

‘‘കൊറേ മരുന്നു കൂട്ടിക്കുലുക്കിയുണ്ടാക്കിയ കോക്ക്ടെയിലല്ലേ കീമോ? എക്സ്പെൻസീവായിരിക്കും. വെറുതെ വേസ്റ്റാക്കണ്ടല്ലോ.’’

അശ്വിനി റാണയോട് അടക്കം പറഞ്ഞു.

പിന്നെ ജെസിക്ക നേഴ്സ് അശ്വിനിയുടെ രക്തസമ്മർദ്ദം അളന്നു. പനി നോക്കി. എന്നിട്ട് വെയിറ്റ് ചെയ്യൂന്നു പറഞ്ഞു.

ക്ഷമകെട്ട അശ്വിനി എന്തിനാണിങ്ങനെ കുത്തിയിരിപ്പിക്കുന്നതെന്ന് ചോദിച്ചു. അപ്പോൾ ജെസിക്ക പറഞ്ഞു കുത്തിക്കൊണ്ടുപോയ ചോരേലെ ഹീമോഗ്ലോബിനും പ്ലേറ്റ്‌ലറ്റ്സുമൊക്കെ ആരാണ്ടോ ലാബിലിരുന്നു എണ്ണിതിട്ടപ്പെടുത്തുകയാണെന്ന്. അതിന്റെ എണ്ണം ഡോക്ടറു നോക്കി ആവശ്യത്തിനെല്ലാം ഉണ്ടെങ്കിലേ കീമോ കിട്ടുകയുള്ളൂ.

‘‘ങേ? ഇത് നേരത്തെ പറഞ്ഞിരുന്നെങ്കിൽ വീട്ടിന്നു കുറച്ചു പ്ലേറ്റുകൾ പൊതിഞ്ഞുകൊണ്ടോരായിരുന്നു.’’

റാണയോടു അതു പറയുമ്പോഴാണ് അഖില പ്രത്യക്ഷപ്പെട്ടത്.

‘‘ചേച്ചീ പ്രാർത്ഥിക്കുന്നുണ്ട്.’’

അഖിലയുടെ മെസേജിലേക്ക് അശ്വിനി തുറിച്ചു നോക്കി.

‘‘നീയ് കുട്ടിക്കു ചോറു കൊടുത്തോ? പൂജാമുറീല് കേറിയിരിക്കാതെ വീട്ടിലെ പണിനോക്ക് പെണ്ണേ.’’

അതിനിടയ്ക്ക് മാലാഖ ജെസിക്ക വന്നു പ്ലേറ്റുകളുടെ എണ്ണം തികഞ്ഞെന്നു അശ്വിനിയെ അറിയിച്ചു.

''ആറു കീമോയല്ലേ ഉള്ളത്? പോർട്ട് ആവും നല്ലത്. ഐ.വി. ഇടാൻ എല്ലാ പ്രാവശ്യവും വെയിൻ കണ്ടുപിടിക്കണം. പിന്നെ എല്ലാ കീമോയും തുടങ്ങുന്നതിനു മുമ്പേ ചോരയെടുക്കണം.''

നേഴ്സ് ജെസിക്ക വിശദീകരിച്ചു.

ചങ്കിനു മുകളിൽ തോളിനു താഴെ കുത്തിത്തുളച്ചു മാലാഖ ജെസിക്ക പോർട്ട് സ്ഥാപിച്ചു. ചെറിയൊരു പ്ലാസ്റ്റിക് തകിടാണ് പോർട്ട്, അതിലൂടൊരു കുഞ്ഞിക്കുഴൽ ശരീരത്തിനുള്ളിലേക്ക് പോകുന്നുണ്ട്. ഇനി ചോര കുത്തിയെടുക്കാനും മരുന്നു കയറ്റാനും ഓരോ കീമോയ്ക്കും ഞരമ്പു തപ്പിയെടുക്കേണ്ട, കുത്തിപ്പൊളിക്കേണ്ട. പോർട്ട് ശല്യമുണ്ടാക്കാതെ ആഴ്ചകളും മാസങ്ങളും അവിടിരുന്നുകൊള്ളും.

''മാലാഖമാർ യക്ഷിപ്പണിയും തുടങ്ങിയിരിക്കുന്നു. യക്ഷികൾക്കാണെങ്കിൽ ചോരമാത്രം മതി. ഇവിടുത്തെ ചവച്ചു തുപ്പൽ കഴിഞ്ഞാൽ മുടിയും നഖവും പോലും ബാക്കിയുണ്ടാവില്ല.''

അശ്വിനി കമന്ററികൾ റാണയ്ക്ക് പകർന്നുകൊണ്ടിരുന്നു.

തലങ്ങും വിലങ്ങും നടക്കുന്ന മോഹനെ അശ്വിനി കുറച്ചു നേരം നോക്കിയിരുന്നു. മോഹനു പ്രത്യേകിച്ചൊന്നും പറയാനുണ്ടായിരുന്നില്ല. നിശ്ശബ്ദത അശ്വിനിയെ ശ്വാസം മുട്ടിച്ചു. മോഹൻ എത്രയും വേഗം പോയിരുന്നെങ്കിൽ അത്രയും നന്നായിരുന്നു എന്നവൾക്കു തോന്നി. അശ്വിനി കണ്ണടച്ച് കസേരയിൽ ചാരിയിരുന്നു

കുറച്ചു കഴിഞ്ഞപ്പോൾ നീല നിറത്തിലുള്ള ഒരു മഴക്കോട്ടുമിട്ട് വാലറി എന്നു പേരുള്ള നേഴ്സ് വന്നു. കാലുകൾ പൊക്കി വെയ്ക്കുകയും ഉയർത്തുകയും താഴ്ത്തുകയും ചെയ്യാവുന്ന ബഗണ്ടൻ കസേരയിലേക്കാണ് വാലറി മാലാഖ അശ്വിനിയെ ആനയിച്ചത്. അമ്മയുടെ മടിയിൽ ഇരിക്കുന്ന കുട്ടിയെപ്പോലെ പതുപതുപ്പൻ കുഷ്യനിൽ അശ്വിനി ഇരുന്നു. ഷർട്ടിന്റെ കൈ മുട്ടിനു മുകളിൽ കയറ്റിവെച്ച് കൈ കസേരയുടെ വീതിയുള്ള പടിയിൽ വെച്ചുകൊടുത്തു.

വാലറിയാണ് കീമോ തുടങ്ങിയത്. മരുന്നു മുഴുവൻ കയറാൻ കുറഞ്ഞത് മൂന്നു മണിക്കൂറെങ്കിലും വേണമെന്നു വാലറി പറഞ്ഞതനുസരിച്ച് മോഹൻ ജോലിക്ക് പോയി. കീമോ കഴിയുമ്പോൾ വിളിക്കുക. മോഹൻ പറന്നു വരും.

സ്റ്റാൻഡിൽ നിൽക്കുന്ന മെഷീന്റെ സ്ക്രീനിൽ ഗ്രാഫും വിവരങ്ങളും രേഖപ്പെടുത്തുന്നുണ്ടായിരുന്നു. ചോദിച്ചാൽ മാലാഖ വിശദമായി പറയുമെന്നു അശ്വിനിക്കറിയാം. പക്ഷേ അവൾക്ക് അറിയാൻ ആഗ്രഹമില്ല. എന്നിട്ടും ചോദിക്കാതെ തന്നെ വാലറി പറഞ്ഞു.

''This has Tagamet and Benadryl, and d Aloxi, which is an anti-nausea medication.''

കീമോ മിശ്രിതത്തിൽ മനംപുരട്ടൽ തടയാനും അലർജി ഇല്ലാതാക്കാനുമുള്ള മരുന്നുകളുണ്ട്. അലർജി തടയാനുള്ള ബെനഡ്രിൽ ഉറക്കം വരുത്തുന്ന മരുന്നാണ്.

നീലക്കസേര പിന്നോട്ടു ചരിക്കാം. കാലുയർത്തിവെച്ച് ചാരുകസേരയിൽ കിടക്കുന്ന സുഖത്തിൽ ഉറങ്ങാം. ഉറങ്ങാൻ പറ്റുമെങ്കിൽ അതാണ് നല്ലത്.

വേവിക്കാത്തതൊന്നും കഴിക്കരുത്. പച്ചക്കറിയിലും പഴങ്ങളിലുമുള്ള സാധാരണ ബാക്ടീരിയയെ ചെറുക്കാനുള്ള പ്രതിരോധശക്തി കീമോ തിന്നുതീർത്ത കോശങ്ങൾക്ക് ഉണ്ടാവില്ല. വാലറി മാലാഖയുടെ വിസ്താരത്തിനിടയിൽ ഫോൺ പിന്നെയും വൈബ്രേറ്റ് ചെയ്തു.

വിദ്യ മൂന്നാമത്തെ തവണയാണ് വിളിക്കുന്നത്. അശ്വിനി മെസേജ് കേട്ടുനോക്കി.

"അതേയ്, അശ്വിനി കീമോഎടുക്കുന്ന ദിവസം ഒന്നും കഴിക്കാതിരിക്കുന്നത് നന്നാണെന്ന് ഞാൻ വായിച്ചു. നീ കഴിച്ചോ? ഇല്ലെങ്കി ഒന്നു പരീക്ഷിക്കാം. ഞാൻ ആ ലിങ്ക് നിനക്ക് ഇമെയിൽ ചെയ്തിട്ടുണ്ട്. ഒന്നു വായിച്ചു നോക്ക്യേ."

ഉപവാസം കാരണം സാധാരണ കോശങ്ങളുടെ വളർച്ച മന്ദമായിരിക്കും. പക്ഷേ ക്യാൻസർ കോശങ്ങൾ മരുന്ന് വലിച്ചെടുക്കും. പ്രശ്നങ്ങൾ കുറയുമെന്ന് വിദ്യയുടെ നോട്ടു അശ്വിനിയെ പഠിപ്പിച്ചു.

മെഷീനിന്റെ ഞരക്കം കേട്ടു കേട്ട് അശ്വിനി ഉറക്കത്തിലേക്ക് നടന്നു നടന്നങ്ങു പോയി.

ജെസിക്ക നേഴ്സ് മെല്ലെ തോളിൽ തട്ടി അശ്വിനിയെ ഉണർത്തി.

"All done Hon. How are you feeling?"

നല്ലൊരു ഉറക്കം കഴിഞ്ഞ സുഖത്തിൽ തലകുലുക്കി അശ്വിനി പറഞ്ഞു.

"Very well thank you."

അശ്വിനിക്ക് അലർജിയില്ല. ക്ഷീണം, മനംപുരട്ടൽ, തലകറക്കം ഒന്നുമില്ല. ജെസിക്ക അശ്വിനിയോട് ഉറച്ച ശബ്ദത്തിൽ പറഞ്ഞു

"അടുത്ത നാൽപ്പത്തിയെട്ടു മണിക്കൂർ ധാരാളം വെള്ളം കുടിക്കണം. രക്തത്തിൽ കലർന്ന മരുന്നിനെ പുറത്താക്കണം. ശരീരത്തിൽ നിന്നും പുറത്തുപോകുന്ന മാലിന്യങ്ങളിൽ മരുന്നിന്റെ അംശം ഉണ്ടാവും. അത് ആരോഗ്യമുള്ളവരെ ബാധിക്കും. അവരുടെ ആരോഗ്യമുള്ള കോശങ്ങളെ നശിപ്പിക്കും. അതുകൊണ്ട് ടോയ്‌ലറ്റ് രണ്ടു തവണ ഫ്ളഷ് ചെയ്യണം. ഛർദ്ദിക്കുകയാണെങ്കിൽ ടോയലറ്റും സിങ്കും സോപ്പും വെള്ളവും കൊണ്ട് കഴുകണം. ബെഡ്ഷീറ്റുകളും വസ്ത്രങ്ങളും മറ്റുള്ളവരുടെതുമായി ചേർക്കാതെ ചൂടുവെള്ളത്തിൽ ഉടനെ അലക്കിയെടുക്കണം.

നിർദ്ദേശങ്ങളും നിയമങ്ങളും അശ്വിനിയെ ചുറ്റിവരിഞ്ഞു.

ഇരുപത്തിനാലു മണിക്കൂറും വിളിക്കാനുള്ള നമ്പറും ജെസിക്ക അശ്വിനിക്ക് കൊടുത്തു. എന്തു സംശയവും ചോദിക്കാം. എന്തു സഹായവും ചെയ്തുതരാൻ അയൽപക്കത്തുള്ള സപ്പോർട്ട് ഗ്രൂപ്പിന്റെ ഫോൺ നമ്പറും ഇമെയിൽ അഡ്രസ്സുമുള്ള ലഘുലേഖയും അശ്വിനി ബാഗിൽ വെച്ചു.

മോഹനെ വിളിച്ചാൽ കുറഞ്ഞത് അരമണിക്കൂർ എടുക്കും ആശുപത്രിയിൽ എത്താനെന്നു അശ്വിനി കണക്കുകൂട്ടി. അശ്വിനിക്ക് കാത്തുനിൽക്കാൻ വയ്യ, ഉടനെ വീടെത്തണം. അവൾ ടാക്സിവിളിച്ച് വീട്ടിലേക്ക് പോയി.

വീട്ടിലെത്തിയ വിവരം മോഹനെ വിളിച്ചറിയിച്ച് കുളിച്ച് ആശുപത്രി തുണികൾ കഴുകാനിട്ട് അശ്വിനി ഉറങ്ങാൻ കിടന്നു.

വിദ്യയുടെ ഫോണാണ് അശ്വിനിയെ ഉണർത്തിയത്.

''എന്നും കുറച്ചെങ്കിലും നടക്കണം. വ്യായാമം അത്യാവശ്യമാണ്. ഞാൻ വരാം.''

അശ്വിനി ഉടനെ വിദ്യയെ തടഞ്ഞു.

''എന്തായാലും രണ്ടു ദിവസത്തേക്ക് എന്റെ മുന്നിൽ കണ്ടുപോകരുത്. ഞാനിപ്പൊഴൊരു സഞ്ചരിക്കുന്ന മരുന്നുപെട്ടിയാണ്.''

''അതേയ്, അശ്വിനീ, കോൾഡ് ക്യാപ്പ് വെച്ചാൽ മുടി പോവില്ലാന്ന്. ചെലപ്പോ മുടി കൊഴിയുന്നത് കുറയ്ക്കുംന്ന് ഞാനൊരു ആർട്ടിക്കിൾ വായിച്ചു.''

വിദ്യ മുഴുവൻ സമയവും കാൻസർ റിസേർച്ച് നടത്തുകയാണെന്ന് അശ്വിനിക്ക് തോന്നി. ഓരോ ദിവസവും പുതിയ അറിവുകളുണ്ട് വിദ്യയ്ക്ക്.

കീമോത്തൊപ്പിയെപ്പറ്റിയുള്ള സൈറ്റുകൾ അശ്വിനി ഇന്റർനെറ്റ് തിരഞ്ഞു നോക്കി. തലയോട് മൈനസ് പതിനഞ്ചു ഡിഗ്രിയിൽ താഴെ സൂക്ഷിച്ചാൽ ചർമ്മത്തിനടിയിലെ രക്തക്കുഴലുകൾ ചുരുങ്ങും. അങ്ങോട്ടുള്ള രക്തയോട്ടം കുറയുന്നതുകൊണ്ട് കീമോതെറാപ്പി മരുന്നുകൾ രോമകൂപങ്ങളിൽ എത്തുന്നത് കുറയും. തണുപ്പു രോമാകൂപങ്ങളിലെ പ്രവർത്തനം മന്ദീഭവിക്കുകയും ചെയ്യും. അതുകൊണ്ട് മുടി കൊഴിയില്ല എന്നാണു സിദ്ധാന്തം. ഇന്റർനെറ്റിൽ അനുഭവസ്ഥരുടെ സാക്ഷ്യവും ഉണ്ടായിരുന്നു.

കീമോതുടങ്ങുന്നതിനു മുമ്പേ തല ഫ്രീസാക്കണം. തലയിൽ ചേർന്നിരിക്കുന്ന ഹെൽമറ്റ്പോലെയുള്ള തൊപ്പിക്കകത്ത് ഫ്രീസറിൽ നിന്നുമെടുക്കുന്ന കൂളിംഗ് ജെൽ വെക്കണം. ഈ തൊപ്പി തലയോട് ചേർത്ത് സ്ട്രാപ്പ് ചെയ്തു വെയ്ക്കും. അത് അരമണിക്കൂർ കൂടുമ്പോൾ മാറ്റി

തണുപ്പിച്ച മറ്റൊരുതൊപ്പി വെയ്ക്കണം. മരുന്നിന്റെ പ്രവർത്തനം കുറയുന്നതുവരെ, മണിക്കൂറുകളോളം ഫ്രീസാക്കിയ ജെൽ മാറ്റിവെച്ചുകൊണ്ടിരിക്കണം.

‘‘അത് അത്ര എളുപ്പമുള്ള കാര്യമല്ല. ഒരു കരസേന മുഴുവനായും സഹായത്തിനുണ്ടെങ്കിൽ ഇതൊക്കെ ആവാമായിരുന്നു വിദ്യ.’’

അവൾ വിദ്യയ്ക്കു മറുപടി അയച്ചു.

അശ്വിനിയുടെ കീമോ തുടങ്ങിയതോടെ മോഹൻ ഉറക്കം അതിഥിമുറിയിലേക്കു മാറ്റി. രാവിലെ എട്ടുമണി മുതൽ രാത്രി പതിനൊന്ന് മണി വരെ നീളുന്ന പ്രശ്നത്തിൽ മുങ്ങിക്കിടക്കുകയായിരുന്നു മോഹൻ. അതൊരു പ്രശ്നമാക്കാതെയിരിക്കാൻ അശ്വിനി പ്രത്യേകം ശ്രദ്ധിച്ചു.

കാലത്തെ ഉണർന്ന ഉടൻ അശ്വിനി ഫേസ്ബുക്കിലേക്കു പോയി. സഹതാപക്കടൽ ഒഴുകുന്നതിനു മുമ്പ്, ആളെവിടെ എന്ന് ആരെങ്കിലും അന്വേഷിക്കുന്നതിനു മുമ്പേ പുതിയൊരു പടവും ഉദ്ധരണിയുമായി ഫേസ്ബുക്ക് ഐഡിയിൽ പ്രത്യക്ഷപ്പെടണമെന്നുറപ്പിച്ചു.

ഛർദ്ദി വരാതിരിക്കാനുള്ള മരുന്നുകളുടെ ക്ഷീണത്തിൽ പകൽ സമയം അശ്വിനി സോഫയിൽ കിടന്നുറങ്ങി.

മലയാളം ടി.വി.യിലെ ഇന്റർവ്യൂ കണ്ട് അശ്വിനി ചിരിച്ചു. കുലുങ്ങി കുലുക്കി ചിരിച്ചു. ഒരു അമേരിക്കൻ എഴുത്തുകാരനെ ഇന്റർവ്യൂക്കാരൻ നിരപ്പാക്കാൻ ശ്രമിക്കുന്നതു രസിച്ച് അശ്വിനി സോഫയിൽ കിടന്നു. തുടക്കത്തിലെ ദുശ്ശാഠ്യം വിട്ട് എഴുത്തുകാരൻ മെരുങ്ങി വന്നു. കരുമുരാ കടുപ്പം മാറി കാപ്പിയിൽ മുക്കിയ ബ്രിട്ടാനിയ ബിസ്ക്കറ്റ്പോലെ അയാൾ അധികം വൈകാതെ കുതിർന്നലിഞ്ഞു. വ്യത്യസ്തമായ കുസൃതിച്ചിരിയോടെ അടുത്ത ചോദ്യം തൊടുത്ത് ബ്രിട്ടാസ് ഒന്നിളകിയിരുന്നു.

‘‘മുത്തങ്ങാരിഷ്ട റെസിപ്പിയും മതിലുകെട്ടുന്ന തർക്കവും പ്ലാച്ചിമെടയലും പോരാ, ഐസ് ക്രീം കുംഭകോണവും ഞാനറിയണമെന്നു വന്നാൽ...’’

അശ്വിനി റാണയോടു കയർത്തു.

സ്റ്റുഡിയോ ലൈറ്റിന്റെ ചൂടിൽ അമേരിക്കൻ മുഖം വിയർക്കുന്നുണ്ടായിരുന്നു.

‘‘നോക്കൂ, ചോദ്യങ്ങൾ കൊണ്ട് തോൽപ്പിക്കുന്നതാവും നിങ്ങളുടെ വിജയത്തിന്റെ അടയാളം. എന്റെ അഭിപ്രായത്തിൽ ഓരോ വാക്കിനേയും കീറിമുറിച്ച് എനിക്കെതിരെ ഉപയോഗിക്കുക എന്ന പഴയ തന്ത്രം ഉപേക്ഷിക്കൂ. ഞാൻ വാക്കുകൾ കൊണ്ട് തോൽപ്പിക്കാൻ വന്നതല്ല. വാക്കുകൾകൊണ്ട് ആശ്വസിപ്പിക്കുന്നതാണ് എനിക്കിഷ്ടം.’’

അശ്വിനി ഉത്തരം പറഞ്ഞു.

‘‘നിങ്ങളുടെ കഥകൾ കേരളത്തിലെ ഒന്നാംനിര പ്രസിദ്ധീകരണങ്ങളിൽ വരാറില്ല. പുസ്തകങ്ങളാണെങ്കിലും ബൗദ്ധികമായി പ്രചോദിപ്പിക്കാത്തവയാണ് എന്ന ആക്ഷേപത്തെ എങ്ങനെയാണ് നേരിടുന്നത്?’’

‘‘പഠനത്തിന്റെയും പണത്തിന്റെയും കാര്യം വരുമ്പോൾ ഇത്തരം തരംതിരിവും താരതമ്യവും തെറ്റാണെന്ന് സമർത്ഥിക്കുന്നതു തന്നെ ബൗദ്ധികമായി ഉയർന്നു നിൽക്കുന്നുവെന്നവകാശപ്പെടുന്നവരല്ലേ? കണക്കും സയൻസും എല്ലാ ബുദ്ധിക്കും ഒരുപോലെ വഴങ്ങുകയില്ല. തൊണ്ണൂറു ശതമാനം വാങ്ങുന്ന കുട്ടിയെപ്പോലെ അൻപതു ശതമാനക്കാരനേയും പരിഗണിക്കണം എന്നൊക്കെ പറയും. എന്നാൽ സാഹിത്യത്തിന്റെ കാര്യത്തിൽ തൊണ്ണൂറു മാർക്കിൽ കുറവുള്ളവനെ പരിഹസിക്കാം എന്ന് വാശിപിടിക്കുന്നത് എന്തിനാണ് സാർ? പെടാപ്പാടുപെടുന്ന സാധാരണക്കാരന്റെ ജീവിതവുമായി ബന്ധമില്ലാത്തതും ചെമ്മണ്ണ് പോലെ അരോചകവുമായ ഭാഷയെ പൊറുക്കണമെന്നു പറയുന്നത് ശരിയാണോ സാർ?’’

അശ്വിനി ചോദ്യങ്ങൾക്കൊക്കെ ഉടനുടൻ മറുപടി കൊടുത്തു.

‘‘ഭാഷയെ ഇത്രയേറെ സ്നേഹിക്കുകയും ഇത്രയും ദൂരെയിരുന്ന് ഭാഷാസേവനം നടത്തുകയും ചെയ്യുന്ന അങ്ങയുടെ മക്കൾ തനി മലയാളികളായിട്ടാണോ വളരുന്നത്?’’

‘‘തീർച്ചയായും അല്ല. അവർ കേരളത്തിലല്ല. വളരുന്നത്. അതുകൊണ്ട് അവർക്ക് കേരളീയരെപ്പോലെ വളരാൻ പറ്റില്ല. ആയതിനാൽ അവർ അമേരിക്കൻ മലയാളികളെപ്പോലെയാണ് വളരുന്നത്.’’

‘‘എന്നുവെച്ചാൽ നമ്മുടെ കപ്പയും മീനും അതുപോലെയുള്ള ഭക്ഷണങ്ങളൊക്കെ കഴിക്കുകയും മലയാളം സംസാരിക്കുകയും ചെയ്യുമല്ലേ?’’

‘‘കപ്പയും മുളകും നമ്മുടേതല്ല. അതൊക്കെ വിദേശികൾ കേരളത്തിലേക്ക് കൊണ്ടുവന്നതാണ്. പീസയും ബർഗറും പോലെതന്നെ. ഇതേപോലെ കുറെ നായകർ അതിനെതിരെ കൊടിപിടിക്കാൻ ഇല്ലാതിരുന്നതുകൊണ്ട് ഒക്കെ നമ്മുടെതായി.’’

ഹെമിംഗ്‌വേയെപ്പോലെ എഴുതണമെന്നു പറഞ്ഞിട്ട് അദ്ദേഹം തിന്നുന്ന ടോസ്റ്റ് തിന്നാൽ മലയാളിയല്ലാതെയായിപ്പോവും എന്ന് പറയുന്നത് തെറ്റല്ലേ സർ?

ഇനിയൊരു ജന്മമുണ്ടെങ്കിൽ ആരായി ജനിക്കാനാണിഷ്ടം എന്ന ചോദ്യം കേൾക്കാഞ്ഞിട്ട് അശ്വിനിക്ക് വിഷമം തോന്നി.

‘‘അടുത്ത ജന്മത്തിൽ എനിക്ക് യേശുദാസോ, ഐശ്വര്യ റായിയോ, അരവിന്ദ് കേജ്രവാളോ ആയി ജനിക്കണം. അല്ലെങ്കിൽ അയൽപക്കത്തെ സൗദാമിനിയുടെയോ കാർത്തികയുടെയോ ഭർത്താവിനെ കിട്ടണം.

കുറഞ്ഞപക്ഷം അമ്മായിയമ്മ എങ്കിലും ഒന്ന് മാറ്റിക്കിട്ടാൻ പറ്റുമോ? ഒരു കവിയൂർ പൊന്നമ്മ മോഡൽ കിട്ടാനുണ്ടാവുമോ?''

വലിയ തമാശയിൽ അശ്വിനി ചിരിച്ചു. കൂടെ ചിരിക്കാതെ ഇന്റർവ്യൂക്കാരനും എഴുത്തുകാരനും പോയിക്കഴിഞ്ഞിരുന്നു.

മരുന്നുകളുടെ ശക്തിയിൽ അശ്വിനി ഉറക്കത്തിനും ഉണർച്ചയ്ക്കും സ്വപ്നങ്ങൾക്കും ഇടയിലൂടെ ഊളിയിട്ടു പോയി.

അതിനിടയിൽ വിദ്യയുടെ ഫോൺ അശ്വിനിയെ ഉണർത്തി.

''അശ്വിനി അവരു പറഞ്ഞത്രയും വെള്ളം കുടിച്ചോ?''

''ഞാൻ രണ്ട്, അല്ല മൂന്നു ഗ്ലാസ് കുടിച്ചു. തികച്ചില്ല. മൂന്നാമത്തേത് അര ഗ്ലാസേ ഉണ്ടായിരുന്നുള്ളൂ. പിന്നെ ലഞ്ചു കഴിച്ചപ്പോ കുറച്ചു വെള്ളം കുടിച്ചു.''

''അവരു പറഞ്ഞത്രയും വെള്ളം മെഷർ ചെയ്തു രാവിലെ തന്നെ മേശപ്പുറത്തു വെയ്ക്കൂ. അപ്പൊ പിന്നെ അളവൊന്നും നോക്കാതെ അതീന്നു ഒഴിച്ചു കുടിച്ചാപ്പോരെ.''

''ഓ, നിനക്ക് ഫയങ്കര ബുദ്ധിയാണ് വിദ്യേ.''

''ദേ, അശ്വിനീ തമാശ കളിക്കല്ലേ. ഇത് സീരിയസ് ആണ്. ഞാൻ അവധിയെടുത്ത് വരണോ?''

''യ്യോ, ഭീഷണി വേണ്ട. ഞാൻ വെള്ളമടിച്ചോളം. ഒരു സ്നേഹക്കാരി!''

അശ്വിനി അടിയറവു വെച്ചു.

അശ്വിനി പുറത്തേക്ക് നോക്കി, കാറ്റിൽ തലയിട്ടിളക്കുന്ന മരങ്ങളുടെ ഇലക്കൊഴുപ്പും ചെടികളിലെ നിറങ്ങളുടെ കോലാഹലവും കണ്ടു നിന്നു. ഒരില പോലുമില്ലാതെ ചുള്ളിക്കമ്പായി നിന്ന കാലമെല്ലാം മരങ്ങളും ചെടികളും മറന്നിരുന്നു.

പാറ്റിയോയിലേക്കുള്ള കണ്ണാടിവാതിലിനു പുറത്ത് ഒരു ഈച്ച പറ്റിപ്പിടിച്ചിരിക്കുന്നത് അശ്വിനി കണ്ടു. അകത്തെ വിശേഷങ്ങൾ മുഴുവൻ കണ്ടും കേട്ടും ഇരിക്കുന്ന ഒരു ഈച്ച. കണ്ടു കേട്ട രഹസ്യങ്ങൾ പങ്കുവെക്കാൻ മറ്റൊരീച്ച കൂട്ടില്ലാത്ത ഈച്ച. ചിറകിട്ടടിച്ചിട്ടും ആറു കാലുകൾകൊണ്ടും തൊഴിച്ചിട്ടും അകത്തുള്ളവർ ഈച്ചയുടെ അഭിപ്രായങ്ങൾ ശ്രദ്ധിച്ചതേയില്ല.

പാവം ഈച്ച.

കണ്ണാടിക്കിപ്പുറം നിന്ന് ചിറകിട്ടടിച്ചിട്ടും തൊഴിച്ചിട്ടും കാര്യമില്ല, സ്വീകരിക്കാത്ത ലോകത്തെ സ്പർശിക്കാൻ ഒന്നിനും ഒരിക്കലും കഴിയില്ല.

Whole nine yards

അവസാന തുള്ളി ഊർജ്ജവും ഛർദ്ദിക്ക് കൊടുത്ത് ഉണക്കത്തൊണ്ടായി അശ്വിനി കിടക്കയിൽ വളഞ്ഞു കിടന്നു. കൈകൾ കിടക്കയ്ക്കു ലംബമായി നീട്ടിപ്പിടിച്ചു നിശ്ചലമായി നിൽക്കുന്ന ഫാൻ നിർവ്വികാരതയോടെ അശ്വിനിയെ നോക്കി. ഫാനിന്റെ തണ്ടിൽ കുറച്ച് എട്ടുകാലി വല ഒളിച്ചിരിക്കുന്നത് അവൾ കണ്ടു. വൃത്തിയാക്കുമ്പോൾ വിട്ടുപോയതാണോ പുതിയതായി കൂടുകെട്ടിയതാവുമോഎന്നു അശ്വിനിക്കറിയില്ല.

മച്ചിന് ഉള്ളിലൂടെ പോകുന്ന കഴുക്കോലുകളെ അശ്വിനിക്ക് അറിയാം. വീടു പണിത തടിയുടെ ചട്ടക്കൂട്, തണുപ്പും ചൂടും അകത്തേക്കും പുറത്തേക്കും പോകാതെ അതിൽ തിരുകിയിരിക്കുന്ന ഫൈബർഗ്ലാസിന്റെ ആവരണം. തല പുറത്തു കാണാതെ തറച്ചിരിക്കുന്ന ആയിരം ആണികൾ, മേൽക്കൂരയ്ക്കു മുകളിലെ ഓട്, ഭിത്തികൾക്ക് പുറത്ത് ഭംഗിയിൽ ഒട്ടിച്ചിരിക്കുന്ന ഇഷ്ടികകൾ. വീടിനെ വീടായിട്ടല്ലാതെ ഒരു പ്രോജക്ടായിട്ടു മാത്രമേ അശ്വിനിക്ക് കാണാൻ കഴിയുന്നുള്ളൂ.

യൂക്ക പ്രോഗ്രാമിലെ ആദ്യപ്രോജക്ട് എന്തായിട്ടുണ്ടാവുമെന്ന് പെട്ടെന്നവൾക്ക് പരിഭ്രമം തോന്നി. ട്രാവിസിന് അശ്വിനി ഇടയ്ക്കൊക്കെ മെസേജ് അയയ്ക്കുന്നുണ്ട്. സുഖമാണോ, നിന്നെ ഞങ്ങൾ മിസ് ചെയ്യുന്നുണ്ട്, യൂക്ക-വൺപ്രോജക്ട് കുഴപ്പമില്ലാതെ മുന്നോട്ടു പോകുന്നു. എന്നൊക്കെയുള്ള മറുപടികൾ അശ്വിനിയെ തൃപ്തിപ്പെടുത്തിയില്ല.

അശ്വിനിയുടെ തൊണ്ട രാവിലെച്ചായയ്ക്കു കൊതിച്ചു. കിടപ്പുമുറിയിൽ നിന്നും കോണിയിറങ്ങി അടുക്കളയിൽ എത്തിയാലേ ഒരു ചായ കുടിക്കാൻ പറ്റൂ. അശ്വിനി ചരിഞ്ഞു കിടന്ന് മോഹനെ വിളിച്ചു. അവളുടെ ശബ്ദം ഒഴിഞ്ഞ മുറിയിൽ പ്രതിധ്വനിച്ചു. മോഹന്റെ പല്ലുതേപ്പ്, ഷേവിംഗ്, കുളിയെല്ലാം അതിഥിക്കുളിമുറിയിലേക്ക് മാറിയിരുന്നു. അശ്വിനിയുടെ രാവും പകലും തെറ്റിയുള്ള ഉറക്കത്തിനിടയിൽ എപ്പോഴോ മോഹൻ ഓഫീസിലേക്ക് പോയിക്കഴിഞ്ഞിരുന്നു.

അപ്പോഴാണ് അനുവാദം ചോദിക്കാതെ ഛർദ്ദി പിന്നെയും വന്നത്. കുടലിലുള്ളത് മുഴുവൻ തീർന്നു പോയീന്നു കരുതി കിടക്കയിൽ

തിരികെ വന്നു കിടന്ന അശ്വിനിയുടെ വയറിന്റെ ആഴത്തിൽ നിന്നു മാണ് ഓക്കാനം കയറി വന്നത്.

അശ്വിനി തിരക്കിട്ട് കുളിമുറിയിലേക്ക് തിരികെയോടി. കിടക്ക മുതൽ ടോയ്‌ലറ്റ് വരെ പത്തുകിലോമീറ്റർ ദൂരമുണ്ടായിരുന്നു. ടോയ്‌ലറ്റിൽ എത്തുന്നതിനു മുൻപേ പിത്തവെള്ളം നിലത്തേക്ക് ചീറ്റി. ഛർദ്ദി തുട ങ്ങിയാൽ പിന്നെ അന്തമില്ല. രണ്ടായിരത്തിരണ്ടിൽ കഴിച്ച ചോറും ഇഡ്ഡലിയുംവരെ നേരത്തെ പുറത്തുപോയിക്കഴിഞ്ഞതാണ്.

അശ്വിനിക്ക് തൊണ്ട വേദനിച്ചു. ശരീരം ചുട്ടുപൊള്ളി, വിറയലോടെ അവൾ നിലത്തിരുന്നു. നിർത്താത്ത ഓക്കാനം. കൈയിൽ, കാലിൽ, പൈജാമായിൽ. വൃത്തികെട്ട നാറുന്ന ഛർദ്ദി വെള്ളത്തിൽ അവൾ ചങ്ങാടംപോലെയൊഴുകി. ചങ്ങാടത്തിൽ ആലോലം കളിച്ച് രസിച്ചു ചിരിക്കുന്ന ക്യാൻസു.

അശ്വിനിയുടെ കണ്ണുകൾ അടഞ്ഞുപോയി. ഉണർപ്പോൾ വൃത്തി കെട്ട നാറ്റത്തിൽ അശ്വിനിക്ക് വീണ്ടും ഛർദ്ദിക്കണമെന്നു തോന്നി. വയറിനെ അമർത്തിപ്പിടിച്ച് പതിയെ എഴുന്നേറ്റ് കിതപ്പോടെ അശ്വിനി ടബ്ബിന്റെ അരികിലിരുന്നു. ടബ്ബിൽ കൈകുത്തി സാവധാനത്തിൽ എഴു ന്നേറ്റാൽ തലചുറ്റില്ലെന്ന് അവൾ പഠിച്ചെടുത്തിരുന്നു.

ബാത്ത്ടബ്ബിൽ ചാരിയിരുന്ന് അശ്വിനി കണക്കുകൂട്ടി. നിലം തുടച്ച്, ഛർദ്ദിനിൽ മുങ്ങിയ തുണികൾ മെഷീനിലിട്ടു കഴുകി, പിന്നെ ഡ്രയറി ലിട്ട് ഉണക്കി എടുക്കണം. അതിനു കോണിയിറങ്ങി താഴത്തെ നില യിൽ പോവണം. താഴത്തെ നിലവരെയെത്താൻ മുപ്പത്തിയാറായിരത്തി എണ്ണൂറ്റിയമ്പത് ജൂൾസ് ഊർജ്ജമാണ് ശരീരം ചോദിക്കുന്നത്. അശ്വിനി ഒരാഴ്ചകൊണ്ട് പിടിച്ചുവെച്ച ഊർജ്ജം മുപ്പത് ജൂൾസാണ്!

തട്ടിയും തടഞ്ഞും കിതച്ചും അശ്വിനി തുണികൾ രണ്ടു തവണ കഴുകി ഉണക്കിയെടുത്തു. കീമോമരുന്നുകളുടെ അംശംപോലും ഒന്നിലും വേണ്ട, കീർത്തന വരുന്നുണ്ട്. ഓരോ കയറ്റയിറക്കത്തിലും അശ്വിനി കിതച്ചു. തുണി നിറച്ച കൊട്ടയുമായി അവൾ കോണിയുടെ ആദ്യത്തെ പടിയിലിരുന്നു. കഴുകിയ തുണിനിറഞ്ഞ കൊട്ടയുംകൊണ്ടു മുകളി ലത്തെ മുറിവരെ എത്തുമ്പോഴേക്കും ഒരു മാസത്തെ ക്ഷീണം കൂടെ വരുന്നത് ശരിയായ കണക്കല്ലെന്നു അവൾ തിരിച്ചറിഞ്ഞു.

''രാത്രി പതിനൊന്നു മണിക്കു മോഹൻ എത്തുന്നതുവരെ തുണി കാത്തിരിക്കണോ?''

അശ്വിനി ക്യാൻസുവിനെ ചോദ്യം ചെയ്തിട്ട് തുണിക്കൊട്ട സ്വീക രണമുറിയിലെ സോഫയിൽവെച്ച് ഓരോന്നായി മടക്കിയെടുത്തു. കുറച്ചുവീതം കൊട്ടയിലാക്കി പല തവണയായി മുകളിൽ കൊണ്ടു പോയി.

വീണുപോകുന്ന ക്ഷീണം അശ്വിനിയെ കുളിക്കാനും അനുവദിക്കുന്നില്ല. ഷവറിൽ തലചുറ്റി വീഴുമെന്നു അവൾക്കു തോന്നി. ചങ്കിൽ തറച്ചിരിക്കുന്ന പോർട്ടിൽ വെള്ളം കയറാതിരിക്കാൻ ടബ്ബിലെ കിടന്നു കുളിയാവും നല്ലതെന്ന് വിദ്യ അശ്വനിക്കു പറഞ്ഞുകൊടുത്തു.

കുളികഴിഞ്ഞു നീരുവറ്റിയ വള്ളിപോലെ അശ്വിനി സോഫയിൽ ചാഞ്ഞു കിടന്നു. കിടന്നാലും തീരാത്ത ക്ഷീണം. ക്ഷീണം പിടിച്ച ജീവിതം ഒന്നിനും കൊള്ളില്ല. ഈ ലോകത്തിനും കൂടെയുള്ളവർക്കും ഓഹരി കൊടുക്കാൻ ഒന്നുമില്ലാത്ത അവസ്ഥ ഭീകരമാണ്. അശ്വിനി വൃദ്ധയായിക്കഴിഞ്ഞിരിക്കുന്നു.

Growing old together അശ്വിനിക്ക് മോഹനോടോന്നിച്ച് വാർദ്ധക്യമുണ്ടാവുമോ?

ഭൂഗോളപ്പാതി താണ്ടി വന്ന അമ്മയുടെ ഫോൺ ശബ്ദത്തിൽ അശ്വിനി ഉണർന്നു.

''മോളേ, നിയ്യ് നല്ലോണം വല്ലോം കഴിക്കുന്നുണ്ടോ?''

''ഉം... എന്തു കഴിച്ചാലും ഛർദ്ദിക്കും. അതുകൊണ്ട് സൂപ്പാണ് കൂടുതലും.''

''ഇത്തിരി ആട്ടിൻസൂപ്പ് വെച്ചു കഴിക്കൂ മോളേ.''

''അതൊന്നും ഇവിടെ നടപ്പില്ലമ്മേ.''

''അവിടെ ആട്ടെറച്ചി കിട്ടില്ലേ? എല്ലൊള്ള കഷണം ഇട്ട് നാല്പത് ദിവസം ആട്ടിൻ സൂപ്പു കുടിച്ചാ നിന്റെ ക്ഷീണോക്കെ മാറും.''

''ആട്ടെറച്ചി വാങ്ങാൻ ഞാൻ ഇരുപതു കിലോമീറ്റർ ഡ്രൈവ് ചെയ്തു പോണം. പിന്നെ അത് കഴുകി വൃത്തിയാക്കി പച്ചക്കറികളും പല വ്യഞ്ജനോം ചേർത്തു സൂപ്പാക്കുമ്പേക്കും ഞാൻ സൂപ്പാവും.''

''അവിടെ ഒരു കൈ സഹായത്തിന് ആരേം കിട്ടില്ലാല്ലേ.''

''പട്ടിണി കിടന്നു മരിച്ച മനുഷ്യന്റെ ശവത്തിനു ചുറ്റും വിതറാൻ അരി ചോദിച്ച കഥ അമ്മയല്ലേ പറഞ്ഞു തന്നത്. ഒരു മണി അരി ആ വീട്ടിൽ ഉണ്ടായിരുന്നെങ്കിൽ ആ മനുഷ്യൻ മരിക്കുമായിരുന്നില്ല എന്ന്.''

''അതൊരു പദ്യമാണ്, കഥയല്ല. പൊട്ടിപ്പെണ്ണ്.''

''നാല്പതുദിവസം ഇത്രേം വെച്ചുണ്ടാക്കാനുള്ള ആരോഗ്യം എനിക്കുണ്ടായിരുന്നെങ്കി സൂപ്പുണ്ടാക്കേണ്ടി വരില്ലായിരുന്നു.''

''നീയൊന്നു അന്വേഷിച്ചു നോക്കെടി എന്നെ പഠിപ്പിക്കാൻ വരാതെ.''

''ഉം നോക്കാംമ്മേ.''

സമ്മതിച്ചുകൊടുത്തില്ലെങ്കിൽ പ്രേമാവതി അതോർത്ത് ഉരുകിക്കൊണ്ടിരിക്കുമെന്ന് അശ്വിനിക്കറിയാം.

''ക്ഷീണം പോവാൻ അപ്പൊ നീ എന്താ ചെയ്യുന്നത് അച്ചു?''

''യോഗ ചെയ്യുന്നുണ്ട്. വലിയ എക്സർസൈസ് ഒന്നുമില്ല.''

''അതിനു മോള്ക്കെങ്ങനെ യോഗ അറിയുന്നത്?''

''അതൊക്കെ ഇവിടുത്തെ ടി.വി.ലുണ്ടമ്മേ. എല്ലാ ആസനങ്ങളും അറിയുന്ന നല്ല മണിമണി പോലത്തെ മദാമ്മമാര്.''

''നീ പോടീ, എന്നെ കളിയാക്കാതെ.''

പ്രേമാവതി അവിശ്വാസിയാണല്ലോ റാണാ.

അശ്വിനി വീണ്ടും ടിവിയിലേക്ക് തന്നെ പോയി. ടി.വി.യിലെ ആളുകളുടെ ചിരിയും ആരോഗ്യവും ഉത്സാഹവും കണ്ട് അശ്വിനി വെറുതെ കിടന്നു.

''റാണാ, ദിവസങ്ങൾക്കും സമയത്തിനും ക്രമാതീതമായ വിലയിടിവു സംഭവിച്ചിരിക്കുന്നു. ലോകത്തിന്റെ സങ്കടങ്ങൾ മുഴുവൻ എന്നിലേക്ക് വരുന്നു. ലോകത്തിന്റെ സന്തോഷങ്ങൾ മുഴുവൻ എന്നെ അസൂയപ്പെടുത്തുന്നു.

അതിനുത്തരമായി റാണാ പ്രതാപ്സിംഗ് ഒരു പാട്ടു പാടിക്കൊടുത്തു. അശ്വിനി പാട്ടിൽ ഒഴുകിപ്പോയി.

''അമ്മൂ. എങ്ങനെയുണ്ട്?

അശ്വിനിയുടെ കാലിൽ മെല്ലെപിടിച്ച് കീർത്തന ചോദിച്ചു. രണ്ടാമത്തെ കീമോ തെറാപ്പിക്കു മുൻപായി ആദ്യത്തെ തെറാപ്പി മരുന്നുകളുടെ അംശം വീട്ടിൽനിന്നും പോയിട്ടുണ്ടാവും എന്ന ഉറപ്പിലാണ് അശ്വിനി കീർത്തനയെ വീട്ടിലേക്കു വരാൻ അനുവദിച്ചത്. കീർത്തനയുടെ നാലുമാസ ജോലികഴിഞ്ഞിരിക്കുന്നു. സെപ്റ്റംബറിൽ ക്ലാസ് തുടങ്ങുന്നതിനു മുമ്പുള്ള അഞ്ചു ദിവസത്തെ അവധിയിൽ കീർത്തന പറന്നുവന്നതായിരുന്നു. അശ്വിനിയുടെ കാലിൽ വെറുതെ ഉഴിഞ്ഞു കൊണ്ട് കൂടുതലൊന്നും പറയാതെ അവൾ സോഫയിലിരുന്നു.

''എനിക്ക് സുഖാടി, ഇങ്ങനെ ടി.വി. കണ്ടു കിടന്നുറങ്ങിയാൽ മതീലോ.''

അശ്വിനി ചിരിയോടെ പറഞ്ഞു. കീർത്തനയുടെ മുഖത്ത് ചിരി അത്ര വേഗത്തിൽ തെളിയാത്തത് അശ്വിനി ശ്രദ്ധിച്ചു.

കീർത്തനയെ കൂട്ടുകാരികൾ ഡാൻസുകളിക്കാൻ വിളിച്ചിരിക്കുന്നു. ഇതൾമലയാളി സംഘടന തിരുവോണത്തിനും രണ്ടാഴ്ച മുൻപേ ഓണം ആഘോഷിക്കുകയാണ്. ശനിയാഴ്ച പരിപാടിക്ക് കീർത്തനയുടേയും കൂട്ടരുടേയും ഭരതനാട്യമുണ്ട്. യൂണിവേഴ്സിറ്റി തുറക്കുന്നതിനു മുമ്പ് ഓർമ്മപുതുക്കൽ പോലെ പഴയ കൂട്ടുകാരികൾക്ക് ഗ്രൂപ്പ്ഡാൻസ് കളിക്കണം.

‘‘എനിക്ക് കുഴപ്പമൊന്നും ഇല്ല. മോള് ധൈര്യായിട്ടു പൊയ്ക്കോളൂ.’’

പരിപാടി തുടങ്ങുന്നത് ആറുമണിക്കാണെങ്കിലും ഡാൻസുകാരികൾക്ക് രണ്ടുമണിക്ക് അവിടെ എത്തണം. എല്ലാവരുടെയും മുടി കെട്ടണം. മേക്കപ്പിടണം, വേഷം മാറണം, നെറ്റിയിൽ സൂര്യനെയും മുടിയിൽ ചന്ദ്രനെയും നക്ഷത്രങ്ങളെയും അണിയിച്ചു വെയ്ക്കണം. രണ്ടു മണിയിൽ ഒട്ടും വൈകരുതെന്ന് ഡാൻസ് ടീച്ചർ പ്രത്യേകം പറഞ്ഞേൽപ്പിച്ചിട്ടുണ്ടായിരുന്നു. പരിപാടി കഴിയുമ്പോൾ രാത്രി പത്തുമണിയെങ്കിലും ആവും. അശ്വിനിക്ക് അത്രയും നേരം ഇരിക്കാൻ വയ്യ. ഇടയ്ക്ക് കുറച്ചൊന്നു കിടക്കണം.

‘‘മമ്മു വാവോ വച്ചോളൂ. രന്ന പോയി പെർഫോം ചെയ്ത് ഓടി വരാം.’’

കെട്ടിപ്പിടിച്ച് ഉമ്മവെച്ച് അമ്മയെ ഉണ്ണിയാക്കി കീർത്തന കൂട്ടുകാരികളുടെ ഒപ്പം ഓണം ആഘോഷിക്കാൻ പൊയ്ക്കളഞ്ഞു. അന്നേവരെ കീർത്തനയുടെ ഒരു പരിപാടിയും അശ്വിനിയില്ലാതെ നടന്നിട്ടില്ല. ഒഡ്യാണം കെട്ടി, ഉറപ്പു പരിശോധിച്ചു, ചരടു ദാവണിക്കു പിന്നിലേക്ക് നീക്കി പൈജാമയ്ക്കുള്ളിലേക്ക് അശ്വിനി തിരുകി വെക്കുന്നതാണ് ഒരുക്കത്തിന്റെ അവസാനത്തെ കർമ്മം. അശ്വിനിയില്ലാതെ കീർത്തനയ്ക്ക് ഡാൻസ് ചെയ്യാൻ പറ്റുമെന്നതുതന്നെ അവൾക്ക് പുതിയ അറിവായിരുന്നു.

ഡാൻസ് ക്ലാസിന്റെ ഓരത്ത് റിപ്പോർട്ടുകൾ മറിച്ചുനോക്കി അശ്വിനി കാവലിരിക്കും. കീർത്തനയെ അലാരിപ്പ് തെറ്റില്ലാതെ ചെയ്പ്പിക്കാൻ നോക്കുകയാണ് വൃന്ദ ടീച്ചർ. കൂപ്പിയ കൈ തലയ്ക്കു മുകളിൽ പിടിച്ച കീർത്തന കഴുത്തിളക്കുമ്പോൾ കൈകളും ആ വഴി നീളുന്നു.

‘‘പതാക കുട്ടീ, പതാക.’’

വൃന്ദ സ്വന്തം വിരലുകൾ ചേർത്തു പിടിച്ച് പതാകമുദ്ര കാണിച്ചു കൊടുത്തു. എന്തൊരു ക്ഷമയാണ് വൃന്ദയ്ക്ക്, ടീച്ചറാവാൻ അപാര ക്ഷമ വേണം. അശ്വിനിക്ക് ഇല്ലാത്തതും അതാണ്.

‘‘ഇത് ഈശ്വരന്, ഇത് ഗുരുവിന്, ഇത് കാഴ്ചക്കാർക്ക്.’’

കൈകൾ നെറ്റിയിലെക്കും പിന്നെ നെഞ്ചിനു നേരെയും ചേർത്ത് വൃന്ദ വിശദീകരിക്കുമ്പോൾ അശ്വിനി വീണ്ടും റിപ്പോർട്ടിലേക്ക് തിരിയും.

‘‘എപ്പോഴും ഉള്ളിൽ ഓർമ്മ വേണോട്ടോ.’’

ഓരോ സ്റ്റേജ് പെർഫോമൻസിലും കുട്ടികൾ ഗുരു വൃന്ദയെ ഓർക്കുന്നുണ്ടാവുമോ എന്നു അശ്വിനിക്കു സംശയം തോന്നി.

മോഹന് ഓണത്തിനു പോവാൻ ഇഷ്ടമില്ല.

''വെറുതെ സമയം കളയുന്ന പരിപാടി! അവൾ വലിയ പെണ്ണായില്ലേ. മടിയിൽ വെച്ചിരിക്കാൻ പറ്റോ? ഇൻഡിപെൻഡന്റാവട്ടെ. ഗുഡ്.''

അശ്വിനിയുടെ ചിണുങ്ങലിനെ മോഹൻ സിക്സറടിച്ചു തോൽപ്പിച്ചു. ഉറക്കത്തിനും ഉണർവ്വിനും ഇടയിൽ കീർത്തനയിപ്പോൾ ഒരുങ്ങുകയാവും, കീർത്തനയിപ്പോൾ സ്റ്റേജിലാവും എന്നൊക്കെ അശ്വിനി കണക്കു കൂട്ടിക്കൂട്ടിക്കിടന്നു.

ഓണപ്പരിപാടികഴിഞ്ഞു രോഗിയെ കണ്ടുപോവാൻ ഗേൾപവറുകാരികൾ മുന്നറിയിപ്പില്ലാതെ വന്നുകയറി. സോഫയിൽ ചാരിയിരുന്നു അശ്വിനി വിശേഷങ്ങൾ കേട്ടു. മലയാളികളുടെ പരിപാടികളിൽ ഹിജാബു ധരിച്ചവരുടെ എണ്ണം കൂടിവരുന്നതായി ചർച്ച.

''എനിക്കു മനസ്സിലാവണില്ല, എന്തിനാ ഈ മുസ്ലീം പെണ്ണുങ്ങൾ പർദ്ദ ഇടാൻ സമ്മതിക്കണേന്ന്. അവർക്ക് ചോദിച്ചൂടെ, ഇക്ക ഇടാത്ത പർദ്ദ എന്തിനാണ് എനിക്കെന്ന്?''

''അത് കൾച്ചറിന്റെ ഒരു ഭാഗമാവുമ്പോ, നമ്മുടെ ബന്ധുക്കളും വേണ്ടപ്പെട്ടവരും അതാണ് ശരി എന്ന് തീർത്തു പറയുമ്പോ എതിർക്കാൻ ബുദ്ധിമുട്ടാണ്. അത് ശരിയാണെന്ന് തോന്നുകയും ചെയ്യും.''

അശ്വിനിയുടെ പ്രസ്താവന ആർക്കും ഇഷ്ടമായില്ല.

''ദേ, ഈ ചുനിക്ക് എന്തിന്റെ കേടാണ്? പൊറത്ത് എറങ്ങാതിരുന്നു ബോധം പോയോ? ഈ പഠിപ്പുള്ള കുട്ടികൾക്ക് ലോകം അറിയുന്നവർക്ക് പ്രതിഷേധിച്ചൂടെ?''

''എന്നാ നിനക്ക് തലയിലു തുണി ഇടാതെ പള്ളീൽ പോവാമോ? നിങ്ങള്ടെ പള്ളിയിൽ ആണുങ്ങൾ തല മറക്കുന്നില്ലല്ലോ. അച്ചായനിടാത്ത തലേത്തുണി എന്തിനാണ് എനിക്കെന്ന് എന്തുകൊണ്ടാണ് ക്രിസ്ത്യാനി പെണ്ണുങ്ങൾ പ്രതിഷേധിക്കാത്തത്?''

മെറിന്റെ മുഖം മാത്രമല്ല ശരീരം മുഴുവൻ ചുവന്നുവെന്ന് അശ്വിനിക്കു തോന്നി.

''സിങ്ങുമാരെയല്ലേ നിങ്ങളും അനുകരിക്കേണ്ടത്. അവരുടെ മന്ദിറിൽ ആണുങ്ങളും പെണ്ണുങ്ങളും തല മറയ്ക്കണം. ലിംഗഭേദമില്ല.''

ആരും എതിരു പറഞ്ഞില്ല. എത്ര മണിക്കൂർ വാദിക്കേണ്ട വിഷയമാണ്. ഏതു വിഷയവും മണിക്കൂറുകൾ വിസ്തരിച്ച് വാദപ്രതിവാദം നടത്താമായിരുന്നു. ആർക്കും ആരെയും എതിർത്തു സംസാരിക്കാൻ അനുവാദമുള്ള ഗ്രൂപ്പായിരുന്നു. ഇപ്പോൾ ആരും അശ്വിനിയുടെ വാദത്തെ പിളർക്കാൻ ശ്രമിക്കുന്നില്ല.

കാൻസർ ദാനം കൊടുത്ത സ്വാതന്ത്ര്യമാണത്. മടുപ്പിക്കുന്ന സഹതാപം അശ്വിനിക്കും ബഹുമാനം കാൻസറിനുമായി വീതം വെച്ചിരിക്കുന്നെന്ന് അവൾ കണക്കുകൂട്ടി.

ആ വർഷം അശ്വിനിയുടെ ഓണം മാത്രമല്ല മാറിയത്. അശ്വിനിയില്ലാതെ ആദ്യമായി കീർത്തന യൂണിവേഴ്സിറ്റിയിലെ പുതിയ താമസസ്ഥലത്തേക്കു മാറി.

അശ്വിനിക്ക് വീടുവിട്ടു ദൂരെ എവിടെയെങ്കിലും പോകണമെന്നു തോന്നി.

''കീമോ കഴിയട്ടെ. ഉഷ്ണമേഖലയിലെ ഒരു റിസോർട്ടിൽ വെക്കേഷനു പോവാം.''

റാണ അശ്വിനിയെ ആശ്വസിപ്പിക്കാൻ ശ്രമിച്ചു.

''വേണ്ട, നാട്ടിൽ പോയാൽ മതി. പ്രേമാവതിക്ക് കൂട്ടിരിക്കാൻ.''

നീണ്ടു നീണ്ടു പോകുന്ന മടുപ്പൻ ദിവസങ്ങളിൽ അശ്വിനിയതു സങ്കല്പിച്ചു നോക്കി. പകൽക്കിനാവും പാതിരാകിനാവും കെട്ടിമറിഞ്ഞ് ഇഴപിരിഞ്ഞ് അശ്വിനിയിൽ തലകുത്തിമറിഞ്ഞു.

ആഴ്ചതോറും വരുന്ന പരസ്യപത്രങ്ങളുടെ കൂടു തുറന്ന് അതിലെ പടങ്ങൾ കണ്ടിരുന്നു അശ്വിനി. എല്ലാ കടകളും വാങ്ങൂ... വാങ്ങൂ എന്ന് ആഹ്വാനം ചെയ്തുകൊണ്ടിരുന്നു. രണ്ടു വറചട്ടികൾ ഒന്നിന്റെ വിലയ്ക്ക്. അഞ്ചു അളവു കപ്പുകളുടെ ഒരു സെറ്റ്. മൂന്നു മഞ്ഞു കോരികകളുടെ ഒരു സെറ്റ്. സംഭരിച്ചു വെക്കാനുള്ള നാല്പത് പാത്രങ്ങൾ പത്തു ഡോളറിന്...

കൂട്ടിക്കൂട്ടി വെക്കുക. സൂക്ഷിച്ചു വെക്കുക. പരസ്യങ്ങൾ ആർപ്പുവിളിക്കുന്നതാണ്.

അശ്വിനി പരസ്യത്തിലെ കുട്ടിയെ ശ്രദ്ധിച്ചു. ഒരു ചാൺ നീളത്തിൽ വളഞ്ഞു പുളഞ്ഞു കിടക്കുന്ന സ്വർണമുടിക്ക് 96.4 കാരറ്റിന്റെ പ്രകാശമുണ്ടായിരുന്നു. ഉരുക്കിയാൽ ഒരു കല്യാണത്തിനുള്ള ഉരുപ്പടി ഉണ്ടാക്കാം. എന്തൊരു ചന്തമാണ് ആ മുഖത്തിനും ചുണ്ടിനും. അത് പ്രായത്തിന്റേതാണ്. പ്രായമാവുംതോറും മുഖം വൃത്തി കേടാവുന്നു. അശ്വിനി കണ്ണാടി നോക്കി. ചത്ത കണ്ണ്, കൂട്ടു പുരികം. മേൽമീശ. വരണ്ടു പൊട്ടിയ ചുണ്ട്.

''ഛെ മുഖം മാറ്റിവെക്കൂ പെണ്ണേ, പ്രായമായ എല്ലാവരേയും വെടിവെച്ചു കൊല്ലണം.''

അശ്വിനി കണ്ണാടിയോട് അതു കല്പിച്ചപ്പോഴാണ് വിദ്യ എത്തിയത്. വിദ്യയുടെ കൈയിൽ അരിമുറുക്കിന്റെ പൊതിയുണ്ടായിരുന്നു. സമ്മർ ആയതുകൊണ്ട് വിരുന്നുകാരുടെ ബഹളമായിരുന്നു, ഊണു വെച്ചു വിളമ്പി മറ്റൊന്നിനും സമയം കിട്ടുന്നില്ലെന്നു വിദ്യ അശ്വിനിയോടു പരാതി പറഞ്ഞു. അശ്വിനി വിദ്യയെ മര്യാദകളുടെ നേരും നെറിയും പഠിപ്പിക്കാൻ ശ്രമിച്ചു നോക്കി.

‘‘വാതിലു കടന്നു വരുന്നവർക്കെല്ലാം ഊണു കൊടുക്കണമെന്ന് നിർബന്ധിക്കണത് എന്തിനാണ്? അവർ പട്ടിണി കെടന്ന് സഹിക്കാമ്പറ്റാഞ്ഞിട്ടാ മ്മടെ വീട്ടി കേറി വരണത്?’’

‘‘എന്നല്ല, മര്യാദ.’’

‘‘എന്തുന്നു മര്യാദ? അദൊന്നും മര്യാദേല്ല, വെർതെ, ഷോ ഓഫ്.’’

‘‘പിന്നെ ആളുകള് വരുമ്പോ ഞങ്ങള് ഷോ ഓഫല്ല. അതോണ്ട് ചോറില്ല എന്നു പറയോ?’’

‘‘അങ്ങനെ ഒന്നും പറേണ്ട. നല്ല കിണ്ണം കാച്ചിയ ഒരു ചിരി ചിരിക്കാ. എന്നിട്ട് ചായേം പലാരോം കൊടുക്കണം. പോകാനെഴുന്നെൽക്കുമ്പോ ആദ്യത്തേലും മെച്ചായിട്ടുള്ള ഒരു ചിരീം കൂടി പാസാക്ക. അത്രേം അധികാ.’’

‘‘വീട്ടിലു വരുന്നോരെ ഊട്ടാതെ വിടരുതെന്ന് അമ്മ പറയും.’’

‘‘വിദ്യേടെ അമ്മ ജോലി ചെയ്തിരുന്നില്ലേ?’’

‘‘എന്റെ അമ്മ പാട്ടു ടീച്ചറായിരുന്നു. അഞ്ജന അമ്മേടടുത്ത് പാട്ടു പഠിച്ചതാണ്. ഇന്നലെയും അവൾടെ ഇന്റർവ്യൂ ടിവിയിൽ കണ്ടു. കാണുമ്പോക്കെ എനിക്കു കലിയും സങ്കടവും വരും. ആശിച്ചതൊന്നും ദൈവം എനിക്കു തന്നിട്ടില്ല അശ്വിനീ.’’

അശ്വിനിക്ക് കടിച്ച മുറുക്ക് തൊണ്ടയിൽ കുരുങ്ങി.

‘‘നമുക്ക് ദൈവത്തിന്റെ പേരിൽ വിശ്വാസവഞ്ചനയ്ക്കു കേസ്സെടുക്കാം വിദ്യേ.’’

വല്ലായ്മ മറക്കാൻ അശ്വിനി കോമാളിയാവാൻ ശ്രമിച്ചു നോക്കി.

‘‘എനിക്ക് പത്തു വയസ്സുള്ളപ്പൊ അച്ഛൻ മരിച്ചതാണ്. എന്നെ കലാതിലകം ആക്കാനുള്ള പൈസയൊന്നും അമ്മേടടുത്ത് ഇല്ലായിരുന്നു. ജീവിതത്തിൽ ആകെ ആഗ്രഹം പാട്ടുപാടണമെന്ന് മാത്രമായിരുന്നു.’’

വിദ്യയുടെ ഫ്യൂഷ നിറമുള്ള വി-നെക്ക് സ്വെറ്ററിന്റെ കഴുത്തിനടുത്ത് ഒരു നൂലു പൊങ്ങി നിൽപ്പുണ്ടായിരുന്നു. അത് കൈനീട്ടി എടുത്തു കളയാൻ അശ്വിനി മടിച്ചു. അവളുടെ മുന്നിലെ മുടിയിൽ വെളുപ്പ് പടർന്നുകയറുന്നത് അശ്വിനി ശ്രദ്ധിച്ചു. അരുത്. ഇത് സംസാരിക്കാനുള്ള സമയമല്ല. കേൾക്കാനുള്ള സമയമാണ്.

‘‘അച്ഛൻ മരിച്ചതോടെ അമ്മ ഇല്ലാണ്ടെ ആയി. വർഷങ്ങള് കഴിഞ്ഞിട്ടും അമ്മ ഒളിച്ചിരുന്നു കരയുന്നത് എത്ര പ്രാവശ്യം ഞാൻ കണ്ടിട്ടുണ്ടെന്നോ. ഞങ്ങളെ സങ്കടപ്പെടുത്തേണ്ടാന്നു കരുതീട്ടാവും. But why the heck am I not missing him?

അഭിനയിക്കാൻ അറിയാത്ത നടൻ സ്റ്റേജിൽ നിന്നും ചോദിക്കുന്ന ചോദ്യം പോലെയാണത് അശ്വിനിക്ക് തോന്നിയത്. ഒരുപക്ഷേ,

ഉച്ചത്തിൽ ഒരു പ്രസ്താവന പോലെ വിദ്യയുടെതല്ലാത്ത ശബ്ദത്തിൽ കേട്ടതുകൊണ്ടാവും.

''Unconditional love ഒരു സങ്കലപം മാത്രമാണെടോ. ഒരാളെ മിസ്സ് ചെയ്യണമെങ്കിൽ നമ്മൾ അയാളെ എന്തിനെങ്കിലുമൊക്കെ ആശ്രയിക്കുന്നുണ്ടാവണം. Physically or emotionally.''

വിദ്യ ഉറക്കത്തിൽ നിന്നും പെട്ടെന്നുണർന്ന നടുക്കത്തോടെയാണ് അശ്വിനിയെ നോക്കിയത്.

''എനിക്ക് ജീവിതത്തിൽ ഏറ്റവും ലോൺലിയായി തോന്നിയിട്ടുള്ളത് പ്രദീപിന്റെ ഒപ്പം എവിടെയെങ്കിലും പോകുമ്പോഴോ പ്രദീപ് വീട്ടിലുള്ളപ്പോഴോ ആയിരുന്നു അശ്വിനീ.''

''വിദ്യയുടെ അമ്മയുടെ ജീവിതത്തിൽ ഭർത്താവ് മാറ്റി നിർത്താനാവാത്ത ഒരു ആവശ്യമായിരുന്നു. എല്ലാത്തിനും മേലെ വൈകാരിക ബന്ധം. പരസ്പരം ആശ്രയിച്ചായിരുന്നിരിക്കും അവർ ജീവിച്ചിരുന്നത്.''

''പ്രദീപ് മരിച്ചു രണ്ടു മാസം കഴിഞ്ഞാണ് ഞാൻ ജോലിക്കു തിരിച്ചുപോയത്. അന്നു ഞാൻ സമയമെടുത്ത് ഒരുങ്ങി. അന്നാണ് ഐബ്രോ പൗഡർ എന്താണെന്ന് തന്നെ അറിഞ്ഞത്. ദീപികയുടെ അപ്പാർട്ടുമെന്റിലെ ചീപ്പ് സർവ്വീസ് വേണ്ടെന്നുവെച്ച് ഞാൻ ജോസഫിനിൽ പോയി.

ജോസഫിൻ സ്റ്റുഡിയോയിൽ ഷെല്ലിയാണ് പുരികം വാക്സു ചെയ്യുന്നത്. മേക്കപ്പിട്ട്, കൈയില്ലാളുടുപ്പിട്ട് ഹൈ ഹീൽ ചെരുപ്പിട്ട് സെക്സിയായ ഷെല്ലി ഭംഗിയായി സംസാരിച്ചുകൊണ്ട് പുരികത്തിനെ ക്രമപ്പെടുത്തും. പശ്ചാത്തലത്തിൽ പോപ്സംഗീതം ഉണ്ടാവും. മുന്നിൽവച്ചു കീറിയെടുത്ത കടലാസ് പുതച്ച സുന്ദരൻ കിടക്കയിലാണ് കസ്റ്റമർ കിടക്കുന്നത്. ഷെല്ലിയുടെ ഇളംചൂടുള്ള വാക്സും മൃദുലമായ പെർഫ്യൂം മണക്കുന്ന ശരീരവും നിറയുന്ന സ്റ്റുഡിയോ മറ്റൊരു ലോകമാണ്.

ദീപികയിടുന്നത് മഞ്ഞൾ പടർന്ന പഴകിയ ചുരിദാറാണ്. വായുവിൽ ബസുമദിച്ചോറിന്റെയും മസാലയുടെയും മണമുണ്ടായിരിക്കും. ദീപിക നൂലിന്റെ തുമ്പ് വായിൽ കടിച്ചു പിടിച്ച് രോമങ്ങൾ വേഗം വേഗം പിഴുതെടുക്കും. രണ്ടു കൈകൊണ്ടും ദീപികയുടെ പണി തടസ്സമാവാത്ത വിധത്തിൽ പുരികം വലിച്ചും നീട്ടിയും പിടിച്ചുകൊടുക്കണം.

ജോസഫിനിൽ വേണമെങ്കിൽ ഒന്നു മയങ്ങാം. പണി കഴിയുമ്പോൾ ഷെല്ലി കുളിർമയുള്ള ക്രീം പുരികത്തിനു ചുറ്റും പുരട്ടി ഉഴിയും. പിന്നെ ഐബ്രോ പൗഡർ ഇട്ടു പുരികത്തിനെ പെരുപ്പിക്കും. രോമങ്ങളെ ജെൽ പുരട്ടി മിനുക്കി പുതു പുത്തനാക്കിയെടുക്കും. ദീപികയ്ക്കു കൊടുക്കുന്നതിന്റെ നാലിരട്ടി ചാർജുണ്ട് ഷെല്ലിയുടെ സർവ്വീസിന്.

''എന്തിനാണ് അന്ന് അങ്ങനെയൊക്കെ കാട്ടിക്കൂട്ടിയതെന്നു എനിക്കറിയില്ല അശ്വിനീ.''

അശ്വിനിക്ക് കൃത്യമായി അറിയാം. പരാജയപ്പെട്ടിട്ടില്ലെന്നു പരിചയക്കാരോട് വിളിച്ചു പറയാൻ വേണ്ടിയാണ് അതൊക്കെ ചെയ്യുന്നത്.

''I'm not a loser! ഞാൻ സുന്ദരിയാണ്. എന്റെ ആത്മവിശ്വാസവും നഷ്ടമായിട്ടില്ല.''

രോഗവും ദുരിതങ്ങളും വ്യക്തിപരമായ പരാജയങ്ങളായി മനുഷ്യർ കാണുന്നത് എന്തുകൊണ്ടാണെന്ന് അശ്വിനി അത്ഭുതപ്പെട്ടു.

The show must go on

അശ്വിനി ഫേസ്ബുക്കിലെ ഓണപ്പടങ്ങൾ നോക്കിയിരുന്നു. അത്തം തുടങ്ങിയിട്ടേ ഉണ്ടായിരുന്നുള്ളൂ, പ്രവാസികളുടെ പൂക്കളങ്ങൾ പലതും മേശപ്പുറത്തായിരുന്നു. നിലവിളക്കുകളും മഹാബലിയെപ്പോലെ ഓണക്കാലത്തു മാത്രം ഷോകേസിൽ നിന്നുമിറങ്ങി പൂക്കളത്തിനു കാവലായിരുന്നിരുന്നു.

ലാപ്ടോപ് സ്ക്രീനിലെ ചിത്രങ്ങൾ നോക്കി വിദ്യ അശ്വിനിയോടു പറഞ്ഞു.

''ഫേയ്സ്ബുക്കിൽ നിറയെ ഓണത്തിന്റെ ഫാൻസീഡ്രെസ്സല്ലേ?''

രണ്ടു കീമോകൾക്കിടയിലുള്ള സുരക്ഷിത ദിവസങ്ങളിൽ അശ്വിനിയെ കാണാൻ വന്നതായിരുന്നു വിദ്യ.

''തിരുവോണത്തിനു രണ്ടാഴ്ച മുൻപ് തുടങ്ങിയ ഓണാഘോഷമാണ്. ഓണം മഹത്തായ പത്താം വാരം. ഇനി ക്രിസ്തുമസ് വരെ ഉണ്ടാവും പ്രവാസിയോണങ്ങൾ.''

''അതേ, വർഷത്തിലൊരിക്കൽ പുറത്തു വരുന്ന സെറ്റും മുണ്ടും. ഉത്സവത്തിന് ആനയെ കുളിപ്പിച്ച് പട്ടംകെട്ടി ഒരുക്കുന്നത് പോലെയുണ്ട്. പേപ്പർദോശ എന്നൊക്കെ പറയുന്നതുപോലെ മുടിയിൽ പേപ്പർ മുല്ലപ്പൂ.''

പൊതുവേ ശാന്തശീലയായ വിദ്യ ആകെ പ്രതിരോധ മൂഡിലാണെന്നറിഞ്ഞ് അശ്വിനി ചോദിച്ചു.

''നിന്റെ അതിമൃദുല വികാരങ്ങളിൽ കയറി ആരാണ് വിദ്യേ നൃത്തമഭ്യസിച്ചത്? എന്തുണ്ടായി?''

''എന്റെ ജാതകം തെറ്റി എഴുതിയതാന്ന് പ്രദീപിന്റെ അമ്മ പറഞ്ഞു.''

സോഫയിൽ കാലു കയറ്റിവെച്ചു പാദങ്ങൾ പിണച്ചിരുന്നു വിദ്യ അശ്വിനിയോടു പതം പറഞ്ഞു. വിദ്യയുടെ പാദങ്ങൾക്കു നല്ല ഭംഗിയുണ്ടെന്നു അശ്വിനിക്കു തോന്നി. വിദ്യയുടെ ഭംഗിയുള്ള വലത്തെ പാദം അരമണ്ഡലത്തിൽ ചുവടുവെച്ചു.

'തെയ്യും തത്ത തെയ്യും താഹ
തെയ്യും തത്ത തെയ്യും താഹ'
കൈ വിരലുകൾ ത്രിപതാകയിൽ മലർന്നും കമഴ്ന്നും
ഇനി പിന്നോട്ട്...

കടുംചുവപ്പ് അതിർത്തി വരച്ച പാദം വളയുന്നു. വലത്തെതിനു തൊട്ടുപിന്നിൽ ഇടത്തേത്. ഇടത്തേതിനു പിന്നിൽ വലത്തേത്. നാട്ടടവ് തകർക്കുകയാണ് വിദ്യ.

തെയ്യും തത്ത തെയ്യും താഹ
തെയ്യും തത്ത തെയ്യും താഹ
തെയ്യും..തെയ്യും... തത്ത...തത്ത..
ത..തത്ത...തത്ത...ത്ത. ത്ത..ഥ!

''ചൊവ്വാദോഷം ഉണ്ടായിരുന്നത് പറയാതിരുന്നതാണോന്ന് പ്രദീപിന്റെ അമ്മ ചോദിച്ചു.

അശ്വിനി മുഖുമുയർത്തി വിദ്യയുടെ നിറയുന്ന കണ്ണുകളിലേക്കു നോക്കി.

പെട്ടെന്നു കോലരക്കിന്റെ ചുവപ്പിൽ നിന്നും ഇലക്ട്രിക് ബ്ലൂ നെയിൽ പോളീഷിട്ട കാൽനഖങ്ങൾ നീണ്ടുവന്നു. വിദ്യ സോഫയിലെ ഇരിപ്പു മതിയാക്കി കുളിമുറിയിലേക്ക് പോയി.

അശ്വിനി ബക്കാർഡിയുടെ ഓറഞ്ചു സ്മൂത്തി വിദ്യയ്ക്കു വേണ്ടി ഗ്ലാസിലൊഴിച്ചു. കുളിമുറിയിൽനിന്നും വന്ന വിദ്യ അടുക്കള മേശയ്ക്കരികിലിരുന്നു. അവളുടെ കൺമഷി കുറച്ച് മൂക്കിന്റെ വശത്തേക്ക് പടർന്നിട്ടുണ്ടായിരുന്നു.

''ആണില്ലാത്ത പെണ്ണ് കാണുന്നവർക്ക് ഒരു ഭാരം തന്നെയാണ് അശ്വിനി. ചിരിക്കാമോ എന്നൊരു ഭാരം ആണുങ്ങൾക്ക്. ഇവളിനി എന്തു ഭാവിച്ചിട്ടാണെന്നൊരു ഭാരം പെണ്ണുങ്ങൾക്ക്.''

''അതൊക്കെ നിന്റെ തോന്നലാണ്. ആ കാലമൊന്നുമല്ല. ആ നാടുമല്ല. ഇത് കാനഡയാണ് വിദ്യ.''

''നിനക്കറിയാത്തോണ്ടാ അശ്വിനി. എല്ലാവരും നിന്നെപ്പോലെയല്ല ലോകം കാണുന്നത്. പെണ്ണില്ലാത്ത ആണിനെ നോക്കി പെണ്ണുങ്ങൾക്ക് തുറന്നു ചിരിക്കാം. എടോ, വരുന്നോ എന്ന് ആണുങ്ങൾ അവരെ ക്ലേശിക്കാതെ വീട്ടിലേക്ക് ക്ഷണിക്കുകയും ചെയ്യും.''

മോഹനില്ലാത്ത സമയം നോക്കിയാണ് വിദ്യ വീട്ടിൽ വരുന്നതെന്ന് പെട്ടെന്ന് അശ്വിനി മനസ്സിലാക്കി.

''ഞാനന്ന് അത്രയും ചൂടായിരുന്നില്ലെങ്കിൽ പ്രദീപ് നേരത്തെ ജോലിക്കു പോവില്ലായിരുന്നു.''

വിദ്യ പിന്നെയും ആ ദിവസത്തിനുള്ളിൽ വട്ടം കറങ്ങുകയാണ്. അവൾക്ക് പ്രദീപ് മരിച്ച ദിവസത്തിൽ നിന്നും പുറത്തേക്കുള്ള വഴി നഷ്ടമായിരുന്നു. മോഹന്റെ ആപ്ലിക്കേഷനിലെ ഇൻഫിനിറ്റ് ലൂപ്പ് പോലെ.

Do until Value = zero

Value = 1

End

End എന്ന കല്പനയിൽ എത്തുമ്പോൾ do എന്ന കല്പനയിലേക്ക് മടങ്ങിപ്പോകാൻ വിധിക്കപ്പെട്ട പാവം Do Loop. മൂല്യം പൂജ്യമാണോ എന്ന് ആപ്ലിക്കേഷൻ നോക്കുന്നു. അല്ല, അപ്പോഴത് അടുത്ത വരിയിലെ മൂല്യത്തിന്റെ വില ഒന്നു എന്ന കല്പന നടപ്പാക്കുന്നു. പിന്നെയും End എന്ന കല്പനയിൽ നിന്നും തുടക്കത്തിലേക്കു മടങ്ങുന്നു.

പാപബോധത്തോട് ഒന്നു വീതം കൂട്ടിക്കൂട്ടി ഒരിക്കലും തീരാത്ത ലൂപ്പിൽ ആ ദിവസം വിദ്യയെ ചുറ്റിച്ചുറ്റി എടുക്കുന്നു.

ഞാനങ്ങനെ പറഞ്ഞിരുന്നില്ലെങ്കിൽ,

go back to do

ഞാൻ അങ്ങനെ ചിന്തിച്ചിരുന്നില്ലെങ്കിൽ,

go back to do

ഞാൻ ഒന്നുകൂടി ശ്രമിച്ചിരുന്നെങ്കിൽ

go back to do...

പാപം പൂജ്യമാവാൻ അനുവദിക്കാത്ത മനസ്സ് വിദ്യയുടെ ജീവിതത്തെ ഒരു ദിവസത്തിലേക്കു ചുരുക്കിയെഴുതുകയാണെന്നു അശ്വിനിയറിഞ്ഞു.

‘‘അതൊക്കെ വെറുതെ തോന്നുന്നതാണ് വിദ്യ. നാറാണത്ത അങ്കിൾ പ്രൂവ് ചെയ്തതല്ലേ, ഈശ്വരനുപോലും ആയുസ്സിന്റെ ഒരു ദിവസം കൂട്ടാനും കുറയ്ക്കാനും പറ്റില്ലാന്നു. നീ അത് വിട്. നമുക്ക് നമ്മുടെ കൺട്രോളിലുള്ള കാര്യങ്ങൾ നോക്കാം. നിനക്ക് ഒരു ചെക്കനെ നോക്കണ്ട സമയം കഴിഞ്ഞു.’’

ബക്കാർഡിയുടെ ഓറഞ്ചു സ്മൂത്തിയിലേക്ക് ഉപ്പു വെള്ളം വീഴുന്നതുകണ്ടു അശ്വിനി പിന്നെയും പറഞ്ഞു.

‘‘നീ കരയേണ്ട, ഇതിനെ ഇങ്ങനെ വെറും കരച്ചിലിൽ ഒതുക്കി തീർക്കാൻ പറ്റില്ല. വീണു മുട്ടുപൊട്ടുമ്പോൾ ആശ്വസിക്കാനേ കണ്ണീരു കൊള്ളൂ.’’

വെറും അഞ്ചു ശതമാനം റമ്മിന്റെ ലഹരിയിൽ അലിയുന്ന വിദ്യയെ ബലപ്പെടുത്താനായി അശ്വിനി മേശപ്പുറത്ത് വെച്ചിരിക്കുന്ന ഗ്ലാസ് പാത്രവും വെള്ളവും വിദ്യയെ കാണിച്ചു.

പന്ത്രണ്ടു ഗ്ലാസ് വെള്ളം കുടിക്കണമെന്നും, കുടിക്കുന്ന വെള്ളത്തിന്റെ കണക്ക് സൂക്ഷിക്കണമെന്നും ജെസിക്ക മാലാഖ ഏൽപ്പിച്ചു വിട്ടിരുന്നത് നേരിട്ടു വന്നു പരിശോധിക്കാൻ പറ്റാത്തതുകൊണ്ട് വിദ്യ അശ്വിനിയോടു ഫോണിലൂടെ വെള്ളത്തിന്റെ കണക്കു ചോദിക്കുമായിരുന്നു.

ഒരു ഗ്ലാസ്... രണ്ടു ഗ്ലാസ്...

പിന്നെ അരഗ്ലാസ്...

പിന്നെ ഒരു അര ഗ്ലാസ്...

ഒരു ഗ്ലാസ് കൂടി.... പക്ഷേ അത് മുഴുവൻ കുടിച്ചില്ല.

അശ്വിനി എണ്ണം തെറ്റിച്ചു തെറ്റിച്ച് വിദ്യയെ കുടുക്കിലാക്കി. ഒടുക്കം പന്ത്രണ്ടു ഗ്ലാസ് വെള്ളം കാലത്തെ എടുത്ത് ഊണുമേശയിൽ വെക്കാൻ പറഞ്ഞത് വിദ്യയാണ്. അതിൽ നിന്നും അളവു നോക്കാതെ ആവശ്യത്തിനുള്ളത് കപ്പിലോ ഗ്ലാസിലോ കുടിക്കാം.

അശ്വിനി ചിരിയോടെ പാത്രം ചൂണ്ടി വിദ്യയോടു പറഞ്ഞു.

''ദേ, ബുദ്ധിമതി പറഞ്ഞതുപോലെ ഇന്നു കുടിച്ചു തീർക്കാനുള്ള വെള്ളം രാവിലെ വെള്ളം അളന്നു വെച്ചതാണ്. പാതിയെത്താറായി.''

വിദ്യയുടെ ആശയം എത്ര വമ്പനായിരുന്നെന്നു അശ്വിനി വിശദീകരിച്ചു. കണ്ണുനീരുകാരിയപ്പോൾ അശ്വിനിയെ നോക്കി തൃപ്തിയോടെ ചിരിച്ചു. അശ്വിനി ലാപ്ടോപ്പ് വിദ്യയ്ക്കും നേരെ തിരിച്ചുവെച്ചു. സ്ക്രീനിൽ ശാദി.കോം കണ്ട് ആദ്യം വിദ്യ ചുളുങ്ങി. പിന്നെ അഞ്ചു ശതമാനം റമ്മിന്റെ ലഹരിയിൽ അവർ പുരുഷന്മാരുടെ പ്രൊഫൈലുകൾ തിരഞ്ഞുകൊണ്ടിരിക്കുമ്പോഴാണ് കോളിംഗ് ബെല്ലടിച്ചത്.

മിത്രയും മെറിനും ജോലിയിൽ നിന്നും ഇടയ്ക്ക് സമയമെടുത്ത് വന്നതായിരുന്നു.

''അശ്വിനി എങ്ങനെയുണ്ട്?''

ചാരമേന്ന് അല്ലെങ്കിൽ ചുനിയെന്നു വിളിക്കപ്പെടാത്തതിൽ അശ്വിനിക്ക് വല്ലായ്മ തോന്നി. അവിളിപ്പോൾ ഒരു കാൻസറുകാരി മാത്രമായി ചുരുങ്ങിയിരിക്കുന്നു.

''വളരെ നന്നായിരിക്കുന്നു.''

അശ്വിനി തറപ്പിച്ചു പറഞ്ഞു.

''ക്ഷീണമുണ്ടല്ലോ.''

‘‘ഹേയ്, അത് വെറുതെ ഇരിക്കുന്നതുകൊണ്ടാവും.’’

അശ്വിനിയുടെ വലതുകൈത്തണ്ടയിലെ ചുവപ്പും കറുപ്പും ഹെയർ ബാൻഡുകൾ നോക്കി മിത്ര തമാശ പറയാൻ ശ്രമിച്ചു.

‘‘ഹിന്ദുവാദി! കുറച്ചു ചരടുകളും കൂടി വേണോ കൈയിൽ കെട്ടാൻ?’’

അശ്വിനി ഹെയർബാൻഡിലേക്ക് സൂക്ഷിച്ചു നോക്കി. പിന്നെ മിത്രയേയും. പെട്ടെന്ന് വിദ്യ ഇടപെട്ടു

‘‘എപ്പോഴാ ഛർദ്ദിക്കാൻ വരാന്നറിയില്ല. അപ്പൊ മുടി കെട്ടി വെയ്ക്കാനാ അത്. അല്ലെങ്കിൽ കുനിഞ്ഞുനിന്ന് ഛർദ്ദിക്കുമ്പോ മുടിയൊക്കെ മുഖത്തേക്ക് വരില്ലേ.’’

‘‘വിദ്യയ്ക്ക് അറിയാം അശ്വിനിയുടെ റുട്ടീൻസെല്ലാം ല്ലേ?’’

‘‘ആരെങ്കിലും വേണ്ടേ അറിയാൻ?’’

അങ്കത്തിൽ തോൽക്കാൻ തീരുമാനിച്ചിട്ടില്ലെന്ന മട്ടിൽ അശ്വിനി മറുപടി പറഞ്ഞു.

മുറിയിലെ വായുവിനു വളരെ പെട്ടെന്നു കനംവെച്ചു. ശ്വാസം വിടാൻ തന്നെ ബുദ്ധിമുട്ടുള്ള ഉരുക്കു വായുവിന്റെ കനം കുറയ്ക്കാൻ വിദ്യ പ്ലേറ്റിൽ ഉപ്പേരി നിരത്തി നോക്കി. മെറിൻ അർത്ഥമില്ലാതെ ചിലച്ചു നോക്കി

‘‘ഈ ഫേസ്ബുക്കില് പോസ്റ്റ് ചെയ്യുന്നവർക്കെല്ലാം ഒരു കൊണ്ടാസെന്റിംഗ് ആറ്റിട്ട്യൂഡ് ഉണ്ട്.’’

‘‘ഉവ്വോ?’’

‘‘എനിക്കെല്ലാം അറിയാം. അല്ലെങ്കിൽ എന്റെ അഭിപ്രായം മാത്രമാണ് ശരി എന്നൊരു മട്ടുണ്ട്.’’

‘‘അവര് അവര്ടെ അഭിപ്രായം പറയല്ലേ. ഫേസ്ബുക്ക് ഓരോരുത്തർക്കും ഓരോന്നാണ്.’’

അശ്വിനി ന്യായം പറഞ്ഞു.

‘‘അതിനിടയിൽ മറ്റുള്ളവരെ താഴ്ത്തിക്കെട്ടി ഒരിതാക്കലുണ്ട്. ശ്രദ്ധിച്ചോളൂ. ഞാനങ്ങനെ ചെയ്തു, ഇങ്ങനെ ചെയ്തു. മറ്റുള്ളവരൊക്കെ അല്ലെങ്കിൽ ചിലയാളുകൾ ഇങ്ങനെയാണ് എന്നൊക്കെ.’’

‘‘ചിലർക്ക് അതൊരു ബിൽബോർഡാണ്. ചിലര് അതിലൂടെ അവരുടെ ഫ്രസ്ട്രേഷൻ തീർക്കുന്നു.’’

‘‘അശ്വിനി നീയല്ലേ fbയെ സ്വീക്വൻസ് പിടിപ്പിച്ച ചുരീദാറു പോലെയാണെന്നൊക്കെ കുറ്റം പറഞ്ഞത്. എന്നിട്ടിപ്പോ സപ്പോർട്ടു ചെയ്യുന്നോ?’’

മെറിന്റെ ചോദ്യത്തിനു മറുപടി വരാതെയിരിക്കാൻ അശ്വിനി കീമോനാവിനെ ബലത്തിൽ കടിച്ചു നിർത്തി.

''എന്നിട്ട് നിന്നെ ഇപ്പൊ ഫേസ്ബുക്കിൽ കാണാനേ ഇല്ലല്ലോ ആഷ്.''

മിത്രയും പരാതിപ്പെട്ടു.

അവർ പോയിക്കഴിഞ്ഞു വിദ്യ ഉപ്പേരിപ്പാത്രം കഴുകി വെയ്ക്കുമ്പോൾ അശ്വിനി പറഞ്ഞു.

''അവരൊക്കെക്കൂടി വെക്കേഷനു പോയി. ഞങ്ങൾ ഒന്നിച്ചായിരുന്നു വിദ്യേ വെക്കേഷൻ എടുക്കാറ്.''

''അശ്വിനിക്ക് യാത്രചെയ്യാൻ പറ്റില്ലാന്നു കരുതീട്ടാവും.''

''അത് എന്നോട് ചോദിച്ചൂടെ? ഞങ്ങളുടെ ഗ്രൂപ്പ് ഇമെയിലിൽ ഇപ്പോൾ മെസേജ് വരാറേ ഇല്ല. അവർക്ക് ഞാനില്ലാത്ത ഒരു ഗ്രൂപ്പ് ഉണ്ടായിരിക്കും.''

വിദ്യ ഉപ്പേരിപ്പാട്ട മുറുക്കെ അടയ്ക്കുന്നതിൽ മാത്രം ശ്രദ്ധിച്ചു. മടങ്ങിപ്പോകുന്നതിനു മുൻപു വിദ്യ ടോറൻടോ അമ്പലത്തിൽ നിന്നും അശ്വിനിക്കുവേണ്ടി കൊണ്ടുവന്ന ഭസ്മപ്പൊതി കുട്ടിമേശയ്ക്കു താഴെ വെച്ചു. അശ്വിനി കൊണ്ടാസെന്റിംഗ് ഫേസ്ബുക്കിനെ ഉപേക്ഷിച്ച് ടി.വി. യിലേക്കും പോയി.

വാർത്തയിൽ അപൂർവ്വ അസുഖമുള്ള ഒരു കുട്ടിയെക്കുറിച്ചുള്ള റിപ്പോർട്ടായിരുന്നു. കുട്ടിയുടെ അമ്മയുമായുള്ള അഭിമുഖത്തിൽ അവർ തുളുമ്പിവന്ന കണ്ണുകൾ തുടച്ചിട്ട് മാപ്പു പറഞ്ഞു.

എന്തിനാണ് കരയുന്നതിനു മാപ്പു പറയുന്നതെന്നു അശ്വിനി അത്ഭുതപ്പെട്ടു. ചിരിക്കുമ്പോൾ ആരും മാപ്പു പറയാറില്ല. കരച്ചിൽ ചിരിപോലെ തന്നെ ഒരു വികാരം പ്രകടിപ്പിക്കലല്ലേ? എന്തുകൊണ്ടാണ് അകൃത്രിമമായ ഒരു വികാരം തെറ്റും അതിനെ മറച്ചുവെക്കുന്നതു ശരിയുമെന്നു ലോകം തീരുമാനിച്ചതെന്ന് അശ്വിനിക്കു മനസ്സിലായില്ല.

''വികാരങ്ങൾ അടക്കിവെക്കുന്നത് ശരിയാണോ? പോസിറ്റീവ് ആറ്റിട്യൂഡ് എന്നാൽ നുണ പറയുക എന്നാണോ അർത്ഥം റാണാ?''

അതിൽ പ്രതിഷേധിച്ച് അശ്വിനി മലയാളം ചാനലിലേക്ക് തിരിഞ്ഞു. മന്ത്രിമാർക്കിരിക്കാനുള്ള കസേരയിൽ കരയുള്ള തൂവാല വിരിച്ചിരിക്കുന്നതിനെയും അശ്വിനി പരിഹസിച്ചു. മന്ത്രിമാരുടെ വിയർപ്പും ചളിയും കസേരയിൽ പറ്റാതിരിക്കാനാണെന്ന് അശ്വിനിക്ക് റാണ വിശദീകരണം കൊടുത്തു.

''ഇത്രയ്ക്കു വൃത്തികെട്ടവരാണോ നമ്മുടെ മന്ത്രിമാർ? ദേ, മുഖ്യമന്ത്രിക്കസേരയുടെ പ്ലാസ്റ്റിക് പൊതി ഇനിയും മാറ്റിയിട്ടില്ല.''

റാണയുടെ ഉത്തരങ്ങളിൽ തൃപ്തിപ്പെടാതെ അശ്വിനി വീണ്ടും അടുക്കളയിലേക്ക് പോയി. കബോർഡ് തുറന്ന് ഉപ്പേരിപ്പാട്ട തിരികെ

വെച്ചിട്ട് എന്തിനാണ് അടുക്കളയിൽ വന്നതെന്ന് അവൾ ആലോചി ച്ചെടുക്കാൻ ശ്രമിച്ചു.

എന്തുട്ടു തേങ്ങയായിരുന്നു? ഒന്നും ഓർമ്മ കിട്ടുന്നില്ലല്ലോ.

മുലയുടെ കൂടെ ഓർമ്മയും പോവുമോ? അശ്വിനി ആലോചിച്ചു നോക്കി.

അക്കുത്തിക്കുത്ത് ആനവരമ്പേൽ

കല്ലേൽക്കുത്ത് കരിങ്കുത്ത്.

ചെത്തിക്കുത്തി മലപ്പോട്ട്

ചിലപ്പോൾ ഓർമ്മകളൊക്കെ മുലയ്ക്കകത്തായിരിക്കും സൂക്ഷി ച്ചിരുന്നത് എന്നവൾ കണക്കുകൂട്ടി. മുല ഒരു നല്ല ഓർമ്മ സംഭരണി യാവും. വെറുതെയല്ല, ഈ ആണുങ്ങൾക്ക് ഓർമ്മ തീരെ ഇല്ലാത്തത്. പിറന്നാള്, ആനിവേഴ്സറി, സ്വന്തമല്ലാത്ത ഇഷ്ടങ്ങൾ, കറിക്കൂട്ട്, എന്തിന് അവനോന്റെ ഷർട്ടും പാന്റും വരെ എവിടെയാണെന്ന് ഇവർക്കൊന്നും ഓർത്തിരിക്കാൻ പറ്റാത്തത് സൂക്ഷിച്ചുവെക്കാൻ വലിപ്പമുള്ള ഓർമ്മ സംഭരണി ഇല്ലാത്തതുകൊണ്ടാവും.

അശ്വിനി ലോജിക്കുകൾ തപ്പി നോക്കിക്കൊണ്ടിരുന്നു.

''ചൊവ്വാദോഷം വലത്തെ മുലയ്ക്ക് ഉണ്ടായിരുന്നിരിക്കും. നിന്റെ കൂട്ടാളിക്ക് ആയുസ്സില്ല. എന്തായാലും ചെത്തിക്കുത്തി മേൽപ്പോട്ടു പോട്ടെ.

ടി.വിയുടെ മുന്നിൽ നിന്നുമെഴുന്നേറ്റ് അടുക്കളയോളം വന്നത് നഷ്ട മാക്കാതിരിക്കാൻ അശ്വിനി വെള്ളം കുടിക്കാൻ തീരുമാനിച്ചു.

വെള്ളം ചരിച്ചൊഴിച്ചപ്പോൾ അശ്വിനിയുടെ കൈയിൽ നിന്നും ചില്ലു ഗ്ലാസ് വെറുതെയങ്ങു വഴുതിപ്പോയി. അതിനു നേരെ തിടുക്കത്തിൽ നീട്ടിയ അശ്വിനിയുടെ കൈ തട്ടി മേശപ്പുറത്തു വെള്ളം അളന്നു വെച്ചി രുന്ന കുപ്പിപ്പാത്രവും ബാക്കിയുണ്ടായിരുന്ന വെള്ളത്തോടെ നിലത്തേക്ക് വീണു. ഒന്നു... രണ്ട് ഉരുളിച്ചയോടെ അത് നിലത്തു കമഴ്ന്നു കിടന്നു.

കൈയുടെ അനുസരണക്കേട് അശ്വിനി രണ്ടു ദിവസമായി ശ്രദ്ധി ക്കുന്നുണ്ടായിരുന്നു. ചെറിയ വിറയൽ, ബലക്ഷയം പോലെ. മുറുക്കി പ്പിടിച്ചാലും ഉറപ്പില്ലാത്തതുപോലെ. അശ്വിനിയുടെ കൈകൾക്ക് മിന്ന ലിന്റെ വേഗതയായിരുന്നു. ദോശ ചുട്ടെടുക്കുന്ന സമയംകൊണ്ട് അശ്വിനി ചമ്മന്തിയും റെഡിയാക്കുമായിരുന്നു. ശപ്പൻ! കൈവിറയലും ക്ഷീണവുമായി കീമോ അശ്വിനിയെ തളർത്തുകയാണ്.

ചിതറിപ്പോയ ഗ്ലാസിന്റെ ചില്ലുകൾക്കും ടൈലിന്റെ നടുവരകളിലൂടെ ഗതിയറിയാതെ പരക്കുന്ന വെള്ളത്തിനും നടുവിലേക്ക് അശ്വിനി വഴു തിയിരുന്നു. നനവിനു നടുവിലിരുന്നു അവൾ നിർത്താതെ കരഞ്ഞു. അമ്മയെ വിളിച്ചു കരഞ്ഞു. അഖിലയെ വിളിച്ചു കരഞ്ഞു. നനഞ്ഞ തുണികൾ ആരെങ്കിലും മാറ്റിത്തരൂന്നു പറഞ്ഞു എണ്ണിപ്പെറുക്കി കരഞ്ഞു.

തണുപ്പും വിറയലും അവഗണിച്ച് അശ്വിനി പിന്നെയും അവിടെത്തന്നെ ചാരിയിരുന്നു.

അതിൽ നിന്നും എഴുന്നേറ്റ് പോകേണ്ടതെങ്ങനെയെന്ന് അശ്വിനിക്കു പടിപടിയായി ആലോചിക്കേണ്ടി വന്നു.

ടാസ്ക് ലിസ്റ്റ് എവിടെയാണ്? എന്താണ് ആദ്യം ചെയ്യേണ്ടത്? ഏത് ടാസ്ക് ഏതിനെയാണ് ആശ്രയിച്ചിരിക്കുന്നത്? പരസ്പരം ആശ്രയിച്ചിരിക്കുന്ന ടാസ്കുകൾ എന്തൊക്കെയാണ്? പൂർവ്വ ആശ്രയമോ അനന്തരാശ്രയമോ?

ഡയറക്ടർ അശ്വിനി റാമിനെ റയൻ ചോദ്യം ചെയ്തു.

-You must follow the task list. Check preceding tasks.. any dependencies?....what's the succeossr activity?''

''ആദ്യം എഴുന്നേൽക്കണം. പിന്നെ, പിന്നെ? തുണി മാറ്റാൻ പോയാൽ ആ വഴി മുഴുവൻ വെള്ളമാവും. തുണിയൊക്കെ ഇവിടെ ഉപേക്ഷിച്ചു പോയാലോ?''

നനഞ്ഞതു മാറ്റി ഉണങ്ങിയ വസ്ത്രങ്ങളിട്ടപ്പോഴേക്കും അശ്വിനി തളർന്നുപോയിരുന്നു. അവൾ സോഫയിലേക്ക് നൂണ്ട് കയറി. മാർദ്ദവമുള്ള കമ്പിളികൊണ്ടു വിറയ്ക്കുന്ന ശരീരം പുതച്ചുമൂടി കിടന്നു.

ഉണർന്നു വരുമ്പോൾ എവിടെയാണെന്ന് തന്നെ അറിയാൻ അശ്വിനിക്ക് കുറച്ചു സമയമെടുത്തു. സമയം കണക്കു കൂട്ടി അഖില വീട്ടിലുണ്ടാവുമെന്നോർത്ത് അവൾ ഫോൺ വിളിച്ചു.

''മോളൂ, എന്തുണ്ട് വിശേഷം?''

''ഒന്നൂല്ലമ്മേ. വെറുതെ വിളിച്ചതാ.''

''നീ, ഈ നേരത്ത് വെറുതെ വിളിക്കില്ലാന്ന് എനിക്കാറിയാം. വയ്യേ മോളൂ.''

''ദേ, തൊടങ്ങി. അമ്മ പോയി ജഡ്ജിക്ക് ചോറു കൊടുക്ക്. ഞാൻ ബോറടിച്ചിട്ട് വിളിച്ചതാ. അപ്പൊ അമ്മ അതിലും ബോറ്.''

''നിനക്ക് സുഖാണോടീ?''

''ഉം, സുഖം തന്നെയമ്മേ.''

''ക്ഷീണം ണ്ടോ അച്ചൂ?''

''ഇല്ലമ്മേ, വെറുതെ ഇരിക്കല്ലേ, പണിക്കൊന്നും പോവാണ്ട്. അതോണ്ട് ഒരു ക്ഷീണോല്ല. ഇന്ന് ന്താ കൂട്ടാൻ?''

''കൊറച്ചു നല്ല പയറു കിട്ടി മോളെ. പിന്നെ അവിയലുണ്ട്.''

പച്ചക്കറികൾ വാഴയിലയിട്ടടച്ച് വേവിച്ച അവിയലിന്റെ മണം. ഒടുക്കം വെളിച്ചെണ്ണയും കറിവേപ്പിലയും ചേർന്ന മണം അശ്വിനിയുടെ മൂക്കിൽ

നിറഞ്ഞു. അശ്വിനി തൊണ്ട നേരെയാക്കി ശബ്ദത്തിൽ വ്യത്യാസം വരാതെ സൂക്ഷിച്ച് ചോദിച്ചു.

‘‘അഖില വന്നില്ലേമ്മേ?’’

‘‘വന്നിട്ട് അവള് കുട്ടികളെ ഇവിടാക്കീ സിറ്റീലിക്ക് പോയി. ഈ ചെക്കനെ അവധിക്ക് അങ്ങോട്ടു വിടാൻ എന്താണ്ടൊക്കെ പേപ്പറുകൾ ശരിയാക്കാനുണ്ട്.’’

‘‘പാവം, ആ പെണ്ണിന് ഓട്ടം കഴിഞ്ഞിട്ട് നേരമില്ല.’’

‘‘അതേ, ചായപോലും മുഴ്വനും കുടിച്ചില്ല അവള്. അയാളെ വീട്ടിൽ ചെന്നു കണ്ട് ഒപ്പിടീക്കാൻ പോയിരിക്യാ.’’

ആ സമയത്തൊക്കെ അശ്വിനിയുടെ അടുക്കളയിലെ വെള്ളവും ചില്ലും വർത്തമാനം കേട്ട് വെറുതെ കിടക്കുകയായിരുന്നു. കുറെയേറെ സമയമെടുത്ത് അടുക്കള വൃത്തിയാക്കുമ്പോൾ അശ്വിനി പിറുപിറുത്തു.

‘‘ഓ, ക്യാൻസൂ, എത്ര ബില്ലബിൾ മണിക്കൂറുകളാണ് നീ മോഷ്ടിച്ചു കൊണ്ടുപോകുന്നത്? ഈ സമയം പ്രോജക്റ്റിനു വേണ്ടി ചിലവാക്കിയിരുന്നെങ്കിൽ മണിക്കൂറുവെച്ച് ക്ലയന്റിന്റെ കൈയിൽ നിന്നും പണം എഴുതി വാങ്ങാമായിരുന്നു.’’

തർക്കുത്തരം പറയാത്ത ക്യാൻസുവിനെ അശ്വിനി എന്തു ചെയ്യാനാണ്! അശ്വിനി ഫ്രിഡ്ജു തുറന്ന് തലേദിവസം ഉണ്ടാക്കിയ സ്പഗേറ്റി പാത്രത്തിലേക്കിട്ടു. അതിനു മുകളിൽ തക്കാളി സോസ് ഒഴിച്ചു, കുറച്ചു ചീസും മുകളിലിട്ടു മൈക്രോവേവ് ഓവനിൽ വെച്ചു ചൂടാക്കിയെടുത്തു. കീമോതെറാപ്പിയിൽ പൊട്ടിപ്പൊളിഞ്ഞിരിക്കുന്ന വായയ്ക്കകത്തേക്ക് എരിവുള്ള പയറുകൂട്ടാനും അവിയലും കടത്താൻ പറ്റില്ലെന്നറിഞ്ഞ അശ്വിനിയുടെ സ്വാദുമുകുളങ്ങൾ ഇറ്റലിയിലേക്ക് കുടിയേറാൻ ശ്രമിച്ചു.

‘‘മമ്മൂസ്, പീസ്സാ എന്റെ ചാള വറുത്തതാണ്. ഹോട്ട്ഡോഗ് എന്റെ അവിയലാണ്.’’

കീർത്തനയുടെ ആപ്തവാക്യങ്ങളോർത്ത് അശ്വിനി, ചുക ചുകപ്പൻ ചാറും അതിനിടയിൽ വെളുത്ത തരിയായി ചിതറിയ ചീസും കൂടിയ സ്പഗേറ്റിയുടെ നൂലാമാലകൾ ഫോർക്കിൽ ചുറ്റിയെടുത്തു കഴിച്ചു. അതു കഴിഞ്ഞപ്പോൾ കീർത്തനയ്ക്കു പ്രിയപ്പെട്ട സ്ഫോലിയാറ്റെല്ല പേസ്റ്ററി* അശ്വിനി തിന്നാനെടുത്തു. പേസ്റ്ററിയുടെ അടരുകൾ വായയ്ക്കുള്ളിൽ പൂമ്പാറ്റപോലെ ഇക്കിളി കൂട്ടുമ്പോൾ സ്വാദ് ഉം... ഉം... എന്നു മൊഴിഞ്ഞാണ് കീർത്തന അത് ആസ്വദിക്കുന്നത്. അശ്വിനിയുടെ കീമോ തിന്ന വായയ്ക്കുള്ളിൽ പേസ്റ്ററി അടരുകൾ കുത്തിക്കയറി വേദനിപ്പിച്ചു.

Mother Duck Said Quack-Quack, Quack-Quack

അശ്വിനിയുടെ ഭക്ഷണം ഛർദ്ദി കുറയ്ക്കാനായി സൂപ്പ് മാത്രമായി ചുരുങ്ങി. രാവിലെ ഉറങ്ങിയെഴുന്നെറ്റാലുടൻ കാപ്പിക്കു പകരം ചുടു ചൂടൻ സൂപ്പു കുടിച്ചാലേ വയറു ശാന്തമാകൂ. സൂപ്പു കുടിച്ചു, കുടിച്ച് അശ്വിനി മടുത്തുപോയിരുന്നു. കപ്പ്-എ-സൂപ്പി ന്റെ പാക്കറ്റു പൊട്ടിച്ചു തിളച്ച വെള്ളമൊഴിച്ചെടുത്തതിൽ അശ്വിനി കുരുമുളകു പൊടി ചേർത്തു നോക്കി. കുരുമുളകിട്ടാലും ഇല്ലെങ്കിലും സൂപ്പിനു രുചി തീരെയില്ല. അത് തൊണ്ടയിലെത്തുമ്പോൾ അശ്വിനിക്ക് ഓക്കാനം വരും.

ഓക്കാനം... കാനം

കഴിക്കാതെ തരമില്ലാത്തതുകൊണ്ട് സൂപ്പ് കഷ്ടപ്പെട്ട് അകത്താക്കി അശ്വിനി ഉറങ്ങാൻ കിടക്കും. ഉണരുമ്പോൾ അശ്വിനിയുടെ വിശക്കുന്ന വയറ് പാതാളക്കൊതി തുള്ളും.

ദോശ, ഇഡ്ഡലി, പൊറോട്ട, ബിരിയാണി

ഉം... ഉം... ഉം...

വിശപ്പ്... വിശപ്പ്... ശപ്പ്...

ശപ്പൻ വിശപ്പ്

കഞ്ഞിയും സൂപ്പും ഒഴികെ എന്തു കിട്ടിയാലും മതിയെന്നു അശ്വിനി യുടെ വായ ഓർഡർ കൊടുത്തു. അടുക്കള കാണുമ്പോൾ അശ്വിനിക്ക് ഛർദ്ദി പൊട്ടും. അടുക്കള നിറയെ അടിവയറിനെ ഇളക്കിമറിക്കുന്ന മണങ്ങളായിരുന്നു.

വീണ്ടും വീണ്ടും ഛർദ്ദി വന്നുകൊണ്ടിരുന്നു. കുടലിന്റെ അടിയിൽ നിന്നുമിത്തിരി വെള്ളം മാത്രമായി. ടോയ്‌ലറ്റിൽ ഇറുകെപ്പിടിച്ച് അവൾ ഓക്കാനിച്ചു. മൂക്കിലും വായിലും കൂടി ഇളകി വരുന്ന വൃത്തികേട്. കണ്ണുകളിലൂടെ വരുന്നതും ചർദ്ദിവെള്ളം ആയിരിക്കുമോ?

ടോയ്‌ലറ്റ് പേപ്പർകൊണ്ട് കണ്ണു തുടച്ചു സിങ്കിലേക്ക് നിവരാൻ തുടങ്ങിയതും ചർദ്ദിയുടെ അടുത്ത തിര വന്നു. എവിടെയെങ്കിലും

തെറിച്ചിട്ടുണ്ടാവുമോ എന്നു സംശയിച്ചു തളരുന്ന ശരീരത്തെ ഉയർത്തി നിർത്തി അശ്വിനി കുളിമുറി വീണ്ടും വൃത്തിയാക്കി. കുളിമുറിയിൽ നിന്നും ശരീരത്തെ എങ്ങനെയെങ്കിലും കിടക്കയിലെത്തിക്കണം. പിന്നെ തളർച്ചയ്ക്കും മനംപിരട്ടലിനുമിടയിൽ ഉറക്കത്തിലേക്ക് പതിയെ ചായണം. അതായിരുന്നു അശ്വിനിയുടെ ടാസ്ക് ലിസ്റ്റ്.

കിടക്കയിൽ വീഴുന്നതിനു മുൻപ് മനംപിരട്ടൽ അശ്വിനിയെ കുളിമുറിയിലേക്ക് തിരികെ ഓടിച്ചു. ഭിത്തികളിൽ പിടിച്ച് അശ്വിനി കുളിമുറിയിലെത്തിയതും കഴുകി ശുദ്ധമാക്കിയ നിലത്തും ടോയ്‌ലറ്റിലുമായി മഞ്ഞ വെള്ളം ചിതറി വീണു. കുളിമുറിയുടെ തണുത്ത തറയോടിൽ ഉണരുമ്പോൾ അശ്വിനിയുടെ ബ്ലൗസ് നനഞ്ഞു ശരീരത്തോട് ഒട്ടിപ്പിടിച്ചു കിടന്നിരുന്നു. അശ്വിനി അതിനെ പകയോടെ ഊരിയെറിഞ്ഞു.

ശരീരം തുടച്ചു, വസ്ത്രം മാറ്റി, കുളിമുറി വൃത്തിയാക്കാൻ ബലമില്ലാതെ തളർന്നുപോയ ശരീരത്തെ അവൾ വാരിവലിച്ചു കിടക്കയിലേക്കിട്ടു. വ്യസനിച്ചുകൊണ്ട് കട്ടിലിനെ വലംവയ്ക്കുന്ന സീലിംഗ് ഫാനിന്റെ കാറ്റിൽ കിടക്കവിരിയുടെ തുമ്പുകൾ വിറച്ചുതുള്ളി.

കീമോ മിശ്രിതത്തിൽ ഛർദ്ദി കുറയ്ക്കാനുള്ള മരുന്ന് ഡോക്ടർ കൂട്ടിയതനുസരിച്ച് അശ്വിനിയുടെ ക്ഷീണവും കൂടിക്കൊണ്ടിരുന്നു. ശരീരത്തെ എങ്ങനെയെങ്കിലും കിടക്കയിലിട്ടാൽ മതി, മരുന്നുകൾ ആശ്വസിപ്പിച്ചുറക്കും. സമയത്തിനെ ഉറക്കം തട്ടിയെടുത്തുകൊള്ളും. ബോധംകെട്ട ഉറക്കവുമല്ല. നനഞ്ഞ ടവ്വൽപോലെ രൂപംകെട്ടു ഒരിടത്തങ്ങിനെ കിടക്കുക. അതൊരു തരം അസഹ്യമായ കിടപ്പാണ്. മൂന്നു ദിവസങ്ങൾ കഴിയുമ്പോൾ അശ്വിനി അശ്വിനിയായി മാറും.

''You are turning in to a stickwoman. Eat something.''

വീട്ടിൽ വന്നപ്പോഴൊക്കെ കീർത്തനയുടെ അമ്മസ്നേഹം അശ്വിനിയെ ശാസിച്ചു. കീർത്തനയാണ് ഇപ്പോൾ അശ്വിനിയുടെ ഗുരു. അവൾ തത്വശാസ്ത്രം വിളമ്പുന്നു, ജീവിതപാഠങ്ങൾ കാണിച്ചുകൊടുക്കുന്നു, അമ്മയെ മര്യാദ പഠിപ്പിക്കുന്നു. എല്ലാ തലമുറയും മുൻതലമുറയെ വിമർശിക്കുന്നു ശാസിക്കുന്നു, പഠിപ്പിക്കുന്നു, തെറ്റുകൾ ചൂണ്ടിച്ചൂണ്ടി ചൂളിപ്പിക്കുന്നു.

ഛർദ്ദിയും ക്ഷീണവും കുറച്ചൊന്നു മാറിയിട്ട് ഇനി അമ്മയെ വിളിച്ചാൽ മതിയെന്ന് അശ്വിനി തീരുമാനിച്ചു. അമ്മയില്ലാതെ ജഡ്ജിക്ക് ഒരുനേരം കടത്തി വിടാൻ പറ്റില്ല. അല്ലെങ്കിൽ അമ്മ പറന്നു വന്നേനേ അശ്വിനിയെ നോക്കാൻ. കഞ്ഞിയും ചെറുപയറു കൂട്ടാനും വെച്ച് കഴിക്ക്, കഴിക്ക് എന്നു നിർബ്ബന്ധിക്കാൻ, 'മുടി ഈരു പെണ്ണേന്ന്' വഴക്കു പറയാൻ. ഞാനൊരു നൈറ്റി തുന്നാടീന്നു പറഞ്ഞ് ഇളകിമറിയാൻ.

ഫാബ്രിക് ലാൻഡിലെ തുണികളും ലേസും ബട്ടനുകളും പിന്നെ നൂറുതരം തുന്നൽ സാമഗ്രികളും കാണുമ്പോഴെല്ലാം അശ്വിനിക്ക്

അമ്മയെ കാനഡയ്ക്ക് കൊണ്ടുവരാത്തതിൽ സങ്കടം തോന്നും. ഇതെല്ലാം കാണുമ്പോൾ പ്രേമാവതിയുടെ കണ്ണുകളിൽ മിന്നൽപ്പിണർ തെളിയുന്നത് അശ്വിനി സങ്കൽപ്പിക്കും. അശ്വിനിക്കും അഖിലയ്ക്കും വേണ്ടി അമ്മ തയിച്ചു കൂട്ടിയ ഉടുപ്പുകളും ചുരിദാറുകളും വീടിന്റെ കർട്ടനുകളും മേശവിരിപ്പുകളും അശ്വിനിയോർത്തു. അശ്വിനിയുടെ അമ്മയുടെ മാസ്റ്റേഴ്സ് ഇൻ കെമിസ്ട്രി മാത്രമേ ഉപയോഗപ്പെടാതെ കിടന്നുള്ളൂ.

കീമോ കഴിഞ്ഞ് അഞ്ചാമത്തെ ദിവസം ആയപ്പോഴേക്കും അശ്വിനിയുടെ പകലുറക്കം മാറി. സമയം പിന്നെയും അവൾക്കരികിൽ വെറുതെ ചുറ്റിപ്പറ്റി നിൽക്കാൻ തുടങ്ങി. ഒരു മണിക്കൂർ ഒരു മിനിറ്റ് വേഗത്തിൽ ഓടിതീർത്തിരുന്ന സമയമാണ്.

വീടിനു എന്തൊരു നിശ്ശബ്ദതയാണ്. ആരും വരുന്നില്ല. ആരും വിളിക്കുന്നില്ല. സഹതാപത്തിനും സഹായത്തിനും സമയ പരിധിയുണ്ട് അശ്വിനീ. എത്രകാലമെന്ന് കരുതിയാണ് സുഹൃത്തുക്കൾ കാണാൻ വരിക? ഊട്ടിപ്പോറ്റുക? ഒരു പനിയോ മറ്റോ ആണെങ്കിൽ അവർ സഹിക്കും. പക്ഷേ ഇങ്ങനെ മാസങ്ങൾ നീളുന്ന സിമ്പതി ആൻഡ് സപ്പോർട്ട് ഈസ് നോട്ട് പ്രാക്ടിക്കൽ. രോഗം നിന്നെയൊരു ബാധ്യത ആക്കിയിരിക്കുന്നു അശ്വിനി.

''You are a liability

ലയബിലിറ്റി.. ബിലിറ്റി..

ലിറ്റി...ലിറ്റി...റ്റി!''

ഇലകൾ വകഞ്ഞുമാറ്റി ചില്ലകൾക്കിടയിൽ സാറ്റു കളിച്ച് കിലും കിലും ചിരിച്ച് ചങ്ങാതിക്കാറ്റു വിളിച്ചു.

''നടക്കാൻ പോവാം.''

ഉച്ചകഴിഞ്ഞ് അശ്വിനി കാറ്റിനെ കൂട്ടുപിടിച്ചു പുറത്തു നടക്കാൻ തുടങ്ങി. വ്യായാമം അത്യാവശ്യമാണെന്നു പറഞ്ഞു ഡോക്ടറും വിദ്യയും അശ്വിനിയെ പ്രോത്സാഹിപ്പിച്ചുകൊണ്ടിരുന്നു. അശ്വിനിയുടെ വീട്ടിൽ നിന്നുമിറങ്ങി വലത്തേക്ക് തിരിഞ്ഞു പത്തുമിനിട്ടു നടന്നാൽ പ്രധാന റോഡ് എത്തും. അത് മുറിച്ചു കടന്നാൽ അഞ്ച് ഏക്കർ വലിപ്പമുള്ള പാർക്കാണ്. മുന്നിൽ കുട്ടികളുടെ കളിക്കളവും പിന്നിലായി വലിയ മരങ്ങളും അതിനിടയിലൂടെ നടവഴിയുമുള്ള പാർക്കിലായിരുന്നു അശ്വിനിയുടെ നടത്തം.

പാർക്കിൽ പോവാനൊരുങ്ങി അശ്വിനി മുറ്റത്തേക്കിറങ്ങി. മുന്നിലെ പടിയിലിരുന്നു ഷൂസിന്റെ ലേസു കെട്ടുന്നതിനിടയിൽ അവൾ ഹൈഡ്രാഞ്ജിയച്ചെടിയിലെ ഉണങ്ങി നിറംകെട്ട പൂക്കൾ ശ്രദ്ധിച്ചു. വേനൽക്കാലം തീരാറായാതിന്റെ ലക്ഷണമായി സീഡത്തിന്റെ പൂക്കുല ചുവന്ന കുട

പോലെ പന്തലിച്ചിരുന്നു. സീഡത്തിന്റെ കനത്ത കരിമ്പച്ചയിലകൾ അശ്വിനിക്ക് ഇഷ്ടമായിരുന്നു. വെള്ളവും ശ്രദ്ധയും അധികം വേണ്ടാത്ത സീഡം അടുത്തു നിന്നിരുന്ന ചെറിയ ചെടികൾക്കു മുകളിലേക്കു കവിഞ്ഞു നിന്നു. അതിനെല്ലാമിടയിലായി പല തരം കളകളും പൂവിട്ടു നില്ക്കുന്നുണ്ടായിരുന്നു.

നടക്കാൻ പോവേണ്ടെന്ന് വെച്ച്, അശ്വിനി വെയിൽ വകവെക്കാതെ തോട്ടത്തിന്റെ അരികിൽ വെറും പുല്ലിൽ അമർന്നിരുന്നു. ചെടികൾക്കിടയിൽ നിന്നും അവൾ കളകൾ പിഴുതു മാറ്റി.

ഡേ-ലില്ലിയുടെ കൂട്ടം, കാടുപിടിച്ച് തവിട്ട് നിറത്തിൽ മുങ്ങി നിൽക്കുകയായിരുന്നു. കരിഞ്ഞുതുടങ്ങിയ ഇലകൾ പച്ചിലകളേക്കാൾ കൂടുതലുണ്ടെന്ന് തോന്നിപ്പിച്ചു. പൂവുകൊഴിഞ്ഞ നീളൻ തണ്ടുകളും തവിട്ടു നിറത്തിൽ ഇടയ്ക്കിടെ നീണ്ടു നിന്നിരുന്നു. ചെറിയ കത്രികകൊണ്ട് അശ്വിനി ലില്ലിച്ചെടിയുടെ പച്ചയിലകൾ വകഞ്ഞു മാറ്റി അടിയിൽ നിന്നും ഉണങ്ങിയ പൂവുകളും ഇലകളും ഓരോന്നായി മുറിച്ചു മാറ്റി. ചുവപ്പും വെള്ളയും നിറത്തിൽ തൊള്ളയിട്ടുനിന്ന ഡയാന്തസ് ചെടിയിലും കരിഞ്ഞ പൂവുകൾ നിറഞ്ഞു നിന്നിരുന്നു. ചെറിയ കുട്ട അടിയിൽ പിടിച്ച് അശ്വിനി ഡയാന്തസിന്റെ കരിഞ്ഞ തലകൾ കത്രികകൊണ്ടു മുറിച്ചെടുത്തു. കുട്ട നിറയായപ്പോഴേക്കും ചെടി സുന്ദരിയായി.

പണി തീർത്ത് അകത്തേക്ക് കയറിപ്പോകുന്നതിനു മുൻപ് വാതിൽക്കൽ നിന്ന് അശ്വിനി തോട്ടത്തെ വീണ്ടും നോക്കി. തോട്ടത്തിന്റെ വൃദ്ധഭാവം മാറി യുവത്വം വന്നിരുന്നു. എല്ലാത്തിനും പരിപാലനം ആവശ്യമാണ്. ഇല്ലെങ്കിൽ ഉണങ്ങിമങ്ങി നശിച്ചുപോവും.

''ഒരു ബിഫോർ ആന്റ് ആഫ്റ്റർ പടം എടുക്കേണ്ടതായിരുന്നു.''

അവൾ റാണയെ അന്നത്തെ അഡ്വഞ്ചർ പറഞ്ഞു കേൾപ്പിച്ചു.

പറിച്ചുമാറ്റിയ കളകളും ഉണങ്ങിയ ചെടിക്കൊമ്പുകളും വാരിയെടുത്തു കാർ ഷെഡിലെ വലിയ ചവറ്റുകൊട്ടയിൽ ഇട്ടപ്പോഴേക്കും അശ്വിനി വിയർത്തു നനഞ്ഞിരുന്നു. നടക്കാൻ പുറത്തേക്കിറങ്ങുമ്പോൾ തണുപ്പു തോന്നിയതാണ്. ക്ഷീണം അവഗണിച്ച് അശ്വിനി കുളിക്കാൻ തീരുമാനിച്ചു.

തലകുമ്പിട്ടു നിന്ന് ഷാംബൂ തേച്ചതാണ് അശ്വിനി. കൈനിറയെ മുടി ഊർന്നു പോന്നു. പ്രതീക്ഷിച്ചിരുന്നതാണെങ്കിലും അവൾ ഉച്ചത്തിൽ കൂവിവിളിച്ചു. അടക്കാൻ പറ്റാതെ വന്ന അശ്വിനിയുടെ ഏങ്ങലടിയും കണ്ണീരും വെറും വെള്ളത്തിൽ ഒഴുകിയൊഴുകിപ്പോയി.

''നീളൻ മുടിയെ സൂക്ഷിച്ചുവെക്കണോ? കൂട്ടിവെച്ച് തിരുപ്പനുണ്ടാക്കാം.''

ക്യാൻസു അതിന് ഉത്തരം പറഞ്ഞുകൊടുത്തില്ല. രാത്രി ഒൻപതു മണിക്കു വന്ന മോഹൻ കളകൾ പോയി സുന്ദരിയായ പൂന്തോട്ടത്തെ കണ്ടില്ല. മുലപോയ പെണ്ണിന്റെ മുടിയും പോയതറിഞ്ഞില്ല. അവൾ കിടക്കയിൽ ഒറ്റയ്ക്കു കിടന്ന് വെറുതെ ഏങ്ങലടിച്ചതും കേട്ടില്ല.

രാവിലെ മോഹൻ അശ്വിനിയെ സൂക്ഷിച്ചു നോക്കി. വാക്കുകൾ ഒന്നു പോലും അയാളുടെ വായിൽ നിന്നും പൊഴിഞ്ഞില്ല. അശ്വിനിക്കു വേണ്ടി അയാളുടെ കൈവശം വാക്കുകളില്ല. കഥകളില്ല. മുടിയില്ലാത്ത തലയെപ്പറ്റി ഒരു തമാശപോലും ഇല്ല. മിറാൻഡ അവകാശം മോഹൻ ഇറുകെപ്പിടിച്ചിരിക്കുകയാണ്.

....the right to remain silent.

കൂടുതൽ ഉത്തരവാദിത്തങ്ങളിൽ നിന്നും വികാരാധീനനാകുന്നതിൽ നിന്നും അതു മോഹനെ രക്ഷിക്കും. മോഹൻ രസക്കേടുള്ള വിഷയ ങ്ങളെ ഒഴിവാക്കി ഹൃദ്യമായതിലേക്കു രക്ഷപ്പെടുകയാണ്.

മോഹൻ ജോലിക്കു പോയ ഉടനെ അശ്വിനി വിദ്യയെ വിളിച്ചു.

''വിദ്യാവിനോദിനി, എനിക്കൊരു ഉപകാരം ചെയ്യാവോ?''

''ഉം, എന്തുപകാരം?''

''എന്റെ കൂടെ ഷോപ്പിംഗിനു വരുമോ?''

''ഷോപ്പിംഗ് ഉപകാരമൊന്നുമല്ല അശ്വിനി. ദയവായി പായസം കുടി ക്കാമോന്നു ചോദിക്കണ പോലെയല്ലേ. സമയം പറയ്? ഞാൻ റെഡി.''

''ഇത്, വിഗ് വാങ്ങാനാണ്. നമുക്ക് പരിചയമില്ലാത്ത മേഖലയല്ലേ. ബോറായിരിക്കും.''

''ഓ, പോവാല്ലോ. ഓൺലൈൻ തപ്പിയോ? ഏത് സ്റ്റൈലാണ് നല്ല തെന്നു നോക്ക്. മുടീടെ സെയിം ലെങ്ങ്ത് ഉള്ളത് നോക്കാം.''

''ശരിയാല്ലേ, എന്റെ ലുക്ക് വരണ്ടേ?''

''തലേടെ മെഷർമെന്റ് കടയിൽ പോയാൽ അവരെടുത്തോളും. പെറ്റിറ്റ് ആവറേജ് ആവുന്നാ എനിക്ക് തോന്നണേ.''

''അതെന്തു സൈസാണ് വിദ്യേ?''

''അത് തലേടെ ചുറ്റളവും നെറ്റിമുതൽ കഴുത്തിന്റെ പിൻഭാഗം വരെയുള്ള നീളവും കൂട്ടിക്കുഴച്ച് കിട്ടുന്നതാണ്. ഞാൻ ദേ, ലിങ്ക് അയ യ്ക്കാം.''

''ഞാൻ നോക്കട്ടെ.''

''ഇത്തിരി പൈസയാവും എന്നാലും മോണോഫിലമെന്റ് വാങ്ങിയ മതീട്ടോ.''

''ഹോ, ഇതൊക്കെ നീ കാണാപ്പാഠമാക്കിയോ?''

‘‘നീ മടിച്ചിയാണെന്ന് എനിക്കറിയാം. ആകെ കെട്ടിടം പണിയാന റിയാം. അവനോന്റെ കാര്യം നോക്കാനറിയില്ല.’’

‘‘ഓഹോ, ക്രിട്ടിക്ക് എപ്പോ എത്തും?’’

‘‘ഞാനേ, ഇപ്പൊ ദോശ സാമ്രാജ്യത്തിലാണു, ദി ഗ്രേറ്റ് വാർ ഓഫ് ചമ്മന്തി കഴിഞ്ഞാലുടൻ വരാം. നമുക്ക് കഴിച്ചിട്ട് വിൻറർ സ്ട്രീറ്റിൽ പോവാം. അവിടെ അടുത്തടുത്തായി മൂന്നു കടകളുണ്ട്.’’

വിദ്യ എപ്പോഴും ഒരുപടി മുമ്പിലാണ്. പ്ലാൻ വരയ്ക്കാത്ത, ടാസ്കുകൾ നോക്കാത്ത, പ്രോജക്ടിന്റെ ഉടമ പരാജയപ്പെട്ടു നിന്നു.

ബെല്ലടിച്ചപ്പോൾ വിദ്യയാണെന്നു കരുതി വാതിൽ തുറന്ന അശ്വിനിക്ക് പോസ്റ്റുമാൻ ഒരു പൊതികൊടുത്തു. വലിയ കവറിനു പുറത്തെ അഖിലയുടെ ഫ്രം അഡ്രസ് കണ്ടു. അശ്വിനി തിടുക്കത്തിൽ തുറന്നു നോക്കി. യോഗയുടെ രണ്ടു പുസ്തകങ്ങളായിരുന്നു എണ്ണൂറു രൂപ സ്റ്റാമ്പ് ചൂടി വാതിൽക്കൽ വന്നത്.

വലതുകാൽ മടക്കി ഇടത് ഇടുപ്പിനു മുകളിൽ വെച്ച് നീണ്ടു നിവർന്നു കിടക്കുക. വലതു കൈ നീട്ടി തലയ്ക്കു പിന്നിലേക്ക് വച്ചു അർധ താമരയായി വെള്ളത്തിനു പുറത്തെന്നപോലെ പൊങ്ങിക്കിടക്കുക.

ഫോൺ വിളിച്ചിട്ട് താങ്ക്യൂന്നു പറയുന്നതിനു പകരം അശ്വിനി അമ്മയെ വഴക്ക് പറഞ്ഞു.

‘‘യോഗ ചെയ്യുന്നുണ്ടെന്ന് കേൾക്കാനിരിക്കുകയായിരുന്നോ പ്രേമാവതി? അമ്മ എന്തിനാ ഈ പാടിനോക്കെ പോണേ?’’

‘‘എന്തു പാട്? രണ്ടു പുസ്തകം വാങ്ങിക്കാൻ അത്രയ്ക്ക് പാടൊന്നുംല്ല ഈ നാട്ടില്.’’

‘‘ഉവ്വുവ്വ... ജഡ്ജീനേം ജഡ്ജീടെ അമ്മേനേം ഊട്ടി ഉറക്കിക്കിടത്തിയിട്ടല്ലേ ഓട്ടം. കാപ്പിക്കു മുൻപേ തിരിച്ചെത്താൻ.’’

‘‘അതൊന്നും അത്ര വലിയ കാര്യല്ലെടീ. അവിടെ പുസ്തകോം ണ്ടാന്നു വിളിച്ചു ചോയ്ച്ചിട്ടാ പോയേ.’’

‘‘ആ നേരത്ത് അമ്മയ്ക്കൊന്നു ഇരുന്നൂടെ? ആ പാവം അഖിലയെ ആവും പോസ്റ്റോഫീസിലേക്ക് ഓടിച്ചത്. ആ പെണ്ണ് എന്തിന്റെക്കെ പിന്നാലെ പോണം? അവൾടെ ജോലീം കുട്ടീകളും പോരാത്തേന് അപ്പുച്ചേട്ടന്റെ മക്കള്ടെ അഡ്മിഷനും അവധീം കയറ്റി അയയ്ക്കലും ഇറക്കുമതിയും.

‘‘നിനക്ക് വേണ്ടെങ്കി എടുത്ത് അടുപ്പിലിട്. എന്റെ ഒരു സമാധാനത്തിനു ഞാൻ വാങ്ങീതാ. ഇതൊക്കെ അല്ലേ മോളൂ, അമ്മയ്ക്ക് ഇവിടേരുന്നു ചെയ്യാമ്പറ്റൂ.’’

‘‘ഇന്നെന്താമ്മേ കൂട്ടാൻ?’’

ഇമോഷണൽ ആവണ്ടാന്നു വെച്ചാൽത്തന്നെ പ്രേമാവതി സമ്മതിക്കില്ലെന്നോർത്തു, ഒച്ചയിലെ മാറ്റം ഒതുക്കി കണ്ണ് ഇറുക്കിയടച്ചു അശ്വിനി കൂട്ടാൻചട്ടിയിലേക്ക് ചാടിനോക്കി.

"കൂർക്ക. വെണ്ടയ്ക്ക പച്ചടി. നീയ് നല്ലോണം വല്ലതും കഴിക്കണൊണ്ടോ മോളേ? ഇനി രണ്ടു കീമോതെറാപ്പീം കൂടിയല്ലേ ഉള്ളൂ. അതു കഴിഞ്ഞപ്പൊ ഇങ്ങു പോരേ അച്ചൂ. നമുക്ക് രാരൂനെക്കൊണ്ട് ആട്ടിൻസൂപ്പുണ്ടാക്കിക്കാം. ബലം വെക്കും."

"ഉം, നോക്കട്ടെ."

"ന്താ ഇത്ര നോക്കാൻ, ഇങ്ങോട്ട് പോരേ. നീ വന്നിട്ടു വേണം എനിക്ക് സമാധാനമായിട്ട് എന്തെങ്കിലും കഴിക്കാൻ. ഇന്നും കൂർക്ക വെച്ചപ്പോ എന്റെ കണ്ണു നിറഞ്ഞെടീ. കൂർക്കയുപ്പേരി കയ്യിട്ടു വാരി ത്തിന്നണേനു നിന്നെ വഴക്കു പറഞ്ഞതോർത്ത്ട്ട്."

അശ്വിനി ഉറക്കെ ചിരിച്ചു.

"വഴുക്കു പറയാതിരുന്നെങ്കി അക്കൂം അപ്പുച്ചേട്ടനും കൂർക്കേടെ സ്വാദെന്താന്ന് തന്നെ അറിയാതെ വളർന്നേനേ!"

മേലിൽ കൂട്ടാൻ വിശേഷങ്ങൾ പ്രേമാവതിയോടു ചോദിക്കരുതെന്ന് ഓർമ്മിപ്പിക്കാൻ അശ്വിനി കീമോ ബ്രെയിനിനെ ശട്ടം കെട്ടി. അശ്വിനിയുടെ വിശപ്പ് അമ്മയ്ക്കവിടെയിരുന്നറിയാം.

"വിരലു തന്നാൽ കൈയും കൊണ്ടേ പോവൂ ല്ലേ ക്യാൻസൂ?"

മനസ്സിനെ പിടച്ചുകെട്ടിയിടാൻ അശ്വിനി പത്രം തുറന്നുവെച്ചു. ഇപ്പോൾ അശ്വിനിക്ക് അക്ഷരങ്ങൾ കാണാൻ ബുദ്ധിമുട്ടുണ്ട്. കണ്ണിന്റെ കൃഷ്ണമണിക്ക് മുകളിൽ പാടപോലെ ഒരു മൂടൽ പടർന്നിരുന്നു. കീമോ കഴിഞ്ഞിട്ട് അത് നീക്കാമെന്നാണ് ഡോക്ടർ അവളോടു പറഞ്ഞത്. വായിക്കാൻ ശ്രമിച്ചപ്പോൾ അവളുടെ കണ്ണിൽ വെള്ളം നിറഞ്ഞു. പത്രം അടച്ചുവെച്ച് അവൾ മുൻപടിയിൽ കുറച്ചിരുന്നു. വഴിയിൽ ആരുമുണ്ടായിരുന്നില്ല. എല്ലാവരും ജോലി സ്ഥലത്ത് തിരക്കിട്ടു പണിയുകയാവും. അല്ലെങ്കിൽ കിട്ടിയ അവധി ദിവസം ആസ്വദിച്ച് ഉറങ്ങുകയാവും. അതുമല്ലെങ്കിൽ അവധി ആഘോഷിക്കാൻ എവിടെയെങ്കിലുമൊക്കെ പോയിരിക്കും.

അശ്വിനി വെടിപ്പാക്കിയ ചെടികളിൽ തഴുകിയൊരു കാരുണ്യക്കാറ്റ് വെറുതെ അവളെ ചുറ്റി നിന്നു. കൊഴിയാതെ ശേഷിച്ച മുടിയിൽ കാറ്റു പതിയെപ്പതിയെ തട്ടിക്കളിച്ചു.

"ഈ വീടിന്, ഈ റോഡിന്, ഈ ബ്ലോക്കിന്, ഈ നഗരത്തിന് കാവൽ അശ്വിനി മാത്രം. അശ്വിനിക്ക് കാവലായി ക്യാൻസുവും."

എത്രയോ പേർ ഇപ്പോൾ വിമാനത്താവളത്തിൽ നിൽക്കുന്നുണ്ടാവും. അശ്വിനിക്ക് ക്യാൻസുവിനും വീടിനും റോഡിനും കാവലിരിക്കേണ്ട.

അശ്വിനിക്ക് വിമാനത്തിൽ കയറാനുള്ള വരിയിൽ നിൽക്കണം. ഇല്ലെങ്കിൽ ഒരു വെക്കേഷൻ ദ്വീപിൽ ബാറിൽ തണുത്ത മദ്യക്കൂട്ടിനു കാത്തുനിൽക്കുകയാവണം. ഇല്ലെങ്കിൽ അടുക്കളയിൽ അമ്മയുടെ അടുത്ത്. അഖിലയുടെ അടുത്ത്...

സങ്കടം പറഞ്ഞ അശ്വിനിയെ റാണ ടിവി കാണാൻ ക്ഷണിച്ചു. ടി.വി. നിറയെ മുടിക്കാരികളായിരുന്നു. ചുരുളൻ മുടിക്കാരികൾ, നീണ്ട മുടിക്കാരികൾ... നീണ്ട മുടി ഫാഷനായതുതന്നെ അശ്വിനിയെ പരിഹസിക്കാൻ വേണ്ടിയാണെന്ന് അവൾ ഉറപ്പിച്ചു പറഞ്ഞു.

''മുടി മുഴുവനും കൊഴിഞ്ഞാൽപ്പിന്നെ കൈത്തണ്ടയിൽ ഹിന്ദുക്കെട്ടു വേണ്ട.''

''അദാണ് പോസിറ്റീവ് ആറ്റിട്യൂട്.''

റാണാ അശ്വിനിയെ പിന്താങ്ങി.

''മുലയൂട്ടാത്ത അമ്മമാർക്കെതിരെ വാളെടുക്കുന്ന സദാചാരികൾ മുലയില്ലാത്ത അമ്മയ്ക്കെതിരെ കേസുകൊടുക്കുമോ ആവോ?''

അശ്വിനി റാണാ പ്രതാപിനെ ചോദ്യംചെയ്തു.

റാണ പോയിക്കഴിഞ്ഞു സമയം കൊല്ലാൻ അശ്വിനി കീർത്തനയുടെ മുറിയിൽ വെറുതെ ചുറ്റിക്കറങ്ങി. കുട്ടിക്കു പാകമാവാത്ത തുണികൾ ചാരിറ്റിക്ക് കൊടുക്കാൻ തിരഞ്ഞപ്പോൾ ഒരു സൈസ് എട്ടു ടീഷർട്ട് അവൾക്ക് കിട്ടി.

''എട്ടു വയസ്സുള്ള കുട്ടിയെ ഒരു ദിവസത്തേക്ക് ഒന്നു തരുമോ?''

അശ്വിനി ടീഷർട്ടു ചേർത്തു പിടിച്ചു മുറിയുടെ നടുവിൽ നിലത്തിരുന്നു. പ്രണയത്തോടെ, ഭ്രൂണത്തോടെ സ്നേഹവും വാത്സല്യവും നിറയാൻ തുടങ്ങുന്നതാണ്. വർഷങ്ങളായി ചുരത്തി ചുരത്തി തിമിർത്തൊഴുകിയ പുഴയെ അണകെട്ടി തടുത്തു നിർത്തണം. സ്നേഹവാത്സല്യങ്ങളുടെ ഓർഡറുകളെല്ലാം ക്യാൻസൽ ചെയ്തു കസ്റ്റമേഴ്സ് പോയിരിക്കുന്നു. 24/7 ഓടിക്കൊണ്ടിരുന്ന പ്രൊഡക്ഷൻ ലൈൻ സ്തംഭിപ്പിക്കണം. ഒരു ദിവസം കൊണ്ട് അത് സാധ്യമാകുന്നതെങ്ങനെയാണ്? റോ മെറ്റീരിയൽസ് കെട്ടിക്കിടക്കുകയാണ്. കെട്ടിക്കിടന്നു പഴുത്തുചീർത്തു വേദനിക്കുന്നുണ്ട്.

''ഛെ, ഈ വേദന എന്നൊക്കെ പറയുന്നത് മനസ്സിന്റെ വെറും അവസ്ഥയാണ്. വേദനിക്കുമ്പോൾ ചിരിക്കുന്നതാണ് ഫാഷൻ. ഇതൊന്നും ആരോടും പറയേണ്ട ആവശ്യമില്ല അശ്വിനീ.''

വായിച്ച തത്ത്വശാസ്ത്രങ്ങൾ അശ്വിനിയുടെ കണ്ണുനീരിനെ പരിഹസിച്ചു.

അശ്വിനി ജനൽപ്പടിയിലിരുന്ന് കീർത്തനയുടെ കല്ലു കളക്ഷനിൽ തിരഞ്ഞു. പല ആകൃതിയിലും വലിപ്പത്തിലുമുള്ള കല്ലുകൾ അശ്വിനി

തിരിച്ചും മറിച്ചുംനോക്കി. പഴയ ബട്ടർകുക്കിയുടെ പാട്ടയിൽ പതിറ്റാണ്ടു പഴക്കമുള്ള ഏക്കോണുകൾ ഉണ്ടായിരുന്നു. ക്യാമ്പസിലെ ഓക്ക് മരത്തിനടിയിലൂടെ പോവുമ്പോൾ ഏക്കോണുകൾ കണ്ട് അവൾ നിന്നു പോവാറുണ്ടായിരിക്കുമോ എന്ന് അശ്വിനി അത്ഭുതപ്പെട്ടു.

കീർത്തനയുടെ മുറി പെയിന്റു ചെയ്യണമെന്ന് അശ്വിനി കണ്ടുപിടിച്ചു. കീർത്തനയ്ക്ക് ഒന്നിനും നേരമില്ല. വീട്ടിൽ വന്നാൽത്തന്നെ പഠിത്തത്തിന്റെ തിരക്കാണ്. ജനൽപ്പടിയിൽ നിന്നെഴുന്നേറ്റ അശ്വിനി ദൂരെ നിറങ്ങളിൽ തിമിർക്കുന്ന ചെടികളെ കണ്ടു. മരങ്ങൾ പലതും ശരത്ക്കാലത്തിന്റെ ചിത്രകർമ്മം തുടങ്ങിയിരുന്നു. മതിയായി ഇനിയൊട്ടും വേണ്ട, താങ്ങാൻ വയ്യിനിയീ വസന്തസുഖം എന്നൊരു മൂർച്ഛയിൽ മരങ്ങൾ തുടുത്തു നിന്നു.

True Colours

മഞ്ഞ റോസാപ്പൂവുകൾ പ്രസാദത്തോടെ അശ്വിനിയെ നോക്കി. തേജസ്സുള്ള ചെറിയ ബേബീസ് ബ്രെത്ത് പൂവുകളും വെളുപ്പിൽ ഇളംവയലറ്റു കുത്തുകളുള്ള ലില്ലിപ്പൂക്കളും, ഇടയ്ക്ക് കുത്തിയിരിക്കുന്ന പച്ചയിലകളും കൂടി വേസിന്റെ ഗോളത്തിനു മുകളിൽ പടർന്നുനിന്നു അശ്വിനിയെത്തന്നെ നോക്കുകയാണ്. ഇപ്പോൾ അശ്വിനിയെ അങ്ങനെ കണ്ണിമയ്ക്കാതെ നോക്കാൻ ഒരാളില്ല. പ്രായമെത്രയായാലും കണ്ടാൽ ചേലുണ്ടെന്നു പറയാനും കരളു നിറയെ സ്നേഹമുണ്ടെന്ന് ഭാവിക്കാനുമൊക്കെ ആരുമില്ലാതെ എങ്ങനെയാണ് അശ്വിനി ജീവിക്കുന്നത്? ഇടയ്ക്കിടെ ഹീലിയം നിറച്ച ബലൂൺ പോലെ ഉയർന്നുപൊങ്ങി ഇളംകാറ്റിൽ പറന്നു പറന്നങ്ങനെ പോവണം അശ്വിനിക്ക്.

''എന്റെ മേത്തൊക്കെ റാഷസ് വന്നിട്ടുണ്ട് വിദ്യാ. കണ്ടിട്ട് എനിക്കു തന്നെ അറപ്പാകുന്നു.''

ഒരാഴ്ച മുൻപാണ് അശ്വിനി വിതുമ്പിപ്പൊട്ടിയത്. അതൊക്കെ കീമോയുടെ പാർശ്വഫലങ്ങളാണ്, മാറിക്കോളുമെന്നു ഡോക്ടറെപ്പോലെ തന്നെ വിദ്യയും അശ്വിനിയെ പറഞ്ഞാശ്വസിപ്പിക്കാൻ ശ്രമിച്ചു.

കീമോ കഴിഞ്ഞ് കൃത്യം നാലാം ദിവസം പതിവുപോലെ വിദ്യ വന്നു. വിളിക്കാതെ, പൊതിക്കെട്ടുകളുടെ കൂടെ പൂക്കളുടെ ഒരു വമ്പൻ കെട്ടുമുണ്ടായിരുന്നു. പൂക്കളെ വെള്ളത്തിലിടാൻ പോയ വിദ്യ സിങ്കൽ മുങ്ങിക്കളിക്കുന്ന എച്ചിൽപ്പാത്രങ്ങളെ കുളിപ്പിച്ചു തോർത്തി നിരത്തി വെച്ചു. രണ്ടാഴ്ച പഴക്കമായ കാർനേഷനുകളെ എടുത്തു കളഞ്ഞതും വിദ്യയാണ്. കാർനേഷൻ പൂവുകൾ ആഴ്ചകൾ വാടാതെ നില്ക്കും. അതുകൊണ്ടാണ് അശ്വിനി അവ വാങ്ങിയത്.

''റോസപ്പൂവ് എല്ലാ സങ്കടങ്ങളും മാറ്റും.''

വിദ്യയുടെ വേദാന്തം കേട്ട് അശ്വിനി ചിരിച്ചുകൊണ്ടു മറുപടി പറഞ്ഞു.

''Roses are overrated!''

പൂക്കൾക്ക് അപാരഭംഗിയുണ്ടെന്ന് വിദ്യ പൊയ്ക്കഴിഞ്ഞപ്പോഴാണ് അശ്വിനി തിരിച്ചറിഞ്ഞത്. മഞ്ഞ പ്രതീക്ഷയുടെ നിറമാണ്. അതാവുമോ വിദ്യ ഉദ്ദേശിച്ചതെന്ന് ആലോചിച്ചു അശ്വിനി തലയിൽ തലോടി നോക്കി. വടിച്ചുമാറ്റിയ മുടിയുടെ കൂർത്ത അറ്റങ്ങൾ തലയോട്ടിയിൽ അങ്ങിങ്ങായി അശ്വിനിയുടെ കയ്യിൽ തടഞ്ഞു. തുടങ്ങിയാൽ പിന്നെ നിർത്താൻ പറ്റാത്തതുപോലെ അശ്വിനി മിനുപ്പൻ തല ഉഴിഞ്ഞു.

അശ്വിനിയുടെ ഓരോ മസിലിനുള്ളിലും വേദന വീടുവെച്ചു താമസമാക്കിയിരുന്നു. ഇറപ്ഷൻ ഓർ ഇന്ററെപ്ഷൻ ഓഫ് ബ്ലെഡ് ആണ് വേദന എന്ന് ഒരു ബയോളജി ക്ലാസിൽ ഏതോ പ്രൊഫസർ പറഞ്ഞത് അശ്വിനിയോർത്തു. ചോരയോടുന്നിടത്തെല്ലാം വേദനിക്കുന്നുണ്ടെന്ന് അശ്വിനിക്ക് തോന്നി.

''ഒരു ബോഡി മസാജ് ചെയ്തു നോക്കൂ. നിന്റെ ഇൻഷൂറൻസ് കവർ ചെയ്യും.''

വിദ്യ പറഞ്ഞതു ശരിയായിരുന്നു. ഒരു വർഷം അഞ്ഞൂറു ഡോളർ വരെ മസാജിനും ഫിസിയോതെറാപ്പിക്കും അക്യുപങ്ചറിനുമായി ചിലവാക്കാമെന്ന് ഇൻഷൂറൻസിന്റെ കമ്പനിയിൽ വിളിച്ച് അശ്വിനി ഉറപ്പു വരുത്തി.

''ഈ റാഷസ് ഉള്ള ബോഡി എങ്ങനെ അവരെ കാണിക്കും വിദ്യ?''

''അവരു നിന്റെ ബോഡീടെ സൗന്ദര്യം കാണാനല്ല മസാജ് ചെയ്യുന്നത്. ആദ്യേ പറഞ്ഞാൽ മതി, കൈയും കാലും പുറവും മാത്രം മസാജ് ചെയ്താൽ മതീന്ന്. മറ്റു സ്ഥലങ്ങളൊന്നും അവർ അൺകവർ ചെയ്യേ ഇല്ല.''

അശ്വിനി പൂക്കളിലേക്ക് നോക്കിക്കൊണ്ട് ചത്തുകിടന്ന ഫോണിനെ കൈയിലെടുത്തു മസാജ് തെറാപ്പി സെന്ററിലേക്ക് വിളിച്ചു.

''ഒരു മണിക്കൂറിനകം എത്താമെങ്കിൽ ലിൻഡയ്ക്ക് ഒരു ഒഴിവുണ്ട്!''

''ഒരു മണിക്കൂർ അധികമല്ലേ. ദാ, വരുന്നൂന്ന്.''

ലിൻഡയ്ക്ക് മണക്കേണ്ടെന്നു കരുതി, അശ്വിനി കുളിക്കാനൊരുങ്ങി. കുളിമുറിയിലെ കണ്ണാടി ക്രൂരതയോടെ അശ്വിനിയുടെ നെഞ്ചിലെ കാൻസർ ഹൈവേ പ്രദർശിപ്പിച്ചു. കണ്ണാടി തല്ലിപ്പൊട്ടിച്ചു കളയണമെന്ന് അശ്വിനിക്ക് തോന്നി.

കളവാണിയുടെ നോട്ടത്തിൽ സങ്കടവും വേദനയും ദുഃഖവുമല്ല, വൈരാഗ്യവും വിദ്വേഷവുമാണ് അശ്വിനി കണ്ടത്.

''മിത്രദ്രോഹി.''

ബാത്ത് ടവ്വൽ കുറുകെക്കെട്ടി അശ്വിനി ആ കാഴ്ച വേഗം മറച്ചു. മുടിയില്ലാത്തതുകൊണ്ടു കുളി വേഗം കഴിഞ്ഞു.

തിരുമ്മലിന് പോവുമ്പോൾ ഉടയാടകൾ അഴിച്ചു മാറ്റണമെന്ന് വിദ്യ

പറഞ്ഞതോർത്തു. വെപ്പുകല്യാണിയെ കൂടെ കൂട്ടണോ, വിഗ് വെയ്ക്കണോ എന്നൊക്കെ അശ്വിനി സംശയിച്ചു.

മസൂസിന്റെ കൈകൾ അവളുടെ നാഴികക്കുപ്പി വടിവുണ്ടായിരുന്ന ശരീരത്തിലൂടെ എണ്ണയിൽ കുതിർന്നു പടർന്നു.

''ഹാവൂ...''

ഇടയ്ക്ക് വേദനകൊണ്ട് അശ്വിനി പിടഞ്ഞു. ലിൻഡ അവളോട് മാപ്പു പറഞ്ഞ് അലിവോടെ വേദനയെ തിരുമ്മിയുടക്കാൻ ശ്രമിച്ചു. ഉഴിച്ചിലുകാരി പാദത്തിൽ പിടിച്ച് അശ്വിനിയുടെ കാലു പുതപ്പിന് പുറത്തെടുത്തു. പിന്നെ പുതപ്പിന്റെയറ്റം അകത്തേക്ക് തിരുകിവെച്ച് കാലിനെ ശരീരത്തിൽ നിന്നും വേർപ്പെടുത്തി.

''ഇപ്പോൾ അത് പേശികളും നാഡികളുമുള്ള ഒരു അവയവം മാത്രമാണ്. അതിന് അശ്വിനിയുടെ ശരീരവുമായി ബന്ധമില്ല.''

ക്യാൻസു പറഞ്ഞു. ക്യാൻസു മസ്സാജ് തെറാപ്പിസ്റ്റിനൊപ്പം മുറിയിൽ കയറിയത് അശ്വിനിക്കിഷ്ടമായിരുന്നില്ല. ലിൻഡ ശരിരത്തെ അവയവങ്ങളായി വേർപെടുത്തി, അവളുടെ പേശികളെ ചപ്പാത്തിമാവ് പോലെ കുഴച്ചു പാകപ്പെടുത്തി. ശതാവരിവള്ളിയെ ഒഴിവാക്കി അപമാനത്തിൽ നിന്നും വേദനയിൽ നിന്നും വേർതിരിച്ചു നിർത്തി.

മന്ദതയോടെ കിടക്കുമ്പോൾ അശ്വിനി ഓർത്തെടുക്കാൻ ശ്രമിച്ചു.

''എന്നായിരിക്കും അവസാനമായി ആരെങ്കിലും ഈ ശരീരത്തിൽ തൊട്ടത്?''

കീമോതെറാപ്പി ചെയ്യുന്ന നേഴ്സ് ഗ്ലൗസ് ഇടാറുണ്ടായിരുന്നു. കഴഞ്ഞ കൺസൾട്ടേഷന് ഡോക്ടർ ജബ്ബാർ അശ്വിനിയുടെ കൈയിൽ വെറുതെ ഒന്നു പിടിച്ച് നാഡിപോലും നോക്കിയില്ല.

കീമോ തുടങ്ങിയപ്പോൾ അതിഥിമുറിയിലേക്ക് കിടപ്പ് മാറ്റിയ മോഹൻ ജീവിതവും അവിടേക്ക് മാറ്റി. മോഹന്റെ ഷർട്ടുകളും പാന്റുകളും ടൈറാക്കും അതിഥിമുറിയിലേക്ക് കുടിയേറി.

''രാത്രി നന്നായി ഉറങ്ങിയില്ലെങ്കിൽ രാവിലെ ജോലിക്കു പോവാൻ ബുദ്ധിമുട്ടാവും.''

അശ്വിനിയില്ലാത്ത ലോകമാണ് തന്റെ സ്വാസ്ഥ്യം എന്നയാൾ പ്രഖ്യാപിച്ചു.

കാതിനരുകിൽ ശൃംഗാര ഗിരി. അത് കയറിയിറങ്ങിയാൽ കഴുത്തിൽ കാമക്കടൽ. അത് നീന്തി താഴെയെത്തുമ്പോൾ ഷാമ്പെയിൻ നുരക്കുന്ന മുലകൾ. ഷാമ്പെയിനിൽ മദമിളകുമ്പോൾ അശ്വിനി മറ്റൊരുവളാകുന്നു. സുഖത്തിന്റെ വിദ്യുന്മാല പാഞ്ഞുപോയതിന്റെ ആലസ്യത്തിൽ ചിരിയോടെ മയങ്ങുന്ന അശ്വിനിയെ മോഹൻ മറന്നുപോയിരിക്കുന്നു.

ആർത്തിയോടെ നോക്കിയിരുന്ന മോഹന്റെ കണ്ണുകളിലിപ്പോൾ അറപ്പാണോ എന്നു അശ്വിനി സംശയിക്കാറുണ്ട്. മുടിയും മുലയും ഇല്ലെങ്കിൽ പിന്നെന്തു പെണ്ണ്? മോഹൻ മുഖം തിരിക്കുമ്പോൾ അശ്വിനി യുടെ നെഞ്ചത്തെ ശതാവരിവള്ളിയിലെ മുള്ളുകൾ ഉള്ളിലേക്ക് വലിയും. ഉള്ളിലേക്കും കത്തി കയറിയിട്ടുണ്ട്. അവിടെയും ചിലതൊക്കെ കുത്തി ക്കീറി തുന്നിക്കെട്ടാതെ വിട്ടിട്ടുണ്ട്. പെണ്ണത്തം കത്തികൊണ്ടങ്ങു മുറി ച്ചെടുത്ത ഡോക്ടർ അശ്വിനിയോടു സപ്പോർട്ട് ഗ്രൂപ്പിൽ പോകാനാണു നിർദ്ദേശിച്ചത്.

''വട്ടത്തിൽ കൂടിയിരുന്ന് ഛർദ്ദിയെ താരതമ്യം ചെയ്യാം. ഛർദ്ദി ക്കുന്നവർക്കേ ഛർദ്ദിയുടെ ഡീറ്റെയ്ൽസ് അറിയൂ. അപ്പുറത്തെ മുറി യിൽ കിടന്നുറങ്ങുന്നയാളിന് അതറിയാൻ കഴിയില്ല. അത് വിശദീകരി ക്കാനും പറ്റില്ല.''

ക്യാൻസു പിന്താങ്ങി.

''അതോണ്ട് അശ്വിനീ, നീ പരിചയമില്ലാത്ത കുറേപ്പേരെ സ്വന്ത ക്കാരാക്കൂ. നിന്റെ സങ്കടങ്ങൾ അവർക്ക് മനസ്സിലാവും. രോഗവും സങ്ക ടവും തീർന്നു കഴിയുമ്പോൾ മാത്രം നീ നോർമൽ ജീവത്തിലേക്ക് വരിക. അപ്പോൾ നിന്റെ നോർമൽ ഭർത്താവും നോർമൽ മകളും നോർമൽ കൂട്ടുകാരും നോർമൽ ജോലിയും നിന്നെ സ്വീകരിക്കും. ഇപ്പോൾ സപ്പോർട്ട് വേണമെങ്കിൽ നോർമലല്ലാത്തവരുടെ സപ്പോർട്ട് ഗ്രൂപ്പിലേക്ക് പോവുക.''

''ന്റെ ക്യാൻസൂ, നിനക്കു ഞാൻ ആവശ്യത്തിൽ കൂടുതൽ അറ്റൻ ഷൻ തന്നു. ഒരു മുല തന്നെ ബലിദാനം തന്നു. ഇനി അരമണിക്കൂർ യാത്രചെയ്തു വട്ടം കൂടിയിരുന്ന് നിന്റെ വികൃതികൾ പറഞ്ഞു രസി ക്കാൻ ഞാനില്ലാഡാ.''

''കുറച്ചു സമയം അങ്ങനെ പോയാലും ബാക്കിയുള്ള സമയം മുഴു വൻ ഈ ഭിത്തിക്കകത്തു നമ്മൾ കെട്ടിമറിയല്ലേ?''

ക്യാൻസൂ അശ്വിനിയോടു കിന്നാരം പറഞ്ഞു.

വലിഞ്ഞു മുറുകിനിന്ന ശനിയും ഞായറും ഒന്നയയ്ക്കാൻ വേണ്ടി അശ്വിനി മോഹനോടു പറഞ്ഞു.

''നമുക്ക് കീർത്തനേടെ മുറി പെയിന്റ് ചെയ്താലോ? അഞ്ചാറു കൊല്ലായി പെയിന്റ് ചെയ്തിട്ട്.''

''അവളോട് ഞാൻ ചോദിച്ചു. നമുക്കിഷ്ടമുള്ള കളറു ചൂസ് ചെയ് തോളാൻ പറഞ്ഞു.''

മോഹൻ രാവിലെ തന്നെ പെയിന്റ് വാങ്ങിക്കൊണ്ടു വന്നു, ബ്രഷും പെയിന്റ് ട്രേയുമായി കീർത്തനയുടെ മുറിയിലേക്ക് പോയി. പഴകി പ്പോയ ബെഡ്ഷീറ്റുമായി അശ്വിനി പിന്നാലെ കൂടി.

''കിടക്ക ദേ, ഈ ഷീറ്റിട്ടു കവർ ചെയ്തോളൂ.''

മോഹൻ കിടക്ക ഭിത്തിയിൽ നിന്നും നടുവിലേക്ക് മാറ്റുകയായിരുന്നു.

''ഞാൻ പിടിക്കാം.''

അശ്വിനി പിടികൂടുന്നതിനു മുൻപേ കിടക്ക മുറിക്കു നടുവിലായി. ഉടുപ്പലമാര ചെറുതായി നീക്കിയിട്ട് മോഹൻ അതിനു കൃത്യം പിന്നിൽ നിന്ന് ഉന്തിയപ്പോൾ അതും കിടക്കയോട് ചേർന്നു നിന്നു. മൂലയിലിരുന്ന നീളമുള്ള കാൽ വിളക്കെടുത്ത് അശ്വിനി ചോദിച്ചു.

''ഈ pedestal lamp മറ്റേ മുറിയിൽ വയ്ക്കാം അല്ലേ?''

അശ്വിനി അത് അതിഥി മുറിയിൽവെച്ചു വരുമ്പോൾ മോഹൻ ഭിത്തിയിൽ തൂക്കിയിരുന്ന പടങ്ങൾ മാറ്റുകയായിരുന്നു. ഇളംറോസ് നിറമുള്ള നിറയെ ഫ്രില്ലു പിടിപ്പിച്ച കുട്ടിയുടുപ്പിട്ട കീർത്തന ടെബിയെ ഇറുക്കിപ്പിടിച്ചു നിൽക്കുന്ന ഫോട്ടോ മോഹൻ ഭിത്തിയിൽ നിന്നും മാറ്റി. അടുത്തത് അരങ്ങേറ്റത്തിന്റെ ഫോട്ടോ ആയിരുന്നു. ശിഖരഹസ്തം നോക്കി അശ്വിനി പുഞ്ചിരിച്ചു.

''അവൾടെ തംപ്സ് അപ്പ്.''

കീർത്തനയും കൂട്ടുകാരികളും വൃന്ദ കേൾക്കാതെ ശിഖര ഹസ്തത്തിനെ വിളിച്ചിരുന്നതങ്ങനെയാണ്.

''ഫോട്ടോസ് പുറത്ത് കൊണ്ടുപോവണോ?''

മോഹൻ ഫ്രെയിമുകളെ കിടക്കയിൽ തലകുത്തിവെച്ചു. അവസാനത്തേത് കീർത്തനയുടെ ഹൈസ്കൂൾ ഗ്രാജുവേഷൻ സർട്ടിഫിക്കറ്റായിരുന്നു. മോഹൻ അതും കിടക്കയിൽ വെച്ചു. അശ്വിനി Katy Perry പോസ്റ്റർ അരികുകൾ കീറാതെ ശ്രദ്ധയോടെ ഭിത്തിയിൽ നിന്നും അടർത്തിയെടുത്തു. പോസ്റ്ററിനെ ചുരുളാക്കികൊണ്ട് അശ്വിനി ചോദിച്ചു.

''ഇത് ബെഡ്ഡിൽ വെച്ചാ ചുളുങ്ങി പോവ്വോ?''

അശ്വിനി പോസ്റ്റർ ഇടനാഴിയിൽ കോണിയുടെ കൈവരിയിൽ ചാരിവെച്ചുകൊണ്ടു പറഞ്ഞു.

''ഡാമേജായാ പെണ്ണെന്നെ കൊന്നുകളയും.''

മോഹൻ കടയിൽനിന്നും വാങ്ങിക്കൊണ്ടുവന്ന പ്ലാസ്റ്റിക് ഡ്രോപ്പ് ഷീറ്റുകൊണ്ടു നടുക്കേക്ക് നീക്കിവെച്ച കിടക്കയും അതിലെ സാധനങ്ങളും മൂടി.

പെട്ടെന്നാണ് മോണോലോഗുകളിൽനിന്നും അശ്വിനിക്ക് വെളിപാടുണ്ടായത്. മോഹൻ പറയുന്നതല്ല, പറയാത്തതാണ് പ്രധാനമെന്ന്. ഡ്രോപ്-ഷീറ്റ് വാങ്ങിയ ആൾക്ക്, കിടക്ക മൂടാൻ പഴയ കിടക്കവിരികൾ ആവശ്യമില്ല. അശ്വിനിയുടെ ഒരു സഹായവും മോഹന് ആവശ്യമില്ല.

മോഹന്റെ ശരീരത്തിൽ നിന്നും വെറുപ്പ് പ്രസരിക്കുന്നത് അശ്വിനി കണ്ടു. മോഹന്റെ കണ്ണിൽ, കൈയിൽ, കാലിൽ, മീശയിൽ, മുടിയിൽ, തൊലിയിൽ നിന്നൊക്കെയായി വെറുപ്പ് ഒലിച്ചിറങ്ങുകയായിരുന്നു. അശ്വിനിയോടുള്ള വെറുപ്പിനെ ആൾരൂപമാക്കുമ്പോൾ കിട്ടുന്നതാണ് മോഹൻ എന്നവൾ തിരിച്ചറിഞ്ഞു.

കിടക്കവിരികളും അഭിപ്രായങ്ങളും ആശയങ്ങളും നിർദ്ദേശങ്ങളും ഓർമ്മകളും പഴഞ്ചൻ ശനിയാഴ്ചകളുടെ ശബ്ദകോലാഹലങ്ങളും നില ത്തേക്കിട്ട് അശ്വിനി പോയി. താഴത്തെ നിലയിൽ ടെലിവിഷന്റെ വെറു പ്പില്ലാത്ത സ്ക്രീനിലേക്ക്, ശബ്ദത്തിലേക്ക് അവൾ ആണ്ടാണ്ടു പോയി.

ഇടയ്ക്കു മോഹൻ കോണിയിറങ്ങി വരുന്ന ശബ്ദം കേട്ട് അശ്വിനി ഫോൺ ചെവിയിൽ വെച്ചു. കാതുമുഴുവൻ മോഹന്റെ കാലടിയൊച്ച യിൽ നിക്ഷേപിച്ച് അവൾ ഫോണിനോട് സംസാരിച്ചു. മോഹൻ ഫ്രിഡ് ജിൽ നിന്നും തണുത്ത ഒരു ബിയറെടുത്ത് ക്യാൻ-ഓപ്പണർ തിരഞ്ഞു. മൂന്നാമത്തെ ഡ്രോയിൽ നിന്നും ഓപ്പണർ എടുത്ത് ബിയറു കുപ്പി തുറന്ന് തൃപ്തനായി അയാൾ തിരിച്ചുപോയി.

അശ്വിനിയോടു സംസാരിക്കാൻ മോഹനു ദാഹമില്ല. അശ്വിനിയി ല്ലാത്ത ലോകത്തിൽ മോഹൻ തൃപ്തനും പൂർണനുമാണ്. ഇടയ്ക്കൊരു ബിയറും ചെവിയിൽ സംഗീതവുമായി.

മുല പോയ അശ്വിനി. അപൂർണയെന്നവൾ മനസ്സിലാക്കി. ചില്ലറ കുടുംബപദ്ധതികൾ കൊണ്ടും ആസൂത്രണംകൊണ്ടും ആ കുറവ് മോഹൻ ക്ഷമിക്കില്ല. ഇല്ലെന്ന് നടിക്കില്ല. പഴമയിലേക്ക് തിരികെ നട ക്കില്ല. ഇവിടെ ഇപ്പോഴാണ് മോഹൻ. പഴങ്കഥകൾ ഓർത്തുവെച്ചു ഇന്നിനെ വിസ്തരിക്കാൻ അയാൾക്കാവില്ല. ഇന്നലെയിൽ അസ്തി വാരമിട്ടു പണിയുന്നതല്ല മോഹന്റെ ഇന്ന്.

വീടിനുള്ളിലെ വായുവെല്ലാം എങ്ങോട്ടു പോയെന്നു അശ്വിനി അമ്പരന്നു. മിനിറ്റിൽ ഏഴെട്ട് ലിറ്റർ വീതം അശ്വിനിക്കു വലിച്ചെടുക്കാൻ വീടിനകത്ത് വായു ഇല്ലാതായി. ഓക്സിജൻ പതിനാറു ശതമാനത്തിൽ കുറഞ്ഞു നിന്നു. അത്രയൊക്കെയാണു ഒരു മനുഷ്യനു ജീവിക്കാനാ വശ്യം. നൂറുശതമാനം ഓക്സിജനും കീർത്തനയുടെ മുറിയിൽ കെട്ടി ക്കിടന്നു. താഴത്തെ നിലയിൽ ഓക്സിജനില്ലാത്ത നിബിഡവായു കൊഴുത്തു കിടന്നു. അശ്വിനി ശ്വാസംമുട്ടലോടെ പിടഞ്ഞെഴുന്നേറ്റു.

കനം കുറഞ്ഞ സ്വെറ്ററിട്ട്, ഒരു കമ്പിളി സ്കാർഫ് കഴുത്തിൽ ചുറ്റി, റണ്ണിംഗ് ഷൂസുമിട്ട്, തൊപ്പിയും വെച്ച് അശ്വിനി നടക്കാനിറങ്ങി. ഒക്ടോ ബറിന്റെ നനവുള്ള തണുപ്പിൽ കാറ്റു നേർമ്മയോടെ മുറുമുറുത്തു കൊണ്ടിരുന്നു. ചെടിത്തോട്ടത്തിൽ ചത്ത് തവിട്ടു നിറമായികിടന്ന ഉള്ളിയിലകളെ അശ്വിനി ഗൗനിച്ചില്ല.

കുട്ടികളുടെ കളിക്കളത്തിൽ നിന്നുമുള്ള ശനിയാഴ്ചയുടെ ഒച്ചയും ബഹളവും റോഡിൽവെച്ചേ അശ്വിനി കേട്ടു. ചുവപ്പും മഞ്ഞയും കലർന്ന മെറി-ഗോ-റൗണ്ട് നിറയെ പത്തു വയസ്സിൽ താഴെയുള്ള കുട്ടികളുടെ കൂട്ടം കൂവിയാർത്തു കളിക്കുന്നുണ്ടായിരുന്നു. കളിക്കളത്തിനു ചുറ്റുമുള്ള ബെഞ്ചുകളിൽ കുട്ടികളെയും കൊണ്ടുവന്ന അച്ഛനമ്മമാരും മുത്തച്ഛന്മാരും കൂടിയിരുന്നു വെടിപറയുന്നതു അശ്വിനി കൗതുകത്തോടെ കണ്ടു. ആയത്തിലാടുന്ന ഊഞ്ഞാലിന്റെ നിരയിൽ നിന്ന് ഒരു കുട്ടി അശ്വിനിയെ സൂക്ഷിച്ചു നോക്കി. അശ്വിനി അവനെ നോക്കി മൃദുവായി ചിരിച്ചു.

കുട്ടികളെ കുറച്ചുനേരം കണ്ടു നിന്നിട്ട് അശ്വിനി നടപ്പാതയിലൂടെ പാർക്കിന്റെ പിന്നിലെ മരക്കൂട്ടങ്ങളിലേക്ക് പോയി. വളഞ്ഞ വഴിക്കു ചുറ്റും മരങ്ങൾ ഹോളി ആഘോഷിച്ചു നിന്നു. ഓറഞ്ചും മഞ്ഞയും ചുവപ്പും കപട നിറങ്ങളിലുള്ള കളി. കെട്ട തണുപ്പിൽ നൂറ്റൊന്നാവർത്തിച്ച കളി. പച്ചയെന്ന ഒറ്റ നിറത്തിൽ പെട്ടുപോയ പാവം മലയാള മരങ്ങൾക്കു വിധിച്ചിട്ടില്ലാത്തൊരു വിനോദം.

''ഉം... ഉം... ഈ ചുറ്റിക്കെട്ടുകൾ അടർത്തി മാറ്റി നിന്നെ നീയായി കാണും.''

ഷുഗർ മേപ്പിളിനെ ചുറ്റിക്കൊണ്ടൊരു കാമക്കാറ്റു പറഞ്ഞു. സിന്ദൂരച്ചുവപ്പിൽ മേപ്പിൾ കൂത്താടി.

മിത്രയുടെ മകളുടെ പിറന്നാൾ ഒക്ടോബറിലാണ്. അവളുടെ അഞ്ചാം പിറന്നാളായിരുന്നു. കുട്ടികൾക്കു മാത്രമായി പീസ-ഹട്ടിൽ പാർട്ടി. അതുകഴിഞ്ഞ് മിത്രയുടെ വീട്ടിൽ നിൽക്കണം കീർത്തനയ്ക്ക്. പാർട്ടിക്കു വരുന്ന പെൺകുട്ടികളെല്ലാം after partyക്കു കൂടുന്നുണ്ട്. ആയിക്കോട്ടെ. അന്നു വൈകുന്നേരം അഞ്ചുമണിക്കാണ് ആതിരയുടെ വീടുകേറൽ. ആതിരയുടെ വീട്ടിലേക്ക് കാറോടിക്കുമ്പോൾ അശ്വിനിയുടെ ചുരിദാറിൽ തടവി മോഹൻ പറഞ്ഞു.

''Crimson red drives me crazy.''

മുടിയിൽ തലോടി മോഹൻ മൂളി.

''കല്യാണി കളവാണി ചൊല്ലമ്മിണി ചൊല്ല്

നീലത്താമര പൂത്തിറങ്ങിയതാണ് പൂവോ.''

അവൾ ചുവന്നു പോയി. കൈ തട്ടിമാറ്റിയ അവളുടെ കൈ പിടിച്ച് അയാൾ ചോദിച്ചു.

''താമരയിപ്പോൾ വെള്ളത്തിലാണോ?''

അശ്വിനിയുടെ ശ്വാസഗതി കൂടുന്നത് മോഹനറിഞ്ഞു. പ്രധാന റോഡിൽനിന്നും കാറ് വലത്തേക്ക് തിരിഞ്ഞു. കടുത്ത വർണത്തിൽ

ജ്വലിക്കുന്ന മരങ്ങൾ ആഭാസച്ചിരിയോടെ നിരന്നു നിന്നു. നിലത്തു പരന്ന ഇലകളിൽ മദകാന്തി വിളങ്ങി. പൂത്തു മത്തു പിടിച്ച ജമന്തികളുടെ നിര കടന്ന് കാറ് ചെറുവഴിക്കു പിന്നിലെ പാറകൾക്കടുത്തേക്ക് ഒഴുകിപ്പോയി. കരിമ്പാറ പോലെ മോഹന്റെ ശരീരം കാറിന്റെ പിൻ സീറ്റിൽ താമര തേടിപ്പോയി.

അശ്വനി നാണം മറന്നു.

പരിസരം മറന്നു

നിയമം മറന്നു

മര്യാദകൾ മറന്നു

സ്വയം മറന്നു

മറയില്ലാതെ എല്ലാം മറന്നു.

ഭൂമിയിൽ നിന്നങ്ങുയർന്നു പോയി.

ചുളിഞ്ഞ ചുരിദാറും പറന്ന മുടിയുമായി വൈകിയെത്തിയപ്പോൾ ആതിര ചൊടിച്ചു

''രണ്ടും കൂടി അടിയിട്ടിട്ടാ വരുന്നതെന്ന് തോന്നുന്നു കണ്ടിട്ട്.''

മോഹൻ നാണമില്ലാതെ പൊട്ടിച്ചിരിച്ചു.

''പിന്നേയ്, ഭയങ്കര ഗുസ്തിയായിരുന്നു. എന്റെ ഭാര്യയ്ക്ക് ഒരു സെൽഫ് കൺട്രോളും ഇല്ലന്നേ.''

പഴകിപ്പൊളിഞ്ഞ ഒക്ടോബർ.

മോഹനിപ്പോൾ ആരുടെ താമരക്കുളത്തിലാവും നീന്തുന്നതെന്നോർത്ത് അശ്വിനി ഒന്നു നിന്നു. മാംസത്തിന്റെ ഒരു അർദ്ധഗോളത്തിന് അവളുടെ ജീവിതത്തിലുള്ള സ്വാധീനം അശ്വിനിയെ അമ്പരപ്പിച്ചു. നടന്നു നടന്ന് പാർക്കിന്റെ അറ്റത്ത് എത്തിയെന്ന് അവൾ പെട്ടെന്നു തിരിച്ചറിഞ്ഞു. നിറം പൂശിയ ഇലകൾക്കു നടുവിൽ നിറംകെട്ടു അശ്വിനി നിന്നു. വെപ്പു മുലവെച്ചു, വെപ്പുമുടിവെച്ച്, കണ്ണുകൾക്ക് ചുറ്റും കറുപ്പു വരച്ച് പ്രേതം പോലെ അശ്വിനി. മുന്നറിയിപ്പില്ലാതെ വന്ന മഴയിൽ അശ്വിനിക്കു ദിക്കു തെറ്റി. കാറ്റവളെ തിരികെ വീട്ടിലെത്തിച്ചു.

പനിയവളെ ചേർത്തുപിടിച്ചു, തലയ്ക്കകത്തു കത്തുന്ന പനി, കണ്ണിന്റെ ഉള്ളിൽ കുത്തുന്നു പേപിടിച്ച പനി.

''കീമോക്കാലത്തെ പനി സൂക്ഷിക്കണം. ഇമ്യൂണിറ്റി തീരെ കുറവാണ്.''

ഡോക്ടർ ഉത്കണ്ഠയോടെ മോഹനോടാണ് പറഞ്ഞത്.

''രണ്ടു മണിക്കൂർ കൂടുമ്പോൾ ചൂടു നോക്കണം. നൂറ്റിയൊന്നു ഡിഗ്രിയിൽ കൂടിയാൽ ഉടനെ ടൈലനോൾ കഴിക്കണം. ആരെങ്കിലും

വീട്ടിൽ കൂടെ ഉണ്ടാവണം. പനി കൂടിയാൽ പെട്ടെന്ന് എമർജൻസിയിലേക്ക് കൊണ്ടുപോവണം.''

ഡോക്ടർ നിർദ്ദേശപട്ടികയിൽ മോഹനെ തള്ളിച്ചിട്ടു. മോഹന്റെ കോർപ്പറേറ്റ് കോണിക്കു കോടാലി വെക്കാൻ അശ്വിനി അസുഖങ്ങളെ കൂട്ടുപിടിക്കുകയാണ്!

''വെള്ളവും ജൂസും ധാരാളം കുടിക്കണം.''

''കുടിക്കുന്നതൊന്നും വയറ്റിൽ നിൽക്കുന്നില്ല ഡോക്ടർ.''

അശ്വിനി പരാതിപ്പെട്ടപ്പോൾ ഇൻട്രാവീനസ് ആയി വെള്ളവും പനിമരുന്നും രണ്ടു ദിവസത്തേക്ക് ഡോക്ടർ വിധിച്ചു. നേഴ്സ് വീട്ടിൽ വന്നു ഐ.വി. വെച്ചു കൊടുക്കാനുള്ള സംവിധാനം ഡോക്ടർ വിശദീകരിച്ചു. നാൽപ്പത്തിയെട്ടു മണിക്കൂറുകൊണ്ട് വ്യത്യാസം ഉണ്ടായില്ലെങ്കിൽ ആശുപത്രിയിൽ കിടന്നാൽ മതിയാവും. ആശുപത്രിയിലേക്ക് പോകാൻ അശ്വിനിക്കും ഇഷ്ടമുണ്ടായിരുന്നില്ല.

ഐ.വി. സ്റ്റാന്റ് വലിച്ചുകൊണ്ട് അശ്വിനി മുറികളിൽ നിന്നും മുറികളിലേക്ക് നടന്നു. ഒപ്പം റാണയും. മോഹന്റെ ചാറ്റ് വിൻഡോ അടയ്ക്കാൻ സമയം നൽകിക്കൊണ്ട്, മോഹന്റെ കള്ളത്തരങ്ങൾക്കു മുന്നിൽ പെടാതെയിരിക്കാൻ അശ്വിനി പ്രത്യേകം ശ്രദ്ധിച്ചു.

പഠിത്തം വിട്ട് വരണോന്നു കീർത്തന ഫോണിൽ ചോദിച്ചപ്പോൾ അശ്വിനി അവളെ തടഞ്ഞു.

''ഇദ് ഇപ്പൊ മാറിക്കോളും. നീയ് വേഗം ഡോക്ടറായി വന്ന് എന്നെ നോക്ക്യാമതി രന്ന.''

''അമ്മാ, എംകാറ്റിന്* നല്ല സ്കോറില്ലാതെ ഒന്നും നടക്കില്ല. പ്ലീസ്, സ്റ്റോപ്പ് ദിസ് ഡോക്ടർ തിംഗ്.''

ഡിഗ്രി ഒന്നാംവർഷം കഴിഞ്ഞപ്പോൾ കീർത്തന എൻട്രൻസ് എഴുതിയതാണ്. മെഡിസിനു പ്രവേശനം കിട്ടാനുള്ള മാർക്കില്ലാതെ പോയി. ഇനിയും രണ്ടു തവണ കൂടിയേ പരീക്ഷ എഴുതാൻ പറ്റൂ. കീർത്തനയുടെ ഉള്ളിൽ അഗ്നിപർവ്വതം പുകയുന്നത് അശ്വിനിക്കറിയാം. ക്ലാസു കഴിഞ്ഞു വന്നാൽ വിശേഷങ്ങളുടെ ഭണ്ഡാരം തുറന്നിരുന്ന കീർത്തനയ്ക്ക് ഒന്നും പറയാനും കേൾക്കാനും നേരമില്ലാതായിരിക്കുന്നു. ആ മൗനം അശ്വിനിയെ ഭയപ്പെടുത്തിക്കൊണ്ടിരുന്നു.

''ഉള്ളിലെ ചൂടും പുകയും ഇടയ്ക്ക് കുറച്ചു പുറത്തേക്കൊഴുകുന്നതല്ലേ നല്ലത്? എല്ലാം അടച്ചു പൂട്ടി സീല് വെച്ചിരിക്കണോ?''

---

* MCAT (Medical College Admission Test) - കാനഡയുടെ മെഡിക്കൽ എൻട്രൻസ് പരീക്ഷ

Trick or Treat

വെള്ളിയാഴ്ച രാവിലെ അശ്വിനി എഴുന്നേറ്റത് കൃത്യം ഇരുപതിനായിരം ജൂൾസ് ഊർജ്ജവുമായിട്ടായിരുന്നു. അതിന്റെ പാതി മതിയാവും സാധാരണ ഒരാൾക്ക് ഒരു ദിവസത്തേക്ക്. വീട്ടിലെത്തിയാലുടൻ കീർത്തന ചോദിക്കുന്നത് എന്തായിരിക്കുമെന്നു അശ്വിനിക്കറിയാം.

''മമ്മൂ എക്സർസൈസെസ് ചെയ്യുന്നുണ്ടോ?''

''ഇന്ന് ഈ വീടിന്റുള്ളിൽ ചുറ്റിത്തിരിഞ്ഞതല്ലാതെ പുറത്തിറങ്ങിയോ? ഫ്രെഷ് എയർ കിട്ടിയോ?''

ക്യാമ്പസുകാരിയുടെ ഭേദ്യം ചെയ്യലിനെ പേടിച്ച് അശ്വിനി രാവിലെ തന്നെ നടക്കാനിറങ്ങി. ചുവപ്പ് ഇലകളുള്ള സാന്റ് ചെറിമരം വേലിക്കു മുകളിലൂടെ അടുത്ത വീട്ടിലേക്ക് എത്തിനോക്കുന്നുണ്ടായിരുന്നു. ചുവപ്പു നൈറ്റിയിട്ടു മതിലിൽ കൈമുട്ടൂന്നി നിന്ന് അമ്മയോടു വർത്തമാനം പറയുന്ന സീനത്താന്റിയെ അവൾക്ക് ഓർമ്മ വന്നു. സീനത്താന്റിയും അമ്മയും ദിവസവും വൈകുന്നേരം വിശേഷങ്ങൾ പറഞ്ഞു ചിരിക്കുന്നത് അശ്വിനിയോർത്തു. വേനൽക്കാലത്തെ നാലുമാസങ്ങളിൽ അശ്വിനി അയൽക്കാരോടു മര്യാദക്കുശലങ്ങൾ പറയാറുണ്ട്. അതിനപ്പുറത്തേക്കൊന്നും അശ്വിനിക്കു വേണ്ടിയിരുന്നില്ല.

നടപ്പുജോലി തീർത്ത അശ്വിനി പലചരക്കു കടയിലേക്കു പുറപ്പെട്ടു. തണുപ്പിനെ പ്രതിരോധിക്കാൻ ജാക്കറ്റിന്റെ മുൻവശം കൈകൊണ്ടു ചേർത്തുപിടിച്ച് അശ്വിനി കടയിലേക്ക് ഓടിക്കയറി. വാതിലിനടുത്തായി ഒരു ഭിത്തി മുഴുവൻ വാടാത്ത കടുംനിറത്തിലുള്ള പച്ചക്കറികൾ കലാപരമായി ചമഞ്ഞിരുന്നു. ഭിത്തിക്കു കൃത്യം നടുക്കായി പച്ചയും മഞ്ഞയും ചുവപ്പും ഓറഞ്ചും നിറമുള്ള തടിയൻ ക്യാപ്സിക്കം മുളകുകൾ വളഞ്ഞ അലമാരകളിൽ ഗ...ഗ...ഗ...ഗ...ന്ന് നിരന്നിരുന്നിരുന്നു. കീർത്തന കുട്ടിയായിരുന്നപ്പോൾ ബ്രെഡ്ഡും മുറിച്ച പച്ചക്കറികളും കൊണ്ടു മോഹൻ പ്ലേറ്റിൽ പൂച്ചയുടെയും മുഖത്തിന്റെയും ആകൃതികൾ വരയ്ക്കുമായിരുന്നത് അശ്വിനി ഓർമ്മിച്ചു. പ്രായമുള്ള മനുഷ്യരേയും അലങ്കരിച്ചും ഒന്നിനെ മറ്റൊന്നാക്കി വരച്ചും ആകർഷിക്കണോ എന്നവൾ സംശയിച്ചു.

മുളകുകളുടെ ഗ...ഗ... പ്രദർശനം കഴിഞ്ഞിട്ടായിരുന്നു സെലറി, കെയിൽ, സ്വിഷ്ചാഡ്, ഉള്ളിയിലകളുടെ നിര. അതിനപ്പുറത്ത് ക്യാരറ്റ്, ബീറ്റ്റൂട്ട്, കിഴങ്ങുകൾ. പാടത്തു നിന്നും പറിച്ചെടുത്തിട്ട് ഏറെ ദിവസങ്ങൾ കഴിഞ്ഞു കടയുടെ അലമാരയിലെത്തിയ പച്ചക്കറികൾ ഏതൊക്കെയോ രാസക്കൂട്ടുകളുടെ ലഹരിയിൽ വാടാതെ നിറം മങ്ങാതെ, ചിരിച്ചു തിമിർത്തിങ്ങനെ നിന്നു. കീടങ്ങൾ കയറാതെ, ചീയാതെ, അഴുകാതെ, വാടാതെ, കൊഴിയാതെ പിടിച്ചു നില്ക്കാൻ, നിറങ്ങൾ ശോഭിച്ചു കാണിക്കാൻ എന്തൊക്കെ വിദ്യകളായിരിക്കും ഉപയോഗിക്കുന്നതെന്നോർത്ത് അശ്വിനിക്കു ഭയം തോന്നി.

ഇറച്ചി മസാലയുടെ മണങ്ങളിൽ പ്രതിഷേധിക്കുന്ന മൂക്കിനേയും ആമാശയത്തെയും മാനിച്ചു പാലക്ക്-പനീറുണ്ടാക്കാന് അശ്വിനി പച്ചച്ചീര എടുക്കുമ്പോഴാണ് പിന്നിലൊരു മുരടനക്കം കേട്ടത്. അവൾ ഞെട്ടിത്തിരിഞ്ഞു നോക്കുമ്പോൾ തൊട്ടടുത്ത് കുഞ്ഞപ്പനെ കണ്ടു.

''ഹായ്, കുഞ്ഞപ്പനങ്കിൾ!''

ഞെട്ടൽ ഒളിപ്പിക്കാൻ അശ്വിനി വിടർന്നു ചിരിച്ചു.

''ങ്ങ്... ഹ്... ഹായ്.''

തുറിച്ചുനോട്ടം അസഹ്യമായപ്പോൾ അശ്വിനിയുടെ അടങ്ങിയിരിക്കാനറിയാത്ത നാവ് ഒരു വിഡ്ഢി ചോദ്യം പുറത്തുവിട്ടു.

''ഷോപ്പിംഗിന് ഒറ്റയ്ക്കിറങ്ങിയോ?''

''ങ്ഹാ, ആ... ഞാൻ ഷിഫ്റ്റ് കഴിഞ്ഞു വരുന്ന വഴിയാ.''

അത്രയ്ക്കങ്ങു പരിചയമില്ലാത്ത ഒരാളുടെ തുറിച്ചുനോട്ടത്തിൽ ചൂളിയ അശ്വിനിയെ രക്ഷിക്കാൻ നാവ് പിന്നെയും ചോദ്യങ്ങളിറക്കുമതി ചെയ്യാൻ ശ്രമിച്ചു.

''എന്തുണ്ട് വിശേഷം?''

''ങ്ഹാ, ഓ ഒന്നുമില്ല.''

അപ്പോഴും മിഴുങ്ങസ്യാന്നു നിൽക്കുന്ന കുഞ്ഞപ്പെനിൽ നിന്നും രക്ഷപ്പെടാൻവേണ്ടി നാവു യാത്രപറയാൻ ശ്രമിച്ചുനോക്കി.

''ശരി, അപ്പൊ കാണാം. പോട്ടെ, കുറച്ചു സാധനങ്ങൾ കൂടി വാങ്ങാനുണ്ട്. ഞാൻ ഷോപ്പിംഗ് തുടങ്ങിയിട്ടേയുള്ളൂ.''

''ഓ... ശരി... ശരി...''

തലയാട്ടൽ നിർത്താതെ തന്നെ ഒടുക്കം കുഞ്ഞാപ്പു ചോദിച്ചു.

''അസുഖമൊക്കെ മാറിയോ? ഇങ്ങനെ എറങ്ങി നടക്കാവോ?''

''ആ... കുഴപ്പമില്ല.''

''വിശ്രമിക്കണം. നല്ലായിട്ട് വിശ്രമം എടുക്കണം കേട്ടോ.''

അടങ്ങിയിരിക്കാതെ തുള്ളിക്കളിച്ചിരുന്ന അശ്വിനിയുടെ നാവ് കൃത്യം ആ സമയത്ത് അണ്ണാക്കിനു സമാന്തരമായി ശവാസനത്തിൽ കിടന്നു.

നാവിന്റെ നിസ്സഹകരണത്തിൽ അശ്വിനിയും കുഞ്ഞപ്പനൊപ്പം തല യാട്ടിക്കൊണ്ടു ഷോപ്പിങ് കാർട്ടിനെ ഉന്തിനീക്കി.

ആ പ്രകടനം കഴിഞ്ഞു വന്ന് അടുക്കളയിലേക്ക് മൂളിപ്പാട്ടുമായി കയറിയ അശ്വിനിയെ ആക്രമിച്ചത് സ്വയംപ്രഭയായിരുന്നു.

''സത്യം പറയ്, നീയും മിത്രയും ശാന്തിയുംകൂടി എന്റെ കടേടെ കാര്യം ഡിസ്കസ് ചെയ്യാരുന്നില്ലേ?''

''ങ്ഹേ? ഞാനവരെ വിളിച്ചിട്ടുതന്നെ കുറെയായി!''

''വെർതെ എന്റടുത്ത് വേഷംകെട്ടു വേണ്ട അശ്വിനീ.''

അക്യൂസ്... അക്യൂസ്...

അറ്റാക്ക്... അറ്റാക്ക്....

''എന്നെപ്പറ്റി ആരൊക്കെയോ എന്തൊക്കെയെ പറഞ്ഞുണ്ടാക്കു ന്നുണ്ട് അശ്വിനീ.''

അശ്വിനിയുടെ ശ്രദ്ധ പ്രഭയിൽ നിന്നും ചീരപ്പാത്രത്തിലേക്കും സ്പീക്കറിലെ പാട്ടിലേക്കും തിരിഞ്ഞു മറിഞ്ഞു കുട്ടിക്കരണം കളിച്ചു.

''ഞാൻ പറയുന്നത് എന്തെങ്കിലും നീ കേൾക്കുന്നുണ്ടോ?''

അശ്വിനിയുടെ അശ്രദ്ധ അനുവദിച്ചുകൊടുക്കാൻ സ്വയംപ്രഭ തയ്യാ റായിരുന്നില്ല.

''ഇപ്പൊ കുറച്ചു തിരക്കാണല്ലോ. ഞാൻ രണ്ടു ദിവസം കഴിഞ്ഞു വിളിക്കാട്ടോ.''

അനുവാദത്തിനു കാത്തുനിൽക്കാതെ അശ്വിനി ഫോൺ ചെവി യിൽ നിന്നുമാറ്റി വെച്ചു.

''അല്ല, റാണാ നമ്മളിനി ഫോൺവിളിച്ച് സ്വയംപ്രഭയുടെ കടയെ പ്പറ്റി ചർച്ച ചെയ്തിരിക്കുമോ? സ്വയംപ്രഭ എല്ലാം അറിയാവുന്ന ആളല്ലേ? ചിലപ്പോ ആശുപത്രി കീമോതെറാപ്പിയൊക്കെ നമ്മുടെ തോന്നലാണെ ങ്കിലോ?

പ്രതാപ് സിംഗ് അപ്പോൾ തലക്കെട്ടിനുള്ളിൽ കൈയിട്ട് തല ചൊറിഞ്ഞുകൊണ്ടു പറഞ്ഞു.

''ആരെങ്കിലും നമ്മുടെ ഓരോ പ്രവൃത്തിയിലും കുറ്റബോധം ഉണ്ടാ ക്കാൻ ശ്രമിക്കുന്നുണ്ടെങ്കിൽ അവർക്ക് എന്തോ സാരമായ പ്രശ്നമുണ്ട്.''

അതു സമ്മതിച്ച് അശ്വിനി കടായിയിലെ കടുകിന്റെയൊപ്പം പൊട്ടി ത്തരിച്ചു പാടി.

''പൂവമ്പന്റെ കൊലച്ചു വച്ചൊരു കരിമ്പ് വില്ലൊത്ത പടത്തലവാ
വാളെടുത്തു വീശല്ലേ ഞാനതു മുരിക്കിൻപൂവാക്കും''*

---

* കടപ്പാട് കൈതപ്രം (ചിന്നി..ചിന്നി... ചിത്രം: ഉറുമി)

പാത്രത്തിലെ കറിയുടെ അവസാന തുള്ളിയും ചപ്പാത്തികൊണ്ടു വടിച്ചോപ്പിയെടുത്തു കഴിക്കുന്ന കീർത്തനയെ തൃപ്തിയോടെ അശ്വിനി നോക്കിയിരുന്നു.

''നോക്കൂ രന്ന, എന്റെ വീക്ക്എൻഡ് ടാസ്ക് ലിസ്റ്റിൽ ലഞ്ചു കഴിഞ്ഞു പംകിൻ ഷോപ്പിംഗ്ആണ്. നമുക്ക് മില്ലർസ് ഫാമിൽ പോവാം.''

''ബട്ട് മമ്മൂസ്, എംകാറ്റിന്റെ സിലബസിൽ പംകിൻ മെൻഷൻ ചെയ്തിട്ടേയില്ല.''

''കീർത്തനാ, നീയിങ്ങനെ ബോറാത്തിയായി മാറിയതെന്താ? സ്കൂളിപ്പോവാണ്ടേ ഫാമിലെ ഹേ റൈഡിനു പോവാൻ കരഞ്ഞ ആളല്ലേ നീ? കുട്ടികളായ കൊറച്ചൊക്കെ പ്ലേഫുൾ ആൻഡ് ഫൺ ആവണം.''

''ഉവ്വോ, ബട്ട് അമ്മമാരായ കൊറച്ചൊക്കെ റെസ്പോൺസിബിൾ ആവണം. മോളെ പഠിക്ക്, പഠിക്ക് എന്നു പറഞ്ഞു പിന്നാലെ നടക്കണം.''

കൊഞ്ഞനം കുത്തിക്കൊണ്ടു മുറിയുടെ വാതിലടച്ചു ബോറത്തി കീർത്തന ബ്രഹ്മാണ്ഡൻ പുസ്തകത്തിനകത്തേക്ക് കയറിപ്പോയി.

ഓറഞ്ചു നിറത്തിലുള്ള വലിയ മത്തങ്ങകൾ വാങ്ങി, കണ്ണും വായും കൊത്തിയെടുത്ത് അതിനുള്ളിൽ മെഴുകുതിരി കത്തിച്ചുവെക്കാൻ പൊട്ടിത്തരിക്കുന്ന രന്നയല്ല ഡോക്ടറാവാൻ തത്രപ്പെടുന്ന കീർത്തനയെന്ന് അശ്വിനി അംഗീകരിച്ചു. അങ്ങനെയെങ്കിൽ അങ്ങനെയെന്നു പറഞ്ഞു ക്യാൻസുവിന്റെ കൈപിടിച്ച് അശ്വിനി യാത്രയ്ക്ക് പുറപ്പെട്ടു.

അറ്റ്ലാന്റിക്കിൽ നിന്നു പൊങ്ങി മെക്സിക്കോ ഉൾക്കടലിലൂടെ ഊളിയിട്ടിറങ്ങിയ ഒരു ചുഴലിക്കാറ്റ് കാനഡയിലേക്ക് തല നീട്ടിയിട്ടുണ്ടായിരുന്നു. അത് ഒന്റേറിയോ സംസ്ഥാനം കടന്ന് ക്യൂബയ്ക്കുവരെ പോകുമെന്നു റേഡിയോ ഭീഷണിപ്പെടുത്തിക്കൊണ്ടിരുന്നു.

ഫാമിലേക്കുള്ള വളവും തിരിവും നിറഞ്ഞ റോഡരികിലെ ഇലകളെല്ലാം വിളഞ്ഞു പഴുത്തു ജ്വലിച്ചു നിന്നു. നിറങ്ങളുടെ വിപ്ലവത്തിൽ മത്തുപിടിച്ച മരങ്ങൾ കാറ്റിൽ ക്ഷോഭിച്ചു. ഇലയും പൂവും കായും മാത്രമല്ല വേരും മുറിച്ചിടുമെന്നൊരു കലാപക്കാറ്റ് അവയ്ക്കിടയിൽ ചുഴറ്റിനിന്നു. മരങ്ങളിൽ കുടിപാർത്തിരുന്ന ഇലകൾ പൂവിന്റെ ഭംഗിയോടെ നിലത്തേക്ക് പിടഞ്ഞു വീണു.

അശ്വിനിയെത്തുമ്പോൾ മില്ലേഴ്സ് ഫാമിന്റെ മുമ്പിലുള്ള ചെറുവഴിയിൽ കാറുകളൊന്നും കാണാനുണ്ടായിരുന്നില്ല. തണുപ്പിൽ വാടിപ്പോയ ഇലകൾക്കു ഒളിക്കാൻ കഴിയാത്ത വിളഞ്ഞ സ്വർണമത്തങ്ങകൾ പാടത്തിൽ നിരന്നു കിടക്കുന്നത് റോഡിൽ നിന്നേ അശ്വിനി കണ്ടു. കൊടുങ്കാറ്റിന്റെ മുന്നറിയിപ്പുമായി മത്തങ്ങക്കണ്ടത്തിന്റെ മുന്നിലെ തട്ടുപീടിക അടഞ്ഞു കിടന്നു.

''ഓടിപ്പോയി രണ്ടെണ്ണം എടുത്താലോ റാണാ? അഞ്ചു ഡോളർ ലാഭിക്കാം.''

''പുറത്തിറങ്ങിയാൽ കാറ്റെടുത്തു മരത്തിന്റെ മോളിൽ വെക്കും. തിരിച്ചു പോവൂ.''

റാണ അശ്വിനിയെ മോഷണത്തിൽ നിന്നും പിന്തിരിപ്പിച്ചു.

പേ ഇളകിയ കാറ്റ് അശ്വിനിയുടെ കാറിനെ കുലുക്കി. ഒരുകൂട്ടം കരിയിലകൾ കാറിനു മുന്നിലൂടെ റോഡ് മുറിച്ചു കടന്നു പോയി. തൊട്ടു പിന്നാലെ ഭ്രാന്തൻകാറ്റും. ചോരകുടിച്ചു ഉന്മത്തയായൊരു മേപ്പിൾ കാറ്റിനുനേരെ വിറച്ചുതുള്ളിക്കൊണ്ടിരുന്നു.

മത്തങ്ങക്കമ്പം ഉപേക്ഷിച്ച് അശ്വിനി വന്ന വഴിയെ തന്നെ തിരികെ കാറോടിച്ചു. വഴിയരികിലെ വീടുകൾ മത്തങ്ങകളും ചൂലിൽ നില്ക്കുന്ന യക്ഷികളും ചോള വൈക്കോലിന്റെ കെട്ടുകളുമായി ഹാലോവിന് ഒരു ങ്ങിയിരുന്നു. ചുവന്ന കട്ടകൾ പതിച്ച ഒരു വീടിനു മുന്നിലെ വലിയ അസ്ഥിപഞ്ജരം കാറ്റിൽ ചരിഞ്ഞു, മരത്തിൽ തലചായ്ച്ചു നിന്നു.

ഭസ്മനിറത്തിലുള്ള വീടിനു മുന്നിൽ മാത്രം ശരൽക്കാല അലങ്കാരങ്ങളൊന്നുമുണ്ടായിരുന്നില്ല.

''ഇവിടെ ഹാലോവിൻ വരുന്നില്ല. ഇതാ ഒരു പ്രേതം വരുന്നുണ്ട്. ഒരു യക്ഷി, കാളി, ചാമുണ്ഡി, ദുർഗ, ഒറ്റ മുലച്ചി!''

കാറു ഡ്രൈവ്-വേയിൽ തന്നെയിട്ട് അശ്വിനി ആ കെട്ടിടത്തിലേക്ക് ഓടിക്കയറി. കുളിമുറിയിലേക്ക് പാഞ്ഞുപോയ അശ്വിനിയെ ആരും ചോദ്യംകൊണ്ട് തടുത്തില്ല. മമ്മുക്കുട്ടൂസ് വന്നൂന്ന് കീർത്തനയും പ്രഖ്യാപിച്ചില്ല.

ഛർദ്ദി കഴിഞ്ഞപ്പോൾ അശ്വിനിക്ക് കൃത്യം ഇരുനൂറു വയസ്സായിരുന്നു. ആർക്കുവേണം ഇരുനൂറു വയസ്സുള്ള ഒരു സ്ത്രീയെ, അമ്മയെ?

കീർത്തനയും മോഹനും ടി.വി.യിൽ കണ്ണുറപ്പിച്ചിരുന്നു. കാറ്റായിരുന്നു വാർത്തയിലെ നായകൻ. നിഷ്ഠുരനായ കാറ്റ് ഇളക്കിമറിച്ചിട്ട മരങ്ങളും വീടുകളുടെ മേലാപ്പും സ്ക്രീൻ നിറഞ്ഞു നിന്നു.

''ശ്രദ്ധിക്കപ്പെടണമെങ്കിൽ നിഷ്ഠുരമാവണം, ദയയും മര്യാദയും പാടില്ല.''

കാറ്റ് അശ്വിനിക്കു തത്ത്വജ്ഞാനം പറഞ്ഞു കൊടുത്തു.

അത്താഴം കഴിഞ്ഞു കിടക്കാനൊരുങ്ങുമ്പോൾ ഫോണിൽ സ്വയംപ്രഭയുടെ മെസ്സേജു കണ്ട് അശ്വിനി മടിയോടെ അവളെ വിളിച്ചു.

''പിന്നെ വിളിക്കാന്നു പറഞ്ഞിട്ട്...''

പ്രഭ രുദ്രനടനം തുടങ്ങിയപ്പോഴേ ചുമയുടെ ഒരു തിര വന്ന്

അശ്വിനിയെ സ്വയംപ്രഭയിൽ നിന്നും രക്ഷിച്ചു. പനിയുടെ ബാക്കിനിന്ന ചുമയോട് അശ്വിനിക്ക് കടപ്പാടു തോന്നി.

''ഹാരക്കൈൻ പ്രഭ എന്നെ ചുഴറ്റിയെറിയുന്നല്ലോ റാണാ. ഞാനെന്തു പറഞ്ഞാലും അതു നുണയാണെന്ന് ആ കുട്ടി സമർത്ഥിച്ചുകൊണ്ടിരിക്കും.''

''നിങ്ങളുടെ വിശ്വാസ്യതയെ ചോദ്യം ചെയ്യുന്നവരെ ഒരിക്കലും വിശ്വസിക്കരുത്. അവരുടെ നിരന്തരമായ വഞ്ചനയിൽ നിന്നുമാണ് ആ ചോദ്യങ്ങൾ വരുന്നത്. പണ്ടുകാലത്തെ ചുമടുതാങ്ങികൾ പോലെയാണ് ഉറച്ച സുഹൃത്തുക്കൾ. ഭാരമിറക്കി വെക്കാനും ചാരിയിരിക്കാനും പാകത്തിൽ. അവ ഭാരം വീണ്ടും തോളിലെടുക്കുന്നത് എളുപ്പമാക്കി തരുന്നു.''

''ചുമടുതാങ്ങികൾ ചുമടായി മാറിയാലെന്തു ചെയ്യും?''

''ചില ബന്ധങ്ങൾ ഭാരവണ്ടി പോലെയാണ്. വലിച്ചും വലഞ്ഞും അവ നമ്മെ ക്ഷീണിപ്പിക്കും. പലതരം ഭാരങ്ങളാണ് അവ നമ്മിലേക്ക് ഇറക്കിവെക്കുന്നത്. എന്റെ സന്തോഷം നിന്റെ കൈകളിലാണെന്നും അത് നടപ്പിലാക്കേണ്ടത് നിന്റെ ചുമതലയാണെന്നും ചിലർ നമ്മെ നിരന്തരം ഓർമ്മിപ്പിച്ചുകൊണ്ടിരിക്കും. അത്തരം ഓർമ്മപ്പെടുത്തലിലൂടെ ഞാനിപ്പോൾ സന്തോഷത്തിലല്ല എന്ന് നമ്മിലേക്ക് അപരാധബോധത്തെ ഉപായത്തിൽ കയറ്റിവിടാനും ഇവർക്കറിയാം. ഏതൊരു ബന്ധവും അപരാധബോധമാണ് തരുന്നതെങ്കിൽ അതിൽ നിന്നും ഓടി രക്ഷപ്പെടൂ അശ്വിനി.''

റാണയുടെ ഉപദേശം കേട്ട അശ്വിനിക്ക് ഓടി രക്ഷപ്പെടാനുള്ള ആവേശം തോന്നി.

''എനിക്കു വീട്ടിൽ പോവണം.''

''അശ്വിനി വീട്ടിലല്ലേ?''

''അല്ല രോഗം വരുമ്പോൾ, സങ്കടം വരുമ്പോൾ പോകുന്ന വീട് വേറെയാണ്. ഇത് ചിരിക്കാനും ഭോഗിക്കാനുമുള്ള വീടാണ്.''

നെറ്റിയിൽ വെറുതെ ഒന്നു കൈവെക്കാൻ അശ്വിനിക്ക് അനിയത്തിക്കൂട്ടുകാരിയെ വേണമെന്നു തോന്നി. അവൾക്ക് അഖിലയനിയത്തിയോട് അലിവു തോന്നി. ഓടിയോടി ജീവിക്കുന്നതിനിടയിൽ അഖില അശ്വിനിയെ വിളിക്കാറുണ്ട്.

''ചേച്ചീ, വല്ല രക്ഷയുംണ്ടായിരുന്നെങ്കി ഞാൻ അങ്ങോടു വന്നേനേ.''

''നീ വന്നിട്ടെന്തിനാ? ഇവിടുത്തെ ഡോക്ടർമാർക്ക് ചെയ്യണേ കൂടുതൽ എന്താ ചെയ്യാമ്പോണേ?''

''എന്തെങ്കിലും സ്വാദുള്ളത് ഉണ്ടാക്കിത്തരായിരുന്നു. പട്ടിണിയാണോ ചേച്ചി?''

''ഞാൻ നന്നായിട്ടു തിന്നുന്നുണ്ട് പോത്തേ. നിനക്ക് വട്ടാണ്.''

''ചേച്ചി ഒന്നും കഴിക്കുന്നില്ലാന്നും പറഞ്ഞ് അമ്മേം കഴിപ്പു നിർത്തിയിരിക്കാ.''

തർക്കുത്തരം മാത്രം പറയുന്ന അശ്വിനിക്ക് ഒരു സമയം ഒരാളായാൽ മതി. പക്ഷേ അഖില, അവൾ ഒരേസമയം പല വേഷങ്ങളിലാണ് ആടുന്നത്.

ഒറ്റയ്ക്ക് വൃദ്ധരോഗികളെ നോക്കുന്ന അമ്മ ഫോണിൽ അശ്വിനിയോടു ചോദിച്ചു.

''അവിടെ മുള്ളാത്ത കിട്ടോടീ? അത് കഴിച്ചാൽ മതി, വേറെ ഒരു ചികിത്സയും വേണ്ടെന്നാ ഇവിടെ ഓരോരുത്തര് പറേണേ.''

''ലക്ഷ്മിതരുവിന്റെ ഇല കഷായം വെച്ചു കൊടുത്തയയ്ക്കാം മോളൂ.''

''അമ്മേ, ഇവിടുത്തെ സിനിമനടി സൂസന് സോമേഴ്സ് ഏതോ ഇത്തിക്കണ്ണി സൂപ്പുകൊണ്ട് സ്വയം ക്യാൻസർ ചികിത്സ നടത്തുന്നുണ്ടെന്നു ന്യൂസില് കണ്ടു. ഞാൻ വായിച്ച ഒരു ആയുർവേദ ലേഖനത്തിൽ സസ്യാഹാരം കഴിക്കാൻ പറയുന്നു. ചൈനീസ് വിധിപ്രകാരം പന്നിയിറച്ചിയാണ് കാൻസറിനെ വെല്ലാൻ നല്ലത്. പാലും മധുരവും ഒഴിവാക്കാൻ മോഡേൺ മെഡിസിന് പറയുന്നു. ഭക്ഷണം കഴിക്കുന്നത് നിർത്തുന്നതാണ് നല്ലതെന്നു ചുരുക്കം.''

പ്രേമാവതി ഫോൺ വെച്ചു കീഴടങ്ങിയപ്പോൾ അശ്വിനി റാണയെ വാക്കുതർക്കത്തിനു ക്ഷണിച്ചു.

''ഈ ലോകത്തുനിന്നും പോവുക എന്നത് അനിവാര്യതയാണ്. എന്നിട്ടും മരണത്തെ ഓർത്ത് എന്തിനാണ് പരിഭ്രമിക്കുന്നത്? കടങ്ങളെല്ലാം വീട്ടി. യാത്ര പറഞ്ഞു സമാധാനത്തോടെ പോവാൻ സാധിക്കുന്നത് നല്ലതല്ലേ?''

''നമ്മെ ചുറ്റിപ്പിണഞ്ഞിരിക്കുന്ന ജീവിതങ്ങളോ?''

''ഞാനില്ലാതായാൽ ഈ വീട് നിലച്ചുപോവുമോ? ഇവിടുത്തെ ജീവിതങ്ങൾ വ്യത്യസ്തമായിരിക്കും. അത് മോശമാകണമെന്നില്ല. ലോകവും നിന്നുപോവില്ല. അപ്പോൾ ലോകത്തിനു എന്നെയാണോ എനിക്ക് ലോകത്തിനെയാണോ കൂടുതൽ ആവശ്യം?''

''രണ്ടും പരസ്പരപൂരകങ്ങളാണ് വേദാന്തി.''

റാണയ്ക്ക് എല്ലാത്തിനും ഉത്തരങ്ങളുണ്ടായിരുന്നു.

ചത്തുമലച്ചു കിടന്ന ലാൻഡ്ഫോൺ ഞായറാഴ്ച ഉച്ച കഴിഞ്ഞു ബഹളം കൂട്ടിയപ്പോൾ മോഹനാണ് അതെടുത്തത്. ഫോൺ അറ്റൻഡ് ചെയ്ത മോഹൻ അന്തരീക്ഷത്തിനോട് പറഞ്ഞു.

''സ്കറിയ ആയിരുന്നു. അവരീവഴി വരുന്നുണ്ട്. പള്ളീടെ പണിക്കുള്ള എന്തോ ഫണ്ട് റേസിങ്.''

''നമ്മൾ ഹിന്ദുക്കൾക്കാണ് കുറേ ദൈവങ്ങൾ ഉള്ളതെന്ന് ഇവർ പരിഹസിക്കും. എന്നിട്ടും ഇവിടെ അമ്പലം ഒന്നേ ആയിട്ടുള്ളൂ. ഇതിപ്പോ എത്രാമത്തെ പള്ളിക്കാണ് നമ്മൾ പിരിവു കൊടുക്കുന്നത്?''

കീർത്തന കണ്ണുമിഴിപ്പിച്ച് അമ്മയെ നോക്കി. ആ നോട്ടത്തിൽ ശിക്ഷയും ശിക്ഷണവും അശ്വിനി കണ്ടു.

''ജാതീം മതോം പറയുന്നോരെ കുറ്റം പറയുന്നതു മമ്മയല്ലേ? Aren't you ashamed to make such comments?''

''കീർത്തന!''

മോഹൻ അടക്കിയ ശബ്ദത്തിൽ വിളിച്ചു.

''Accha, you keep everything under the carpet. മമ്മയ്ക്ക് ഹിപ്പോക്രസൈറ്റിസിനാണു ചികിൽസിക്കേണ്ടത്.''

''Keerthana, mind your words!''

മോഹന്റെ ശബ്ദം ഉയർന്നു.

''മമ്മയ്ക്ക് ഇപ്പൊ തീരെ മര്യാദയില്ല. വഴിയിൽ കാണുന്നവരൊക്കെ കാൻസറിനെപ്പറ്റി മാത്രം ചോദിക്കുന്നൂന്ന് ഒരു ദിവസം പരാതിപ്പെടും. അനദർ ഡേ ഇവരെന്താ അസുഖത്തെപ്പറ്റി ഒന്നും ചോദിക്കാത്തെന്നു കംപ്ലെയിന്റ് ചെയ്യും. സപ്പോർട്ട് ഗ്രൂപ്പിൽ പോവില്ല, She thinks it is below her. Keep pushing everyone away. Impossible.''

അവൾ മോഹനോടു മറുപടി പറഞ്ഞു. മോഹന് ഉത്തരമൊന്നും പറയാനുണ്ടായിരുന്നില്ല.

ഓരോരുത്തരും ഏതൊക്കെ വിധം പെരുമാറണമെന്ന് അശ്വിനി പ്രതീക്ഷിക്കുന്നുണ്ട്. അശ്വിനിയുടെ പെരുമാറ്റ മാപിനിയിൽ താഴേക്കു പോയാൽ അവൾ പൊറുക്കില്ല. കീർത്തനയുടെ ഡയഗ്നോസിൽ അശ്വിനി വാക്കുകളെ അമർത്തിപ്പിടിച്ചു

കീമോ ബ്രെയിൻ!

കീമോ ബ്രെയിൻ!

കീ..കീ..കീ.. കീമോ!

കീമോ..ചീമോ...

ചീഞ്ഞ ബ്രെയിൻ.

Looking forward
to looking backward

"നിങ്ങടെയൊക്കെ സപ്പോർട്ടില്ലേലെങ്ങനാ? തീർച്ചയായിട്ടും വരണേ."

സംഘാടകരുടെ ആത്മാർത്ഥത നിറഞ്ഞ ആ ക്ഷണത്തിൽ മോഹൻ വീണുപോയിരുന്നു. പിരിവു കൊടുത്തതു പോരെ എന്നു ചോദിച്ച അശ്വിനിയോടു പരിപാടിക്കു പോവുകയും വേണമെന്നു മോഹൻ വാദിച്ചു.

"അവരുടെ പടിപാടിക്കു പോവണം. പോയില്ലെങ്കിൽ മോശമാണ്."

"വെറുതെ അടച്ചിരിക്കാതെ പുറത്തു പോകുന്നത് നല്ലതാണശ്വിനീ."

വിദ്യയും അശ്വിനിയെ പ്രോത്സാഹിപ്പിച്ചു.

"നഖമെല്ലാം ഫംഗസ് പിടിച്ചതുപോലെ. മഹാവൃത്തികേടാണ് വിദ്യാ."

"അതൊക്കെ കീമോടെ സൈഡ് ഇഫ്ക്ടാണ്, പൊയ്ക്കോളും. തൽക്കാലം ആ മോവ് നെയിൽപോളീഷ് ഇട്. അത് അശ്വിനിക്ക് നന്നായി ചേരും."

കൈവെള്ള അശ്വിനി പ്യൂമിംഗ് സ്റ്റോൺകൊണ്ട് ഉരച്ചുരച്ചു കഴുകി. കരിമ്പനടിച്ച നഖങ്ങളിൽ ഇളം വയലറ്റു ചായം പൂശി.

"ഇനി കുളിക്കണം."

കുളിമുറിയിലെ വലിയ കണ്ണാടിയിൽ അപമാനപ്പെടുന്നതോർത്തു അശ്വിനി പുളഞ്ഞു. ഭിത്തി നിറയുന്ന കണ്ണാടി മാറ്റി മുഖം മാത്രം കാണുന്നൊരു കണ്ണാടി കുളിമുറിയിൽ സ്ഥാപിക്കണമെന്ന് അശ്വിനി എന്നുമാലോചിക്കും. മോഹനോടു അതു പറയാനോ, ഒരു കോൺട്രാക്ടറെ വിളിച്ച് അതു ചെയ്യിക്കാനോ അശ്വിനിക്കു സാധിക്കുന്നില്ല.

ഒറ്റമുലയുടെ തുറിച്ചു നോട്ടത്തിൽ അസഹ്യപ്പെട്ട് അശ്വിനി ബ്രായും കുർത്തിയും ഷവറിലേക്ക് തോർത്തിനൊപ്പം കൊണ്ടു പോയി. ഷവറിൽ ശതാവരി വള്ളിയെ അശ്വിനി മെല്ലെ മെല്ലെ തലോടി. തടവിത്തടവി മുറിപ്പാടിന്റെ മുള്ളുകളെ മിനുസപ്പെടുത്താൻ ഇളംവയലറ്റു നിറമുള്ള വിരലുകൾക്ക് മാത്രമേ കഴിയൂവെന്ന് അവൾക്കറിയാമെന്നപോലെ.

കുളി കഴിഞ്ഞ് അശ്വിനി ബ്രായുടെ വലത്തെ കപ്പിനുള്ളിൽ വെപ്പു കല്യാണിയെ ചേർത്തുവെച്ചു. ഇടയ്ക്ക് പൊങ്ങിവന്നു കുർത്തിയുടെ കഴുത്തിലൂടെ തലയിട്ടുനോക്കാൻ ഇടം കൊടുക്കാതെ. മേക്കപ്പ് ഇടുമ്പോൾ ഇടത്തും വലത്തും പുരികങ്ങൾ ഒരേപോലെ വരച്ചുവെക്കാൻ അവൾ ശ്രമപ്പെട്ടു. പീലികളില്ലാത്ത കൺപോളകൾക്ക് അശ്വിനി ഐ-ലയിനർകൊണ്ടു വീതിയിൽ അതിർത്തി വരച്ചു. മിനുസപ്പെട്ട തലയിൽനിന്നും വിഗ്ഗ് ഊർന്നുപോവാതെ ആദ്യം വിഗ്ക്യാപ്പുവെച്ചു. അതിനു മുകളിലായി വിഗ് വെച്ചു, മനംപുരട്ടലിനുള്ള മരുന്നും കഴിച്ച് അശ്വിനി പെരുന്നാളിനു തയ്യാറായി.

നിത്യഹരിത നായകരായി അൻപതു കഴിഞ്ഞവർ സ്റ്റേജിലും സ്ഥാനങ്ങളിലും പിടിച്ചിരുന്നു. മധ്യവയസ്സിലും കൗമാരം ഭാവിച്ച് കളിക്കുന്നവരെനോക്കി അശ്വിനി പിറുപിറുത്തു.

''സ്വന്തം പ്രായം തിരിച്ചറിയാത്ത രോഗം സിനിമാനടന്മാർക്ക് മാത്രമല്ല, അവരെ കുറ്റം പറയുന്ന ആളുകൾക്കും ഉണ്ട്. Act your age men!''

മോഹൻ അശ്വിനിയെ തുറിച്ചുനോക്കി. അതു കാണാത്തമട്ടിൽ അശ്വിനി മുന്നിലെ കസേരയിലെ കുട്ടിയുടെ കാലിലെ കൊലുസ് നോക്കിയിരുന്നു.

കീർത്തനക്കാലിൽ ചെല്ലം പില്ലം കൊലുസ്

ചൊലു ചൊലു ചൊലുസ്.

പക്ഷേ പെണ്ണതഴിച്ചു കളഞ്ഞു.

''സോക്സിന്റെ നൂലിൽ കുരുങ്ങുന്നു.''

''ഷൂസിൽ വേദനിക്കുന്നു.''

പരാതിക്കാരി!

കൈയിൽ കള...കള...വള

വളകൾ ക്ലാസിൽ ചള പിള ബഹളം വെക്കുന്നു!

..ശ്ശ്..ശ്ശ്...

''വള മമ്മു എടുത്തോളൂ.''

വാളെടുക്കാൻ വയ്യാത്ത അമ്മ വളയും കൊലുസ്സും പെട്ടികളിൽ സൂക്ഷിച്ചു വെച്ചു. പെട്ടിയിലിരുന്നവ ചെല്ലം പില്ലം കള കള പഴങ്കഥകൾ പാടി മകളെ ബോറടിപ്പിച്ചു.

അശ്വിനി സ്റ്റേജിലെ താളത്തിലേക്ക് മനസ്സിനെ തിരിച്ചുവിട്ടു. പാട്ടിന്റെ താളം... ചിലങ്കയുടെ താളം.

ഇറുകിയ ബ്ലൗസിനുള്ളിൽ ശ്വാസംമുട്ടി നിൽക്കുന്ന മുലകൾക്കും

താളം. അശ്വിനി ഡാൻസ്കാരിയുടെ മുലകളുടെ താളം മാത്രം കണ്ടിരുന്നു.

മനംപുരട്ടലിനുള്ള മരുന്ന് അശ്വിനിയുടെ കണ്ണുകളെ തുന്നിക്കെട്ടാൻ തുടങ്ങി. എത്ര ശ്രമിച്ചിട്ടും അശ്വിനിയുടെ കണ്ണ് സ്റ്റേജിലെ പരിപാടികളിൽ തുറന്നിരിക്കാൻ വിസമ്മതിച്ചു. അനുവാദം ചോദിക്കാതെ അവളുടെ തല വശങ്ങളിലേക്ക് വീണു വീണു പോയി. അടുത്തിരിക്കുന്നവർക്ക് ശല്യമാകുമെന്നു തോന്നി അശ്വിനി തല കസേരയുടെ പിന്നിലേക്ക് ചാരിവെച്ച് കൈകൾ ശരീരത്തിനോട് ചേർത്തുവെച്ച്, ഇടത്തെ പാദം വലത്തെ കണങ്കാലിനു മുകളിൽ കയറ്റിവെച്ച് ഒന്നുറങ്ങാൻ തീരുമാനിച്ചു. അശ്വിനിയുടെ മാനാപമാനങ്ങളുടെ മാനം രൂപാന്തരപ്പെട്ടു. പാട്ടും വാദ്യവും കൈയടിയും അലിഞ്ഞലിഞ്ഞില്ലാതായി.

അഞ്ചു മിനിറ്റ്... പത്തു മിനിറ്റ്... അരമണിക്കൂർ...? പുകമറയ്ക്കുള്ളിൽ കണ്ണുതുറക്കുന്നതിനു മുൻപേ കാറ്റും മരയിലകളും തമ്മിലുള്ള ചർച്ചപോലെ അടക്കിപ്പിടിച്ച ശബ്ദം അശ്വിനിയുടെ കാതിനെ ഉണർത്തി.

കുശ്... പിശ്.... കശ്...

പിശ്.... പിശ്.... പിശ്....

''ക്യാൻസറാണ്.''

''അയ്യോ, എന്റെ ഈശ്വരാ എവിടെയാണ്?''

കുശ്... പിശ്.... കശ്...

പിശ്.... പിശ്.... പിശ്....

''അതെയോ, ശ്ശോ പാവം. വലത്തോ എടത്തോ?''

''അറീല്ല, ചോദിക്കാമ്പറ്റോ?''

''ഹോ, ഈ ഓവറിക്കും ബ്രെസ്റ്റിനുമൊക്കെ വന്നാ വെല്യ പാടാ. നാട്ടുകാരോടു പറയാൻതന്നെ വെഷമമാ.''

കണ്ണു തുറക്കാതെ മർമ്മരങ്ങളിൽ കുറ്റവിചാരണ തുടരാൻ അശ്വിനി അനുവദിച്ചു കൊടുത്തു.

ഭാഗ്യംകെട്ട അശ്വിനീ, നിനക്ക് മൂക്കിനോ കണ്ണിനോ ക്യാൻസർ വരുത്തായിരുന്നില്ലേ? കയ്യോ കാലോ പോലെയല്ല, മുലയെന്നു പറയുന്ന അവയവം. മുല ഒരു അവയവമാണോ? അല്ലേ? അവയവത്തിന്റെ നിർവചനം എന്തായിരിക്കും?

തലയ്ക്കു പിന്നിൽ സഹതാപക്കണ്ണുകൾ കൊത്തിപ്പറിക്കുന്നത് അനുഭവിച്ചുകൊണ്ട് അശ്വിനി ആലോചിച്ചു.

പരിപാടിക്കിടയിൽ കാപ്പിക്കും കടിക്കുമുള്ള ഇടവേള വന്നപ്പോൾ മോഹൻ അശ്വിനിയെ തട്ടിവിളിച്ചു.

‘‘വരൂ. കാപ്പികുടിക്കാൻ പോവാം.’’

അശ്വിനി കണ്ണുതുറന്നു. മൂളക്കത്തോടെ എഴുന്നേറ്റ ആൾക്കൂട്ടം വർത്തമാനം പറഞ്ഞു നടക്കുന്നതും നോക്കി അശ്വിനി അവളുടെ കസേരയിൽ തന്നെയിരുന്നു.

കാൻസർ, എണ്ണായിരത്തി അറുനൂറ്റി ഇരുപത് ടൺ ഭാരമുള്ള വാക്കാണത്. ആ ഭാരവും ചുമന്ന് ആൾക്കൂട്ടത്തിലേക്ക് പോവാൻ അശ്വിനി ആയാസപ്പെട്ടു. എല്ലായിടത്തിലും അശ്വിനിയുടെ മുലയാണ് ആദ്യം എത്തുന്നത്. നിറഞ്ഞു കവിയുന്നത്. ആളുകളുടെ വാ മൂടുന്നത്, മുഖം ചുവപ്പിക്കുന്നത്. വെറുമൊരു സൈസ് സി കപ്പിൽ ഒതുങ്ങിയിരുന്ന മുല.

കാപ്പിമുക്കിലേക്ക് പോകുന്നില്ലെന്നു മോഹനോടു ശഠിച്ച് അശ്വിനി ഹാളിലെ കസേരയിൽ തന്നെ ഇരുന്നു. മോഹൻ ഭക്ഷണപ്പൊതി വാങ്ങി അശ്വിനിക്ക് കൊടുത്ത് വാർത്താവിനിമയത്തിലേക്കു മടങ്ങിപ്പോയി. തവിട്ടു നിറമുള്ള സ്നാക്ക് ബാഗിൽ നിന്നും സമൂസ മാറ്റിവെച്ച് അവൾ വട തിന്നാനെടുത്തു. അശ്വിനി വടയിൽ ഒന്നു കടിച്ചതും പത്മ അവളുടെ അടുത്തു വന്നിരുന്നു. പത്മയുടെ കടുംപച്ചസാരിയുടെ തുമ്പ് അശ്വിനിയുടെ മുഖത്തുരഞ്ഞു. ചന്ദനത്തൈലത്തിന്റെ കടുംവാസന വിതറി, അശ്വിനിയുടെ കൈപിടിച്ച്, വലിയ ഒരു തവി സഹതാപം കോരി വിളമ്പി പത്മ ചോദിച്ചു.

‘‘എങ്ങനെയുണ്ട് അശ്വിനിക്കുട്ടീ?’’

‘‘വലിയ കുഴപ്പമില്ലാതെ പോകുന്നു.’’

‘‘അതെങ്ങനെ? മുഖം വല്ലാതെയിരിക്കുന്നല്ലോ? എന്തു സുന്ദരിക്കുട്ടി ആയിരുന്നാളാ. കീമോ എല്ലാം കഴിഞ്ഞോ?’’

‘‘ഇല്ല, കഴിഞ്ഞിട്ടില്ല.’’

‘‘ഇനി എത്ര എണ്ണം കൂടെയുണ്ട്?’’

‘‘രണ്ടു കൂടി.’’

‘‘എന്നാലും ഈ കീമോന്നൊക്കെ പറയുന്നത് വിഷമല്ലേ? ശരീരത്തിലേക്ക് കേറ്റി വിടുന്നത്?’’

അബ്രാ.. കടാബ്ര... ആലക്കസും...!

ആളെ അപ്രത്യക്ഷമാക്കുന്ന മാന്ത്രികവടി കൊണ്ടുവരേണ്ടതായിരുന്നുവെന്ന് അപ്പോഴാണ് അശ്വിനി ഓർത്തത്.

പത്മയുടെ fake-up ആയി മാറിയ makeup നോക്കി അശ്വിനി ഉത്തരങ്ങൾക്കു തിരഞ്ഞുകൊണ്ടിരുന്നു. അതിനിടയിൽ പത്മയുടെ ചന്ദനതൈലാങ്കുലിത മൃദുലാംഗുലികളാൽ ചുറ്റപ്പെട്ടിരിക്കുന്ന വലതുകൈ തിരിച്ചു കിട്ടാതെ വട എങ്ങനെ തിന്നുമെന്ന് അശ്വിനി സങ്കടപ്പെട്ടു.

പണിപ്പെട്ട് ഉത്തരങ്ങൾ പണിതിറക്കുന്നതിനിടയിൽ അശ്വിനിയുടെ ധർമ്മസങ്കടം മാറ്റി അടുത്തയാൾ വന്നു.

അതിനിടയിൽ അശ്വിനി ശ്രമപ്പെട്ട് വടയിൽ നിന്നും ഒരു കടി കൂടി എടുത്തു. അശ്വിനിയുടെ വായിലെ വടതീരുന്നതിനു മുൻപ് പിന്നത്തെ യാൾ വന്നു.

എത്ര മരുന്ന്?

എത്ര കീമോ?

എത്ര ദിവസം?

എത്ര ഛർദ്ദി?

എത്രയുറക്കം?

എത്ര പൗണ്ട്?

എത്ര ഏമ്പക്കം,

എത്ര വളി.....

പിന്നെ ഉപദേശങ്ങളുടെ ചാക്കുസഞ്ചി അശ്വിനിക്കു കൂടെ കൊണ്ടു പോവാൻ വന്നവരൊക്കെ നീക്കിവെച്ചു.

''ഓ, ഇതാരോടും പറയാനൊന്നും പോകണ്ട. മോൾക്ക് കല്യാണാ ലോചനയൊക്കെ വരുമ്പം ചെലരൊക്കെ കിഴിച്ചെന്നിരിക്കും.''

പുതിയ അറിവുകൾ അശ്വിനിയിൽ നിറഞ്ഞു തുളുമ്പി. കാൻസർ വെറുമൊരു രോഗമല്ല. അത് ഒരു പാപമാണ്. അപമാനമാണ്. ഒളിച്ചു വെയ്ക്കേണ്ട ദൗർഭാഗ്യമാണ്. കല്യാണം മുടക്കിയാണ്.

കാപ്പിയൊഴിവു കഴിഞ്ഞ് എല്ലാവരും ഹാളിൽ കയറിയപ്പോൾ അശ്വിനി മോഹനോടു പറഞ്ഞു.

''നമുക്ക് വീട്ടിൽ പോവാം.''

''എന്തേ? പരിപാടി പാതി ആയിട്ടേയുള്ളൂ.''

''എനിക്ക് കിടക്കണം.''

തിരികെ കാറോടിക്കുമ്പോൾ മോഹൻ അശ്വിനിയോട് ഒന്നും ചോദി ച്ചില്ല. ഒന്നും പറഞ്ഞില്ല. എന്താണ് മോഹൻ ചോദിക്കേണ്ടത്, എന്തി നാണ് കിടക്കുന്നത് എന്നോ?

അശ്വിനി ചെവിയിൽ നിന്നും നാവിലേക്കുള്ള തള്ളലിനെ ഒതുക്കി നിർത്താൻ പണിപ്പെട്ടു. ആളെ അപ്രത്യക്ഷമാക്കുന്ന മാന്ത്രികവടി പണി യിപ്പിച്ചിട്ടു ഇനി മലയാളിക്കൂട്ടത്തിലേക്കു പോയാൽ മതിയെന്ന് പറ ഞ്ഞാൽ മോഹന് മനസ്സിലാവില്ലെന്നു അശ്വിനിക്കറിയാം. പറയാതെ മറ്റേയാളുടെ മനസ്സറിയുന്ന ഒരു കാലമുണ്ടായിരുന്നു അവർക്കിടയിൽ. പാർട്ടികളിൽ പരസ്പരം ഒന്നു നോക്കിയാൽ മനസ്സിലാവും എന്താണു മറ്റെയാൾ ചിന്തിക്കുന്നതെന്ന്. ഇപ്പോൾ പരസ്പരം നോക്കാതിരിക്കാൻ

അവർ ശ്രദ്ധിക്കുന്നു. പഴങ്കാലത്തിൽ തടഞ്ഞു അശ്വിനിയുടെ മനസ്സുലഞ്ഞു.

പിറ്റേന്ന് അതിരാവിലെ വിദ്യ അശ്വിനിയെ വിളിച്ചു.

''എന്തേ അശ്വിനീ, ഇന്നലെ പരിപാടിക്ക് പോയപ്പോ തലചുറ്റിയോ?''

''ങേ? തല ചുറ്റലോ? ഇല്ലാ, എന്തേ?''

''പരിപാടി കഴിയണേന് മുമ്പേ പോയി. മോഹൻ പിടിച്ചാണ് കാറിൽ കയറ്റിയത് എന്നൊക്കെ കേട്ടു.''

സംഭവിച്ചിട്ടില്ലാത്തതും തനിക്കറിയാത്തതുമായ എന്തൊക്കെ സാക്ഷ്യങ്ങളും കഥകളുമായിരിക്കും തന്നെപ്പറ്റി മലയാളികൾക്കിടയിൽ പറന്നു കളിക്കുന്നതെന്ന് അശ്വിനി അത്ഭുതപ്പെട്ടു.

റാണ അശ്വിനിയെ ആശ്വസിപ്പിച്ചു.

''വിട്ടു കളയൂ. അസുഖമുള്ളയാളല്ലേ, എന്തെങ്കിലുമൊക്കെ മേമ്പോടിക്ക് വേണ്ടേ?''

''രസമുണ്ടല്ലോ റാണാ. ഞാനൊരു കഥാനായികയാണിപ്പോൾ. ഗോസിപ്പ് ഫാക്ടറിയിൽ റോ മെറ്റീരിയൽസ് കൊടുക്കാൻ പറ്റുന്നതിൽ ഞാൻ അഭിമാനിക്കുന്നു.''

റാണ അടുത്ത മൈൽക്കുറ്റിയുടെ ആഘോഷത്തിലേക്ക് അശിനിയെ പിടിച്ചു വലിച്ചുകൊണ്ടുപോയി.

''അവസാനത്തെ കീമോതെറാപ്പിയാണ് വരുന്നത്. ആഘോഷിക്കേണ്ട മൈൽസ്റ്റോൺ ആണ് അശ്വിനീ.''

Chemo drips...

Drippidy...drip...drip...

Celebrate the last drip!

കീമോയിലിരുന്നു മാസികകൾ മറിച്ചുനോക്കുന്ന അശ്വിനിയെ റാണാ വീണ്ടും ഓർമ്മപ്പെടുത്തി.

''Celebrate. Live life to the fullest!''

ഒരു തരി ആഹ്ലാദം പോലും വിട്ടു കളയരുത്. ഒരു ആഘോഷം പോലും ഉപേക്ഷിക്കരുത്. അശ്വിനിയെക്കാൾ തിമിർപ്പ് റാണയ്ക്കായിരുന്നു.

''നാൽപ്പത്തിയെട്ടു മണിക്കൂർ ഛർദ്ദി പീര്യെഡ് കഴിയട്ടെ. നമുക്ക് തകർക്കാം.''

അവൾ റാണയ്ക്ക് ഉറപ്പു കൊടുത്തു. ഛർദ്ദിയെ നിലയ്ക്ക് നിർത്താൻ ഡോക്ടർ പഠിച്ചെടുത്തപ്പോഴേക്കും കീമോതെറാപ്പി പകുതി എത്തിക്കഴിഞ്ഞിരുന്നു. എന്നാലും മുന്നറിയിപ്പില്ലാതെ ഒരു മനംപുരട്ടൽ തിളച്ചു

പൊന്തി വന്നേക്കാമെന്ന് അശ്വിനിക്കറിയാം. അതൊന്നു കഴിഞ്ഞിട്ട് വേണം അശ്വിനിക്ക് ഈ സുപ്രധാന നിമിഷത്തെ ഓർമ്മയിൽ നങ്കൂരമിട്ടു നിർത്താൻ.

അശ്വിനി അതിനു മടുപ്പോടെ കാത്തിരിക്കുമ്പോൾ ക്ലമാറ്റിസ് വള്ളികളിൽ വിരൽചുറ്റിയൊരു കാറ്റു വന്നു. വീണു പോകുന്ന ഇലകളെ നോക്കി മെല്ലെ മെല്ലെ വിതുമ്പുന്ന സങ്കടക്കാറ്റിനെ അശ്വിനി ചീത്ത പറഞ്ഞു.

''നിൽക്കാനിഷ്ടമില്ലാത്തോരു പോയ്ക്കോട്ടെ. വെറുതെ മോങ്ങണ്ട.''

പുല്ലിൽ വീണുകിടന്ന കരുവാളിച്ച ഇലകൾ ഇടയ്ക്കൊന്നിളക്കിയിട്ട് കാറ്റ് ഉന്മേഷമില്ലാതെ അവിടെത്തന്നെ കിടന്നു. നിറം മങ്ങിയ പുല്ലിനു പിന്നിൽ കാവലായി വേലിയും തണുപ്പിൽ മങ്ങിനിന്നു.

സമയം കളയാൻ വേണ്ടി അശ്വിനി പഴയ ആൽബം കൈയിലെടുത്തു. മുപ്പതു വയസ്സിന് എന്തു ചന്തമായിരുന്നു! ആൽബത്തിലെ ഫോട്ടോ അശ്വിനിയെ അപമാനിച്ചു.

അമ്മ ചുന്ദരി എന്ന് പറഞ്ഞു കഴുത്തിൽ കെട്ടിപ്പിടിക്കുന്ന കീർത്തനയെ കിട്ടാൻ അശ്വിനി കൊതിച്ചു. സമയരഥം പിന്നോട്ടോടിച്ചു മൂന്നു വയസ്സുകാരി, ആറുവയസ്സുകാരി, പത്ത് വയസ്സുകാരിയെ കീർത്തനയെ ഒന്നു തിരികെപ്പിടിക്കാൻ അശ്വിനിയുടെ നെഞ്ചു പിടഞ്ഞു.

''അൻപത്. അതൊക്കെ മറ്റുള്ളവർക്ക് വരാനുള്ള അപകടമാണെന്നാണ് ഞാൻ വിചാരിച്ചത് റാണാ.''

''വളരാൻ, നാളെയെ കൊണ്ടുവരാൻ തിരക്കുപിടിക്കും കുറേക്കാലം. കുതിക്കാനുള്ള ശക്തി കുറയുമ്പോൾ ഇന്നലെ, ഇന്നലെ എന്ന് പറഞ്ഞിരിക്കുന്ന മനുഷ്യര്! നോക്ക് അശ്വിനീ, പത്തു വർഷം കഴിയുമ്പോൾ ഇന്നിനെ തിരിച്ചുകിട്ടാൻ കൈകാലിട്ടടിക്കും. അതോണ്ട് ഇപ്പൊ അർമാദിക്ക്.''

റാണ വിട്ടുകൊടുക്കാൻ തയ്യാറല്ലാതെ വാദിച്ചുകൊണ്ടിരുന്നു.

കഴിഞ്ഞ വർഷംവരെ അശ്വിനിക്ക് ഇരുപതു വയസ്സായിരുന്നു. മാസങ്ങൾ കൊണ്ട് അശ്വിനി ഇരുപതിൽ നിന്നും അറുപതിലേക്കല്ലേ വളർന്നത്.

''മതി... മതി... self-pity! നടക്കാൻ പോവൂ.''

റാണാ ആജ്ഞാപിച്ചു.

കാറ്റിനു ശക്തികൂടിയിരുന്നു, അശ്വിനി നടക്കാനിറങ്ങിയപ്പോൾ ചെറിയൊരു മഴയും കൂടെ നടന്നു. ചെറുമഴ പോലെയാണ് ഒറ്റപ്പെടലും. ആദ്യത്തെ തുള്ളി കൈയിൽ തെറിക്കുമ്പോൾ മഴയാണോ എന്നുതന്നെ സംശയിക്കും. പിന്നെ നിറുകയിൽ, തോളിൽ ഒക്കെയായി തെറിച്ച്

വീണു മേലാകെ നനയ്ക്കും. ഒറ്റപ്പെടൽ നനഞ്ഞ ഉടുപ്പുപോലെ മേത്തൊട്ടിപ്പിടിച്ചു കിടക്കും.

പൂക്കളും ഇലകളുമായി അലങ്കാരമില്ലാതെ, ഇതാ, ഇതാണ് ഞാൻ എന്ന് പ്രഖ്യാപിച്ച് മരങ്ങൾ പ്രകൃതിയേയും ശൈത്യത്തെയും വെല്ലുവിളിച്ചു നിന്നു.

''ഞാനെന്ന എന്നെ തകർക്കാൻ ഈ മഞ്ഞിനോ കാറ്റിനോ തണുപ്പിനോ കഴിയില്ല.''

ഓരോ മരവും ഒരു സ്ത്രീയവതാരമാണ്. വസന്തം കെട്ടിയലങ്കാരങ്ങളുടെ വ്യാജമുഖമാണ്. തണുപ്പ് കാലമാണ് മരത്തിന്റെ മൗലികത പുറത്തു കൊണ്ടുവരുന്നത്.

തനതായ മരത്തിനെ ആർക്കാണ് ഇഷ്ടം? അത് വെറും തടി. തുമ്പത്തു പറ്റി നിൽക്കുന്ന പൂവ്, വർഷത്തിലൊരിക്കൽ മധുരിക്കുന്ന പഴം, തളിർക്കുകയും കൊഴിയുകയും ചെയ്യുന്ന ഇലകൾ. അതെല്ലാമാണ് ഓരോ മരത്തിന്റെയും വിശേഷങ്ങൾ. അതാണോ മരത്തിനെ അടയാളപ്പെടുത്തേണ്ടത്? അതെല്ലാം പിച്ചിക്കൊഴിഞ്ഞാലും നിലനിൽക്കുന്ന തടിയല്ലേ മരത്തിന്റെ സ്വത്വം? വെട്ടിമുറിച്ചാൽ മരപ്പണിക്കാരന് കൃത്യമായി അറിയാവുന്ന തടി. എന്നും കാണുന്ന പ്രിയമരങ്ങളെ തടി മാത്രമായി കാണിച്ചാൽ അതിനെ തിരിച്ചറിയാൻ ആളുകൾക്ക് കഴിയുമോ?

കാറ്റ് അശ്വിനിയുടെ കുടയെ എതിർവശത്തേക്ക് തിരിച്ചു കളഞ്ഞു. കുട കുട്ടപോലെ മുകളിൽ നിന്ന് വീഴുന്നതിനെ പിടിക്കാൻ പാകത്തിലായി നിന്നു. പൊടിമഴ നനഞ്ഞു തന്നെ അശ്വിനി ആ കുടയുടെ പടമെടുത്തു. ഫേസ്ബുക്കിൽ പോസ്റ്റു ചെയ്യുന്നതിനു മുൻപേ അശ്വിനി അഖിലയ്ക്കും വിദ്യയ്ക്കും ആ ഫോട്ടോ അയച്ചു കൊടുത്തു.

''കാനഡയിലെ കുട പോലെയാണ് കെട്ട്യോന്മാര്. ഒരു ചന്തത്തിനു കൊണ്ടുനടക്കാം. ശക്തിയായിട്ടൊരു മഴയോ കാറ്റോ വന്നാൽപിന്നെ സംരക്ഷണം എന്ന ഉപയോഗം ഇല്ലാതാവും.''

വിദ്യയുടെ മറുപടി ചിരിച്ചു കണ്ണിൽ വെള്ളം നിറഞ്ഞ സ്മൈലിയായി ഉടനെ വന്നു. അഖിലയുടെ മറുപടി 'ചേച്ചീ' എന്ന രണ്ടക്ഷരങ്ങളും അത്ഭുതചിഹ്നവും പിന്നെ അനിഷ്ടത്തിന്റെ ഇമോജിയുമായി കുലച്ചു നിന്നു.

കുട ചവറ്റുകുട്ടയിലുപേക്ഷിച്ചു, കുത്തിക്കുത്തി വരുന്ന ചുമ മാറാൻ അശ്വിനി ഒരു ചൂടുചായ കുടിക്കാനൊരുങ്ങി. കെറ്റിലിൽ ചായയ്ക്ക് വെള്ളം തിളപ്പിക്കാൻ വെച്ച് അവൾ ഫേസ്ബുക്കിലേക്ക് പോയി. കെറ്റിലിൽ നിന്നും ആവി ശക്തിയിൽ പുറത്തേക്കു വരാൻ തുടങ്ങി. കബോർഡിന്റെ അടിഭാഗം നനച്ചു ജനലിന്റെ ഗ്ലാസിൽ ആവി പറ്റിപ്പിടിക്കുന്നത് അശ്വിനി വെറുതെ കണ്ടിരുന്നു. തിളയ്ക്ക് ആവേശം കൂടും തോറും

കെറ്റിലിലെ വെള്ളം ഇല്ലാതായിക്കൊണ്ടിരിക്കുകയാണെന്ന് കെറ്റിലാണോ വെള്ളമാണോ തിരിച്ചറിയേണ്ടത് എന്നവൾ സംശയിച്ചു.

ചായ ഒന്നു മൊത്തിയതും അശ്വിനിക്ക് വിയർക്കാൻ തുടങ്ങി. കീമോതെറാപ്പി മുടി മാത്രമല്ല, അശ്വിനിയുടെ ആർത്തവവും കൊണ്ടുപോയിരുന്നു. അവളുടെ ശരീരം നിമിഷങ്ങൾകൊണ്ടാണ് ഉഷ്ണമേഖലയിലാവുന്നത്. അശ്വിനി ഉടുത്തിരുന്നതൊക്കെ പറിച്ചെറിഞ്ഞു. എന്നിട്ടും വിയർപ്പ് മുത്തുമുത്തായി താഴെക്കൊഴുകി.

ഡോക്ടർ കുറെ തിയറികൾ അവളോടു പറഞ്ഞിരുന്നു. ഈസ്ട്രോജൻ നിന്നു പോകുന്നു, തടയപ്പെടുന്നു. സെൽ, ഹോർമോൺ, ആന്റിബോഡി... അശ്വിനിയുടെ തലച്ചോർ ചെവിപൊത്തി. കണ്ണുപൂട്ടി. റെയിൻകോട്ടിനു പുറത്തു മഴപോലെ അറിവുകൾ ഒലിച്ചുപോയി. അവൾക്ക് പുതിയ അറിവുകളൊന്നും വേണ്ട. നീളം വീതി, ചതുരശ്രയടി, ഉത്തരത്തിന്റെ ഉയരം. വെയിലിന്റെ ചായ്‌വ്, അക്ഷാംശം, രേഖാംശം അശ്വിനിയുടെ തലച്ചോറിന് അതൊക്കെയേ ഉൾക്കൊള്ളാൻ പറ്റൂ.

അശ്വിനി ഇപ്പോൾ ആർത്തവ വിരാമം സംഭവിച്ച ഒരു വൃദ്ധയാണ്.

Is there life after the C?

പുറത്ത് നേരിയ തണുപ്പുണ്ടായിരുന്നു. ചുറ്റും ഉയർന്നു നിൽക്കുന്ന ഭിത്തികൾ ചുരുങ്ങിച്ചുരുങ്ങി വന്ന് അശ്വിനിയെ ശ്വാസം മുട്ടിക്കാൻ തുടങ്ങി. അതിൽ നിന്നും രക്ഷപ്പെടാൻ അവൾ ഹാങ്ങറിൽ തൂങ്ങി ക്കിടന്ന ചുവന്ന കൈനീളമുള്ള ബ്ലൗസ് കൈയിലെടുത്തു.

അശ്വിനി തലയിലൂടെ ഇട്ട ബ്ലൗസ് തോൾ കടന്നു പോകാൻ വിസ മ്മതിച്ചു നിന്നു. കുറച്ചൊന്നു ചരിഞ്ഞും നിവർന്നും അറ്റങ്ങളിൽ വലിച്ചും അശ്വിനി ബ്ലൗസിട്ടു.

കണ്ണാടി കാണിച്ച പ്രതിരൂപത്തെ അവൾ തുറിച്ചു നോക്കി. ശരീര ത്തിനെ ഇറുക്കികെട്ടിപ്പിടിച്ച ബ്ലൗസ് മേദസ്സിനെ പലയിടത്തായി ഉരുട്ടി വെച്ചിരുന്നു. തണ്ണിമത്തങ്ങപോലെ വയർ പുറത്തേക്ക് മുഴച്ചു നിന്നു. ബ്ലൗസിന് അടിയിൽ കൂടി കാണുന്ന മത്തങ്ങയെ അശ്വിനി കുറച്ചുനേരം മിഴിച്ചു നോക്കി.

‘‘ഊഹ്!’’

ഇട്ടതിലും അധികം ശ്രമപ്പെടേണ്ടി വന്നു അശ്വിനിക്ക് ബ്ലൗസൊന്നു തിരിച്ചൂരിയെടുക്കാൻ.

അവൾ കിതപ്പോടെ കിടക്കയിൽ കുറച്ചിട ഇരുന്നു. കിതപ്പടങ്ങിയ പ്പോൾ അശ്വിനി വീണ്ടും ഉടുപ്പലമാര തിരഞ്ഞു നോക്കി. വെള്ളയിൽ നേർത്ത പച്ച വരകളുള്ള പരുത്തി ഷർട്ടിന്റെ താഴെയുള്ള ബട്ടണുകൾ ഇടാൻ സാധിച്ചില്ല.

‘‘ഇതെപ്പോഴാണ് ഈ വയർ ഇങ്ങനെ വലുതായത്? മുറിച്ചെടുത്ത മുലയുടെ വിത്ത് ഡോക്ടർ വയറിന്റെ ഉള്ളിൽ നട്ടുവെച്ചോ? ക്യാൻസു നീ എന്നെ ഞാനല്ലാതാക്കിയോ?’’

ഒടുവിൽ അശ്വിനി ഇടാതെ മാറ്റി വെച്ചിരുന്ന പഴയ ഡെനിം ഷർട്ട് പുറത്തെടുത്തു. അതവൾക്ക് കൃത്യം പാകമായിരുന്നു. ഒരാളെക്കൂടി ഒളിപ്പിക്കാൻ സ്ഥലമുണ്ടെന്നു പറഞ്ഞ് ഉപയോഗിക്കാതെ അശ്വിനി മാറ്റി വെച്ചിരുന്നതാണ്!

നീല ബിസിനസ്സ് സൂട്ട് പുറത്തെടുത്ത് അശ്വിനി മേത്തു ചേർത്തു വെച്ചു നോക്കി. പിന്നെ ജാക്കറ്റ് ഷർട്ടിനു പുറത്തിടാൻ ശ്രമിച്ചു പരാജയപ്പെട്ടു. സൈസ് ഏഴിൽ ഒതുങ്ങാത്ത ഒരു ശരീരം കണ്ണാടിയിൽ മുഴച്ചു നിന്നു.

അവൾ പഴയ ജീൻസുകൾ, പാവടകൾ ഓരോന്നായി പുറത്തെടുത്ത് ഇട്ടു നോക്കി.

വീട്ടിൽ അയഞ്ഞ ഹൗസ്കോട്ടും പൈജാമയും ആശുപത്രിയിൽ പോകുമ്പോൾ പുതിയതായി വാങ്ങിയ മുൻഭാഗം തുറക്കാനെളുപ്പമുള്ള അയഞ്ഞ ഉടുപ്പുകളും ടോപ്പുകളുമായിരുന്നു കുറെക്കാലമായി അശ്വിനിയുടെ വേഷം. അതിനിടയിൽ സ്വന്തം ശരീരം കൈവിട്ടു പോയതെപ്പോഴാണെന്ന് അവൾക്കു മനസ്സിലായില്ല.

വലിയൊരു കറുത്ത ചവറുബാഗ് അശ്വിനി കാർഷെഡിൽ നിന്നും തിരഞ്ഞു പിടിച്ചു കൊണ്ടുവന്നു. അവൾ ഇട്ടുനോക്കി പാകമാവില്ലെന്ന് ഉറപ്പാക്കിയ തുണികൾ കിടക്കയിൽ ഒരു കൂമ്പാരമായി കിടന്നിരുന്നു. അശ്വിനി അതിനെ ഓരോന്നായി മടക്കി ചവറു ബാഗിലേക്ക് എറിഞ്ഞു. പാന്റുകൾ, ജീൻസുകൾ, പാവാടകൾ, ബ്ലൗസുകൾ, സ്വെറ്ററുകൾ, ജാക്കറ്റുകൾ.... വലിയ ബാഗ് പെട്ടെന്നു തന്നെ നിറഞ്ഞു.

അശ്വിനി ബാഗിന്റെ വായ നന്നായിക്കെട്ടി വലിച്ചിഴച്ച് കോണിയോളം എത്തിച്ചു. ഭാരമുള്ള ബാഗ് പൊക്കിയെടുത്ത് താഴെയെത്തിക്കാൻ പറ്റില്ലെന്നു മനസ്സിലാക്കി അശ്വിനി നിറഞ്ഞ ബാഗിനെ ശക്തിയായി തൊഴിച്ചു. അത് ഒറ്റൊറ്റ തൊഴിയിൽ വീണില്ല. വീണ്ടും അവൾ ഊക്കോടെ തൊഴിച്ചപ്പോൾ ബാഗ് കോണിപ്പടികളിൽ തട്ടിത്തട്ടി ശക്തിയിൽ നിലത്തു വീണു. തട്ടിയാലും മുട്ടിയാലും പൊട്ടിപ്പോകാത്തതെന്ന ബാഗിന്റെ പരസ്യം ശരിയാണെന്നു ഉറപ്പാക്കി അശ്വിനി ചുമയെ അടക്കിപ്പിടിച്ചു കോണിപ്പടിയിലിരുന്നു ക്ഷീണം മാറ്റി. പിന്നെ അവൾ ആ ചാക്കിനെ അവിടെ നിന്നും വലിച്ചെടുത്ത് കാറിന്റെ പിന്നിലിട്ടു.

മക്നാബ് റോഡിലെ ഒഴിഞ്ഞ കാറിടത്തിൽ അശ്വിനി കാറ് നിർത്തി. കാറിടത്തിന്റെ കോണിൽ തുണികൾ, ചെരിപ്പുകൾ, മറ്റിനങ്ങൾ എന്നെഴുതിയ ചാരിറ്റിയുടെ പച്ചനിറമുള്ള മൂന്നു വലിയ ഇരുമ്പു പെട്ടികൾ നിരന്നു നിന്നിരുന്നു. 'തുണികൾ' എന്നെഴുതിയ പെട്ടിയുടെ തുറന്ന ഭാഗത്തേക്ക് ബാഗ് ഉയർത്താൻ അശ്വിനിക്ക് ആയാസപ്പെടേണ്ടി വന്നു. അത്രയും വലിയ ബാഗ് തുറന്നിരിക്കുന്ന വിടവിലൂടെ കടത്താൻ സാധിക്കില്ല എന്നറിഞ്ഞു അവൾ കിതപ്പോടെ ബാഗ് താഴെയിട്ടു. കിതപ്പടങ്ങിയപ്പോൾ ബാഗ് തുറന്ന് അവൾ കുറച്ചു വീതം തുണികൾ പച്ചപ്പെട്ടിക്കകത്തേക്കിട്ടു.

കാറ്റ് ചീറിച്ചീറി അശ്വിനിയെച്ചുറ്റി നിന്നു.

കാലിയാക്കിയ ബാഗ് കാറിന്റെ പിന്നിലിട്ട് അശ്വിനി മടങ്ങിപ്പോകാൻ തയ്യാറായി. റോഡിൽ അപ്പോൾ നല്ല തിരക്കുണ്ടായിരുന്നു. കാറിടത്തിനെ വട്ടം ചുറ്റി റോഡിലേക്കിറങ്ങാൻ ഒരു പഴുത് കാത്തു അശ്വിനിയുടെ കാറുകിടന്നു.

ട്രാഫിക് ഒതുങ്ങിയിട്ട് വലത്തേക്ക് തിരിയാൻ കാത്തു കിടന്നപ്പോഴാണ് റെയർ വ്യൂ മിററിൽ എന്തോ അനങ്ങിയതുപോലെ അശ്വിനിക്ക് തോന്നിയത്. തലതിരിക്കാതെ കണ്ണാടിയിൽക്കൂടി അവൾ അവരെ കണ്ടു. കറുത്ത പാന്റും മങ്ങിയ തവിട്ടുനിറമുള്ള സ്വെറ്ററുമിട്ട ഒരു സ്ത്രീ അശ്വിനി കൊണ്ടിട്ട തുണികൾ പച്ചപ്പെട്ടിയുടെ കിളിവാതിലിൽ കൂടി എടുക്കാൻ ശ്രമിക്കുന്നു. അശ്വിനിയുടെ ചങ്ക് ഡണ്ടക്കം... പിണ്ടക്കംന്ന് മിടിപ്പിന്റെ സ്വരലയം മാറ്റിവെച്ചു.

തിരികെ പോയി അവരോട് എന്താണ് നോക്കുന്നത് എന്ന് ചോദിക്കണോ, അത് അവരെ അപമാനിക്കലാവുമോ എന്നവൾ സംശയിച്ചു. അശ്വിനിയുടെ കുഴച്ചിൽ കൂട്ടാനായി ഒരു ഡ്രൈവർ കാറ് നിർത്തിയിട്ട് അവളോട് പൊയ്ക്കൊള്ളാൻ കൈകൊണ്ടു ആംഗ്യം കാണിച്ചു. അശ്വിനിക്കുവേണ്ടി നിർത്തിയ കാറിനു പിന്നിൽ മറ്റു കാറുകൾ വന്നുകൂടിക്കൊണ്ടിരുന്നു. ആലോചിച്ചു നില്ക്കുകയല്ല, കിട്ടിയ പഴുതിനു കൈകൊണ്ടു നന്ദി കാണിച്ചു പോവുകയാണ് മര്യാദ, അതാണ് നാട്ടുനടപ്പ്. അതുതന്നെയാണ് അശ്വിനി ചെയ്തതും.

തിരികെ ഓടിച്ചു പോരുമ്പോഴും അശ്വിനിയുടെ ചങ്ക് ഡണ്ടക്കം... പിണ്ടക്കംന്ന് പറഞ്ഞു അവളെ ശല്യപ്പെടുത്തി.

''എന്നാലും ആ സ്ത്രീ എന്തായിരിക്കും അന്വേഷിക്കുന്നത്? നല്ല ബ്ലൗസ്? അതോ തണുപ്പു കൂടുന്നതിനു മുൻപ് ഒരു കോട്ടോ സ്വെറ്ററോ? തിരിച്ചുപോകേണ്ടതായിരുന്നു.

അശ്വിനിയുടെ ചങ്ക് യുധിഷ്ഠിരാവതാരത്തിൽ ബഹളം വെച്ചുകൊണ്ടിരുന്നു. ആ ബഹളം സഹിക്കാൻ വയ്യാതായപ്പോൾ അശ്വിനി ആ സ്ത്രീയെ അന്വേഷിച്ചു തിരികെ പോയി. അവിടെ പക്ഷേ ആരും ഉണ്ടായിരുന്നില്ല. തരിമ്പും ചൂടില്ലാത്ത വെയിലല്ലാതെ. പഴുത്തിലകൾ പറന്നു പൊയ്ക്കോട്ടെന്നു പിറുപിറുക്കുന്ന ഒരു സങ്കടക്കാറ്റല്ലാതെ. പച്ചനിറമുള്ള പെട്ടികൾ നിസ്സംഗതയോടെ നിന്നു.

''അവരെ കണ്ടു കിട്ടിയിരുന്നെങ്കിൽതന്നെ എന്തു ചെയ്യുമായിരുന്നു. ഷോപ്പിംഗിനു കൊണ്ടുപോവുമോ? അവരെ കാറിൽ കയറ്റുമോ?''

അശ്വിനിയുടെ ആ ചോദ്യത്തിൽ യുധിഷ്ഠിരൻ വായപൂട്ടിയിരുന്നു. തിരികെ വന്നു വിഗ്ഗ് ഊരിമാറ്റി അശ്വിനി തലയിൽ തടവി നോക്കി. മിനുത്തിരുന്ന തലയോട്ടിയിൽ മുടി മുളയ്ക്കാൻ തുടങ്ങിയിരുന്നു.

''പീച്ച് പഴത്തിന്റെ പുറം പോലെയുണ്ട് തല. കുറച്ചു നേർത്ത രോമങ്ങൾ വന്നിട്ടുണ്ട്.''

അശ്വിനി വിദ്യയോട് ഘോഷിച്ചു.

''ഉവ്വോ, രണ്ട് അല്ലെങ്കിൽ മുന്നാഴ്ചയാവുമ്പോ മുടി വരേണ്ടതാണ ല്ലോന്ന് ഇന്നും കൂടി ഞാൻ ഓർത്തതേയുള്ളൂ.''

''കണക്കൊന്നും തെറ്റിച്ചിട്ടില്ല വിദ്യാ.''

''രണ്ടാഴ്ചേ കൂടി കഴിഞ്ഞ ശരിക്കുള്ള മുടി വരാൻ തുടങ്ങും അശ്വിനീ.''

''വിദ്യടെ ഭക്ഷണം കഴിച്ച് എനിക്ക് നന്നായിട്ട് തടി വെച്ചിട്ടുണ്ട്.''

''അത് കീമോടെ സൈഡ് ഇഫ്ക്ടാണ്. ആറു മാസം കഴിഞ്ഞിട്ടു നമുക്ക് ഡയറ്റൊക്കെ ആലോചിച്ചാല് മതിട്ടോ.''

''എല്ലാം സൈഡ് ഇഫക്റ്റ് സ്റ്റിക് വുമൺന്നു കീർത്തന വിളിച്ചി രുന്ന ഞാൻ മന്തിയായി.''

''അശ്വിനി ഭക്ഷണം കുറയ്ക്കല്ലേ ട്ടോ. നടക്കാൻ പോണില്ലേ?''

''ഉം. അതൊന്നും മതിയാവില്ലാന്നു തോന്നണേ.''

''തിരിച്ചു ജോലിക്ക് പോകാമോന്നു നോക്ക്. വെറുതെ ഇരുന്നു ബോറടിക്കാതെ. ഡോക്ടറോട് ചോദിച്ചു നോക്കൂ.''

''ശരിയാണ്. നാളെ അപ്പോയിന്റ്മെന്റ് ഉണ്ട്, അപ്പൊ ചോദിക്കാം. ശരിക്കും ഇവിടെയിരുന്നു മടുത്തു. മൊട്ടത്തലയും കൊണ്ട് സഹതാപം കൊയ്യാൻ പോണതോർക്കുമ്പോഴാ...''

''അങ്ങനെ വിചാരിക്കേണ്ട, നല്ല കോൺഫിഡന്റായി. എനിക്കൊരു കുഴപ്പവുമില്ല. നിങ്ങൾക്കാർക്കെങ്കിലും കുഴപ്പമുണ്ടോ എന്നൊരു ലുക്കിൽ പോയാ മതി.''

ഡോക്ടറുടെ മുറി എഴുപത്തിയഞ്ചാമത്തെ നിലയിലായിരുന്നു. എലി വേറ്ററിൽ ഇരുനൂറ്റിപ്പതിനാറു ആളുകൾ അശ്വിനിക്കു ചുറ്റുമായി ഞെരുങ്ങി നിന്നു. എന്റെ കല്യാണി വെയ്പല്ല, നിങ്ങളുടെത് ആരുടേതൊക്കെ എന്നൊരു പുച്ഛത്തിൽ, വിഗ്ഗുതല ഉയർത്തിപ്പിടിച്ച് അശ്വിനി ഡോക്ട റുടെ മുറിയിലേക്കു പോയി.

ആഡ്ജുന്റ് തെറാപ്പി എന്നാണ് ഡോക്ടർ റേഡിയേഷനെ വിശേ ഷിപ്പിച്ചത്.

''ട്യൂമർ നെഞ്ചിൻകൂടിലെ പേശികളോടു ചേർന്നായിരുന്നു. കീമോ യിൽ പെടാതെപോയ കാൻസർ കോശങ്ങൾ എന്തെങ്കിലും ബാക്കി യുണ്ടെങ്കിൽ റേഡിയേഷൻ അതില്ലാതാക്കും. തന്നെയല്ല, കാൻസർ വീണ്ടും വരാതെയിരിക്കാനും ഇത് നല്ലതാണ്.''

''ശരി. എനിക്കിപ്പോൾ നല്ല ഉന്മേഷമുണ്ട് ഡോക്ടർ. സത്യത്തിൽ വീട്ടിലിരുന്നിട്ട് സമയം പോകുന്നില്ല.''

അശ്വിനി ജോലിയിലേക്ക് തിരികെപ്പോകുന്ന കാര്യം അവതരിപ്പിച്ചു.

''കുറച്ചു മണിക്കൂറുകൾ വീതമായി ജോലി തുടങ്ങൂ. ആദ്യത്തെ ആഴ്ച രണ്ടു ദിവസം, കുറച്ചു മണിക്കൂറുകൾ വീതം പോവുക. ശരീരത്തിനു ക്ഷീണം വരുന്നതിനു മുൻപേ വീട്ടിൽ തിരിച്ചെത്താം. ഒരാഴ്ച കഴിഞ്ഞ് വേണമെങ്കിൽ ദിവസം ഒന്നോ രണ്ടോ മണിക്കൂറുകൾ കൂടുതൽ ജോലി ചെയ്യാം.''

''ശരി, ഇതിനായി ഞാൻ ഫാമിലി ഡോക്ടറിനെ കാണേണ്ട ആവശ്യമുണ്ടോ?''

''വേണമെന്നില്ല. ഡോക്ടർ ജബ്ബാറിനും ഡോക്ടർ ഗാർനെറ്റ്നും ഇതിന്റെ കോപ്പി പോവും. റേഡിയേഷൻ തെറാപ്പിയോട് നിന്റെ ശരീരം എങ്ങനെയാണ് പ്രതികരിക്കുന്നത് എന്നറിഞ്ഞിട്ടു ഫുൾടൈം ആയി ജോലി തുടങ്ങാം. ഹ്യൂമൻ റിസോഴ്സസിനു ഞാനൊരു എഴുത്തു തരാം. ആദ്യം അവരെ പോയി കാണുകയോ വിളിച്ചു ചോദിക്കുകയോ ചെയ്യൂ.''

''തീർച്ചയായും. നന്ദി ഡോക്ടർ.''

''ഡോക്ടർ ജബ്ബാറിന്റെ നോട്ടുണ്ട്, ചുമയും ശ്വാസംമുട്ടലും റിപ്പോർട്ട് ചെയ്തത്. എന്തായാലും നമുക്ക് ഒരു ചെസ്റ്റ് എക്സറേ എടുത്തു നോക്കാം. എന്തെങ്കിലും പ്രശ്നമുണ്ടായാൽ എന്നെ വന്നു കാണാൻ മടിക്കരുത്.''

വീടെത്തിയ ഉടനെ അശ്വിനി ട്രാവിസിനെ ഫോണിൽ വിളിച്ചു. ട്രാവിസ് ഓഫീസിലില്ല, കാര്യമെന്താനെന്നുവെച്ചാൽ പറഞ്ഞിട്ടു ഫോൺ വെക്കാൻ ഫോണിലെ വോയിസ്മെയിൽ അവളോട് ആവശ്യപ്പെട്ടു.

''ട്രാവിസ്, ഇത് ഞാനാണ് ആഷ് റാം. നീയവിടെ യൂക്ക പ്രോജക്റ്റിൽ മുങ്ങിച്ചത്തില്ലെന്നു കരുതുന്നു. എന്റെ കീമോ കഴിഞ്ഞു. വളരെ ഭേദമുണ്ട്. എപ്പോഴാവും ലഞ്ചിനു നമുക്കൊന്ന് കാണാൻ പറ്റുക? ജോലിയിലേക്ക് തിരികെ വരുന്നതിനെപ്പറ്റി സംസാരിക്കണമെന്നുണ്ട്. സമയം പോലെ തിരികെ വിളിക്കൂ.''

ഫോൺ വെച്ചു കഴിഞ്ഞപ്പോൾ കിതക്കുന്ന അശ്വിനിയെ ക്യാൻസു പരിഹസിച്ചു.

''ഹോ, എന്തൊരു നെടുങ്കൻ സന്ദേശമായിരുന്നു അത്.''

ഒരു മണിക്കൂർ കഴിയുന്നതിനു മുൻപേ അശ്വിനിയുടെ ഫോണടിച്ചു. ട്രാവിസിന്റെ നമ്പറു കണ്ട് കുതിച്ചു ചാടിയാണ് അവൾ ഫോണെടുത്തത്. ഷാംപെയ്ൻ ഗ്ലാസിലെ കുമിളകൾ പോലെ പൊട്ടിത്തരിച്ച് അശ്വിനി റാണയോട് പറഞ്ഞു.

''നാളെ ലഞ്ചാണെടെയ്.''

പെരുകി വീർത്ത ശരീരത്തിനെ ഏതുടുപ്പിൽ കയറ്റുമെന്നോർത്ത് അശ്വിനി അലമാര തുറന്ന് കുറച്ചു നേരം തുറിച്ചുനോക്കി നിന്നു. പാവാട, ബ്ലൗസ്, ശരത്ക്കാലത്തിന്റെ തണുപ്പൻ കാറ്റിനെ നിഷേധിക്കാൻ നേർത്ത ഒരു സ്വെറ്ററും മതിയാവുമെന്നവൾ കണക്കുകൂട്ടി.

ഒന്ന്, രണ്ട്, മൂന്ന്, നാല്... കട്ടിലിൽ തുണികൾ ഒന്നൊന്നായി പെരുകിവന്നു. നുരപ്പും കുമിളകളും പൊലിഞ്ഞു ഷാംപെയ്ൻ നേർ രേഖയിൽ നിന്നപ്പോൾ അശ്വിനി ഷോപ്പിംഗിനു പോകാൻ തന്നെ തീരുമാനിച്ചു.

''ജോലി തുടങ്ങുകയാണെങ്കിൽ എന്തായാലും പുതിയ വാർഡ്രോബ്സ് വേണ്ടേ വിദ്യേ. ഇപ്പൊ പോയി നാളത്തേക്ക് എന്തെങ്കിലും കിട്ടോന്ന് നോക്കട്ടെ.''

''അയ്യോ, ഇന്നിവിടെ പൈപ്പ് മാറ്റിവെയ്ക്കാൻ ആള് വന്നിട്ടുണ്ട്. എനിക്കു വരാൻ പറ്റില്ലല്ലോ.''

''സാരില്ല, ദേ, ഇവിടുത്തെ മേരീസിൽ എന്തെങ്കിലും കിട്ടോന്ന് നോക്കാം.''

''ഉം, ഞാൻ നാളെ വരാം. വിഗ് നന്നായി ബ്രഷ് ചെയ്തു, ഫിറ്റു ചെയ്തു വേണം പോവാൻ. വിഗ്ഗാന്ന് തോന്നാത്തമാതിരി ആക്കി ത്തരാം.''

''ഉവ്വ, ആ വെല്ലിപ്പൻ ട്രാവിസിനെ കാണാൻ ഞാൻ ബ്യൂട്ടിപാർല റിൽ പോവാം. ഒന്നു പോയേ വിദ്യേ.''

''അല്ലെടോ, ആരടേം സഹതാപം കോപ്പു നമുക്ക് വേണ്ട. നല്ല ചുള്ളത്തിയായിട്ടു പോയാ മതി. ഞാൻ പത്തു മണിക്കെത്തും. ദേ, ഡോർ ബെല്ലടിക്കുന്നു. ഞാൻ പോട്ടെ.''

''ശരി, നാളെ കാണാം വിദ്യ.''

പാവാട, ബ്ലൗസ്, സ്വെറ്റർ - എല്ലാം പരിശോധിച്ച് വിദ്യ അശ്വിനിക്കു നിർദ്ദേശം കൊടുത്തു.

''ഇനീം കോളറുള്ളത് വാങ്ങണ്ടാട്ട.''

''അതെന്താ?''

''എന്തൊക്കെയോ ഒളിപ്പിച്ചിട്ടുണ്ടെന്നൊരു തോന്നല് വരും അപ്പൊ. വി-നെക്ക് ബ്ലൗസോ സ്വെറ്ററോ ഇട്ടിട്ട്, ഷോർട്ട് മാലയും നീളൻ കമ്മലും ഇട്ടാ നന്നായിരിക്കും അശ്വിനിക്ക്.''

കണ്ണാടിയിൽ വിദ്യയുടെ പ്രതിബിംബം ചിരിക്കുന്നത് നോക്കി അശ്വിനി ഇരുന്നു കൊടുത്തു.

''എടയ്ക്ക് വെറുതെ മുടിയിൽ തൊടണ്ടാട്ടാ. വിഗ് ഉണ്ടെന്ന് വിചാരി ക്കേണ്ട. സ്വന്തം മുടിതന്നെയാണെന്ന് കരുതിക്കോ. ഞാൻ നന്നായിട്ട് ഉറപ്പിച്ചു.''

വിദ്യ കൊണ്ടുവന്ന രസവടയുടെ എരിവിൽ സ്ശ്സ്സ് എന്ന് ആസ്വദിച്ച് അശ്വിനി ചോദിച്ചു.

''വിദ്യേടെ മുടീടെ റൂട്ട്സ് കാണാറായിട്ടുണ്ട്. ഡൈ ചെയ്യേണ്ടേ?''

''റൂട്ട്സ് അല്ല, ബ്രാഞ്ചുവരെ കാണാം. സമയം കിട്ടീട്ട് വേണ്ടേ!''

വിദ്യയുടെ സത്യസന്ധത അറിയാതെ പുറത്തു ചാടിപ്പോയത് ശ്രദ്ധിക്കാത്ത മട്ടിൽ അശ്വിനിയിരുന്നു.

ട്രാവിസ് നേരത്തെ എത്തിയിരുന്നു. അശ്വിനി ഭക്ഷണശാലയുടെ വാതിൽ കടന്നതും ട്രാവിസ് കസേരയിൽ നിന്നും എഴുന്നേറ്റ് തിടുക്കത്തിൽ നടന്നടുത്തു ചെന്നു. കൈനീട്ടി കുലുക്കി പിന്നെ കെട്ടിപ്പിടിച്ച് അയാൾ അശ്വിനിയോടു പറഞ്ഞു.

''So good to see you! You look great Ash''

''Thank you, I feel great too''

ഓഫീസ് വിശേഷങ്ങൾ അശ്വിനി ആകാംക്ഷയോടെ ചോദിച്ചറിഞ്ഞു. പ്രോജക്റ്റ് നന്നായി പോകുന്നുണ്ടെന്നും ക്ലയന്റ് വളരെ സന്തോഷത്തിലാണെന്നും അവർ കഴിഞ്ഞ മൈൽസ്റ്റോൺ നേരത്തെ തീർത്തതിനു ചോക്ലേറ്റ് അയച്ചെന്നും ചോദ്യങ്ങൾക്കുത്തരമായി ട്രാവിസ് അശ്വിനിയോടു വിശദീകരിച്ചു. അശ്വിനിയുടെ പ്രൊജക്ട് റയന് തൊപ്പിയിലെ തൂവലായി മാറിയിരിക്കുന്നെന്ന് അശ്വിനിയറിഞ്ഞു.

ഉടനെ തന്നെ ജോലിക്കു വരാൻ തയ്യാറാണെന്ന് അശ്വിനി പറയുന്നതിനു മുൻപേ ട്രാവിസ് ചോദിച്ചു.

''നിനക്ക് ഇനി റേഡിയേഷൻ ഉണ്ടെന്നല്ലേ പറഞ്ഞത്? ഈ വർഷം മുഴുവൻ വേണമെങ്കിൽ അവധി നീട്ടി എടുത്തോളൂ.''

''അത്രയും വേണമെന്നില്ല.''

ഇളംചൂടുള്ള ബ്രെഡിന്റെ ഒരു കഷണം അടർത്തിയെടുത്തത് കൈയിൽതന്നെ പിടിച്ച് അശ്വിനി പറഞ്ഞു.

''കുറച്ചു മണിക്കൂറുകൾ വീതം വന്നു തുടങ്ങാം. പിന്നെ റേഡിയേഷന് കുറച്ചു ടൈം-ഓഫ് വേണ്ടി വരും.''

''തിരക്കു പിടിക്കേണ്ട ആഷ്. ഇനി അടുത്ത പ്രോജക്റ്റ് തുടങ്ങാറാവുമ്പോഴേക്ക് ഫുൾടൈം ആയി വന്നാൽ മതി. നിനക്കറിഞ്ഞുകൂടെ നമ്മുടെ പ്രോജക്ടുകളുടെ പ്രത്യേകത. അങ്ങനെ വെട്ടിയും മുറിച്ചും ചെയ്യാൻ പറ്റില്ലല്ലോ.''

നടുവേ കീറിയ ബ്രെഡിൽ മൃദുവായ ബട്ടർ സമൃദ്ധമായി പുരട്ടിക്കൊണ്ടു ട്രാവിസ് പറഞ്ഞു.

''നീ നന്നായി വിശ്രമിച്ച് ഫുൾഫോഴ്സിൽ വരൂ. എന്തിനാണ് വെറുതെ തിരക്കു പിടിക്കുന്നത്? ആരോഗ്യമല്ലേ പ്രധാനം.''

ട്രാവിസിന്റെ പിന്നിലെ ജനലിനു പുറത്ത് പിൻ-ചെറി കാറ്റിൽ ആയാസപ്പെടുന്നത് കണ്ട് അശ്വിനിയിരുന്നു. കാറ്റ് മരത്തിനെ ചുഴറ്റി തണ്ടിൽ പിടിച്ചു വലിച്ചു. മഞ്ഞിനെ ഒരിലപോലും കാണിക്കില്ല, ചുവന്ന കായ ഒന്നുപോലും ബാക്കി വെയ്ക്കില്ലെന്ന വാശിയിൽ നിഷേധിക്കാറ്റ് ശിഖരങ്ങൾക്കിടയിൽ കൈയെത്തി എല്ലാം പറിച്ചെറിഞ്ഞുകൊണ്ടിരുന്നു.

കാറിന്റെ താക്കോൽ ട്രേയിലേക്ക് എറിഞ്ഞ്, ഷൂസ് ഊരാതെ തന്നെ അശ്വിനി സ്വീകരണ മുറിയിലെ സോഫയിൽ മലർന്നു കിടന്നു. അവൾ വലിച്ചൂരി എറിഞ്ഞ വിഗ് ചത്ത കടവാതിൽ പോലെ നിലത്തു എങ്കോണിച്ചു കിടന്നു. കാറിനു പിന്നാലെ കിതച്ചോടിവന്ന കാറ്റ് ശക്തിയിൽ കൊട്ടിയടച്ച വാതലിനു പുറത്തു നിന്നു നിലവിളിച്ചു.

വിദ്യയുടെ ഫോണാണ് അവളെ ഉണർത്തിയത്.

‘‘എങ്ങനെയുണ്ടായിരുന്നു?’’

‘‘വിദ്യാ, ഖബ്ബൂംന്ന് ഒരു ഒച്ച കേട്ടിരുന്നോ?’’

‘‘ങേ, എന്തേ?’’

‘‘അതെന്റെ ചങ്കും മത്തങ്ങേം നെലത്ത് വീണതാ!’’

വിദ്യ നെടുവീർപ്പിട്ടു. വിദ്യയെ പരോളിൽ വിട്ടിട്ട് അശ്വിനി റാണയിലേക്ക് തിരിഞ്ഞു.

‘‘റയൻ പ്രൊജക്ടിന്റെ പേരിൽ യൂറോപ്പിനു പോവുന്നു.’’

കരയുന്ന അശ്വിനിയേയും അവളുടെ എരിപൊരി പ്രതിഷേധത്തേയും രജപുത്രൻ അംഗീകരിച്ചു.

എത്ര കഴിവുണ്ടായിട്ടും എത്ര ആത്മാർത്ഥമായി ജോലി ചെയ്തിട്ടും കാര്യമില്ല. എത്ര തിടുക്കത്തിലോടിയാലും മുന്നിലെത്തണമെന്നില്ല, എത്ര സാവധാനത്തിലാണെങ്കിലും ചിലപ്പോൾ മുൻപന്തിയിലെത്തും. അതാണ് ജീവിതം!

ആമയും മുയലും

മുയലും ആമയും

ആയമ്മയും മുലയും.

പുതിയ വർഷത്തിൽ പുതിയ പ്രോജക്ടിലേക്ക് നീളംവെച്ചു തുടങ്ങുന്ന മുടിയുമായി പ്രത്യക്ഷപ്പെട്ടാൽ മതിയെന്ന് അശ്വിനി തീരുമാനിച്ചു. റേഡിയേഷൻ തെറാപ്പിയെ താലോലിച്ചു കുറച്ച് ആഴ്ചകൾകൂടി കടത്തിവിടാൻ അശ്വിനിക്കു സാധിക്കും. റയന്റെ യൂറോപ്പ് യാത്രയുടെ വിശേഷങ്ങൾ താങ്ങാനുള്ള കരുത്ത് ശതാവരിമുള്ളുകൾ കുത്തിക്കയറിയ ഹൃദയത്തിനില്ലെന്ന് അശ്വിനിക്കറിയാമായിരുന്നു.

ക്രിസ്തുമസ് കഴിഞ്ഞ്, ന്യൂയിറും കഴിഞ്ഞേ തിരികെ ജോലിക്ക് വരുന്നുള്ളൂ എന്ന് അശ്വിനി ട്രാവിസിനെ അറിയിച്ചു. ഡോക്ടർ എന്തെങ്കിലും പറയട്ടെ. പ്രത്യുത്തരം പറയേണ്ടത് രോഗിയാണ്, തൊഴിലാളിയാണ്.

ഉറങ്ങാൻ കിടന്ന അശ്വിനിയുടെ കൂടെ ദുശ്ശാഠ്യക്കാരനായ ചുമയും കയറിക്കിടന്നു. ഉറങ്ങിയ അശ്വിനിയോട് ഉറങ്ങാത്ത ചുമ, ഉറങ്ങിയോ, വെള്ളം കുടിക്കണ്ടേ, കുറച്ചു ജീരകം തരൂ, എന്നൊക്കെ കുത്തിക്കുത്തി ചോദിച്ചുകൊണ്ടിരുന്നു. ചുമയെ ശപിച്ച് അശ്വിനി രാത്രിമേശപ്പുറത്തു നിന്നും ഹാൾസിന്റെ പാക്കറ്റെടുത്തു.

Then I let it go again

ഡോക്ടർ അശ്വിനിയോടു ചോദിച്ചു

"നെഞ്ചുവേദനയുണ്ടോ?"

"ഉം... അങ്ങനെ വേദനാന്നു പറയാനില്ല. ചെലപ്പോ ഒരു വിമ്മിഷ്ടം തോന്നും. ഇടത്തെ ബ്രെസ്റ്റിന്റെ സിമ്പതി പെയിൻ ആയിരിക്കും."

അത്രയും വലിയ തമാശ പറഞ്ഞതിൽ ചിരിക്കാത്ത ഡോക്ടറെ അശ്വിനിക്കിഷ്ടമായില്ല. ജബ്ബാർ ഡോക്ടറെപ്പോലെ വയറുകുലുക്കി ചിരിക്കുന്ന ഡോക്ടറെയാണ് അശ്വിനിക്കിഷ്ടം. ഡോക്ടറുടെ കണ്ണ് എക്സറേയുടെ നിഴലുകളിൽ മാത്രമേ ശ്രദ്ധിച്ചുള്ളൂ. ഡോക്ടർ കൈപ്പത്തി അശ്വിനിയുടെ പുറത്ത് പരത്തി വെച്ചു ചെറുതായി കൊട്ടി നോക്കി. എക്സറേ കാലാവസ്ഥയുടെ സാറ്റലൈറ്റ് ഇമേജിലേതു പോലെ മഴയോ മഞ്ഞോ ഇടിമിന്നലോ എന്നായാസപ്പെടാതെ അശ്വിനി യിരുന്നു.

ഡോക്ടറുടെ അടുത്ത് നിന്നും വീട്ടിലെത്തിയ അശ്വിനി ലിവിങ് റൂമിൽ തെക്കും വടക്കും നടന്നു. അവസാനം അശ്വിനി കീർത്തനയോട് സ്കൈപ്പിൽ വരാൻ പറ്റിയ സമയമാണൊന്നു ചോദിച്ചു.

"മമ്മൂനു രന്നേനെ ആഴ്ചയിൽ ഒരിക്കലെങ്കിലും കണ്ടേ തീരൂ."

വാരാന്ത്യങ്ങളിൽ വീട്ടിൽ വരാൻ സമയം കിട്ടാത്ത കീർത്തനയെ അശ്വിനി പറഞ്ഞേൽപ്പിച്ചതനുസരിച്ച് ക്ലാസുകളുടെ ഇടവേളയിൽ കീർത്തന സ്കൈപ്പിൽ വരാറുള്ളതാണ്. അശ്വിനിയുടെ മെസേജ് കിട്ടി അധികം കഴിയുന്നതിനു മുൻപേ കീർത്തന സ്കൈപ്പിന്റെ ജനലിൽ കൂടി തലയിട്ടു പറഞ്ഞു.

"മമ്മൂസ് വിഗ് വെക്കാത്തതാണ് ഭംഗി. You look bold and beautiful with an artist look!"

അശ്വിനി അതിനു മറുപടി പറഞ്ഞില്ല. അവൾ കുറച്ചിട ഒന്നും പറഞ്ഞില്ല. കീർത്തനയുടെ കാതിൽ പിങ്കു റിബ്ബൺ ചേർത്ത വളയങ്ങൾ കമ്മലായി ആടുന്നത് അശ്വിനി കണ്ടു.

''നിന്റെ ഇയർ റിംഗ്സ് പുതിതാണോ കീർത്തന?''

''യെസ്, ഇന്നു വാങ്ങീതാ മമ്മൂ. University store got a rack full of breast canser merchandise.''

അശ്വിനി നിലവിട്ടു ശബ്ദമെടുത്തു ചോദിച്ചു.

''ഇത് കാതില് തൂക്കിട്ടു നടന്ന് ഡാം സിമ്പതി എരന്നു വാങ്ങാനാ?''

''ഇത് റിസേർച്ചിനു വേണ്ടിയുള്ള ഫണ്ട് റെയിസിംഗ് ആണമ്മാ. The money goes to cancer research.''

''റിസേർച്ചിനു ഹെൽപ്പ് ചെയ്യണോങ്കി നേരിട്ടു പണം കൊടുത്താ പോരെ? പറ്റിക്കാൻ ഓരോ പരിപാടികള്.''

''Mom, you and your immigrant views! ആരേയും ഒന്നിനേയും വിശ്വസിക്കില്ല. എല്ലാരും നമ്മളെ പറ്റിക്കാന്ന് വിചാരം.''

''ഇതില് ഒരു ഇമിഗ്രേന്റെ സെന്റിമെന്റ്സും ഇല്ല. പിങ്ക് റിബ്ബൺ... പിങ്ക് റിബ്ബൺ... പിങ്ക് റിബ്ബൺ എന്റെ കഴുത്തിച്ചുറ്റി ശ്വാസം മുട്ടിച്ചു കൊല്ല്!''

''You are impossible to please!''

ധും!

സംവേദനത്തിന്റെ ജനാല കൊട്ടിയടച്ച് കീർത്തന പോയി.

ധും! ധും!

കൊട്ടിയടക്കപ്പെടുന്ന വാതിലുകൾ അശ്വിനിയെ ഭയപ്പെടുത്തി.

ധും!

കാറിന്റെ വാതിൽ വലിച്ചടച്ച് ചുട്ടുപഴുത്ത അശ്വിനിയും പുറത്തു ചുറ്റാൻ പോയി. നഗരത്തിനു പുറത്തു മൂടൽമഞ്ഞ് കട്ടിപിടിച്ചു നിന്നിരുന്നു. അതിലൂടെ കാറു പായുന്നതിൽ ഉത്തേജിതയായി, അധിക ദൂരം മുന്നിൽക്കാണാതെ പോകുന്നതിലെ കോരിത്തരിപ്പിൽ അശ്വിനി വണ്ടിയോടിച്ചു.

ആസ്വദിക്കൂ. മതിമറന്നോളൂ. അടുത്തത് എന്താണെന്നറിയില്ല.

അശ്വിനി അശ്വിനിക്ക് അനുവാദം കൊടുത്തു. റിട്ടയർമെന്റ് പദ്ധതി പോലെ ചെറിയ സന്തോഷങ്ങൾ ബാങ്കിൽ നിക്ഷേപിച്ച് ഇല്ലാത്ത കാലത്ത് ഉപയോഗിക്കാൻ സാധിക്കില്ല.

വഴിയരികിലെ ഒരു വീട്ടിൽനിന്നും പുക ചുറ്റും നിറയുന്നത് പെട്ടെന്ന് അശ്വിനിയുടെ കണ്ണിൽ പെട്ടു. തീപിടുത്തമാണോ, ഫയർ ട്രക്ക് കാണാനില്ലല്ലോ എന്ന് പരിഭ്രമത്തിൽ അശ്വിനി കാറിന്റെ വേഗത കുറച്ചു. വീടിനു ചുറ്റും പുകയല്ല, മരങ്ങളിൽ ഒട്ടി നിൽക്കുന്ന പുകമഞ്ഞാണെന്ന് അടുത്തെത്തിയപ്പോൾ അവൾക്കു മനസ്സിലായി. എന്തുകൊണ്ടു ചുറ്റപ്പെടുന്നുവോ അതായി മാറുന്ന പ്രതിഭാസം, വെറും കൺകെട്ടു

കളിയാണ് ഈ ദുഃഖവും സുഖവും ലഹരിയുമെന്നു മൂടൽമഞ്ഞ് അശ്വിനിക്കു ക്ലാസെടുത്തു.

മറ്റൊരിടത്തും പോകാനില്ലാത്ത അശ്വിനി തിരികെ വീട്ടിലേക്കു തന്നെ പോയി. ഫോൺ മുറുകെപ്പിടിച്ച് അശ്വിനി പുറത്തേക്കു നോക്കി. മൂടൽമഞ്ഞു മാറി സൂര്യൻ തെളിഞ്ഞിരുന്നു അപ്പോൾ. കാറ്റ് റോഡിലേക്ക് ചുഴറ്റിവിട്ട കരിയിലക്കൂട്ടത്തെ കണ്ട് അവളിരുന്നു. ഇലകൾ റോഡിനു നടുക്ക് വട്ടത്തിൽ കറങ്ങി റിങ് എറൗണ്ട് ദ റോസി കളിക്കാൻ തുടങ്ങി.

Ring around the rosy

Pocket full of posies

Ashes, ashes

We all fall down

കിലുകിലെ ചിരിച്ചു റോഡിനു നടുവിലേക്ക് ഇലക്കൂട്ടം ചിതറി വീണു.

പാഞ്ഞുവന്നു ചതച്ചരയ്ക്കുന്ന വണ്ടിച്ചക്രങ്ങളെക്കുറിച്ചോർക്കാതെ കാറ്റും കരിയിലയും കളിച്ചുകൊണ്ടിരുന്നു. റോഡിനു നടുവിൽത്തന്നെ.

Ring around the rosy

Pocket full of posies

മരം നിറുകയിൽനിന്നും ഭൂമിയിലേക്ക് കൊഴിച്ചിട്ടാൽ പിന്നെ ഇലയ്ക്ക് ഒന്നിനെയും പേടിയില്ല. അതിലും വലിയ ചതി എന്താണ്? കരിയിലയായിക്കഴിഞ്ഞാൽ പിന്നെ എന്തപകടത്തെയാണ് പേടിക്കേണ്ടത്?

ആരെയാണു വിളിച്ചു വിശേഷം പറഞ്ഞറിയിക്കേണ്ടതെന്ന് ഉറപ്പില്ലാതെ അശ്വിനി ഫോൺ തിരികെവെച്ചു. വിപത്തുകളുടെ നടുറോഡിൽ റിംഗ് എറൗണ്ട് ദി റോസി കളിക്കാൻ ആരും കൂട്ടില്ലാത്ത അശ്വിനി ആയാസപ്പെട്ടു നടക്കാനിറങ്ങി.

കീർത്തനയുടെ പുതിയ ജീൻസ്പോലെ ആകാശത്തിനു നരച്ചു പഴകിയ നിറമായിരുന്നു. അതിനു താഴെ ഇലകളിൽ നിന്നും രക്ഷപ്പെടാൻ പിടഞ്ഞുകൊണ്ടു മരങ്ങൾ അതിന്റെ എല്ലാ സത്യസന്ധതയോടുംകൂടി നഗ്നമായി നിന്നു. അനാച്ഛാദിതമായ ശിഖരങ്ങൾക്കിടയിൽ കാറ്റ് ആഭാസച്ചിരിയോടെ ഉരുമ്മി നടന്നു. തോരണങ്ങളും വെച്ചുകെട്ടുകളും അലങ്കാരങ്ങളും കൊഴിച്ചു കളഞ്ഞ്, ഇതാ ഞാൻ എന്ന് ശൂന്യതയിലേക്ക് കൈവിരിച്ച് വൃക്ഷങ്ങൾ കാറ്റിന്റെ ചൂളമടിയെ പരിഹസിച്ചു.

ഇലകളും പൂക്കളും മരത്തിൽ വിരുന്നുകാരായിരുന്നു. ഇനി അടുത്ത സീസണിൽ അടുത്ത കൂട്ടർ വരും. കെട്ടുകാഴ്ചകളും കൊട്ടും കുരവയുമായി. പക്ഷികളും അണ്ണാറാക്കണ്ണന്മാരും കൂടുകൾ പണിയും. മരം

ഇതൊന്നുമല്ല, ഉള്ളിന്റെയുള്ളിലെ ജീവനാണ് മരത്തിന്റെ സ്വത്വം. ഒരു കാറ്റിനും മഞ്ഞിനും അതിൽ തൊടാനാവില്ല. ആ തീയിനെ സ്പർശിക്കാനുള്ള കരുത്ത് ഒന്നിനുമില്ല.

വളഞ്ഞു പോകുന്ന വഴി കയറ്റമായപ്പോൾ അശ്വിനിക്ക് ചുമ വന്നു. ശ്വാസകോശം തണുത്ത വായുവിൽ പ്രതിഷേധിച്ചുണ്ടായ ശ്വാസം കിട്ടാത്ത ചുമ. നടത്തം മതിയാക്കി അശ്വിനി വീട്ടിലേക്ക് മടങ്ങി.

ഓഫീസിൽനിന്നും ടോപ്പിംഗ് ഔട്ട് സെറിമണിയുടെ ക്ഷണം വന്നപ്പോൾ അശ്വിനിക്ക് ആരോട് സങ്കടം പറയണം എന്നറിയാതെയായി. അശ്വിനിയുടെ പ്രോജക്ടിന്റെ അവസാനത്തെ നിലയും പൂർത്തിയായിരുന്നു. പാരമ്പര്യമനുസരിച്ച് മേൽക്കൂരയുടെ മുകളിൽ അവസാനത്തെ തടിയും അടിച്ചുകഴിയുമ്പോഴാണ് ടോപ്പിംഗ്-ഔട്ട് ആഘോഷം. പണി നടക്കുന്ന സൈറ്റിൽ അശ്വിനി ഇടയ്ക്കു പോകാറുണ്ട്, അത് ആവശ്യമല്ലെങ്കിൽകൂടി. പണിക്കാരിൽ പലരെയും നേരിട്ടു പരിചയപ്പെടും. ചില ദിവസം ചെല്ലുമ്പോൾ പീസയും ഡോണറ്റും വാങ്ങിക്കൊണ്ടു പോവും. അങ്ങനെ ഒരിക്കൽ സൈറ്റിൽ ചെന്നപ്പോഴാണ് ടോപ്പിംഗ് ഔട്ടിന്റെ ഉത്ഭവം അവർ അശ്വിനിക്കു പറഞ്ഞു കൊടുത്തത്.

പഴയൊരു സ്കാൻഡിനേവിയൻ ആചാരമാണത്. കെട്ടിടത്തിനുവേണ്ടി ബലികഴിച്ച മരങ്ങളുടെ ആത്മാക്കളെ പ്രസാദിപ്പിക്കുവാനായി ഒരു മരച്ചില്ല കെട്ടിടത്തിന്റെ ഏറ്റവും ഉയർന്ന സ്ഥലത്ത് വെയ്ക്കും.

''ഒരു മരം കൂടി കുരുതിയായി.''

പീസ തിന്നുകൊണ്ട് അവർ അശ്വിനിയോടു തമാശ പറയും. അശ്വിനി അവരോടു കേരളത്തിലെ ആചാരങ്ങളെപ്പറ്റി പറയാറുണ്ടായിരുന്നു. വീടുവെയ്ക്കുന്നതിനു മുൻപ് സ്ഥാനം കാണുന്നത്, കട്ടിള വെയ്പ്പിനും ഉത്തരം വെയ്പ്പിനുമുള്ള പൂജയും ടീ പാർട്ടിയുമെല്ലാം അശ്വിനി വിസ്തരിക്കും.

''പണിസ്ഥലത്തു വീണ വിയർപ്പിനെ മാനിക്കുകയാണത്.''

ബഞ്ചമിൻ അഭിപ്രായം പറഞ്ഞു. പ്രായം കൂടിയ കൺസ്ട്രക്ഷൻ മാനേജരാണ് ബഞ്ചമിൻ. അശ്വിനിയോടു അയാൾ വാസ്തുശാസ്ത്രത്തെപ്പറ്റി ധാരാളം ചോദ്യങ്ങൾ ചോദിച്ചിട്ടുണ്ട്.

അശ്വിനിക്ക് കിട്ടിയ ക്ഷണക്കത്തിന്റെ തലക്കെട്ടു Topping out Ceremony എന്നായിരുന്നെങ്കിലും അത് ഒരു പാർട്ടിക്കായിരുന്നു. ആ പാർട്ടിയിൽ കെട്ടിടംപണിക്കാരുണ്ടായിരുന്നില്ല. കോൺട്രാക്ടർമാരും ഓഫീസിലെ മാനേജ്മെന്റ് നിരയിലുള്ളവരും ക്ലയന്റിനൊപ്പം ആധുനിക ഹോട്ടലിൽ വച്ചു നടത്തുന്ന ഒരു ആഘോഷമായിരുന്നു അത്. പ്രൊജക്ട് പൂർണമായിക്കഴിയുമ്പോൾ നടത്തുന്ന പരമ്പരാഗതമായ

ആഘോഷത്തിനു താക്കോൽ കൈമാറി മൂന്നു മാസം കഴിയണം. ഇത് റയന്റെ ഭരണപരിഷ്കാരമായിരിക്കുമെന്ന് അശ്വിനി ഉറപ്പിച്ചു. കോൺട്രാക്ടിൽ ജോലി ചെയ്ത പണിക്കാരെ പാർട്ടിയിൽ ഉൾപ്പെടുത്തുന്നതിൽ ലാഭമൊന്നുമില്ല. നഷ്ടമേയുള്ളൂ.

ക്ഷണം സ്വീകരിക്കണോ നിരാകരിക്കണോ എന്നുറപ്പിക്കാൻ കഴിയാതെ ആർ.എസ്.വി.പ്പി.യിൽ മൗസ് വെച്ച് അശ്വിനി കുറച്ചു നേരമിരുന്നു.

അശ്വിനി തലയിൽ തടവി നോക്കി. മുടിക്ക് ഒരിഞ്ചു നീളം വെച്ചിട്ടുണ്ടായിരുന്നു. ആർട്ടിസ്റ്റു മുടിയുമായി റയന്റെ ആഘോഷത്തിൽ പ്രത്യക്ഷപ്പെടണോ എന്നവൾ സംശയിച്ചു.

നീളം വെയ്ക്കുമ്പോഴേക്കും വളയാൻ തുടങ്ങുന്ന മുടിത്തുമ്പ് അശ്വിനി വലിച്ചു നീട്ടി നോക്കി. എത്ര വലിച്ചിട്ടും നീട്ടിയിട്ടും പുതിയ മുടി അനുസരണമില്ലാതെ തിരിഞ്ഞും മറിഞ്ഞും കളിച്ചു.

വളവൊന്നുമില്ലാതെ നീണ്ടുനിവർന്നു കിടക്കുന്ന മുടിയായിരുന്നു കുറച്ചുകാലമായി ഫാഷന്. ദിവസം മുഴുവൻ മുടി വളയാതെ പുളയാതെ പാറിപ്പറന്നു ഭംഗികെട്ടുപോവാതെ സൂക്ഷിക്കാൻ അശ്വിനി ദിവസവും കുറെ സമയം ചിലവാക്കിയിട്ടുണ്ട്. ജോലിക്കു പോകുന്നതിനു മുൻപ് കുളികഴിഞ്ഞ് നീണ്ട മുടി ഹെയർ ഡ്രൈയറുകൊണ്ട് ഉണക്കി, കുറച്ചു വീതമെടുത്ത് ഫ്ളാറ്റ് അയണിൽ നിവർത്തിയെടുക്കുന്നതിന്റ ബുദ്ധിമുട്ടിൽ അശ്വിനി പരാതിപ്പെട്ടിട്ടുണ്ട്.

‘‘അതിനുള്ള ശിക്ഷയാവും റാണാ.’’

‘‘അതെയതെ, ദൈവം അടുത്ത് പതുങ്ങി ഒളിച്ചു നിൽപ്പുണ്ട്. തന്റെ പ്രജകൾ പറയുന്നതോരോന്നും ഡയറിയിൽ എഴുതിയെടുത്തുകൊണ്ട്. മുടി ഈരുന്നത് ബുദ്ധിമുട്ടാണെന്നു പറഞ്ഞാൽ ഉടൻ അവൾക്ക് കാൻസർ വരുത്തി മുടിയില്ലാതാക്കും.’’

‘‘അത് തന്നെ. ഫിഡിലർ ഓൺ ദ റൂഫിൽ പറയുന്നതുപോലെ, മാലാഖക്കിളികളുടെ കൂടെ വെള്ളമടിച്ചങ്ങനെ ഇരിക്കുമ്പോ ദൈവത്തിനു വമ്പു പറയാൻ എന്തെങ്കിലുമൊക്കെ വേണ്ടേ?’’

‘‘ഹോ അവൻ ചിരിക്കുന്നു. കണ്ടില്ലേ? അവന്റെ ചിരി ഞാൻ മാറ്റി കൊടുത്തു! മാലാഖമാരോട് ദൈവം വീമ്പടിക്കുന്നു. എന്നങ്ങനെയാണോ?’’

‘‘അതേ, മുടി നേരെയാക്കിയെടുക്കാൻ കുറേസമയം എടുക്കുന്നൂന്നു പറഞ്ഞ അവിടെ ഒരുത്തിക്കിട്ടു ഞാൻ പണികൊടുത്തിട്ടുണ്ട്! ആറു മാസം കഴിയുമ്പോ അവൾടെ തലയിലല്ല ഒരിടത്തും മുടി കാണില്ല. ഹ..ഹ...ഹ...’’

മാലാഖച്ചിരി...

ഇക്കിളിചിരി.

കുണുങ്ങിച്ചിരി

''അശ്വിനി ദൈവം മലയാളിയല്ല. കുറ്റങ്ങൾ ഓർത്തുവെച്ചു ആശ യറ്റിരിക്കുന്ന സമയത്ത് ഓർമ്മപ്പെടുത്തി ശിക്ഷിക്കാൻ.''

റാണ പറഞ്ഞു നിർത്തി.

മുടിയുഴിഞ്ഞിരുന്ന അശ്വിനിയോടു ലാപ്ടോപ്പിലെ സ്ക്രീൻ പിന്നെയും ചോദിച്ചു, Répondez s'il vous plait ദയവായി മറുപടി പറയൂ.

ഉത്തരം പറയൂ

മറുപടി പറയൂ..

മറുപടി.. പടി മറു

മറു..മറു..മറു...

പടി...പടി...പടി

ഇമെയിലിലെ ഇൻ-ബോക്സിലേക്കു നോക്കി അശ്വിനി വെറുതെ യിരുന്നു. റയന്റെ മെസേജിനു താഴെ കണ്ട രാമാനുജത്തിന്റെ മെസേജ് എന്തിനായിരുന്നു എന്നു ഓർത്തെടുക്കാൻ അശ്വിനി ശ്രമിച്ചു നോക്കി. കീമോയ്ക്കു പോകുമ്പോൾ അശ്വിനി പരിചയപ്പെട്ടതാണ് രാമനുജത്തിനെ. ജീവനുണ്ടോ, ചൂടുണ്ടോ, ചോരയ്ക്കു ബലമുണ്ടോ എന്നൊക്കെയുള്ള പരീക്ഷണഫലങ്ങൾക്ക് കാത്തു കാത്തിരുന്ന സമയത്ത് അശ്വിനി ആശു പത്രിയുടെ കാഫിറ്ററിയയിൽ പോയപ്പോൾ അയാൾ സ്വയം പരിചയ പ്പെടുത്തിയതാണ്.

''ഞാൻ ഡോക്ടർ രാമാനുജൻ. ഇവിടെ റിസേർച്ച് ചെയ്യുന്നു.''

പിന്നെ ഓരോ തവണ ഫോൺ വിളിക്കുമ്പോഴും അയാൾ സംസാരം തുടങ്ങിയത് ഇത് ഡോക്ടർ രാമാനുജനെന്നായിരുന്നു. ഇമെയിലിന്റെ ഒടുക്കം പേരു വെച്ചിരിക്കുന്നതും ഡോക്ടർ രാമാനുജൻ എന്നുതന്നെ. സ്വന്തം ഡിഗ്രിയിൽ അയാൾക്ക് തന്നെ ഉറപ്പു പോരാത്തതുപോലെ തോന്നി അശ്വിനിക്ക്. രാമാനുജൻ ഒരിക്കൽ അശ്വിനിയോടു പറഞ്ഞി രുന്നു.

''You are very brave and independent to come to the chemo alone.''

കൂടെനിൽക്കാൻ ആരും ഇല്ലാതാവുമ്പോൾ എല്ലാം ഒറ്റയ്ക്ക് ചെയ്യാ നുള്ള കരുത്തു വരും. അത് ധൈര്യമല്ല, പേടി ഇല്ലെന്നും അല്ല, പേടി യുടെ മുതുകിൽ ചവുട്ടുമ്പോഴുള്ള സുഖം. ഒറ്റപ്പെടുത്തിയവർക്കു നേരെ നടുവിരൽ കാണിക്കുന്ന അഹംഭാവം! അത്രേയുള്ളൂ. ആ ഉത്തരം

അശ്വിനി രാമാനുജനോടു പറഞ്ഞില്ല. പകരം അവൾ മറ്റൊരു സത്യം അയാളോടുപറഞ്ഞു.

"I don't think too much about it. There is no point in over analyzing anything. That is really boring."

രാമാനുജന്റെ ഇമെയിൽ വെറുതെയൊരു കുശലാന്വേഷണമായിരുന്നില്ല. ആശുപത്രിയുടെ കാൻസർ റിസേർച്ച് ഡേയിൽ അനുഭവസാക്ഷ്യം പറയാൻ അശ്വിനിക്കുള്ള ക്ഷണമായിരുന്നു അത്. ലൈഫ് ആഫ്റ്റർ ബ്രസ്റ്റ് ക്യാൻസർ എന്ന വിഷയമാണ് അശ്വിനിക്കു കൊടുത്തിരുന്നത്.

ജീവിതം ഈ ഒരു രോഗത്തോടെ തീർന്നു പോകുന്നില്ല എന്ന് അശ്വിനി അനുഭവത്തിലൂടെ ഉദ്ബോധിപ്പിക്കണം.

അതിനും ആർ. എസ്.വി.പ്പി.യുണ്ടായിരുന്നു.

"ക്യാൻസൂ, നിന്നെപ്പറ്റി ഞാനെന്താണ് അവരോട് പറയേണ്ടത്? നീ എന്നെയല്ല, ഞാൻ നിന്നെയാണ് പിടിച്ചത് എന്നോ? എന്റെ ചങ്കിലും മത്തങ്ങയിലും നിന്നെ ഞാൻ കുടിപാർപ്പിച്ച കഥയോ? എന്റെ ഗർവ്വിന്റെ കൊമ്പുകൊണ്ട്, എന്റെ അന്ധവിശ്വാസങ്ങൾ കൊണ്ട്, എന്റെ അജ്ഞതയും ദിവസങ്ങളുടെ നിരർത്ഥകതയും കൊണ്ട് ഞാൻ തച്ചുടയ്ക്കുന്ന ജീവിതങ്ങളെപ്പറ്റിയോ?"

പ്രഖ്യാപിക്കാനും പ്രചോദിപ്പിക്കാനും സദ്വാർത്തകളൊന്നും ഇല്ലെന്നു പരസ്യം ചെയ്യേണ്ടന്ന് അശ്വിനി തീരുമാനിച്ചു. രാമാനുജത്തിന്റെ ക്ഷണത്തിനും അശ്വിനി മറുപടി അയച്ചില്ല.

മുറിക്കകത്തെ വായുവും ശ്വാസം മുട്ടിച്ചപ്പോൾ അശ്വിനി വീടിനു പിന്നിലെ വരാന്തയിൽ കുറച്ചിരിക്കാമെന്നു വെച്ചു. അയൽപക്കങ്ങളിലെ കരിയിലകളെ ആട്ടിത്തെളിച്ച്, മരങ്ങളിൽ നിന്നും പഴങ്ങളെ ഉതിർത്തിട്ടൊരു പ്രതിഷേധക്കാറ്റ് വീടിനുപിന്നിൽ ചുറ്റിക്കറങ്ങിക്കൊണ്ടിരുന്നു. പുല്ലില് വീണുകിടന്നിരുന്ന ആപ്പിളും പെയറും നോക്കി നനവുള്ള തണുപ്പിൽ അശ്വിനിയിരുന്നു. ചീയാൻ തുടങ്ങിയ പഴങ്ങളിൽ നിന്നും ചെറുഈച്ചകൾ പറക്കുന്നത് അവൾ കണ്ടു. പഴങ്ങളിൽ മുട്ടയിട്ടു വിരിഞ്ഞു പെരുകുന്ന ഈച്ചകൾ വീടിനകത്തേക്കു കടക്കുന്നതോർത്ത് അശ്വിനി കൈയിൽ ഗ്ലൗസിട്ടു. ഒരു പ്ലാസ്റ്റിക് സഞ്ചിയുമായി നിലത്തു വീണു കിടന്ന പഴങ്ങൾ പെറുക്കിയെടുത്തു.

ശരത്കാലത്തിനോടു പോരാടി ക്ഷീണിച്ച മരം ഫൂഫ്ശൂന്നു മോങ്ങിക്കൊണ്ട് പിടയുന്ന ചില്ലയെ ചേർത്തുപിടിക്കാൻ ശ്രമിച്ചുകൊണ്ടിരുന്നു. വീണുപോയ പഴങ്ങളെല്ലാം സഞ്ചിയിലാക്കി അശ്വിനി ചവറ്റുകൊട്ടയിൽ ഇട്ടപ്പോഴേക്കും ചുമ കയറിവന്നു.

ചരണങ്ങളിൽ കോലരക്കെഴുതി, ശ്വാസത്തിനു മുകളിൽ രുദ്രനൃത്തം ചെയ്യുന്ന ചുമയിൽ അശ്വിനി നിലത്തിരുന്നു.

ഛ്ളം... ഛ്ളം... ഛ്ളം... ചുമ

ഘര... ഘര... ഘര... ശ്വാസം

ഗർ... ഗർ... ഗർ... ശ്വസനം

വ്വീ... വ്വീ... വ്വീ.... വീസിംഗ്

ചുക ചുക ചുക പൂച്ചുമ!

Let it Snow

റേഡിയേഷനു വേണ്ടിയുള്ള കാത്തിരുപ്പു മുറിയുടെ മിനുത്ത സ്റ്റീൽ ഭിത്തിയിൽ പ്രതിഫലിച്ച രൂപത്തിലേക്ക് അശ്വിനി അമ്പരപ്പോടെ നോക്കി. തോളുയർത്തിപ്പിടിച്ച്, ചന്തി അല്പംപൊക്കി, മുന്നോട്ടാഞ്ഞ് എന്തിനെയോ ആക്രമിക്കാൻ പോകുന്ന പാകത്തിലിരിക്കുന്ന സ്ത്രീ താൻ തന്നെയെന്ന് അവൾക്ക് ഉറപ്പു വരുത്തേണ്ടി വന്നു. എപ്പോഴും ഇങ്ങനെയാണോ ഞാൻ ഇരിക്കുന്നതെന്ന് അവൾ ആ രൂപത്തിനോടു ചോദിച്ചു.

''പിന്നല്ലാണ്ട്. പ്രപഞ്ചം നിന്റെ തലയിലല്ലേ? കുതിര രൂപം ധരിച്ച അപ്സരസല്ലേ നീ?''

ഉരുക്കുഭിത്തി മെരുങ്ങിയില്ല.

''ചന്തി ഒറപ്പിച്ചു ഇരിക്കൂ പെണ്ണേ.''

കസേര അവളെ ശാസിച്ചു.

''നീ ഇവിടെ ഡയറക്ടറല്ല. ഒന്നിനെയും ഡയറക്റ്റ് ചെയ്യാൻ പറ്റില്ല. പെണ്ണ്, മുല കൊലയായ വെറുമൊരു രോഗി. അതിലധികമൊന്നുമല്ല.''

കൂടെയുള്ളവരെ ഉത്ക്കണ്ഠപ്പെടുത്തുന്ന ഒന്നുണ്ട് സ്വഭാവത്തിൽ എന്ന് ഏതോ തലക്കുറിയിൽ വായിച്ചത് അശ്വിനിയോർത്തു. തോളും ചന്തിയും അടക്കി അശ്വിനി ചുറ്റുമുള്ളവരെ നോക്കി. ചിരിക്കാതെ, അടക്കിയ ശബ്ദത്തിൽ സംസാരിക്കാതെ, വെറുങ്ങലിച്ചു നിൽക്കുന്ന മുഷിപ്പന്മാരുടെ ലോകം അശ്വിനിയെ പൊറുതി മുട്ടിച്ചു. അവിടെ സമയം നിശ്ചലമായി നിന്നു.

റേഡിയേഷൻ കരിക്കേണ്ട ഭാഗം വയലറ്റു മഷിയുള്ള പേനകൊണ്ടാണ് ഡോക്ടർ അടയാളപ്പെടുത്തിയത്.

''അതൊരു റ്റാറ്റൂ പാർലർ ആണെന്നു സങ്കൽപ്പിക്കൂ.''

റാണാ പ്രതാപ് സിംഗ് അശ്വിനിയോടു പറഞ്ഞു.

"Oh My! Sexy tattoo on my Ta-Ta..''

അശ്വിനി മറുപടി കൊടുത്തു.

''ബൂബ്സിനു റ്റാറ്റാ എന്നു പേരു കൊടുത്തത് ആരാണ്?''

അശ്വിനിക്കതറിയില്ലായിരുന്നു.

പിസ്റ്റാഷ്യോ നിറമുള്ള ആശുപതിയുടുപ്പിട്ട അശ്വിനിയെ റേഡിയേഷൻ മിഷ്യന്റെ കിടക്കയിൽ മലർന്നുകിടക്കാൻ നേഴ്സ് സഹായിച്ചു. ക്രെയിൻ പോലെ റേഡിയേഷൻ മെഷീൻ അശ്വിനിയുടെ ശരീരത്തിനു മുകളിലേക്കു നിരങ്ങി നിരങ്ങി വന്നു. ഭീമാകാരൻ മെഷീനിന്റെ ഉള്ളിൽ അശ്വിനിയുടെ കിടപ്പു ശരിയാക്കിയിട്ട് ടെക്നീഷ്യൻ വാത്സല്യത്തോടെ ചിരിച്ചു.

''പേടിയുണ്ടോ? പേടിക്കാൻ ഒന്നുമില്ല കേട്ടോ.''

മെഷീനിന്റെ ഉള്ളിൽ നിന്നും വരുന്ന ചരടിൽ കോർത്ത ഒരു സ്വിച്ച് അവർ അശ്വിനിയുടെ കൈയിൽ വെച്ചു കൊടുത്തു.

''എന്തെങ്കിലും അത്യാവശ്യം വന്നാൽ ഇവിടെ അമർത്തിയാൽ മതി. ഞങ്ങൾ ആ ഭിത്തിക്ക് അപ്പുറം നിന്ന് നോക്കുന്നുണ്ടാവും.''

അതു പറഞ്ഞ് അവർ അശ്വിനിയുടെ കൈയിൽ മൃദുവായി അമർത്തി.

''റേഡിയേഷൻ കൊണ്ട് ഒരു കുഴപ്പവും ഉണ്ടാവില്ല.''

''ഡോക്ടർ അശ്വിനിക്ക് ഉറപ്പുകൊടുത്തിരുന്നതാണ്.''

ഉറപ്പുകൾ എല്ലാം കേട്ടിട്ടും അശ്വിനിയുടെ ഉള്ള് പുഴുങ്ങാൻ അടുപ്പത്തുവെച്ച മുട്ട ധൃതിപിടിച്ച് എടുത്തതുപോലെ വേവാതെ കിടന്നു. മിനുത്തു തിളങ്ങുന്ന ഉറച്ച വെള്ളട്ടിക്കു നടുവിൽ ഗ്ലും... ഗ്ലും... എന്നങ്ങനെ.

ഇത് സുഖമാക്കുന്ന യന്ത്രമാണെങ്കിൽ ഒരു കുഴപ്പവും ഉണ്ടാവില്ല എന്നു പറഞ്ഞവർ ഒളിച്ചിരിക്കേണ്ട ആവശ്യമുണ്ടോ? ധീരശൂരപരാക്രമികളായ മെഡിക്കൽ സ്റ്റാഫ് വെള്ളക്കോട്ടിട്ട് ഭിത്തിക്കപ്പുറത്ത് നിൽക്കുന്നതെന്തുകൊണ്ടാണ്?

''ഹാ! എന്തൊരു ഹിപ്പോക്രസിയാണിത്.''

കീർത്തന പറഞ്ഞ ഹിപ്പോക്രസൈറ്റിസിനുള്ള ചികിത്സ മെഡിക്കൽ സ്റ്റാഫിനും കൊടുക്കണം. ക്യാൻസു മാത്രം അശ്വിനിയെ ചേർത്തു പിടിച്ചു പരാതികളെല്ലാം കേട്ട് അവൾക്കൊപ്പം നിന്നു.

വെള്ളിയാഴ്ച രാത്രി വൈകിയുറങ്ങാന് കാരണങ്ങളൊന്നും ഇല്ലാതിരുന്നതുകൊണ്ടു ശനിയാഴ്ച അശ്വിനി നേരത്തെ ഉണർന്നു. ഉണരുമ്പോൾ അശ്വിനിയുടെ തല വിയർപ്പിൽ കുതിർന്നിരുന്നു. വിയർപ്പിന്റെയോ മറ്റെന്തിന്റെയോ ഒരു വൃത്തികെട്ട മണം ശരീരത്തിൽ നിന്നും വരുന്നുണ്ട് അവൾക്കു തോന്നി. തണുപ്പു തുടങ്ങിയതുകൊണ്ട് എന്തായിരിക്കും വിയർക്കുന്നതെന്ന് അവൾക്കു മനസ്സിലായില്ല. എഴുന്നേറ്റു കുളിക്കാൻ മടിച്ച് അശ്വിനി കിടക്കയിൽ തന്നെ കുതിർന്നു കിടന്നു.

സൂര്യനുദിച്ചു കഴിഞ്ഞും ഉറങ്ങേണ്ട മടിദിവസമാണ് ശനിയാഴ്ച.

നവംബറിന്റെ തണുപ്പും ഇരുട്ടുമായി രതിസുഖസാരേ തുടങ്ങേണ്ട സുഖദിവസമായിരുന്നു അത്.

മോഹൻ അതിഥിമുറിയിൽ ശല്യങ്ങളില്ലാതെ ഉറങ്ങി. ഡിസംബറിൽ തീരുന്ന സെമസ്റ്ററിന്റെ പിടച്ചിലിനുള്ളിൽ ചുറ്റിക്കറങ്ങുകയായിരുന്നു കീർത്തന. അവധിദിവസങ്ങൾ അസൈൻമെന്റുകളും പ്രോജക്ടുകളും പേപ്പറുകളും പണിയാനുള്ളതാണ്, അമ്മയോട് കൊഞ്ചിക്കളയാനുള്ളതല്ല എന്നവൾ അശ്വിനിക്കു മുന്നറിയിപ്പു കൊടുത്തിരുന്നതാണ്.

"മമ്മൂസ് I have 3 papers due next week, and the project presentation is on Wednesday."

"എന്റെ രന്നാ, നീ വല്ലതും കഴിക്കുന്നുണ്ടോ?"

"ഓ, അതൊക്കെയുണ്ട്. You take care of yourself and let me take care of these stupid assignments."

അതായിരുന്നു കീർത്തനയുടെ പ്രിസ്ക്രിപ്ഷൻ.

തണുപ്പ് വീടിനുള്ളിലെ ഇരുട്ടിൽ തപ്പിത്തടഞ്ഞു നടന്നു. ഷേവ് ചെയ്തു, കുളിച്ചു പുറത്തു പോകാൻ തയ്യാറായി വന്ന മോഹൻ അശ്വിനിയുടെ മുഖത്തേക്ക് നോക്കാതെ, കണ്ണു ചുളിക്കാതെ പറഞ്ഞു.

"എനിക്ക് ഓഫീസോളം ഒന്ന് പോണം."

എന്തിന്, എപ്പോൾ, എത്ര നേരത്തേക്ക് എന്നൊക്കെ ചോദിക്കാൻ അശ്വിനി മിനക്കെട്ടില്ല.

"സെർവർ അപ്ഗ്രേഡിൽ എന്തോ പ്രശ്നങ്ങളുണ്ട്. ഒന്നു പോയി അന്വേഷിക്കണം."

"ഐ.ബി.എം. ടെക്നീഷ്യൻ അവ്ടെണ്ട്. ടെക്നിക്കൽ മനേജരുമുണ്ട്. എന്നാലും പ്രശ്നങ്ങളുള്ളതുകൊണ്ട് ഒന്നു പോയി നോക്കുന്നത് നല്ലതാണ്."

മോഹൻ വീണ്ടും തെളിവുകൾ നിരത്തിക്കൊണ്ടിരുന്നു. ഒരാൾ എവിടെയല്ലെന്ന് ഒപ്പം ജീവിക്കുന്ന സ്ത്രീക്കു കൃത്യമായി അറിയാൻ കഴിയും. വിസ്തരിച്ചാലും വിവരിച്ചാലും സാക്ഷിമൊഴി ഉണ്ടെങ്കിലും. അശ്വിനി ആ മറുപടി മോഹനയോടു പറഞ്ഞില്ല.

ബ്ധും! കാറിന്റെ വാതിലടഞ്ഞ ശബ്ദത്തിൽ അശ്വിനി കണ്ണു ചിമ്മിയില്ല.

ജീവിതം ചതുരംഗക്കളിയാണ് മോഹന്. അശ്വിനിക്കറിയേണ്ടത് അവളതിലെ കാലാളോ കുതിരയോ എന്നാണ്. ഒരിക്കൽ രണ്ടു ചുവടു മുന്നോട്ടനുവദിക്കപ്പെടുന്ന കാലാൾക്ക് ഒരേ ദിശയിൽ ഒറ്റച്ചുവടുകൾ മാത്രമേ പാടുള്ളൂ. കുതിരയാണെങ്കിൽ ഏങ്കോണിച്ചു ചാട്ടം മാത്രം. നേർക്കു നേരെ നോക്കാതെയുള്ള ഏങ്കോണിച്ചു ചാട്ടം അശ്വിനിക്ക് മടുപ്പായി മാറി.

അശ്വിനിക്ക് പ്രണയം വേണം. ഓവനിലിരിക്കുന്ന കേക്കു പോലെ, താഴെയും മുകളിലും നിന്നുള്ള ചൂടിൽ പൊങ്ങിപ്പൊങ്ങി ഇരട്ടിയായി പിന്നെയും മദിച്ചു പൊങ്ങാനോങ്ങി നടുവെ പിളർന്ന്, കൊതിപ്പിക്കുന്ന മണം പരത്തുന്ന പ്രണയം.

ക്ലോക്കിൽ സമയം ഒന്നുകൂടി നോക്കിയിട്ടു അശ്വിനി റേഡിയോ ചെവി പൊട്ടുന്ന ശബ്ദത്തിൽ വച്ചു. ടി.വി. ചാനലുകൾ വീണ്ടും വീണ്ടും തിരിച്ചു. ടി.വിയുടെ ശബ്ദം ഉച്ചത്തിലാക്കി നോക്കി. ടി.വി.യിലെ ആളു കളുടെ ഉടുപ്പും നടപ്പും മുടിയും മുലയും മുഖത്തെ ചുളിച്ചിലും ശ്രദ്ധ യോടെ പഠിച്ചു. എല്ലാ ദിവസവും ഒരേ ഷോകൾ. ഒരേ ആളുകൾ.

സംസാരം... സംസാരം... നിലയ്ക്കാത്ത സംസാരം... അതല്ലാതെ അശ്വിനിക്കു കൊടുക്കാൻ ടിവിക്ക് ഒന്നുമുണ്ടായിരുന്നില്ല.

ആളുകളില്ലാത്ത ഇടം - അതു അശ്വിനിക്ക് അപരിചിതമായിരുന്നു. ആളുകൾ, ചുറ്റും എത്രയധികം ആളുകളായിരുന്നു.

ആളുകളും ശബ്ദവുമില്ലാത്തയിടത്തു, ആകെയുള്ളത് തീർന്നു പൊയ്ക്കൊണ്ടിരിക്കുന്ന അശ്വിനി മാത്രമാണ്. വിദ്യയുടെ ദിവസങ്ങളെ കെട്ടിയിടാതെ അശ്വിനി ഒഴിവുകഴിവുകളിൽ ഒളിച്ചുകളിച്ചു.

ഹീറ്ററിന്റെ വെന്റിലൂടെ കാറ്റിന്റെയൊരു കുഞ്ഞിത്തിര മാത്രം ഹൂ... ഹൂ...ന്ന് ഉണർന്നിരുന്നു.

ചായക്കപ്പിൽ പത്തു വിരലുകളുംകൊണ്ടു ചുറ്റിപ്പിടിച്ച് അശ്വിനി അടുക്കള മേശയ്ക്കരികിലിരുന്ന് പുറത്തേക്ക് നോക്കി.

മഞ്ഞിന്റെ നേർത്ത പൂവുകൾ ആടിയാടി ഭൂമിയിലേക്ക് വീണു കൊണ്ടിരുന്നു. ആദ്യത്തെ മഞ്ഞിന്റെ വരവായിരുന്നു അന്ന്. അപരി ചിതയിടത്തെത്തിയ കുട്ടിയെപ്പോലെ മഞ്ഞുപൂവുകൾ പുല്ലിനെ മൃദു വായി കെട്ടിപ്പിടിച്ചു ചേർന്നു നിന്നു.

''ഈ വർഷം സ്നോ നേരത്തേ വന്നു, ഇത് ശരിയല്ല.''

''നവംബർ കഴിയാതെ മഞ്ഞിനോടു വീഴാൻ ആരാണ് ആവശ്യ പ്പെട്ടത്.''

അശ്വിനി റാണാ പ്രതാപ് സിംഗിനോടു പരാതിപ്പെട്ടു.

ചുവന്ന ഇലകളെല്ലാം കൊഴിഞ്ഞു കറുത്ത ഒരു ചട്ടക്കൂടായി നിന്നി രുന്ന സാന്റ്ചെറിയെ പുതുമഞ്ഞ് മെല്ലെമെല്ലെ താലോലിച്ചു ആർട്ട് ഗ്യാലറിയിലെ കലാരൂപം പോലെയാക്കികൊണ്ടിരുന്നു. ഒരു ഋതു തകർത്തു കളഞ്ഞ ചൈതന്യത്തെ മറ്റൊരു ഋതു മഞ്ഞുപൊത്തിയലങ്കിരിച്ചു.

ഡെക്കിന്റെ കൈവരികളിൽ മഞ്ഞ് വെള്ള ലേസ് പിടിപ്പിച്ചിട്ടുണ്ട്. കൂപ്പർ പുറത്തു ചാടിപ്പോവാതെ കെട്ടിയിരിക്കുന്ന കറുത്ത അഴിവേലി യിൽ പറ്റിയിരിക്കുന്ന മഞ്ഞ് കാണിച്ചു കീർത്തന ആവേശത്തിൽ പറയും.

''നോക്ക് മമ്മാ, കൂപ്പറിന്റെ ഫെൻസിലെ ലേസ് കണ്ടോ? രന്നെടെ ഉടുപ്പിലെപ്പോലെ.''

''പ്രെറ്റി.. ഇല്ലേ മമ്മ, പ്രെറ്റി.''

എല്ലാമെല്ലാമെല്ലാം സുന്ദരമായിരുന്ന ഋതുക്കളുണ്ടായിരുന്നു.

പ്രെറ്റി...

പൂവ് പ്രെറ്റി...

മഞ്ഞു പ്രെറ്റി...

മമ്മു പ്രെറ്റി...

രന്നേന്റെ ഉടുപ്പു പ്രെറ്റി,

ലീഫ് പ്രെറ്റി

ഷൂസ് പ്രെറ്റി

ഐസ് പ്രെറ്റി...

റാസ്ബെറിപ്പഴങ്ങൾ പ്രെറ്റി

മമ്മൂൻറെ മുടി പ്രെറ്റി...

നഖങ്ങൾ പ്രെറ്റി...

''പ്രെറ്റി.. ഇല്ലേ മമ്മ, പ്രെറ്റി!''

പ്രെറ്റിയല്ലാത്തത് ഒന്നുമില്ലായിരുന്നു വീട്ടിൽ, ലോകത്തിൽ...

അശ്വിനിയുടെ തലയ്ക്കകത്ത് ഗതിവിട്ടു കറങ്ങുന്നൊരു ഭാഗമുണ്ട്.

''മാൽഫങ്ങ്ഷൻ!''

അത് ഒരു കാര്യത്തിൽ തന്നെ ചുറ്റിത്തിരിഞ്ഞുകൊണ്ടിരിക്കും. ഓർക്കരുതെന്ന് മനഃപൂർവ്വം ശ്രമിച്ചാലും അവിടെത്തന്നെ ചുറ്റിക്കറങ്ങും. പൊട്ടിയ റെക്കോർഡ് പോലെ, മോഹൻ പഠിപ്പിച്ച കോഡിംഗിലെ ഇൻ ഫിനിറ്റ് ലൂപ്പ് പോലെ.

നിശ്ശബ്ദതയുടെ ഒച്ചയും നിലവിളിയും നിറഞ്ഞ വീട്ടിലിരുന്നു പിന്നോട്ടു പിന്നോട്ടു മാത്രം ഉരുണ്ടുരുണ്ടു പോകുന്ന ഓർമ്മകളെ മുന്നി ലേക്കു പായിക്കാൻ അശ്വിനി ശ്രമിച്ചു നോക്കി.

ശരീരത്തിന്റെ ഒരറ്റം മുതൽ വിഴുങ്ങാൻ വായപൊളിച്ച്, മഞ്ഞിന്റെ കൂട്ടിക്കൊടുപ്പുകാരനെപ്പോലെ ഹാൾവേയിൽ പതുങ്ങിയിരുന്ന ബൂട്ട് സിട്ട് അശ്വിനി മടിയോടെ നടക്കാനിറങ്ങി.

പടിയിൽ വീണു കിടക്കുന്ന ഇളംമഞ്ഞിനെ അശ്വിനി സ്നേഹ ത്തോടെ നോക്കി. മുറ്റത്തെ മരത്തിന്റെ ചില്ലകളിൽ മഞ്ഞുപൊത്തി കളിക്കുന്ന കുട്ടിക്കാറ്റ് അവളോട് ചോദിച്ചു.

''പൊന്നുംകൊടത്തു സ്നോ. അതിനെ ചവിട്ടി നശിപ്പിക്കണോ?''

ഒരു കാൽപ്പാടു പോലും വീഴാത്ത പുതുമഞ്ഞ് അശ്വിനിയുടെ ബൂട്ട്സിനെ കെട്ടിപ്പിടിച്ചു.

റോഡിൽ വീണ മഞ്ഞ് ഉരുകിപ്പോകാൻ തുടങ്ങിയിരുന്നു. കറുത്ത റോഡിന് അരികുവാളം പോലെ മഞ്ഞിന്റെ പ്രെറ്റി ലേസ് കണ്ട് അശ്വിനി നടന്നു.

അശ്വിനി കമ്പിളിത്തൊപ്പിയുടെ അറ്റം താഴേക്കു വലിച്ച് ചെവിമൂടി. സ്കാർഫുകൊണ്ട് മൂക്കും മറച്ചു. മഞ്ഞുകാലത്ത് പുറത്ത് മനുഷ്യരില്ല, കോട്ടുകളും തൊപ്പികളുമേയുള്ളൂ.

നിന്റെ അഹമ്മതി ഇപ്പൊ തീർത്തു തരാടീ എന്ന് ഒരു സാഡിസ്റ്റു കാറ്റ് വെള്ളില മരത്തിനോടു കലഹിച്ചു നിന്നു. മരത്തിനോടുള്ള മൽപ്പിടുത്തം കഴിഞ്ഞ് മുണ്ടുമാടിക്കുത്തി തെക്കേയറ്റത്തെ ചൂളമരങ്ങൾക്കിടയിലൂടെ ആടിയാടിപ്പോയി കാറ്റ്. ഒന്നുലഞ്ഞു പിന്നെ നേരെയായി മറുവശത്തേക്ക് വീണ്ടുമൊന്നു ചാഞ്ഞ് മരം നേരെ തന്നെ നിന്നു. കാറ്റു പോയ വഴിയും കൊഴിച്ച ഇലകളെയും ഗൗനിക്കില്ലെന്നു വാശി പിടിച്ച്, കൊമ്പുകൾ ഉയർത്തിപ്പിടിച്ച് ആകാശത്തേക്ക് കണ്ണുറപ്പിച്ചു നിന്നു അഭിമാനിമരം.

തണുത്ത കാറ്റും തൊപ്പിയുടെയും കോട്ടിന്റെയും തടവറയും കൂടി അശ്വിനിക്ക് നടപ്പ് ആയാസകരമായി മാറി. ഒരു ദിവസത്തേക്ക് പറഞ്ഞിട്ടുള്ള പതിനായിരം അടി പുറത്തു നടക്കാൻ തണുപ്പു അശ്വിനിയെ അനുവദിച്ചില്ല. അടുക്കായി ഇട്ടിരുന്ന സ്വെറ്ററിനും കോട്ടിനുമടിയിൽ റേഡിയേഷൻ കരിച്ച ഭാഗം നീറിക്കൊണ്ടിരുന്നു.

തണുപ്പുകാലം കഴിയുന്നതു വരെ ഷോപ്പിംഗ് മാളിൽ നടക്കുന്നതായിരിക്കും നല്ലതെന്നവൾ തീരുമാനിച്ചു. തണുപ്പുകാലത്ത് കടകൾ തുറക്കുന്നതിനുമുമ്പ് വരാന്തകളിലൂടെ അങ്ങോളമിങ്ങോളം ആളുകൾക്കു നടക്കാം. അശ്വിനി ഒന്നുരണ്ടു തവണ ആ ഇടനാഴികളിലൂടെ നടന്നിട്ടുണ്ട്. പ്രായമായവരുടെയും നടക്കാൻ ബുദ്ധിമുട്ടുള്ളവരുടെയും വർത്തമാനം പറഞ്ഞു കൂട്ടമായി നടക്കുന്നവരുടെയും ഇടയിലൂടെ അശ്വിനി ഒറ്റയ്ക്കു നടന്നു. അശ്വിനി മോഹനെ കൂട്ടു വിളിച്ചു നോക്കിയതാണ്.

''ഞാൻ ജോലി രാജിവെക്കണോ നിന്റെ കൂടെ നടക്കാൻ വരാൻ?''

മറുചോദ്യത്തിൽ മോഹൻ അശ്വിനിയെ തോല്പിച്ചു.

''മാളിൽ നടക്കണം, നടക്കും. ഒറ്റപ്പെടാതെ, കാറ്റിനു പകരം ക്യാൻസുവിന്റെ കൈപിടിച്ചു ഞാൻ നടക്കും.''

ആ തീരുമാനത്തിൽ അശ്വിനി തിരിച്ചു വീട്ടിലെത്തി. മോഹൻ മടങ്ങി വന്നത് പൊതിഞ്ഞ ക്രിസ്തുമസ് സമ്മാനങ്ങളുമായിട്ടായിരുന്നു.

''അടുത്തയാഴ്ചയാണ് ഡിപ്പാർട്ട്മെന്റ് പാർട്ടി.''

അയാൾ അടുക്കളയോടു പറഞ്ഞു. നവംബറിലേ തുടങ്ങുതാണു

ജോലിസ്ഥലത്തെ ക്രിസ്തുമസ് പാർട്ടികൾ. മോഹന്റെ ഡിപ്പാർട്ട്മെന്റിലെ ജോലിക്കാർക്കുള്ള സമ്മാനങ്ങളായിരുന്നു അത്.

കടകൾക്കു മുന്നിൽ ക്രിസ്തുമസ് സമ്മാനങ്ങൾ പൊതിഞ്ഞുകൊടുക്കുന്ന ബൂത്തുകളുണ്ട്. മനോഹരമായ പേപ്പറുകളിൽ നിന്ന് ഇഷ്ടമുള്ളത് ചൂണ്ടിക്കാണിച്ചാൽ, അവർ ഭംഗിയായി സമ്മാനങ്ങൾ പൊതിഞ്ഞു കൊടുക്കും.

അശ്വിനിക്ക് സമയം അധികമുണ്ട്. അത് പക്ഷേ രോഗം പിടിച്ച സമയമാണ്. അത് മോഹനുവേണ്ട. ക്രിസ്തുമസ് സമ്മാനങ്ങൾ പൊതിയാൻ നല്ല ആരോഗ്യമുള്ള, മുലയുള്ള, മുടിയുള്ള, ചന്തമുള്ള സമയം വേണം. ഇല്ലെങ്കിൽ പണം കൊടുത്തു വാങ്ങും മോഹനത്. ആഹ്ലാദം, വിജയം, അന്തമില്ലാത്ത ആഘോഷങ്ങൾ അതെല്ലാമാണ് മോഹനു ജീവിതത്തിൽ വേണ്ടത്. വേദനയും ദുഃഖങ്ങളും നിരാശയും പങ്കിടാൻ മോഹനെ കാക്കേണ്ട.

വിരസമായ ഞായറും ഞരങ്ങിപ്പോയിക്കഴിഞ്ഞപ്പോൾ കൂടുതൽ മടുപ്പുമായി തിങ്കളാഴ്ചയും വന്നു. പുറംചുവരിലേക്ക് ഐസു കല്ലുകൾ വീഴുന്ന പരുപരുത്ത ശബ്ദമാണ് അശ്വിനിയെ ഉണർത്തിയത്. മോഹൻ ജോലിക്കു പോയിക്കഴിഞ്ഞു സോഫയിൽ ചരിഞ്ഞിരുന്നു അശ്വിനി ഉറങ്ങിപ്പോയതായിരുന്നു. റോഡ് ഐസിന്റെ ഒരു പാളികൊണ്ട് പുതച്ചിട്ടുണ്ടായിരുന്നു. മോഹൻ ഓഫീസിലെത്തിയെന്ന മെസേജുണ്ടോ എന്നു ഒന്നുകൂടി നോക്കിയിട്ട് അശ്വിനി അമ്മയെ വിളിച്ചു.

''നീയെന്താ മോളൂ ശനിയാഴ്ച്ച വിളിക്കാതിരുന്നത്?''

അശ്വിനി അതിനുത്തരം പറഞ്ഞില്ല.

''ഇവിടെ ഫ്രീസിംഗ് റെയ്നാണമ്മേ.''

''എന്നുവെച്ചാ എന്താ മോളേ?''

''ഐസ്മഴ, മഴേടെ വെള്ളം അങ്ങു ഫ്രീസ് ചെയ്തു പോയിട്ട് ഐസ് കല്ലുകളു മഴയായിട്ട് വീഴും.''

ഇത്രയും വർഷമായിട്ടും അമ്മയോടെന്താണ് ഫ്രീസിംഗ് റെയിനെന്താണെന്നു പറയാതിരുന്നതെന്നവൾ സംശയിച്ചു.

''ആലിപ്പഴാണോടീ?''

''ആലിപ്പഴത്തിന്റെ കാൽപനികതേം റൊമാൻസുന്നും ഇല്ലാത്ത സാധനം.''

അമ്മയോടുള്ള കിന്നാരം കഴിഞ്ഞപ്പോൾ ഇത്തരം കാലാവസ്ഥയിൽ ഒരു സോഫയിൽ പുതച്ചുറങ്ങാൻ എത്ര കൊതിച്ചിട്ടുണ്ടെന്നു അശ്വിനിയോർത്തു. ചമൽക്കാരക്കാറ്റപ്പോൾ ഇലയില്ലാചില്ലകളെ ഐസ് കൊണ്ടു ചില്ലിട്ടലങ്കരിക്കുകയായിരുന്നു.

Saturday is not just a day

പതിനൊന്നു മണിക്ക് ഫോണടിച്ചപ്പോൾ പകൽ വിളിക്കാനുള്ളത് ആരായിരിക്കുമെന്നു അശ്വിനി സംശയിച്ചു, ടെലി-മാർക്കറ്റിംഗ് ആവുമോ, എടുക്കണോ വേണ്ടയോ എന്നൊക്കെ തന്നത്താൻ തർക്കിച്ചു അശ്വിനി ഫോണിലേക്ക് നോക്കി. ജോസ്ഫീൻസ് ഹെയർ സലോൺ എന്ന പേരു കണ്ടപ്പോൾ എടുക്കാൻ തന്നെ അവൾ തീരുമാനിച്ചു.

''മോഹൻ ഉണ്ടോ?''

''ഇല്ലല്ലോ. മെസേജ് എന്തെങ്കിലും ഉണ്ടോ?''

''സെല്ലിൽ വിളിച്ചിട്ട് കിട്ടുന്നില്ല. മോഹന്റെ ശനിയാഴ്ച പത്തുമണീടെ കട്ട്, ഡൈ ആൻറ് സ്റ്റൈലിന്റെ സമയം മാറ്റി രണ്ടുമണി ആക്കണോന്ന് അന്വേഷിക്കാനാണ്. ഉച്ചകഴിഞ്ഞു ഒഴിവ് ഉണ്ടായാൽ വിളിക്കണം എന്നൊരു കുറിപ്പുണ്ട്. രണ്ടുമണിക്ക് ഒരു ക്യാൻസലേഷൻ വന്നിട്ടുണ്ട്. അപ്പോയിന്റ്മെന്റ് മാറ്റണോ?

അശ്വിനി ഒരു നിമിഷം സംശയിച്ചു നിന്നു. പിന്നെ പാകത വിടാതെ പറഞ്ഞു.

''വേണ്ട, ആ സമയത്ത് ഒഴിവില്ല. പത്തുമണി തന്നെ വച്ചോളൂ.''

അശ്വിനി കലണ്ടർ നോക്കി, ശനിയാഴ്ച ആരെങ്കിലും ക്ഷണിച്ചിട്ടുണ്ടോ, ഏതെങ്കിലും പാർട്ടി... വിരുന്നുകൾ... എന്താണ് അശ്വിനിയുടെ കീമോബ്രെയിൻ മറന്നുകളഞ്ഞത്? കലണ്ടറിൽ ഒന്നും അടയാളപ്പെടുത്തിയിരുന്നില്ല.

ശനിയാഴ്ച മുടിവെട്ടി, ഡൈ ചെയ്തു, സ്റ്റൈൽആക്കി എങ്ങോട്ടാവും പത്രാസിൽ മോഹന്റെ യാത്രയെന്ന് അശ്വിനിക്ക് അപ്പോൾത്തന്നെ അറിയണം. മുടിവെട്ടാൻ അപ്പോയ്ന്റ്മെന്റ് എടുത്തത് മോഹൻ പറയാൻ മറന്നതല്ല. പറയേണ്ട എന്നു തീരുമാനിച്ചതാണ്. അശ്വിനി അറിയേണ്ട ആവശ്യമില്ല എന്ന തീരുമാനം.

''ഇപ്പോൾ ഞങ്ങൾ, ഒരേ പോസ്റ്റാഫീസ് അതിർത്തിയിൽപെട്ടവരല്ലറാണാ. അശ്വിനിയെ മാറ്റിപാർപ്പിച്ചിരിക്കുന്നു, അശ്വിനിയുടെ അഡ്രസ്സിൽ കാൻസർ പി.ഒ. എന്നുണ്ട്.''

അശ്വിനി ഭാര്യയല്ല, സുഹൃത്തല്ല, സ്ത്രീയല്ല. ഒരു ക്യാൻസർ രോഗി മാത്രം. ദാറ്റ്'സ് ഓൾ. കോശവിഭജനത്തിനു വെറിപിടിച്ചഒരു ശരീരം മാത്രമാണ് അശ്വിനി. അവിടെ നിന്നൊരു തിരികെച്ചാട്ടം ഒരിടത്തും വിവരിച്ചിട്ടില്ല. അശ്വിനിയുടെ ഹൃദയമിടിപ്പ് ജീവിതത്തിന്മേലുള്ള എല്ലാ അധികാരവും നഷ്ടപ്പെട്ടവളുടെ ശബ്ദമായി മാറി.

പോസിറ്റീവ് തിങ്കിംഗിന്റെ കാലത്തെ പ്രണയത്തിൽ ശുശ്രൂഷ പറഞ്ഞിട്ടില്ല. മോട്ടിവേഷണൽ സ്പീക്കറും തൊഴിലാളികളെ ഉത്സാഹിപ്പിക്കാനുള്ള സെമിനാറുകളും നിരന്തരം പഠിപ്പിച്ചിരുന്നതും ഇതു തന്നെയല്ലേയെന്ന് അശ്വിനി സംശയിച്ചു.

''നിങ്ങളെ പിന്നോട്ടു വലിക്കുന്ന ശക്തികളെ തിരിച്ചറിയുക. അവയെ ഒഴിവാക്കുക. ബോധപൂർവ്വം.''

ദുർബലപ്പെടുത്തുന്ന ആളുകളുമായുള്ള സമ്പർക്കം കഴിയുന്നത്ര കുറയ്ക്കാനാണു വിജയസഹായികളായ സംഭാഷണങ്ങൾ പറയുന്നത്.

രോഗമുള്ള വ്യക്തി നിങ്ങളുടെ വളർച്ചയ്ക്ക് തീർച്ചയായും തടസ്സമാണ്. അവർ നിങ്ങളെ പിന്നോക്കം പിടിക്കും, മുന്നോട്ടായാൻ ശ്രമിക്കുമ്പോൾ പിന്നിൽ നിന്നും കുരുക്കിടും. പിന്നിൽ നിന്ന് കുരുക്കിടാൻ ഒരാളെയും മോഹൻ അനുവദിക്കില്ല.

മുന്നോട്ട്... മുന്നോട്ട്...

രോഗഗ്രസ്ത സങ്കടവും അശുഭലക്ഷണങ്ങളുമായി വരുന്നവരെ ഭ്രഷ്ടാക്കുകയാണ് ചെയ്യേണ്ടത്. പുറത്താക്കുക, അകറ്റിനിർത്തുക. കല്യാണി കളവാണിമാരില്ലാത്തവൾ അശ്വിനിയല്ല. അശ്വിനിയല്ലാത്തവൾ മോഹന്റെ പെണ്ണല്ല.

വിവാഹത്തിനു മുമ്പ് പ്രിനച്ച്വൽ എഗ്രിമെന്റ് എഴുതിവെക്കാത്തതിൽ മോഹൻ ദുഃഖിക്കുന്നുണ്ടാവുമെന്ന് അശ്വിനി റാണയോടു പറഞ്ഞു. നെതർലൻഡ്സിലാണെങ്കിൽ വിവാഹമോചനത്തിൽ എന്തൊക്കെ സ്വന്തമാക്കാം എന്നു മാത്രമല്ല, വിവാഹത്തിനു ശേഷം ബാങ്കറപ്റ്റ്സി സംഭവിച്ചാലുള്ള നിബന്ധനകളും പ്രിനച്ച്വൽ എഗ്രീമെന്റിൽ എഴുതിവെക്കാം. ജീവിതം അശ്വിനിയെ എല്ലാം നഷ്ടമായവളായി പ്രഖ്യാപിച്ചിരിക്കുന്നു.

ഇണയ്ക്ക് കാൻസർ വരുമ്പോൾ വൈകാരിക സമ്മർദ്ദം പൊറുക്കാനാവാതെ ഇട്ടിട്ടു പോകുന്ന പുരുഷന്മാർ സ്ത്രീകളെ അപേക്ഷിച്ച് ആറിരട്ടിയാണെന്നൊരു കണക്ക് റാണ പ്രതാപ് സിംഗ് അശ്വിനിക്കു ചൂണ്ടിക്കാണിച്ചു കൊടുത്തു.

''മോഹൻ അത്ര കേമനല്ല. He is not unique!''

അതു പറഞ്ഞ് അശ്വിനി ഉറക്കെ ചിരിച്ചു. ഐസുകട്ട ഗ്ലാസിന്റെ വശങ്ങളിൽ കുലുക്കി മുട്ടിച്ചു ചിലു..ച്ചില് ശബ്ദം കേൾപ്പിച്ചു കൊണ്ടു അശ്വിനി റാണയ്ക്കു ചിയേഴ്സ് പറഞ്ഞു.

ശനിയാഴ്ച വരെ കാത്തിരിക്കാൻ വയ്യാതെ അശ്വിനി കീർത്തനയെ സ്കൈപ്പിൽ പ്രത്യക്ഷപ്പെടുത്തി.

''രന്നാ, എന്നാണു മോളു വരുന്നത്?''

''മമ്മ, എക്സാം ട്വൻറിഫസ്റ്റ്നു തീരും. ട്വന്റി സെക്കൻഡ്നു എല്ലാ വരടേം എക്സാം കഴിഞ്ഞിട്ട് ക്രിസ്തുമസ് ആൻഡ് സെമസ്റ്റർ എൻടിംഗ് പാർട്ടീണ്ട്. അത് കഴിഞ്ഞ് ട്വൻറി തേർഡ് കാലത്തെ എത്തിയേക്കാം.''

''അപ്പൊ എപ്പോഴാ നമ്മള് ക്രിസ്തുമസ് ഷോപ്പിംഗിന് പോണത്?''

''ഓ, പ്ലീസ് മമ്മൂസ്. അവിടെ വെറുതെ ഇരിക്യല്ലേ? മമ്മ അതിപ്പോ ചെയ്തോളൂ. വന്നിട്ട് എന്നെ മാളിലൂടെ ഡ്രാഗ് ചെയ്യാതെ.''

''നിന്റെ ഇൻപുട്ട് ഇല്ലാതെ ഞാനെങ്ങനെ വാങ്ങും?''

''ഇതു നല്ലതാണോ, അത് കൊള്ളൂല്ലേ... എന്നോക്കെ പറഞ്ഞ് എന്നെ ബോറടിപ്പിച്ചു കൊല്ലാനല്ലേ. പ്ലീസ്.''

''ഓക്കെ, ശരി..ശരി. നീ സ്ട്രെസ്സ്ഡാണല്ലേ. Take it easy.''

''എനിക്ക് സ്ട്രെസ്സ് ഒന്നൂല്ല. മമ്മൂസ് വെർതെ സ്ട്രെസ്സ് തരാതിരുന്നാൽ മതി. എനിക്ക് ഈ വെക്കേഷൻ വെറുതെ ഇരിക്കണം. എന്നെ അതുമിതും പറഞ്ഞ് ബഗ് ചെയ്യല്ലേ.''

''ശരി കീർത്തനാ, ബൈ.''

ലാപ്ടോപ് ശബ്ദത്തിലടച്ചാൽ മകൾ അതിൽ നിന്നുമിറങ്ങി വരില്ലെന്നു ക്യാൻസു അശ്വിനിയെ പരിഹസിച്ചു.

കീർത്തന ക്രിസ്തുമസ് അവധിക്കു നേരത്തെ വരാത്തതിൽ മോഹന് പരാതിയുണ്ടായിരുന്നില്ല. അതിൽ കീർത്തനയ്ക്കും സന്തോഷമാണ്. അതിവൈകാരികത കൂട്ടി വെറുതെ ശല്യം ചെയ്യാത്ത നല്ല അച്ഛനാണ് മോഹൻ. അശ്വിനിയെപ്പോലെയൊരു രസംകൊല്ലിയല്ല.

കീർത്തനെയെപ്പറ്റിയല്ലാതെ മോഹനും അശ്വിനിക്കും സംസാരിക്കാൻ വിഷയങ്ങളൊന്നും ഇല്ലാതായിരുന്നു. കീർത്തനയ്ക്ക് ഇരുവശത്തുമായി നിൽക്കുന്ന ഉയരക്കോമകളാണിപ്പോൾ അശ്വിനിയും മോഹനും. The single quotes ഒറ്റയ്ക്ക്, തുടക്കത്തിലും ഒടുക്കത്തിലും കാവലായി രണ്ടു കോമകളുണ്ട്. ഒരേ ഉയരത്തിൽ, രണ്ടും ഊന്നുന്നത് ഒരേ ഉദ്ധരണിയെത്തന്നെ. എന്നാലും തമ്മിൽ തൊടാതെ, കൃത്യമായ അകലം പാലിച്ച് നിൽക്കണം, ഇനിയുള്ള ജീവിതകാലം മുഴുവനും. സാധാരണ ഉദ്ധരണികൾക്കു മുമ്പിലും പിന്നിലുമുള്ള double quotes പോലെ ഇണചേർന്നു കൂട്ടുനിൽക്കാനാരുമില്ലാതെ. ഉദ്ധരണിയുടെ ഒറ്റച്ചിഹ്നങ്ങളായി മാറിയ ജീവിതം.

അശ്വിനി ഫേസ്ബുക്ക് ഗ്രൂപ്പിലെ പുതിയ പോസ്റ്റ് വായിച്ചുനോക്കി. അടുത്ത വർഷം ഏകദേശം ഇരുപത്തിനാലായിരം കാനഡക്കാർക്ക്

ബ്രസ്റ്റ് കാൻസർ ഉണ്ടാവാം എന്നായിരുന്നു അതിലെ കണക്ക്. കാനഡയിൽ ഒരു ദിവസം ശരാശരി അറുപത്തിയേഴു സ്ത്രീകൾക്ക് സ്തനാർബുദമുള്ളതായി കണ്ടുപിടിക്കപ്പെടുന്നു. ഒരുദിവസം പതിന്നാലു സ്ത്രീകൾ വീതം ഈ രോഗംകൊണ്ട് മരണപ്പെടുന്നു.

രണ്ടായിരത്തി ഒമ്പതിലെ കണക്കനുസരിച്ച് ഒമ്പത്പേരിൽ ഒരാൾക്ക് സ്തനാർബുദം വരുന്നുണ്ട്. എൺപതുകളിൽ ഏഴുശതമാനമായിരുന്നു ഈ രോഗത്തെ അതിജീവിച്ചിരുന്നതെങ്കിൽ ഇപ്പോഴത് എൺപത്തിയെട്ട് ശതമാനമാണ്. കണക്കുകൾ അശ്വിനിയെ വരിഞ്ഞു മുറുക്കി.

''ക്യാൻസൂ നീയെന്നെ വെറുമൊരു നമ്പറാക്കി ചുരുക്കാനുള്ള പുറപ്പാടാണോ?''

ശനിയാഴ്ച - തിങ്കൾമുതൽ വെള്ളിവരെ കാത്തുകാത്തിരിക്കുന്ന ദിവസമാണ്. ശനിയാഴ്ചയെ വീട്ടിലെ പണിയും കുറച്ച് നേരമ്പോക്കും ഉഴപ്പുമായി അടുക്കിപ്പെറുക്കിയുള്ള ജീവിതമായേ അശ്വിനിക്കറിയൂ. എത്ര വർഷമായിട്ടുള്ള ആചാരമാണത്. ഒന്നും ചെയ്യാനില്ലാതെയിരിക്കുന്ന ദിവസം അശ്വിനിക്ക് ശനിയാഴ്ചയാവില്ല. അശ്വിനിയുടെ സാധാരണ ജീവിതത്തിൽ ശനിയാഴ്ച രാവിലെ അമ്മയെ വിളിക്കേണ്ടതാണ്.

''അഖിലേ, നിയിന്നു ഓഫീസിൽ പോയില്ലേ?''

''ഇന്ന് സെക്കന്റ് സാറ്റർഡേ അല്ലേ, അവധിയാണ് ചേച്ചി.''

''നീയപ്പ അമ്മേടെ ചൂടു നോക്കി ഇങ്ങോട്ട് പോന്നോ? എവിടെ പ്രേമാവതി, പുന്നാരമോൾക്ക് പായസം കാച്ചിക്കൊണ്ട് അടുപ്പത്താണോ?''

''ശനിയാഴ്ചയല്ലേ, അമ്മ നമ്മടമ്പലത്തില് ധാരയും പുഷ്പാഞ്ജലിയും കഴിഞ്ഞ് അഞ്ചമ്പലത്തിൽ തൊഴാൻ പോയിരിക്ക്യാ. വരാൻ കുറച്ചു വൈകും.''

അടുപ്പത്തു തിളയ്ക്കുന്ന ചൂടിലാണ് അശ്വിനിയുടെ അന്നനാളത്തിലൂടെ പായസമിറങ്ങിപ്പോയത്. കണ്ടകശനിയുടെ ചുവട്ടിൽ തീയിടുകയാണ് അമ്മ. പപ്പയെയും അമ്മൂമ്മയേയും അഖിലയെ ഏല്പിച്ച് അശ്വിനിയുടെ അമ്മ പുതിയകാവ് ദേവീ, പെരുംതൃക്കോവിലപ്പൻ, പൂർണത്രയീശൻ, എറണാകുളത്തപ്പൻ ചോറ്റാനിക്കര ഭഗവതിമാരെയെല്ലാം നേരിൽക്കണ്ട് ആവലാതി സമർപ്പിക്കാൻ പോയിരിക്കുന്നു. സ്വന്തം വീടും ജീവിതവും മാറ്റിവെച്ച് അഖില രോഗികൾക്കു കാവലിരിക്കുന്നു. അഖിലയുടെ കുട്ടികൾ, ഭർത്താവ്, അവരുടെ കൊച്ചിഷ്ടങ്ങൾ, വീട്, ക്ഷീണം, സങ്കടങ്ങൾ എല്ലാം ഹോൾഡിലാണ്. അശ്വിനിക്കുവേണ്ടി അഖില ജീവിതത്തിൽ നിന്നും സബാറ്റിക്കൽ ലീവെടുത്തിരിക്കുകയാണ്. അശ്വിനിയുടെ ഹൃദയം നന്ദികേടിന്റെ ചാർജ്ഷീറ്റ് എഴുതി പൂരിപ്പിച്ചു.

പത്തുമണിയുടെ മുടിമിനുക്കൽ കഴിഞ്ഞുവന്ന മോഹൻ അന്ന് ഓഫീസിലെ ക്രിസ്തുമസ് പാർട്ടിയാണെന്ന് അടുക്കളയോടു പറഞ്ഞു. അടുക്കള മറുപടി പറയാതിരുന്നത് അവഗണിച്ച് അയാൾ സമയമെടുത്ത് ഒരുങ്ങി.

ഉടുത്തൊരുങ്ങിപ്പോകേണ്ട ക്രിസ്തുമസ്സ് പാർട്ടികൾ അശ്വിനിക്ക് കൃത്യമായി അറിയാം. പാർട്ടിക്കിടാനുള്ള ഉടുപ്പന്വേഷിച്ച് അശ്വിനി ഒരു മാസം നടക്കും. പിന്നെ അതിനു ചേരുന്ന നെയിൽ പോളീഷ്. മുടിക്കെട്ട് എന്തെല്ലാം അന്വേഷിക്കണം. ഒരു സൂട്ടു വാങ്ങണമെങ്കിൽ മോഹന് നാലു കടയിലെങ്കിലും കയറിയിറങ്ങണം. അതിനു ചേരുന്ന ഷർട്ട്, ടൈ, സോക്സ്... അങ്ങനെയൊക്കെ നവംബർ മുഴുവനും അശ്വിനിയും മോഹനും കടകളിലൂടെ നടക്കും. ഈ വർഷവും മോഹൻ അതെല്ലാം ചെയ്തിരിക്കുന്നു. വേണ്ടതൊക്കെ വാങ്ങിയിരിക്കുന്നു. അതു മുഴുവൻ കാൻസറെടുത്തു പോയ ഒരു ശരീരത്തിനോടു വിസ്തരിക്കേണ്ട ആവശ്യമില്ലെന്നു മോഹൻ തീരുമാനിച്ചതാണ്.

ഉറക്കം വരാതെതന്നെ പാർട്ടി കഴിഞ്ഞു മോഹൻ വരുന്നതിനു മുൻപേ അശ്വിനി ഉറങ്ങാൻ കിടന്നു. ഞായറാഴ്ച രാവിലെ ഉണർന്ന അശ്വിനിക്ക് മോഹൻ ഉണരുന്നതിനു മുൻപേ വീടിനു പുറത്തു കടക്കാൻ തിടുക്കമായി. പാർട്ടിയുടെ ക്ഷീണം, വൈകിയ ഉറക്കം, ഞായറാഴ്ചയുടെ മടി എല്ലാം കൂട്ടി മോഹൻ ഉറക്കത്തിൽ തന്നെയായിരുന്നു.

അശ്വിനിക്ക് പോകാൻ ഷോപ്പിംഗ് മാൾ മാത്രമേ ഉണ്ടായിരുന്നുള്ളൂ. അങ്ങോട്ടുള്ള വഴിനീളെ അശ്വിനിയുടെ കാർ റേഡിയോ പാടിത്തകർത്തു.

I really can't stay

പക്ഷേ മൈക്കിൾ ബൂബ്ലെയുടെ നിർബ്ബന്ധിക്കുകയാണ്

Baby it is cold outside

സ്പീക്കറിനെ തോല്പിച്ച് അശ്വിനിയും പാടി

I gotta go away...

കാറ്റ് കുറെ കരിമേഘങ്ങളെ കൊണ്ടുവന്നു സൂര്യനു മുൻപിൽ രാവിലെ നിർത്തിയിരുന്നു.

ഇരുണ്ടു നിൽക്കുന്ന അന്തരീക്ഷത്തിൽ മരങ്ങൾ ശിഖരങ്ങൾ പ്രദർശിപ്പിച്ചു നിന്നു. ചില ചില്ലകൾ ഊഞ്ഞാൽ കെട്ടാൻ പാകത്തിൽ നേരെ, പിന്നെ മുകളിലേക്ക് കുത്തനെ വളർന്നു നിന്നിരുന്നു. താഴേക്ക് വളഞ്ഞ ചില്ലകളും മരം അഭിമാനത്തോടെ കാണിച്ചു. എല്ലാ ചില്ലകളും മുകളിലേക്ക് വളരുന്നില്ല. തായ് തടിയും ഇലകളുടെ തലക്കെട്ടുമായി നിൽക്കുന്ന മരങ്ങളുടെ ശിഖരങ്ങൾ വന്ന വഴി ആരും അറിയുന്നില്ല. കട്ടപിടിച്ച

പച്ചിലയ്ക്കുള്ളിൽ അനുഭവിച്ചു തീർത്ത വളവുകളും വിജയങ്ങളും ഒളിച്ചിരിക്കുകയാണ്.

കാറിൽ ഗ്യാസലീൻ തീരാറായിരുന്നത് അപ്പോഴാണ് അശ്വിനി ശ്രദ്ധിച്ചത്. തണുപ്പുകാലത്ത് അശ്വിനിയുടെ കാറിൽ ഗ്യാസ് അടിക്കേണ്ടതു മോഹന്റെ ജോലിയാണ്. പറയാതെ, ഓർമ്മപ്പെടുത്താതെ മോഹൻ കൃത്യമായി ചെയ്യുന്നതാണത്. മറന്നതാവും, അശ്വിനി കാറ് പമ്പിനോട് ചേർത്തു നിർത്തി.

തണുപ്പൻ കാറ്റ് തേറ്റ കാട്ടി ചിരിച്ചു. അശ്വിനി കമ്പിളിതൊപ്പി കണ്ണോളം താഴ്ത്തിവെച്ചു, ലതർ ഗ്ലൗസ് വലിച്ചിട്ടു, മഫ്ളർ ചുറ്റിക്കെട്ടി മൂക്കും ചെവിയും മൂടി. പുറത്തു കടന്ന് ഗ്യാസ് ടാങ്കിന്റെ അടപ്പു തുറന്നു. ക്രെഡിറ്റ്കാർഡിട്ട് പാസ്കോഡ് കുത്തിയപ്പോഴേ മുഖത്ത് തണുപ്പിന്റെ കുത്തൽ അസഹ്യമാണെന്നു ചുമ അറിയിച്ചു. മുഖത്തെ തൊപ്പിക്കും മഫ്ളറിനും ഇടയിലെ അല്പസ്ഥലം തണുപ്പുകൊണ്ട് വേദനിച്ചു.

അര ടാങ്ക് ആയപ്പോഴേ അശ്വിനി പെട്രോളടിക്കുന്നത് മതിയാക്കി. അവളുടെ വിരലിന്റെ തുമ്പുകൾ അതിവേദനയിൽ മരവിച്ചിരുന്നു. കാറിനുള്ളിൽ കടന്നതും അശ്വിനി ഗ്ലൗസ് ഊരി കൈകൾ കൂട്ടിത്തിരുമ്മി, ചെവിയുടെ തുമ്പ് രണ്ടു കൈകൊണ്ടും അമർത്തി തടവി. കഷ്ടിച്ച് അഞ്ചു മിനിട്ടു പുറത്തു നിന്നപ്പോഴേക്കും നോവിപ്പിക്കുന്ന തണുപ്പിനെ അശ്വിനി പുളിച്ച തെറി പറഞ്ഞു.

ഷോപ്പിംഗ് മാളിന് നടുവിലുള്ള ബെഞ്ചിൽ ബാഗുചേർത്തു പിടച്ച് അശ്വിനിയിരുന്നു. മാളിൽ ക്രിസ്തുമസ് തിളച്ചു പൊങ്ങുകയായിരുന്നു. മഞ്ഞുപിടിച്ച ബൂട്ട്സുകളുടെയും കോട്ടുകളുടെയും ജാഥ അവളെ ശ്രദ്ധിക്കാതെ തിരക്കിട്ടു പോയി. ബാഗുകൾ തൂക്കിപ്പിടിച്ച് വേഗത്തിൽ നടന്നുപോകുന്നവർക്കിടയിൽ പ്രത്യേകിച്ചു തിരക്കൊന്നുമില്ലാതെ ഒരുവൾ മാത്രം.

പെട്ടെന്നാണ് അവളാ സ്ത്രീയെ കണ്ടത്. എതിർവശത്തെ കടയിലെ വലിയ കണ്ണാടിയിൽ കണ്ട രൂപത്തെ അശ്വിനി പിന്നെയും സൂക്ഷിച്ചു നോക്കി. കുഴിഞ്ഞ കണ്ണുകൾക്ക് ചുറ്റും കറുപ്പു പടർന്നിരുന്നു. വീർത്ത മുഖത്തെ പരുത്ത തൊലി പഴഞ്ചനായിരുന്നു. താടിക്കു താഴെ രണ്ടാമതൊരു താടി കൂടി ഉണ്ടായിരുന്നു. വൂളൻ തൊപ്പി ഊരിമാറ്റിയപ്പോൾ നീളം കുറഞ്ഞ മുടി പറന്നു അടക്കമില്ലാതെ മുകളിലേക്ക് പൊങ്ങി നിന്നു. ആശുപത്രിയിലെ കണ്ണാടികളേക്കാൾ തെളിച്ചവും വലിപ്പവുമുള്ള കണ്ണാടി അവളെയും ചുറ്റുമുള്ളവരേയും പൂർണമായും പ്രദർശിപ്പിച്ചു.

തടിച്ച് വീർത്ത ഈ സ്ത്രീ ആരാണ്?

അശ്വിനി ഭയത്തോടെ അവിടെനിന്നും എഴുന്നേറ്റു. നേരെ വരുന്ന ഓരോ ആളും കാണുന്ന രൂപത്തെയോർത്ത് അവൾ അപമാനപ്പെട്ടു.

ക്രിസ്തുമസ് സമ്മാനങ്ങൾ വേണ്ടെന്നുവെച്ചു പോകാൻ മറ്റൊരിടവും ഇല്ലാത്ത ഒരു ശരീരം ഐഡി കാർഡിലെ മേൽവിലാസമെഴുതിയ കെട്ടിടത്തിലേക്ക് തിരികെപ്പോയി.

പുതുവത്സരപ്പാർട്ടിക്കും മോഹൻ ഒറ്റയ്ക്കാവും പോകുന്നത് എന്ന വളറിഞ്ഞു. ഒരുപക്ഷേ അശ്വിനിയല്ലാത്തൊരു കൂട്ട് മോഹനുണ്ടായിരിക്കും. എങ്ങനെയാണെങ്കിലും മോഹന് ഇനിമേൽ അശ്വിനി കൂട്ടായി വേണ്ട. മുലയില്ലാത്ത, മുടിയില്ലാത്ത, തടിച്ച് മുഖത്ത് കറുത്ത പാടുകൾ പടർന്ന, നഖങ്ങൾ പൂത്തുപോയ സ്ത്രീക്ക് ജീവിതം വേണ്ടേ?

തീക്ഷ്ണതയില്ലാത്ത ജീവിതം എത്ര ബോറാണ്. എത്ര നിരർത്ഥക മാണത്!

Me Myself & I

രാത്രി മുഴുവൻ മഞ്ഞു വീണു. ഓരോരോ ഹിമച്ചില്ലായി, ഒന്നിനു മേലെ ഒന്നായി, അടുക്കടുക്കായി. അശ്വിനിയുടെ പൂന്തോട്ടം, പാർക്ക്, ഭൂമി എല്ലാം വെള്ളക്കച്ച പുതച്ചു കിടന്നു.

മഞ്ഞു പഴയതിനെയെല്ലാം മരവിപ്പിച്ചു, മൂടിക്കളഞ്ഞിരുന്നു. ഇളം പച്ചയൊക്കെ വെള്ളവും ചണ്ടിയുമായി മാറും. കാതലുള്ളത് മാത്രം രക്ഷപ്പെടും. തണുപ്പിനെയും മരവിപ്പിനെയും അതിജീവിക്കാനുള്ള കാതൽ ഉണ്ടാവണം. ഇല്ലെങ്കിൽ കൊടുംതണുപ്പു കാലത്തും ഇളംചൂടു സൂക്ഷിക്കുന്ന മണ്ണിന്റെ ആഴത്തിലായിരിക്കണം വേരുകൾ.

തിങ്കളാഴ്ച ഒരു നല്ല ദിവസമാണ്. ശുഭാരംഭത്തിനു യോജിച്ച ദിവസം. അശ്വിനിയുടെയും മോഹന്റെയും വിവാഹം ഒരു തിങ്കളാഴ്ച യായിരുന്നു. നാളും രാശിയും നോക്കി ഒപ്പിച്ചെടുത്തൊരു തിങ്കൾ. കല്യാണ ആൽബത്തിലെ വെയിലും നീലാകാശവും പച്ചതെങ്ങോ ലയും കണ്ട് സ്കൈലർ ചോദിച്ചുപോയി.

‘‘വോ! ഇങ്ങനെയാണോ നിങ്ങളുടെ ഫെബ്രുവരികൾ?’’

ആ ചിത്രങ്ങളിൽ അന്നേവരെ ശ്രദ്ധിക്കാതിരുന്ന ആകാശത്തിന്റെ നീലനിറം നോക്കി അശ്വിനി പറഞ്ഞു.

‘‘അതേ മഴയില്ലാതെ, അധികം ചൂടു വരുന്നതിനു മുൻപുള്ള സമയം.’’

‘‘നിനക്കെന്താ പ്രാന്തുണ്ടോ ഈ തണുപ്പിൽ കിടക്കാൻ?’’

ചില ഭ്രാന്തുകൾ അങ്ങനെയാണെന്ന് അശ്വിനി പറയാൻ മിനക്കെ ട്ടില്ല. കഥകൾ പറഞ്ഞു പറഞ്ഞ് അവൾക്കു മടുത്തുപോയിരുന്നു. അശ്വി നിയുടെ നാട്ടിലെ മൺസൂൺ, ചൂട്, ആളുകൾ തിങ്ങിക്കയറുന്ന ട്രെയിൻ, ബസ്, കമ്യൂണിസം, നെല്ലു വിളയുന്ന വിധം, മാവുമരം, ചക്കമരം, റോഡിലെ പശുക്കൾ, ദൈവങ്ങള്... പഠിക്കാൻ കാനഡയിൽ വന്നകാലം തൊട്ട് അശ്വിനി വിശദീകരിച്ചു ക്ഷീണിച്ചതാണ് അതെല്ലാം. പറഞ്ഞു മടുത്ത പഴങ്കഥകൾ, പണ്ടാരക്കഥകൾ!

സങ്കടങ്ങളിലേക്ക്, നഷ്ടങ്ങളിലേക്ക് കിട്ടാതെപോയ ആഗ്രഹങ്ങളി ലേക്ക് ഊളിയിടുമ്പോൾ തത്ത്വജ്ഞാനം അശ്വിനിയോടു ചോദിക്കും

''ഈ പഴയ കാര്യങ്ങളോർത്തിരിക്കാതെ മറന്നു കൂടെ?''

''പിന്നെന്താ, എല്ലാം മറന്നേക്കാം. രാവിലെ ഞാൻ കിടക്കയിൽ മുള്ളാം! അവിടെ നിന്നു തുടങ്ങിയാൽ മതിയോ ഓർമ്മകൾ? അല്ലെങ്കിൽ ഡ്രൈവ് ചെയ്യാൻ പഠിച്ചതിനു മുമ്പ് വരെ. എഞ്ചിനീയറിംഗ് പഠിച്ചത് ഓർമ്മിക്കാവോ?''

അശ്വിനി അതിൽ കലഹിക്കും.

''എനിക്കു നാൽപ്പതു വയസ്സുണ്ടെങ്കിൽ അതിന്റെ ഓർമ്മയും ഉണ്ടാവും. അല്ലാതെ ഞാൻ അഞ്ചു വയസ്സുള്ള കുട്ടി ആവില്ല. സങ്കടവും സന്തോഷവും എല്ലാം കൂട്ടിയാണ് ഇവിടംവരെ എത്തിയത്. ഞാനെന്നു പറഞ്ഞാൽ ഇതൊക്കെ കൂടിയതാണ്. അതിൽ മറ്റെയാൾക്ക് അൺകംഫോർട്ടബിൾ ആയ ഭാഗം മറക്കാൻ പറഞ്ഞാൽ നടപ്പുള്ള കാര്യമല്ല.''

റാണാ പ്രതാപ് സിംഗും ഒരിക്കൽ അശ്വിനിയെ ഉപദേശിച്ചു നന്നാക്കാൻ നോക്കി.

''കിട്ടാതെപോയതോരോന്നും കോർത്തു കോർത്ത് മാലേണ്ടാക്കി, അതു ജപിച്ചു ജപിച്ചു സ്മാരകമണ്ഡപത്തിൽ, ജീവിതം കളയല്ലേ പെണ്ണേ.''

അശ്വിനി അപ്പോൾ റാണയെ ഭീഷണിപ്പെടുത്തി.

''എടോ, തന്നെ കുത്തിച്ചതച്ചു ഞാൻ കാന്താരിച്ചമ്മന്തിയുണ്ടാക്കും.''

തിങ്കൾ, ഉയർത്തെഴുന്നേൽപ്പിനുള്ള ശുഭദിവസം. അശ്വിനി നെഞ്ചിൽ തലോടി.

''ഇതെന്റെ യുദ്ധഭൂമി.''

അവൾ കിടപ്പുമുറി വൃത്തിയാക്കാൻ തുടങ്ങി. അസുഖം തുടങ്ങിയ അറിയിപ്പു മുതൽ കിട്ടിയ സമ്മാനങ്ങളും ആശംസകളും കിടക്കയിലും മേശയിലും അലമാരിപ്പുറത്തുമായി കിടന്നത് അശ്വിനി പ്ലാസ്റ്റിക്കിന്റെ വിഴുപ്പുകൊട്ടയിലാക്കി. പോസിറ്റീവ് ആറ്റിറ്റ്യൂഡും യോഗയും മെഡിറ്റേഷനും തമാശകളും തത്ത്വജ്ഞാനങ്ങളും നിറഞ്ഞ പുസ്തകങ്ങളും വിഡിയോകളും കൂട്ടി അശ്വിനി അവളുടെ സ്മാരകസൗധം സ്വരൂപിച്ചു. സ്നേഹിച്ചവരുടെയും സ്നേഹം ഭാവിച്ചവരുടെയും സ്നേഹം മോഷ്ടിച്ചവരുടെയും അശ്വിനിയുടെ സ്നേഹം ചളിയിലേക്ക് എറിഞ്ഞു പരിഹസിച്ചവരുടെയും വിരൽപ്പാടുകൾ അതിലുണ്ടായിരുന്നു.

''നീ ഉണ്ടായിരുന്നു. ഒരിക്കൽ നീ ഞങ്ങൾക്ക് പ്രധാനപ്പെട്ടവളായിരുന്നു.''

അത്രയോക്കെയേ അവ പറയുന്നുള്ളൂ. ഇന്ന് ഇപ്പോഴാണ് ജീവിതം എന്നല്ലേ ജീവിതസഹായികളെല്ലാം പഠിപ്പിക്കുന്നത്? ജീവിതത്തെ വിചാരണ ചെയ്യുന്നതിൽ കാര്യമില്ല.

എന്നും എന്തെങ്കിലും വ്യത്യസ്തമായി ചെയ്യാൻ പറഞ്ഞത് അനുസരിക്കാൻ അശ്വിനി തീരുമാനിച്ചു.

ഇന്ന് അശ്വിനിയുടേത് നേക്കഡ് ലഞ്ച്.

Show your girlies

മുലയില്ലാത്തതുകൊണ്ട് ഇനി പൊതുസ്ഥലത്ത് അശ്വിനിക്ക് മാറു മറക്കാതെ പോവാമോ? കാനഡയിൽ സ്ത്രീകൾക്ക് അതിനുള്ള അവകാശമുണ്ട്. പക്ഷേ, കേരളത്തിൽ പോകുമ്പോഴോ? സദാചാരപൊലീസ് അശ്വിനിയെ തല്ലിക്കൊല്ലുമോ? തലമുടി ഉള്ളതുകൂടി മുറിച്ചു മാറ്റുമോ? പൊലീസ് സ്റ്റേഷനിൽ എല്പിക്കുമോ? ജയിലിലടയ്ക്കുമോ?

ഒരുകാലത്ത് സ്ത്രീകൾ മേൽവസ്ത്രം ധരിക്കുന്നത് തെറ്റായി കണ്ടിരുന്ന ഒരു നാടു തന്നെയല്ലേ അത്? അതല്ലേ പാരമ്പര്യം?

''പാരമ്പര്യത്തിനും ഒരു സ്റ്റാർട്ടിംഗ് പോയന്റ് സദാചാരികൾ തീരുമാനിച്ചിട്ടുണ്ടടോ.''

അശ്വിനി വിദ്യയെ പഠിപ്പിച്ചതാണത്.

''ഇപ്പോഴത്തെ മധ്യവയസ്ക്കരുടെ അമ്മ അല്ലെങ്കിൽ അമ്മൂമ്മമാരുടെ കാലം. അറുപതു-എഴുപതുകളിലേ സാരി, അടക്കം, ഒതുക്കം, കണ്ണൽ അല്പം കരിമഷി - അങ്ങനെയുള്ളതാണ് യഥാർത്ഥ ഭാരത സംസ്കാരം. അവിടെയിട്ടാണ് ഭാരത സംസ്കാരത്തെ കുടുക്കിട്ടു പിടിച്ചു മമ്മിഫൈ ചെയ്യേണ്ടത്!''

മാറത്ത് ഒളിക്കാൻ ഒന്നുമില്ലാത്തവൾക്ക് എന്തു വിലക്കുകളായിരിക്കും ഉള്ളതെന്നു അശ്വിനി സംശയിച്ചു. കണ്ടുപിടിച്ചിട്ടുതന്നെ കാര്യം എന്നു നിശ്ചയിച്ചു. അശ്വിനി കൈരണ്ടും ഉയർത്തി ടോപ് മെല്ലെ തലയ്ക്കു മുകളിലൂടെ വലിച്ചൂരിയെടുത്തു.

''നെന്റെ പെണ്ണിങ്ങ കാണിക്കൂ പെണ്ണേ.''

Show your girlies.

തണുപ്പിൽ കൈകൾ കൂട്ടിത്തിരുമ്മി ചൂടുള്ള സൂപ്പിനു മുൻപിലിരുന്ന് അശ്വിനി പ്രഖ്യാപിച്ചു.

ഇതാ, ഞാൻ. വെച്ചുകെട്ടുകളും അലങ്കാരങ്ങളും കാവലും കരുതലും ഇല്ലാതെ.

ഞെട്ടറ്റുവീണ പൂവും മാമ്പഴവുമൊക്കെ കവിതകളാവാം. മുലമുറിച്ചതും പറിച്ചെറിഞ്ഞതും കവിതകളായിട്ടുണ്ട്. ആരാണിനിയൊരു കവിത അശ്വിനിക്കായി രചിക്കുന്നത്?

കാറ്റ് പെട്ടെന്നൊരു ചുഴലിയായി അശ്വിനിക്കുള്ളിലേക്ക് കടന്നു കയറി. നിരാശ്രരായി നിരാശപ്പെട്ടുകിടന്ന ഓരോ കോശത്തെയും കാറ്റ് ഊതി ജ്വലിപ്പിച്ചു. അന്നോളം ഗൂഢമായിരുന്ന നിറങ്ങൾ കോശങ്ങളിൽ കത്തിയെരിഞ്ഞു. മഞ്ഞയേക്കാൾ നല്ല മഞ്ഞ, ചുവപ്പിനേക്കാൾ തീക്ഷ്ണമായ ചുവപ്പ്, പച്ചയെ നാണിപ്പിക്കുന്ന പച്ച, വെള്ളയെ കൊതിപ്പിക്കുന്ന വെളുപ്പ്. അശ്വിനിയെ ഇരിക്കാനും നിൽക്കാനും അനുവദിക്കാതെയാ

കൊടുങ്കാറ്റ് ഇടിയും മിന്നലും ചുഴലിയും തീമഴയുമായി അവളിലെ ഓരോ തന്മാത്രയിലും പെയ്തു.

''When the roots are too strong they can strangle you too.''

കൊടുങ്കാറ്റു Mistress of spicesലെ ഉപദേശം ഉദ്ധരിച്ചു. പിന്നോട്ടു പിന്നോട്ടു മാത്രം കെട്ടിവലിച്ചുകൊണ്ടുപോകുന്ന പഴങ്കഥകൾക്ക് ഒരു പെണ്ണു മാത്രം കൂട്ടിരിക്കുന്നതെന്തിനാണ്? ജീവനുവേണ്ടി മുല പണയപ്പെടുത്താമെങ്കിൽ, ജീവിതം കാർന്നു തിന്നുന്ന എല്ലാ കാൻസറുകളേയും മുറിച്ചും കരിച്ചും വിഷം കുടിച്ചും ഇല്ലാതാക്കുന്നതും തെറ്റല്ല. ചില നല്ല കോശങ്ങളും ആ കൂട്ടത്തിൽ നഷ്ടമായേക്കാം. പക്ഷേ ജീവിതമല്ലേ വലുത്? ഒരാൾക്ക് സ്വന്തമായ ജീവിതം.

കീർത്തനയ്ക്ക് അശ്വിനിയൊരു റോൾ മോഡൽ ആവില്ലായിരിക്കാം. പക്ഷേ അലമാരിയുടെ മൂലയിലെ ഹാങ്ങറിൽ തൂങ്ങിക്കിടന്നു പഴയതാവുന്ന വെറുമൊരു വസ്ത്രമായി ഒതുങ്ങുന്നതും കീർത്തനയ്ക്ക് ആദർശ മാതൃകയല്ല. അശ്വനിയുടെ അമ്മ അശ്വനിക്ക് ആദർശ മാതൃകയാണോ? അമ്മയെപ്പോലെ മറ്റാരൊക്കെയോ എഴുതിയ സ്ക്രിപ്റ്റനുസരിച്ചു ജീവിച്ചു തീർക്കാനുള്ളതാണോ അശ്വിനിയുടെ ജീവിതം? അശ്വിനിയും കാറ്റും ചോദ്യങ്ങളിൽ കെട്ടിമറിഞ്ഞു.

ക്യാൻസുവിനു അശ്വിനിയെ വേണം, വിട്ടു പോകാൻ വയ്യ. വിട്ടുകൊടുക്കാൻ തയ്യാറല്ല. വേണ്ടാത്തവനിൽ നിന്നും മെറ്റാസ്റ്റസൈസ് ചെയ്ത് അശ്വിനിയെ അടർത്തിയെടുക്കുകയാണ് ക്യാൻസു.

എന്റെ അസ്ഥിക്കു പിടിച്ചവളേ...

ഒരു സിനിമയുടെ അന്ത്യം പോലെ ആരും പെട്ടെന്നു മാറുന്നില്ല. രോഗം വന്നാലും ദുഃഖം വന്നാലും കാതൽ വ്യത്യാസപ്പെടാതെ നിൽക്കും. ഭയമോ ആശങ്കയോകൊണ്ട് പുറത്തെ പെരുമാറ്റം താൽക്കാലികമായി വ്യത്യാസപ്പെടാം. കാറ്റിൽ കൊഴിയുന്ന ഇലപോലെ, കാറ്റിന്റെ ശക്തിയിൽ ചിലപ്പോഴൊരു ചില്ല ഒടിഞ്ഞു വീണേക്കാം. പക്ഷേ, ഒരാളുടെ ഉള്ളിന്റെ ഉള്ള് എന്നുമെന്നും ഒന്നായിരിക്കും. ഓരോ സീസണിലും തളിർത്തുല്ലസിച്ചു, പൂത്തുന്മാദിച്ചു, ഇലമൂടി, ഫലംകായ്ച്ചു കൊഴിഞ്ഞടങ്ങുന്ന മരത്തെപ്പോലെ പുറംകാഴ്ചകൾ മാറിമാറി വന്നാലും ഉള്ളിന്റെ ഉള്ളിലെ അശ്വിനിയും മോഹനും കെട്ടുകാഴ്ചകൾ ഇല്ലാതാവുമ്പോൾ മാറുന്നില്ല.

മുലയില്ലെങ്കിലും കണ്ണകിയുടെ പാതിവ്രത്യം തനിക്കു വേണ്ടെന്ന് അശ്വിനി ഉറപ്പിച്ചു. അശ്വിനി നീറിപ്പൊടിഞ്ഞ ദിവസങ്ങളിൽ മോഹൻ ഏതു മാധവിയുടെ മടിത്തട്ടിലായിരുന്നെങ്കിലും വഴുക്കലുള്ള കോർപ്പറേറ്റു കോണിയുടെ പടിയിൽ ഇറുകിപ്പിടിച്ചു ക്ഷീണിക്കുകയായിരുന്നെങ്കിലും അശ്വിനിക്കു പ്രശ്നമില്ല.

''നശിപ്പിച്ചതെല്ലാം തിരിച്ചുപിടിക്കാനോ നിന്റെ സത്യസന്ധത തെളിയിക്കാനോ എന്നെയോ എന്റെ മുലയോ കിട്ടില്ല. ഇതിൽ നിനക്കൊരവകാശവുമില്ല മോഹൻ.

ആദർശപ്പെടുത്തിയെടുക്കാൻ അശ്വിനിയൊരു സങ്കല്പസ്ത്രീയല്ല. ആത്മാഭിമാനമുള്ള ഒരു പെണ്ണിന്റെ പ്രണയവും ജീവിതവും ക്രമീകരിച്ചു ചിട്ടപ്പെടുത്താനുള്ളതല്ല. അത് ക്ഷമയുടെയോ സഹനത്തിന്റെയോ അളവുകോലാവുകയുമില്ല.

നേരമ്പോക്കിന് നിന്റെ പൂർവ്വികർ എഴുതിക്കൂട്ടിയ മലർപ്പൊടി മോഹമാണ് കണ്ണകിയുടെ,പ്രണയം പുരുഷാ! ഈ ക്ഷമയുടെയും സഹനത്തിന്റെയും മടുപ്പൻ കണക്കുകൾ നിലനില്പിനു വേണ്ടിയുള്ള അഡ്ജസ്റ്റ്മെന്റാണ്. ആണില്ലാതെ അതിജീവിക്കാൻ പാടില്ലാത്ത വിധത്തിൽ പുരുഷന്മാർ മെരുക്കിയെടുത്ത ഒരു സമൂഹത്തിലെ അഡ്ജസ്റ്റ്മെന്റ്. മറ്റുള്ളവരുടെ സൗകര്യത്തിനനുസരിച്ചു ജീവിതം ക്രമീകരിക്കാൻ എനിക്കിനി സാധ്യമല്ല. ആയിരം പുരുഷന്മാരും ഒരുപാടു വർണങ്ങളും നിറഞ്ഞ ലോകത്തെ എനിക്കു ഭയമില്ല.''

അശ്വിനിയിലെ കൊടുങ്കാറ്റു വീറോടെ പ്രഖ്യാപിച്ചു.

സോളമൻഗ്രണ്ടിയുടെ ജീവിതത്തിന്റെ ലോജിക്കില്ലാത്ത ചിട്ട മഹാബോറാണെന്നു സമ്മതിപ്പിച്ചിട്ടാണ് അശ്വിനി റാണാ പ്രതാപ് സിംഗിനെ പിരിച്ചുവിട്ടത്. മീശ വീണ്ടും മുകളിലേക്ക് കൂർപ്പിച്ചുവെച്ച്, വാളുറയിൽ തെരുപ്പിടിച്ച്, കുതിരപ്പുറത്തു കയറി റാണ മീവാറിലേക്ക് മടങ്ങിപ്പോയി. അശ്വിനി ഫേസ്ബുക്ക് ഐഡി ഡിലീറ്റ് ചെയ്ത് ലാപ്ടോപ് അടച്ചുവെച്ചു.

പിന്നെ അവൾ ജോസഫൈന്റെ സ്പായിൽ പോയി നഖങ്ങൾ ഭംഗിയാക്കി. മുടി സ്റ്റൈൽ ചെയ്തു. കുറച്ചൊരു കോപ്പർ കലർന്ന അറ്റം ഈ നീളത്തിനു നന്നായിരിക്കുമെന്ന് സ്റ്റൈലിസ്റ്റ് ജോവാൻ പറഞ്ഞത് അവൾ അപ്പടി സ്വീകരിച്ചു.

അശ്വിനി ഞെറിയിൽ തൊട്ടു തൊട്ടില്ല മട്ടിൽ എത്തുന്ന നീണ്ട കമ്മലിട്ടു. മുല്ലവള്ളിപോലെ മനോഹരമായ സ്ട്രാപ്പുള്ള ബ്രായിട്ടു. കഴുത്തിറക്കി വെട്ടിയ സ്വെറ്ററിൽനിന്നും അശ്വിനിയുടെ നഗ്നമായ കഴുത്ത് കാമഭാവത്തോടെ ഉയർന്നു നിന്നു.

അശ്വിനിയുടെ കാറിന്റെ ജി.പി.എസ്സ്. സ്ക്രീനിൽ നീലവെള്ളം, പച്ചക്കാട്, വെളുത്ത ജനജീവിതം എന്ന് കാണിക്കുന്നതിനു നടുവിലൂടെ ഹൈവേ ചുവന്നനിറത്തിൽ വീതിയുള്ള വരയായി പ്രത്യക്ഷപ്പെട്ടു. കാറ് ചുവപ്പിനു നടുവിലൂടെ, നിയമപ്രകാരമുള്ള പരമാവധി വേഗതയെ പരിഗണിക്കാതെ പൊയ്ക്കൊണ്ടിരുന്നു. ബ്രഹ്മാവിനു പോലും തടുക്കാനരുതാത്ത തിടുക്കത്തോടെ. അല്ലെങ്കിൽ തന്നെ പരമാവധി വേഗത, ഭൂമിശാസ്ത്രപരമായി നോക്കിയാൽ ആപേക്ഷികമല്ലേ?

പുറത്ത് ഒരു ചില്ല അനങ്ങിയില്ല. ഒരു മഞ്ഞടര് പോലും പാറിവീഴാൻ ധൈര്യപ്പെട്ടില്ല. ഒരുവൾ ഒരുമ്പെട്ടാൽ എന്നങ്ങു സ്തംഭിച്ച് ഒരു സദാചാരക്കാറ്റ് നിശ്ചലം നിന്നു.

■

ആശംസ

രോഗം എന്ന അവസ്ഥയെക്കുറിച്ച് ഇത്രയും സൂക്ഷ്മവും തീവ്രവുമായ ഒരു നോവൽ മലയാളത്തിൽ ഉണ്ടായിട്ടില്ല എന്നു തോന്നുന്നു. അതായിരിക്കും ഈ പുസ്തകത്തിന്റെ ഏറ്റവും പ്രത്യക്ഷമായ സവിശേഷത. സ്ത്രീ അവസ്ഥയും പ്രവാസവും ഈ പ്രമേയത്തിന് അധികമാനങ്ങൾ നൽകുന്നു. രോഗത്തിന്റെ ഏറ്റവും അസഹനീയമായ വശം അതിന്റെ ദൈനംദീനതയാണ്. അനുദിനം അനുനിമിഷം ശരീരത്തിലൂടെയുള്ള അതിന്റെ സൂക്ഷ്മവും സ്ഥൂലവുമായ അധിനിവേശവും അത് മനസ്സിലും മറ്റുള്ളവരിലുമുണ്ടാക്കുന്ന വേദനയും വെറുപ്പും പിന്നെ മടുപ്പും അകൽച്ചയും. ബുദ്ധിയും മനസ്സും വേർപെട്ട്, ചികിൽസ മാത്രം ഏറ്റുവാങ്ങുന്ന, ഒരു വേദനാശരീരത്തിന്റെ ദിനസരി കൂടിയാണ് ഈ നോവൽ.

സി.എസ്. വെങ്കിടേശ്വരൻ

www.ingramcontent.com/pod-product-compliance
Lightning Source LLC
LaVergne TN
LVHW101400051026
849519LV00005BC/1588